பொன்னியின் செல்வன்

இரண்டாம் பாகம்

கிழக்கு வெளியீடுகளாக... கல்கியின் பிற நாவல்கள்

பார்த்திபன் கனவு

சிவகாமியின் சபதம்

பொன்னியின் செல்வன்

இரண்டாம் பாகம்

அமரர் கல்கி

கிழக்கு

பொன்னியின் செல்வன் (இரண்டாம் பாகம்)
Ponniyin Selvan (Second Part)
by Kalki

Kizhakku First Edition: December 2011
424 Pages
Printed in India.

ISBN 978-81-8493-684-1
Title No. Kizhakku 654

Kizhakku Pathippagam
177/103, First Floor,
Ambal's Building, Lloyds Road,
Royapettah, Chennai 600 014.
Ph: +91-44-4200-9603
Email : support@nhm.in
Website : www.nhm.in

Kizhakku Pathippagam is an imprint of New Horizon Media Private Limited

பொன்னியின் செல்வன்

இரண்டாம் பாகம்

சுழற் காற்று

பொன்னியின் செல்வன்

இரண்டாம் பாகம்: சுழற்காற்று

முதலாவது அத்தியாயம்

பூங்குழலி

அந்தி நேரம் அமைதி பெற்று விளங்கியது.கோடிக்கரையின் ஓரத்தில் கடல் அலை அடங்கி ஓய்ந்திருந்தது. கட்டு மரங்களும், படகுகளும் கரையை நெருங்கிக்கொண்டிருந்தன. கடலில் இரை தேடச்சென்ற பறவைகள் திரும்பி வந்துகொண்டிருந்தன. கரையில் சிறிது தூரம் வெண்மணல் பரந்திருந்தது. அதற்கு அப்பால் வெகுதூரத்துக்கு வெகுதூரம் காடு படர்ந்திருந்தது. காட்டு மரங்களின் கிளை ஆடவில்லை; இலைகள் அசைய வில்லை. நாலா பக்கமும் நிசப்தம் நிலவியது. செங்கதிர்த் தேவன் கடலும் வானும் கலக்கும் இடத்தைநோக்கி விரைந்து இறங்கிக்கொண்டிருந்தான். மேகத்திரள்கள் சில சூரியனுடைய செங்கதிர்களை மறைக்கப் பார்த்துத் தாங்களும் ஒளி பெற்றுத் திகழ்ந்தன.

கரை ஓரத்தில் கடலில் ஒரு சிறிய படகு மிதந்தது, கடலின் மெல்லிய அலைப் பூங்கரங்கள் அந்தப் படகைக் குழந்தையின் மணித் தொட்டிலை ஆட்டுவதுபோல மெள்ள மெள்ள அசைத்தன. அந்தப் படகில் ஓர் இளம் பெண் இருந்தாள். அவளைப் பார்த்ததும் சேந்தன் அமுதன் தன் மாமன் மகளைக் குறித்து வர்ணனை செய்தது நமக்கு நினைவு வருகிறது. ஆம்; அவள் பூங்குழலியாகத்தான் இருக்க வேண்டும். பெயருக்குத் தகுந்தாற் போல் இவள் கூந்தலில் ஒரு தாழம்பூவின் இதழ் அழகு பெற்றுத் திகழ்ந்தது. நீண்ட கரிய கூந்தல் சுருண்டு சுருண்டு விழுந்து அவளுடைய கடைந்தெடுத்த தோள்களை அலங்கரித்தன. கடல் அலைகள் கரையில் ஒதுக்கும் சங்குகள், சிப்பிகள் முதலியவற்றை ஆரமாக்கி அவள் அணிந்து கொண்டிருந்தாள். ஆனால் இவையெல்லாம் அவளுடைய மேனியில் பட்டதனால் தாங்களும் அழகு பெற்றனவேயன்றி, அவளை அலங்கரித்ததாகச் சொல்ல முடியாது. அழகே ஒரு வடிவம் தாங்கி வந்தால், அதற்கு எந்த ஆபரணத்தைக் கொண்டு அழகு செய்ய முடியும்?

பூங்குழலி படகில் ஒய்யாரமாகச் சாய்ந்துகொண்டு பாடினாள். அவளுடைய கானத்தைக் கேட்பதற்காகவே கடலும் அலை அடங்கி ஓய்ந்திருந்தது போலும்! அதற்காகவே காற்றும் வீசி அடிக்காமல் மெள்ள மெள்ளத் தவழ்ந்து வந்தது போலும்! தூரத்தில் தெரிந்த காட்டு மரங்களும் இலை அசையாமல் நின்று அவளுடைய கானத்தைக் கவனமாகக் கேட்டன போலும்! வானமும், பூமியும் அந்தக் கானத்தைக் கேட்டு மதிமயங்கி அசைவற்று நின்றன போலும்! கதிரவன் கூட அந்தக் கானத்தை முன்னிட்டே மூலைக் கடலை அடைந்து முழுகி மறையாமல் தயங்கி நிற்கின்றான் போலும்.

தேனில் குழைத்து, வானில் மிதந்து வந்த அப்பாடலைச் சற்றுச் செவி கொடுத்துக் கேட்கலாம்.

'அலைகடலும் ஓய்ந்திருக்க
அகக் கடல்தான் பொங்குவதேன்?
நிலமகளும் துயிலுகையில்
நெஞ்சகந்தான் பதைப்பதுமேன்?
காட்டினில் வாழ் பறவைகளும்
கூடுகளைத் தேடினவே!
வேட்டுவரும் வில்லியரும்
வீடு நோக்கி ஏகுவரே
வானகமும் நானிலமும்
மோனமதில் ஆழ்ந்திருக்க
மான்விழியாள் பெண்ணொருத்தி
மனத்தில் புயல் அடிப்பதுமேன்?
வாரிதியும் அடங்கி நிற்கும்
மாருதமும் தவழ்ந்து வரும்
காரிகையாள் உளந்தனிலே
காற்றுச் சுழன் றடிப்பதுமேன்?'

அந்த இளமங்கையின் உள்ளத்தில் அப்படி என்ன சோகம் குடி கொண்டிருக்குமோ, தெரியாது! அவளுடைய தீங்குரலில் அப்படி என்ன இன்ப வேதனை கலந்திருக்குமோ, தெரியாது! அல்லது அப்பாடலில் சொற்களோடு ஒருவேளை கண்ணீரைக் கலந்துதான் பாடலை அமைத்துவிட்டார்களோ, அதுவும் நாம் அறியோம். ஆனால் அந்தப் பாடலை அவள் பாடுவதைக் கேட்கும் போது நமக்கு நெஞ்சம் விம்மி வெடித்து விடுவது போன்ற உணர்ச்சி ஏனோ உண்டாகிறது.

பூங்குழலி கானத்தை நிறுத்தினாள். படகின் துடுப்பை நாலு தடவை வலித்தாள். படகு கரை அருகில் வந்து சேர்ந்தது. பூங்குழலி படகிலிருந்து துள்ளிக் குதித்துக் கரையில் இறங்கினாள். படகைக் கரையில் இழுத்துப் போட்டாள். கரையில் சில கட்டு மரங்கள் கும்பலாகக் கிடந்தன. அவற்றின்மீது படகு சாய்ந்து நிற்கும்படி தூக்கி நிறுத்தினாள். சாய்ந்து நின்ற படகில் தானும் சாய்ந்துகொண்டு ஒரு முறை சுற்றுமுற்றும் பார்த்தாள்.

அதோ கலங்கரை விளக்கின் உச்சி மண்டபத்தில் தீ மூட்டியாகி விட்டது. தீ ஜுவாலைவிட்டு எரிகிறது. இனி இரவெல்லாம் அந்த ஜோதி எரிந்துகொண்டிருக்கும். கடலில் செல்லும் மரக்கலங்களுக்கு அது 'அருகில் நெருங்க வேண்டாம்!' என்று எச்சரித்துக் கொண்டிருக்கும். கோடிக்கரை ஓரத்தில் கடலில் ஆழமே கிடையாது. கட்டு மரங்களும், சிறிய படகுகளும்தான் அந்தப் பகுதியில் கரை ஓரமாக அணுகி வரலாம். மரக்கலமும் நாவாயும் நெருங்கி வந்தால் தரைதட்டி மணலில் புதைந்து விடும். வேகமாகத் தரையில் மோதினால் கப்பல் பிளந்து உடைந்தும் போய்விடும். ஆதலின், கோடிக்கரையில் உள்ள கலங்கரை விளக்கம் கப்பல் ஓட்டிகளுக்கு மிகவும் அவசியமான உதவியைச் செய்து வந்தது. மற்றொரு பக்கத்தில் குட்டை மரங்கள் அடர்ந்த காட்டின் நடுவில் கோபுரம் ஒன்று தலை தூக்கி நின்றது. அதனடியில் கோடிக்கரைக் குழகர், கோயில் கொண் டிருந்தார். சுமார் இருநூறு ஆண்டுகளுக்கு முன்னால் ஸ்ரீசுந்தரமூர்த்தி நாயனார் இந்தக் கோடிக் கரைக்கு வந்தார். காட்டின் மத்தியில் தன்னந்தனியே கோயில்கொண்டிருந்த குழகரைத் தரிசித்தார்.

'அந்தோ! இறைவா! இப்படி இந்தக் கடற்கரைக் காட்டின் மத்தியில் துணையின்றித் தனியே இருந்தீரே? இருக்க வேறு இடமாயில்லை? பக்தர்கள் கூட்டங் கூட்டமாக உமது புகழைப் பாடிக்கொண்டிருக்கும் ஸ்தலங்கள் எத்தனையோ இருக்க, இந்தக் கோடிக்கு வந்து பயங்கரக் காட்டிலே தனியே கோயில் கொண்டிருப்பதேன்? இக்கொடி யேனுடைய கண்கள் இந்தக் காட்சியையும் காண நேர்ந்ததே!' என்று மனமுருகிப் பாடினார்.

'கதிதாய்க் கடற்காற்று வந்தெற்றக் கரைமேல்
குடிதானயலே இருந்தாற் குற்றமாமோ?
கொடியேன் கண்கள் கண்டன கோடிக் குழகீர்
அடிகேள் உமக்கார் துணையாக இருந்தீரே?'

'மத்தம் மலிசூழ் மறைக்காடதன் றென்பால்
பத்தர் பலர் பாடவிருந்த பரமா!

கொத்தார் பொழில் சூழ்தருகோடிக் குழகா
எத்தாற் றனியே யிருந்தாய்? எம்பிரானே!'

ஸ்ரீசுந்தரமூர்த்தி நாயனார் வந்து தரிசித்துவிட்டுப் போன இருநூறு ஆண்டுகளுக்குப் பிறகும் கோடிக்கரைக் குழகர் அதே நிலையில்தான் இருந்தார்.* சுற்றிலும் இன்னும் கொஞ்சம் காடுகள் மண்டிப் போயிருந்தன. அக்காடுகளில் மரப் பொந்துகளில் ஆந்தைகளும் கூகைகளும் குழறின. பார்ப்பதற்குப் பயங்கரமான வேடுவர்கள் சிலர்தான் காட்டின் மத்தியில் ஆங்காங்கு குடிசை போட்டுக்கொண்டு வசித்தார்கள்.

ஆம்; ஒரே வித்தியாசம் இருந்தது. ஸ்ரீ சுந்தரமூர்த்தி நாயனார் இங்கு வந்திருந்தபோது கலங்கரை விளக்கம் இல்லை. சில ஆண்டுகளுக்கு முன்பு, முதல் பராந்தகரின் காலத்திலேதான் அது கட்டப்பட்டது. கலங்கரை விளக்கத்தில் பணிசெய்வோருக் கென்று சில ஓட்டு வீடுகள் அதைச் சுற்றிக் கட்டப்பட்டன. கோடிக்கரைக் குழகர் கோயிலில் பூஜை செய்யும் பட்டரும் அங்கே வந்து குடியேறினார்.

பூங்குழலி கடற்கரை ஓரத்தில் படகின்மீது சாய்ந்த வண்ணம் நாற் புறமும் பார்த்தாள். கலங்கரை விளக்கத்தைப் பார்த்து அந்தப் பக்கம் போகலாமா என்று யோசித்தாள். பிறகு குழகர் கோயிலின் கோபுரக் கலசத்தை நோக்கினாள். அச்சமயம் கோயிலில் சேமங்கலம் அடிக்கும் ஓசை கேட்கவே, பூங்குழலி ஒரு தீர்மானத்துக்கு வந்தாள். அதற்குள் வீட்டுக்குப் போய் என்ன செய்வது? கோயிலுக்குப் போகலாம்! பட்டரைத் தேவாரம் பாடச் சொல்லிக் கேட்கலாம். பிறகு பிரசாதமும் வாங்கிக் கொண்டு வரலாம்.

இப்படி முடிவு செய்துகொண்டு பூங்குழலி கோயில் இருந்த திசை நோக்கி நடந்தாள். ஆடிக்கொண்டும், பாடிக்கொண்டும் துள்ளிக் குதித்துக்கொண்டும் நடந்தாள். வழியில் மான் கூட்டம் ஒன்றைக் கண்டாள். மான்கள் மணல் வெளியைத் தாண்டிக் காட்டை நோக்கிச் சென்றுகொண்டிருந்தன. ஏழெட்டுப் பெரிய மான் களோடு ஒரு சிறிய மான் குட்டியும் பாய்ந்து ஓடிக் கொண்டிருந்தது. மான் கூட்டத்தைப் பார்த்ததும் பூங்குழலிக்கு உற்சாகம் உண்டாயிற்று. அவற்றைப் பிடிக்கப் போவதுபோல் தொடர்ந்து குதித்து ஓடினாள். ஆனால் என்னதான் விரைவாக ஓடினாலும் மான்களோடு போட்டியிட முடியுமா? மான் கூட்டம் பூங்குழலியை முந்திக்கொண்டது.

---

* ஆயிரம் ஆண்டுகளுக்குப் பின்னர் இன்றைக்கும் கோடிக்கரைக் குழகர் அதே தனிமை நிலையில்தான் இருந்து வருகிறார்!

முன்னால் சென்ற மான்கள் ஓரிடத்தில் நாலு கால்களையும் தூக்கி வானத்தில் பறப்பது போல் நீண்ட தூரம் தாவிக் குதித்தன. அங்கே புதை சேற்றுக் குழி இருக்கிறதென்று பூங்குழலி ஊகித்துக் கொண்டாள். பெரிய மான்கள் எல்லாம் அக்குழியை ஒரே தாண்டலில் தாண்டி அப்பால் பத்திரமாய் இறங்கிவிட்டன. ஆனால் மான்குட்டியினால் முழுவதும் தாண்ட முடியவில்லை. அக்கரை ஓரமாக அதன் பின்னங் கால்கள் சேற்றுக் குழியில் அகப்பட்டுக்கொண்டன. முன்னங்கால் களைக் கரையில் ஊன்றி மான் குட்டி ஆன மட்டும் கரை ஏற முயன்றது. ஆனால் அதன் பின்னங்கால்கள் சேற்றில் மேலும் மேலும் புதைந்து கொண்டிருந்தன. தாய் மான் கரையில் நின்று குட்டியின் நிலையைக் கவலையுடன் நோக்கியது. அதனால் தன் குட்டிக்கு உதவி எதுவும் செய்ய முடியவில்லை.

இதையெல்லாம் ஒரு நொடியில் பார்த்து அறிந்து கொண்ட பூங்குழலி அந்தப் புதை சேற்றுக் குழி எங்கே முடிகிறது என்பதைக் கண்டு தெரிந்துகொண்டாள். புதைகுழி ஓரமாக ஓடிச் சென்று கெட்டியான இடத்தின் வழியாகக் கடந்து எதிர்ப்புறத்தில் மான் குட்டி சேற்றில் அகப்பட்டுக்கொண்டு தவித்த இடத்தை அணுகினாள். தாய் மான் முதலில் அவளைக் கண்டு மிரண்டது. பூங்குழலிக்கு மானின் பாஷை தெரியும் போலும்! மிருதுவான குரலில் அவள் ஏதோ சொல்லவும் தாய் மான் பயம் நீங்கி நின்றது. பூங்குழலி புதை சேற்றுக் குழியின் கரை ஓரத்தில் முன்னங் கால்களை மடித்து உட்கார்ந்து, கைகளை நீட்டி மான் குட்டியைப் பற்றிப் பலமாக இழுத்துக் கரையேற்றினாள். சில விநாடி நேரம் அந்த மான்குட்டியின் உடம்பு வெடவெடவென்று நடுங்கிக் கொண்டிருந்தது. தாய் மான் அதனருகில் நின்று முகர்ந்து பார்த்துத் தைரியம் கூறியது போலும்! அவ்வளவுதான்! அடுத்த விநாடி தாயும், குட்டியும் மீண்டும் பாய்ந்தோடின.

'சீ! கொஞ்சமும் நன்றியில்லாத மிருக ஜன்மங்கள்!' என்று பூங்குழலி தனக்குத்தானே சொல்லிக் கொண்டாள். 'ஆனால் மனிதர்களைவிட இந்த மான்கள் மட்டமாய்ப் போய்விட வில்லை!' என்று அவளே தேறுதலும் சொல்லிக் கொண்டாள்.

பிறகு மறுபடியும் குழகர் ஆலயத்தை நோக்கி நடந்தாள்.

மணல் வெளியைத் தாண்டியதும் மரஞ் செடிகள் அடர்ந்த காட்டு வழியில் போகவேண்டியிருந்தது. மேட்டில் ஏறியும், பள்ளத்தில் இறங்கியும் போகவேண்டியிருந்தது. அந்தக் காட்டை இயற்கையின் விசித்திரங்களில் ஒன்று என்றே சொல்ல வேண்டும். அங்கே கற்பாறைகளினால் அமைந்த மலைகளோ, குன்றுகளோ இல்லை. ஒரே மணல் வெளிதான். ஆங்காங்கு மணல் மேடிட்டு, மணல்

மேட்டின்மீது செடிகளும், மரங்களும் முளைத்ததினால் கெட்டிப் பட்டுக் குன்றுகளாகவே மாறிப் போயிருந்தன. குன்றுகளுக்குப் பக்கத்தில் பள்ளங்களும் இருந்தன. அத்தகைய காட்டில் வழி கண்டு பிடித்துப் போவது எளிய காரியமன்று. வெகுதூரம் நடந்துவிட்டது போலத் தோன்றும்; ஆனால் திரும்பத் திரும்பப் புறப்பட்ட இடத்துக்கே வந்துகொண்டிருப்போம்!

பூங்குழலி அந்தக் காட்டு வழியில் புகுந்து அதி விரைவாக நடந்து ஆலயத்தினருகே வந்து சேர்ந்தாள். கோயிலுக்கு வெளியிலும், உட்பிர காரத்திலும் கொன்னை, பன்னீர் முதலிய மரங்கள் ஓங்கி வளர்ந்து மலர்ந்து குலுங்கிக்கொண்டிருந்தன. பூங்குழலி ஆலயத்துக்குள் போனாள். பட்டர் அவளைப் பார்த்து முகமலர்ந்தார். அந்தக் கோயிலுக்குள் சாமி தரிசனம் செய்வதற்காக வருவோர் அருமை. ஆதலின் அருமையாக வருகிறவரைப் பார்த்துப் பட்டர் மகிழ்வது இயல்புதானே?

தேங்காய் மூடியும், பிரசாதமும் கொண்டுவந்து பட்டர் கொடுத்தார். 'அம்மா கொஞ்சம் காத்திருக்கிறாயா? நானும் இதோ சந்நிதியைப் பூட்டிக்கொண்டு வீட்டுக்கு வருகிறேன்!' என்றார். இருட்டிய பிறகு அந்தக் காட்டு வழியில் செல்வது கொஞ்சம் சிரமமான காரியந்தான். ஆனால் வழிகாட்டுவதற்குப் பூங்குழலி இருந்தால் கவலையே கிடையாது.

'இருக்கிறேன், ஐயா! எனக்கு அவசரம் ஒன்றுமில்லை. மெதுவாகக் கோயில் கைங்கரியங்களை முடித்துக்கொண்டு புறப்படுங்கள்!' என்று பூங்குழலி கூறிவிட்டுக் கோயில் பிரகாரத்துக்கு வந்தாள். மரக்கிளை ஒன்றைப் பிடித்துக் கொண்டு பிரகாரத்தின் மதில் சுவரின் மேல் தாவி ஏறினாள். மதில் மூலையில் நந்தி பகவானுடைய பெரிய சிலை ஒன்று அமைக்கப்பட்டிருந்தது. அந்தச் சிலைமீது சிறிது சாய்ந்த வண்ணம் மதில்மீது காலை நீட்டிப் படுத்தாள். தேங்காய் மூடியைப் பல்லினால் சுரண்டிச் சாப்பிடத் தொடங்கினாள்.

நாலாபுறமும் இருள் சூழ்ந்து வரும் விசித்திரத்தைப் பூங்குழலி பார்த்துக்கொண்டேயிருக்கையில், குதிரையின் காலடிச் சத்தத்தைக் கேட்டாள். சத்தம் வந்த வழியே ஆவலுடன் பார்த்துக் கொண்டிருந்தாள். குதிரைக் காலடியின் சத்தம் அவளுடைய உள்ளத்தில் ஏதேதோ பழைய ஞாபகங்களை எழுப்பி அவளைக் கனவு லோகத்துக்குக் கொண்டு போயிற்று. எங்கிருந்தோ இனந் தெரியாத ஒரு துக்கம் வந்து நெஞ்சை அடைத்தது. வருகிறது யாராயிருக்கக்கூடும்? யாராயிருந்தால் நமக்கு என்ன கவலை? கொஞ்ச காலமாகப் புது ஆட்கள் வருகிறதும் போகிறதும் அதிகமாய்த்தானிருக்கிறது. இராஜாங்க காரியமாக

வருகிறார் களாம்; போகிறார்களாம். நேற்றைக்குக் கூட இரண்டு பேர் வந்திருந்தார்கள். அவர்களைப் பார்ப்பதற்கே அருவருப்பா யிருந்தது. அண்ணனைப் படகு வலிக்கச் சொல்லி ஈழத்துக்குச் சென்றார்கள். பணமும் நிறையக் கொடுத்தார்கள். அவர்களுடைய பணத்திலே இடி விழட்டும்! யாருக்குப் பணம் வேண்டும்! பணத்தை வைத்துக்கொண்டு இந்த நடுக் காட்டில் என்ன செய்வது? ஆனால் அண்ணனுக்கும் அண்ணிக்கும் பணம் என்றால் ஒரே ஆசை. எதற்கோ தெரியவில்லை! சேர்த்துச் சேர்த்துப் புதைத்து வைக்கிறார்கள்.

குதிரைக் காலடிச் சத்தம் இதோ அருகில் நெருங்கி வருகிறது. ஒரு குதிரை அல்ல; இரண்டு குதிரைகள் வருவதுபோலத் தோன்று கிறது. இதோ அவை தென்படுகின்றன. பள்ளத்திலிருந்து மெள்ள மெள்ள மேட்டில் ஏறி வருகின்றன. நெடுந்தூரம் பிரயாணம் செய்து களைத்துப்போன குதிரைகள். ஒவ்வொரு குதிரை மீதும் ஒரு ஆள் வருகிறான். முதலில் வருகிற குதிரை மேல் வருகிறவன் வாலிபப் பிராயத்தவன். பார்க்க இலட்சணமாக இருக்கிறான்; வாட்டச்சாட்ட மாகவும் இருக்கிறான் முகத்தில் கம்பீரம் இருக்கிறது. ஆனால் அவளுடைய இருதய அந்தரங்கத்தில் குடிகொண்டிருக்கும் அந்த இன்னொரு முகத்தின் அழகும், கம்பீரமும் எங்கே? இவனுடைய முகம் எங்கே? பார்க்கப் போனால் இவனுடைய முகம் மரப்பொந்தில் இருக்கும் ஆந்தை முகம் மாதிரியல்லவா சப்பட்டையாயிருக்கிறது?

குதிரைமேல் வந்த இருவரில் முதலில் வந்தவன் நமது பழைய நண்பனாகிய வல்லவரையன் வந்தியத்தேவன்தான். பின்னால் வந்தவன் வைத்தியருடைய மகன். இருவரும் பழையாறையிலிருந்து இங்கே வந்து சேர்வதற்குள் இளைத்துக் களைத்துச் சோர்வுற்றுப் போயிருக்கிறார்கள். ஆயினும் வந்தியத்தேவனுடைய முகம், கோயில் மதில்மேல் காலை நீட்டிச் சாய்ந்து கொண்டிருந்த பூங்குழலியைக் கண்டதும் சிறிது மலர்ந்தது. அவள் தன்னுடைய முகத்தை உற்றுப் பார்த்துக் கொண்டிருக் கிறாள் என்று தெரிந்ததும் அவனுக்கு இயற்கையான உற்சாகமே பிறந்து விட்டது. அவனும் குதிரையே நிறுத்தி விட்டு அவளுடைய முகத்தை ஆர்வத்துடன் உற்றுப் பார்க்கலானான். தன் முகத்தை மரப்பொந்திலுள்ள ஆந்தையின் முகத்தோடு அவள் ஒப்பிடுகிறாள் என்று மட்டும் அவன் அறிந்திருந்தால் அவ்வளவு உற்சாகப்பட்டிருக்க முடியாதுதான். ஒரு மனத்தி லுள்ளதை இன்னொருவர் முழுதும் அறிய முடியாமலிருப்பது எவ்வளவு அநுகூலமாயிருக்கிறது?

குதிரைமேல் வந்தவன் தன்னை உற்றுப் பார்த்துக் கொண்டிருக் கிறான் என்பதை பூங்குழலி அறிந்தாள். கையில் தான் தேங்காய் மூடிவைத்துக் கொண்டு பல்லினால் சுரண்டித் தின்று கொண்டிருப்பதையும்

நினைத்தாள். உடனே எங்கிருந்தோ ஒரு நாண உணர்ச்சி வந்து அவளைப் பற்றிக்கொண்டது. பிராகார மதில் சுவரிலிருந்து வெளியே வெண் மணலில் குதித்தாள். மதில்சுவர் ஓரமாக ஓடத் தொடங்கினாள்.

அதைப் பார்த்த உடனே வந்தியத்தேவனுக்கும் குதிரை மேலிருந்து குதிக்கத் தோன்றியது. குதித்துப் பூங்குழலியைப் பின்தொடர்ந்து பிடிப்பதற்கு ஓட வேண்டும் என்று தோன்றியது. அவ்வாறே அவளைத் துரத்திக்கொண்டு ஓடினான். இந்த அர்த்தமற்ற செயலின் காரண காரியங்களை யார் கண்டுபிடித்துச் சொல்லமுடியும்? ஆயிரம் பதினாயிரம் ஆண்டுகளாகத் தொடர்ந்து வந்த மனித குலத்தின் பரம்பரை இயற்கைதான் பூங்குழலியை ஓடச் செய்தது என்றும், அதுவே வந்தியத்தேவனைத் துரத்திப் பிடிக்கச் செய்தது என்றும் சொல்ல வேண்டியதுதான்.

இரண்டாம் அத்தியாயம்

சேற்றுப் பள்ளம்

காட்டிலும் மேட்டிலும், கல்லிலும் முள்ளிலும் அந்தப் பெண்ணைத் தொடர்ந்து வந்தியத்தேவன் ஓடினான். ஒருசமயம் அவள் கண்ணுக்குத் தெரிந்தாள். மறு கணத்தில் மறைந்தாள். இனி அவளைப் பிடிக்க முடியாது என்று தோன்றியபோது மறுபடியும் கண்ணுக்குப் புலப்பட்டாள். மாய மாரீசனைத் தொடர்ந்து இராமர் சென்ற கதை வந்தியத்தேவனுக்கு நினைவு வந்தது. ஆனால் இவள் மாயமும் அல்ல; மாரீசனும் அல்ல. இவளுடைய கால்களிலே மானின் வேகம் இருக்கிறது என்பது மட்டும் நிச்சயம். அம்மம்மா! என்ன விரைவாக ஓடுகிறாள்? 'எதற்காக இவளைத் தொடர்ந்து ஓடுகிறோம், இது என்ன பைத்தியக்காரத்தனம்?' என்று எண்ணினான். உடனே அதற்கு ஒரு காரணமும் கற்பித்துக் கொண்டான். கோடிக்கரை நெருங்க நெருங்க, சேந்தன் அமுதன் வர்ணித்த மங்கையின் நினைவு அவனுக்கு அடிக்கடி வந்துகொண்டிருந்தது. இவள் அந்தப் பூங்குழலியாகத்தான் இருக்க வேண்டும். இவளுடன் சிநேகம் செய்துகொண்டால் வந்த காரியம் நிறைவேறுவதற்கு அநுகூலமாயிருக்கும். அத்துடன் கலங்கரை விளக்கத்துக்குப் போக வழி கேட்டும் தெரிந்துகொள்ளலாம். தொலை தூரத்தில் வரும்போதே அவர்களுக்குக் கலங்கரை விளக்கின் உச்சி தெரிந்தது. ஆனால் அதை நெருங்குவது எளிதாயில்லை. காட்டுக்குள் புகுந்ததும் கலங்கரை விளக்கு தெரியவேயில்லை. காட்டுக்குள்ளே சுற்றிச் சுற்றி வருவதாக ஏற்பட்டதே தவிர வழி அகப்படவில்லை. இந்தச் சமயத்திலேதான் குழகர் கோயிலின் மதில் சுவரின் மேல் பூங்குழலியை வந்தியத்தேவன் கண்டான். அவளைப் பிடித்து வழி கேட்கலாம் என்று பார்த்தால், அவள் இப்படி மாய மானைப் போல் பிடிபடாமல் ஓடுகிறாளே? இவளை இப்படியே விட்டு விட்டுத் திரும்ப வேண்டியதுதான்? ஆனால் ஓட்டப் பந்தயத்தில்கூட ஒரு பெண்ணுக்குத் தோற்பது என்றால், அதுவும் மனத்துக்கு உகந்ததாயில்லை...

ஆ! அதோ திறந்தவெளி வந்துவிட்டது. சற்றுத் தூரத்தில் நீலக்கடல் தெரிகிறது. விரிந்து பரந்து அமைதி குடிகொண்ட அந்தக் கடலின் தோற்றம் என்ன அழகாயிருக்கிறது! அதோ கலங்கரை விளக்கமும் தெரிகிறது. அதன் உச்சியில் இப்போது ஜோதி கொழுந்துவிட்டு எரிகிறது. அதன் செந்நிறக் கதிர்கள் நாலா பக்கமும் பரவி விழுந்து விசித்திர ஜால வித்தைகள் புரிகின்றன.

இந்த இடத்தில் இந்தப் பெண்ணைப் பின்தொடர்வதை விட்டு விட்டுக் கலங்கரை விளக்கை நோக்கிப் போகலாமா? கூடாது! கூடாது! இந்தத் திறந்த வெளியில் இவளை ஓடிப் பிடிப்பது சுலபம். இங்கே அவ்வளவு மணலாகக் கூட இல்லை. கால் மணலில் புதையவில்லை. பூமியில் புல் முளைத்துக் கெட்டிப்பட்டிருக்கிறது. சில இடங்களில் சேறு காய்ந்து பொறுக்குப் படர்ந்திருக்கிறது. இங்கேயெல்லாம் தடங்கலின்றி ஓடலாம். அந்தப் பெண்ணை இலகுவாய்ப் பிடித்து விடலாம்! மேலும் அவள் கடலை நோக்கியல்லவா ஓடுகிறாள்? எவ்வளவு ஓடினாலும் முடிவில் கடலோரத்தில் சென்று அவள் நின்றுதானே ஆக வேண்டும்! ஒருவேளை இந்த விந்தையான பெண் கடலிலேயே முழுகி மறைந்து விடுவாளோ! அடடா! குதிரையிலேயே ஏறி வராமற் போனோமே? அப்படி வந்திருந்தால் இந்தத் திறந்த வெளியில் ஒரு நொடியில் இவளைப் பிடித்து விடலாமே?

அதோ அவள் சற்றுத் தயங்கி நிற்கிறாள். நேரே கடலே நோக்கி ஓடாமல் வலதுபக்கமாகத் திரும்பி ஓடுகிறாள்! தன்னிடம் பிடிபடாமல் இருப்பதற்காக வலதுபுறத்தில் சற்றுத் தூரத்தில் தென்பட்ட காட்டை நோக்கி ஓடுகிறாள். காட்டுக்குள் அவள் புகுந்துவிட்டால் நிச்சயமாகப் பிடிக்க முடியாதுதான்! இத்தனை நேரம் ஓடியதும் வீண்! வந்தியத் தேவனுடைய கால்களும் அச்சமயம் கெஞ்ச ஆரம்பித்து விட்டது...

மீண்டும் அவளுடைய மனத்தை மாற்றிக் கொண்டு விட்டாள் போலும்! காட்டுக்குள் போகும் எண்ணத்தை விட்டு விட்டாள் போலும்! பம்பரத்தைப் போல் ஒரு சுற்றுச்சுற்றித் திரும்பி ஓடி வருகிறாள். கலங்கரை விளக்கின் அடிக்குப் போக நினைத்தாள் போலும். ஒரு நாலு பாய்ச்சல் பாய்ந்தால் அவளைப் பிடித்து விடலாம். கைப்பிடியாக அவளைப் பிடித்து 'பெண்ணே! ஏன் இப்படி என்னைக் கண்டு மிரண்டு ஓடுகிறாய்? உனக்கு உன் காதலனிடமிருந்து செய்தி கொண்டு வந்திருக்கிறேன்!' என்று சொன்னால், எத்தனை அதிசயம் அடைவாள்! சேந்தன் அமுதன் அவனிடம் ஒன்றும் சொல்லி அனுப்ப வில்லை என்பது உண்மைதான். அதனால் என்ன? ஏதாவது சொந்தமாகக் கற்பனை செய்து சொன்னால் போகிறது!...

வந்தியத்தேவன் மனத்துக்குள் தீர்மானித்தபடி தன் தேகத்தில் மிச்சமிருந்த வலிமையையெல்லாம் உபயோகித்துப் பாய்ந்து ஓடினான். திரும்பி ஓடிவந்துகொண்டிருந்த அவளை நாலே பாய்ச்சலில் பிடித்து விடலாம் என்பதுதான் அவனுடைய உத்தேசம். திடீரென்று 'ஐயோ!' என்றான். தனக்கு என்ன நேர்ந்து விட்டது என்பது முதலில் அவனுக்கே தெரியவில்லை. பிறகு புலப்படத் தொடங்கியது. அவனுடைய கால்கள் இரண்டும் சேற்றில் புதைந்துகொண்டிருந்தன. முதலில் பாதங்கள் மட்டும் புதைந்தன. பிறகு கணுக்கால் புதைந்தது. முழங்கால் வரையில் சேறு மேலேறி விட்டது!

அடடா! இந்த இடம் நம்மை எப்படி ஏமாற்றி விட்டது? மேலே பார்த்தால் நன்றாய்க் காய்ந்து பொறுக்குத் தட்டியிருக்கிறது. உள்ளே சேறு இன்னும் காயவில்லை. என்றுமே முழுமையும் காயமுடியாத புதை சேற்றுக் குழிகளைப் பற்றி வந்தியத்தேவன் கேள்விப் பட்டதுண்டு. ஆடுமாடுகள், குதிரைகள், யானைகள் கூட அப்பள்ளங் களில் அகப்பட்டுக்கொண்டால் சிறிது சிறிதாக உள்ளே அமுங்கிக் கொண்டே போய்க் கடைசியில் முழுதுமே முழுகி மறைந்து விடுமாம்! அத்தகைய புதைகுழிதானோ இது? அப்படித்தான் தோன்றுகிறது. முழங்காலும் மறைந்து விட்டதே! மேலும் உள்ளே இறங்கிக் கொண்டேயிருப்போமோ? விரைவில் தொடை வரைக்கும் புதைந்து விடும் போலிருக்கிறதே! யானை களையும் குதிரைகளையும் விழுங்கி ஏப்பம் விடும் புதை சேறு நம்மைச் சும்மா விட்டு விடுமா! ஐயோ! இதுவா நமது முடிவு? நாம் கண்ட எத்தனை எத்தனையோ பகற் கனவுகள் எல்லாம் இதிலேயே புதைந்து விட வேண்டியதுதானா? இந்த அபாய வேளையில் அந்த விசித்திரமான பெண் வந்து கை கொடுத்துக் காப்பாற்றினால்தான் உண்டு. தப்புவதற்கு வேறு வழியில்லை. ஒரு பெருங்கூச்சல் போட்டுப் பார்க்கலாம். இவ்விதம் எண்ணிய வந்தியத்தேவன், 'ஐயோ! நான் செத்தேன்! சேற்றில் முழுகிச் சாகிறேன். எனக்குக் கைகொடுத்து உதவி செய்து காப்பாற்றுவார் யாரும் இல்லையா?' என்று கத்தினான்.

அந்தக் கூக்குரல் பூங்குழலியின் காதில் விழுந்தது. அவனுக்கு நேர் எதிரே சற்றுத் தூரத்தில் ஓடிக்கொண்டிருந்த பூங்குழலி நின்றாள். ஒரு கணம் தயங்கினாள். வந்தியத்தேவனுடைய அபாயமான நிலையைப் பார்த்துத் தெரிந்துகொண்டாள்.

மறுகணம் அங்கே பாதி மணலிலும் பாதி சேற்றுக் குழியிலும் கிடந்த படகு ஒன்று அவள் கவனத்தைக் கவர்ந்தது. அக்குழியில் தண்ணீர் நிறைந்து ஆழமான நீரோடையாக இருந்த காலத்தில் அப்படகு உபயோகப்பட்டிருக்க வேண்டும். அதில் இப்போது லாகவமாகக்

குதித்து ஏறினாள். துடுப்பை எடுத்து இரண்டு தடவை வலித்தாள். அடாடா! இது என்ன அதிசயம்? அந்தப் படகு நீரில் அன்னப்பறவை செல்வது போல் அல்லவா சேற்றின் மேலே விரைவாக மிதந்து செல்கிறது? மிதந்து சென்று புதை சேற்றுக் குழியின் அக்கரையையும் அடைந்துவிட்டது. பூங்குழலி கெட்டித்தரையில் குதித்தாள். கரையில் கால்களை நன்றாய் ஊன்றிக் கொண்டு வந்தியத்தேவனுடைய கைகளைப் பற்றிக் கரையில் இழுத்து விட்டாள். அம்மம்மா! அந்த மெல்லியலாளின் கைகளிலேதான் எவ்வளவு வலிமை! தஞ்சை புரிக்கோட்டைத் தளபதி சின்னப் பழுவேட்டரையருடைய இரும்புக் கைகளைவிட இவளுடைய கரங்கள் அதிக உறுதியாயிருக்கின்றனவே!

கரை ஏறியதும் வந்தியத்தேவன் கலகலவென்று சிரித்தான். அவனுடைய கால்கள் மட்டும் கொஞ்சம் நடுங்கிக் கொண்டிருந்தன.

'என்னைக் காப்பாற்றிக் கரைசேர்த்து விட்டதாக உனக்கு எண்ணம் போலிருக்கிறது! நீ வந்திராவிட்டால் நான் கரையேறி இருக்க மாட்டேன் என்று நினைத்தாயோ?' என்றான்.

'பின் எதற்காக அப்படி 'ஐயோ! ஐயோ!' என்று கத்தினாய்?' என்று பூங்குழலி கேட்டாள்.

'உன்னை ஓடாமல் தடுத்து நிறுத்துவதற்காகத்தான்!'

'அப்படியானால் மறுபடியும் உன்னைக் குழியிலேயே தள்ளி விடுகிறேன். உன் சாமர்த்தியத்தினால் நீயே கரை ஏறிக்கொள்!' என்று பூங்குழலி சொல்லித் தள்ள யத்தனித்தாள்.

'ஐயையோ!' என்று வந்தியத்தேவன் விலகி நின்று கொண்டான்.

'எதற்காக அலறுகிறாய்?'

'உயிருக்காகப் பயப்படவில்லை; சேற்றுக்குத்தான் பயப்படு கிறேன்! ஏற்கெனவே தொடை வரைக்கும் சேறாகிவிட்டது!'

பூங்குழலியின் முகத்தில் புன்னகை மலர்ந்தது. வந்தியத்தேவனை ஏற இறங்கப் பார்த்தாள்.

'அதோ கடல் இருக்கிறது! போய் சேற்றை அலம்பிச் சுத்தம் செய்து கொள்!' என்றாள்.

'நீ கொஞ்சம் முன்னால் சென்று வழிகாட்ட வேண்டும்!' என்றான் வந்தியத்தேவன். இருவரும் கடற்கரையை நோக்கி நடந்தார்கள் சேற்றுப் பள்ளத்தைச் சுற்றிக்கொண்டு சென்றார்கள்.

‘என்னைக் கண்டதும் எதற்காக அப்படி விழுந்தடித்து ஓடினாய்? என்னைப் பயங்கரப் பேய் பிசாசு என்று எண்ணி விட்டாயா?’ என்று வல்லவரையன் கேட்டான்.

‘இல்லை; பேய்பிசாசு என்று எண்ணவில்லை. ஆந்தை என்று எண்ணினேன். உன் மூஞ்சி ஆந்தை மூஞ்சி மாதிரியே இருக்கிறது!’ என்று கூறிவிட்டுச் சிரித்தாள்.

வந்தியத்தேவனுக்குத் தன் தோற்றத்தைக் குறித்துக் கர்வம் அதிகம். ஆகையால் அவனை ஆந்தை மூஞ்சி என்று சொன்னது அவனுக்கு மிக்க கோபத்தை உண்டாக்கிற்று.

‘உன்னுடைய குரங்கு முகத்துக்கு என்னுடைய ஆந்தை முகம் குறைந்து போய்விட்டதாக்கும்!’ என்று முணு முணுத்தான்.

‘என்ன சொன்னாய்?’

‘ஒன்றுமில்லை. என்னைக் கண்டு எதற்காக அப்படி ஓடினாய் என்று கேட்டேன்.’

‘நீ எதற்காக அப்படி என்னைத் துரத்திக்கொண்டு வந்தாய்?’

‘கலங்கரை விளக்கத்துக்கு வழி கேட்பதற்காக உன்னைத் துரத்திக் கொண்டு வந்தேன்...’

‘அதோ தெரிகிறதே விளக்கு! என்னை வழி கேட்பானேன்?’

‘காட்டுக்குள் புகுந்த பிறகு தெரியவில்லை. அதனாலேதான்! நீ எதற்காக என்னைக் கண்டதும் அப்படி ஓட்டம் எடுத்தாய்?’

‘ஆண் பிள்ளைகள் மிகப் பொல்லாதவர்கள். ஆண் பிள்ளைகளைக் கண்டாலே எனக்குப் பிடிப்பத்தில்லை!’

‘சேந்தன் அமுதனைக்கூடவா?’ என்றான் வல்லவரையன் கொஞ்சம் மெல்லிய குரலில்.

‘யாரைச் சொன்னாய்?’

‘தஞ்சாவூர் சேந்தன் அமுதனைச் சொன்னேன்.’

‘அவனைப் பற்றி உனக்கு என்ன தெரியும்?’

‘அவன் உன் அருமைக் காதலன் என்று தெரியும்.’

‘என்ன? என்ன?’

‘உன் பெயர் பூங்குழலிதானே?’

‘என் பெயர் பூங்குழலிதான். சேந்தன் அமுதனைப் பற்றி என்ன சொன்னாய்? அவன் என்...’

‘அவன் உன் காதலன் என்றேன்.’

பூங்குழலி கலீர் என்று நகைத்தாள். ‘அப்படி யார் உனக்குச் சொன்னது?’ என்றாள்.

‘வேறு யார் சொல்வார்கள்? சேந்தன் அமுதன்தான் சொன்னான்.’

‘தஞ்சாவூர் வெகு தூரத்தில் இருக்கிறது. அதனாலேதான் அப்படிச் சொல்லித் தப்பித்துக்கொண்டான்!’

‘இல்லாவிட்டால்...?’

‘இங்கே என் முன்னால் சொல்லியிருந்தால் அந்தச் சேற்றுக் குழியில் தூக்கிப் போட்டிருப்பேன்.’

‘அதனால் என்ன? சேற்றை அலம்பிக்கொள்ளக் கடலில் ஏராளமாய்த் தண்ணீர் இருக்கிறதே!’

‘நீ விழுந்த புதை சேற்றுக்குழியில் மாடு, குதிரை எல்லாம் முழுகிச் செத்திருக்கின்றன. யானையைக்கூட அது விழுங்கி விடும்!’

வந்தியத்தேவனுடைய உடம்பு சிலிர்த்தது. அவனை அந்தப் படுகுழி கொஞ்சமாகக் கீழே இழுத்துக்கொண்டிருந்தபோது ஏற்பட்ட உணர்ச்சியை நினைத்துக்கொண்டான். இவள் மட்டும் வந்து கரையேற்றியிராவிட்டால், இத்தனை நேரம்... அதை நினைத்தபோது அவன் உடம்பெல்லாம் நடுங்கிற்று.

‘சேந்தன் அமுதன் என்னைப்பற்றி இன்னும் என்ன சொன்னான்?’ என்று பூங்குழலி கேட்டாள்.

‘நீ அவனுடைய மாமன் மகள் என்று சொன்னான். உன்னைப் போன்ற அழகி தேவலோகத்திலேகூடக் கிடையாது என்று சொன்னான்...’

‘தேவலோகத்துக்கு அவன் நேரிலே போய்ப் பார்த்திருப்பான் போலிருக்கிறது. இன்னும்?...’

‘நீ நன்றாகப் பாடுவாய் என்று சொன்னான். நீ பாடினால் கடலுங்கூட இரைச்சல் போடுவதை நிறுத்திவிட்டுப் பாட்டைக் கேட்குமாம்! அது உண்மைதானா?’

‘நீயே அதைத் தெரிந்துகொள்! இதோ! கடலும் வந்து விட்டது!...’ இருவரும் கடற்கரையோரமாக வந்து நின்றார்கள்.

மூன்றாம் அத்தியாயம்

சித்தப் பிரமை

வானத்தில் விண்மீன்கள் கண்ணைச் சிமிட்டிக்கொண்டிருந்தன. பிறைச் சந்திரன் நீலக் கடலில் மிதக்கும் வெள்ளி ஓடத்தைப் போலப் பவனி வந்துகொண்டிருந்தான். காற்றின் வேகம் அதிகமாயிருந்தது. கடல் குமுறியது; வெள்ளலைக் கைகளை நீட்டிக் கரையில் நின்றவர்களைத் தன்பால் இழுக்க முயன்றது.

'ஏன் நிற்கிறாய்? சீக்கிரம் சேற்றைக் கழுவிக்கொள்! வீட்டுக்கு உடனே போக வேண்டும். இல்லாவிட்டால் இன்று எனக்குச் சோறு கிடைக்காது. அண்ணி சோற்றுப் பானையைக் கவிழ்த்து விடுவாள்!' என்றாள் பூங்குழலி.

'இங்கே கடலின் ஆழம் அதிகமா?' என்று வந்தியத்தேவன் கேட்டான்.

'உன்னைப்போல் பயங்கொள்ளியை நான் பார்த்ததேயில்லை. இங்கே வெகுதூரத்துக்கு ஆழமே கிடையாது. அரைக்காத தூரம் கடலில் போனாலும் இடுப்பளவு தண்ணீர்தான் இருக்கும். ஆகையினாலே தான் ஒவ்வொரு நாள் இரவும் கலங்கரை விளக்கு எரிய வேண்டியிருக்கிறது!'

வந்தியத்தேவன் தயங்கித்தயங்கி தண்ணீரில் இறங்கினான். சேற்றைக் கழுவிக் கைகால்களைச் சுத்தம் செய்துகொண்டு கரை ஏறினான். சற்றுத் தூரத்தில் வைத்தியருடைய மகன் குதிரை மேலேறி வருவதைக் கண்டான். வந்தியத்தேவனுடைய குதிரையும் பக்கத்தில் வந்தது. 'ஐயையோ! குதிரை சேற்றில் இறங்கி விடப் போகிறதே!' என்றான் வந்தியத்தேவன்.

'இறங்காது; மனிதர்களைவிடக் குதிரைகளுக்கு விவேகம் அதிகம்!' என்றாள் பூங்குழலி.

'ஆனால் ஒரு குதிரையின் பேரில் மனிதன் இருக்கிறானே? அவன் என் குதிரையையும் பிடித்து இழுத்துக்கொண்டு வருகிறானே?'

‘அது கொஞ்சம் அபாயந்தான்! ஓடிப்போய் எச்சரிக்கை செய்!’

‘நில்லு! நில்லு!’ என்று கூச்சலிட்டுக்கொண்டே வந்தியத்தேவன் ஓடிப்போய்த் தடுத்து நிறுத்தினான்.

பூங்குழலியும் சற்று நேரத்துக்கெல்லாம் அவர்களுடன் வந்து சேர்ந்துகொண்டாள். மூவரும் கலங்கரை விளக்கத்தை நோக்கி நடந்தார்கள். ‘நீ குதிரையில் ஏறிக்கொள்ளலாமே?’ என்றாள் பூங்குழலி.

‘இல்லை; உன்னுடன் நடந்தே வருகிறேன்.’

பூங்குழலி குதிரையின் அருகில் சென்று அதன் முகத்தைத் தடவிக் கொடுத்தாள். அதனால் மகிழ்ச்சி அடைந்ததைப் போல் குதிரை உடம்பைச் சிலிர்த்துக்கொண்டு சற்று இலேசாகக் கனைத்தது. ‘உன்னை என் குதிரைக்குப் பிடித்துவிட்டது! இது மிக்க நல்லது.’

‘என்ன விதத்தில் நல்லது?’

‘நான் இலங்கைக்குப் போகவேண்டும். இந்தக் குதிரையை உன்னிடம் ஒப்புவித்து விட்டுப் போகலாம் என்று எண்ணுகிறேன். பார்த்துக் கொள்கிறாயா?’

‘ஓ! பார்த்துக் கொள்கிறேன். எல்லா மிருகங்களும் என்னிடம் சீக்கிரம் சிநேகமாகிவிடும். மனிதர்களுக்கு மட்டுந்தான் என்னைக் கண்டால் பிடிக்காது.’

‘என் அப்படிச் சொல்கிறாய்? சேந்தன் அமுதன் உன்பேரில்...’

‘எனக்கும் மிருகங்களின் பேரில்தான் பிரியம்; மனிதர்களைக் கண்டால் எனக்குப் பிடிக்காது!’

‘மனிதர்கள் அப்படி என்ன உனக்குச் செய்து விட்டார்கள்?’

‘மனிதர்கள் பொல்லாதவர்கள். பொய்யும் புனை சுருட்டுமே அவர்களுக்கு வேலை!’

‘எல்லோரையும் சேர்த்து அப்படிச் சொல்லிவிடக் கூடாது. சேந்தன் அமுதன் நல்லவன். இதோ வருகிறானே, வைத்தியர் மகன், இவன் ரொம்ப நல்லவன்...’

‘நீ எப்படி?’

‘நானும் நல்லவன்தான். என் பெருமையை நானே சொல்லிக் கொள்ளக் கூடாது அல்லவா?’

'நீங்கள் இருவரும் எதற்காக இங்கே வந்திருக்கிறீர்கள்?'

'சக்கரவர்த்திக்கு உடம்பு குணம் இல்லை அல்லவா? அவருடைய நோயைக் குணப்படுத்தச் சில மூலிகைகள் வேண்டியிருக்கின்றன. இந்தக் காட்டில் அபூர்வ மூலிகைகள் இருக்கின்றனவாமே? அதற்காகத்தான் வைத்தியர் மகனும், நானும் வந்திருக்கிறோம்...'

'சற்று முன் இலங்கைக்குப் போகவேண்டும் என்று சொன்னாயே?'

'இங்கே கிடைக்காத மூலிகைகளை இலங்கையிலிருந்து கொண்டுவர வேண்டும். இலங்கையில் அனுமார் கொண்டுவந்த சஞ்சீவி பர்வதம் இன்னமும் இருக்கிறதாமே?'

'ஆமாம், இருக்கிறது. அதனாலேதான் அங்கே ஆயிரக்கணக்கான ஜனங்கள் விஷக்காய்ச்சலில் இப்போது செத்துப் போய்க் கொண்டிருக் கிறார்கள்...'

'அதுவும் அப்படியா? எனக்குத் தெரியாதே? எங்களை அனுப்பிய அரண்மனை வைத்தியருக்கும் அது தெரியாது...'

'ஆண்பிள்ளைகளைப் போல் பொய் சொல்லுகிறவர்களை நான் கண்டதேயில்லை. இரண்டு நாளைக்கு முன் இரண்டு பேர் இங்கே வந்தார்கள். அவர்களும் இப்படித்தான் ஏதோ பொய் சொன்னார்கள். ஆனால் அவர்கள் சொன்னது கொஞ்சம் நம்பக் கூடிய பொய்யாக இருந்தது.'

'அவர்கள் யார்? என்ன பொய் சொன்னார்கள்?'

'அவர்கள் தங்களை யாரோ மந்திரவாதி அனுப்பியதாகச் சொல்லிக் கொண்டார்கள். சக்கரவர்த்திக்கு ரட்சை கட்டுவதற் காகப் புலி நகமும், யானைவால் ரோமமும் வேண்டும் என்றும், அதற்காக இலங்கை போவதாகவும் சொன்னார்கள். அவர்களை அழைத்துக்கொண்டு என் அண்ணன் படகோட்டிக்கொண்டு இலங்கைக்குப் போயிருக்கிறான்...'

'ஓ! ஓ! அதுவும் அப்படியா?' என்றான் வந்தியத்தேவன். அவனுக்கு ரவிதாசன் என்னும் பயங்கர மந்திரவாதியின் நினைவு வந்தது. இரவில் படுத்திருந்த பாழும் மண்டபத்தில் அடைந்த பயங்கர அநுபவமும் நினைவுக்கு வந்தது.

'கடவுளே! இந்த மாதிரி காரியங்களிலெல்லாம் ஏன் சிக்கிக் கொண்டோம்? போர்க்களத்தில் நேருக்கு நேர் பகைவனுடன் நின்று போர் புரியவேண்டும்! அப்போது நம் வீரத்தையும், தீரத்தையும் காட்டவேண்டும். இந்த மாதிரி தந்திர மந்திர சூழ்ச்சிகளில் எதற்காக அகப்பட்டுக்கொண்டோம்?'

'நமக்கு முன்னாலேயே இலங்கைக்குப் படகில் சென்றிருப்ப வர்கள் யாராயிருக்கக் கூடும்! இந்தப் பெண்ணை எவ்வளவு தூரம் நம்பலாம்? இவளும் ஒருவேளை அந்தச் சதிகாரக் கூட்டத்தில் சேர்ந்த வளாயிருக்கக் கூடுமோ!... இராது, இராது! இவள் கள்ளங்கபடம் அற்ற பெண். இவளை எப்படியாவது சிநேகிதம் செய்து வைத்துக்கொள்வது நல்லது.'

'பூங்குழலி! உன்னிடம் உண்மையைச் சொல்லிவிடுகிறேன். சற்று முன் மூலிகை கொண்டுபோக நான் வந்திருப்பதாகச் சொன்னேனே, அது பொய்தான்! மிக முக்கியமான இரகசியமான காரியத்துக்காக நான் இலங்கைக்குப் போகிறேன். அதை உன்னிடம் சொல்ல விரும்புகிறேன்.'

'வேண்டாம்! முக்கியமான இரகசியமான காரியங்களைப் பெண் களிடம் சொல்லக்கூடாது என்று உனக்குத் தெரியாதா? என்னிடம் ஒன்றும் சொல்லவேண்டாம்...'

'சாதாரணப் பெண்களைப் பற்றித்தான் அப்படிச் சொல்லு வார்கள். உன்னிடம் இரகசியத்தைக் கூறினால் அப்படி ஒன்றும் நேர்ந்து விடாது.'

'நான் சாதாரணப் பெண் இல்லையென்று உனக்கு எப்படித் தெரிந்தது? என்னை நீ பார்த்து ஒரு நாழிகைகூட ஆகவில்லையே.'

'பூங்குழலி! உன்னை அந்தக் கோயிலில் மதிலின்மீது முதன்முதலில் பார்த்த உடனேயே எனக்குப் பிடித்துப் போய்விட்டது. உன்னை ஒன்று கேட்கிறேன். அதற்கு உண்மையாக மறுமொழி சொல்கிறாயா?'

'கேட்டுப் பார்!'

'சேந்தன் அமுதன் உன்னுடைய காதலன் அல்ல என்பது நிஜமா? அவனை நீ மணந்துகொள்ளப் போவதில்லையா?'

'எதற்காகக் கேட்கிறாய்?'

'சேந்தன் அமுதன் என் சிநேகிதன், அவனுக்கு எதிராக ஒன்றும் நான் செய்யக்கூடாது. ஆனால் அவன் உன் காதலன் இல்லை யென்றால்...'

'சொல்லு! ஏன் தயங்குகிறாய்!'

'அந்த ஸ்தானத்துக்கு நான் விண்ணப்பம் போடலாம் என்று பார்க்கிறேன். பூங்குழலி! காதலைப்பற்றி நீ குறைவாகப் பேசு வது எனக்குப் பிடிக்கவில்லை. உலகத்தில் காதலைக் காட்டிலும் தெய்வீக மான சக்தி வேறு ஒன்றும் கிடையாது. அப்பர், சுந்தரர், சம்பந்தர்

எல்லோரும் கடவுளைக் காதலனாகக் கொண்டு பாடி யிருக்கிறார்கள். தொல்காப்பியரும், வள்ளுவரும், மற்றும் தமிழ்ப் பெரும் புலவர்களும் காதலைப் பற்றிப் பாடியிருக் கிறார்கள். காளிதாஸன் காதலைப் பற்றிப் பாடியிருக்கிறான். பிருந்தாவனத்தில் கண்ணன் கோபியரின் காதலுக்கு வசப்பட்டான்...'

'ஐயா! நான் ஒன்று சொல்கிறேன். அதை நன்றாய்க் கேட்டு மனத்தில் வாங்கிக் கொள்ளும்!'

'அது என்ன?'

'எனக்கும் உம்மைக் கண்டால் பிடித்துத்தான் இருக்கிறது. இரண்டு நாளைக்கு முன் வந்தவர்களைப் பார்த்ததும் உண்டான வெறுப்பு உம்மிடம் உண்டாகவில்லை...'

'ஓ! ஓ! நான் யோகசாலிதான்!'

'ஆனால் காதல், கீதல் என்ற பேச்சை மட்டும் எடுக்க வேண்டாம்!'

'ஏன்? ஏன்?'

'சேந்தன் அமுதன் என் காதலன் இல்லை. ஆனால் எனக்கு வேறு காதலர்கள் இருக்கிறார்கள்...'

'அடடா! அடடா! வேறு காதலர்களா? யார்? எத்தனை பேர்?'

'இரவு நடுநிசியில் நான் வீட்டிலிருந்து எழுந்து செல்வேன். என்னைப் பின்தொடர்ந்து வந்தால் அவர்களை உமக்குக் காட்டுவேன். நீரே பார்த்துத் தெரிந்து கொள்ளலாம்!' இப்படிச் சொல்லிவிட்டுப் பூங்குழலி 'ஹாஹாஹா' என்று சிரித்தாள்.

அந்தச் சிரிப்பு வந்தியத்தேவனுடைய நெஞ்சை என்னமோ செய்தது. 'பாவம் இந்தப் பெண்ணுக்குச் சித்தப் பிரமை போலும்! நம்முடைய காரியத்துக்கு இவள் மூலமாக எந்தவித உதவி யையும் எதிர்பார்ப்பது வீண்! இவளிடம் ஒன்றும் சொல்லாம லிருப்பதே நலம்.'

கலங்கரை விளக்கின் அருகிலிருந்த வீட்டை அவர்கள் நெருங்கினார்கள். வீட்டுக்குள்ளிருந்த ஒரு பெரியவரும், வயது முதிர்ந்த ஸ்திரீயும் வெளியே வந்தனர். பூங்குழலியையும், மற்ற இருவரையும், குதிரைகளையும் பார்த்துவிட்டுப் பெரியவர் திகைத்து நின்றார்.

'பூங்குழலி! இவர்கள் யார்? எங்கே இவர்களைப் பிடித்தாய்?' என்று கேட்டார்.

'நான் இவர்களைப் பிடிக்கவில்லை அப்பா! இவர்கள்தான் என்னைப் பிடித்தார்கள்!' என்றாள் பூங்குழலி.

‘எல்லாம் ஒன்றுதான். ‘பொழுது போவதற்கு முன்னால் வீட்டுக்கு வந்துவிடு’ என்று சொன்னால் நீ கேட்பதில்லை. முந்தாநாள் இரண்டு பேரை அழைத்துக்கொண்டு வந்தாய். இன்றைக்கு இரண்டு பேரை அழைத்துக்கொண்டு வந்திருக்கிறாய். இவர்கள் எதற்காக வந்திருக்கிறார்கள்?’

‘சக்கரவர்த்தியின் வைத்தியத்துக்காக மூலிகை கொண்டு போவதற்கு இவர்கள் வந்திருக்கிறார்கள், அப்பா!’

‘ஏன் ஐயா, இந்தப் பெண் சொல்லுவது உண்மைதானா?’ என்று அந்தப் பெரியவர் வந்தியத்தேவனைப் பார்த்துக் கேட்டார்.

‘ஆம், பெரியவரே! இதோ சீட்டு!’ என்று சொல்லி, வந்தியத்தேவன் இடையில் கட்டியிருந்த துணிச்சுருளிலிருந்து ஓலை ஒன்றை எடுத்துப் பெரியவரிடம் கொடுத்தான்.

அதே சமயத்தில் இன்னொரு ஓலை தரையில் விழுந்தது. அதை அவசரமாகக் குனிந்து எடுத்துப் பத்திரப்படுத்தி வைத்துக் கொண்டான். ‘பெரிய மூடன் நான்! ஒரு தடவை காரியம் கெட்டும் புத்தி வரவில்லை!’ என்று வாய்க்குள் முணு முணுத்துக் கொண்டான்.

பெரியவர் அந்த ஓலையை வாங்கிக்கொண்டார். கலங்கரை விளக்கின் வெளிச்சத்தில் அதைக் கவனமாகப் பார்த்தார். அவர் முகம் மலர்ந்தது. தமது மனையாளை நோக்கி, ‘இளைய பிராட்டி ஓலை கொடுத்து அனுப்பியிருக்கிறாள். இவர்களுக்கு உணவு அளிக்க வேண்டும். உள்ளே சென்று உன் மருமகளிடம் சொல்லு! சோற்றுப் பானையைக் கவிழ்த்து உருட்டிவிடப் போகிறாள்!’ என்றார்.

நள்ளிரவில்

இரவு போஜனம் ஆன பிறகு வந்தியத்தேவன், கலங்கரை விளக்கின் தலைவரைத் தனிப்படச் சந்தித்து இலங்கைக்குத் தான் அவசரமாகப் போக வேண்டும் என்பதைத் தெரிவித்தான். தியாகவிடங்கக் கரையர் என்னும் பெயருடைய அப்பெரியவர் தமது வருத்தத்தைத் தெரிவித்தார். 'இந்தக் கரையோரத்தில் எத்தனையோ பெரிய படகுகளும், சிறிய படகுகளும் ஒரு காலத்தில் இருந்தன. அவையெல்லாம் இப்போது சேதுக்கரைக்குப் போய் விட்டன. இலங்கையில் உள்ள நமது சைன்யத்தின் உதவிக்காகத்தான் போயிருக்கின்றன. எனக்குச் சொந்தமாக இரண்டு படகுகள் உண்டு. அவற்றில் ஒன்றில் நேற்று வந்த இரண்டு மனிதர்களை ஏற்றிக்கொண்டு என் மகன் போயிருக்கிறான். அவன் எப்போது திரும்பி வருவான் என்று தெரியாது. என்ன செய்யட்டும்?' என்றார்.

'அந்த மனிதர்கள் யார்? அவர்கள் ஒருமாதிரி ஆட்கள் என்று தங்கள் குமாரி கூறினாளே?'

'ஆமாம்; அவர்களைக் கண்டால் எனக்கும் பிடிக்கவில்லைதான். அவர்கள் யார் என்பதும் தெரியவில்லை; எதற்காகப் போகிறார் கள் என்பதும் தெரியவில்லை. பழுவேட்டரையரின் பனை இலச்சினை அவர்களிடம் இருந்தது. அப்படியும் நான் என் மகனைப் போகச் சொல்லியிருக்கமாட்டேன். ஆனால் என் மருமகள் மிகப் பணத்தாசை பிடித்தவள். பை நிறையப் பணம் கொடுப்பதாக அவர்கள் சொன்னதைக் கேட்டுவிட்டுப் புருஷனைப் போக வேண்டும் என்று வற்புறுத்தினாள்...'

'இது என்ன ஐயா, வேடிக்கை? வீட்டில் உலக அநுபவம் இல்லாத ஒரு சிறு பெண் சொன்னால், அதைத்தான் உங்கள் மகன் கேட்க வேண்டுமா?' என்றான் வந்தியத்தேவன். பிறகு சிறிது தயக்கத்துடன், 'மன்னித்துக் கொள்ளுங்கள், அது தங்கள் குடும்ப விஷயம்!' என்றான்.

‘அப்பனே! நீ கேட்பதில் தவறு ஒன்றும் இல்லை. என் குடும்பத்திற்குச் சாபக்கேடு ஒன்று உண்டு. என் மகன்...’ என்று தயங்கினார்.

வந்தியத்தேவன் அப்போது சேந்தன் அமுதன் இக்குடும்பத்தைப் பற்றிக் கூறியது நினைவுக்கு வந்தது.

‘தங்கள் மகனால் பேச முடியாதா?’ என்றான்.

‘ஆம்; உனக்கு எப்படித் தெரிந்தது?’ என்றார் பெரியவர்.

சேந்தன் அமுதனையும், அவன் தாயாரையும், அவர்கள் வீட்டில் தான் தங்கியிருந்ததையும் பற்றி வந்தியத்தேவன் அவரிடம் கூறினான். ‘ஆகா! அந்த ஆள் நீதானா? உன்னைப் பற்றிச் செய்தி இங்கே முன்னமே வந்துவிட்டது. உன்னை நாடெங்கும் தேடுகிறார்களாமே?’

‘இருக்கலாம்; அதைப்பற்றி எனக்குத் தெரியாது.’

‘நீ ஏன் இலங்கைக்கு அவசரமாகப் போக விரும்புகிறாய் என்று இப்போது எனக்குத் தெரிகிறது.’

‘பெரியவரே! தாங்கள் நினைப்பது சரியல்ல. என் உயிரைக் காப்பாற்றிக் கொள்வதற்காக மட்டும் நான் இலங்கைக்குப் போக வில்லை. அங்கேயுள்ள ஒருவருக்கு மிக முக்கியமான ஓலை ஒன்று கொண்டு போகிறேன். தாங்கள் வேண்டுமானால் அதைப் பார்க்கலாம்.’

‘தேவையில்லை. இளைய பிராட்டி உன்னைப் பற்றி எழுதியிருப்பதே எனக்குப் போதும். ஆனால் இச்சமயம் நீ கேட்கும் உதவி என்னால் செய்ய முடியவில்லையே!’

‘இன்னொரு படகு இருப்பதாகச் சொன்னீர்களே?’

‘படகு இருக்கிறது. தள்ளுவதற்கு ஆள் இல்லை. நீயும் உன்னுடைய சிநேகிதனும் தள்ளிக்கொண்டு போவதாயிருந்தால் தருகிறேன்...’

‘எங்கள் இருவருக்கும் படகு ஓட்டத் தெரியாது. எனக்குத் தண்ணீர் என்றாலே கொஞ்சம் பயம். அதிலும் கடல் என்றால்...’

‘படகு ஓட்டத் தெரிந்தாலும் அநுபவம் இல்லாதவர்கள் கடலில் படகு ஓட்ட முடியாது. கடலில் கொஞ்ச தூரம் போய்விட்டால் கரை மறைந்து விடும். அப்புறம் திசை தெரியாமல் திண்டாட வேண்டிவரும்.’

‘என்னுடன் வந்தவனை நான் அழைத்துப் போவதற்கும் இல்லை. அவனை மூலிகை சேகரிப்பதற்காக இங்கே விட்டுப் போகவேண்டும். ஏதாவது ஒரு வழி சொல்லி நீங்கள்தான் உதவி செய்யவேண்டும்.’

‘ஒரு வழி இருக்கிறது. அது எளிதில் நடக்கக் கூடியதன்று. நீயும் முயற்சி செய்து பார்! அதிர்ஷ்டம் உன் பக்கம் இருந்தால்…’

‘நான் என்ன செய்யவேண்டும் பெரியவரே? சொன்னால் கட்டாயம் செய்கிறேன்’ என்றான் வந்தியத்தேவன்.

‘இந்தப் பகுதியிலேயே பூங்குழலியைப் போல் சாமர்த்தியமாகப் படகு தள்ளத் தெரிந்தவர்கள் வேறு யாரும் இல்லை. இலங்கைக்கு எத்தனையோ தடவை போய் வந்திருக்கிறாள். அவளிடம் நான் சொல்லுகிறேன்; நீயும் கேட்டுப்பார்!’

‘இப்போதே கூப்பிடுங்களேன்; கேட்டுப் பார்க்கலாம்’

‘வேண்டாம்; மிக்க பிடிவாதக்காரி. இப்போது உடனே கேட்டு ‘முடியாது’ என்று சொல்லிவிட்டால், அப்புறம் அவளுடைய மனத்தை மாற்ற முடியாது. நாளைக்கு நல்ல சமயம் நோக்கி அவளிடம் நான் சொல்லுகிறேன். நீயும் தனியே பார்த்துக் கேள்!’ இவ்விதம் தியாக விடங்கக் கரையர் கூறிவிட்டுக் கலங்கரை விளக்கை நோக்கிச் சென்றார்.

அவருடைய வீட்டுத் திண்ணையில் வந்தியத்தேவன் படுத்தான். அவனுடன் வந்த வைத்தியர் மகன் முன்னமே தூங்கிப் போய் விட்டான். வந்தியத்தேவனுக்கு நீண்ட பிரயாணம் செய்த களைப்பினால் தூக்கம் கண்ணைச் சுற்றிக்கொண்டு வந்தது; விரைவில் தூங்கிப் போனான்.

திடீரென்று தூக்கம் கலைந்தது. கதவு திறக்கும் ஓசை கேட்டது. களைத்து மூடியிருந்த கண்ணிமைகளைக் கஷ்டப்பட்டு வந்தியத் தேவன் திறந்து பார்த்தான். ஓர் உருவம் வீட்டிற்குள்ளேயிருந்து வெளியேறிச் சென்றது தெரிந்தது. மேலும் கவனமாகப் பார்த்தான். அது ஒரு பெண்ணின் உருவம் என்று கண்டான். கலங்கரை விளக்கின் வெளிச்சம் அந்த உருவத்தின் மேல் விழுந்தது. ஆ! அவள் பூங்குழலி தான்! சந்தேகமில்லை. அவள் என்னமோ நம்மிடம் சொன்னாளே? ‘நடுநிசியில் என்னைத் தொடர்ந்து வா! என் காதலர்களைக் காட்டுகிறேன்!’ என்றாளே! அது ஏதோ விளையாட்டுப் பேச்சு என்றல்லவா அப்போது நினைத்தோம்? இப்போது இவள் உண்மையி லேயே நள்ளிரவில் எழுந்து போகிறாளே? எங்கே போகிறாள்? காதலனையோ, காதலர்களையோ பார்க்கப் போவதாயிருந்தால் அப்படி நம்மிடம் சொல்லுவாளா? ‘பின் தொடர்ந்து வந்தால், காட்டுகிறேன்’ என்பாளா? இதில் ஏதோ மர்மமான பொருள் இருக்க வேண்டும்! அல்லது ஒருவேளை… எப்படியிருந்தாலும், பின் தொடர்ந்துபோய் ஏன் பார்க்கக்கூடாது? நாளைக்கு இவளிடம்

நயமாகப் பேசி இலங்கைக்குப் படகு தள்ளிக் கொண்டு வரச் சம்மதிக்கப் பண்ண வேண்டும். அதற்கு இப்போது இவளைத் தொடர்ந்து போவது உதவியாயிருக்கலாம். ஏதாவது இவளுக்கு அபாயம் வரக்கூடும்! அதிலிருந்து இவளைக் காப்பாற்றினால் நாளைக்கு நாம் கேட்பதற்கு இணங்கக்கூடும் அல்லவா?

வந்தியத்தேவன் சத்தம் செய்யாமல் எழுந்தான். பூங்குழலி போகும் வழியைப் பிடித்துக்கொண்டே போனான். சாயங்காலம் சேற்றுப் பள்ளத்தில் விழுந்தபோது அடைந்த அனுபவம் அவனுக்கு நன்றாய் ஞாபகம் இருந்தது. அம்மாதிரி மறுபடியும் நேர்வதை அவன் விரும்பவில்லை. ஆகையால் பூங்குழலியை அவன் பார்வையிலிருந்து தவற விட்டுவிடக் கூடாது.

கலங்கரை விளக்கிலிருந்து கொஞ்ச தூரம்வரை வெட்ட வெளியாக இருந்தது. ஆகையால் பூங்குழலியின் உருவமும் தெரிந்துகொண்டிருந்தது. அவள் போன வழியே போவதில் கஷ்டம் ஒன்றும் இல்லை. அவள் அருகில்போய் பிடித்துவிட வேண்டும் என்று எண்ணி விரைவாக நடந்தான். ஆனால் அது சாத்தியப்படவில்லை. இவன் வேகமாய் நடக்க நடக்க அவளுடைய நடைவேகமும் அதிகரித்துக்கொண்டே இருந்தது. இவன் பின் தொடர்ந்து வருவதை அவள் கவனித்ததாகவே தெரியவில்லை.

திறந்த வெளியைக் கடந்ததும் காடு அடர்ந்த மேட்டுப் பாங்கான பூமி வந்தது. நேரே அதன் பேரில் ஏறாமல் பூங்குழலி அந்த மேட்டைச் சுற்றிக்கொண்டே போனாள். மேடும் காடும் முடிந்த முனை வந்தது. அந்த முனையை வளைத்துக்கொண்டு சென்றாள். வந்தியத்தேவனும் விரைந்து சென்று அந்த முனை திரும்பியதும் சற்றுத் தூரத்தில் அவள் போய்க் கொண்டிருப்பதைப் பார்த்தான். 'நல்லவேளை!' என்று தைரியம்கொண்டான். ஆனால் அடுத்த கணத்தில் திடீரென்று அவளைக் காணவில்லை.

எப்படித் திடீரென்று மறைந்திருப்பாள்? இது என்ன மாயமா, மந்திரமா? அங்கே ஏதாவது பள்ளம் இருந்திருக்குமோ? ஓட்டமும் நடையுமாகப் போய்ச் சுமாராகப் பூங்குழலி எங்கே நின்று மறைந்தாள் என்று தோன்றியதோ, அந்த இடத்துக்கு வந்தான். அங்கே நின்று நாலா பக்கமும் பார்த்தான். மூன்று பக்கங்களில் அவள் போயிருக்க முடியாது. போயிருந்தால் தன் கண்ணிலிருந்து மறைந்திருக்க முடியாது. அவ்விடத்தில் காலை ஜாக்கிரதையாக ஊன்றி வைத்துப் பார்த்துச் சேறு கிடையாது என்பதையும் நிச்சயப்படுத்திக்கொண்டான். ஆகையால், மேட்டின்மேல் ஏறிக் காட்டுக்குள்தான் போயிருக்க வேண்டும்.

இன்னும் கொஞ்சம் உற்றுப் பார்த்ததில், குத்துச் செடிகள் அடர்ந்த அந்த மேட்டில் ஏறுவதற்கு, ஒற்றையடிப்பாதை ஒன்று இருப்பது தெரிய வந்தது. வந்தியத்தேவன் அதில் ஏறினான். ஏறும்போது திக் திக் என்று அடித்துக்கொண்டது. அங்கே கலங் கரை விளக்கின் மங்கிய வெளிச்சமும் வரவில்லை. மாலைப் பிறை முன்னமேயே கடலில் மூழ்கி மறைந்துவிட்டது. மினு மினுத்த நட்சத்திரங்களின் வெளிச் சத்திலே வழியையும் கொஞ்ச தூரத் துக்கு அப்பால் காணவில்லை. குத்துச்செடிகளும் குட்டை மரங் களும் பயங்கர வடிவங்களைப் பெற்றன. அவற்றின் நிழல்கள் கரிய பேய்களாக மாறின. செடிகளின் இலைகள் ஆடியபோது நிழல்களும் அசைந்தன. ஒவ்வோர் அசைவும் வந்தியத்தேவ னுடைய நெஞ்சை அசைத்தது. அந்தக் கரிய இருளிலும் நிழலிலும் எங்கே, என்ன அபாயம் காத்திருக்கிறதென்று யார் கண்டது? விஷ ஜந்துகள், கொடிய விலங்குகள் பதுங்கியிருந்து பாயலாம். அபாயம் மேலிருந்து வரலாம்; பக்கங்களிலிருந்தும் வரலாம்; பின்னாலிருந்தும் வரலாம். அடடா! இது என்ன, இங்கே வந்து அகப்பட்டுக் கொண்டோம்? கையில் வேலைக் கூட எடுத்து வரவில்லையே?

அது என்ன சலசலப்புச் சத்தம்? அந்த மரத்தின்மேல் தெரியும் அந்தக் கரிய உருவம் என்ன? அந்தப் புதரின் இருளில் இரண்டு சிறிய ஒளிப் பொட்டுக்கள் மின்னுகின்றனவே, அவை என்னவா யிருக்கும்? வந்தியத்தேவனுடைய கால்கள் அவனை அறியாமல் நடுங்கின. சரி! சரி! இங்கே என்ன நமக்கு வேலை? எதற்காக இங்கு வந்தோம்? - என்ன அறிவீனம்? உடனே இறங்கிப் போய்விட வேண்டியதுதான்!

இறங்கலாம் என்று எண்ணித் திரும்ப யத்தனித்த தருணத்தில் ஒரு குரல் கேட்டது. நெஞ்சைப் பிளக்கும் குரல்; பெண்ணின் குரல். ஒரு விம்மல் சத்தம். பிறகு இந்தப் பாடல்:

> ‘அலை கடலும் ஓய்ந்திருக்க
> அகக்கடல்தான் பொங்குவதேன்?
> நிலமகளும் துயிலுகையில்
> நெஞ்சகந்தான் விம்முவதேன்?...’

வந்தியத்தேவன் அம்மேட்டிலிருந்து கீழே இறங்கிச் செல்லும் யோசனையை விட்டுவிட்டான். குரல் வந்த இடம் நோக்கி மேலே ஏறினான். விரைவில் மேட்டின் உச்சி தெரிந்தது. அங்கே அவள் நின்று கொண்டிருந்தாள். பூங்குழலிதான். பாடியது, அவள்தான். வானத்தில் சுடர்விட்ட நட்சத்திரங்களைப் பார்த்துக் கொண்டு பாடினாள். அந்த விண்மீன்களையே அவளுடைய பாட்டைக் கேட்கும் ரசிக மகாசபையாக நினைத்துக்கொண்டு பாடினாள் போலும்!

நட்சத்திரங்களில் ஒன்று தூமகேது. அதிலிருந்து கிளம்பிய கதிரின் கத்தை நீண்டதூரம் விசிறிபோல் விரிந்து படர்ந்திருந்தது. மேட்டின் உச்சியில் அப்பெண்ணின் நிழல் வடிவமும், அவளுடைய குரலும் கீதமும், வானத்தில் தூமகேதுவும் சேர்ந்து வந்தியத்தேவனைத் தன்வயமிழக்கச் செய்தன. அவனுடைய கால்கள் அவனை உச்சிமேட்டில் கொண்டுபோய்ச் சேர்த்தன.

பூங்குழலிக்கு எதிரில் நேருக்கு நேராக அவன் நின்றான். அவளுக்குப் பின்னால், வெகு தொலைவு என்று காணப்பட்ட இடத்தில், கலங்கரை விளக்கின் சிவந்த ஒளி தோன்றியது. அதையொட்டி விரிந்த கடல் பரந்து கிடந்தது. கடலுக்கு எல்லையிட்டு வரையறுத்தது போல் வெள்ளிய அலைக்கோடு நீண்டு வளைந்து சென்றது. 'வந்து விட்டாயா? திண்ணையில் கும்பகர்ணனைப்போல் தூங்கினாயே என்று பார்த்தேன்...'

'வீட்டுக்கதவு திறந்த சத்தம் கேட்டு விழித்துக்கொண்டேன். நீ விடுவிடு என்று நடந்து வந்துவிட்டாய்! திரும்பியே பார்க்கவில்லை. அம்மம்மா! உன்னைத் தொடர்ந்து ஓடி வருவது எவ்வளவு கஷ்டமாய்ப் போய் விட்டது?'

'எதற்காகத் தொடர்ந்து வந்தாய்?'

'நல்ல கேள்வி! நீதானே வரச் சொன்னாய்? மறந்து விட்டாயா?'

'எதற்காக வரச் சொன்னேன்? உனக்கு நினைவு இருக்கிறதா?'

'நினைவு இல்லாமல் என்ன? உன் காதலர்களைக் காட்டுவதாகச் சொன்னாய்! எங்கே உன் காதலர்கள்? காட்டு, பார்க்கலாம்!'

'அதோ உனக்குப் பின்னால் திரும்பிப் பார்!' என்றாள் பூங்குழலி.

ஐந்தாம் அத்தியாயம்

நடுக்கடலில்

வந்தியத்தேவன் திரும்பிப் பார்த்தான். அவனுடைய வயிற்றி லிருந்து குடல்கள் மேலெழும்பி அவன் மார்பை அடைத்தன. பிறகு இன்னும் மேலே கிளம்பி அவன் தொண்டையையும் அடைத்துக்கொண்டன. அவனுடைய தேகத்தில் ஆயிரம் மின்னல்கள் பாய்ந்தன. பழுக்கக் காய்ந்த ஒரு லட்சம் ஊசி முனைகள் அவன் தேகமெல்லாம் துளைத்தன - அத்தகைய பயங்கரக் காட்சி அவன் கண்முன்னே காணப்பட்டது.

முடிவில்லாது பரந்திருந்த இருளில் அங்கங்கே பத்து, இருபது, நூறு அக்கினி குண்டங்கள் தோன்றின. அவற்றிலிருந்து புகை இல்லை; வெளிச்சமும் இல்லை; கீழே விறகு போட்டு எரித்து உண்டாகும் தீப்பிழம்புகளும் அல்ல. வெறும் நெருப்புப் பிண்டங்கள். பூமியிலிருந்து எப்படியோ எழுந்து அவை நின்றன. திடீரென்று அவற்றில் சில பிண்டங்கள் மறைந்தன. வேறு சில தீப்பிண்டங்கள் புதிதாக எழுந்து நின்றன.

ஒரு பிரம்மாண்டமான கரிய இருள் நிறங் கொண்ட ராட்சதன், தனியாகத் தலை ஒன்று இல்லாமல் வயிற்றிலேயே வாய்கொண்ட கபந்தனைப் போன்ற ராட்சதன். ஆனால் அவன் வயிற்றில் ஒரு வாய் அல்ல; அநேக வாய்கள். அந்த வாய்களை அவன் அடிக்கடி திறந்து மூடினான்.திறக்கும்போது வயிற்றி லிருந்து தீயின் ஜ்வாலை வாய்களின் வழியாக வெளியே வந்தது. மூடும்போது மறைந்தது.

இந்தக் காட்சியைக் கண்ட வந்தியத்தேவனுடைய ஒவ்வொரு ரோமக் கால் வழியாகவும் அவனுடைய உடம்பின் ரத்தம் கசிவது போலிருந்தது. அப்படிப்பட்ட பீதி அவனை என்றைக்கும் ஆட்கொண்டதில்லை. பெரிய பழுவேட்டரையரின் பாதாள நிலவறையிலேகூட இல்லை. அவன் பின்னால் 'ஹா ஹா ஹா!' என்ற ஒரு சிரிப்புக் கேட்டது. திரும்பிப் பார்த்தான்.

பூங்குழலிதான்! வேறு ஒரு சந்தர்ப்பத்தில் என்றால், அவளுடைய அந்தச் சிரிப்பே அவனுக்கு அளவிலாத பயங்கரத்தை உண்டாக்கி யிருக்கும். இப்போது அதே சிரிப்பு தைரியத்தை அளித்தது. இரத்தமும், சதையும், உடலும், உயிரும் உள்ள பெண் ஒருத்தி அவன் பக்கத்தில் நிற்கிறாள் என்பது பெரும் அபாயத்தில் ஒரு பற்றுக்கோல் போல உதவியது. 'பார்த்தாயா என் காதலர்களை?' என்று பூங்குழலி கேட்டாள். 'இந்தக் கொள்ளிவாய்ப் பிசாசுகள் தான் என் காதலர்கள். இவர்களைப் பார்த்துச் சல்லாபம் செய்வதற்குத்தான் நள்ளிரவில் இந்த இடத்துக்கு நான் வருகிறேன்,' என்றாள்.

இந்தப் பெண்ணுக்கு நன்றாகப் பித்துப் பிடித்திருக்கிறது என்பதில் எள்ளளவும் சந்தேகமில்லை. இவளுடைய உதவியைக் கொண்டு இலங்கைக்குப் போகிறது நடக்கிற காரியமா? - இவ்வாறு வந்தியத் தேவன் எண்ணினான். அவனுடைய உள் மனத்திலிருந்து வேறு ஏதோ ஒரு எண்ணம் வெளிவரப் போராடிக் கொண்டிருந்தது. அது என்ன? இந்தக் கொள்ளிவாய்ப் பிசாசுகளைப் பற்றிய ஏதோ ஒரு ஒரு விஷயந்தான்.

'உன்னுடைய சிநேகிதன் சேந்தன் அமுதனால் இத்தகைய காதலர் களோடு போட்டியிட முடியுமா?' என்று பூங்குழலி கூறியது கிணற்றுக் குள்ளேயிருந்து வரும் குரலைப் போல் கேட்டது. ஏனெனில் அவனுடைய உள்ளம் அப்போது எதையோ ஞாபகப்படுத்திக் கொள்ள முயன்றுகொண்டிருந்தது. ஆ! கடைசியில் ஒரு பெரிய போராட்டம்; மனதிற்குள்ளேதான் இதோ ஞாபகம் வந்துவிட்டது...

கந்தகம் கலந்த பூமிப் பிரதேசங்களில் தண்ணீர் வெகுகாலம் தேங்கி நின்று சதுப்பு நிலமானால், அத்தகைய இடங்களில் இரவில் இம்மாதிரி தோற்றங்கள் ஏற்படும். பூமிக்குள்ளேயிருந்து கந்தகம் கலந்த வாயு வெளியில் வரும்போது நெருப்புப் பிழம்பு வருவது போலிருக்கும். சில சமயம் நீடித்து நிற்கும். சில சமயம் குப்குப் என்று தோன்றி மறையும். இந்த இயற்கைத் தோற்றத்தைக் கண்டு, அறியாத மக்கள் பயப்படுவார்கள். கொள்ளிவாய்ப் பிசாசு என்று பயங்கரப் பெயர் கொடுத்துப் பீதி அடைவார்கள்...

இப்படிப் பெரியோர் சொல்லி அவன் கேள்விப்பட்டிருந்தது, ஞாபகத்துக்கு வந்தது. பிறகு அவனுடைய அறிவுக்கும் பயத்துக்கும் போர் நடந்தது. அறிவு வெற்றி பெற்றது. ஆனால் அதையெல்லாம் இச்சமயம் இந்தப் பிரமை பிடித்த பெண்ணிடம் சொல்லிப் பயனில்லை. எப்படியாவது அவளுக்கு நல்ல வார்த்தை சொல்லி அழைத்துக்கொண்டு போய்விடவேண்டி யதுதான்.

'பெண்ணே! உன் காதலர்கள் எங்கும் போய்விடமாட்டார்கள். இங்கேதான் இருப்பார்கள். நாளைக்கும் அவர்களை வந்து பார்க்கலாம் அல்லவா? வீட்டுக்குப் போகலாம், வா!' என்றான். அதற்குப் பூங்குழலி மறுமொழி ஒன்றும் சொல்லவில்லை; விம்மி அழத் தொடங்கினாள். 'இது என்ன தொல்லை?' என்று வந்தியத்தேவன் எண்ணினான். பின்னர் சற்று நேரம் சும்மா இருந்தான். 'பெண்ணே! நாம் போகலாமா?' என்று மீண்டும் கேட்டான். விம்மல் நிற்கவில்லை. வந்தியத்தேவனுக்கு அலுத்துப் போய்விட்டது.

'சரி; உன் இஷ்டம் போல் செய்! எனக்குத் தூக்கம் வருகிறது. நான் போகிறேன்' என்று சொல்லிவிட்டு இறங்கத் தொடங்கினான். பூங்குழலி உடனே விம்மலை நிறுத்தினாள். மேட்டிலிருந்து இறங்கத் தொடங்கினாள். நாலே பாய்ச்சலில் வந்தியத்தேவனுக்கு முன்னால் கீழே போய் நின்றாள்.

வந்தியத்தேவன் ஓடிப்போய் அவளைப் பிடித்தான்.

இருவரும் கலங்கரை விளக்கை நோக்கி நடக்கத் தொடங்கி னார்கள். 'இந்தப் பித்துப் பிடித்த பெண்ணை நம்பிப் படகில் ஏறுவதாவது? கடலைக் கடப்பதாவது? - ஆயினும் வேறு வழி இல்லையென்று தெரிகிறதே? ஏதாவது நல்ல வார்த்தை சொல்லிச் சிநேகம் செய்து கொள்ளப் பார்க்கலாமா?'

'வானத்தில் வால் நட்சத்திரம் தோன்றுகிறதே! அதைப் பற்றி உன் கருத்து என்ன?' என்று பூங்குழலி கேட்டாள்..

'என் கருத்து ஒன்றுமில்லை. வால் நட்சத்திரம் தோன்றுகிறது; அவ்வளவுதான்!' என்றான் வந்தியத்தேவன்.

'வால் நட்சத்திரம் வானில் தோன்றினால் பூமியில் பெரிய கேடுகள் விளையும் என்று சொல்கிறார்களே!'

'அப்படித்தான் சிலர் சொல்கிறார்கள்.'

'நீ என்ன சொல்லுகிறாய்?'

'நான் ஜோதிட சாஸ்திரம் படித்ததில்லை. ஜனங்கள் அப்படிச் சொல்லிக்கொள்வதுதான் எனக்குத் தெரியும்.'

சற்று நேரம் மௌனமாக நடந்தார்கள்.

பிறகு பூங்குழலி, 'சக்கரவர்த்திக்கு உடம்பு சுகமில்லை என்று சொல்கிறார்களே, அது உண்மைதானே?' என்றாள்.

‘இவள் அவ்வளவு பித்துக்குளிப் பெண் அல்ல’ என்று வந்தியத்தேவன் எண்ணிக்கொண்டான். கொஞ்சம் அவனுக்கு நம்பிக்கை பிறந்தது.

‘நானே என் கண்ணால் பார்த்தேன். சக்கரவர்த்தி படுத்த படுக்கையாய்க் கிடக்கிறார். இரண்டு கால்களிலும் உணர்ச்சியே கிடையாது. ஓர் அடி கூட எடுத்து வைக்க முடியாது. அவரைக் குணப்படுத்த மூலிகை கொண்டுவரத்தானே நான் வந்திருக்கிறேன். பெண்ணே! எனக்கு நீ ஓர் உதவி செய்வாயா?’ என்று கேட்டான்.

அதற்கு மறுமொழி சொல்லாமல், ‘சக்கரவர்த்தி அதிக நாள் உயிரோடிருக்க மாட்டார், சீக்கிரத்தில் இறந்துபோய் விடுவார் என்று சொல்கிறார்களே. அது உண்மையா?’ என்று கேட்டாள் பூங்குழலி.

‘நீ இச்சமயம் உதவி செய்யாவிட்டால் அப்படி நடந்தாலும் நடந்துவிடும். இலங்கையில் ஓர் அபூர்வ சஞ்சீவி மூலிகை இருக்கிறதாம். அதைக் கொண்டுவந்தால் சக்கரவர்த்தி பிழைத்துக் கொள்வாராம். நீ படகு தள்ளிக்கொண்டு இலங்கைக்கு வருவாயா?’

‘சக்கரவர்த்தி ஒருவேளை இறந்து போனால் அடுத்தபடி யார் பட்டத்துக்கு வருவார்கள்?’ என்று பூங்குழலி கேட்டது வந்தியத் தேவனைத் தூக்கி வாரிப் போட்டது.

‘பெண்ணே! எனக்கும், உனக்கும் அதைப்பற்றி என்ன? யார் பட்டத்துக்கு வந்தால் நமக்கு என்ன கவலை?’

‘ஏன் கவலை இல்லை? நீயும் நானும் இந்த ராஜ்யத்தின் பிரஜைகள் அல்லவா?’

‘இந்தப் பெண் பித்துப் பிடித்தவளே அல்ல. இவளிடம் ஜாக்கிரதை யாகவே நடந்துகொள்ளவேண்டும். இவளுடைய விசித்திரமான செயல்களுக்கு வேறு காரணம் இருக்க வேண்டும்.’

‘ஏன் பேசாமலிருக்கிறாய்? அடுத்து பட்டத்துக்கு யார் வருவார்கள்?’ என்று பூங்குழலி மீண்டும் கேட்டாள்.

‘ஆதித்த கரிகாலருக்குத்தான் யுவராஜா பட்டம் கட்டியிருக்கிறது. அவர்தான் நியாயமாக அடுத்த பட்டத்துக்கு வர வேண்டும்.’

‘மதுராந்தகர், - அவருக்கு உரிமை ஒன்றுமில்லையா?’

‘அவர்தான் இராஜ்யம் வேண்டாம் என்று சொல்லி விட்டாரே?’

‘முன்னே அப்படிச் சொன்னார்; இப்போது ராஜ்யம் வேண்டும் என்று சொல்கிறாராமே?’

‘அவர் சொன்னால் போதுமா? பிரஜைகள் எல்லாரும் ஒப்புக் கொள்ள வேண்டாமா?’

‘பெரிய மனிதர்கள் பலர் அவர் கட்சியில் இருக்கிறார்களாமே?’

‘அப்படித்தான் நானும் கேள்விப்பட்டேன். இவ்வளவும் உன் காதுவரையில் வந்து எட்டியிருப்பதை நினைத்தால் எனக்கு மிகவும் ஆச்சரியமாயிருக்கிறது.’

‘சுந்தரசோழர் திடீரென்று இறந்துபோனால் என்ன ஆகும்?’

‘தேசமெல்லாம் பெருங்குழப்பம் ஆகிவிடும். அதைத் தடுப்பதற்குத்தான் உன் உதவி இப்போது தேவையாயிருக்கிறது...’

‘நான் என்ன உதவியைச் செய்ய முடியும்?’

‘முன்னமேயே சொன்னேனே. நான் அவசரமாக மூலிகை கொண்டு வர இலங்கைத் தீவுக்குப் போக வேண்டும். அதற்கு நீ படகு வலித்துக் கொண்டு வரவேண்டும்.’

‘என்னை எதற்காக அழைக்கிறாய்? ஒரு பெண் பிள்ளையைப் படகு தள்ளும்படிக் கேட்க வெட்கமாயில்லையா?’

‘வேறு யாரும் இல்லை என்று உன் தந்தை சொல்கிறார். உன் அண்ணன்கூட நேற்றுப் போய் விட்டானாமே?’

‘அவன் போனால் என்ன? உனக்கு இரண்டு கைகள், உன்னோடு வந்தவனுக்கு இரண்டு கைகள் இல்லையா?’

‘எங்களுக்குப் படகு வலிக்கத் தெரியாது...’

‘படகு வலிப்பது என்ன மந்திர வித்தையா! துடுப்பைப் பிடித்து வலித்தால் தானே படகு போகிறது!’

‘திசை தெரிய வேண்டும் அல்லவா? நடுக்கடலில் திசை தெரியாமல் போய்விட்டால்...?’

‘நடுக்கடலில் திசை தெரியவிட்டால் முழுகிச் சாகுங்கள்! அதற்கு நான் என்ன செய்யட்டும்!’

கலங்கரை விளக்கின் அருகில் அவர்கள் வந்து விட்டார்கள். வந்தியத்தேவனும் அத்துடன் பேச்சை நிறுத்தி விட விரும்பினான். மேலும் பேச்சை வளர்த்துப் பூங்குழலியின் மறுப்பை உறுதிப்படுத்திவிட அவன் விரும்பவில்லை. அவள் அவ்வளவு கண்டிப்பாக மறுமொழி சொன்ன போதிலும், அவளுடைய குரலும் பேச்சின் தோரணையும்

அவனுடைய உள்ளத்தில் சிறியதொரு நம்பிக்கைச் சுடரை உண்டாக்கி யிருந்தன.

இரண்டாம் முறை படுத்த பிறகு வெகு நேரம் வந்தியத்தேவனுக்குத் தூக்கம் வரவில்லை. ஏதேதோ எண்ணங்களினால் அவனுடைய உள்ளம் வெகுவாகக் குழம்பிக்கொண்டிருந்தது. நாலாம் ஜாமத்தின் ஆரம்பத்திலேதான் தூங்கினான்.

தூக்கத்தில் வந்தியத்தேவன் கனவு கண்டான். பாய்மரம் விரித்த சிறிய படகில் பூங்குழலியும் அவனும் எதிரெதிராக அமர்ந்திருந் தார்கள். நாலாபுறமும் கடல்; எங்கு நோக்கினாலும் ஜலம். இனிய பூங்காற்று; படகு அக்காற்றில் மிதப்பது போலப் போய்க் கொண்டிருந்தது. பூங்குழலியின் முகம் அழகே வடிவமாகப் பொலிந்தது. சுருண்ட மயிர் நெற்றியில் ஊசலாடிக் கொண்டிருந்தது. சேலைத் தலைப்புப் பறந்தது. எங்கே போகிறோம், எதற்காகப் போகிறோம் என்பதெல்லாம் வந்தியத்தேவனுக்கு மறந்து போய்விட்டது. பூங்குழலியுடன் படகில் போவதற்காகவே இத்தனை நாள் பிரயாணம் செய்து வந்ததாகத் தோன்றியது. ஒன்றே ஒன்று குறைவாயிருந்தது. அது என்ன? அது என்ன? ஆ! பூங்குழலியின் பாட்டு! சேந்தன் அமுதன் சொல்லியிருந் தான் அல்லவா? 'பெண்ணே! உன் பவழ வாயைத் திறந்து ஒரு பாட்டுப் பாட மாட்டாயா?' என்றான் வந்தியத்தேவன்.

'என்ன சொன்னாய்?' என்று பூங்குழலி புன்னகையுடன் கேட்டாள்.

ஆகா! அந்தப் புன்னகை ஏழு உலகமும் பெறாதா?

'உன் கனிவாயைத் திறந்து ஒரு கீதம் இசைக்க மாட்டாயா என்றேன்.'

'கீதம் இசைத்தால் எனக்கு என்ன தருவாய்?'

'உன் அருகில் வந்து உன் அழகிய கன்னத்தில்...'

பூங்குழலி உடனே தன் மடியிலிருந்து ஒரு கூரிய கத்தியை எடுத்துக் கொண்டாள். கத்தி பிடித்த கையை ஓங்கினாள்.

'இதோ பார்! அந்தப் பாய்மரத்துக்கு அப்பால் ஒரு அணுவளவு நீ வந்தாலும் உன்னை இந்தக் கத்தியால் குத்தி விடுவேன். கடல் மீன்கள் மிகப் பசியோடிருக்கின்றன!' என்றாள்.

ஆறாம் அத்தியாயம்

மறைந்த மண்டபம்

மறுநாள் காலையில் உதய சூரியனுடைய செங்கிரணங்கள் வந்தியத் தேவனைத் தட்டி எழுப்பின. உறக்கம் நீங்கிய பிறகும் சுய உணர்வு வருவதற்குச் சிறிது நேரம் பிடித்தது. அவன் மேல் விழுந்தது சூரிய வெளிச்சமா அல்லது கலங்கரை விளக்கின் ஒளியா என்று தெளிவதற்குச் சிறிது நேரம் பிடித்தது. முதல்நாள் இரவு அனுபவங் களில் எது உண்மை, எது கனவு என்று எண்ணிப் பார்த்தபோது அவனுக்கு ஒரே குழப்பமாயிருந்தது. வீட்டிலே பெரியவரின் மனைவியும், அவருடைய மருமகளும் மட்டுமே இருந்தார்கள். பெரியவர் குழகர் கோயிலுக்குப் புஷ்ப கைங் கரியம் செய்வதற்காகப் போயிருப்பதாக அவர்கள் சொன்னார் கள். பூங்குழலியைப் பற்றி அவர்களிடம் விசாரிக்க அவனுக்குத் தைரியம் வரவில்லை. அவர்கள் அளித்த காலை உணவை அருந்திவிட்டுச் சுற்றுமுற்றும் கண்களைச் செலுத்தித் தேடிப் பார்த்தான். பூங்குழலி எங்கும் அகப்படவில்லை. ஆலயத்துக்குப் போய்ப் பார்க்கலாம் என்று போனான். அங்கே அவள் தந்தை இருந்தார். கோயிலைச் சுற்றியிருந்த மரங்களிலிருந்து பூஜைக் குரிய புஷ்பங்களைக் கொய்து கொண்டிருந்தார். மலர்களைத் தொடுத்து மாலையாக்குவதற்குச் சில நாள் பூங்குழலி வருவதுண்டு என்றும், ஆனால் இன்றைக்கு வரவில்லையென்றும் கூறினார்.

'எங்கேயாவது காட்டில் மான்களைத் துரத்திக்கொண்டிருப்பாள். அல்லது கடற்கரையோடு திரிந்துகொண்டிருப்பாள். அவளைத் தேடிப் பிடித்துக் கேட்டுப் பார்!' என்றார்.

'தம்பி! ஒரு விஷயத்தில் ஜாக்கிரதையாக இரு. அவள் பொல்லா தவள். தப்பர்த்தம் செய்து கொள்ளும்படியாக அவளிடம் எதாவது சொல்லி விடாதே. காவியங்களில் படித்திருப்பதை நினைத்துக்கொண்டு சிருங்கார ரசத்தில் இறங்கிவிடாதே! உடனே பத்திரகாளியாக மாறி விடுவாள். அப்புறம் உன் உயிர் உன்னுடையது அல்ல!' என்று எச்சரிக்கை செய்தார் பெரியவர்.

முதல்நாள் கனவை நினைத்துக்கொண்டு வந்தியத்தேவன் உடல் சிலிர்த்தான். பிறகு காட்டிற்குள் பூங்குழலியைத் தேடிக்கொண்டு போனான். காட்டிலே எங்கே என்று தேடுவது? சிறிது நேரத்துக்கெல்லாம் அவனுக்கு அலுத்துப் போய்விட்டது. காட்டிலிருந்து வெளியேறினால் போதும் என்று ஆகிவிட்டது. வெளியேறிய பின்னர் கடற்கரையை நோக்கிச் சென்றான். கடற்கரையோடு நீண்டதூரம் அலைந்தும் பலன் ஒன்றும் இல்லை. பூங்குழலியைக் காணவில்லை. 'எப்படியும் மத்தியானச் சாப்பாட்டுக்கு வீட்டுக்கு வருவாள் அல்லவா? அங்குப் பார்த்துக் கொள்ளலாம்!' என்று திரும்பினான். திடீரென்று ஓர் எண்ணம் தோன்றியது. அலையும் ஆட்டமும் அதிகமில்லாமல் அமைதியாக இருந்த அந்தக்கடலில் இறங்கிக் குளிக்க வேண்டும் என்ற ஆசை உண்டாயிற்று. இந்தப் பக்கத்தில் கடலில் ஆழம் அதிகம் இல்லையென்று முன்னமே கேள்விப்பட்டதுண்டு. முதல்நாள் மாலையில் பூங்குழலியும் சொல்லியிருக்கிறாள். பின்னே, இறங்கிக் குளிப்பதற்கு என்ன தடை? கடல் விஜயத்தில் அவனுக்கிருந்த பயத்தைப் போக்கிக் கொள்வதும் அவசியம். படகிலும், கப்பலிலும் ஏறிப் பிரயாணம் செய்ய வேண்டிய அவசியம் நேர்ந்திருக்கிறது. கடலைக் கண்டு பயப்பட்டால் முடியுமா? அந்தப் பயத்தைப் போக்கிக் கொண்டே ஆகவேண்டும்.

இடுப்பைச் சுற்றிக் கட்டியிருந்த சுருள் துணியையும் கத்தியையும் எடுத்துக் கடற்கரையில் வைத்துவிட்டுக் கடலில் இறங்கினான். மெள்ள மெள்ள ஜாக்கிரதையாகக் காலை வைத்து நடந்தான். போகப் போக முழங்கால் அளவு ஜலத்துக்கு மேல் இல்லை. சிறிய அலைகள் வந்து மோதியபோது ஜலம் இடுப்பளவுக்கு வந்தது. அதற்கு மேலே இல்லை. 'அழகான சமுத்திரம் இது! அமிழ்ந்து குளிப்பதற்குக் கூடத் தண்ணீர் இல்லையே?' என்று சொல்லிக் கொண்டே இன்னும் மேலே சென்றான்.

'அடேடே! ஆழம் இல்லை என்று எண்ணிக்கொண்டே கரையிலிருந்து வெகுதூரம் வந்து விட்டோமே? திடீரென்று கடல் பொங்கினால்? அலைகள் பெரிதாகி மோதினால்?' இந்த எண்ணம் தோன்றிக் கரைப்பக்கம் திரும்பிப் பார்த்தான்.

'அதிக தூரம் கரையிலிருந்து வந்து விட்டது என்னமோ உண்மைதான்! ஆனால் அப்படியொன்றும் கடல் திடீரென்று பொங்கி விடாது!... ஓகோ! அதோ பூங்குழலி வருகிறாளே! கரையேறி அவளைப் பிடித்துக் கொள்ளவேண்டும். பிடித்துக் கொண்டு நயமான வார்த்தைகளினால் மறுபடி கேட்க வேண்டும். அவளும் நம்மைப் பார்த்து விட்டுத்தான் வருகிறாள் போலிருக்கிறது! நாம் இருக்கும் திசையை நோக்கியே வருகிறாள்! ஏதோ நம்மைப் பார்த்து சமிக்ஞைகூடச் செய்கிறாளே!...'

ஓ! ஓ! இது என்ன? கரையில் குனிந்து அவள் என்ன பார்க்கிறாள். என்னத்தை எடுக்கிறாள்? நம்முடைய இடுப்பில் சுற்றும் சுருள் துணியையல்லவா எடுக்கிறாள்? பெண்ணே! அதை எடுக்காதே! அது என்னுடையது... நாம் சொல்வது அவள் காதில் விழவேயில்லை! இந்தக் கடல் அலைகளின் இரைச்சல்!

'இதோ நம் குரல் அவளுக்குக் கேட்டுவிட்டது! நம்மைப் பார்த்து அவளும் ஏதோ சொல்கிறாள்! பூங்குழலி! அது என்னுடையது! எடுக்காதே!... இந்தா! சொன்னால் கேட்க மாட்டாயா? உன் உடைமை போல் கையில் எடுத்துக் கொண்டு நீ பாட்டுக்குப் போகிறாயே, நில் நில்!...' வந்தியத்தேவன் கரையை நோக்கி ஓட ஆரம்பித்தான்! ஒரு தடவை பூங்குழலி அவனைத் திரும்பிப் பார்த்தாள். பிறகு அவளும் ஓடத் தொடங்கினாள். வீடும் கலங்கரை விளக்கமும் இருந்த பக்கத்துக்கு எதிர்பக்கமாகக் காட்டை நோக்கி ஓடினாள்!

'ஆகா! இவள் துஷ்டப் பெண்! துஷ்டப் பெண்ணா? அல்லது வெறும் பைத்தியமா? இந்தப் பைத்தியத்தினிடமிருந்து நமது அரைச்சுருளை எப்படியும் வாங்கியாக வேண்டுமே...?'

இரண்டு தடவை கடலில் இடறி விழுந்து ஒருவாய் உப்புத் தண்ணீரும் குடித்துவிட்டு வந்தியத்தேவன் மெதுவாக கரையேறி னான். பிறகு அந்தப் பெண்ணைத் தொடர்ந்து ஓடினான். ஓட ஓட, அவளுடைய ஓட்டத்தின் வேகம் அதிகமாயிற்று. சற்றுத் தூரத்தில் ஐம்பது அறுபது மான்களின் கூட்டம் ஒன்று ஓடியது.

'மான்கள் மிரண்டு, பாய்ந்து ஓடுவது - தாவித்தாவிக் குதித்து ஓடுவது என்ன அழகான காட்சி! ஏன்? இதோ இந்தப் பெண் குதித்துக் குதித்து ஓடுகிறாளே? இதுவும் அந்த மான்களின் ஓட்டத்தைவிட அழகில் குறைவாயில்லை! இம்மாதிரி இயற்கையாகவும் யதேச்சையாகவும் வாழும் பெண்களின் அழகே அழகுதான்!... ஆனால் இதையெல்லாம் அவளிடம் சொல்லக் கூடாது. சொன்னால் காரியம் கெட்டுப் போய்விடும்! பெரியவர்தான் எச்சரித்திருக்கிறாரே?... இருந்தாலும், இவள் எதற்காக இப்படி வீம்பு பிடித்துக்கொண்டு ஓடுகிறாள்! காட்டில் புகுந்துவிட்டால் அப்புறம் அவளைக் கண்டுபிடிப்பது எப்படி?... இதோ காட்டிற்குள் புகுந்தே விட்டாள். காரியம் கெட்டுக் குட்டிச் சுவராகி விட்டது. நம்மைப் போன்ற மௌடீகன் உலகிலேயே வேறு யாரும் இருக்க முடியாது!... குரங்கின் கையில் அகப்பட்ட பூமாலை திரும்பி வருமா?'

வந்தியத்தேவனும் சிறிது நேரத்தில் காட்டிற்குள் புகுந்தான். அங்குமிங்கும் அலைந்தான். அவசரத்தினாலும் பரபரப்பினாலும்

செடிகளைச் சரியாக விலக்கி விட்டுக்கொண்டு நடக்காமல் உடம்பெல்லாம் முட்களால் கீறிக்கொண்டான். 'பூங்குழலி பூங்குழலி!' என்று கூச்சலிட்டான். பிறகு, 'மரமே! பூங்குழலியைக் கண்டாயோ?', 'காக்காய்! பூங்குழலியைக் கண்டாயோ?' என்றெல்லாம் கேட்க ஆரம்பித்தான்.

'இது எது? நமக்கே பைத்தியம் பிடித்துவிடும் போலிருக்கிறதே!' - என்று அவன் நினைக்கத் தொடங்கிய சமயத்தில், திடீரென்று மரத்தின் மேலிருந்து ஏதோ விழுந்தது! ஆ! அவனுடைய அரைத் துணிச் சுருள்தான்! மிக்க ஆவலுடன் அதை எடுத்துச் சுருளைப் பிரித்துப் பார்த்தான். ஓலை, பொற்காசுகள் எல்லாம் பத்திரமாயிருந்தன!

'பணம் பத்திரமாயிருக்கிறதா?' என்று ஒரு குரல் மேலேயிருந்து வந்தது. வந்தியத்தேவன் அண்ணாந்து பார்த்தான். பூங்குழலி மரக்கிளையில் உட்கார்ந்திருந்தாள்.

வியர்த்து விறுவிறுத்துப் போயிருந்த வந்தியத்தேவன் தன்னை மீறிய கோபத்தினால், 'உன்னைப் போன்ற மந்தியை நான் பார்த்ததேயில்லை!' என்றான்.

'உன்னைப்போன்ற ஆந்தையை நான் பார்த்ததில்லை. அம்மம்மா! என்ன முழிமுழித்தாய்?' என்றாள் பூங்குழலி.

'எதற்காக இப்படி என்னை அலைக்கழித்தாய்? உனக்குப் பணம் வேண்டுமென்றால்...'

'சீச்சீ! உன் பணம் இங்கே யாருக்கு வேண்டும்?'

'அப்படியானால், எதற்காக இதைத் தூக்கிக்கொண்டு ஓடி வந்தாய்?'

'அவ்விதம் நான் செய்திராவிட்டால் நீ காட்டுக்குள் வந்திருக்க மாட்டாய். எங்கள் வீட்டுக்குத் திரும்பிப் போயிருப்பாய்!'

'போயிருந்தால் என்ன?'

'இந்த மரத்தின் மேல் ஏறிப் பார் தெரியும்!'

'என்ன தெரியும்?'

'பத்துப் பதினைந்து குதிரைகள் தெரியும்! வாள்களும், வேல்களும் மின்னுவது தெரியும்!'

அவளுடைய முகத் தோற்றத்திலிருந்து அவள் கூறுவது உண்மையாயிருக்கலாம் என்று தோன்றியது. ஆயினும் நிச்சயமாகத் தெரிந்து கொள்ள விரும்பி வந்தியத்தேவன் மரத்தின் மேல் ஏறினான். ஏறுவதற்கு முன் அரைச்சுற்றுச் சுருளைக் கெட்டியாகக் கட்டிக்கொண்டான்.

ஒருவேளை இவள் மரத்தின் மேலிருந்து அதைத் தவறிப் போட்டிருக் கலாம். இப்போது மறுபடியும் அதை அபகரிப்பதற்குச் சூழ்ச்சி செய்கிறாளோ, என்னமோ யார் கண்டது?

மரத்தின் மேலேறிக் கலங்கரை விளக்கின் பக்கம் நோக்கினான். 'ஆம் பூங்குழலி கூறியதும் உண்மைதான்!' அங்கே பத்துப் பதினைந்து குதிரைகள் நின்றன. குதிரைகள் மீது வாள்களும், வேல்களும் பிடித்த வீரர்கள் இருந்தார்கள்.

'அவர்கள் யாராக இருக்கும்?... நம்மைப் பிடிப்பதற்கு வந்த பழுவேட்டரையரின் ஆட்கள்தான்! வேறு யாராயிருக்க முடியும்?' பூங்குழலி தன்னைப் பெரும் அபாயத்திலிருந்து காப்பாற்றினாள். எதற்காக? என்ன நோக்கம் பற்றி? - இன்னும் சில விஷயங்களும் தெளிவாகவில்லை!

இருவரும் மரத்திலிருந்து கீழே இறங்கினார்கள். 'பூங்குழலி என்னைப் பேராபத்திலிருந்து காப்பாற்றினாய். உனக்கு மிக மிக நன்றி!' என்றான் வந்தியத்தேவன்.

'வெறும் பொய்! ஆண்பிள்ளைகளுக்கு நன்றிகூட உண்டா?' என்றாள் பூங்குழலி.

'எல்லா ஆண்பிள்ளைகளையும் போல் என்னையும் எண்ணி விடாதே!'

'நீ எல்லோரையும் போல் இல்லை; ஒரு தனி மாதிரிதான்?'

'பெண்ணே! உன்னை ஒரு கேள்வி கேட்கலாமா?'

'தாராளமாகக் கேட்கலாம்; மறுமொழி கூறுவது என் இஷ்டம்.'

'என்னைக் காப்பாற்ற வேண்டும் என்று ஏன் எண்ணினாய்? என் பேரில் திடீரென்று தயவு பிறக்கக் காரணம் என்ன?'

பூங்குழலி சும்மா இருந்தாள். அவள் சிறிது திகைத்துப் போனாள் என்பது முகத்திலிருந்து தெரிந்தது. அப்புறம் யோசித்துப் பார்த்து, 'அசடுகளைக் கண்டால் எனக்கு எப்போதும் கொஞ்சம் பரிதாபம் உண்டு!' என்றாள்.

'சந்தோஷம்; இந்த வீரர்கள் என்னைத் தேடி வந்திருக்கிறார்கள் என்பதை எப்படி அறிந்தாய்?'

'உன்னைப் பார்த்தால் தெரியவில்லையா? - நீ தப்பி ஓடி ஒளிந்து கொள்ள வந்திருக்கிறவன் என்று நேற்றைக்கே ஊகித்தேன். இன்றைக்குக் காலையில் உன் சிநேகிதன், வைத்தியர் மகன் - மூலமாக அது ஊர்ஜிதமாயிற்று.'

‘அவன் என்ன உளறினான்?’

‘காலையில் எழுந்ததும் காட்டிலே மூலிகை தேட வேண்டும் என்றான். நான் அழைத்துப் போவதாகச் சொல்லி இங்கே அழைத்துக்கொண்டு வந்தேன். என்னிடத்தில் காதல் புரிய ஆரம்பித்தான். ‘உன்னுடைய சிநேகிதன் உன்னை முந்திக் கொண்டு விட்டானே?’ என்று சொன்னேன்...’

‘என்ன சொன்னாய்?’

‘கொஞ்சம் பொறு; கேட்டுக் கொண்டு வா! நீ என்னிடம் காதல் புரியத் தொடங்கிவிட்டதாகச் சொன்னேன். அப்போதுதான் உன் பேரில் அவனுடைய சந்தேகத்தை வெளியிட்டான். ஏதோ இராஜ தண்டனைக்குப் பயந்து நீ ஓடித் தப்பி வந்திருக்கிறாய் என்று அவனுக்கு வழியில் பல காரணங்களால் சந்தேகம் தோன்றியதாம்! ‘அப்படிப்பட்டவனை நம்பி அநியாயமாய்க் கெட்டுப் போகாதே! என்னைக் கலியாணம் செய்து கொள்!’ என்றான்.

‘ரொம்ப அவசரப்படுகிறாயே? பெரியவர்களைக் கேட்க வேண்டாமா?’ என்றேன்.

‘பழந்தமிழ் மரபையொட்டிக் களவு மணம் புரிந்து கொள்வோம்!’ என்று உன் அழகான சிநேகிதன் சொன்னான். எப்படியிருக்கிறது கதை?’

‘அட சண்டாளப் பாவி!’ என்று கத்தினாள் வந்தியத்தேவன்.

‘இதற்குள்ளே குதிரைகள் வரும் சத்தம் கேட்டது. நான் மரத்தின்மேல் ஏறிப் பார்க்கச் சொன்னேன். மரத்தின் மேலே நின்று பார்த்தபோது அவனுடைய கால்கள் வெட வெடவென்று நடுங்கியதை நினைத்தால் இப்போதும் எனக்குச் சிரிப்பு வருகிறது’ என்று சொல்லி விட்டுப் பூங்குழலி சிரித்தாள்.

‘விளையாட்டு இருக்கட்டும்; அப்புறம் என்ன நடந்தது?’

‘அவன் மரத்தின் மேலேயிருந்து இறங்கி வந்தான். ‘பார்த்தாயா? நான் சொன்னது சரியாகப் போயிற்று. அவனைப் பிடிப்ப தற்குதான் இராஜ சேவகர்கள் வந்திருக்கிறார்கள்!’ என்றான்.

‘அப்படியானால் அவனுடன் வந்த உன்னையும் பிடிப்பார்கள் அல்லவா? நீ ஓடி எங்கேயாவது ஒளிந்து கொள்!’ என்றேன். ‘அப்படித் தான் செய்ய வேண்டும்’ என்றான். என்னை விட்டுப் பிரிந்து சென்றான். நான் எதிர்பார்த்தபடியே நடந்தது...’

‘என்ன? என்ன நடந்தது?’

'ஓடி ஒளிந்து கொள்வதாக என்னிடம் சொல்லி விட்டு நேரே அந்தக் குதிரைக்காரர்கள் இருந்த திசையை நோக்கிப் போய் அவர்களிடம் அகப்பட்டுக்கொண்டான்...'

'ஐயோ! பாவம்!'

'அதிகமாகப் பரிதாபப்பட்டு விடாதே! கொஞ்சம் மிச்சம் வைத்துக்கொள்!'

'ஏன் அப்படிச் சொல்கிறாய்?'

'குறையும் கேள்! நீயே தெரிந்துகொள்வாய்! அவர்களிடம் நேரே போனான். அவர்கள் இவனை அதிசயத்துடன் பார்த்தார்கள். உற்று உற்றுப் பார்த்து ஒருவரோடொருவர் இரகசியமாகப் பேசிக் கொண்டார்கள். 'நீங்கள் யார்?' என்று இவன் கேட்டான்.

'நாங்கள் வேட்டைக்காரர்கள்! மான் வேட்டையாட வந்திருக்கிறோம்' என்று அவர்களில் ஒருவன் சொன்னான்.

'இல்லை நீங்கள் என்ன வேட்டையாட வந்திருக்கிறீர்கள் என்று எனக்குத் தெரியும்' என்றான் இவன்.

அவர்கள் இன்னும் வியப்படைந்து இவனைத் தூண்டி விட்டார்கள்.

'வந்தியத்தேவனைத் தேடிக்கொண்டு வந்திருக்கிறீர்கள். அவன் இருக்குமிடத்தைக் காட்டுகிறேன். என்னைச் சும்மா விட்டு விடுவீர்களா?' என்று கேட்டான்.

அவர்களும் அதற்குச் சம்மதித்தார்கள். இவன் அவர்களை அழைத்துக் கொண்டு எங்கள் வீட்டுப் பக்கம் போனான்...

'துரோகி, சண்டாளன்!...'

'அவர்கள் போன பிறகு நான் உன்னைத் தேடிக்கொண்டு வந்தேன். நீ கடலில் இறங்கிக் குளித்துக்கொண்டிருந்தாய்...'

'என்னிடம் அங்கேயே இதையெல்லாம் ஏன் சொல்லவில்லை! இந்தத் துணிச்சுருளை எடுத்துக்கொண்டு ஏன் ஓடி வந்தாய்?'

'இல்லாவிட்டால், நீ அவ்வளவு வேகமாக ஓடி வந்திருப்பாயா? அந்த வேட்டைக்காரர்களை ஒருகை பார்க்கிறேன் என்று அவர் களைத் தேடிப் போயிருந்தாலும் போயிருப்பாய்! என் பேச்சையே ஒருவேளை நம்பியிருக்கமாட்டாய். இவ்வளவையும் சொல்லி உன்னை என்னுடன் வரும்படி செய்வதற்குள் அவர்கள் உன்னை ஒருவேளை பார்த்திருப்பார்கள்...'

‘ஆகா! இந்தப் பெண்ணையா நாம் பைத்தியக்காரி என்று எண்ணினோம்’ என்று வந்தியத்தேவன் நினைத்து வெட்கம் அடைந்தான். ‘இவளிடம் பூரண நம்பிக்கை வைத்தேயாக வேண்டும். இவளுடைய உதவி இல்லாவிட்டால் நாம் கடலைக் கடந்து இலங்கை செல்ல முடியாது. இவ்வளவு தூரம் வந்ததும் வீணாகும். பழுவேட்டரையர்களிடம் திரும்ப அகப்பட்டுக் கொள்ளவும் நேரலாம்.’

‘பெண்ணே! நீ எனக்கு எவ்வளவு பெரிய உதவி செய்திருக்கிறாய் என்பதைச் சொல்லி முடியாது. மிச்ச உதவியையும் நீதான் செய்ய வேண்டும்...’

‘என்ன செய்யவேண்டும் என்கிறாய்?’ என்று கேட்டாள்.

‘என் சிநேகிதனுடைய இலட்சணத்தைப் பார்த்து விட்டாய் அல்லவா? அவனை நம்பிப் பயன் இல்லையென்று தெரிந்து கொண்டாய் அல்லவா? நீதான் படகு வலித்து வந்து என்னை இலங்கையில் சேர்ப்பிக்க வேண்டும்!’

பூங்குழலி மௌனமாயிருந்தாள்.

‘நான் தப்புக் காரியம் எதுவும் செய்யக்கூடியவன் அல்ல என்று உனக்கு நம்பிக்கை ஏற்படுகிறதா? பெண்ணே! இலங்கைக்கு மிக முக்கியமான காரியமாக நான் உடனே போய்த் தீர வேண்டும். இந்த உதவி எனக்கு நீ அவசியம் செய்தேயாக வேண்டும்...’

‘செய்தால் எனக்கு என்ன தருவாய்?’ என்று பூங்குழலி கேட்டாள். அவளுடைய முகத்தில் முதன் முதலாக நாணத்தின் அறிகுறி தென்பட்டது. கன்னங்கள் குழிந்தன; அவளுடைய முகத்தின் அழகு பன்மடங்கு அதிகமாகிச் சுடர்விட்டு ஒளிர்ந்தது.

முதலாவது நாள் இரவு கண்ட கனவில் இதே மாதிரி அவள் கேட்டது வந்தியத்தேவனுக்கு நினைவு வந்தது. அதே வார்த் தைகள் மறுபடியும் அவன் நாவில் வருவதற்குத் துடித்தன. பல்லினால் நாவைக் கடித்துக்கொண்டு அந்த வார்த்தை வராமல் நிறுத்தினான்.

‘பெண்ணே! இந்த உதவி நீ எனக்குச் செய்தால் உயிர் உள்ள அளவும் மறக்க மாட்டேன்; என்றென்றும் நன்றி செலுத்துவேன். உனக்கு நான் இதற்குப் பிரதியாகச் செய்யக்கூடியது எதுவும் இருப்பதாகத் தெரிய வில்லை. நீ ஏதாவது செய்யும்படிச் சொன்னால், கட்டாயம் செய்வேன்!’

பூங்குழலி சிந்தனையில் ஆழ்ந்தாள். சொல்ல எண்ணியதைச் சொல்லலாமா, வேண்டாமா என்று தயங்கியதைப் போல் காணப் பட்டது.

'என்னால் உனக்கு ஆகக்கூடிய பிரதி உதவி ஏதேனும் இருந்தால் சொல்! நிச்சயம் செய்கிறேன்...'

'இது சத்தியமான வார்த்தைதானா?'

'சத்தியம்! சத்தியம்!'

'அப்படியானால், சமயம் வரும்போது சொல்லுகிறேன். அப்போது மறந்துவிட மாட்டாயே?'

'ஒரு நாளும் மறக்கமாட்டேன். நீ எப்போது பிரதி உதவி கேட்பாய் என்று காத்திருப்பேன்.'

பூங்குழலி மீண்டும் சிறிது நேரம் சிந்தனை வயப்பட்டிருந்தாள்.

'சரி, என்னுடன் வா! இந்தக் காட்டில் ஓரிடத்துக்கு உன்னை நான் அழைத்துப் போகிறேன். அங்கே இன்று பொழுது சாயும் வரையில் நீர் இருக்க வேண்டும். பட்டினியாகத்தான் இருக்க வேண்டும்...'

'அதைப் பற்றிக் கவலை இல்லை! காலையில் உன் அண்ணி பழைய சோறு போட்டாள். அவளுடைய வயிற்றெரிச்சலைக் கிளப்புவதற் காகவே அதிகமாகச் சாப்பிட்டேன். இனி இராத்திரி வரையில் சாப்பாடு தேவையில்லை...'

இராத்திரி கூடச் சாப்பாடு கிடைக்கிறதோ, என்னமோ? கையில் கொஞ்சம் எடுத்துவரப் பார்க்கிறேன். நான் சொல்லும் இடத்தில் இருட்டும் வரை நீ இருக்க வேண்டும்! இருட்டிய பிறகு நான் திரும்ப வந்து ஒரு சத்தம் செய்வேன். குயில் 'குக்கூ குக்கூ' என்று கூவுவதைக் கேட்டிருக்கிறாயா?'

'நன்றாய்க் கேட்டிருக்கிறேன். அப்படிக் கேட்டிராவிட்டாலும் உன் குரலைத் தெரிந்துகொள்வேன்.'

'நான் குரல் கொடுத்ததும் நீ அவ்விடத்திலிருந்து வெளி வர வேண்டும். இருட்டி ஒரு ஜாமத்திற்குள் படகில் ஏறி நாம் புறப்பட்டுவிட வேண்டும்.'

'குயிலின் குரல் எப்போது வரும் என்று காத்திருப்பேன்.'

காட்டின் மத்தியில் மணல் மேடு இட்டிருந்த ஓரிடத்துக்குப் பூங்குழலி வந்தியத்தேவனை அழைத்துப் போனாள். மேட்டின் மறு பக்கத்தில் மரஞ் செடி கொடிகள் மற்ற இடத்தைவிட அதிக நெருக்கமாயிருந்தன. அவற்றை லாகவமாகக் கையினால் விலக்கிக்கொண்டு ஒரு மரத்தின் வழியாகப் பள்ளத்தில் இறங்கினாள். வந்தியத்தேவனும் அவளைப் பின்பற்றி இறங்கினான். அங்கே ஒரு பழைய மண்டபத்தின் மேல்

விளிம்பு காணப்பட்டது. இன்னும் உற்றுப் பார்த்ததில் இருளடைந்த மண்டபத்தின் இரு தூண்கள் தெரிந்தன. இவை எல்லா வற்றையும் மரங்களும் செடி கொடிகளும் மறைத்திருந்தன. எந்தப் பக்கமிருந்து பார்த்தாலும் அந்த மண்டபம் அங்கே இருப்பது தெரியவே தெரியாது.

'இந்த மண்டபத்தில் ஒரு சிறுத்தை குடியிருந்தது. அது போனபிறகு நான் இதில் இருக்கிறேன். என்னுடைய சொந்தத் தனி வீடாக வைத்துக்கொண்டிருக்கிறேன். மனிதர்களைக் காணப்பிடிக்காதபோது இவ்விடத்துக்கு நான் வந்துவிடுவது வழக்கம். சட்டியில் தண்ணீர் இருக்கிறது. இன்று பகலெல்லாம் இங்கேயே இரு! நாலா புறமும் மனிதர்கள் குரல் கேட்டாலும் குதிரைகள் ஓடும் சப்தம் கேட்டாலும் வேறு என்ன தடபுடல் நடந்தாலும் நீ வெளியில் தலை காட்ட வேண்டாம். மேட்டின் மேல் ஏறிப் பார்க்க வேண்டாம்!' என்று பூங்குழலி கூறினாள்.

'இருட்டிய பிறகும் இங்கேயே இருக்கச் சொல்கிறாயா? காட்டு மிருகம், புலி, சிறுத்தை ஏதாவது வந்தால்?...' என்று வந்தியத்தேவன் கேட்டான்.

'புலி சிறுத்தை இங்கே ஒன்றும் இப்போது இல்லை. வந்தால் நரியும், காட்டுப் பன்றியும் வரும். நரிக்கும் பன்றிக்கும் பயப்பட மாட்டாயே!'

'பயம் ஒன்றுமில்லை. இருட்டில் வந்து மேலே விழுந்தால் என்ன செய்வது? கையில் வேல்கூட இல்லை. வீட்டில் வைத்து விட்டேன்.'

'இந்தா! இந்த ஆயுதத்தை வைத்துக்கொள்!' என்று பூங்குழலி மண்டபத்தில் கிடந்த ஓர் ஆயுதத்தை எடுத்துக் கொடுத்தாள். அது ஒரு விசித்திரமான ஆயுதம். இருபுறமும் வாள் போல் கூர் கூரான முட்கள் இருந்தன.முட்கள் இரும்பைவிடக் கெட்டியாயிருந்தன. இந்திரனுடைய வஜ்ராயுதம் இப்படித்தான் இருக்கும் போலும்!

'இது என்ன ஆயுதம்? எதனால் செய்தது?' என்று வந்தியத்தேவன் கேட்டான்.

'இது ஒரு மீனின் வால்! இந்த மண்டபத்தில் குடியிருந்த சிறுத்தை என் மீது பாய வந்தபோது இதனால் அடித்துத்தான் அதைக் கொன்றேன்!' என்றாள் பூங்குழலி.

ஏழாம் அத்தியாயம்

‘சமுத்திர குமாரி’

அன்று பகற்பொழுது வந்தியத்தேவனுக்கு எளிதில் போய் விட்டது. பாதி நேரத்துக்கு மேல் தூங்கிக் கழித்தான். விழித் திருந்த நேரமெல்லாம் பூங்குழலியின் விசித்திரமான சுபாவத்தைப் பற்றி எண்ணுவதில் சென்றது. என்ன அதிசயமான பெண்? எவ்வளவு இனிய சரளமான பெயர்? ஆனால் சுபாவம் எவ்வளவு கடுமையானது? ‘கடுமை’ மட்டுந்தானா? அதில் இனிமையும் கலந்துதானிருந்தது! சிறுத்தையை அடித்துக் கொன்ற காரியத்தைப் பற்றி எவ்வளவு சர்வசாதாரணமாகக் கூறினாள்? இவ்வளவுடன் சில சமயம் உன்மத்தம் பிடித்தவள் மாதிரி நடந்து கொள்கிறாளே, அது ஏன்? இந்தப் பெண்ணின் வாழ்க்கையில் ஏதோ ஒரு கசப்பான சம்பவம் நடந்திருக்க வேண்டும்! கசப்பான சம்பவமோ, அல்லது இனிப்பான சம்பவந் தானோ! இரண்டினாலும் இப்படி ஒரு பெண் உன்மத்தம் பிடித்தவள் ஆகியிருக்கக்கூடும்! அல்லது ஒன்றுமே காரணமில்லாமல், பிறவியி லேயே இத்தகைய இயற்கையுடன் பிறந்தவளோ? இவளுடைய பெற்றோர்களின் இயற்கையில் விசேஷம் ஒன்றையும் காண வில்லையே? இனிய, சாந்த சுபாவம் படைத்தவர்களாக இருக்கிறார் களே!... குணம் எப்படியாவது இருக்கட்டும். நம்மிடம் இவளுக்கு இவ்வளவு சிரத்தை ஏற்பட்டதன் காரணம் என்ன? பழுவூர் ஆட்களிடம் நாம் பிடிபடாமல் தப்புவிப்பதற்கு இவ்வளவு பிரயத்தனம் செய்திருக்கிறாளே? இலங்கைக்குப் படகு வலித்துக் கொண்டு வருவதாகவும் சொல்லியிருக்கிறாளே? இதிலெல்லாம் ஏதாவது ஏமாற்றம் இருக்குமோ?... ஒருநாளும் இல்லை. ஆனாலும் இவள் மனம் மாறியதன் காரணம் என்ன? நம்மிடம் இவள் எந்தவிதப் பிரதி உபகாரத்தை எதிர்பார்க்கிறாள்? பின்னால் கூறுவதாகக் கூறியிருக்கிறாளே? அது என்னவாயிருக்கும்?...’

இவ்வாறு வந்தியத்தேவன் சிந்தனை செய்து கொண்டிருந்த சமயங்களில், பூங்குழலி கூறியிருந்தது போலவே, அவனைச் சுற்றி

நாலாபுறங்களிலும் அடிக்கடி அமளிதுமளிப்பட்டது. குதிரைகளின் ஓட்டம், மனிதர்களின் அட்டகாசம், சிறிய வன ஜந்துக்களின் பயம் நிறைந்த கூச்சல், பறவைகள் கிறீச்சிடுதல் - இவ்வளவும் சேர்ந்து சில சமயம் ஒரே அமர்க்களமாயிருந்தது. அடுத்தாற்போல் அமைதி குடிகொண்டு நிசப்தமாயுமிருந்தது. அமர்க்களப்பட்டதெல்லாம் தன்னைத் தேடிப் பிடிப்பதற் காகத்தான் என்று வந்தியத்தேவன் உணர்ந்தான். வைத்தியரின் மகன் செய்த துரோகமும் அவனுடைய மனத்தில் அடிக்கடி வந்து கொண்டிருந்தது!

'நிர்மூடன்! பூங்குழலியிடம் அதற்குள் மையல் கொண்டு விட்டதாக அவனுக்கு எண்ணம் போலும்! சிறிய குட்டையில் உள்ள தண்ணீர் வடவாமுகாக்கினியின் மீது காதல் கொண்டது போலத்தான்! பெண் சிங்கத்தை ஒரு சுண்டெலி கல்யாணம் செய்துகொள்ள எண்ணிய கதைதான்! ஆனாலும் அவனுடைய அறிவீனத்தை இந்தப் பெண் எப்படிப் பயன்படுத்திக்கொண்டு விட்டாள்! அவனுடைய மனத்தில் எவ்விதம் பொறாமைக் கனலை மூட்டிவிட்டாள்?... அரை நாழிகை நேரத்தில் அவனைத் துரோகியாக்கி விட்டாளே! பெண்மையின் சக்தி அபார மானதுதான்!

'வந்தியத்தேவா! ஒன்று மட்டும் நீ ஒப்புக் கொள்ளத்தான் வேண்டும்! நீ உன்னை வெகு கெட்டிக்காரன் என்று எண்ணியிருந்தாய்! தந்திர மந்திர சாமர்த்தியங்களில் உனக்கு இணையாரும் இல்லை என்று இறுமாந்திருந்தாய்! ஆனால் இந்த நாகரிகமறியாத காட்டு மிராண்டிப் பெண் உன்னைத் தோற்கடித்து விட்டாள்! கடலில் இறங்கிக் குளித்துக் கொண்டிருந்த உன்னை இந்த மறைந்த மண்டபத்தில் கொண்டு சேர்ப்பதற்கு அவள் கையாண்ட யுக்தியை என்னவென்று சொல்வது? அப்படி அவள் உன் அரைச் சுற்றுச் சுருளை எடுத்துக்கொண்டு ஓடியிராவிட்டால், இத்தனை நேரம் என்ன ஆகியிருக்கும்? பழுவூர் ஆட்களிடம் நீ சிக்கியிருப்பாய்! காரியம் அடியோடு கெட்டுப் போயிருக்கும்!... ஆம் இனி எப்போதும் இம்மாதிரி அஜாக்கிரதையாக இருந்துவிடக் கூடாது.'

மேற்குக் கடலில் சூரியன் அஸ்தமித்தது. கோடிக்கரையில் இது ஓர் அற்புதமான காட்சி. அதுவரை தெற்கு நோக்கி வரும் கடற்கரை அந்த முனையில் நேர்கோணமாக மேற்கு நோக்கித் திரும்பிச் செல்கிறது. ஆதலின் கோடிக்கரையில் மேடான இடத்திலிருந்து பார்த்தால் கிழக்கு - மேற்கு - தெற்கு ஆகிய மூன்று திசைகளிலும் கடல் பரந்திருக்கக் காணலாம். சிற்சில மாதங்களில் சூரிய சந்திரர்கள் கிழக்குக் கடலில் ஜோதிமயமாக உதயமாவதையும் பார்க்கலாம். மேற்கே கடலைத் தங்கமயமாகச் செய்துகொண்டு முழுகி மறைவதையும் காணலாம்.

வந்தியத்தேவனுக்கு மண்டபத்தை மூடியிருந்த மணல்திட்டின் மேல் ஏறிச் சூரியன் கடலில் மறையும் காட்சியைப் பார்க்க ஆவல் உண்டாயிற்று. அதைப் பிரயத்தனப்பட்டு அடக்கிக்கொண்டான்.

நாலாபுறமும் அந்தகாரம் சூழ்ந்து வந்தது. மறைந்த மண்டபத்தில் முன்னமே குடிகொண்டிருந்த இருள் பன்மடங்கு கரியதாயிற்று. வந்தியத்தேவனால் அங்கே மேலும் இருக்க முடியவில்லை. வெளியேறி வந்தான். மண்டபத்தை மூடிய மணல் திட்டின் மீது நின்றான். வெகுதூரத்தில் கலங்கரை விளக்கின் ஒளி தெரிந்தது. வானத்தில் வைரமணிகள் சுடர்விட்டு ஜொலித்தன. காட்டில் பல விசித்திரமான ஒலிகள் உண்டாயின. பகலில் வனப்பிரதேசத்தில் கேட்கும் ஒலிகளுக்கும் இரவில் கேட்கும் ஒலிகளுக்கும் மிக்க வேற்றுமை இருந்தது. இரவில் கேட்கும் ஒலிகள் மர்மம் நிறைந்து உள்ளத்தில் பீதியையும் உடலிலே சிலிர்ப்பையும் உண்டாக்கின. பகலில் எதிரே புலியைப் பார்த்தாலும் மனம் பதறுவதில்லை; பயமும் உண்டாவதில்லை. இரவில் ஒரு புதரில் சின்னஞ்சிறு எலி ஓடினாலும் உள்ளம் திடுக்கிடுகிறது!

இதோ குயிலின் குரல்! 'குக்கூ!', 'குக்கூ!' அந்தக் குரல் தேவகானத்தைப் போல் வந்தியத்தேவன் காதில் ஒலித்தது. குரல் வந்த திக்கை நோக்கிச் சென்றான். பூங்குழலி அங்கு நின்றாள். 'சத்தம் செய்யாமல் என்னுடன் வா' என்று சமிக்ஞை செய்தாள். அங்கிருந்து கடற்கரை வெகு சமீபம் என்று தெரிய வந்தது.

கடற்கரையில் படகு ஆயத்தமாயிருந்தது. அதில் பாய் மரமும் பாயும் அதைக் கட்டும் கயிறும் சுருட்டி வைக்கப்பட்டிருந்தன. படகிலிருந்து இரண்டு கழிகள் நீட்டிக் கொண்டிருந்தன. அந்தக் கழிகளின் முனையில் ஒரு பெரிய மரக்கட்டை பொருத்திக் கட்டப்பட்டிருந்தது. படகைக் கடலில் இறக்குவதற்கு வந்தியத்தேவன் உதவி செய்யப் போனான். 'நீ சும்மா இரு!' என்று பூங்குழலி சமிக்ஞை செய்தாள். படகை லாகவமாகத் தள்ளிக் கடலில் இறக்கினாள்.

சிறிதும் சத்தமின்றிக் கடலில் அப்படகு இறங்கியது.

வந்தியத்தேவன் படகில் ஏறிக்கொள்ள யத்தனித்தான். 'உஷ்! சற்றுப் பொறு! கொஞ்ச தூரம் போன பிறகு நீ ஏறிக்கொள்ளலாம்!' என்று பூங்குழலி மெல்லிய குரலில் கூறிவிட்டுப் படகைப் பிடித்து இழுத்துக் கொண்டே போனாள்.

வந்தியத்தேவன் தானும் உதவி செய்ய எண்ணிப் படகைத் தள்ளினான். படகு நின்று விட்டது.

'நீ சும்மா வந்தால் போதும்!' என்றாள் பூங்குழலி.

கரை ஓரத்தில் அலை மோதும் இடத்தைத் தாண்டிய பிறகு 'இனிமேல் படகில் ஏறிக்கொள்ளலாம்!' என்று சொல்லி, அவள் முதலில் ஏறிக்கொண்டாள். வந்தியத்தேவனும் தாவி ஏறினான். அப்போது படகு அதிகமாக ஆடியது. அந்த ஆட்டத்தில் வந்தியத்தேவன் கடலில் விழுந்து விடுவான் போலத் தோன்றியது; சமாளித்துக்கொண்டு உட்கார்ந்தான். ஆயினும் அவனுடைய நெஞ்சு படபடவென்று அடித்துக்கொண்டது.

'இனிமேல் ஏதாவது பேசலாம் அல்லவா?' என்று கேட்டான்.

'நன்றாகப் பேசலாம். உனக்கு நடுக்கம் நீங்கியிருந்தால் பேசலாம்!' என்றாள் பூங்குழலி.

'நடுக்கமா? யாருக்கு நடுக்கம்? அதெல்லாம் ஒன்றுமில்லை.'

'ஒன்றுமில்லாவிட்டால் சரி!'

'பாய்மரம் கட்ட வேண்டாமா?'

'பாய்மரம் கட்டினால் கரையில் உள்ளவர்கள் ஒருவேளை நம்மைப் பார்த்துவிடுவார்கள். ஓடி வந்து பிடித்துக் கொள்வார்கள்.'

'இனி அவர்கள் வந்தால் ஒரு கை பார்த்து விடுகிறேன். நீ கொஞ்சமும் பயப்பட வேண்டாம்!' என்று வந்தியத்தேவன் தன் வீரப்பிரதாபத்தைச் சொல்லத் தொடங்கினான்.

'இப்போது எதிர்க்காற்று அடிக்கிறது. பாய்மரம் விரித்தால் படகை மறுபடி கரையிலே கொண்டு போய் மோதும். நடுநிசிக்கு மேல் காற்றுத் திரும்பக்கூடும். அப்போது பாய்மரம் விரித்தால் பயன்படும்!' என்று பூங்குழலி கூறினாள்.

'ஓ! உனக்கு இதெல்லாம் நன்றாய்த் தெரிந்திருக்கிறது; அதனாலே தான் உன்னை அழைத்துப் போகும்படி உன் தந்தை சொன்னார்.'

'என் தந்தையா? யாரைச் சொல்லுகிறாய்?'

'உன் தகப்பனாரைத்தான் சொல்லுகிறேன். கலங்கரை விளக்கின் தியாக விடங்கக்கரையரைச் சொல்லுகிறேன்.'

'கரையில் இருக்கும்போதுதான் அவர் என்னுடைய தந்தை. கடலில் இறங்கிவிட்டால்...'

'தகப்பனார் கூட மாறிப் போய்விடுவாரா, என்ன?'

'ஆமாம்; இங்கே சமுத்திர ராஜன்தான் என் தகப்பனார். என்னுடைய இன்னொரு பெயர் சமுத்திர குமாரி. உனக்கு யாரும் சொல்ல வில்லையா?'

'சொல்லவில்லை! அது என்ன விசித்திரமான பெயர்?'

'சக்கரவர்த்தியின் இளைய குமாரனைப் 'பொன்னியின் செல்வன்' என்று சிலர் சொல்லுகிறார்கள் அல்லவா! அது போலத்தான்!' இதைக் கேட்டதும் வந்தியத்தேவன் தனது அரைச் சுற்றுச் சுருளைத் தடவிப் பார்த்துக்கொண்டான்.

அதைக் கவனித்த பூங்குழலி, 'பத்திரமாக இருக்கிறதல்லவா?' என்று கேட்டாள்.

'எதைப் பற்றிக் கேட்கிறாய்?'

'உன் அரைச் சுருளில் வைத்திருக்கும் பொருளைப் பற்றித்தான்.'

வந்தியத்தேவனுடைய மனத்தில் 'சொரேல்' என்றது. ஒரு சிறிய சந்தேகம் ஜனித்தது. அவனுடன் பேசிக்கொண்டே பூங்குழலி துடுப்பை வலித்துக்கொண்டிருந்தாள். படகு போய்க் கொண்டிருந்தது.

'இலங்கைத் தீவுக்கு நாம் எப்போது போய்ச் சேரலாம்?' என்று கேட்டான் வந்தியத்தேவன்.

'இரண்டு பேராகத் துடுப்பு வலித்தால் பொழுது விடியும் சமயம் போய்ச் சேரலாம், காற்று நமக்கு உதவியாக இருந்தால்!'

'நானும் துடுப்பு வலிக்கிறேன்; உன்னைத் தனியாக விட்டு விடுவேனா?'

வந்தியத்தேவன் தன் அருகிலிருந்த துடுப்பைப் பிடித்து வலித்தான். ஆ! படகு வலிப்பது இலேசான வேலையன்று. மிகவும் கடினமான வேலை. படகு 'விர்' என்று சுழன்று அடியோடு நின்று விட்டது.

'இது என்ன? நீ துடுப்பை வலித்தால் படகு போகிறது; நான் தொட்டவுடனே நின்றுவிட்டதே!'

'நான் சமுத்திர குமாரியல்லவா? அதனாலேதான்! நீ சும்மா இருந்தால் போதும்! உன்னை எப்படியாவது இலங்கையில் கொண்டுபோய்ச் சேர்த்துவிடுகிறேன்; சரிதானே?'

வந்தியத்தேவன் சிறிது வெட்கமுற்றான். சற்று நேரம் சும்மா இருந்தான்! சுற்றுமுற்றும் பார்த்தபோது, படகிலிருந்து நீட்டிக் கொண்டிருந்த கழிகளும் கட்டைகளும் அவன் கண்களில் பட்டன.

‘இந்தக் கட்டை என்னத்திற்கு?’ என்று கேட்டான்.

‘படகு அதிகம் ஆடாமல் இருப்பதற்காக.’

‘இதைக் காட்டிலும் படகு அதிகம் ஆடுமா என்ன? இப்போ வேதான் வேண்டிய ஆட்டம் ஆடுகிறதே? எனக்குத் தலை சுற்றும் போலிருக்கிறது.’

‘இது ஒரு ஆட்டமா? ஐப்பசி, கார்த்திகையில் வாடைக் காற்று அடிக்கும் போதல்லவா பார்க்க வேண்டும்?’

கரையிலிருந்து பார்த்தால் கடல் அமைதியாகத் தகடு போல் இருப்பதாகத் தோன்றியது. ஆனால் உண்மையில் அவ்விதம் இல்லை யென்பதை வந்தியத்தேவன் கண்டான். நுரையில்லாத அலைகள் எழும்பி விழுந்துகொண்டுதானிருந்தன. அவை அப்படகைத் தொட்டில் ஆட்டுவது போல் ஆட்டிக் கொண்டிருந்தன.

‘பெருங்காற்று அடிக்கும்போது இந்தக் கட்டை என்ன ஆகும்?’

‘எவ்வளவு பெரிய காற்று என்பதைப் பொறுத்தது. சாதாரணமாய்ப் பெருங்காற்று அடித்தாலும் இந்தக் கட்டை படகைக் கவிழாமல் நிறுத்தி வைக்கும். ஒருவேளை சுழிக்காற்று அடித்து, படகு கவிழ்ந்து விட்டால் இந்தக் கட்டையைப் படகிலிருந்து அவிழ்த்து விட்டு விடாமல், அதைப் பிடித்துக் கொண்டு உயிர் தப்புவதற்குப் பார்க்கலாம்.

‘ஐயோ! காற்றில் படகு கவிழ்ந்துவிடுமா, என்ன?’

‘சுழிக்காற்று அடித்தால் பெரிய பெரிய மரக்கலங்கள் எல்லாம் சுக்கு நூறாகிவிடும். இந்தச் சிறிய படகு எம்மாத்திரம்?

‘சுழிக்காற்று என்றால் என்ன?’

‘இதுகூடத் தெரியாதா? ஒரு பக்கமிருந்து அடிக்கும் காற்றும், இன்னொரு பக்கத்திலிருந்து அடிக்கும் காற்றும் மோதிக் கொண்டால் சுழிக்காற்று ஏற்படும். இங்கே தை, மாசி மாதங்களில் ‘கொண்டல் காற்று’ அடிக்கும். அப்போது அபாயமே இல்லை. சுலபமாகக் கோடிக் கரைக்கும் இலங்கைக்கும் போய் வரலாம். ‘இரவுக்கிரவே போய் விட்டுத் திரும்பலாம். வைகாசியிலிருந்து ‘சோழகக் காற்று’ அடிக்கும். சோழகக் காற்றில் இங்கிருந்து இலங்கை போவது கொஞ்சம் சிரமம். இப்போது சோழகக் காற்றுக்கும் வாடைக்காற்றுக்கும் இடையில் உள்ள காலம். கடலில் சில சமயம் காற்றும், காற்றும் மோதிக் கொள்ளும். மத்தினால் தயிர் கடைவதுபோல் காற்று கடலைக் கடையும். மலை போன்ற அலைகள் எழும்பி விழும். கடலில் பிரம்மாண்டமான பள்ளங்கள் தென்படும். அப்பள்ளங் களில் தண்ணீர்

கரகரவென்று சுழலும். அந்தச் சுழலில் படகு அகப்பட்டுக் கொண்டால் அரோகராதான்.'

வந்தியத்தேவனுக்குத் திடீரென்று மனத்தில் ஒரு திகில் உண்டாயிற்று. அத்துடன் ஒரு சந்தேகமும் உதித்தது. 'ஐயோ! நான் வரவில்லை! என்னைக் கரையிலே கொண்டு போய் விட்டுவிடு!' என்று கத்தினான்.

'என்ன உளறுகிறாய்? பேசாமலிரு! பயமாயிருந்தால் கண்ணை மூடிக்கொள். இல்லாவிட்டால் படுத்துத் தூங்கு!'

வந்தியத்தேவனுடைய சந்தேகம் இப்போது உறுதிப்பட்டது.

'நீ பெரிய மோசக்காரி! என்னைக் கடலில் மூழ்க அடிப்பதற்காக அழைத்துப் போகிறாய். நான் தூங்கினால் உன் காரியம் மிகவும் சுலபமாகும் என்று பார்க்கிறாய்!'

'இது என்ன பைத்தியம்?'

'எனக்கு ஒன்றும் பைத்தியம் இல்லை! படகைத் திருப்புகிறாயா, இல்லையா? திருப்பாவிட்டால் கடலில் குதித்து விடுவேன்!'

'தாராளமாய்க் குதி! ஆனால் குதிப்பதற்கு முன்னால் பொன்னியின் செல்வனுக்கு நீ எடுத்துப் போகும் ஓலையை என்னிடம் கொடுத்து விடு!'

'ஓ! அந்த ஓலையைப் பற்றி உனக்கு எப்படி தெரிந்தது?'

'உன் இடுப்பில் சுற்றியிருக்கும் சுருளை அவிழ்த்துப் பார்த்ததில் தெரிந்தது. நீ யார், எதற்காக இலங்கை போகிறாய் என்று தெரிந்து கொள்ளாமல் உனக்குப் படகு தள்ளச் சம்மதித்திருப்பேனா? காலையில் மரத்தின் மேல் உட்கார்ந்து உன் அரைச் சுருளை அவிழ்த்து ஓலையைப் பார்த்தேன்...'

'மோசக்காரி! உன்னை நம்பி வந்துவிட்டேனே! படகைத் திருப்புகிறாயா, மாட்டாயா?'

வந்தியத்தேவனுடைய திகிலும், வெறியும் பன்மடங்கு ஆயின. 'படகைத் திருப்பு! படகைத் திருப்பு!' என்று அலறினான்.

'நான் மட்டும் இளைய பிராட்டி குந்தவையாக இருந்திருந்தால் இவ்வளவு முக்கியமான ஓலையை உன்னைப் போன்ற சஞ்சல புத்திக் காரனிடம் கொடுத்து அனுப்பியிருக்க மாட்டேன்!' என்றாள் பூங்குழலி.

'ஓகோ! ஓலை கொடுத்தது யார் என்றுகூட உனக்குத் தெரிந்திருக் கிறதே! நீ வஞ்சகி என்பதில் சந்தேகமில்லை. படகைத் திருப்பு கிறாயா? கடலில் குதிக்கட்டுமா?'

'குதி! தாராளமாய்க் குதி!' என்றாள் பூங்குழலி.

வெறி கொண்ட வந்தியத்தேவன் தொப்பென்று கடலில் குதித்தான். கரையோரத்தில் இருந்ததுபோல் தண்ணீர் கொஞ்சமாக இருக்கு மென்று எண்ணிக் குதித்தான். அதற்குள்ளே படகு நீச்சுநிலை கொள்ளாத ஆழமான கடலுக்கு வந்துவிட்டது என்பதை அவன் அறிய வில்லை. கடலில் குதித்த பிறகுதான் அதை அறிந்தான். அறிந்த பிறகு அலறித் தத்தளித்தான்.

இதற்குள் வந்தியத்தேவன் ஓரளவு நீந்தத் தெரிந்து கொண்டிருந்தான். ஆனால் தண்ணீரைக் கண்டால் அவனுக்கு இயற்கையாக ஏற்படும் பயம், கை கால்களின் தெம்பைக் குறைத்தது. ஆற்றிலே குளத்திலே என்றால், பக்கத்தில் உள்ள கரையைப் பார்த்துத் தைரியம் கொள்ள இடமிருந்தது; இதுவோ மாகடல். நாலாபுறமும் எங்கே பார்த்தாலும் ஒரே தண்ணீர் மயம். கடலில் அங்கே இலேசான அலைதான். எனினும் ஒரு சமயம் அவனை மேலே கொண்டுவந்தது, இன்னொரு சமயம் பள்ளத்தில் தள்ளியது. மேலே வந்தபோது படகு கண்ணுக்குத் தெரிந்தது. 'ஓ' என்று கத்தினான். பள்ளத்தில் விழுந்தபோது படகு கண்ணுக்குத் தெரியவில்லை. சுற்றிலும் இருண்ட தண்ணீரின் சுவர் மட்டுமே தெரிந்தது. 'ஓ' என்று அலறும் சக்தியைக் கூட அவனுடைய நா இழந்துவிட்டது. மூன்றாவது முறை கடல் அலை அவனை மேலே கொண்டுவந்தபோது படகு முன்னைவிடத் தூரத்துக்குப் போய் விட்டதாகத் தோன்றியது. 'அவ்வளவுதான் கடலில் முழுகிச் சாகப் போகிறோம்' என்ற எண்ணம் அவன் மனத்தில் உண்டாகிவிட்டது! நாம் முழுகுவது மட்டுமில்லை; நம்முடைய அரைக்கச்சும் அதில் உள்ள ஓலையும் முழுகப் போகின்றன! குந்தவை தேவியின் முகம் அவன் மனக் கண்ணின் முன்னால் வந்தது.

'இப்படிச் செய்து விட்டாயே?' என்று கேட்பது போல் இருந்தது. 'ஆகா! என்னவெல்லாம் கனவு கண்டோம்? என்னவெல்லாம் மனக் கோட்டை கட்டினோம்? வாணர் குலத்துப் பழைய அரசு திரும்ப வந்து, இரத்தின கசிதமான சிங்காதனத்தில் பக்கத்தில் இளைய பிராட்டியுடன் வீற்றிருக்கப் போவதாக எண்ணினோமே? அவ்வளவும் பாழாகி விட்டது! இந்தப் பாவிப்பெண் கெடுத்துவிட்டாள்! இவள் ஒரு பெண் அல்ல; பெண் உருக்கொண்ட பேய்! பழுவேட்டரையர்களைச் சேர்ந்தவள். இல்லை, அந்த மோகினிப்பிசாசு நந்தினியைச் சேர்ந்தவள். நாம் கடலில் முழுகிச் செத்தாலும் பாதகமில்லை. இந்தப்

பெண் பேய் மட்டும் இப்போது நம்மிடம் சிக்கினால் இவள் கழுத்தை நெறித்து... சீச்சீ! இது என்ன எண்ணம்! சாகும் போது நல்ல விஷயமாக எண்ணிக் கொள்வோம்! கடவுளை நினைப்போம்! உமாபதி! பரமேசுவரா! பழனி ஆண்டவா! பாற்கடலில் பள்ளிகொண்ட பெருமாளே!... குந்தவை தேவி! மன்னிக்கவும் ஒப்புக்கொண்ட காரியத்தை முடிக்காமல் போகிறேன்... அதோ படகு தெரிகிறது. அந்தப் பெண் மட்டும் இப்போது கையில் சிக்கினால்!'

வந்தியத்தேவன் கடலில் குதித்துச் சிறிது நேரம் வரையில் பூங்குழலி அலட்சியமாகவே இருந்தாள். தட்டுத்தடுமாறி நீந்தி வந்து படகில் தொத்திக் கொள்வான் என்று நினைத்தாள். 'கொஞ்சம் திண்டாடட்டும்' என்ற எண்ணத்துடனே படகுக்கும் அவனுக்கும் இருந்த தூரத்தை அதிகமாக்கினாள். விரைவில் அவள் எண்ணியது தவறு என்று தெரிந்து விட்டது. 'இவனுக்கு நன்றாக நீந்தத் தெரியவில்லை; அதோடு பீதியும் அடைந்து விட்டான்; 'ஆ!,' 'ஓ!' என்று அவன் அலறுவது விளையாட்டுக்கு அன்று; உண்மையான பயத்தினாலேதான். இன்னும் சற்றுப் போனால் உப்புத்தண்ணீரைக் குடிக்கத் தொடங்கி விடுவான்! முழுகியும் போய்விடுவான். பிறகு அவனுடைய உடலைக் கண்டு பிடிக்கவும் முடியாது. சேச்சே! தவறு அல்லவா செய்து விட்டோம்? விளையாட்டு விபரீதமாக முடிந்துவிடும் போலிருக்கிறதே! அக்கரை போகும் வரையில் நாம் வாயை மூடிக்கொண்டிருந்திருக்க வேண்டும். அவனுடைய இரகசியம் நமக்குத் தெரியும் என்று காட்டிக் கொண்டிருக்கக்கூடாது. அதற்குள்ளே அவசரப்பட்டு விட்டோம். ஆனாலும் இந்த முரடன் இப்படிச் செய்வான் என்று யாருக்குத் தெரியும்? தண்ணீரைக் கண்டு இவன் இப்படி பயப்படுவான் என்று யார் கண்டது?'

அலையின் உச்சியில் வந்தியத்தேவன் அடுத்த தடவை தெரிந்த போது, பூங்குழலி படகை அவனை நோக்கிச் செலுத்தினாள். ஒரு நொடிப் பொழுதில் படகு அவனுக்கருகில் நெருங்கி விட்டது. 'வா!வா! வந்து ஏறிக்கொள்!' என்றாள். ஆனால் அவன் காதில் விழுந்ததாகத் தெரியவில்லை. விழுந்தாலும் படகைப் பிடித்து ஏறிக்கொள்ளப் போகிறவனாகத் தெரியவில்லை. கேட்கும் சக்தியோடும் பார்க்கும் சக்தியையும் இழந்துவிட்டதாகத் தோன்றியது. ஆனால் அலறும் சக்தி மட்டும் இருந்தது. ஒரு கையை மேலே தூக்கி, தலையை மேலாக நிமிர்த்தி, 'ஓ' என்று ஒரு கணம் அலறினான். சகல நம்பிக்கையையும் இழந்து முழுகிச் சாகப் போகிறவனுடைய ஓலக்குரல் அது என்பதை பூங்குழலி அறிந்தாள். அவன் தலையை நிமிர்த்தியபோது பிறைச் சந்திரனின் மங்கிய நிலா வெளிச்சத்தில் அவன் முகம் ஒரு கணம் தெரிந்தது. வெறி முற்றிய பைத்தியக்காரனின் முகந்தான் அது!

அவனாக வந்து படகில் ஏறிக்கொள்வான் என்று நினைப்பது வீண்!... நாம்தான் அவனைக் காப்பாற்றிப் படகில் ஏற்றியாக வேண்டும்! நல்ல சங்கடத்தை நாமாக வரவழைத்துக்கொண்டோம்! 'பெண்புத்தி பின்புத்தி' என்று சொல்லுகிறார்களே, அது சரிதான்!'

உடனே பூங்குழலி மிகப் பரபரப்புடன் சில காரியங்களைச் செய்தாள். படகில் கிடந்த பாய்மரம் கட்டுவதற்கான கயிற்றின் ஒரு முனையைப் படகிலிருந்து நீண்டிருந்த கட்டையில் சேர்த்துக் கட்டினாள். இன்னொரு முனையைத் தன் இடுப்போடு சேர்த்துக் கட்டிக் கொண்டாள்; கடலில் குதித்தாள். வெகு லாகவமாகக் கைகளை வீசிப்போட்டு நீந்திக்கொண்டு போனாள். வந்தியத்தேவன் அருகில் சென்றாள். கையினால் தாவிப் பிடிக்கக் கூடிய தூரத்தில் நின்று கொண்டாள்.

வந்தியத்தேவனும் அவளைப் பார்த்துவிட்டான். அவனுடைய முகத்திலும் கண்களிலும் பயங்கரமான கொலை வெறி தாண்டவ மாடியது. பூங்குழலியின் உள்ளம் அதிவேகமாக இயங்கியது. நீந்தத் தெரியாதவர்களும் கை சளைத்துத் தண்ணீரில் முழுகப் போகிறவர் களும் கடைசி நேரத்தில் என்ன செய்வார்கள் என்பது அவளுக்குத் தெரிந்திருந்தது. தங்களைக் காப்பாற்று வதற்காக யாராவது வந்தால், அப்படி வருகிறவர்களின் தோளையோ கழுத்தையோ கெட்டியாகப் பிடித்துக்கொண்டு விடுவார்கள். காப்பாற்ற வருகிறவர்களும் நீந்த முடியாமல் செய்து விடுவார்கள். உயிரின் மேலுள்ள ஆசையானது அச்சமயம் அவர்களுக்கு ஒரு யானையின் பலத்தை அளித்துவிடும். காப்பாற்ற வருகிறவர்களை இறுக்கிப் பிடித்துத் தண்ணீரில் அமுக்கப் பார்ப்பார்கள். அவர்களுடைய பயங்கர ராட்சதப் பிடி யிலிருந்து விடுவித்துக்கொள்ளவும் முடியாது; நீந்தவும் முடியாது. இரண்டு பேருமாகச் சேர்ந்து கடலுக்கு அடியில் போகவேண்டியது தான்!

இதையெல்லாம் நன்கு அறிந்திருந்த பூங்குழலி மின்னல் வேகத்தில் சிந்தனை செய்தாள்; ஒரு தீர்மானம் செய்து கொண்டாள். உயிருக்கு மன்றாடித் தத்தளித்துக் கொண்டிருந்த வந்தியத்தேவனை மேலும் சிறிது நெருங்கினாள். அவனுடைய தலைப்பக்கமாக வந்தாள். ஒரு கையினால் நீந்திக்கொண்டு இன்னொரு கையை இறுக மூடி ஓங்கினாள். வந்தியத்தேவனுடைய முகத்தை நோக்கிப் பலமாக ஒரு குத்துக் குத்தினாள். மூக்குக்கும் நெற்றிக்கும் நடுவில் அந்தக் குத்து விழுந்தது. படகு வலித்து வலித்துக் கெட்டிப்பட்டிருந்த அவளுடைய கையினால் குத்திய குத்து வஜ்ராயுதம் தாக்கியது போல் வந்தியத் தேவனைத் தாக்கியது. அவனுடைய தலை ஆயிரமாயிரம்

சுக்கலாயிற்று. அவனுடைய கண்கள் பதினாயிரம் துணுக்குகள் ஆயின. ஒவ்வொரு கண் துணுக்கிற்கு முன்னாலும் ஒரு லட்சம் மின்பொறிகள் ஜொலித்துக்கொண்டு பறந்தன. ஒவ்வொரு மின்பொறியிலும் சமுத்திர குமாரியின் முகம் தோன்றி 'ஹா ஹா ஹா ஹா' என்று பேய்ச்சிரிப்புச் சிரித்தது. ஆயிரம், பதினாயிரம், லட்சம் பேய்களின் அகோரமான சிரிப்பின் ஒலியில் அவன் காது செவிடு பட்டது. அப்புறம் அவனுக்குக் காதும் கேட்கவில்லை; கண்ணும் தெரியவில்லை! நினைவும் இல்லை! முடிவில்லாத இருள்! எல்லையில்லாத மௌனம்!

எட்டாம் அத்தியாயம்

பூதத் தீவு

வானமாதேவி இருக்கிறாளே, அவள் புத்தி விசாலத்தில் மனித குலத்தை ஒத்தவள்தான் போலும்! பரஞ்சோதியாகிய இறைவனை மனிதர்கள் தங்கள் இதய ஆகாசத்திலிருந்து நழுவிச் செல்ல விட்டு விடுகிறார்கள். பிறகு இருண்ட ஆலயங்களின் பிரகாரங்களிலும், கர்ப்பக் கிருஹங்களிலும் லட்சதீபம் ஏற்றி அந்தப் பரஞ்சோதியைத் தேடுகிறார்கள்.

வானமா தேவியும் அத்தகைய புத்திசாலித்தனமான காரியத்தைத் தினந் தோறும் செய்கிறாள்! ஜோதிமயமான சூரிய பகவானைத் தன் வசத்தி லிருந்து கடலில் நழுவ விட்டு விடுகிறாள். பிறகு தன் நாதனைக் காணவில்லையே என்ற கவலை அவளுக்கு உண்டாகிவிடுகிறது. லட்சதீபம் ஏற்றிச் சூரியனைத் தேடுகிறாள்! லட்ச தீபம் மட்டுமா ஏற்று கிறாள்? கோடானு கோடி தூங்கா விளக்குகளை ஏற்றி இரவெல்லாம் அவளும் தூங்காமல் சூரியனைத் தேடிக்கொண்டிருக்கிறாள்!

வந்தியத்தேவன் தனக்கு உணர்வு வந்து கண்ணைத் திறந்து பார்த்த போது, தன் கண்முன்னே பல்லாயிரம் தீபச் சுடர்கள் மின்னுவதைக் கண்டான். எந்தக் கோயிலிலே இவ்வளவு அலங்காரமாக லட்சதீபம் ஏற்றியிருக்கிறார்கள் என்று வியந்தான். பின்னர், அவை தீபங்கள் அல்லவென்றும் வானத்தில் சுடர்விடும் நட்சத்திரங்கள் என்றும் உணர்ந்தான். படகில் தான் அண்ணாந்து படுத்திருப்பதையும் தன் இடுப்பைச் சுற்றி ஈரத்துணியின் மீது கயிறு ஒன்று கட்டியிருப்பதையும் அறிந்தான். ஜிலுஜிலுவென்று குளிர்ந்த காற்று அவன் உடல் மீது பட்டு அவனுக்கு எல்லையற்ற சுகத்தையும் அமைதியையும் அளித்தது. அமைதியான கடலில் எழுந்த ஓங்கார நாதம் அவன் உள்ளத்தில் அபூர்வமான சாந்தியை உண்டாக்கியது.

அந்த நாதத்தினிடையே ஒரு கீதமும் கேட்டது. அது என்ன கீதம்? அதை அவன் இதற்கு முன் எங்கே, எப்பொழுது கேட்டிருக்கிறான்?

'வாரிதியும் அடங்கி நிற்க
மாருதமும் தவழ்ந்து வர
காரிகையென் உள்ளந்தனிலே
காற்று சுழன் றடிப்பதுமேன்?
அலை கடலும் ஓய்ந்திருக்க
அகக்கடல்தான் பொங்குவதேன்?'

ஆகா! அந்த விசித்திரமான பெண்! பூங்குழலி! சற்று நிமிர்ந்து உட்கார்ந்து எதிரே பார்த்தான். ஆம், அவள்தான்! படகுதள்ளிக் கொண்டிருக்கிறாள்! அந்தச் சோக கீதத்தைப் பாடிக்கொண்டு படகு வலிக்கிறாள்! காரிருளிலே ஒரு மின்னல் மின்னிப் பல பொருள் களை ஒருநொடிப் பொழுதில் காட்டிவிடுவது போல முன்னிரவில் நடந்ததெல்லாம் வந்தியத்தேவனுக்குப் பளிச்சென்று ஞாபகம் வந்தது. அதாவது, அவன் கடலில் தத்தளித்தபோது பூங்குழலியும் கடலில் குதித்து அவனை நோக்கி வந்தது வரையிலேதான். பிறகு நடந்தது ஒன்றும் அவனுக்கு நினைவில் இல்லை. தன்னை அந்தப் பெண் காப்பாற்றிப் படகில் ஏற்றியிருக்க வேண்டும். படகு அசையும்போது தான் மீண்டும் கடலில் விழுந்து விடாமலிருப்பதற் காக இடுப்பில் கயிற்றைச் சுற்றிப் படகின் குறுக்குக் கட்டையில் சேர்த்துக் கட்டியிருக் கிறாள். கயிறு உடம்பின் தோலில் பட்டு வலிக்காதபடி அரை ஆடையின் மீது சுற்றிக் கட்டியிருக்கிறாள். இடுப்புத் துணியைச் சுற்றியிருந்த அரைச் சுருளை வந்தியத்தேவன் தொட்டுப் பார்த்துக்கொண்டான். பணமும் ஓலையும் பத்திர மாயிருக்கக் கண்டான்.

'ஆகா! இந்தப் பெண்மீது தான் சந்தேகங் கொண்டது எவ்வளவு பெரிய தவறு! வேறு விதமான துர்நோக்கம் இவளுக்கு இருந்தால் தன்னைக் காப்பாற்றியிருக்க வேண்டிய அவசியமில்லையே? கை சளைத்து உணர்விழந்த தன்னைக் கடலிலிருந்து படகில் ஏற்றுவதற்கு இவள் எவ்வளவு கஷ்டப்பட்டிருக்க வேண்டும்? எப்படித்தான் தன்னந் தனியாகச் செய்தாளோ? அபூர்வமான நங்கை இவள்!'

'இதோ அவள் எழுந்திருக்கிறாளே, ஏன்? தான் விழித்து விட்டதைப் பார்த்து விட்டுத்தான் தன்னை நெருங்கி வருகிறாளோ? வந்து என்ன செய்யப் போகிறாள்? இல்லை! இல்லை! வேறு ஏதோ செய்கிறாள். ஆகா! பாய்மரத்தில் பாயைக் கட்டப் போகிறாள்! எவ்வளவு கடினமான வேலை! அதுவும் தன்னந்தனியாகச் செய்வது?' 'பூங்குழலி! பூங்குழலி!'

'ஓகோ! விழித்துக் கொண்டு விட்டாயா?'

‘என் கட்டை அவிழ்த்து விடு! நானும் உனக்கு உதவி செய்கிறேன்.’

‘நீ சும்மா இருந்தால் போதும். அதுவே பெரிய உதவி. கயிற்றை அவிழ்க்க வேண்டுமென்றால் நீயே அவிழ்த்துக் கொள்ளலாம். ஆனால் மறுபடியும் கடலில் குதித்துவிடாதே!’

வந்தியத்தேவன் தன்னைக் கட்டியிருந்த கயிற்றை அவிழ்த்து விட்டுக் கொண்டான். பூங்குழலி பாய் மரத்தைத் தூக்கி நிறுத்தினாள். அதில் பாயை விரித்துப் பறக்க விட்டாள்! படகு இப்போது உல்லாசமாகச் சென்றது; விரைவாகவும் சென்றது.

‘சமுத்திர குமாரி!’

‘ஏன்?’

‘தாகமாயிருக்கிறது!’

‘உப்புத்தண்ணீர் குடித்திருக்கிறாய் அல்லவா? தாகமெடுக்காமல் என்ன செய்யும்?’

சுரைக் குடுக்கை ஒன்றை எடுத்துக்கொண்டு சமுத்திர குமாரி வந்தியத் தேவன் அருகில் வந்தாள்.

‘உனக்குச் சாப்பாடுகூடக் கொண்டு வந்தேன். நீ கடலில் குதித்த போது அதுவும் விழுந்துவிட்டது! நல்ல வேளையாக இந்தச் சுரைக் குடுக்கை தப்பிப் பிழைத்தது.’ இப்படிச் சொல்லிக் கொண்டே சுரைக் குடுக்கையை மூடியிருந்த தக்கையை எடுத்து விட்டுக் கொடுத்தாள். வந்தியத்தேவன் அதை வாங்கித் தண்ணீர் குடித்தான்.

தொண்டையைக் கனைத்துச் சரிப்படுத்திக்கொண்டு, ‘உன்னைப் பற்றித் தவறாக எண்ணிக்கொண்டு விட்டேன்; அதற்காக வருத்தப் படுகிறேன்’ என்றான்.

‘அது ஒன்றும் பாதமில்லை. நீ யாரோ? நான் யாரோ? பொழுது விடிந்தால் பிரிந்துவிடப் போகிறோம்.’

‘இப்போது நேரம் என்ன?’

‘வானத்தைப் பார்த்துத் தெரிந்து கொள். சப்த ரிஷிமண்டலத்தைப் பார்!’ என்றாள் பூங்குழலி.

வந்தியத்தேவன் வட திசையில் அடிவானத்தைப் பார்த்தான். அவன் படகு ஏறும்போது பார்த்ததற்கு இப்போது சப்த ரிஷிகள் இடம் மாறிப் பாதி வட்டம் வந்திருந்தார்கள். அந்த அருந்ததி நட்சத்திரம் வசிஷ்டருடன் எப்படி ஒட்டிக்கொண்டே வருகிறது! அதிசயந்தான்! துருவ நட்சத்திரம்

மட்டும் இருந்த இடம் விட்டு அசையவில்லை. வானவெளியும் மூலைக் கடலும் சேரும் அந்த இடத்தில் துருவ நட்சத்திரம் யுக யுகமாக நிலைத்து நின்று வருகிறது! எத்தனை எத்தனையோ கப்பல் மாலுமிகளுக்கு வழியும் திசையும் காட்டிக்கொண்டு வருகிறது துருவ நட்சத்திரம்! அதை யாருக்கோ உதாரணமாகச் சொன்னார்களே? யார் சொன்னது? யாரைச் சொன்னது? ஞாபகம் வருகிறது; குடந்தை சோதிடர் சொன்னார். இளவரசர் அருள்மொழிவர்மருக்கு வட துருவத்தை உதாரணமாகச் சொன்னார். இளவரசரைப் பார்க்கும் பேறு நமக்கு உண்மையிலேயே கிடைக்கப் போகிறதா? இந்தப் பெண்ணின் உதவியினால் கிடைக்கப் போகிறதா?

பூங்குழலி தன் இடத்தில் போய் உட்கார்ந்து கொண்டாள். 'நேரம் என்னவென்று தெரிந்ததா? மூன்றாம் ஜாமத்தில் பாதி நடக்கிறது. காற்றுத் திரும்பி விட்டது. பொழுது விடிய நாகத்தீவுக்குப் போய் விடுவோம்' என்றாள்.

'நாகத் தீவா?' என்று வந்தியத்தேவன் திடுக்கிட்டுக் கேட்டான்.

'ஆமாம்; இலங்கையின் வடபகுதி ஓரத்தில் பல தீவுகள் இருக்கின்றன. அவற்றில் ஒன்று நாகத் தீவு. அதில் இறங்கினால் மறுபடியும் கடலைக் கடக்கும் அவசியமில்லாமல் கரை வழியாகவே இலங்கைத் தீவை அடைந்து விடலாம்...'

'என்னை இறக்கிவிட்ட பிறகு நீ என்ன செய்வாய்?...'

'என்னைப் பற்றி உனக்கு என்ன கவலை?' என்றாள் பூங்குழலி.

'எனக்கு இவ்வளவு பெரிய உதவி செய்தாய் அல்லவா? உன்னிடம் நான் நன்றி செலுத்த வேண்டாமா? என்னிடம் ஏதோ பிரதி உபகாரம் கேட்கப் போவதாகச் சொன்னாயே, அது என்ன?' என்றான்.

'அந்த எண்ணத்தை நான் மாற்றிக்கொண்டு விட்டேன். உன்னிடம் ஒன்றும் நான் கேட்கப் போவதில்லை. நீ நன்றி இல்லாதவன்.'

அவள் அவ்விதம் குற்றம் சாட்டுவதற்குக் காரணம் உண்டு என்பதை வந்தியத்தேவன் உணர்ந்தான். மீண்டும் ஒரு தடவை அரைச்சுருளைத் தடவிப் பார்த்துக்கொண்டு ஓலை இருக்கிறது என்று உறுதி பெற்றான்.

'சமுத்திர குமாரி! நேற்று முன் இரவில் உன்னைச் சந்தேகித்து நடந்து கொண்டதை நினைத்தால் எனக்கு வெட்கமாயிருக்கிறது. அதற்காக என்னை மன்னித்துவிடு!'

'ஆகட்டும்; நீயும் அதை மறந்துவிடு! நடக்க வேண்டியதைப் பற்றி யோசி! இலங்கையில் உன்னை நான் இறக்கிவிட்ட பிறகு என்ன செய்வாய்? இளவரசர் இருக்குமிடத்தை எப்படிக் கண்டுபிடிப்பாய்?'

‘இந்தக் கடலைக் கடப்பதற்கு எனக்கு உதவி செய்த கடவுள் அதற்கும் உதவி செய்வார்!’

‘கடவுளிடம் உனக்கு மிக்க நம்பிக்கை போலிருக்கிறது. நம்மைப் போன்ற அற்ப மனிதர்களின் காரியங்களில் கடவுள் சிரத்தை கொள்கிறார் என்று நினைக்கிறாயா?’

‘அவ்வளவு தூரம் நான் தத்துவ விசாரணை செய்ததில்லை. ஏதாவது கஷ்டமோ, அபாயமோ நேர்ந்தால் கடவுளைப் பிரார்த்திப்பேன். கடவுளும் சமயத்தில் உதவி செய்வார். இந்தக் கடலில் எனக்குப் படகு தள்ளுவதற்காகக் கடவுள் உன்னை அனுப்பி வைத்தார் அல்லவா?’

‘அவ்வளவு கர்வம் உனக்கு வேண்டாம். நான் உனக்காகப் படகு தள்ள வரவில்லை. என்னை உனக்கு உதவி செய்யும்படி கடவுள் கனவிலே சொல்லி அனுப்பவும் இல்லை...’

‘பின் எதற்காக நேற்று என்னைத் தப்புவித்தாய்? எதற்காக இப்போது படகு தள்ளிக்கொண்டு வருகிறாய்!’

‘அதைப்பற்றி நீ கேட்க வேண்டாம். அது என் சொந்த விஷயம்.’

வந்தியத்தேவன் மௌன சிந்தனையில் ஆழ்ந்தான். அவனுடைய கர்வங் கொண்ட உள்ளத்தில் ஓர் எண்ணம் தோன்றியது. தன்னுடைய வீர சௌந்தரிய வடிவழகைக் கண்டு தன் பேரில் இப்பெண் மோகங் கொண்டு விட்டாளோ என்று நினைத்தான். உடனே அந்த எண்ணத்தை மாற்றிக் கொண்டான். இவளுடைய பேச்சும் நடவடிக்கைகளும் அம்மாதிரி எண்ண இடம் தரவில்லை. வேறு ஏதோ மர்மமான காரணம் இருக்கிறது. இவளுடைய வாயைப் பிடுங்கி அதைத் தெரிந்துகொள்ள வேண்டும்.

‘ஒரு விஷயத்தை நினைத்தால் கொஞ்சம் எனக்குக் கவலை யாகத்தான் இருக்கிறது...’ என்றான்.

‘அது என்ன? உனக்குக் கூடவா கவலையாயிருக்கிறது?’

‘இலங்கையில் காடும் மலையும் அதிகம் என்று சொல்லுகிறார்கள்.’

‘இலங்கையில் பாதிக்கு மேலே காடும் மலையுந்தான்.’

‘காட்டு மிருகங்கள் அங்கே அதிகம் என்று சொல்கிறார்கள்’

‘காட்டு யானைகள் மந்தை மந்தையாகச் சஞ்சரித்துக் கொண்டிருக்கும். சில சமயம் காடுகளுக்கு வெளியிலும் யானைக் கூட்டம் வந்துவிடும்.’

‘இலங்கையில் உள்ளவர்கள் காட்டுமிராண்டி மக்கள் என்று கேள்விப் பட்டிருக்கிறேன்.’

'அது முழுப் பொய்.'

'அப்படியானால் சரி; நீ சொன்னால் உண்மையாகத்தானிருக்கும். அப்படிப்பட்ட காட்டுப் பிரதேசத்தில் இளவரசர் அருள்மொழிவர்மர் எங்கே இருக்கிறார் என்று தேடிக்கண்டு பிடிக்க வேண்டும்.'

'அது ஒன்றும் கஷ்டமில்லையென்று சற்று முன் சொன்னாயே?'

'ஆமாம்; சொன்னேன். சூரியன் இருக்குமிடத்தைக் கண்டுபிடிப் பதில் என்ன கஷ்டம் இருக்க முடியுமென்று முதலில் நினைத்தேன்.'

'இப்போது ஏன் வேறு விதமாக நினைக்கிறாய்?'

'சூரியனை மேகங்கள் மறைத்திருக்கலாம்; அல்லது கடலுக்கடியில் சென்றிருக்கலாம்.'

'இந்தச் சூரியனை எந்த மேகமும், கடலும் மறைந்து விட முடியாது. பொன்னியின் செல்வரை மறைக்க முயலும் மேகமும் ஒளி பெறும்; கடலும் ஜொலிக்கும்!'

இளவரசரைப் பற்றிப் பேசும்போது இவளுடைய உற்சாகம் எப்படிப் பொங்குகிறது? சோழநாட்டுப் பிரஜைகள் பலரையும் போல இந்தப் பெண்ணும் அவரைத் தெய்வமாகக் கருதுகிறாள்! அருள்மொழிவர் மரிடம் அப்படிப்பட்ட வசீகர சக்தி என்ன இருக்கும்?- இவ்விதம் மனத்தில் எண்ணிக்கொண்டு, 'அப்படி யானால் இலங்கையில் இளவரசரைக் கண்டுபிடிப்பது கஷ்டமில்லையென்றா சொல்கிறாய்?' என்றான். '

சோழ சைன்யம் எங்கே இருக்கிறது என்று விசாரித்துக்கொண்டு போனால், இளவரசர் இருக்கும் இடம் தானே தெரிகிறது.'

'அது எப்படி? இலங்கையில் பாதி அளவு சோழ சைன்யம் பரவி இருக்கிறது என்று கேள்விப்பட்டேனே'?

'ஆமாம்; மாதோட்டத்திலிருந்து புலஸ்திய நகரம் வரையில் சோழர் படை பரவியிருக்கிறது என்றுதான் நானும் கேள்விப் பட்டேன்...'

'பின்னே? அவ்வளவு பெரிய பிரதேசத்தில் இளவரசர் எங்கே இருக்கிறாரோ? காட்டு வழிகளில் தேடிச்சென்று அவரைக் கண்டு பிடிக்க அதிக நாள் ஆகலாம். இந்த ஓலையை உடனே அவரிடம் நான் சேர்ப்பித்தாக வேண்டும். நீ தான் ஓலையைப் பார்த்துவிட்டாயே? எவ்வளவு அவசரம் என்று உனக்குத் தெரிந்திருக்குமே?'

சமுத்திர குமாரி இதற்கு மறுமொழி எதுவும் சொல்லாமல் மௌன மாயிருந்தாள்.

'இளவரசர் இருக்குமிடம் நிச்சயமாகத் தெரிந்தால் வீண் அலைச்சல் அலையாமல் அவர் இருக்குமிடத்துக்கு நேரே போய்விடலாம்' என்றான் வந்தியத்தேவன்.

'அதற்கு ஒரு வழி இருக்கிறது' என்றாள் பூங்குழலி.

'இருக்கும் என்று நம்பித்தான் உன்னைக் கேட்டேன்.'

'காலையில் நாகத் தீவில் உன்னை இறக்கி விடுவதாகச் சொன்னேன் அல்லவா?'

'ஆமாம்!'

'நாகத் தீவுக்குப் பக்கத்தில் பூதத் தீவு என்று ஒன்றிருக்கிறது.'

'தீவின் பெயரே கேட்கப் பயங்கரமாயிருக்கிறதே!'

'பயப்படாதே! ஆதியில் அந்தத் தீவின் பெயர் போதத் தீவு. புத்தபகவான் ஆகாச மார்க்கமாக இலங்கைக்கு வந்தபோது முதன் முதலில் அந்தத் தீவிலேதான் இறங்கினாராம். அங்கிருந்த அரச மரத்தினடியில் வீற்றிருந்து புத்த தர்மத்தைப் போதித்தாராம். அதனால் போதத் தீவு என்று பெயர் வந்தது.'

பின்னால் அது 'பூதத் தீவு' என்று ஆகி விட்டதாகும்.'

'ஆமாம்! 'பூதத் தீவு' என்ற பெயரைக் கேட்டே உன்னைப்போல் பலர் பயங்கரமடைந்தார்கள். பிறகு அந்தத் தீவுக்குச் சாதாரண மாக யாரும் போவதில்லை. பூதத்துக்குப் பயப்படாதவர்கள்தான் போவார்கள்.'

'அதாவது உன்னைப் போன்ற தைரியசாலிகள். கொள்ளிவாய்ப் பிசாசுக்குப் பயப்படாதவள் அல்லவா நீ? சரி; பூதத் தீவைப்பற்றி என்ன சொல்ல வந்தாய்?'

'பூதத்தீவின் கரையில் ஒரு நாழிகை நேரம் நீ தாமதித்தால் பொன்னியின் செல்வர் இப்போது இலங்கையில் எங்கே இருக்கிறார் என்று விசாரித்துச் சொல்வேன்...'

'பூதத் தீவில் யாரை விசாரிப்பாய்...?'

'பூதத் தீவில் ஒரு பூதம் இருக்கிறது. அதை விசாரிப்பேன்..'

'அந்தப் பூதத்தை எனக்கும் காட்டுவாயல்லவா?'

'அதுதான் முடியாது. நீ என்னைத் தொடர்ந்து தீவுக்குள் வரக்கூடாது. கரையில் படகைப் பார்த்துக்கொண்டு காத்திருப் பதாகச் சத்தியம் செய்துகொடுத்தால் நான் போய் விசாரித்துக் கொண்டு வந்து சொல்வேன்.'

‘சரி, அப்படியே ஆகட்டும்!’ என்றான் வல்லவரையன்.

காற்று சுகமாக அடித்தது. பாய் மரத்தின் உதவியினால் படகு விர்ரென்று கடலைக் கிழித்துக்கொண்டு சென்றது. கடலின் ஓங்கார நாதம் கேட்டுக்கொண்டே இருந்தது. வந்தியத்தேவனுடைய கண்களைச் சுழற்றிக் கொண்டு தூக்கம் வந்தது. விழிப்பு நிலையிலிருந்து உறக்க நிலைக்கு இலேசாக நழுவிச் சென்றான்.

'இது இலங்கை!'

மறுபடியும் வந்தியத்தேவன் கண் விழித்தபோது, அவன் எதிரேயும் சுற்றிலும் தோன்றிய காட்சி அவனைப் பிரமிக்கச் செய்தது. கிழக்கே வானமுகட்டில் சூரியன் உதயமாகிக் கொண்டிருந்தான். அங்கே கடல் உருக்கிவிட்ட தங்கக் கடலாகித் தகதகவென்று திகழ்ந்தது. உதயகுமாரி தங்கப் பட்டாடை புனைந்து கொண்டு ஜொலித்தாள். அவனுக்கு எதிரே படகு போய்க்கொண்டிருந்த திசையில் ஒரு மரகதத் தீவு நீலக் கடலாடை போர்த்துக்கொண்டு விளங்கியது.

வலப்புறத்தில் அதே மாதிரி இன்னொரு பச்சை வர்ண பூமிப் பிரதேசம் காணப்பட்டது. அது நாலு புறமும் கடல் சூழ்ந்த தீவா அல்லது நீண்டு பரந்து வியாபித்துள்ள பூமிப்பிரதேசமா என்று நன்றாகத் தெரிய வில்லை. இரண்டு மரகதப் பிரதேசங்களுக்கும் ஊடே பார்த்தால் தூரத்தில் அத்தகைய இன்னும் பல தீவுகள் பச்சை நிறத்தின் பல்வேறு வகைக் கலவைகளுக்கு உதாரணமாகத் தோன்றிக் கொண்டிருந்தன. படகிலிருந்தபடியே நாலுபுறமும் சுற்றிப் பார்த்தால், வானவில்லின் ஏழுவித வர்ணங்களும் அதன் ஏழாயிரம் வகைக் கலவை நிறங்களும் திகழ்ந்தன. மொத்தத்தில் அந்தக் காட்சி கண்ணெதிரே காணும் உண்மைக் காட்சியாகவே தோன்றவில்லை. ஓவியக் கலையில் தேர்ந்த அமர கலைஞன் ஒருவன், 'இதோ சொர்க்கலோகம் எப்படியிருக்கும் என்று காட்டுகிறேன்!' என்று சபதம் பூண்டு தீட்டிய வர்ணச் சித்திர அற்புதம் போலவே தோன்றியது.

இந்தக் காட்சியைக் கண்டு மெய்ம்மறந்து நினைவிழந்திருந்த வந்தியத் தேவனுடைய செவியில், 'இது சொர்க்கம் அல்ல; இது இலங்கை!' என்ற வார்த்தைகள் விழுந்து அவனை விழிப்படையச் செய்தன.

'ஆம்! இது சொர்க்கமோ என்று நான் சந்தேகித்தது உண்மைதான்!' என்றான் வந்தியத்தேவன்.

‘இது சொர்க்க பூமி அல்ல; ஆனால் சொர்க்கம் போன்ற பூமி. இந்த சொர்க்கத்தை நரகமாக்குவதற்கு மனித உருக்கொண்ட அசுரர்கள் வெகு காலமாகப் பிரயத்தனப்பட்டு வருகிறார்கள்’ என்றாள் பூங்குழலி.

‘யாரை அசுரர்கள் என்று சொல்லுகிறாய்?’ என்றான்.

‘உன்னைப் போல் யுத்தமே தொழிலாகக் கொண்டவர்களைத் தான்.’

‘பொன்னியின் செல்வர் கூடவா?’

‘அவரைப் பற்றி என்னை எதற்காகக் கேட்கிறாய்?’

‘இளவரசரைப் பற்றி விசாரித்துச் சொல்வதாகக் கூறினாயே?’

‘அவர் இருக்கக்கூடிய இடத்தை விசாரித்துச் சொல்வதாகக் கூறினேன். அவர் மனிதரா, அசுரரா, தேவரா என்று கண்டுபிடித்துக் கூறுவதாகச் சொல்லவில்லையே?’

படகு தீவுகளை நெருங்கிக்கொண்டிருந்தது. கடல் நடுவே கேட்கும் ஓங்காரத் தொனிக்குப் பதிலாகக் கடல் அலைகள் கரையிலே மோதும் போது உண்டாகும் சலசலப்புச் சத்தம் கேட்கத் தொடங்கியது.

‘என்ன சொல்கிறாய்? எதிரே தெரிகிறதே, அதுதான் பூதத்தீவு, வலப்புறத்தில் உள்ளது நாகத்தீவு. எங்கே போகட்டும் நாகத் தீவிலேயே உன்னைக் கொண்டுபோய் இறக்கி விட்டு விடட்டுமா? விசாரித்துக்கொண்டு போகிறாயா?’

‘இல்லை; பூதத் தீவுக்கே போகலாம். கொஞ்ச நேரம் தாமதமானாலும் இளவரசர் எங்கே இருக்கிறார் என்று தெரிந்து கொண்டு போவதுதான் நல்லது.’

‘அப்படியானால் சரி; நீ எனக்குக் கொடுத்த வாக்குறுதி ஞாபகம் இருக்கட்டும்!’

சிறிய தீவின் கரையில் வந்து படகு நின்றது. படகைப் பார்த்துக் கொள்ளும்படி வந்தியத்தேவனிடம் சொல்லிவிட்டுப் பூங்குழலி அந்த மரகதத் தீவிற்குள்ளே சென்றாள். வந்தியத்தேவன் அவள் சென்ற திக்கைப் பார்த்தான். பச்சை மரங்களுக்கிடையில் அவள் விரைவில் மறைந்து விட்டாள்.

போதத் தீவு, மக்களின் வாக்கில் மருவிப் பூதத்தீவாக மாறியது பற்றி வந்தியத்தேவன் முதலில் சிந்தித்தான். பிறகு அத்தீவுக்குள்ளே இப்போது குடியிருக்கும் பூதம் எப்படிப்பட்ட பூதமாயிருக்கும் என்று எண்ணமிட்டான். பின்னர் இந்த அதிசயமான பெண்ணின் உள்ளத்தில்

மறைந்திருக்கும் மர்மம் என்னவாயிருக்கும் என்று வியந்தான். பூங்குழலி கூறியபடி ஒரு நாழிகைக்குள் திரும்பி வந்தாள். படகில் ஏறிக்கொண்டு வந்தியத்தேவனையும் ஏறிக்கொள்ளச் சொன்னாள். நாகத்தீவை நோக்கிப் படகு சென்றது.

'விசாரித்து விஷயத்தைத் தெரிந்துகொள்ள முடிந்ததா?' என்று வல்லவரையன் கேட்டான்.

'முதன் மந்திரி அநிருத்தப் பிரமராயர் பொன்னியின் செல்வரைப் பார்ப்பதற்காக மாதோட்டத்துக்கு வந்திருக்கிறாராம். நேற்றைக்கு இளவரசரும் மாதோட்டத்துக்கு வந்திருக்க வேண்டும். எத்தனை நாள் மாதோட்டத்தில் இருப்பார் என்று தெரியாது. நீ அங்கே போய்த் தெரிந்துகொள்ளலாம்' என்றாள் பூங்குழலி.

'மாதோட்டம் இங்கிருந்து எத்தனை தூரம் இருக்கும்?'

'ஐந்து, ஆறு காத தூரம் இருக்கும். வழியெல்லாம் ஒரே காடு. கோடிக்கரைக் காடு மாதிரி இருக்கும் என்று நினைக்காதே. வானை எட்டும் மரங்கள் அடர்ந்த காடு. பட்டப்பகலில் சில இடங்களில் இருட்டாக இருக்கும். யானைக் கூட்டங்களும், வேறு துஷ்ட மிருகங்களும் உண்டு. நீ ஜாக்கிரதையாகப் போய்ச் சேரவேண்டும்.

'காட்டில் வழி காட்டுவதற்கு உன்னைப்போல் ஒரு கெட்டிக் காரப் பெண் மட்டுமிருந்தால்...?' என்று வல்லவரையன் பெரு மூச்சு விட்டான்.

'அப்போது நீ ஒருவன் என்னத்திற்காக! ஓலையை என்னிடம் கொடுத்துவிடு! நானே கொண்டுபோய்க் கொடுக்கிறேன்... இல்லை, முடியாது! ஏதோ பைத்தியக்காரியைப் போலப் பேசுகிறேன். என்னால் முடியவே முடியாது. இளைய பிராட்டியிடம் ஒப்புக் கொண்டு வந்தாயல்லவா? அதை நீதான் செய்து முடிக்க வேண்டும்!' என்றாள்.

'ஆகட்டும் பூங்குழலி! நானே செய்துமுடிப்பேன். இன்னொருவர் கெஞ்சிக் கேட்டாலும் கொடுக்கமாட்டேன். நீ இவ்வளவு உதவி செய்தனையே? அதுவே போதும்!'

படகு நாகத்வீபத்தை நெருங்கிக்கொண்டிருந்தது. பூங்குழலியின் கைகள் துடுப்பை வழக்கம்போல் வலித்துக்கொண்டிருந்தன. ஆனால் அவளுடைய உள்ளம் வேறு எங்கேயோ கனவுலோகத் தில் சஞ்சரித்துக் கொண்டிருந்தது என்பது முகத்திலிருந்து தெரிந்தது.

'சமுத்திர குமாரி!' என்று வந்தியத்தேவன் அழைக்கவும், அவள் திடுக்கிட்டு இவ்வுலகத்துக்கு வந்தாள்.

‘ஏன் கூப்பிட்டாய்?’ என்று கேட்டாள்.

‘ஏதோ என்னிடம் பிரதி உபகாரத்தை எதிர்பார்ப்பதாகச் சொன்னாயே? அதை இப்போது சொன்னால்தான் சொன்னது. இதோ கரை நெருங்கி வருகிறது.’

பூங்குழலி உடனே மறுதளிக்கவில்லை; சிந்திப்பதாகத் தோன்றியது. ஆகையால் வந்தியத்தேவன் தைரியம் கொண்டு மேலும் கூறினான்.

‘நீ எனக்குச் செய்த உதவி மிகப்பெரியது. எனக்கு மட்டும் நீ உதவ வில்லை; சோழ சாம்ராஜ்யத்துக்கே உதவி புரிந்திருக்கிறாய். சோழ சக்கரவர்த்தியின் குலத்துக்கு மாபெரும் உதவி புரிந்திருக் கிறாய். இதற்குப் பிரதியாக நான் ஏதாவது செய்யாவிட்டால் என் மனம் நிம்மதியடையாது’ என்றான்.

‘இதையெல்லாம் நீ உண்மையாகச் சொல்லுகிறாயா? அல்லது உலகத்திலுள்ள மற்ற ஆண் மக்களைப்போல் வஞ்சகம் பேசுகிறாயா?’

‘சமுத்திர ராஜன் அறியச் சத்தியமாகச் சொல்கிறேன்.’

‘அதாவது தண்ணீரில் எழுதி வைக்கிறேன் என்கிறாயா?’

‘ஆகாச வாணியும், பூமாதேவியும், அஷ்ட திக்குப் பாலகர்களும், சூரிய சந்திரர்களும் அறிய ஆணையிட்டுச் சொல்லுகிறேன்.’

‘உன்னுடைய சத்தியத்தையும் ஆணையையும் நம்பி நான் சொல்ல வில்லை. பொய் சொல்லும் வஞ்சகர்கள் சத்தியத்துக்கும் ஆணைக்கும் மட்டும் பயந்து விடுவார்களா? உன்னை முதன் முதலாவது பார்த்தவுட னேயே நீ நல்லவன் என்று எனக்குத் தோன்றியது. ஆகையினால் சொல்லுகிறேன்...’

‘முதலில் தோன்றிய எண்ணந்தான் எப்போதும் மேலானது. அதை நீ மாற்றிக்கொள்ள வேண்டாம்.’

‘பொன்னியின் செல்வரைப் பார்த்து அவரிடம் ஓலையைக் கொடுத்த பிறகு, சொல்ல வேண்டியதையெல்லாம் சொல்லிப் பேச வேண்டி யதையெல்லாம் பேசிய பிறகு, அவர் அவகாசத் துடன் இருக்கும் போது ‘சமுத்திர குமாரியை உங்களுக்கு ஞாபகம் இருக்கிறதா?’ என்று கேள். ‘ஞாபகம் இருக்கிறது’ என்று அவர் சொன்னால், ‘அவள்தான் எனக்குப் படகு வலித்துக்கொண்டு வந்து இலங்கையில் இறக்கி விட்டாள்’ என்று கூறு!’

‘பூங்குழலி! அவ்வளவு உயரத்திலேயா நீ பறக்கப் பார்க்கிறாய்? சிட்டுக் குருவி ஒன்று ககன ராஜாவாகிய கருடன் பறக்குமிடத் துக்கு

நானும் போவேன் என்று பறக்கத் தொடங்கலாமா? இது உனக்கு நல்லதல்லவே?' - இவ்வாறு வந்தியத்தேவன் மனத்தில் எண்ணிக் கொண்டான்.

வெளிப்படையாக, 'இதைச் சொல்லத்தானா, இவ்வளவு தயங்கி னாய்? என்னமோ பெரியதாகக் கேட்கப் போகிறாய் என்று நினைத்தேன். இளவரசரிடம் கட்டாயம் நான் சொல்லுகிறேன்! அவர் கேட்காமற் போனாலும் நானே சொல்லுகிறேன்!...' என்றான்.

'ஐயையோ! அவர் கேட்காவிட்டால் நீயாக ஒன்றும் சொல்ல வேண்டாம்!'

'அதெல்லாம் முடியாது; சொல்லித்தான் தீருவேன்.'

'என்ன சொல்லுவாய்?'

'நடந்தது நடந்தபடிதான் சொல்லுவேன். 'இளவரசே! பொன்னியின் செல்வரே! சமுத்திர குமாரியை உங்களுக்கு ஞாபகம் இருக்கிற தல்லவா? ஞாபகம் இல்லாவிட்டால், இப்போது ஞாபகப்படுத்திக் கொள்ளுங்கள்! அவள்தான் என்னைப் பழுவேட்டரையரின் கொலை கார ஆட்களிடம் சிக்காமல் காப்பாற்றினாள். அவள்தான் தன்னந் தனியாகப் படகு தள்ளிக்கொண்டு வந்து என்னை இலங்கையில் சேர்த்தாள். கடலில் விழுந்து தத்தளித்த என்னை அவள்தான் காப்பாற்றிப் படகில் ஏற்றி விட்டாள். சமுத்திர குமாரியின் உதவியிரா விட்டால் நான் உயிருடன் வந்து உங்களைப் பார்த்திருக்க முடியாது. இந்த ஓலையும் உங்களுக்குக் கிடைத்திராது!' என்று சொல்லுவேன், சரிதானே?'

'இதுவரை சொன்னது சரிதான். மேலும் ஏதாவது சேர்த்துக் கொண்டு விடாதே! இதையெல்லாம் நான் அவரிடம் சொல்லச் சொன்னதாகச் சொல்லிவிடாதே!'

'சேச்சே! என்னை முழுப் பைத்தியம் என்று நினைத்தாயா?'

'இளவரசர் அதற்கு ஏதேனும் மறுமொழி சொன்னால், அதை உள்ளது உள்ளபடி என்னிடம் சொல்லவேண்டும். கூட்டியோ, குறைத்தோ சொல்லக் கூடாது.'

'உன்னை மறுபடி நான் எங்கே பார்ப்பது?'

'என்னைப் பார்ப்பதில் என்ன கஷ்டம்? கோடிக் கரையிலோ இந்தப் பூதத் தீவிலோ, அல்லது இரண்டுக்கும் மத்தியில் படகிலோ இருப்பேன்.'

‘ஊருக்குத் திரும்பும்போது இந்த வழியாக வந்தால் பூதத் தீவில் நீ இருக்கிறாயா என்று பார்க்கட்டுமா?’

‘தீவுக்குள்ளே எந்தக் காரணத்தைக் கொண்டும் நீ வரக்கூடாது; வந்தால் விபரீதமாகும். இந்தப் படகு கடலோரத்தில் இருக்கிறதா என்று பார்! இருந்தால், ஏதாவது ஓர் அடையாளம் வைத்துக்கொண்டு சத்தம் செய்! நான் நேற்றுக் குயில் மாதிரி கூவினேனே, அந்த மாதிரி நீ கூவ முடியுமா?...’

‘குயில் மாதிரி கூவ முடியாது? ஆனால் மயில் மாதிரி சத்தம் செய்வேன். இதைக்கேள்!’

வந்தியத்தேவன் வாயைக் கையினால் மூடிக்கொண்டு மயில் கத்துவது போன்ற அகோரமான குரலில் கத்திக் காட்டினான். அதைக் கேட்டுப் பூங்குழலி கலகலவென்று சிரித்தாள். படகு நாகத் தீவின் கரையை அணுகியது. இருவரும் படகிலிருந்து இறங்கினார்கள். வந்தியத் தேவன் கரையில் ஏறி விடை பெற்றுக்கொண்டான். பூங்குழலி படகைத் திருப்பினாள். வந்தியத்தேவன் சபலத்துடன் திரும்பிப் பார்த்தான். ‘உன்னுடன் வருகிறேன்’ என்று சொல்லி, அவளும் வரமாட்டாளா? என்ற ஆசை அவன் மனத்தில் இன்னமும் கொஞ்சம் இருந்தது. ஆனால் பூங்குழலி அவனைக் கவனிக்கவேயில்லை. அதற்குள் அவள் கனவுலோகத்தில் சஞ்சரிக்கப் போய்விட்டாள் என்பதை அவள் முகம் எடுத்துக் காட்டியது.

அநிருத்தப் பிரமராயர்

இந்தக் கதையின் ஆரம்ப காலத்திலேயே நமக்கு நெருங்கிப் பழக்க மான ஆழ்வார்க்கடியான் நம்பியைக் கொஞ்ச காலமாக நாம் கவனியாது விட்டு விட்டோம். அதற்காக நேயர்களிடமும், நம்பியிடமும் மன்னிப்புக் கோருகிறோம். முக்கியமாக நம்பியின் மன்னிப்பை இப்போது நாம் கோரியே தீரவேண்டும். ஏனெனில் ஆழ்வார்க்கடியான் இப்போது வெகு வெகு கோபமா யிருக்கிறான்! அவனுடைய முன் குடுமி இராமேசுவரக் கடற் கரையில் அடிக்கும் காற்றில் பறந்துகொண்டிருக்கிறது. அவனுடைய கைத்தடியோ தலைக்கு மேலே சுழன்று கொண்டிருக்கிறது. அவனைச் சுற்றி ஆதி சைவர்களும், வீர சைவர்களும் பலர் சூழ்ந்துகொண்டிருக்கிறார்கள். அவர்களுடைய ஆர்ப்பாட்டம் பலமாக இருப்பதால், ஆழ்வார்க் கடியானுடைய கதியாதாகுமோ என்று நமக்குக் கொஞ்சம் கவலையாகவும் இருக்கிறது. எனினும் நம்பியின் நரசிம்மாவதாரத் தோற்றமும், அவனுடைய கைத்தடி சுழலும் வேகமும் அந்தக் கவலையைப் போக்குகின்றன.

வந்தியத்தேவனும், இளைய பிராட்டியும் பேசியதை ஒட்டுக் கேட்ட ஆழ்வார்க்கடியான் பழையாறையிலிருந்து அன்றைய தினமே புறப்பட்டான். வாயு வேக மனோ வேகமாகத் தென்திசையை நோக்கிச் சென்றான். வழியில் எங்கும் அவன் சைவ வைஷ்ணவச் சண்டையில் இறங்கவில்லை. காரியத்துக்குத் குந்தகம் வரக்கூடா தென்று மனத்தைக் கட்டுப்படுத்திக்கொண்டு வலுவில் வந்த சண்டை களைக்கூட வேண்டாம் என்று ஒதுக்கித் தள்ளிவிட்டு நடந்தான். மதுரையில் சிறிது நேரம் தங்கினான். அங்கு அவன் அறிய விரும்பிய செய்தியை விசாரித்து அறிந்து கொண்டு இராமேசுவரத்துக்குப் புறப்பட்டான். வந்தியத்தேவன் பூங்குழலியின் படகில் சென்று இலங்கைத் தீவில் இறங்கிய அதே நாள் மாலையில் ஆழ்வார்க் கடியான் நம்பி இராமேசுவரம் வந்து சேர்ந்துவிட்டான்.

அந்தப் புண்ணிய பூமியை மிதித்த உடனே ஆழ்வார்க்கடியா னுடைய மனத்தில் அத்தனை நாளும் அடங்கிக் கிடந்த வைஷ்ணவ ஆர்வம் கரையை உடைத்துக்கொண்டு பொங்கி விட்டது. இராமேசுவரத் தீவில் எங்கெங்கும் மொய்த்துக் கொண்டிருந்த வீர சைவ பட்டர்கள் அந்த ஆர்வத்துக்குத் தூபம் போட்டுவிட்டார்கள். அந்தப் புண்ணிய ஸ்தலத்துக்கு வரும் யாத்ரீகர்களுக்கு வழிகாட்டி அழைத்துச் சென்று பற்பல தீர்த்தங்களிலும் ஸ்நானம் பண்ணி வைப்பதும், ஆலயத்தில்-மூர்த்தி தரிசனம் செய்து வைப்பதும், அந்தந்தத் தீர்த்தம்- மூர்த்தி விசேஷங்களை எடுத்துச் சொல்வதுமே அவர்களுடைய அலுவல்கள். எனவே, புதிய யாத்ரீகர்களைக் கண்டதும் பட்டர்கள் பலர் சென்று சூழ்ந்துகொள்வார்கள். அவ்விதமே ஆழ்வார்க்கடியானையும் சுற்றி மொய்த்துக்கொண்டார்கள்.

'அப்பனே! வா! வா! இந்த ஸ்தலத்திலுள்ள அறுபத்து நான்கு தீர்த்தங்களில் ஸ்நானம் செய்து உன் தேகத்தில் தரித்திருக்கும் வைஷ் ணவப் பாஷாண்டமத சின்னங்களைக் கழுவித் துடைத்துக் கொள்! இராமரின் பிரம்மஹத்தி தோஷத்தைப் போக்கிய ஸ்தலம் அல்லவா இது? வைஷ்ணவ பாஷாண்ட மதசின்னங்களை நீ அணிந்ததினால் ஏற்பட்ட பாவங்களையும் போக்கிக் கொள்ளலாம்!' என்று ஒரு பட்டர் விந்நியாசமாகப் பேசினார்.

இன்னொருவர் குறுக்கிட்டு, 'இராம தீர்த்தம், லக்ஷ்மண தீர்த்தம் ஆஞ்சநேய தீர்த்தம், சுக்ரீவதீர்த்தம் இப்படி அறுபத்து நாலு தீர்த்தங்கள் இருக்கின்றன. ஒவ்வொருவரும் அந்தந்தத் தீர்த்தத்தில் தலை மூழ்கி அவரவர்களுடைய தோஷத்தைப் போக்கிக் கொண்டார்கள். நீ என்னுடன் முதலில் ஆஞ்சநேய தீர்த்தத்துக்கு வா! வைஷ்ணவ சின்ன தோஷத்துக்குச் சரியான சங்கல்பம் பண்ணி வைக்கிறேன்!' என்றார்.

மற்றொரு பட்டர் 'அப்பனே! இவர்கள் சொல்வதைக் கேளாதே! இராமர் இராவணனைக் கொன்ற பிரம்மஹத்தி தோஷத்தைப் போக்கிக்கொள்வதற்காகச் சமுத்திர மணலைப் பிடித்து வைத்துச் சிவலிங்கமாக்கிப் பூஜித்த இடத்துக்கு உன்னை நேராக அழைத்துப் போகிறேன்' என்றார்.

ஆழ்வார்க்கடியான் கண்ணில் தீப்பொறி பறக்க எல்லாரையும் ஒரு தடவை விழித்துப் பார்த்து, 'நிறுத்துங்கள் உங்கள் அபத்தப் பேச்சை! முதலில் நீங்கள் சொன்ன தீர்த்தங்களினால் உங்களுடைய நாவை அலம்பி உங்கள் பாவத்தைத் தீர்த்துக் கொள்ளுங்கள்!' என்றான்.

'ஓஹோ! இராமன், லக்ஷ்மணன் என்றெல்லாம் சொன்னதனால் எங்களுக்குப் பாவம் வந்திருக்கும் என்று நினைக்கிறாயா? அப்படி ஒன்றுமில்லை. இந்த க்ஷேத்திரத்துக்குப் பெயரே இராமேச்சுவரம்;

இராமர் ஈசுவரனாகிய சிவபெருமானைப் பூஜை செய்து பாவத்தைப் போக்கிக்கொண்ட இடம். அத்துடன் இராமர் என்ற பெயரில் இருந்த தோஷமும் போய்விட்டது!' என்றார் ஒரு வீர சைவ பட்டர்.

'ஓ அஞ்ஞான சிரோன்மணிகளே! ஏன் இப்படித் தலைக்குத் தலை உளறுகிறீர்கள்? இந்த ஸ்தலப் பெயரின் அர்த்தம் இன்னதென்ப தையே நீங்கள் தெரிந்துகொண்ட பாடில்லை!'

'நீதான் சொல்லேன், பார்ப்போம்!'

'பிரம்மாவினுடைய ஒரு தலையைப் பறித்ததினால் சிவனுக்குப் பிரம்மஹத்தி தோஷம் பிடித்துவிட்டது. திருமாலின் பூரண அவதார மாகிய இராமபிரானுடைய பாதம் பட்டுப் புனிதமான இந்த இடத்துக்குச் சிவன் வந்து அந்தப் பிரம்மஹத்தி தோஷத்தைப் போக்கிக்கொண்டார். இராமரை ஈசுவரன் பூஜித்த இடமானபடியால் இராமேசுவரம் என்ற பெயர் ஏற்பட்டது! தெரிந்து கொண்டீர்களா, மூடசிகாமணி பட்டர்களே!' என்று ஆழ்வார்க்கடியான் கர்ஜித்தான்.

'யாரடா! அவன் எங்களை மூட சிகாமணிகள் என்பது? அடே தடியா! நீ என்ன தலையில் கொம்பு முளைத்தவனா?' என்று ஒரு பட்டர் சீறினார்.

'இல்லை, ஐயா, பட்டரே! என் தலையிலே கொம்பு முளைக்க வில்லை; கையிலேதான் இந்தக் கொம்பு இருக்கிறது! என்னை யார் என்று கேட்டீர் அல்லவா? சொல்லுகிறேன். திருக்குருகூரில் அவதரித்து, வேதம் தமிழ் செய்த நம்மாழ்வாரின் அடியார்க்கு அடியான்! மற்றவர்கள் மண்டையில் நையப்புடைக்கும் கைத் தடியான்!' என்று தடியைத் தூக்கிக் காட்டினான்.

'ஆழ்வார்க்கடியார்க் கடியானே! நீ ஏன் உன் தலையில் முன் புறத்தில் குடுமி வைத்திருக்கிறாய்? அதையும் மழுங்கச் சிரைத்து விட்டாயானால், உன் மண்டையில் உள்ளும், புறமும் ஒன்றாயிருக்கும்!' என்றார் ஒரு சைவர்.

'பட்டர்களே! இந்தப் புண்ணிய க்ஷேத்திரத்திலே வந்து என் முன் குடுமியை எடுத்து விடுவதாகவே எண்ணியிருந்தேன். அதற்குள் நீங்கள் ஞாபகப்படுத்தினீர்கள்!...'

'அடே! நாவிதர் தெருவுக்குச் சென்று ஒருநாவிதனை அழைத்து வாருங்களடா! கத்தியை நன்றாய்த் தீட்டிக்கொண்டு வரச் சொல்லுங்கள்! இவனுடைய சிகையை ஆணி வேரோடு களைந்தெறியச் சொல்லலாம்!' என்றார் ஒரு பட்டர்.

'இதற்கு நாவிதனைக் கூப்பிடுவானேன்? நாமே அந்தக் கைங்கர்யம் செய்து விடலாமே? நல்ல கூர்மையான கத்தியாகக் கொண்டு வாருங்கள்!' என்றார் இன்னொரு சைவர்.

'கொஞ்சம் பொறுங்கள்; இன்னும் ஒரு விஷயம் பாக்கியிருக் கிறது. ஒரு காலத்தில் என் தலை முழுவதும் சிகை அடர்த்தியாக இருந்தது. ஒரு சைவனுடைய மண்டையை உடைத்து விட்டு என் சிகையி லிருந்து ஒரு ரோமத்தை வாங்கிவிடுவதென்று விரதம் எடுத்துக் கொண்டேன். அதன்படி முக்காலே அரைக்கால்வாசி சிகை தீர்ந்து விட்டது. இந்த ஊரில் என் முழு விரதத்தையும் நிறை வேற்றிக் கடலில் ஒரு முழுக்குப் போடப் போகிறேன். எங்கே, ஒவ்வொரு வராக உங்களுடைய மண்டையைக் காட்டுங்கள். பார்க்கலாம்!' என்று ஆழ்வார்க்கடியான் கைத்தடியை ஓங்கினான்.

'அடடே! இந்த வைஷ்ணவன் என்ன துடுக்காகப் பேசுகிறான்?' என்று சொன்னார் ஒருவர்.

'எங்கள் எல்லாருடைய மண்டையையும் உடைத்து விடுவாயா? உன்னால் முடியுமா?' என்று கூறினார் இன்னொருவர்.

'முடியாமலா முக்காலே அரைக்கால் பங்கு சிகையை எடுத்து விட்டிருக்கிறேன்?' என்று கூறி ஆழ்வார்க்கடியான் தடியை வேகமாகச் சுழற்றத் தொடங்கினான்.

'அடியுங்கள்! பிடியுங்கள்! கட்டுங்கள்! வெட்டுங்கள்!' என்று தலைக்குத் தலை கத்தினார்களே தவிர, அக்கூட்டத்தில் யாரும் ஆழ்வார்க் கடியானுக்கு அருகில் நெருங்கவில்லை. அச்சமயம் வெகு சமீபத்தில் எழுந்த ஒரு கோஷம் அவர்கள் எல்லாருடைய கவனத்தையும் கவர்ந்தது.

'திரிபுவன சக்கரவர்த்தி சுந்தரசோழ பராந்தகரின் மகாமான்ய முதன் மந்திரி அநிருத்தப் பிரம்மாதி ராஜர் வருகிறார்! பராக்! பராக்!'

எல்லோரும் திகைத்துப் போய்க் கோஷம் வந்த திசையை நோக்கினார்கள். ஆழ்வார்க்கடியான் எல்லாரிலும் அதிகமாகத் திகைத்துத் தனது கைத்தடியைக் கக்கத்தில் வைத்துக்கொண்டு பார்த்தான். அவர்கள் நின்று சண்டையிட்ட இடம், இராமேசுவரக் கோயில் மதிலின் ஓரமான ஒரு முடுக்கு. அந்த முடுக்குத் திரும்பியதும் எதிரே விரிந்து பரந்த கடல். அக்கடலின் காட்சியோ கண்கொள்ளாத அற்புதக் காட்சியாயிருந்தது. பெரிய பெரிய மரக்கலங்கள், நாவாய்கள், சிறிய கப்பல்கள், படகுகள், ஓடங்கள், வள்ளங்கள், வத்தைகள், கட்டுமரங்கள் ஆகியவை நெடுகிலும் வரிசை வரிசை யாகக் கண்ணுக்கெட்டிய தூரம் காணப்பட்டன. பாய்மரங்களிலிருந்து படபடவென்று காற்றில் அடித்துக்கொண்டு பறந்த வெண்ணிறப் பாய்கள், கடலையும் வானத்தையும் தூரத்திலே திட்டுத் திட்டாகத் தோன்றிய பல தீவுகளையும் பெரும்பாலும் மறைத்துக்கொண்டிருந்தன.

மேலே சொன்னவாறு கட்டியங் கூறிக்கொண்டு காவல் வீரர்கள் முன்னும் பின்னும் தொடர, சோழ சாம்ராஜ்யத்தின் புகழ் பெற்ற முதன் மந்திரி அன்பில் அநிருத்தப் பிரமராயர் ராஜ கம்பீரத்துடன் ஒரு படகில் வந்துகொண்டிருந்தார். கரையில், கோயில் மதில் ஓரமாக நடந்துகொண்டிருந்த சச்சரவை அவர் கவனித்தார். கூட்டத்தின் நடுவில் கக்கத்தில் தடியுடன் பரம சாதுவைப்போல் நின்ற ஆழ்வார்க்கடியானைக் கையினால் சமிக்ஞை செய்து அருகில் அழைத்தார். ஆழ்வார்க்கடியான் பயபக்தியுடன் கையைக் கட்டிக் கொண்டு கடற்கரையோரம் சென்று நின்றான்.

'திருமலை! இது என்ன தெருக்கூத்து?' என்றார் அநிருத்தர்.

'குருவே! எல்லாம் கபட நாடக சூத்திரதாரியான அந்தக் கண்ணனின் திருக்கூத்துத்தான்! என் கண்களில் காண்பதை நான் நம்புவதா, இல்லையா என்றே தெரியவில்லை. நான் காண்பது கனவா? அல்லது எல்லாம் வெறும் மாயையா?...'

'திருமலை! உன்னைப் பரம வைஷ்ணவன் என்று நினைத்தேன். எப்போது பிரபஞ்சத்தை மித்தை என்று சொல்லும் மாயாவாதி யானாய்?'

'குருவே! பரம வைஷ்ணவ பரம்பரையில் அவதரித்த தாங்கள் சைவ சமயி ஆகும்போது நான் ஏன் மாயாவாதி ஆகக்கூடாது? என்னுடைய பெயரை மாற்றிக்கொண்டு ஸ்ரீ சங்கர பகவத் பாதாச்சாரியாரின் அடியார்க்கடியான் ஆகிவிடுகிறேன்...'

'பொறு! பொறு! நான் சைவ சமயி ஆனதாக யார் சொன்னது?'

'தங்கள் திருமேனியில் உள்ள சின்னங்கள் சொல்லுகின்றன!'

'ஆகா! திருமலை! நீ இன்னும் முன்போலவே இருக்கிறாய். புறச்சின்னங்களுக்கே முக்கியம் கொடுக்கிறாய்! நெற்றியில் இடுகிற சந்தனத்தைச் சாய்த்து இட்டால் என்ன? நிமிர்த்து இட்டால் என்ன?'

'குருவே! நான் ஒன்றும் அறியாதவன்; எது முக்கியம், எது அமுக்கியம் என்று தெரியாதவன். தாங்கள்தான் என்னைத் தெளிவித்து ஆட்கொள்ள வேண்டும்.'

'எல்லாம் தெளிவிக்கிறேன். நான் தங்கும் இடத்துக்கு வந்து சேர்! அதோ! கடலில் ஒரு சிறிய தீவு தெரிகிறது பார்த்தாயா? அங்கேயுள்ள மண்டபத்துக்கு வா.'

'குருவே! இதோ இந்தச் சண்டைக்காரச் சைவர்கள் என்னை வரவிட வேண்டுமே?' என்று ஆழ்வார்க்கடியான் சொல்லிக் கையினால்

அவர்களைச் சுட்டிக் காட்டினான். அதுவரை சும்மாயிருந்த வீர சைவர்கள் உடனே நெருங்கி வந்தார்கள்.

‘பிரம்மாதி ராஜரே! இந்த வைஷ்ணவன் எங்கள் மண்டைகளை உடைத்து விடுவானாம்! இவனை தக்கபடி தண்டிக்கவேண்டும்!’ என்று ஒருவர் ஆரம்பித்தார். மற்றவர்கள் தலைக்குத் தலை பேசலானார்கள்.

‘இவனுக்குத் தண்டனை நான் கொடுக்கிறேன். நீங்கள் போகலாம்’ என்றார் அநிருத்தர்.

இதனால் அவர்கள் திருப்தி அடையவில்லை.

‘நாங்களே இவனுக்குத் தண்டனை கொடுக்கக் கூடாதா? இவனுடைய முன் குடுமியைச் சிரைத்து, இவனுடைய ஊர்த்வ சின்னங்களை யெல்லாம் அழித்து, இவனைக் கிணற்றில் போட்டு முழுக்காட்டி...’ என்று அடுக்கினார் ஒருவர்.

‘என்ன சொன்னீர்கள்?’ என்று ஆழ்வார்க்கடியான் கண்களில் தீ எழத் திரும்பி நோக்கினான்.

அநிருத்தப் பிரம்மராஜர் அப்போது, ‘பட்டர் மணிகளே! இவன் பெரிய முரடன். இவனைத் தண்டிக்க உங்களால் ஆகாது. நான் பார்த்துக் கொள்கிறேன்’ என்றார்.

பிறகு தம்மைத் தொடர்ந்து வந்த படகில் இருந்த அகப் பரிவார வீரர்களைப் பார்த்து, ‘உங்களில் எட்டுப்பேர் இறங்கி இவனை நம் இடத்துக்குக் கொண்டு வாருங்கள்!’ என்றார். அவ்வளவுதான். மறுகணம் வீரர்கள் எட்டுப் பேர் கரையில் குதித்தார்கள்; ஆழ்வார்க் கடியானைச் சூழ்ந்து கொண்டு நின்றார்கள். படகு மேலே சென்றது. படை வீரர்கள் புடைசூழ ஆழ்வார்க்கடியானும் போனான். பட்டர் களும் மற்றவர்களும் அந்த வைஷ்ணவனுடைய முரட்டுத்தனத்தைக் குறித்துப் பலவாறு பேசிக்கொண்டு கலைந்து போனார்கள்.

பதினொன்றாம் அத்தியாயம்

தெரிஞ்ச கைக்கோளப் படை

இராமேசுவரப் பெருந் தீவையடுத்த சிறிய தீவுகளில் ஒன்றில், ஒரு பழமையான மண்டபத்தில், அநிருத்தப் பிரம்மாதிராயர் கொலு வீற்றிருந்தார். அவருடைய அமைச்சர் வேலையை நடத்துவதற்குரிய சாதனங்கள் அவரைச் சூழ்ந்திருந்தன. கணக்கர்கள், ஓலை எழுதும் திருமந்திர நாயகர்கள், அகப்பரிவாரக் காவலர்கள் முதலியோர் அவரவர்களுடைய இடத்தில் ஆயத்தமாக இருந்தார்கள்.

அநிருத்தர் படகிலிருந்து இறங்கி வந்து அம்மண்டபத்தில் அமர்ந்து சிறிது நேரம் ஆனது. தம்மைப் பார்க்க வந்திருந்த வர்களை அழைக்கு மாறு கட்டளையிட்டார்.

ஐந்து பேர் முதலில் வந்தார்கள். அவர்களைப் பார்த்தால் செல்வச் செழிப்புள்ள வர்த்தகர்கள் என்று தோன்றியது.

ஒரு தட்டில் நவரத்தின மாலை ஒன்றை வைத்துச் சமர்ப்பித்தார்கள். அதை அநிருத்தப் பிரமராயர் வாங்கிக் கணக்கரிடம் கொடுத்து, 'செம்பியன் மகாதேவியின் ஆலயத் திருப்பணிக்கு என்று எழுதி வைத்துக் கொள்க!' என்றார்.

'பிறகு வந்தவர்களைப் பார்த்து 'நீங்கள் யார்?' என்று கேட்டார்.

*'நானா தேச திசையாயிரத்து ஐந்நூற்றுவர் சார்பில் நாங்கள் வந்திருக் கிறோம்' என்று அவர்களில் ஒருவர் கூறினார்.

'சந்தோஷம்; பாண்டியநாட்டில் உங்களுடைய வாணிபம் செழிப்பாயிருக்கிறதல்லவா?'

---

* இந்த நீண்ட தொடர்ப் பெயர்கொண்ட வர்த்தகக் கூட்டத்தார் சோழப் பேரரசின் கீழ், கடல் கடந்த நாடுகளுடன் வாணிபம் நடத்தி வந்தார்கள்.

'நாளுக்கு நாள் செழிப்படைந்து வருகிறது!'

'பாண்டிய நாட்டு மக்கள் என்ன பேசிக்கொள்கிறார்கள்?'

'பாண்டிய வம்ச ஆட்சியைக் காட்டிலும் சோழ குல ஆட்சியே மேலோனது என்று பேசிக்கொள்கிறார்கள். முக்கியமாக, இளவரசர் அருள்மொழிவர்மரின் வீர தயாளங்களைக் குறித்துச் சிலாகிக்கிறார்கள். இலங்கையில் நடப்பதெல்லாம் இந்தப் பக்கத்து மக்களிடையில் பரவியிருக்கிறது...'

'கீழ்க்கடல் நாடுகளுடன் உங்கள் கப்பல் வாணிபம் இப்போது எப்படியிருக்கிறது?'

'சுந்தர சோழ சக்கரவர்த்தி ஆளுகையில் ஒரு குறைவும் இல்லை. சென்ற ஆண்டில் அனுப்பிய எங்கள் கப்பல்கள் எல்லாம் திரும்பி வந்து விட்டன; ஒன்றுகூடச் சேதமில்லை.'

'கடல் கொள்ளைக்காரர்களினால் தொல்லை ஒன்றுமில்லையே?'

'சென்ற ஆண்டில் இல்லை, மானக்க வாரத் தீவுக்கு அருகில் இருந்த கடற் கொள்ளைக்காரர்களை நம் சோழக் கப்பற் படை அழித்த பிறகு கீழைக்கடல்களில் கொள்ளை பயம் கிடையாது.'

'நல்லது; நாம் கொடுத்தனுப்பிய ஓலை சம்பந்தமாக என்ன ஏற்பாடு செய்திருக்கிறீர்கள்?'

'கட்டளைப்படி செய்திருக்கிறோம். இலங்கைச் சைன்யத்துக்கு அனுப்ப ஆயிரம் மூட்டை அரிசியும், ஐந்தாறு மூட்டை சோளமும், நூறுமூட்டை துவரம்பருப்பும் இந்த இராமேசுவரத் தீவில் கொண்டு வந்திருக்கிறோம். இலங்கைக்கு அனுப்பி வைக்க ஏற்பாடு செய்யவேண்டும்.'

'உங்களுடைய கப்பல்களிலேயே ஏற்றி அனுப்ப முடியுமா?'

'கட்டளையிட்டால் செய்கிறோம். இலங்கை யுத்தம் எப்போது முடியும் என்று தெரிந்து கொள்ள விரும்புகிறோம்.'

'ஆ! அது யாருக்குத் தெரியும்? உங்களுடைய வர்த்தக சபைக்குச் சோதிடக்காரன் இருக்கிறான் அல்லவா? அவனைக் கேட்டு எனக்கும் சொல்லுங்கள்!'

'பிரம்ம ராஜரே! எங்கள் சோதிடக்காரன் சொல்வதையெல்லாம் எங்களாலேயே நம்ப முடியவில்லை.'

'அப்படி அவன் என்ன சொல்லுகிறான்?'

'இளவரசர் அருள்மொழிவர்மர் போகுமிடமெல்லாம் வெற்றி தான் என்று சொல்லுகிறான். அவருடைய ஆட்சியில் சோழக் கப்பல் படை கடல் கடந்த தேசங்களுக்கெல்லாம் சென்று வெற்றிகொள்ளும் என்று சொல்லுகிறான். தூர தூரத்தில் உள்ள தேசங்கள் பலவற்றில் புலிக்கொடி பறக்கும் என்று சொல்லுகிறான்.'

'அப்படியானால் உங்கள் பாடு கொண்டாட்டம்தான்!'

'ஆம்; எங்கள் கடல் வர்த்தகம் மேலும் செழித்து ஓங்கும் என்றும் சொல்லியிருக்கிறான்.'

'மிகவும் சந்தோஷம் ஸ்ரீரங்கநாதருடைய அருள் இருந்தால் அப்படியே நடக்கும். இலங்கையில் யுத்தம் நடக்கும் வரையில் மாதம் ஒரு தடவை நீங்கள் இப்படியே அரிசி முதலியவை அனுப்பி வரவேண்டும். போய் வாருங்கள்.'

'அப்படியே செய்கிறோம், போய் வருகிறோம்.'

ஐந்நூற்றுவர் சபையின் பிரதிநிதிகள் போன பிறகு ஒரு காவலன் வந்து, 'தெரிஞ்ச கைக்கோளப் படைச் சேநாதிபதிகள் காத்திருக்கிறார்கள். பார்க்க விரும்புகிறார்கள்' என்று சொன்னான்.

'வரச் சொல்லு!' என்றார் முதல் அமைச்சர் அநிருத்தர்.

மூன்று கம்பீர புருஷர்கள் பிரவேசித்தார்கள். அவர்களுடைய முகங்களிலும் தோற்றத்திலும் வீர லக்ஷ்மி வாசம் செய்தாள். அஞ்சா நெஞ்சம் படைத்த ஆண்மையாளர் என்று பார்த்தவுடனே தெரிந்தது.

*'சுந்தர சோழ தெரிஞ்ச கைக்கோளப் படையார் தானே?' என்று அநிருத்தர் கேட்டார்.

'ஆம், ஐயா! ஆனால் அப்படிச் சொல்லிக் கொள்ளவும் எங்களுக்கு வெட்கமாயிருக்கிறது.'

---

* இன்று தமிழ் நாட்டில் கைத்தறி நெசவுத் தொழிலில் ஈடுபட்டு நூலின்றித் திண்டாடும் கைக்கோள வகுப்பார் சோழப் பேரரசின் காலத்தில் புகழ்பெற்ற வீர வகுப்பாராயிருந்தனர். அவர்களில் பொறுக்கி எடுத்த வீரர்களைக் கொண்டு சோழ சக்கரவர்த்திகள் 'அகப் பரிவாரப் படை'யை அமைத்துக்கொள்வது வழக்கம். அப்படிப் பொறுக்கி எடுக்கப்பட்ட படைக்குத் 'தெரிஞ்ச கைக்கோளர் படை' என்ற பெயர் வழங்கியது. அந்தந்தச் சக்கரவர்த்தி அல்லது அரசரின் பெயரையும் படைப்பெயருக்கு முன்னால் சேர்த்துக் கொள்வதுண்டு.

'அது ஏன்?'

'சக்கரவர்த்தியின் சோற்றைத் தின்றுகொண்டு ஆறு மாத காலமாக இங்கே வீணில் காலங்கழித்துக்கொண்டிருக்கிறோம்.'

'உங்கள் படையில் எத்தனை கை? எத்தனை வீரர்கள்?'

'எங்கள் சேனை மூன்று கைமா சேனை. இவர் இடங்கை சேனைத் தலைவர்; இவர் வலங்கை சேனைத் தலைவர்; நான் நடுவிற்கைப் படைத்தலைவன். ஒவ்வொரு கையிலும் இரண்டாயிரம் வீரர்கள். எல்லோரும் சாப்பிட்டுத் தூங்கிக்கொண்டிருக்கிறோம். போர்த் தொழிலே எங்களுக்கு மறந்து விடும் போலிருக்கிறது.'

'உங்களுடைய கோரிக்கை என்ன?'

'எங்களை இலங்கைக்கு அனுப்பி வைக்கக் கோருகிறோம். இளவரசர் அருள்மொழிவர்மர் மாதண்ட நாயகராயிருக்கும் சைன்யத்திலே சேர்ந்து யுத்தம் செய்ய விரும்புகிறோம்!'

'ஆகட்டும்; தஞ்சைக்குப் போனதும் சக்கரவர்த்தியின் சம்மதம் கேட்டுவிட்டு உங்களுக்கு அறிவிக்கிறேன்.'

'பிரம்மராஜரே! அதற்குள்ளே இலங்கை யுத்தம் முடிந்து விட்டால்...?'

'அந்தப் பயம் உங்களுக்கு வேண்டாம், இலங்கை யுத்தம் இப்போதைக்கு முடியும் என்பதாகத் தோன்றவில்லை.'

'ஈழத்துச் சேனாவீரர்கள் அவ்வளவு பொல்லாதவர்களா? எங்களை அங்கே அனுப்பி வையுங்கள். ஒரு கை பார்க்கிறோம்!...'

'ஒரு கை என்ன? நீங்கள் மூன்று கையும் பார்ப்பீர்கள், தெரிஞ்ச கைக்கோளரின் மூன்று கை மாசேனை யுத்தக்களத்தில் புகுந்து விட்டால் பகைவர்களின் பாடு என்னவென்று சொல்ல வேண்டுமோ? நடுவிற்கை வீரர்கள் பகைவர் படையின் நடுவில் புகுந்து தாக்குவீர்கள். அதே சமயத்தில் இடங்கை வீரர்கள் இடப்புறத்திலும் வலங்கை வீரர்கள் வலப்புறத்திலும் சென்று இடி விழுவதுபோலப் பகைவர்கள்மீது விழுந்து தாக்குவீர்கள்...'

'அப்படித் தாக்கித்தான் பாண்டிய சைன்யத்தை நிர்மூலம் செய்தோம்; சேரர்களை முறியடித்தோம்.'

'பாண்டியர்களும் சேரர்களும் போர்க்களத்தில் எதிர்த்து நின்றார்கள்; அதனால் அவர்களைத் தாக்கி முறியடித்தீர்கள். பகை வீரர்களை முதலில் கண்ணால் பார்த்தால்தானே அவர்களை நீங்கள் ஒரு கையும் பார்க்கலாம்; மூன்று கையும் பார்க்கலாம்?'

'இராவணர் காலத்து அசுரர்களைப்போல் இந்தக் காலத்து இலங்கை வீரர்களும் மாயாவிகளாகி விட்டார்களா? மேக மண்டலத்தில் மறைந்து நின்று போரிடுகிறார்களா?'

'மாயாவிகளாய் மறைந்துதான் விட்டார்கள்; ஆனால் போர் செய்யவில்லை. போரிட்டால்தான் இருக்குமிடத்தைக் கண்டு பிடித்து விடலாமே? இலங்கை அரசன் மகிந்தனையும் காணவில்லை; அவனுடைய சேனா வீரர்களையும் காணவில்லை. காடுகளிலே, மலைகளிலே எங்கே போய் ஒளிந்து கொண்டார்களோ, தெரிய வில்லை. ஆகையால் ஆறுமாதமாக இலங்கையில் யுத்தமே நடை பெறவில்லை. உங்களையும் அங்கே அனுப்பி என்ன செய்கிறது?'

'மகா மந்திரி! எங்களை அனுப்பிப் பாருங்கள்! மகிந்தனும், அவனுடைய வீரர்களும் காடு மலைகளிலே ஒளிந்திருக்கட்டும்; அல்லது மேக மண்டலத்திலே ஒளிந்திருக்கட்டும்; அவர்களைக் கைப்பிடியாகப் பிடித்துக் கொண்டுவந்து இளவரசரின் காலடியில் சேர்க்கிறோம். அப்படிச் சேர்க்காவிட்டால், 'தெரிஞ்ச கைக்கோளர் படை' என்ற பெயரை மாற்றிக்கொண்டு 'வேளாளரின் அடிமைப் படை' என்ற பட்டயத்தைப் பெற்றுக் கொள்கிறோம்!'

'வேண்டாம்; வேண்டாம்! அப்படி ஒன்றும் இப்போது சபதம் செய்ய வேண்டாம்! தெரிஞ்ச கைக்கோளர் படையின் வீர பராக்கிரமம் இந்த ஜம்புத்வீபத்தில் யாருக்குத் தெரியாது? தஞ்சாவூர் சென்றதும் சக்கரவர்த்தியைக் கேட்டுக்கொண்டு உங்களுக்குக் கட்டளை அனுப்பு கிறேன். அதுவரை பொறுமையாக இருங்கள். பாண்டிய நாட்டில் பகைவர்களை அடக்கி அமைதியை நிலை நாட்டி வாருங்கள்!'

'மகா மந்திரி! பாண்டி நாட்டில் இனி அடக்குவதற்குப் பகைவர் யாரும் இல்லை. குடி மக்கள் யுத்தம் நின்றது பற்றி மகிழ்ச்சி அடைந்திருக்கிறார்கள். அவரவர்களும் விவசாயம், வாணிபம், கைத்தொழில்களில் ஈடுபட்டு அமைதியான வாழ்க்கை நடத்து கிறார்கள். பாண்டிய மன்னர்குலமோ நாசமாகி விட்டது...'

'அவ்விதம் எண்ண வேண்டாம்! வீர பாண்டியனோடு பாண்டிய வம்சம் அற்றுவிட்டதாக நினைக்கிறீர்கள். அது தவறு. பாண்டிய சிம்மாசனத்துக்கு உரிமை கோருவோர் இன்னும் இருக்கிறார்கள்...! அவர்களுக்காகச் சதிசெய்வோரும் இருக்கிறார்கள்...!'

'ஆகா! எங்கே அந்தச் சதிகாரர்? தெரியப்படுத்துங்கள்!'

'காலம் வரும்போது உங்களுக்கே தெரியும். பாண்டிய குலத்தின் பழைமையான மணிக் கிரீடமும், இந்திரன் அளித்த இரத்தின மாலையும், வைரமிழைத்த பட்டத்து உடைவாளும் இன்னும்

இலங்கையில் இருந்து வருகின்றன. ரோஹண மலை நாட்டில் எங்கேயோ ஒளித்து வைக்கப்பட்டிருக்கின்றன. அவற்றை மீட்டுக் கொண்டு வரும் வரையில் பாண்டியப் போர் முற்றுப் பெறாது.'

'ஆபரணங்களை மீட்டுக்கொண்டு வரவேண்டும்; இளவரசர் அருள் மொழிவர்மரை மதுரைச் சிம்மாசனத்தில் அமர்த்திப் பாண்டிய மணி மகுடத்தையும், பட்டாக் கத்தியையும் அணிவிக்கும் நாளும் வரவேண்டும்!'

'ஆகா! இது என்ன வார்த்தை சொல்கிறீர்கள்?'

'குடி மக்களின் நாவிலும், போர் வீரர்களின் உள்ளத்திலும் இருப் பதைச் சொல்கிறோம்!'

'அதெல்லாம் பெரிய இராஜரீக விஷயங்கள், நாம் பேசவேண்டாம். உங்களுக்குச் சந்தோஷமளிக்கக்கூடிய வேறு ஒரு முக்கிய விஷயம் சொல்லப் போகிறேன்...'

'கவனமாய்க் கேட்டுக் கொள்கிறோம், மகா மந்திரி!'

'இலங்கை யுத்தத்தோடு யுத்தம் முடிந்துவிடும் என்று நினைக்க வேண்டாம். இளவரசர் அருள்மொழிவர்மர் இலங்கைப்போர் முடிந்த பிறகு நாலா திசைகளிலும் திக்விஜயம் செய்யப் புறப்படுவார். ஆயிரம் கப்பல்களில் வீரர்களை ஏற்றிக்கொண்டு கீழ்த்திசைக் கடல்களிலே செல்வார். மாநக்கவாரம், மாபப்பாளம், மாயிருடிங்கம், கடாரம், இலாமுரி தேசம், ஸ்ரீவிசயம், சாவகம், புட்பகம் ஆகிய நாடுகளை அந்த மகா வீரர் வெற்றி கொள்வார். தெற்கே முந்நீர்ப்பழந்தீவு பன்னீ ராயிரமும் கைப்பற்றுவார். மேற்கே, கேரளம், குடமலை, கொல்லம் ஆகிய நாடுகள் அவருடைய காலடியில் வந்து பணியும், பிறகு வடதிசை நோக்கிப் புறப்படுவார். வேங்கி, கலிங்கம், இரட்டபாடி, சக்கரக் கோட்டம், அங்கம், வங்கம், கோசலம், விதேகம், கூர்ஜரம், பாஞ்சாலம் என்னும் நாடுகளுக்குப் படையெடுத்துச் செல்வார். காவியப் புகழ் பெற்ற கரிகால வளவனைப் போல் இமயமலைக்கும் சென்று புலிக் கொடியை நாட்டுவார். வீர சேநாதிபதிகளே! இப்படியெல்லாம் நமது தென்திசை மாதண்டநாயகர் திட்டம் இட்டிருக்கிறார். தமிழகத்தில் வீர ரத்தமும், வயிர நெஞ்சமும் படைத்த அனைவருக்கும் வேண்டிய வேலை இருக்கும்; தத்தம் வீர பராக்கிரமங்களை நிலை நாட்டச் சந்தர்ப்பம் கிடைக்கும். ஆகையால் நீங்களும் உங்கள் தெரிஞ்ச கைக்கோளப் படையும் பொறுமை இழக்க வேண்டாம்!'

சேநாதிபதிகள் மூவரும் ஏக காலத்தில் 'சுந்தர சோழ சக்கரவர்த்தி வாழ்க! இளவரசர் அருள்மொழிவர்மர் வாழ்க! மகா மந்திரி அநிருத்தர் வாழ்க!' என்று கோஷித்தார்கள்.

பிறகு அவர்களில் ஒரு படைத்தலைவன் கூறினான்: 'மகாமந்திரி! இன்னும் ஒரே ஒரு விண்ணப்பம் செய்துகொள்ள விரும்புகிறோம். எங்கள் படையின் பெயர் 'சுந்தர சோழ தெரிஞ்ச கைக்கோளப் படை' என்பது தாங்கள் அறிந்ததே.'

'தெரிந்த விஷயந்தான்.'

'சுந்தர சோழ சக்கரவர்த்தியின் திருப்பணியில் உயிரையும் விடுவோம் என்று பகைவர்களின் இரத்தம் தோய்ந்த சிவந்த கையினால் அடித்துப் பிரமாணம் செய்து கொடுத்தவர்கள்.'

'அதுவும் நான் அறிந்ததே.'

'ஆகையால் சக்கரவர்த்தியைத் தவிர வேறு யாரையும் நாங்கள் சேரமாட்டோம்; வேறு யார் சொல்வதையும் கேட்க மாட்டோம்.'

'உங்களிடம் நான் எதிர்பார்த்ததும் இதுவேதான்!'

'முன்னொரு காலத்தில் பழுவேட்டரையர்களின் மாபெரும் சேனையில் ஒரு பகுதியாக இருந்தோம். அது காரணம் பற்றி எங்கள் பேரில் யாருக்கும் யாதொரு சந்தேகமும் ஏற்படக் கூடாது...'

'ஆகா! இது என்ன வார்த்தை? யாருக்கு என்ன சந்தேகம்!'

'தஞ்சாவூரில் நடப்பது பற்றி ஏதேதோ வதந்திகள் காற்றிலே வருகின்றன.'

'காற்றிலே வருகிறது காற்றோடு போகட்டும்! நீங்கள் அதையெல்லாம் நம்பவும் வேண்டாம்; திருப்பிச் சொல்லவும் வேண்டாம்.'

'கொடும்பாளூர் வேளாளர்கள் ஏதாவது எங்களைப் பற்றிச் சந்தேகத்தைக் கிளப்பக்கூடும்...'

'கிளப்ப மாட்டார்கள்; கிளப்பினாலும் யாரும் கேட்க மாட்டார்கள்.'

'மனித காயம் அநித்தியமானது...'

'அதனால் சுத்த வீரர்கள் உயிருக்குப் பயப்படமாட்டார்கள்.'

'திரிபுவன சக்கரவர்த்தியானாலும் ஒரு நாள்...'

'இறைவன் திருப்பாதங்களை அடைய வேண்டியதுதான்.'

'சக்கரவர்த்திக்கோ உடல்நிலை சரியாக இல்லை...'

'வானத்தில் வால் நட்சத்திரம் பிரகாசிக்கிறது!'

‘சக்கரவர்த்திக்கு அப்படி ஏதாவது நேர்ந்துவிட்டால், எங்கள் படை வீரர்கள் அருள்மொழிவர்மரின் அகப் பரிவாரமாக விரும்புகிறார்கள்!’

‘சக்கரவர்த்தியின் ஆக்ஞையின்படி நடப்பது உங்கள் கடமை!’

‘சக்கரவர்த்தியின் ஆக்ஞையை எங்களுக்குத் தெரிவிப்பது தங்களுடைய கடமை. தாங்கள் அந்தப் பொறுப்பை ஏற்றுக் கொள்ளுங்கள். அல்லது தஞ்சைக்குப் போய்ச் சக்கரவர்த்தியைத் தரிசிக்க எங்களுக்கு அநுமதி கொடுங்கள்...!’

‘வேண்டாம்; நீங்கள் தஞ்சை போவது உசிதமல்ல; வீண் குழப்பம் ஏற்படும். சக்கரவர்த்தியைக் கண்டு உங்கள் விருப்பத்தைத் தெரியப்படுத்துவதை நானே ஏற்றுக்கொள்கிறேன். நீங்கள் நிம்மதியாக இருங்கள்!’

‘தங்களிடம் தெரியப்படுத்தியதுமே எங்களுடைய மனத்திலிருந்த பாரம் நீங்கிவிட்டது! போய் வருகிறோம்!’

தெரிஞ்ச கைக்கோளப் படைத் தலைவர்கள் மூவரும் அங்கிருந்து அகன்று சென்றார்கள்.

அநிருத்தப் பிரமராயர், ‘ஆகா! பொன்னியின் செல்வரிடம் அப்படி என்னதான் ஆகர்ஷண சக்தி இருக்குமோ, தெரியவில்லை! அவரை ஒரு முறை பார்த்தவர்கள்கூடப் பைத்தியமாகி விடுகிறார்களே!’ என்று வாய்க்குள் முணுமுணுத்துக் கொண்டார்.

பிறகு, உரத்த குரலில், ‘எங்கே? அந்த முரட்டு வைஷ்ணவனை இங்கே வரச் சொல்லுங்கள்!’ என்று கட்டளையிட்டார்.

பன்னிரண்டாம் அத்தியாயம்

குருவும் சீடனும்

இந்தச் சந்தர்ப்பத்தில் தமிழ் நாட்டுச் சரித்திர ஆராய்ச்சி சம்பந்தமான ஒரு நிகழ்ச்சியை இக்கதையைப் படித்து வரும் நேயர்களுக்குத் தெரிவித்துக் கொள்ள விரும்புகிறோம். திருச்சிராப்பள்ளி ஜில்லா லால்குடி தாலுகாவில் அன்பில் என்ற பெயர் கொண்ட கிராமம் ஒன்று இருக்கிறது. இதை வடமொழியாளர் 'பிரேமபுரி' என்று மொழி பெயர்த்துக் கையாண்டிருக்கிறார்கள். *இன்றைக்குச் சுமார் நாற்பத்தைந்து ஆண்டுகளுக்கு முன்பு இந்தக் கிராமத்தில் ஒரு வேளாளர் தம்முடைய பழைய வீட்டை இடித்துப் புதுப்பித்துக் கட்டுவதற்காக அஸ்திவாரம் தோண்டினார். அப்போது ஓர் அதிசயமான வஸ்து பூமிக்கடியிலிருந்து அகப்பட்டது. பல செப்புத் தகடுகளை நுனியில் துவாரமிட்டு வளையத்தினால் கோத்திருந்தது. அந்தத் தகடுகளில் ஏதோ செதுக்கி எழுதப்பட்டிருந்தது. இரண்டு ஆள் தூக்க முடியாத கனமுள்ள அந்தத் தகடுகளை அவர் சில காலம் வைத்திருந்தார். பிறகு அந்தக் கிராமத்துக் கோயிலைப் புதுப்பித்த திருப்பணி செய்யலாம் என்று வந்த ஸ்ரீ ஆர். எஸ். எல்.லக்ஷ்மண செட்டியார் என்பவரிடம் அத்தகடுகளைக் கொடுத்தார். ஸ்ரீ லக்ஷ்மண செட்டியார், அத்தகடுகளில் சரித்திர சம்பந்தமான விவரங்கள் இருக்கலாம் என்று ஊகித்து அவற்றை எடுத்துக் கொண்டுபோய் மகாமகோபாத்தியாய சுவாமிநாத ஐயர் அவர்களிடம் தந்தார். ஐயர் அவர்கள் அச்செப்பேடுகளில் மிக முக்கியமாக விவரங்கள் இருப்பதைக் கண்டு அந்த நாளில் சிலாசாஸன ஆராய்ச்சியில் ஈடுபட்டிருந்த ஸ்ரீ டி.ஏ. கோபிநாத ராவ், எம்.ஏ. என்பாரிடம் அத்தகடுகளைச் சேர்ப்பித்தார். ஸ்ரீ கோபிநாத ராவ் அச்செப்புத் தகடுகளைக் கண்டதும் அருமையான புதையலை எடுத்தவர்போல் அகமகிழ்ந்தார்.

---

* *இந்த அத்தியாயம் எழுதப்பட்டது 1951-ல்*

ஏனென்றால், சோழ மன்னர்களின் வம்சத்தைப் பற்றிய அவ்வளவு முக்கியமான விவரங்கள் அச்செப்பேடுகளில் செதுக்கப்பட்டிருந்தன.

சுந்தரசோழ சக்கரவர்த்தியின் 'மான்ய மந்திரி'யான அன்பில் அநிருத்தப் பிரமராயருக்குச் சக்கரவர்த்தி பட்டத்துக்கு வந்த நாலாம் ஆண்டில் அளித்த பத்து வேலி நில சாஸனத்தைப் பற்றிய விவரங்கள் அந்தச் செப்பேடுகளில் செதுக்கப்பட்டிருந்தன. இந்த நில சாஸனத்தை எழுதிய மாதவ பட்டர் என்பவர் சுந்தர சோழர் வரைக்கும் வந்த சோழ வம்சாளியை அதில் குறிப்பிட் டிருந்தார். அத்துடன் அநிருத்தப் பிரமராயரின் வைஷ்ணவ பரம்பரையைக் குறிப்பிட்டு, அவருடைய தந்தை, தாயார், பாட்டனார், கொள்ளுப்பாட்டனார் ஆகியவர்கள் ஸ்ரீரங்கநாதரின் ஆலயத்தில் செய்து வந்த சேவையைக் குறித்தும் எழுதி யிருந்தார். இதற்கு முன்னால் அகப்பட்டிருந்த ஆனைமங்கலச் செப்பேடுகள், திருவாலங்காட்டுச் செப்பேடுகள் ஆகியவற்றில் கொடுத்திருந்த சோழ வம்சாவளியுடன் அன்பில் செப்பேடுகளில் கண்டது பெரும்பாலும் ஒத்திருந்தது. எனவே, அந்தச் செப்பேடு களில் கண்டவை சரித்திரப் பூர்வமான உண்மை விவரங்கள் என்பது ஊர்ஜிதமாயிற்று. மற்ற இரண்டு செப்பேடுகளில் காணாத இன்னும் சில விவரங்களும் இருந்தபடியால் 'அன்பிற் செப்பேடுகள்' தமிழ் நாட்டுச் சரித்திர ஆராய்ச்சித் துறையில் மிகப் பிரசித்தி அடைந்தன. எனவே, அநிருத்த பிரமராயர் என்பவர் சரித்திரச் செப்பேடுகளில் புகழ் பெற்ற சோழ சாம்ராஜ்ய மந்திரி என்பதை மனத்தில் வைத்துக்கொண்டு மேலே கதையைத் தொடர்ந்து படிக்கும் படி நேயர்களைக் கேட்டுக்கொள்கிறோம்.

★★★

மானிய முதன் மந்திரி அநிருத்தப் பிரமராயர் வீற்றிருந்த மண்டபத்துக்குள் ஆழ்வார்க்கடியான் பிரவேசித்தான். அவரை மூன்று தடவை சுற்றி வந்தான்! சாஷ்டாங்கமாக விழுந்து நமஸ்கரித்து எழுந்தான்!

'ஓம் ஹ்ராம் ஹ்ரீம் வஷட்டு' என்று நாலு தடவை உரத்த குரலில் உச்சரித்துவிட்டு, குருதேவரே விடை கொடுங்கள்' என்றான்.

அநிருத்தர் புன்னகையுடனே, 'திருமலை! என்ன இந்தப் போடு போடுகிறாய்? எதற்கு என்னிடத்தில் விடை கேட்கிறாய்?' என்றார்.

'தாஸன் அவலம்பித்த ஸ்ரீ வைஷ்ணவ சம்பிரதாயத்தையும், 'ஆழ்வார்க் கடியான் என்ற பெயரையும், தங்களுக்குக் கைங்கரியம் செய்யும் பாக்கியத்தையும் இந்த மாகடலில் அர்ப்பணம் செய்துவிட்டு வீர சைவ காளாமுக சம்பிரதாயத்தைச் சேர்ந்து விடப் போகிறேன்.

கையில் மண்டை ஓட்டை எடுத்துக்கொண்டு 'ஓம் ஹ்ராம் ஹ்ரீம் வஷட்டு என்ற மகத்தான மந்திரத்தை உச்சரித்துக்கொண்டு ஊர் ஊராகப் போவேன்! தலையில் ஜடாமகுடமும், முகத்தில் நீண்ட தாடியும் வளர்த்துக் கொண்டு, எதிர்ப்படுகிற ஸ்ரீ வைஷ்ணவர் களுடைய மண்டைகளையெல்லாம் இந்தத் தடியினால் அடித்துப் பிளப்பேன்...'

'அப்பனே! நில்! நில்! என்னுடைய மண்டைக்குக்கூட அந்தக் கதிதானோ?'

'குருவே! தாங்கள் ஸ்ரீ வைஷ்ணவ சம்பிரதாயத்தை இன்னமும் அவலம் பிக்கிறவர்தானோ?'

'திருமலை! அதைப் பற்றி உனக்கு என்ன சந்தேகம்? என்னை யார் என்று நினைத்தாய்!'

'தாங்கள் யார்? அது விஷயத்திலேதான் எனக்கும் சந்தேகம் ஏற்பட்டு விட்டது. இரண்டு நதிகளின் நடுவில் அறிதுயில் புரிந்து சகல புவனங் களையும் காக்கும் ஸ்ரீ ரங்கநாதருக்குப் பணி செய் வதையே வாழ்க்கை எடுத்த பயனாகக்கொண்டிருந்த அன்பில் அனந்தாழ்வார் சுவாமிகளின் கொள்ளுப்பேரர் தாங்கள்தானே?'

'ஆம் அப்பனே? நான்தான்!'

'ஸ்ரீமந் நாராயண நாமத்தின் மகிமையை நானிலத்துக்கெல்லாம் எடுத்துரைத்த அன்பில் அநிருத்தப் பட்டாச்சாரியின் திருப்பேரரும் தாங்கள்தானே?'

'ஆமாம்; நானேதான்! அந்த மகானுடைய திருநாமத்தைத்தான் எனக்கும் சூட்டினார்கள்?'

'ஆழ்வார்களுடைய அமுதொழுகும் மதுர கீதங்களைப் பாடிப் பக்த கோடிகளைப் பரவசப்படுத்தி வந்த நாராயண பட்டாச்சாரி யின் சாக்ஷாத் சீமந்த புத்திரரும் தாங்களேயல்லவா?'

'ஆமாம் அப்பா; ஆமாம்!'

'ஸ்ரீ ரங்கநாதர் பள்ளிகொண்ட பொன்னரங்கக் கோயிலில் தினந்தினம் நந்தா விளக்கு ஏற்றி வைத்தும் யாத்ரீகர்களுக்கு வெள்ளித் தட்டில் அன்னமிட்டும் கைங்கரியம் புரிந்து வந்த மங்கையர் திலகத்தின் புதல்வரும் தாங்களே அல்லவா?'

'சந்தேகம் இல்லை!'

‘அப்படியானால், என் கண்கள் என்னை மோசம் செய்கின்றனவா? என் கண் முன்னே நான் பார்ப்பது பொய்யா? என் இரு செவிகளால் நான் கேட்டதும் பொய்யா?’

‘எதைச் சொல்கிறாய், அப்பனே? உன் கண்களின் மேலும் காதுகளின் பேரிலும் சந்தேகம் கொள்ளும்படி என்ன நேர்ந்தது விட்டது?’

‘தாங்கள் இந்த ஊர்ச் சிவன் கோயிலுக்குச் சென்று அபிஷேகம் - அர்ச்சனை எல்லாம் நடத்திவைத்ததாக என் செவிகளால் கேட்டேன்.’

‘அது உண்மையேதான்; உன் செவிகள் உன்னை மோசம் செய்து விடவில்லை.’

‘தாங்கள் சிவன் கோயிலுக்குப் போய் வந்ததின் அடையாளங்கள் தங்கள் திருமேனியில் இருப்பதாக என் கண்கள் காண்பதும் உண்மை தான் போலும்!’

‘அதுவும் உண்மையே!’

‘இந்தக் கலியுகத்தில் ஸ்ரீமந் நாராயணனே தெய்வம் என்றும், ஆழ்வார்களின் பாசுரங்களே வேதம் என்றும், ஹரிநாம சங்கீர்த்தனமே மோட்சத்தை அடையும் மார்க்கம் என்றும் எனக்குக் கற்பித்த குருதேவர் தாங்களே அல்லவா?’

‘ஆம்; அதனால் என்ன?’

‘குருதேவராகிய தாங்களே சொல்வது ஒன்றும், செய்வது ஒன்றுமாக இருந்தால், சீடனாகிய நான் என்ன செய்யக் கிடக்கின்றது?’

‘திருமலை! நான் சிவன் கோயிலுக்குப் போய்த் தரிசனம் செய்தது பற்றித்தானே சொல்லுகிறாய்?’

‘குருதேவரே! அங்கே எந்தக் கடவுளைத் தரிசனம் செய்தீர்கள்?’

‘சந்தேகம் என்ன? நாராயண மூர்த்தியைத்தான்!’

‘இராமேச்சுரக் கோயிலுக்குள் இலிங்க வடிவம் வைத்திருப்பதாக அல்லவோ கேள்விப்பட்டிருக்கிறேன்? அதனால்தானே இங்குள்ள வீர சைவ பட்டர்மார்கள் என்னைச் சூழ்ந்துகொண்டு அவ்வளவு கொக்கரித்தார்கள்?’

‘பிள்ளாய்! நீ திருநகரியில் திரு அவதாரம் செய்த நம் சடகோபரின் அடியார்க்கடியான் என்று நாமம் பூண்டிருப்பது சத்தியந்தானே?’

‘அதில் என்ன சந்தேகம்?’

'நம்மாழ்வாரின் அருள்வாக்கைச் சற்று ஞாபகப்படுத்திக்கொள். நீ மறந்திருந்தால் நானே நினைவூட்டுகிறேன்; கேள்;

இலிங்கத்திட்ட புராணத்தீரும்
சமணரும் சாக்கியரும்
வலிந்து வாது செய்வீர்களும் மற்று நுந்
தெய்வமுமாகி நின்றானே!....'

இவ்வாறு சடகோபரே சாதித்திருக்கும்போது சிவலிங்கத்தில் நான் நாராயணனைத் தரிசித்தது தவறா?'

'ஆகா! சடகோபரின் அருள்வாக்கே வாக்கு! இலிங்கத்தை வழிபடு வோரைச் சமணரோடும் சாக்கியரோடும் கொண்டு போய்த் தள்ளினார் பாருங்கள்!'

'அப்பனே! உன் குதர்க்க புத்தி உன்னை விட்டு எப்போது நீங்குமோ, தெரியவில்லை. நம் சடகோபர் மேலும் சொல்லியிருப்பதைக் கேள்:

'நீராய் நிலனாய்த் தீயாய்க் காலாய்
நெடுவானாய்ச்
சீரார் சுடர்கள் இரண்டாய்ச் சிவனாய்
அயனாய்...'

உள்ளவன் ஸ்ரீ நாராயண மூர்த்தியே என்று திருவாய் மலர்ந்திருக்கிறார். இன்னும் கேள், திருமலை! கேட்டு உன் மனமாசைத் துடைத்துக்கொள்!

'முனியே நான்முகனே முக்கண்ணப்பா!
என் பொல்லாக்
கனிவாய்த் தாமரைக்கண் கருமாணிக்கமே
என் கள்வா!
தனியே ஆருயிரே என்தலை மிசையாய்
வந்திட்டு...'

கேட்டாயா, திருமலை! 'முக்கண்ணப்பா!' என்று நம் சடகோபர் கூவி அழைத்துத் தம் தலைமீது வரும்படி பிரார்த்திருக்கிறார்! நீயோ சிவன் கோயிலுக்கு நான் போனது பற்றி ஆட்சேபிக் கிறாய்!...'

'குருதேவரே! மன்னிக்க வேண்டும்; அபசாரத்தை க்ஷமிக்க வேண்டும்! நம்மாழ்வாரின் பாசுரங்கள் அனைத்தையும் தெரிந்து கொள்ளாமை யினால் வீண் சண்டைகளில் காலங்கழித்தேன். தங்களையும் சந்தேகித் தேன். இனி எனக்கு ஒரு வரம் கொடுத்து அருள வேண்டும்.'

'என்ன வரம் வேண்டும் என்று சொன்னாயானால், கொடுப்பதைப் பற்றி யோசிக்கலாம்.'

‘திருக்குருகூர் சென்று அங்கேயே தங்கிவிட ஆசைப்படுகிறேன். நம் சடகோபரின் ஆயிரம் பாடல்களையும் சேகரித்துக்கொண்டு பிறகு ஊர் ஊராகச் சென்று அந்தப் பாடல்களைக் கானம் செய்ய விரும்புகிறேன்...’

‘இந்த ஆசை உனக்கு ஏன் வந்தது?’

‘வடவேங்கடத்திலிருந்து வரும் வழியில் வீர நாராயணப் பெருமாள் சந்நிதியில் ஆழ்வார் பாசுரங்கள் சிலவற்றைப் பாடினேன். அந்தச் சந்நிதியில் கைங்கரியம் செய்யும் ஈசுவரப்பட்டர் என்னும் பெரியவர் கேட்டு ஆனந்தக் கண்ணீர் விட்டார்...’

‘ஈசுவர பட்டர் மகா பக்திமான்; நல்ல சிஷ்டர்.’

‘அவருடைய இளம் புதல்வன் ஒருவனும் அவர் அருகில் நின்று கேட்டுக்கொண்டிருந்தான். அந்த இளம் பாலகனின் பால்வடியும் முகம் ஆழ்வார் பாசுரத்தை கேட்டுப் பூரண சந்திரனைப்போல் பிரகாசித்தது. ‘மற்றப் பாடல்களும் தெரியுமா?’ என்று அந்தச் சின்னஞ்சிறு பிள்ளை பால் மணம் மாறாத வாயினால் கேட்டான். ‘தெரியாது’ என்று சொல்ல எனக்கு வெட்கமாயிருந்தது. ஆழ்வார் களின் தொண்டுக்கே ஏன் இந்த நாயேனை அர்ப்பணம் செய்து விடக்கூடாது என்று அப்போதே தோன்றியது. இன்றைக்கு அந்த எண்ணம் உறுதிப்பட்டுவிட்டது...’

‘திருமலை; அவரவர்களும் ஸ்வதர்மத்தைக் கடைப்பிடிக்க வேண்டும் என்று கீதாச்சாரியார் அருள்புரிந்திருக்கிறார் அல்லவா?’

‘ஆம், குருவே!’

‘ஆழ்வார்களின் பாசுரங்களைச் சேகரிப்பதற்கும் பரப்புவதற்கும் மகான்கள் அவதரிப்பார்கள். அதுபோலவே ஆழ்வார்களுடைய பாடல்களில் உள்ள வேத சாரமான தத்துவங்களை நிரூபணம் செய்து, வடமொழியின் மூலம் பரத கண்டமெங்கும் நிலை நாட்டக்கூடிய அவதாரமூர்த்திகளும் இந்நாட்டில் ஜனிப்பார்கள். நீயும் நானும் இராஜ்ய சேவையை நமது ஸ்வதர்மமாகக் கொண்டவர்கள். சோழ சக்கரவர்த்தியின் சேவையில் உடல் பொருள் ஆவியை அர்ப்பணம் செய்வதாக நாம் சபதம் செய்திருப்பதை மறந்தனையோ?..’

‘மறக்கவில்லை, குருவே! ஆனால் அது உசிதமா என்ற சந்தேகம் தோன்றி என் உள்ளத்தை அரித்து வருகிறது. முக்கியமாக, தங்களைப் பற்றிச் சில இடங்களில் பேசிக் கொள்வதைக் கேட்டால்...’

‘என்ன பேசிக் கொள்கிறார்கள்?’

‘தங்களுக்குச் சக்கரவர்த்தி பத்து வேலி நிலம் மானியம் விட்டு அதைச் செப்பேட்டிலும் எழுதிக் கொடுத்திருப்பதால் தாங்கள் வைஷ்ணவ

சம்பிரதாயத்தை விட்டுவிட்டதாகச் சிலர் சொல்கிறார்கள். ஜாதி தர்மத்தைப் புறக்கணித்துக் கப்பல் பிரயாணம் செய்ததாகவும் கூறுகிறார்கள்...'

'அந்தப் பொறாமைக்காரர்கள் சொல்வதை நீ பொருட்படுத்த வேண்டாம். நம்முடைய ஜாதி கிணற்றுத் தவளைகளாக இருக்க வேண்டுமென்று அவர்கள் நினைக்கிறார்கள். சக்கரவர்த்தி எனக்குப் பத்து வேலி நிலம் மானியம் கொடுத்திருப்பது உண்மைதான். அதைச் செப்பேட்டிலும் எழுதிக் கொடுத்திருக்கிறார். ஆனால் அதற்கு நாலு வருஷங்களுக்கு முன்பே சக்கரவர்த்திக்கு நான் மந்திரியானேன் என்பது உனக்குத் தெரியும் அல்லவா?'

ஆழ்வார்க்கடியான் மௌனமாயிருந்தான்.

'சக்கரவர்த்திக்கும் எனக்கும் எப்போது நட்பு ஏற்பட்டது என்றாவது உனக்குத் தெரியுமா? நாங்கள் இருவரும் இளம்பிராயத்தில் ஒரே ஆசிரியரிடம் பாடங்கற்றோம். செந்தமிழும் வடமொழியும் பயின்றோம். கணிதம், வான சாஸ்திரம், தர்க்கம், வியாகரணம் எல்லாம் படித்தோம். அப்போதெல்லாம் சுந்தர சோழர் சிம்மாசனம் ஏறப் போகிறார் என்று யாரும் கனவிலும் எண்ணியதில்லை. அவராவது, நானாவது அதைப் பற்றிச் சிந்தித்ததே கிடையாது. இராஜாதித்தரும் கண்டராதித்தரும் காலமாகி அரிஞ்சய சோழர் பட்டத்துக்கு வருவார் என்று யார் நினைத்தது? அரிஞ்சயருக்கு அவ்வளவு விரைவில் துர்மரணம் சம்பவித்துச் சுந்தர சோழர் பட்டத்துக்கு வரும்படியிருக்கும் என்றுதான் யார் நினைத்தார்கள்? சுந்தர சோழர் சிம்மாசனம் ஏறியபோது அதனால் பல சிக்கல்கள் விளையும் என்று எதிர்பார்த்தார். உடனிருந்து நான் உதவுவதாயிருந்தால் பட்டத்தை ஒப்புக்கொள்வதாகவும் இல்லாவிட்டால் மறுத்துவிடுவதாகவும் கூறினார். இராஜ்ய நிர்வாகத்தில் அவருக்கு உதவுவதாக அப்போது வாக்களித்தேன். அந்த வாக்குறுதியை இன்றளவும் நிறைவேற்றி வருகிறேன். இதெல்லாம் உனக்குத் தெரியாதா, திருமலை?'

'எனக்குத் தெரியும், குருதேவா! என் ஒருவனுக்கு மட்டும் தெரிந்து என்ன பயன்? ஜனங்களுக்குத் தெரியாதுதானே? நாட்டிலும் நகரத்திலும் வம்பு பேசுகிறவர்களுக்குத் தெரியாதுதானே?'

'வம்பு பேசுகிறவர்களைப் பற்றி நீ சிறிதும் கவலைப்பட வேண்டாம். பரம்பரையான ஆச்சாரியத் தொழிலை விட்டுவிட்டு நான் இராஜ சேவையில் இறங்கியது பற்றி இதற்கு முன்னால் நானே சில சமயம் குழப்பமடைந்ததுண்டு. ஆனால் சென்ற இரண்டு நாட்களாக அத்தகைய குழப்பம் எனக்குச் சிறிதும் இல்லை. திருமலை! நான்

இராமேசுவர ஆலயத்தில் சுவாமி தரிசனத்துக்காக இங்கு வரவில்லை என்பதும் மாதோட்டம் போவதற்காகவே இங்கு வந்தேன் என்பதும் உனக்குத் தெரியும் அல்லவா?'

'அப்படித்தான் ஊகித்தேன், குருதேவரே!'

'நீ ஊகித்தது சரியே. அன்றைக்குச் சம்பந்தரும் சுந்தரமூர்த்தியும் பரவசமாக வர்ணித்தபடியேதான் இன்றைக்கும் பாலாவி நதிக்கரையில் மாதோட்டம் இருக்கிறது.

'வண்டுபண்செயும் மாமலர்ப் பொழில்
மஞ்ஞை நடமிடுமாதோட்டம்
தொண்டர் நாடொறுந் துதிசெய
அருள்செய் கேதீச்சுர மதுதானே!'

என்று சம்பந்தர் பாடியிருக்கிறாரே, அந்த மாதோட்டத்தை நேரில் பார்க்காமல் எழுதியிருக்க முடியுமா? இந்த இராமேசுவரத் தீவிலிருந்த படியே மாதோட்டத்தை எட்டிப் பார்த்து விட்டு எழுதியதாகச் சொல்லு கிறார்கள், கிணற்றுத் தவளைப் பண்டிதர்கள் சிலர். அத்தகையோர் சொல்வதை நீ பொருட்படுத்த வேண்டாம்...'

'சுவாமி! மாதோட்டத்தின் இயற்கை வளங்களைக் கண்டு களிப்பதற் காகவா தாங்கள் அந்த க்ஷேத்திரத்துக்குச் சென்றிருந்தீர்கள்?'

'இல்லை; உன்னை அங்கே அனுப்ப எண்ணியிருப்பதால் அதைப் பற்றியும் சொன்னேன். நான் சென்றது இளவரசர் அருள்மொழி வர்மரைப் பார்ப்பதற்காக...'

'இளவரசரைப் பார்த்தீர்களா, குருதேவரே?' என்று ஆழ்வார்க் கடியான் கேட்டான். அவனுடைய பேச்சில் இப்போதுதான் சிறிது ஆர்வமும் பரபரப்பும் தொனித்தன.

'ஆகா! உனக்குக்கூட ஆவல் உண்டாகிவிட்டதல்லவா, இளவரசரைப் பற்றித் தெரிந்து கொள்வதற்கு? ஆம், திருமலை! இளவரசரைப் பார்த்தேன்; பேசினேன். இலங்கையிலிருந்து வந்து கொண்டிருந்த அதிசயமான செய்திகள் எவ்வளவு தூரம் உண்மை என்பதை நேரில் தெரிந்துகொண்டேன். கேள், அப்பனே! இலங்கை அரசன் மகிந்தனிடம் ஒரு மாபெரும் சைன்யம் இருந்தது. அந்தச் சைன்யம் இப்போது இல்லவே இல்லை! அது என்ன ஆயிற்று தெரியுமா? சூரியனைக் கண்ட பனிபோல் கரைந்து, மறைந்து போய்விட்டது! மகிந்தனுடைய சைன்யத்திலே பாண்டிய நாட்டிலிருந்தும், சேர நாட்டிலிருந்தும் சென்ற வீரர்கள் பலர் இருந்தார்கள். அவர்கள் எல்லாரும் நம் இளவரசர் படைத்தலைமை வகித்து வருகிறார் என்று

அறிந்ததும் ஆயுதங்களைக் கீழே போட்டுவிட்டார்கள். ஒருவரைப் போல் அனைவரும் நம்முடைய கட்சிக்கே வந்து சேர்ந்து விட்டார்கள்! மகிந்தன் எப்படிப் போர் புரிவான்? போயே போய் விட்டான். மலைகள் சூழ்ந்த ரோஹண நாட்டிற்குச் சென்று ஒளிந்து கொண்டிருக்கிறான். ஆக, நமது சைன்யம் போர் செய்வதற்கு அங்கு இப்போது எதிரிகளே இல்லை!'

'அப்படியானால், குருதேவரே! இளவரசர் நம் சைனியத்துடன் திரும்பிவிட வேண்டியதுதானே? மேலும் அங்கே இருப்பானேன்? நம் வீரர்களுக்குத் தானியம் அனுப்புவது பற்றிய ரகளையெல்லாம் எதற்காக?'

'எதிரிகள் இல்லையென்று சொல்லித் திரும்பிவந்து விடலாம். ஆனால் இளவரசருக்கு அதில் இஷ்டமில்லை. எனக்கும் அதில் சம்மத மில்லை. இளவரசரும், சைனியமும் இப்பால் வந்ததும், மகிந்தன் மலை நாட்டிலிருந்து வெளி வருவான். மறுபடியும் பழையபடி போர் தொடங்கும். அதில் என்ன பயன்? இலங்கை மன்னரும், மக்களும் ஒன்று நமக்குச் சிநேகிதர்களாக வேண்டும். அல்லது புலிக்கொடியின் ஆட்சியை அங்கே நிரந்தரமாக நிறுவுதல் வேண்டும். இந்த இரண்டு வகை முயற்சியிலும் இளவரசர் ஈடுபட்டிருக்கிறார். நமது போர் வீரர்கள் இப்போது இலங்கையில் என்ன செய்து கொண்டிருக் கிறார்கள் தெரியுமா? பழைய போர்களில் அநுராதபுர நகரமே நாசமாகி விட்டது. அங்கிருந்த பழமையான புத்த விஹாரங்கள், கோயில்கள், தாது கர்ப்ப கோபுரங்கள் எல்லாம் இடிந்து பாழாய்க் கிடக்கின்றன. இளவரசரின் கட்டளையின் பேரில் இப்போது நம்வீரர்கள் இடிந்த அக்கட்டிடங்களை யெல்லாம் புதுப்பித்துக் கொண்டிருக் கிறார்கள்.!'

'அழகாய்த்தானிருக்கிறது. சைவம், வைஷ்ணவம் இரண்டையும் கைவிட்டு இளவரசர் சாக்கிய மதத்திலேயே ஒருவேளை சேர்ந்து விடுவாரோ, என்னமோ? அதையும் தாங்கள் ஆமோதிப் பீர்களோ?'

'நானும் நீயும் ஆமோதித்தாலும் ஒன்றுதான்! ஆமோதிக்கா விட்டாலும் ஒன்றுதான். நம்மைப் போன்றவர்கள் நம்முடைய மதமே பெரிது என்று சண்டையிட்டுக்கொண்டிருக்கலாம். ஆனால் ஒரு நாட்டை ஆளும் அரசர் தம்முடைய பிரஜைகள் அனுசரிக்கும் சமயங்கள் எல்லா வற்றையும் ஆதரித்துப் பராமரிக்கவேண்டும். இந்த உண்மையை யாருடைய தூண்டுதலு மில்லாமல் இளவரசர் தாமே உணர்ந்திருக் கிறார். சந்தர்ப்பம் கிடைத்ததும் காரியத்திலும் செய்து காட்டுகிறார். திருமலை, இதைக் கேள்! நம் இளவரசர் அருள்மொழிவர்மருடைய கரங்களில் சங்கு சக்கர ரேகை இருப்பதாகச் சொல்லக் கேட்டிருக் கிறேன், நீயும் கேட்டிருப்பாய். ஆனால் அவருடைய கரங்களை நீட்டச்

சொல்லி நான் பார்த்ததில்லை. அவர் கையில் சங்கு சக்கர ரேகை இருந்தாலும் சரி, இல்லாவிட்டாலும் சரி, ஒன்று நிச்சயமாகச் சொல்கிறேன். இந்தப் பூமண்டலத்தை ஏக சக்ராதிபதியாக ஆளத்த குந்தவர் ஒருவர் உண்டு என்றால் அவர் இளவரசர் அருள்மொழிவர்மர் தாம். பிறவியிலேயே அத்தகைய தெய்வ கடாட்சத்துடன் சிலர் பிறக்கிறார்கள். சற்றுமுன் சில வர்த்தகத்தலைவர்களும் கைக்கோளப் படைச் சேநாதிபதிகளும் வந்து பேசிக்கொண்டிருந்தார்களே, அது உன் காதில் விழுந்ததா? இளவரசருக்கு என்றால் நம் வர்த்தகர்கள், - காசிலேயே கருத்துள்ளவர்கள், - எவ்வளவு தாராளமாகி விடுகிறார்கள் பார்த்தாயா?'

'சில நாளைக்கு முன்னால் பொதிகை மலைச் சிகரத்தில் ஒரு தவயோகியைப் பார்த்தேன்; அவர் ஞானக்கண் படைத்த மகான். அவர் என்ன சொன்னார் தெரியுமா? 'யானைக்கு ஒரு காலம் வந்தால், பூனைக்கு ஒரு காலம் வரும். இப்போது தென்னாடு மேம்பாடு அடையும் காலம் வந்திருக்கிறது. வெகுகாலமாக இப்புண்ணிய பாரத பூமியில் பெரிய பெரிய சக்கரவர்த்திகளும், வீராதி வீரர்களும், ஞானப் பெருஞ் செல்வர்களும், மகா கவிஞர்களும் வடநாட்டிலேயே அவதரித்து வந்தார்கள். ஆனால் வடநாட்டைச் சீக்கிரம் கிரகணம் பிடிக்கப் போகிறது. இமயமலைக்கு அப்பாலிருந்து ஒரு மகா முரட்டுச் சாதியார் வந்து வடநாட்டைச் சின்னா பின்னம் செய்வார்கள். கோயில்களையும், விக்கிரகங்களையும் உடைத்துப் போடுவார்கள். ஸநாதன தர்மம் பேராபத்துக்கும் உள்ளாகும். அப்போது நமது தர்மம், வேதசாஸ்திரம், கோயில், வழிபாடு - ஆகியவற்றையெல்லாம் தென்னாடுதான் காப்பாற்றித் தரப்போகிறது. வீராதி வீரர்களான சக்கரவர்த்திகள் இத்தென்னாட்டில் தோன்றி, நாலு திசைகளிலும் ஆட்சி செலுத்துவார்கள். மகாஞானிகளும், பண்டிதோத்தமர் களும், பக்த சிரோமணிகளும் இத்தென்னாட்டில் அவதரிப்பார் கள்!' என்று இவ்விதம் அந்தப் பொதிகை மலைச் சிவயோகி அருளினார். அந்த யோகியின் தீர்க்க தரிசனம் உண்மையாகும் என்ற நம்பிக்கை எனக்கு இப்போது பிறந்திருக்கிறது, திருமலை!'

'சுவாமி! தாங்கள் ஏதேதோ ஆகாசக் கோட்டைகள் கட்டிக் கொண்டிருக்கிறீர்கள். ஆனால் அங்கே இராஜ்யத்தின் அஸ்தி வாரத்தையே தகர்த்தெறியப் பார்க்கிறார்கள் குரு தேவரே! நான் பார்த்ததையெல்லாம் தாங்கள் பார்த்து நான் கேட்டதையெல்லாம் தாங்களும் கேட்டிருந்தால் இவ்வளவு குதூகலமாயிருக்க மாட்டீர்கள். இந்தச் சோழ சாம்ராஜ்யத்துக்கு ஏற்படப்போகும் அபாயத்தை நினைத்துக் கதிகலங்குவீர்கள்...'

‘திருமலை, ஆம், நான் மறந்துவிட்டேன். அதிக உற்சாகம் என் அறிவை மூடிவிட்டது. நீ உன் பிரயாணத்தில் தெரிந்து வந்த செய்திகளை இன்னும் நான் கேட்கவே இல்லை. சொல், கேட்கிறேன். எவ்வளவு பயங்கரமான செய்திகளாயிருந்தாலும் தயங்காமல் சொல்!’

‘சுவாமி, இங்கேயே சொல்லும்படி ஆக்ஞாபிக்கிறீர்களா? நான் கொண்டுவந்த செய்திகளை வாயு பகவான் கேட்டால் நடுங் குவார்; சமுத்திரராஜன் கேட்டால் ஸ்தம்பித்து நிற்பார்; பட்சிகள் கேட்டால் பறக்கும் சக்தியை இழந்து சுருண்டுவிடும்; ஆகாச வாணியும், பூமா தேவியுங்கூட அலறிவிடுவார்கள். அப்படிப் பட்ட செய்திகளை இங்கே பகிரங்கமாகச் சொல்லும்படியா பணிக்கிறீர்கள்?’ என்றான் ஆழ்வார்க்கடியான்.

‘அப்படியானால் வா! காற்றும், கனலும் புகாத பாதாளக் குகை ஒன்று இந்தத் தீவிலே இருக்கிறது. அங்கே வந்து விவரமாகச் சொல்லு!’ என்றார் அநிருத்தப் பிரமராயர்.

பதின்மூன்றாம் அத்தியாயம்

‘பொன்னியின் செல்வன்’

வந்தியத்தேவன் நாகத்தீவின் முனையில் இறங்கி மாதோட்டத்தை நோக்கிப் போய்க்கொண்டிருந்த அதே சமயத்தில் - அநிருத்தப் பிரமராயரும் ஆழ்வார்க்கடியானும் சாம்ராஜ்ய நிலைமையைப்பற்றி விவாதித்துக் கொண்டிருந்த அதே நேரத்தில் - குந்தவை தேவியும் கொடும்பாளூர் இளவரசி வானதியும், அம்பாரி வைத்த ஆனைமீது ஏறித் தஞ்சை நகரை நெருங்கிக்கொண்டிருந்தார்கள். இளைய பிராட்டி சில காலமாகத் தஞ்சைக்குப் போவதில்லை என்று வைத்துக்கொண்டிருந்தாள். இதற்குப் பல காரணங்கள் இருந்தன. தஞ்சையில் அரண்மனைப் பெண்டிர் தனித்தனியாக வசிக்கும்படியாகப் போதிய அரண்மனைகள் இன்னும் உண்டாகவில்லை. சக்கரவர்த்தியின் பிரதான அரண்மனையிலேயே எல்லாப் பெண்டிரும் இருந்தாக வேண்டும். மற்ற அரண்மனைகளையெல்லாம் பழுவேட்டரை யர்களும் மற்றும் பெருந்தரத்து அரசாங்க அதிகாரிகளும் ஆக்ர மித்துக்கொண்டிருந்தார்கள். பழையாறையில் அரண்மனைப் பெண்டிர் சுயேச்சையாக இருக்க முடிந்தது. விருப்பம்போல் வெளியில் போகலாம்; வரலாம். ஆனால் தஞ்சையில் வசித்தால் பழுவேட்டரையர்களின் கட்டுப்பாடுகளுக்கு உட்பட்டுத் தீரவேண்டும். கோட்டைக்குள்ளும், அரண்மனைக்குள்ளும் இஷ்டம்போல் வருவதும் போவதும் இயலாத காரியம். அம்மாதிரிக் கட்டுப்பாடுகளும், நிர்ப்பந்தங்களும் இளைய பிராட்டிக்குப் பிடிப்பதில்லை. அல்லாமலும் பழுவூர் இளைய ராணியின் செருக்கும், அவளுடைய அகம்பாவ நடத்தைகளும் குந்தவைப் பிராட்டிக்கு மிக்க வெறுப்பை அளித்தன. அரண் மனைப் பெண்டிர்கள் பழையாறையில் இருப்பதையே சக்கர வர்த்தியும் விரும்பினார். இந்தக் காரணங்களினால் குந்தவைப் பிராட்டி பழையாறையிலேயே வசித்து வந்தாள். உடம்பு குணமில்லாத தன் அருமைத் தந்தையைப் பார்க்கவேண்டும். அவருக்குப் பணிவிடை செய்ய வேண்டும் என்ற ஆர்வத்தையும் கட்டுப்படுத்திக்கொண்டிருந்தாள்.

ஆனால் வந்தியத்தேவன் வந்துவிட்டுப் போனதிலிருந்து இளைய பிராட்டியின் மனத்தில் ஒரு மாறுதல் ஏற்பட்டிருந்தது. இராஜ ரீகத்தில் பயங்கரமான சூழ்ச்சிகளும், சதிகளும் நடைபெற்றுக் கொண்டிருக்கும் போது நாம் பழையாறையில் உல்லாசமாக நதிகளில் ஓடம் விட்டுக் கொண்டும், பூங்காவனங்களில் ஆடிப் பாடிக் கொண்டும் காலங் கழிப்பது சரியா? தமையன் தொண்டை நாட்டில் இருக்கிறான்; தம்பியோ ஈழநாட்டில் இருக்கிறான். அவர்கள் இருவரும் இல்லாத சமயத்தில் இராஜ்யத்தில் நடக்கும் விவகாரங்களை நாம் கவனித்தாக வேண்டும் அல்லவா? தலை நகரில் அவ்வப்போது நடக்கும் நிகழ்ச்சி களை அந்தரங்கத் தூதர்கள் மூலம் அறிவிக்க வேண்டும் என்று தமையன் ஆதித்த கரிகாலன் கேட்டுக்கொண்டிருக்கிறானே? பழையாறையில் வசித்தால் தஞ்சையில் நடக்கும் காரியங்கள் எப்படித் தெரியவரும்?

வந்தியத்தேவன் அறிவித்த செய்திகளோ மிகப் பயங்கரமாயிருந்தன. பழுவேட்டரையர்கள் தங்கள் அந்தஸ்துக்கு மீறி அதிகாரம் செலுத்தி வந்தது மட்டுமே இதுவரையில் இளைய பிராட்டிக்குப் பிடிக்காம லிருந்தது. இப்போதோ சிம்மாசனத்தைப் பற்றியே சூழ்ச்சி செய்ய ஆரம்பித்துவிட்டார்கள். பாவம்! அந்தப் பரம சாது மதுராந்தகனையும் தங்கள் வலையில் போட்டுக்கொண்டார்கள். சோழ நாட்டுச் சிற்றரசர் களையும், பெருந்தரத்து அதிகாரிகள் பலரையும் தங்கள் வசப்படுத்திக் கொண்டார்கள். எந்த நேரத்தில் என்ன நடக்குமோ, தெரியாது. இவர்களுடைய சூழ்ச்சியும், வஞ்சனையும், துராசையும் எந்த வரையில் போகும் என்று யார் கண்டது? சுந்தர சோழரின் உயிருக்கு உலை வைத்தாலும் வைத்துவிடுவார்கள்! மாட்டார்கள் என்று எப்படிச் சொல்ல முடியும்? சக்கரவர்த்தியின் புதல்வர்கள் இருவரும் இல்லாத சமயத்தில் அவருக்கு எதாவது நேர்ந்து விட்டால், மதுராந்தகனைச் சிம்மாசனத்தில் ஏற்றி வைத்துவிடு வது எளிதாயிருக்கும் அல்லவா? இதற்காக என்ன செய்தாலும் செய்வார்கள்! அவர்களுக்கு யோசனை தெரியாவிட்டாலும் அந்த ராட்சஸி நந்தினி சொல்லிக்கொடுப்பாள். அவர்கள் தயங்கி னாலும், இவள் துணிவூட்டுவாள். ஆகையால் தஞ்சாவூரில் நம் தந்தையின் அருகில் நாம் இனி இருப்பதே நல்லது. சூழ்ச்சியும் சதியும் எதுவரைக்கும் போகின்றன என்று கவனித்துக் கொண்டு வரலாம். அதோடு நம் அருமைத் தந்தைக்கும் ஆபத்து ஒன்றும் வராமல் பார்த்துக்கொள்ளலாம்.

சாதுவாகிய மதுராந்தகனை ஏன் இவர்கள் சிம்மாசனத்தில் ஏற்றப் பார்க்கிறார்கள்? தர்ம நியாய முறைக்காகவா? இல்லவே இல்லை. மதுராந்தகனுக்குப் பட்டம் கட்டினால் அவனைப் பொம்மையாக வைத்துக்கொண்டு தங்கள் இஷ்டம் போல் எல்லாக் காரியங்களையும்

நடத்திக் கொள்ளலாம் என்பதற் காகத்தான். அப்புறம் நந்தினி வைத்ததுதான் சோழ சாம்ராஜ் யத்தில் சட்டமாகிவிடும்! அவளுடைய அதிகாரத்துக்குப் பயந்துதான் மற்றவர்கள் வாழ வேண்டும். அவளிடம் மற்ற அரண்மனை மாதர் கைகட்டி நிற்கவேண்டும். சீச்சீ! அத்தகைய நிலைமைக்கு இடம் கொடுக்க முடியுமா? நான் ஒருத்தி இருக்கும் வரையில் அது நடவாது. பார்க்கலாம் அவளுடைய சாமர்த்தியத்தை!

தஞ்சாவூரில் இருப்பது தனக்குப் பல வகையில் சிரமமாகவே இருக்கும். தாயும், தந்தையும், 'இங்கு எதற்காக வந்தாய், பழையாறையில் சுகமாக இருப்பதை விட்டு?' என்று கேட்பார்கள். 'சுயேச்சை என்பதே இல்லாமற் போய்விடும். தன்னுடைய திருமணத்தைப் பற்றிய பேச்சை யாரேனும் எடுப்பார்கள். அதைக் கேட்கவே தனக்குப் பிடிக்காது. நந்தினியைச் சிலசமயம் பார்க்கும்படியாக இருக்கும். அவளுடைய அதிகாரச் செருக்கைத் தன்னால் சகிக்க முடியாது. ஆனால் இதையெல்லாம் இந்தச் சமயத்தில் பார்த்தால் சரிப்படுமா? இராஜ்யத்துக்குப் பேரபாயம் வந்திருக்கிறது. தந்தையின் உயிருக்கு அபாயம் நேரலாம் என்ற பயமும் இருக்கிறது. இப்படிப்பட்ட சந்தர்ப்பத்தில் நாம் இருக்க வேண்டிய இடம் தஞ்சையேயல்லவா?'

இவ்வளவையும் தவிர, வேறொரு, முக்கிய காரணமும் இருந்தது. அது வந்தியத்தேவனைப் பற்றி ஏதேனும் செய்தி உண்டா என்று தெரிந்துகொள்ளும் ஆசைதான். வந்தியத்தேவன் கோடிக்கரைப் பக்கம் போயிருக்கிறான் என்று தெரிந்து அவனைப் பிடித்து வரப் பழுவேட்டரையர்கள் ஆட்கள் அனுப்பி யிருப்பதைப்பற்றி இளைய பிராட்டி கேள்விப்பட்டாள். 'புத்தி யுத்திகளில் தேர்ந்த அந்த இளைஞன் இவர்களிடம் அகப்பட்டுக் கொள்வானா? ஒருவேளை அகப்பட்டால் தஞ்சாவூருக்குத்தான் கொண்டு வருவார்கள். அச்சமயம் நாம் அங்கே இருப்பது மிகவும் அவசியமல்லவா? ஆதித்த கரிகாலன் அனுப்பிய தூதனை அவர்கள் அவ்வளவு எளிதில் ஒன்றும் செய்து விடமுடியாது. ஏதாவது குற்றம் சாட்டித்தான் தண்டிக்க வேண்டும். அதற் காகவே சம்புவரையர் மகனை முதுகில் குத்திக் கொல்ல முயன்ற தாக குற்றம் சாட்டியிருக்கிறார்கள். அது பொய் என்பதில் சந்தேக மில்லை. ஆனால் அது பொய் என்பதை நிரூபிக்க வேண்டும். கந்தன் மாறனுடன் பேசி அவனுடைய வாய்ப் பொறுப்பை அறிந்து கொள்வது அதற்கு உபயோகமாயிருக்கலாம்...'

இவ்விதமெல்லாம் குந்தவையின் உள்ளம் பெரிய பெரிய சூழ்ச்சிகளிலும் சிக்கலான விவகாரங்களிலும் சஞ்சரித்துக் குழம்பிக் கொண்டிருக்கையில், அவளுடன் யானைமீது வந்த அவள் தோழி வானதியின் உள்ளம், பால் போன்ற தூய்மை யுடனும், பளிங்கு

போன்ற தெளிவுடனும் ஒரே விஷயத் தைப்பற்றியே சிந்தித்துக் கொண்டிருந்தது. அந்த ஒரு விஷயம் இளவரசர் அருள்மொழிவர்மர் எப்போது இலங்கையிலிருந்து திரும்பி வருவார் என்பது பற்றித்தான்.

'அக்கா! அவரை உடனே புறப்பட்டு வரும்படி ஓலை அனுப்பி யிருப்பதாகச் சொன்னீர்கள் அல்லவா? வந்தால், எவ்விடம் வருவார்? பழையாறைக்கா? தஞ்சாவூருக்கா?' என்று வானதி கேட்டாள்.

தஞ்சாவூருக்கு இவர்கள் போயிருக்கும்போது இளவரசர் பழை யாறைக்கு வந்து விட்டால் என்ன செய்கிறது என்பது வானதியின் கவலை.

வேறு யோசனைகளில் ஆழ்ந்திருந்த குந்தவைப் பிராட்டி வானதியைத் திரும்பிப் பார்த்து, 'யாரைப்பற்றியடி கேட்கிறாய்? பொன்னியின் செல்வனைப் பற்றியா?' என்றாள்.

'ஆமாம், அக்கா! அவரைப் பற்றித்தான். இளவரசரைப் 'பொன்னியின் செல்வன்' என்று நாலைந்து தடவை தாங்கள் குறிப்பிட்டு விட்டீர்கள், அதற்குக் காரணம் சொல்லவில்லை. பிற்பாடு சொல்வதாகத் தட்டிக் கழித்துக்கொண்டு வந்திருக் கிறீர்கள். இப்போதாவது சொல்லுங் களேன். தஞ்சாவூர்க் கோட்டை இன்னும் வெகுதூரத்தில் இருக்கிறது. இந்த யானையோ ஆமை நகர்வதுபோல் நகர்கிறது!' என்றாள் வானதி.

'இதற்குமேல் யானை வேகமாய்ப் போனால் நம்மால் இதன் முதுகில் இருக்க முடியாது. அம்பாரியோடு நாமும் கீழே விழவேண்டியதுதான்! அடியே! தக்கோலப் போரில் என்ன நடந்தது என்று உனக்குத் தெரியுமா?'

'அக்கா! 'பொன்னியின் செல்வன்' என்னும் பெயர் எப்படி வந்தது என்று சொல்லுங்கள்!'

'அடி கள்ளி! அதை நீ மறக்கமாட்டாய் போலிருக்கிறது; சொல்கிறேன், கேள்!' என்று குந்தவைப் பிராட்டி சொல்லத் தொடங்கினாள்.

சுந்தர சோழ சக்கரவர்த்தி பட்டத்துக்கு வந்த புதிதில் அவருடைய குடும்ப வாழ்க்கை ஆனந்த மயமாக இருந்தது. அரண்மனைப் படகில் குடும்பத்துடன் அமர்ந்து சக்கரவர்த்தி பொன்னி நதியில் உல்லாசமாக உலாவி வருவார். அத்தகைய சமயங்களில் படகில் ஒரே குதூகலமா யிருக்கும். வீணா கானமும் பாணர்களின் கீதமும் கலந்து காவேரி வெள்ளத்தோடு போட்டியிட்டுக்கொண்டு பெருகும். இடையிடையே யாரேனும் ஏதேனும் வேடிக்கை செய்வார்கள். உடனே கலகல வென்று சிரிப்பின் ஒலி கிளம்பிக் காவேரிப் பிரவாகத்தில் சலசலப்பு ஒலியுடன் ஒன்றாகும்.

சிலசமயம் பெரியவர்கள் தங்களுக்குள் பேசி மகிழ்வார்கள். படகில் ஒரு பக்கத்தில் குழந்தைகள் கும்மாளம் அடித்துக் கொண்டிருப்பார்கள். சில சமயம் எல்லோருமாகச் சேர்ந்து வேடிக்கை விநோதங்களில் ஈடுபட்டுத் தங்களை மறந்து களிப்பார்கள். ஒருநாள் அரண்மனைப் படகில் சக்கரவர்த்தியும் ராணிகளும் குழந்தைகளும் உட்கார்ந்து காவேரியில் உல்லாசப் பிரயாணம் செய்து கொண்டிருந்த போது, திடீரென்று, 'குழந்தை எங்கே? குழந்தை அருள்மொழி எங்கே?' என்று ஒரு குரல் எழுந்தது. இந்தக் குரல் குந்தவையின் குரல்தான் அருள் மொழிக்கு அப்போது வயது ஐந்து. குந்தவைக்கு வயது எழு. அரண்மனையில் அனைவருக்கும் கண்ணினும் இனிய செல்லக் குழந்தை அருள்மொழி. ஆனால் எல்லாரிலும் மேலாக அவனிடம் வாஞ்சை உடையவள் அவன் தமக்கை குந்தவை. படகில் குழந்தையைக் காணோம் என்பதைக் குந்தவைதான் முதலில் கவனித்தாள். உடனே மேற்கண்டவாறு கூச்சலிட்டாள். எல்லாரும் கதிகலங்கிப் போனார்கள். படகில் அங்குமிங்கும் தேடினார்கள். ஆனால் அரண்மனைப் படகில் அதிகமாகத் தேடுவதற்கு இடம் எங்கே? சுற்றிச் சுற்றித் தேடியும் குழந்தையைக் காணவில்லை. குந்தவையும், ஆதித்தனும் அலறினார்கள். ராணிகள் புலம்பினார்கள், தோழிமார்கள் அரற்றினார்கள். படகோட்டிகளில் சிலர் காவேரி வெள்ளத்தில் குதித்துத் தேடினார்கள். சுந்தர சோழரும் அவ்வாறே குதித்துத் தேடலுற்றார். ஆனால் எங்கே என்று தேடுவது? ஆற்று வெள்ளம் குழந்தையை எவ்வளவு தூரம் அடித்துக்கொண்டு போயிருக்கும் என்று யார் கண்டது? குழந்தை எப்போது வெள்ளத்தில் விழுந்தது என்பதுதான் யாருக்குத் தெரியும்? நோக்கம், குறி என்பது ஒன்றுமில்லாமல் காவேரியில் குதித்தவர்கள் நாலாபுறமும் பாய்ந்து துழாவினார்கள். குழந்தை அகப்படவில்லை. இதற்குள் படகில் இருந்த ராணிகள் - தோழிமார்களில் சிலர் மூர்ச்சை போட்டு விழுந்து விட்டார்கள். அவர்களைக் கவனிப்பார் இல்லை. உணர்ச்சியோடு இருந்த மற்றவர்கள் 'ஐயோ!' என்று அழுது புலம்பிய சோகக் குரல் காவேரி நதியின் ஓங்காரக் குரலை அடக்கிக்கொண்டு மேலெழுந்தது. நதிக்கரை மரங்களில் வசித்த பறவைகள் அதைக் கேட்டுத் திகைத்து மோனத்தில் ஆழ்ந்தன.

சட்டென்று ஓர் அற்புதக் காட்சி தென்பட்டது. படகுக்குச் சற்றுத் தூரத்தில் ஆற்று வெள்ளத்தின் மத்தியில் அது தெரிந்தது. பெண் உருவம் ஒன்று இரண்டு கைகளிலும் குழந்தையைத் தூக்கிப் பிடித்துக் கொண்டு நின்றது. அந்த மங்கையின் வடிவம் இடுப்புவரையில் தண்ணீரில் மறைந்திருந்தது. அப்பெண்ணின் பொன் முகமும், மார்பகமும், தூக்கிய கரங்களும் மட்டுமே மேலே தெரிந்தன. அவற்றிலும் பெரும் பகுதியைக் குழந்தை மறைத்துக் கொண்டிருந்தது. எல்லாரையும்

போல் சுந்தர சோழரும் அந்தக் காட்சியைப் பார்த்தார். உடனே பாய்ந்து நீந்தி அந்தத் திசையை நோக்கிச் சென்றார். கைகளை நீட்டிக் குழந்தையை வாங்கிக் கொண்டார். இதற்குள் படகும் அவர் அருகில் சென்றுவிட்டது. படகிலிருந்தவர்கள் குழந்தையைச் சுந்தர சோழரிட மிருந்து வாங்கிக் கொண்டார்கள். சக்கரவர்த்தி யையும் கையைப் பிடித்து ஏற்றி விட்டார்கள். சக்கரவர்த்தி படகில் ஏறியதும் நினைவற்று விழுந்துவிட்டார். அவரையும், குழந்தையையும் கவனிப்பதில் அனைவரும் ஈடுபட்டார்கள். குழந்தையைக் காப்பாற்றிக் கொடுத்த மாதரசி என்னவானாள்? என்று யாரும் கவனிக்கவில்லை. அவளுடைய உருவம் எப்படியிருந்தது? என்று அடையாளம் சொல்லும்படி யாரும் கவனித்துப் பார்க்கவும் இல்லை. 'குழந்தையைக் காப்பாற்றியவள் நான்!' என்று பரிசுகேட்பதற்கு அவள் வரவும் இல்லை. ஆகவே காவேரி நதியாகிய தெய்வந்தான் இளவரசர் அருள்மொழிவர்மரைக் காப்பாற்றிக் கொடுத்திருக்கவேண்டும் என்று அனைவரும் ஒரு முகமாக முடிவு கட்டினார்கள். ஆண்டுதோறும் அந்த நாளில் பொன்னி நதிக்குப் பூஜை போடவும் ஏற்பாடாயிற்று. அதுவரை அரண்மனைச் செல்வனாயிருந்த அருள்மொழிவர்மன் அன்று முதலாவது 'பொன்னியின் செல்வன்' ஆனான். அச்சம்பவத்தை அறிந்த அரச குடும்பத்தார் அனைவரும் பெரும்பாலும் 'பொன்னியின் செல்வன்' என்றே அருள்மொழிவர்மனை அழைத்து வந்தார்கள்.

பதினான்காம் அத்தியாயம்

இரண்டு பூரண சந்திரர்கள்

அன்று தஞ்சை நகரம் அல்லோலகல்லோலப்பட்டது. பல காலமாகத் தலைநகருக்கு வராதிருந்த இளவரசி மனம் மாறித் தஞ்சைக்கு வருகிறார் என்றால் அந்த நகர மாந்தர்களின் எக்களிப்புக்குக் கேட்பானேன்? சோழ நாட்டில் இளவரசி குந்தவையின் அழகு, அறிவு, தயாளம் முதலிய குணங்களைப் பற்றித் தெரியாதவர்கள் இல்லை. தினம் ஒரு தடவையாவது ஏதேனும் ஒரு வியாஜம் பற்றி அவருடைய பெயரைக் குறிப்பிட்டுப் பேசாதவர்களும் இல்லை. இந்த வருஷம் நவராத்திரி வைபவத்துக்கு இளவரசி தஞ்சை அரண் மனையில் வந்து இருப்பார் என்ற வதந்தி முன்னமே பரவி மக்களின் ஆவலை வளர்த்திருந்தது. எனவே, இன்றைக்கு வருகிறார் என்று தெரிந்ததும் தஞ்சைக் கோட்டை வாசலில் ஒரு ஜன சமுத்திரமே காத்துக்கொண்டிருந்தது. பூரண சந்திரனுடைய உதயத்தை எதிர்பார்த்து ஆஹ்லாத ஆரவாரம் செய்யும் ஜலசமுத்திரத்தைப் போல் இந்த ஜனசமுத்திரமும் ஆர்வம் மிகுந்து ஆரவாரம் செய்து கொண்டிருந்தது.

கடைசியில், பூரணசந்திரனும் உதயமாயிற்று. ஏன்? இரண்டு நிலா மதியங்கள் ஒரே சமயத்தில் உதயமாயின. தஞ்சைக் கோட்டை வாசலண்டை குந்தவை தேவி தன் பரிவாரத்துடன் வந்து சேர்ந்த போது, கோட்டைக் கதவுகள் தடால் என்று திறந்தன. உள்ளேயிருந்து தேவியை வரவேற்று அழைத்துப் போவதற்காக அரண்மனைப் பரிவாரங்கள் வெளிவந்தன. அந்தப் பரிவாரங்களின் முன்னிலையில் இரு பழுவேட்டரையர் களும் இருந்தார்கள். அது மட்டுமல்ல; அவர் களுக்குப் பின்னால், முத்துப்பதித்த தந்தப் பல்லக்கு ஒன்றும் வந்தது. அதன் பட்டுத்திரைகள் விலகியதும் உள்ளே பழுவூர் இளைய ராணி நந்தினி தேவியின் சுந்தர மதிவதனம் தெரிந்தது.

குந்தவை யானையிலிருந்தும் நந்தினி பல்லக்கிலிருந்தும் இறங்கினார்கள். நந்தினி விரைந்து முன்னால் சென்று குந்தவைக்கு முகமன் கூறி

வரவேற்றாள். அந்த வரவேற்பைக் குந்தவை புன்னகை புரிந்து அங்கீகரித்தாள். சோழநாட்டின் அந்த இரு பேரழகிகளையும் அங்கு ஒருங்கே கண்ட ஜனத்திரளின் உற்சாகம் கரைபுரண்டு ஓடியது. நந்தினி பொன் வர்ணமேனியாள்; குந்தவை செந்தாமரை நிறத்தினள். நந்தினியின் பொன்முகம் பூரணசந்திரனைப்போல் வட்ட வடிவமா யிருந்தது; குந்தவையின் திருமுகம் கைதேர்ந்த சிற்பிகள் வார்த்த சிலை வடிவத்தைப் போல் சிறிது நீள வாட்டமாயிருந்தது. நந்தினியின் செவ்வரியோடிய கருநிறக் கண்கள் இறகு விரித்த தேன் வண்டு களைப்போல் அகன்று இருந்தன; குந்தவையின் கருநீல வர்ணக் கண்கள் நீலோத் பலத்தின் இதழைப்போல் காதளவு நீண்டு பொலிந்தன. நந்தினியின் மூக்கு தட்டையாக வழுவழுவென்று தந்தத்தினால் செய்ததுபோல் திகழ்ந்தது. குந்தவையின் மூக்கு சிறிது நீண்டு பன்னீர்ப்பூவின் மொட்டைப்போல் இருந்தது. நந்தினியின் சிறிது தடித்த இதழ்கள் அமுதம் ததும்பும் பவழச் செப்பைப் போல் தோன்றியது. குந்தவையின் மெல்லிய இதழ்களோ தேன் பிலிற்றும் மாதுளை மொட்டெனத் திகழ்ந்தது. நந்தினி தன் கூந்தலைக் கொண்டை போட்டு மலர்ச்செண்டுகளைப் போல் அலங்கரித்து இருந்தாள். குந்தவையின் கூந்தலோ 'இவள் அழகின் அரசி' என்பதற்கு அடையாளமாகச் சூட்டிய மணி மகுடத்தைப்போல் அமைந்திருந்தது.

இப்படியெல்லாம் அந்த இருவனிதா மணிகளின் அழகையும் அலங் காரத்தையும் தனித்தனியே பிரித்து ஒப்பிட்டுப் பார்த்து எல்லோரும் மகிழ்ந்தார்கள் என்று சொல்ல முடியாதுதான். ஆயினும் பொதுப் படையாக இருவரும் நிகரில்லாச் சௌந்தரியவதிகள் என்பதையும், அங்க அமைப்பிலும் அலங்காரத்திலும் மாறுபட்டவர்கள் என்பதையும் அனைவருமே எளிதில் உணர்ந்தார்கள். நந்தினியின் பேரில் அதுவரையில் நகர மாந்தர்களுக்கு ஓரளவு அதிருப்தியும் அசூயையும் இருந்து வந்தன. குந்தவைப் பிராட்டியை ஒவ்வொரு வரும் தங்கள் குல தெய்வமெனப் பக்தியுடன் பாராட்டினார்கள். ஆனால், இப்போது பழுவூர் இளைய ராணி கோட்டை வாசலுக்கு வந்து இளைய பிராட்டியை வரவேற்று மக்களுக்கு மிகுந்த குதூகலத்தை விளைவித்தது.

மக்கள் இவ்விதம் மகிழ்ச்சியில் ஆழ்ந்திருக்கையில் நந்தினிக்கும், குந்தவைக்கும் நடந்த சம்பாஷணை, மின்னலை மின்னல் வெட்டும் தோரணையில் அமைந்தது.

'தேவி! வருக! வருக! எங்களை அடியோடு மறந்துவிட்டீர்களோ, என்று நினைத்தோம். இளைய பிராட்டியின் கருணை எல்லையற்றது என்பதை இன்று அறிந்தோம்' என்றாள் நந்தினி.

‘அது எப்படி ராணி! தூரத்திலிருந்தால் மறந்து விட்டதாக அர்த்தமா? நீங்கள் பழையாறைக்கு வராதபடியால் என்னை மறந்து விட்டதாக வைத்துக் கொள்ளலாமா?’ என்றாள் குந்தவை.

‘தேன் மலரை நோக்கி வண்டுகள் தாமே வரும்; அழைப்பு வேண்டிய தில்லை. அழகிய பழையாறைக்கு யாரும் வருவார்கள். இந்த அவலட் சணமான தஞ்சைக் கோட்டைக்குத் தாங்கள் வந்தது தங்கள் கருணையின் பெருமையல்லவா?’

‘அது என்ன அப்படிச் சொல்லிவிட்டீர்கள்? தஞ்சை புரியை அவ லட்சண நகரமென்று சொல்லலாமா? இங்கே சௌந்தரியத்தையே சிறைப்படுத்தி வைத்திருக்கும்போது?’ என்றாள் இளைய பிராட்டி.

‘நானும் அப்படித்தான் கேள்வியுற்றேன், சக்கரவர்த்தியை இங்கே சிறைப்படுத்தி வைத்திருக்கிறார்கள் என்று. இனிமேல் கவலை யில்லை. அவரை விடுவித்துச் செல்லத் தாங்கள் வந்து விட்டீர்கள் அல்லவா?’ என்று நந்தினி கூறிய போது அவளுடைய கண்களில் மின்வெட்டுத் தோன்றி மறைந்தது.

‘அழகாயிருக்கிறது! சுந்தர சோழ சக்ரவர்த்தியைச் சிறை வைக்க இந்திராதி தேவர்களாலும் முடியாது. சிறிய மனிதர்களால் எப்படி முடியும்? நான் அதைப்பற்றிச் சொல்லவில்லை. சௌந்தர்ய தேவதை யான நந்தினி தேவியைப் பற்றிச் சொன்னேன்...’

‘நன்றாகச் சொல்லுங்கள், தேவி! அவர் காது பட இதைச் சொல்லுங்கள். என்னைச் சிறையில் வைத்திருப்பது போலத்தான் பழுவூர் அரசர் வைத்திருக்கிறார். தாங்கள் கொஞ்சம் சிபாரிசு செய்து...’

‘என் சிபாரிசு என்னத்துக்கு ஆகும்? தங்களை வைத்திருப்பது சாதாரணச் சிறையல்லவே? காதல் என்னும் சிறையல்லவா! அதிலும்...’

‘ஆம், தேவி! அதிலும் கிழவருடைய காதல் சிறையாயிருந்து விட்டால் விமோசனமே இல்லை! ஏதோ பாதாளச் சிறை என்கிறார்களே? அதில் அடைக்கப்பட்டவர்களாவது வெளிவரக்கூடும்! ஆனால்...’

‘ஆமாம்! ராணி! அதிலும் நாமாகப் போட்டுக்கொண்ட விலங்காயிருந் தால், நாமாகத் தேடிச் சென்ற சிறையாயிருந்தால் விடுதலை கஷ்டமானதுதான்!... சீதை, கண்ணகி, நளாயினி, சாவித்திரி வழியில் வந்தவர்கள் விடுதலை தேடவும் மாட்டார்கள்!... அதோ, அங்கே என்ன அவ்வளவு கூச்சல்?’ என்றாள் குந்தவைப் பிராட்டி.

உண்மையாகவே, கோட்டை வாசலுக்குச் சற்றுத் தூரத்தில் திரளாக நின்று கொண்டிருந்த பெண்களின் நடுவிலிருந்து அந்தப்

பெருங்கூச்சல் எழுந்து கொண்டிருந்தது. குந்தவையும், நந்தினியும் அவ்விடத்தை நெருங்கிப் போனார்கள். பெண்கள் பலர் ஏக காலத்தில் கூச்சலிட்டபடியால் முதலில் இன்னதென்று புரியவில்லை. பிறகு கொஞ்சம் விளங்கியது. இளைய பிராட்டியை அடிக்கடி அரண் மனைக்கு வந்து பார்க்க அவர்கள் விரும்புவதாகவும், ஆகையால் நவராத்திரி ஒன்பதுநாளும் கோட்டைக்குள் பிரவேசிப்பதில் உள்ள கட்டுக் காவல்களை நீக்கிவிட வேண்டும் என்றும் அவர்கள் கோருவதாகத் தெரிந்தது.

'ராணி! தங்கள் கணவரிடமாவது, மைத்துனரிடமாவது சொல்லி, இவர்களுடைய கோரிக்கையை நிறைவேற்றச் சொல்லுங்கள். கேவலம் இந்த ஸ்திரீகளைக் கண்டு பயப்படுவானேன்? இவர்களால் சோழ சாம்ராஜ்யத்துக்கு என்ன ஆபத்து வந்து விடும்? பழுவூர் சகோதரர்களின் ஆணை நாலா திசையிலும், கடற்கரை வரையில் நீண்டு பரந்திருக்கிறது அல்லவா?' என்றாள் குந்தவை.

'அது என்ன, கடற்கரையோடு நிறுத்திவிட்டீர்கள்? கடல் கடந்து அப்பாலும் அவர்களுடைய ஆணையும் அதிகாரமும் போகின்றன. இதற்கு அடையாளம் சீக்கிரம் கிடைக்கும்!' என்று சொல்லி நந்தினி செய்த புன்னகை குந்தவையின் இருதயத்தைப் பிளந்தது. 'இந்தப் பாதகி வார்த்தையின் உட்கருத்து யாதாயிருக்கலாம்?' என்று சிந்தித்தாள். இதற்குள் நந்தினி பெரிய பழுவேட்டரையரைச் சமிக்ஞை யால் அருகில் அழைத்து அப்பெண்களின் கோரிக்கையையும், இளைய பிராட்டியின் விருப்பத்தையும் தெரிவித்தாள்.

'இளைய பிராட்டியின் வார்த்தைக்கு எதிர் வார்த்தை ஏது?' என்றார் பழுவேட்டரையர். பின்னர், ஜனத்திரளின் கோலாகல ஆரவாரத்தினி டையே அவர்கள் கோட்டைக்குள் பிரவேசித்தார்கள்.

அன்று முதலாவது சில தினங்கள் தஞ்சை நகரும், சுற்றுப்புறங்களும் அளவில்லாக் குதூகல ஆரவாரத்தில் திளைத்துக் கொண்டிருந்தன. குந்தவை தேவி தஞ்சைக்கு வந்த சமயத்தில் நவராத்திரி உற்சவம் சேர்ந்து கொண்டது. பழுவேட்ட ரையரும் தம்முடைய வாக்கை நிறைவேற்றினார். தங்கு தடை யில்லாமல் அந்தப் பத்து நாட்களிலும் ஜனங்கள் கோட்டைக்குள் புகவும் வெளிவரவும் அனுமதித்தார். கோட்டை வாசற் கதவுகள் சதா காலமும் அகலத் திறந்திருந்தன. கோட்டைக்குள்ளே அரண்மனைகளிலும், வெளியில் ஊர்ப் புறங்களிலும் பல கோலாகல நிகழ்ச்சிகள் நடந்து வந்தன. அவற்றைக் கண்டுகளிக்கப் பெருந்திரளாக மக்கள் குழுமிக் கொண்டிருந் தார்கள். அக்கூட்டங்களின் நடுவே அடிக்கடி இரண்டு பூரண சந்திரர்கள் சேர்ந்தாற்போல் உதயமாகிக் கொண்டிருந்தார்கள். அந்தக்

காட்சியைக் கண்டு ஜனசமுத்திரம் பொங்கிப் பூரித்து ஆரவாரித்தது. ஆனால் வெளியில் இவ்வாறு ஒரே உற்சவ உற்சாகக் குதூகலமாயிருந்த போது, அந்த இரண்டு பூர்ண சந்திரர்களுடைய இதயப் பிரதேசங் களிலும் எரிமலைகள் பொங்கி அக்கினிக் குழம்பைக் கக்கிக் கொண் டிருந்தன. பழுவூர் இளைய ராணிக்கும், பழையாறை இளைய பிராட்டிக்கும் ஓயாமல் போராட்டம் நடந்து கொண்டிருந்தது. சொல்லம்புகளைக் கொண்டும் விழிகளாகிற வேல்களைக் கொண்டும், அவ்விரு அழகிகளும் துவந்த யுத்தம் நடத்திக் கொண்டி ருந்தார்கள். அந்தப் போராட்டத்தில் இரு பக்கமும் கூருள்ள வாள்கள் ஒன்றோடொன்று உராய்ந்தபோது தீப்பொறிகள் பறந்தன. தீட்டிச் சாணை பிடித்த ஈட்டிகள் ஒன்றையொன்று தாக்கி ஜுவாலை வீசின. இருண்ட வான வெளியில் இரண்டு மின்னல்கள் ஒன்றையொன்று வெட்ட, இரண்டும் சேர்ந்து துடி துடித்தன. கொடிய அழகு வாய்ந்த இரண்டு பெண் புலிகள் ஒன்றையொன்று கட்டித் தழுவிக் கால்நகங் களினால் பிறாண்டி இரத்தம் கசியச் செய்தன. பயங்கரச் சௌந்தரியம் பொருந்திய இரண்டு நாகசர்ப்பங்கள் படம் எடுத்து ஆடி அவற்றின் கூரிய மெல்லிய சிவந்த நாக்குகளை நீட்டி ஒன்றையொன்று விழுங்கி விடப்பார்த்தன.

இந்த அதிசயமான போராட்டத்தில் அவர்கள் உற்சாக வெறியும் அடைந்தார்கள்; வேதனைப்பட்டு உள்ளம் புழுங்கியும் துடித்தார்கள். நகர மாந்தர்களின் உற்சாகத்திலும் கலந்து கொள்ளாமல், இந்த இரு சந்திரமதிகளின் போராட்டத்தையும் புரிந்து கொள்ளாமல், ஒரே ஒரு ஆத்மா தவித்துக் கொண்டிருந்தது. கொடும்பாளூர் இளவரசி வானதிக்கு இப்போதெல்லாம் இளைய பிராட்டியுடன் பேசுவதற்கே அவகாசம் கிடைக்கவில்லை. அக்காளுடன் கூடக் கூடப் போனாளே தவிர வெளியில் நடப்பது ஒன்றிலும் அவள் மனம் ஈடுபடவில்லை. தனக்குள்ளே ஒரு தனிமை உலகைச் சிருஷ்டித்துக் கொண்டு அதிலேயே சஞ்சரித்து வந்தாள்.

பதினைந்தாம் அத்தியாயம்

இரவில் ஒரு துயரக் குரல்

சோழ நாட்டில் அக்காலத்தில் ஆடல் பாடல் கலைகள் மிகச் செழிப் படைந்திருந்தன. நடனமும், நாடகமும் சேர்ந்து வளர்ந்திருந்தன. தஞ்சை நகர் சிறப்பாக நாடகக் கலைஞர்கள் பலரைத் தோற்றுவித்தது. அந்த நாளில் வாழ்ந்திருந்த கருவூர்த் தேவர் என்னும் சிவநேசச் செல்வர் 'இஞ்சி சூழ்' தஞ்சைநகரைப் பற்றிப் பாடல்களில் கூறியிருக்கிறார்.

'மின்னெடும் புருவத்து இளமயிலனையார்
விலங்கல் செய நாடகசாலை
இன்னடம் பயிலும்*இஞ்சி சூழ் தஞ்சை'

என்று அவருடைய பாடல்களில் ஒன்று வர்ணிக்கிறது. தஞ்சை நகரில் நாடகக் கலை ஓங்கி வளர்ந்ததற்கு அறிகுறியாக நாடக சாலைகள் பல இருந்தன. அந்த நாடக சாலைகளில் எல்லாம் மிகச் சிறந்த நாடக சாலை சக்கரவர்த்தியின் அரண்மனைக் குள்ளேயே இருந்தது.

புதிய புதிய நாடகங்களைக் கற்பனை செய்து அமைக்கும் கலைஞர்கள் தஞ்சை நகரில் வாழ்ந்து வந்தனர். அதற்கு முன்னாலெல்லாம் புராண இதிகாச காவியங்களில் உள்ள கதைகளையே நாடகங்களாக அமைத்து நடிப்பது வழக்கம், சில காலமாகத் தஞ்சை நாடகக் கலைஞர்கள் வேறொரு துறையில் கவனம் செலுத்தி வெற்றி பெற்றிருந்தார்கள். சரித்திரப் புகழ் பெற்ற வீரர்களின் வரலாறுகளை அவர்கள் நாடகமாக அமைத்தார்கள். அவர்களுடைய காலத்துக்குச் சிறிது முற்பட்ட வர்களின் வீரக் கதைகளையும் நாடகங்களாக்கி நடித்தார்கள். அப்படிப்பட்ட வீரர்கள் சோழ வம்சத்தில் பிறந்தவர்களைப் போல்

* இஞ்சிக் கோட்டை மதிள்

வேறு எங்கே உண்டு? ஆகையினால், கரிகால் வளவர், விஜயாலய சோழர், பராந்தக தேவர் முதலிய சோழ வம்சத்து மன்னர்களின் சரித்திரங்களை நாடகங்களாக்கி நடித்தார்கள்.

நவராத்திரித் திருநாளில் சக்கரவர்த்தியின் அரண்மனையில் சோழ வம்சத்து மன்னர்களின் வீர சரித்திர நாடகம் மூன்று நாட்கள் நடைபெற்றன. சித்திர விசித்திரமாக அமைந்த நாடக சாலைக்கு எதிரே அரண்மனை நிலாமுற்றத்தில் ஆயிரக்கணக்கான ஜனங்கள் கூடியிருந்து நாடகங்களைக் கண்டுகளித்தார்கள். அரண்மனைப் பெண்டிர் அமர்வதற்கு ஒரு தனியான இடம், நீலப்பட்டு விதானத்தின் கீழ் முத்திழைத்த சித்திரத் தூண்களுடன் ஏற்பாடாகி இருந்தது. அதன் கீழ் மகாராணிகளும், இளவரசிகளும், அவர்களுடைய அந்தரங்கத் தோழிமார்களும் அமர்ந்து நாடகம் பார்த்தார்கள். அப்போதெல்லாம் குந்தவை தேவிக்கு அருகாமையிலேயே நந்தினி வந்து உட்கார்ந்தாள். இது மற்றப் பெண்களில் சிலருக்குப் பிடிக்கவில்லையென்றாலும் அதை அவர்கள் மனத்திலேயே வைத்துக்கொண்டு பொருமினார்களே யன்றி வேறெதுவும் செய்ய முடியவில்லை. பெரிய பழுவேட்டரையர் பழுவூர் இளைய ராணி இவர்களுடைய கோபத்துக்குப் பாத்திரமாக யாருக்குத்தான் துணிவு இருக்கும்? இளைய பிராட்டியே அந்தக் கர்வக்காரிக்கு அவ்வளவு மதிப்பளித்து மரியாதை செய்யும்போது மற்றவர்கள் எம்மாத்திரம்?

சோழ வம்ச மன்னர்களைப் பற்றிய மூன்று நாடகங்களில் மூன்றாவதான பராந்தக தேவர் நாடகம் மிகச் சிறந்து விளங்கியது. அன்றைக்குத்தான் நாடகம் பார்த்த ஜனங்களின் மத்தியில் ஒரு சலசலப்புத் தோன்றி வளர்ந்தது. அதுவரை சோழ நாட்டை அரசு புரிந்த சோழ மன்னர் பரம்பரையில் சுந்தர சோழரின் பாட்டனாரான கோப் பரகேசரி பராந்தகர் வீரப்புகழில் சிறந்து விளங்கினார். சுமார் நாற்பத்தாறு ஆண்டுகள் இவர் ஆட்சி நடத்தினார். அவருடைய காலத்தில் சோழ சாம்ராஜ்யம் விரிந்து பரவியது. ஈழ நாட்டிலிருந்து துங்கபத்திரை நதி வரையில் அவருடைய ஆணை சென்றது. பல போர்கள் நடந்தன; மகத்தான வெற்றி கிடைத்தது. 'மதுரையும் ஈழமுங்கொண்ட கோப் பரகேசரி வர்மர்' என்ற பட்டம் பெற்றார். தில்லைச் சிதம்பரத்தில் சிற்றம்பலத்துக்குப் பொன் வேய்ந்து புகழ் பெற்றார். இவருடைய வாழ்க்கையின் இறுதியில் சில தோல்விகள் ஏற்பட்டு இராஜ்யம் சுருங்கியது. ஆனால் இவருடைய வீரப்புகழ் மட்டும் குன்றவில்லை. வடக்கே இரட்டை மண்டலத்திலிருந்து கடல் போன்ற மாபெரும் சைன்யத்துடன் படையெடுத்து வந்த கன்னர தேவன் என்னும் அரசனுடன் தக்கோலத்தில் இறுதிப் பெரும்போர் நடந்தது. இப்போரில் பராந்தகருடைய மூத்த புதல்வராகிய

இராஜாதித்தர், இந்தப் பரத கண்டம் என்றும் கண்டிராத வீராதி வீரர், படைத்தலைமை வகித்தார். கன்னர தேவனுடைய சைன்யத்தை முறியடித்துவிட்டு, யானை மீதிருந்தபடி உயிர் துறந்து வீர சொர்க்கம் எய்தினார். அந்த வீரருடைய அம்பு பாய்ந்த சடலத்தை அப்படியே ஊருக்கு எடுத்து வந்தார்கள். அரண்மனையில் கொண்டு சேர்த்தார்கள். பராந்தக சக்கரவர்த்தியும் அவருடைய தேவிமார்களும் நாட்டைப் பாதுகாப்பதற்காக உயிர் துறந்த வீரப் பெருமகனின் உடலைத் தங்கள் மத்தியில் போட்டுக்கொண்டு கண்ணீர் பெருக்கினார்கள். திரைக்குப் பின்னாலிருந்து அசரீரி வாக்கு 'வருந்தற்க! வருந்தற்க! இளவரசர் இராஜாதித்தர் இறக்கவில்லை; சோழ நாட்டு மக்கள் ஒவ்வொருவர் உள்ளத்திலும் கோயில் கொண்டு விளங்குகிறார்!' என்று முழங்கிற்று. இந்த இறுதிக் காட்சியுடன் நாடகம் முடிவடைந்தது.

அந்தத் தலைமுறைக்கு முந்திய தலைமுறையில் நடந்த வீர சம்பவங்கள் நிறைந்த இந்த நாடகத்தை ஜனங்கள் பிரமாதமாக ரசித்து மகிழ்ந்தார்கள். சபையோருக்குள்ளே சலசலப்பு ஏற்பட்டதன் காரணம் என்னவென்றால், பராந்தக தேவரது காலத்தில் நடந்த பெரும் போர்களில் அவருக்கு இரண்டு சிற்றரசர்கள் அருந்துணையாக இருந்தார்கள். ஒருவர் கொடும்பாளூர் சிற்றரசர்; இன்னொருவர் பழுவூர்க் குறுநில மன்னர். இந்த இருவரும் சோழ வம்சத்தாருடன் உறவுத் தளையினால் பிணைக்கப்பட்டவர்கள். பெண் கொடுத்துப் பெண் வாங்கியவர்கள். இருவரும் இரண்டு கரங்களைப் போல் பராந்தகருக்கு உதவி வந்தார்கள். யார் வலக்கை, யார் இடக்கை என்று சொல்ல முடியாமலிருந்தது. இருவரையும் தம் இரண்டு கண்களைப் போல் பராந்தக சோழர் ஆதரித்துச் சன்மானித்து வந்தார். இரண்டு கண்களில் எது உயர்வு, எது தாழ்வு என்று சொல்ல முடியாதுதானே? இப்போது அதிகாரம் செலுத்தி வந்த பழுவேட்டரையர்களின் பெரிய தந்தை பராந்தகருக்கு உதவி செய்தவர். அவர் பெயர் பழுவேட்டரையர் கண்டன் அமுதனார். ஈழத்தில் உயிர் துறந்த கொடும்பாளூர்ச் சிறிய வேளாளரின் தந்தைதான் (அதாவது வானதியின் பாட்டனார்) பராந்தக தேவருக்குத் துணை புரிந்த கொடும்பாளூர் சிற்றரசர்.

பராந்தக தேவரின் நாடகம் நடத்தியவர்கள் மேற்கூறிய இரண்டு சிற்றரசர்களுக்குள்ளே எவ்வித உயர்வு தாழ்வும் வேற்றுமையும் கற்பியாமல் மிக ஜாக்கிரதையாகவே ஒத்திகை செய்திருந்தார்கள். இருவருடைய வீரப் புகழும் நன்கு வெளியாகும்படி நடித்தார்கள். பராந்தக தேவர் அந்த இரு வீரர்களையும் சமமாகச் சன்மானித்ததைக் குறிப்பாக எடுத்துக் காட்டினார்கள்.

ஆனபோதிலும் நாடகம் பார்த்த சபையோர் அத்தகைய சமபாவத்தைக் கொள்ளவில்லையென்பது சீக்கிரத்திலேயே வெளியாயிற்று.

அவர்களில் சில கொடும்பாளூர்க் கட்சி என்றும், வேறு சிலர் பழுவூர் கட்சி என்றும் தெரிய வந்தது. கொடும்பாளூர் தலைவன் வீரச் செயல் புரிந்ததை நாடக மேடையில் காட்டியபோது சபையில் ஒரு பகுதியார் ஆரவாரம் செய்தார்கள். பழுவூர் வீரன் மேடைக்கு வந்ததும் இன்னும் சிலர் ஆரவாரித்தார்கள். முதலில் இந்தப் போட்டி சிறிய அளவில் இருந்தது; வரவரப் பெரிதாகி வளர்ந்தது. நாடகத்தின் நடுநடுவே 'நாவலோ* நாவல்!' என்னும் சபையோரின் கோஷம் எழுந்து நாலு திசைகளிலும் எதிரொலியைக் கிளப்பியது.

சபையில் எழுந்த இந்தப் போட்டி கோஷங்கள் குந்தவை தேவிக்கு உற்சாகத்தை அளித்தன. கொடும்பாளூர்க் கட்சியின் கோஷம் வலுக்கும்போது பக்கத்திலிருந்த கொடும்பாளூர் இளவரசியைத் தூண்டி, 'பார்த்தாயா, வானதி! உன் கட்சி இப்போது வலுத்து விட்டது!' என்பாள். கள்ளங்கபடமற்ற வானதியும் அதைக் குறித்துத் தன் மகிழ்ச்சியைப் புலப்படுத்துவாள். பழுவூர்க் கட்சியாரின் கோஷம் வலுக்கும்போது இளைய பிராட்டி நந்தினியைப் பார்த்து, 'ராணி! இப்போது உங்கள் கட்சி பலத்துவிட்டது!' என்பாள்.

ஆனால் இது நந்தினிக்கு உற்சாக மூட்டவில்லை என்பதை அவள் முகக்குறி புலப்படுத்தியது. இந்த மாதிரி ஒரு போட்டி ஏற்பட்டதும், அதிலே ஜனங்கள் பகிரங்கமாக ஈடுபட்டுக் கோஷமிடுவதும், இளைய பிராட்டி அதை மேலும் தூண்டி விட்டு வருவதும், அந்த அற்பச் சிறுமி வானதியையும், தன்னையும் ஒரு நிறையில் சமமாக வைத்துப் பரிகசிப்பதும் நந்தினியின் உள்ளக் கனலைப் பன்மடங்கு வளர்த்து வந்தது. கோபித்துக்கொண்டு எழுந்து போய் விடலாமா என்று பல தடவை தோன்றியது. அப்படிச் செய்தால் அந்தப் போட்டியைப் பிரமாதப்படுத்தித் தன் தோல்வியை ஒப்புக்கொண்டதாகும் என்று எண்ணிப் பழுவூர் ராணி பல்லைக் கடித்துக் கொண்டிருந்தாள்.

இதையெல்லாம் குந்தவை கவனித்து வந்தாள். நந்தினியின் மனோ நிலையைக் கண்ணாடியில் பார்ப்பதுபோல் அவளுடைய முகத் தோற்றத்திலிருந்து தெரிந்துகொண்டு வந்தாள். ஆனால் வேறொரு விஷயம் இளைய பிராட்டிக்குத் தெரியாத மர்மமாயிருந்தது. போரில் பாண்டிய மன்னன் தோல்வியடைந்தது, அவன் இலங்கை மன்னனிடம் சென்று சரணாகதி அடைந்தது, இலங்கை மன்னனிடம் உதவி பெறாமல் மணிமகுடத்தையும், இரத்தின ஆரத்தையும்

* இந்த நாளில் உற்சாகத்தையும் ஆதரவையும் காட்டுவதற்கு ஜனங்கள் ஜயகோஷம் செய்வதுபோல் அக்காலத்தில் 'நாவலோ நாவல்!' என்று சப்தமிடுவது வழக்கம்.

அங்கேயே விட்டுவிட்டுச் சேர நாட்டுக்கு ஓடியது முதலியவற்றை நாடகத்தில் காட்டியபோது சபையோர் அனைவருமே அளவிலா உற்சாகத்தைக் காட்டினார்கள். ஆனால் நந்தினியின் முகம் மட்டும் அப்போதெல்லாம் மிக்க மன வேதனையைப் பிரதிபலித்தது. இதன் காரணம் என்னவென்பது பற்றி இளைய பிராட்டி வியப்புற்றாள்.

கொஞ்சம் பேச்சுக்கொடுத்துப் பார்க்கலாம் என்று எண்ணி, 'சக்கர வர்த்தியும் நம்முடன் இருந்து இந்த அருமையான நாடகத்தைப் பார்க்க முடியாமற் போயிற்றே? பாட்டனார் சாதித்த இக்காரியங்களை இவரும் தம் காலத்தில் சாதித்திருக்கிறார் அல்லவா? அப்பாவுக்கு மட்டும் உடம்பு குணமானால்?...' என்றாள்.

'தானே உடம்பு குணமாகி விடுகிறது. அவருடைய செல்வப் புதல்வியும் இங்கு வந்து விட்டீர்கள். இலங்கையிலிருந்து மூலிகையும் சீக்கிரம் வந்துவிட்டால் சக்கரவர்த்திக்கு நிச்சயம் உடம்பு குணமாகிவிடும்' என்றாள் நந்தினி.

'இலங்கையிலிருந்து மூலிகை வருகிறதா? அது என்ன?' என்றாள் குந்தவை.

'தெரியாதவரைப் போல் கேட்கிறீர்களே! இலங்கையிலிருந்து மூலிகை கொண்டு வர பழையாறை வைத்தியர் ஆள் அனுப்பியிருக் கிறாராமே? தாங்கள்தான் ஆள் கொடுத்து உதவினீர்கள் என்று கேள்விப்பட்டேனே? அது பொய்யா?'

குந்தவை பல்லினால் உதட்டைக் கடித்துக் கொண்டாள். பார்ப்பதற்கு முல்லை மொக்கைப் போல் பல் வரிசை அழகாயிருந்தாலும் கடிக்கப் பட்ட உதடுகளுக்கு வலிக்கத்தான் செய்தது.

நல்லவேளையாக 'நாவலோ நாவல்!' என்னும் பெருங்கோஷம் அச்சமயம் எழுந்தபடியால் அந்தப் பேச்சு அத்துடன் தடைப்பட்டது.

★ ★ ★

சுந்தர சோழரின் வண்மையும் வனப்பும், ஆயுளும் அரசும் வாழ்கென வாழ்த்திவிட்டு நாடகம் முடிவடைந்தது. சபையோர் கலைந்து குதூகல ஆனந்தத்தினால் ஆடிக்கொண்டு தத்தம் வீடு சென்றார்கள். சிற்றரசர்களின் தேவிமார்களும், அவர்களுடைய பரிவாரங்களும் சென்றார்கள். பின்னர், சக்கரவர்த்தினி வானமா தேவியும், மற்று முள்ள அரண்மனைப் பெண்டிரும் சோழர்குல தெய்வமான துர்க்கையம்மன் ஆலயத்துக்குப் புறப்பட்டார்கள். சுந்தரசோழர் உடல் நலம் எய்தும்படி மலையமானின் புதல்வி பல நோன்புகள் நோற்று வந்தார்.துர்க்கையம்மன் கோயிலுக்கு அடிக்கடி சென்று அவர்

பிரார்த்தனை செலுத்துவது உண்டு. நவராத்திரி ஒன்பது நாள் ராத்திரியும் துர்க்கையம்மனுக்கு விசேஷ பூஜைகள் நடந்தன. சக்கர வர்த்தியின் சுகத்தைக் கோரிப் பலிகள் இடப்பட்டன. ஒவ்வொரு நாள் இரவும் மகாராணி கோயிலுக்குச் சென்று அர்த்தஜாம பூஜைக்குப் பிறகு திரும்புவது வழக்கம். அரண்மனையின் மூத்த பெண்டிர் பலரும் மகாராணியுடன் ஆலயத்துக்குச் செல்வார்கள்.

இளம் பெண்களைத் துர்க்கை சந்நிதிக்கு அழைத்துப் போகும் வழக்க மில்லை. பூசாரிகள் மீது சிலசமயம் சந்நதம் வந்து அகோரமாக ஆடுவார்கள். சாபம் விளைந்த வரலாறுகளைச் சொல்லுவார்கள். இளம் பெண்கள் பயப்படக் கூடும் என்று அழைத்துப் போவதில்லை. ஆனால் இளைய பிராட்டியிடம் 'நீ பயந்து கொள்வாய்!' என்று சொல்லி நிறுத்த யாருக்குத் தைரியம் உண்டு? அந்த ஒன்பது தினமும் தாய்மார்களுடன் குந்தவையும் துர்க்கை கோயிலுக்குச் சென்று அம்மனுக்குப் பிரார்த்தனை செலுத்தி வந்தாள். இச்சமயங்களில் வானதி தனியாக அரண்மனையில் இருக்க வேண்டி நேர்ந்தது.

பராந்தகத் தேவர் நாடகம் நடந்த அன்று இரவு வானதியின் உள்ளம் உற்சாகத்தினால் பூரித்திருந்தது. தன் குலத்து முன்னோர்கள் செய்த வீரச் செயல்களை அரங்க மேடையில் பார்த்து அவளுக்குப் பெருமிதம் உண்டாகியிருந்தது. அத்துடன் இலங்கை நினைவும் சேர்ந்து கொண்டது. ஈழப் போரில் இறந்த தன் தந்தையின் நினைவும், தந்தையின் மரணத்துக்குப் பழிவாங்கி வரச்சென்றிருக்கும் இளவரசரின் நினைவும் இடைவிடாமல் எழுந்தன. தூக்கம் சிறிதும் வரவில்லை. கண்ணிமைகள் மூடிக்கொள்ள மறுத்தன. இளைய பிராட்டி ஆலயத்திலிருந்து திரும்பி வந்து அன்றைய நாடகத்தைப் பற்றி அவருடன் சிறிது நேரம் பேசிக் கொண்டிருந்தால் பிறகு தூக்கம் வரலாம்; அதற்கு முன் நிச்சயமாக இல்லை.

வெறுமனே படுத்துப் புரண்டுகொண்டிருப்பதைக் காட்டிலும் அரண்மனை மேன்மாடத்தில் சற்று உலாவி வரலாமே என்று தோன்றியது. மேன்மாடத்திலிருந்து பார்த்தால் தஞ்சை நகரின் காட்சி முழுவதும் தெரியும். துர்க்கை ஆலயத்தைக்கூடப் பார்த்தாலும் பார்க்கலாம் - இவ்விதம் எண்ணிப் படுக்கையை விட்டு எழுந்து சென்றாள். அந்த அரண்மனைக்கு வானதி புதியவள்தான். ஆயினும் மேன்மாட நிலா முற்றத்தைக் கண்டுபிடிப்பது அவ்வளவு ஒன்றும் கஷ்டமாயிராது. நீள நெடுகப் பாதைகளும், இருபுறமும் தூண்களும், தூங்கா விளக்குகளும் இருக்கும் போது என்ன கஷ்டம்?

பாதைகள் சுற்றிச் சுற்றிச் சென்று கொண்டிருந்தன. முன்னிரவில் ஜகஜ் ஜோதியாகப் பிரகாசித்த விளக்குகள் பல அணைந்து விட்டன. சில

புகை சூழ்ந்து மங்கலான ஒளி தந்தன. ஆங்காங்கு பாதை முடுக்குகளில் தாதிமார்கள் படுத்தும் சாய்ந்தும் தூங்கிக் கொண்டிருந்தார்கள். அவர்களை எழுப்பி வழி கேட்க இஷ்டப்படாமல் வானதி மேலும் சென்று கொண்டிருந்தாள். அந்த அரண்மனைப் பாதைகளுக்கு ஒரு முடிவேயில்லை போலத் தோன்றியது.

திடீரென்று ஒரு குரல் கேட்டது. அது தீனமான துயரக் குரலாகத் தொனித்தது. வானதிக்கு ரோமாஞ்சனம் உண்டாயிற்று. உடம்பு நடுங்கியது. அவளுடைய கால்கள் நின்ற இடத்திலேயே நின்றன.

மறுபடியும் அந்த அபயக் குரல்:

'என்னைக் காப்பாற்றுவார் யாருமில்லையா?'

ஆகா! இது சக்கரவர்த்தியின் குரல் போல் அல்லவா இருக்கிறது! என்ன ஆபத்தோ தெரியவில்லையே! உடல் நோயின் கோளாறா? அல்லது வேறு ஏதாவது இருக்குமோ? சக்கரவர்த்தினி முதலிய மூத்த பெண்டிர் அனைவரும் கோயிலுக்குச் சென்று விட்டார்களே? சக்கரவர்த்திக்குப் பக்கத்தில் யாரும் இல்லாமலா இருப்பார்கள்? ஆயினும் போய்ப் பார்க்கலாம்.

நடுங்கிய கால்களை மெதுவாக எடுத்து வைத்து வானதி மேலும் சில அடி நடந்தாள். குரல் கீழேயிருந்து வருவதாகத் தோன்றியது. அந்த இடத்தில் பாதையும் முடிந்தது. குனிந்து பார்த்தால் கீழே ஒரு விசால மான மண்டபம் தெரிந்தது. ஆகா! சக்கரவர்த்தியின் சயனக் கிரஹம் அல்லவா இது? ஆம்; அதோ சக்கரவர்த்திதான் படுத்திருக்கிறார்; தன்னந்தனியாகப் படுத்திருக்கிறார். மேலும் ஏதோ அவர் புலம்புகிறார்; என்னவென்று கேட்கலாம்.

'அடி பாவி! உண்மைதானடி! நான் உன்னைக் கொன்று விட்டது உண்மைதான்! வேண்டுமென்று கொல்லவில்லை, ஆனாலும் உன் சாவுக்கு நான்தான் காரணம். அதற்கு என்ன செய்யச் சொல்கிறாய்? வருஷம் இருபத்தைந்து ஆகிறது. இன்னமும் என்னை விடாமல் சுற்றுகிறாயே? உன் ஆத்மாவுக்குச் சாந்தி என்பதே கிடையாதா? எனக்கும் அமைதி தரமாட்டாயா? என்ன பிராயச்சித்தம் செய்ய வேண்டுமோ சொல்! அதன்படிச் செய்து விடுகிறேன். என்னை விட்டுவிடு!... ஐயோ! என்னை இவளுடைய கொடுமையிலிருந்து விடுவிப்பார் யாருமில்லையா? எல்லோரும் என் உடல் நோய்க்கு மருந்து தேடுகிறார்களே! என் மன நோயைத் தீர்த்துக் காப்பாற்றுவார் யாரும் இல்லையா!... போ! போ! போய்விடு! இல்லை, போகாதே! நில்! நான் என்ன செய்யவேண்டுமென்று சொல்லிவிட்டுப் போ!

இப்படி மௌனம் சாதித்து என்னை வதைக்காதே! வாயைத் திறந்து ஏதாவது சொல்லிவிட்டுப் போ!'

இந்த வார்த்தைகள் வானதியின் காதில் இரும்பைக் காய்ச்சி விடுவது போல் விழுந்தன. அவளுடைய உச்சந்தலை முதலாவது உள்ளங்கால் வரையில் குலுங்கியது. தன்னையறியாமல் கீழே குனிந்து பார்த்தாள். மண்டபத்தில் நாலாபுறமும் அவளுடைய பார்வை சென்ற வரையில் பார்த்தாள். சக்கரவர்த்திக்கு எதிரில் சற்றுத் தூரத்தில் ஓர் உருவம் நின்று கொண்டிருந்தது. அது பெண்ணின் உருவம் பாதி உருவந்தான் தெரிந்தது. பாக்கிப் பாதி தூண் நிழலிலும் அகில் புகையிலும் மறைந்திருந்தது. தெரிந்த வரையில் அந்த உருவம்... ஆ! பழுவூர் இளைய ராணியைப் போல அல்லவா இருக்கிறது? இது என்ன கனவா! சித்த பிரமையா? இல்லை ! உண்மையேதான்! அதோ அந்தத் தூண் மறைவில் ஒளிந்து நிற்பது யார்? பெரிய பழுவேட்டரையர் அல்லவா? சந்தேகமில்லை! அவர்கள்தான்! பழுவூர் இளைய ராணியைப் பார்த்துவிட்டா சக்கரவர்த்தி அப்படியெல்லாம் பேசுகிறார்? 'உன்னைக் கொன்றது உண்மைதான்' என்று, அலறினாரே, அதன் பொருள் என்ன?

திடீரென்று வானதிக்கு மயக்கம் வரும் போலிருந்தது, தலை சுற்றத் தொடங்கியது. இல்லை, அந்த அரண்மனையே சுற்றத் தொடங்கியது. சீச்சீ! இங்கே மயக்கமடைந்து விடக்கூடாது. கூடவே கூடாது. பல்லைக் கடித்துக்கொண்டு வானதி அங்கிருந்து சென்றாள். ஆனால் திரும்பச் செல்லும் பாதை தொலையாத பாதையாயிருந்தது. அவள் படுத்திருந்த அறை வரவே வராதுபோல் தோன்றியது. முடியாது இனிமேல் நடக்கமுடியாது; நிற்கவும் முடியாது.

குந்தவைப் பிராட்டி கோயிலிலிருந்து திரும்பி வந்தபோது வானதி அவள் அறைக்குச் சற்றுத் தூரத்தில் நடை பாதையில் உணர்வற்றுக் கட்டைபோல் கிடப்பதைக் கண்டாள்.

சுந்தர சோழரின் பிரமை

மறுநாள் காலையில் சுந்தர சோழ சக்கரவர்த்தி தம் அருமைக் குமாரியை அழைத்துவரச் செய்தார். ஏவலாளர் தாதிமார், வைத்தியர் அனைவரையும் தூரமாகப் போயிருக்கும்படி கட்டளையிட்டார். குந்தவையைத் தம் அருகில் உட்கார வைத்துக்கொண்டு அன்புடன் முதுகைத் தடவிக் கொடுத்தார்.

அவர் சொல்ல விரும்பியதைச் சொல்ல முடியாமல் தத்தளிக்கிறார் என்பதைக் குந்தவை தெரிந்து கொண்டாள். 'அப்பா! என்பேரில் கோபமா?' என்று கேட்டாள்.

சுந்தர சோழரின் கண்களில் கண்ணீர் துளித்தது. 'உன் பேரில் எதற்கு அம்மா, கோபம்?' என்றார்.

'தங்கள் கட்டளையை மீறித் தஞ்சாவூருக்கு வந்ததற்காகத்தான்!'

'ஆமாம்; என் கட்டளையை மீறி நீ வந்திருக்கக்கூடாது; இந்தத் தஞ்சாவூர் அரண்மனை இளம் பெண்கள் வசிப்பதற்கு ஏற்றதல்ல. இது நேற்று இராத்திரி நடந்த சம்பவத்திலிருந்து உனக்கே தெரிந்திருக்கும்.'

'எந்தச் சம்பவத்தைப் பற்றிச் சொல்கிறீர்கள், அப்பா?'

'அந்தக் கொடும்பாளூர்ப் பெண் மூர்ச்சையடைந்ததைப் பற்றித்தான் சொல்லுகிறேன். அந்தப் பெண்ணுக்கு இப்போது உடம்பு எப்படியிருக்கிறது?'

'அவளுக்கு இன்றைக்கு ஒன்றுமேயில்லை, அப்பா! பழையாறை யிலும் அடிக்கடி இவள் இப்படிப் பிரக்ஞை இழப்பது உண்டு. கொஞ்ச நேரத்துக்கெல்லாம் சரியாகப் போய்விடும்.'

'அவளைக் கேட்டாயா, அம்மா? இராத்திரி இந்த அரண்மனையில் அவள் ஏதேனும் கண்டதாகவோ, கேட்டதாகவோ சொல்லவில்லையா?'

குந்தவை சற்று யோசித்துவிட்டு, 'ஆம், அப்பா! நாங்கள் எல்லோரும் துர்க்கை ஆலயத்துக்குச் சென்றிருந்தபோது, அவள் தனியாக மேல் மாடத்துக்குப் போகப் பார்த்தாளாம். அப்போது யாரோ பரிதாபமாகப் புலம்புவது போலக் கேட்டதாம். அது அவளுக்குப் பயத்தை உண்டாக்கியதாகச் சொன்னாள்' என்றாள்.

'அப்படித்தான் நானும் நினைத்தேன். இப்போதேனும் அறிந்தாயா, குழந்தாய்? இந்த அரண்மனையில் பேய் உலாவுகிறது. நீங்கள் இங்கே இருக்க வேண்டாம். போய் விடுங்கள்!' என்று சுந்தர சோழர் கூறிய போது அவர் உடல் நடுங்குவதையும், அவருடைய கண்கள் வெறித்த படி எங்கேயோ பார்ப்பதையும் குந்தவை கவனித்தாள்.

'அப்பா! அப்படியானால் தாங்கள் மட்டும் இங்கே எதற்காக இருக்க வேண்டும்? அம்மா இங்கே எதற்காக இருக்க வேண்டும்? எல்லோரும் பழையாறைக்கே போய் விடலாமே! இங்கே வந்ததினால் உங்கள் உடம்பு குணமாயிருப்பதாகவும் தெரியவில்லையே?' என்றாள்.

சக்கரவர்த்தி துயரம் தோய்ந்த புன்னகை புரிந்து, 'என் உடம்பு இனிமேல் குணமாவது ஏது? அந்த ஆசை எனக்குக் கொஞ்சமும் கிடையாது' என்றார்.

'அப்படி ஏன் நிராசை அடையவேண்டும்? அப்பா! பழையாறை வைத்தியர் தங்கள் உடம்பைக் குணப்படுத்த முடியும் என்று சொல்கிறார்.'

'அவர் சொல்வதை நம்பி நீயும் இலங்கையிலிருந்து மூலிகை கொண்டு வர ஆள் அனுப்பியிருக்கிறாயாம்! நான் கேள்விப் பட்டேன். மகளே! என் பேரில் உனக்குள்ள பாசத்தை அது காட்டுகிறது.'

'தந்தையிடம் மகள் பாசம் கொண்டிருப்பது தவறா, அப்பா?'

'அதில் தவறு ஒன்றுமில்லை. இப்படிப்பட்ட வாஞ்சையுள்ள புதல்வியைப் பெற்றேனே, அது என் பாக்கியம். இலங்கையிலிருந்து மூலிகை கொண்டுவர நீ ஆள் அனுப்பியதிலும் தவறில்லை. ஆனால் இலங்கையிலிருந்து மூலிகை வந்தாலும் சரி, சாவகத் தீவிலிருந்து வந்தாலும் சரி, தேவலோகத்திலிருந்து அமுதமே வந்தாலும் சரி, எனக்கு உடம்பு இந்த ஜன்மத்தில் குணமாகப் போவதில்லை...'

'ஐயையோ! அப்படிச் சொல்லாதீர்கள்!' என்றாள் இளவரசி.

'என் கட்டளையையும் மீறி நீ இங்கு வந்தாயே, அம்மா! அதற்காக உண்மையில் மகிழ்ச்சி அடைகிறேன். ஒரு நாள் என் மனத்தைத் திறந்து உன்னிடம் உண்மையைச் சொல்லிவிட வேண்டும் என்று

எண்ணியிருந்தேன். அதற்கு இப்போது சந்தர்ப்பம் கிடைத்தது. சொல்கிறேன், கேள்! உடம்பைப் பற்றிய வியாதியிருந்தால் மூலிகை மருந்துகளினால் தீரும். என்னுடைய நோய் உடம்பைப் பற்றியதல்ல; மனக் கவலைக்கு மருந்து ஏது?'

'தந்தையே, மூன்றுலகம் ஆளும் சக்கரவர்த்தியாகிய தங்களுக்கு அப்படி என்ன தீராத மனக்கவலை இருக்க முடியும்?'

'கவிகளுடைய அதிசயோக்தியான கற்பனையை நீயும் சொல்கிறாய், குழந்தாய்! நான் மூன்று உலகம் ஆளும் சக்கரவர்த்தியல்ல; ஒரு உலகம் முழுவதும் ஆளுகிறவனும் அல்ல. உலகத்தில் ஒரு மூலையில் சிறு பகுதி என் இராஜ்யம். இதன் பாரத்தையே என்னால் சுமக்க முடியவில்லை...'

'தாங்கள் ஏன் சுமக்க வேண்டும், அப்பா! இராஜ்ய பாரத்தைச் சுமப்பதற்குத் தகுந்தவர்கள் இல்லையா? மணி மணியாக இரண்டு புதல்வர்கள் தங்களுக்கு இருக்கிறார்கள். இருவரும் இரண்டு சிங்கக் குட்டிகள்; வீராதி வீரர்கள். எப்படிப்பட்ட பாரத்தையும் தாங்கக் கூடியவர்கள்...'

'மகளே! அதை நினைத்தால்தான் எனக்கு நெஞ்சு பகீர் என்கிறது. உன் சகோதரர்கள் இருவரும் இணையில்லா வீரர்கள்தான். உன்னைப் போலவே அவர்களையும் கண்ணுக்குக் கண்ணாக வளர்த்தேன். அவர்களுக்கு இந்த இராஜ்யத்தைக் கொடுத்தால் நன்மை செய்கிறவனாவேனா என்று சந்தேகப்படுகிறேன். இராஜ்யத்துடன் பெரியதொரு சாபக்கேட்டையும் அவர்களிடம் ஒப்புவித்து விட்டுப் போவது நல்லதென்று சொல்வாயா?'

'அப்படி என்ன சாபக்கேடு இருக்க முடியும், இந்த ராஜ்யத்திற்கு? புறாவுக்காகச் சதையை அளித்த சிபியும், கன்றுக்குட்டிக்காக மகனை அளித்த மனுநீதிச் சோழரும் நம் குலத்து முன்னோர்கள். கரிகால் வளவரும், பெருநற்கிள்ளியும் இந்த ராஜ்யத்தை ஆண்டவர்கள். திருமேனியில் தொண்ணூறும் ஆறும் புண் சுமந்த வீர விஜயாலய சோழர் இந்தச் சிம்மாசனத்தில் வீற்றிருந்தார். காவேரி நதி தீரத்தில் நூற்றெட்டு ஆலயங்கள் எடுப்பித்த ஆதித்த சோழரும், சிற்றம் பலத்துக்குப் பொன் வேய்ந்து, பொன்னம்பலமாக்கிய பராந்தகரும் இந்த ராஜ்யத்தை விஸ்தரித்தார்கள். அன்பே சிவம் எனக்கண்டு, அன்பும் சிவமும் தாமாகவே வீற்றிருந்த கண்டராதித்தர் அரசு புரிந்த தர்ம மகாராஜ்யம் இது. இப்படிப்பட்ட ராஜ்யத்திற்குச் சாபக்கேடு என்ன இருக்க முடியும்? அப்பா! தாங்கள் ஏதோ மனப் பிரமையில் இருக்கிறீர்கள்! இந்தத் தஞ்சாவூர்க் கோட்டையை விட்டுத் தாங்கள் புறப்பட்டு வந்தால்...'

'நான் இவ்விடம் விட்டுப் புறப்பட்டால் அடுத்த கணம் என்ன ஆகும் என்று உனக்குத் தெரியாது! அழகிய பழையாறையை விட்டு இந்தத் தஞ்சைக் கோட்டையாகிய சிறையில் நான் சந்தோஷத்துக்காக இருக்கிறேன் என்று கருதுகிறாயா? குந்தவை, நான் இங்கே இருப்பதனால் இந்தப் பழம்பெரும் சோழ ராஜ்யம் சின்னாபின்ன மாகாமல் காப்பாற்றி வருகிறேன். நேற்றிரவு நாடகம் ஆடிக் கொண்டிருந்தபோது என்ன நடந்தது என்பதை யோசித்துப் பார்! நிலா மாடத்தின் முகப்பிலிருந்து நான் எல்லாவற்றையும் கவனித்துக் கொண்டிருந்தேன். நாடகத்தை நடுவில் நிறுத்தி விடலாமா என்று கூடத் தோன்றியது...'

'தந்தையே! இது என்ன? நாடகம் மிக நன்றாக இருந்ததே! சோழ குலப் பெருமையை எண்ணி என் உள்ளம் பூரித்ததே! எதற்காக நிறுத்த விரும்பினீர்கள்? நாடகத்தில் எந்தப் பகுதி தங்களுக்குப் பிடிக்காம லிருந்தது?'

'நாடகம் நன்றாகத்தானிருந்தது, மகளே! அதில் ஒரு குற்றமும் நான் காணவில்லை. நாடகம் பார்த்தவர்களின் நடத்தையைப் பற்றியே சொல்கிறேன். கொடும்பாளூர்க் கட்சியும், பழுவேட்டரையர் கட்சியும் எழுப்பிய போட்டி கோஷங்களை நீ கவனிக்கவில்லையா?'

'கவனித்தேன், அப்பா!'

'நான் ஒருவன் இங்கு இருக்கும்போதே இவர்கள் இப்படி நடந்து கொள்ளுகிறார்களே! நான் இல்லாவிட்டால் என்ன ஆகும் என்று சிந்தித்துப் பார்! நான் தஞ்சாவூரை விட்டுக் கிளம்பிய தட்சணமே இரு கட்சியாருக்குள்ளும் சண்டை மூளும். கிருஷ்ண பரமாத்மாவின் சந்ததிகள் ஒருவரை ஒருவர் தாக்கிக்கொண்டு அழிந்ததுபோல், இவர்களும் அழியும்போது இந்த மகாசாம்ராஜ்யமும் அழிந்து விடும்...'

'அப்பா! தாங்கள் இந்தச் சோழ சாம்ராஜ்யத்தில் சர்வாதிகாரச் சக்கரவர்த்தி. பழுவேட்டரையர்களும் சரி, கொடும்பாளூர் வேளிரும் சரி, தங்கள் காலால் இட்டதைத் தலையால் செய்யக் கடமைப்பட்ட வர்கள். அவர்கள் அத்துமீறி நடந்தால் அவர்களுடைய அழிவை அவர்களே தேடிக்கொள்கிறார்கள். தாங்கள் ஏன் கவலைப்பட வேண்டும்?'

'மகளே! சென்ற நூறு வருஷமாக இந்த இரு குலத்தோரும் சோழ சாம்ராஜ்யத்துக்கு இணையில்லா ஊழியம் செய்திருக்கிறார்கள். அவர்களுடைய உதவியின்றிச் சோழ ராஜ்யம் இப்படிப் பல்கிப் பெருகியிருக்க முடியுமா? அவர்கள் அழிந்தால் இராஜ்யத்துக்கும் அது பலவீனந்தானே?'

'அப்பா! அந்த இரு கட்சியில் ஒரு கட்சிக்காரர்கள் தங்களுக்கு விரோத மாகச் சதி செய்யும் துரோகிகள் என்று தெரிந்தால்..'

சுந்தர சோழர் குந்தவையை வியப்போடு உற்றுப்பார்த்து, 'என்ன மகளே, சொல்கிறாய்? எனக்கு விரோதமான சதியா? யார் செய்கிறார்கள்?' என்று கேட்டார்.

'அப்பா! தங்களுடைய உண்மையான ஊழியர்களாக நடித்து வருகிறவர்கள் சிலர், தங்களுக்கு எதிராக இரகசியச் சதி செய்கிறார்கள். தங்களுடைய புதல்வர்களுக்குப் பட்டமில்லாமல் செய்துவிட்டு வேறொருவருக்குப் பட்டம் கட்டச் சதி செய்து வருகிறார்கள்...'

'யாருக்கு? யாருக்கு மகளே? உன் சகோதரர்களுக்குப் பட்டம் இல்லை யென்று செய்துவிட்டு வேறு யாருக்குப் பட்டம் கட்டப் பார்க்கிறார்கள்?' என்று சுந்தர சோழ சக்கரவர்த்தி பரபரப்புடன் கேட்டார்.

குந்தவை மெல்லிய குரலில், 'சித்தப்பா மதுராந்தகனுக்கு, அப்பா! நீங்கள் நோய்ப்படுக்கையில் படுத்திருக்கையில் இவர்கள் இப்படிப் பயங்கரமான துரோகத்தைச் செய்கிறார்கள்...' என்றாள்.

உடனே சுந்தர சோழர் சற்று நிமிர்ந்து உட்கார்ந்து, 'ஆகா அவர் களுடைய முயற்சி மட்டும் பலித்தால் எவ்வளவு நன்றாயிருக்கும்?' என்றார்.

குந்தவைக்குத் தூக்கி வாரிப்போட்டது. 'தந்தையே! இது என்ன, தாங்கள் பெற்ற புதல்வர்களுக்குத் தாங்களே சத்துரு ஆவீர்களா?' என்றாள்.

'இல்லை; என் புதல்வர்களுக்கு நான் சத்துரு இல்லை. அவர்களுக்கு நன்மை செய்யவே விரும்புகிறேன். இந்தச் சாபக்கேடு உள்ள ராஜ்யம் அவர்களுக்கு வேண்டியதில்லை. மதுராந்தகன் மட்டும் சம்மதித்தால்..'

'சித்தப்பா சம்மதிப்பதற்கு என்ன? திவ்யமாகச் சம்மதிக்கிறார். நாளைக்கே பட்டங் கட்டிக்கொள்ளச் சித்தமாயிருக்கிறார். அம்மாதிரி தாங்கள் செய்யப் போகிறீர்களா? என் தமையனின் சம்மதம் கேட்க வேண்டாமா?...'

'ஆம்; ஆதித்த கரிகாலனைக் கேட்க வேண்டியதுதான். அவனைக் கேட்டால் மட்டும் போதாது. உன் பெரிய பாட்டி சம்மதிக்க வேண்டும்..'

'பிள்ளைக்குப் பட்டம் கட்டினால் தாயார் வேண்டாம் என்று சொல்வாளா?'

'ஏன் சொல்ல மாட்டாள்? உன் பெரிய பாட்டியுடன் இத்தனை நாள் பழகியும் அவரை நீ அறிந்துகொள்ளவில்லையா? செம்பியன் மாதேவியின் வற்புறுத்தலினாலேயே நான் அன்று சிம்மாசனம் ஏறினேன். ஆதித்தனுக்கும் இளவரசுப் பட்டம் கட்டினேன். குந்தவை! உன் பெரிய பாட்டிக்கு உன்பேரில் மிக்க அன்பு உண்டு. நீ அவரிடம் நயமாகச் சொல்லி மதுராந்தகனுக்குப் பட்டம் கட்டுவதற்குச் சம்மதம் வாங்கி விடு!...'

குந்தவை திகைத்துப் போய்ப் பேசாமலிருந்தாள்.

'பிறகு காஞ்சிக்குப் போ! அங்கே உன் அண்ணன் ஆதித்த கரிகாலனிடம் சொல்லி, 'இந்தச் சாபக்கேடு வாய்ந்த இராஜ்யம் எனக்கு வேண்டாம்' என்று சொல்லும்படி செய்துவிடு. மதுராந்தகனுக்கே பட்டம் கட்டிவிடுவோம். பிறகு நாம் எல்லாரும் சாபம் நீங்கி நிம்மதியாக இருக்கலாம்' என்றார் சக்கரவர்த்தி.

'அப்பா! அடிக்கடி சாபம் என்கிறீர்களே? எந்தச் சாபத்தைச் சொல் கிறீர்கள்?' என்று குந்தவை கேட்டாள்.

'மகளே! பூர்வ ஜன்மம் என்று சொல்லுகிறார்களே அதை நீ நம்புகிறாயா? பூர்வ ஜன்மத்தின் நினைவுகள் இந்த ஜன்மத்தில் சில சமயம் வரும் என்கிறார்களே, அதில் உனக்கு நம்பிக்கை உண்டா?'

'தந்தையே! அவையெல்லாம் பெரிய விஷயங்கள். எனக்கென்ன தெரியும், அந்த விஷயங்களைப் பற்றி?'

'மகாவிஷ்ணுவின் பத்து அவதாரங்களைப் பற்றிச் சொல்கிறார்களே! புத்தபகவான் கடைசி அவதாரத்திற்கு முன்னால் பல அவதாரங்கள் எடுத்ததாகச் சொல்கிறார்களே? அந்த அவதாரங்களைப் பற்றிய பல அழகான கதைகள் சொல்கிறார்களே?'

'கேட்டிருக்கிறேன், அப்பா!'

'கடவுளுக்கும் அவதார புருஷர்களுக்கும் அப்படியென்றால் சாதாரண மனிதர்களுக்கு மட்டும் முற்பிறவிகள் இல்லாமலிருக்குமா?'

'இருக்கலாம் அப்பா!'

'சில சமயம் எனக்குப் பூர்வஜன்ம நினைவுகள் வருகின்றன மகளே! அவற்றைக் குறித்து இதுவரையில் யாரிடமும் சொல்லவில்லை. சொன்னால் யாரும் நம்பவும் மாட்டார்கள்; புரிந்து கொள்ளவும் மாட்டார்கள். எனக்கு உடல் நோயுடன் சித்தப் பிரமையும் பிடித்திருப்ப தாகச் சொல்வார்கள். வைத்தியர்களை அழைத்துவந்து தொந்தரவு கொடுப்பது போதாது என்று மாந்திரீகர்களையும் அழைத்துவரத் தொடங்குவார்கள்...'

‘ஆம்; தந்தையே! இப்போதே சிலர் அப்படிச் சொல்கிறார்கள். தங்கள் நோய், மருத்துவத்தினால் தீராது; மாந்திரீகர்களை அழைக்க வேண்டும் என்கிறார்கள்...’

‘பார்த்தாயா? நீ அப்படியெல்லாம் நினைக்க மாட்டாயே? நான் சொல்வதைக் கேட்டுவிட்டுச் சிரிக்க மாட்டாயே?’ என்றார் சக்கரவர்த்தி.

‘கேட்கவேண்டுமா, அப்பா! உங்களுடைய மனம் எவ்வளவு நொந்திருக்கிறது என்று எனக்குத் தெரியாதா? தங்களைப் பார்த்து நான் சிரிப்பேனா?’ என்று குந்தவை கூறினாள். அவளுடைய கண்ணில் நீர் மல்கிற்று.

‘எனக்குத் தெரியும், மகளே! அதனாலேதான் மற்ற யாரிடமும் சொல்லாததை உன்னிடம் சொல்கிறேன். என்னுடைய பூர்வ ஜன்ம நினைவுகளில் சிலவற்றைச் சொல்லுகிறேன் கேள்!’ என்றார் சுந்தர சோழர்.

நாலுபுறமும் கடல் சூழ்ந்த ஓர் அழகிய தீவு. அத்தீவில் எங்கெங்கும் பச்சை மரங்கள் மண்டி வளர்ந்திருந்தன. மரங்கள் இல்லாத இடங்களில் நெருங்கிய புதர்களாயிருந்தன. கடற்கரையோரத்தில் ஒரு புதரில் வாலிபன் ஒருவன் ஒளிந்து கொண்டிருந்தான். சற்றுத் தூரத்தில் கடலில் பாய்மரம் விரித்துச் சென்ற கப்பல் ஒன்றை உற்றுப் பார்த்துக்கொண்டிருந்தான். அது மறையும் வரையில் பார்த்துக்கொண்டு நின்றான். பிறகு ‘அப்பா! பிழைத்தோம்!’ என்று பெருமூச்சு விட்டான்.

அந்த வாலிபன் இராஜ குலத்தில் பிறந்தவன். ஆனால் இராஜ்யத்துக்கு உரிமையுள்ளவன் அல்ல; இராஜ்யம் ஆளும் ஆசையும் அவனுக்குக் கிடையாது. அவனுடைய தகப்பனாருக்கு முன்னால் பிறந்த மூன்று சகோதரர்கள் இருந்தார்கள். ஆகையால் இராஜ்யம் ஆளுவதைப் பற்றி அவன் கனவிலும் நினைக்கவில்லை; ஆசை கொள்ளவும் இல்லை. கடல் கடந்த நாட்டுக்குப் போருக்குச் சென்ற சைன்யத்தோடு அவனும் போனான். ஒரு சிறிய படையின் தலைமை அவனுக்கு அளிக்கப்பட்டிருந்தது. போரில் அவனுடைய சைன்யம் தோல்வியுற்றது. கணக்கற்றவர்கள் மாண்டார்கள். வாலிபன் தலைமை வகித்த படையிலும் எல்லாரும் மாண்டார்கள். அந்த வாலிபனும் போரில் உயிரைவிடத் துணிந்து எவ்வளவோ சாஹஸச் செயல்கள் புரிந்தான். ஆனாலும் அவனுக்குச் சாவு நேரவில்லை. தோற்று ஓடிய சைன்யத்தில் உயிரோடு தப்பிப் பிழைத்தவர்கள் துறைமுகத்துக்கு வந்து சேர்ந்தார்கள். திரும்பித் தாய்நாடு செல்லுவதற்கு அவர்கள் ஆயத்தமானார்கள். திரும்பிப் போவதற்கு அந்த வாலிபன் மட்டும் விரும்பவில்லை. தன் கீழிருந்த படை வீரர்கள் அனைவரையும்

பறிகொடுத்துவிட்டு அவன் தாய் நாட்டுக்குத் திரும்பிச் செல்ல விரும்பவில்லை. அவனுடைய குலத்தைச் சேர்ந்தவர்கள் மகாவீரர்கள் எனப் புகழ் பெற்றவர்கள். அந்தப் புகழுக்குத் தன்னால் அபகீர்த்தி நேருவதை அவன் விரும்பவில்லை. ஆகையால், கப்பல் போய்க் கொண்டிருந்தபோது, சற்றுத் தூரத்தில் அழகிய தீவு ஒன்று தெரிந்த போது, வாலிபன் மற்ற யாரும் அறியாமல் கடலில் மெள்ளக் குதித்தான். நீந்திக் கொண்டே போய்த் தீவில் கரை ஏறினான். கப்பல் கண்ணுக்கு மறையும் வரையில் காத்திருந்தான். பிறகு ஒரு மரத்தின் மேல் ஏறி அதன் அடிக்கிளையில் உட்கார்ந்துகொண்டு சுற்றும் முற்றும் பார்த்தான். அந்தத் தீவின் அழகு அவன் மனத்தைக் கவர்ந்தது. ஆனால் அத்தீவில் மனித சஞ்சாரமே இல்லை என்று தோன்றியது. அச்சமயம் அது ஒரு குறையென்று அவனுக்குத் தோன்றவில்லை. அவனுடைய உற்சாகம் மிகுந்தது. மரக்கிளையில் சாய்ந்து உட்கார்ந்த படி வருங்காலத்தைப் பற்றிப் பகற்கனவுகள் கண்டு கொண்டிருந்தான்.

திடீரென்று மனிதக் குரலில், அதுவும் பெண் குரலில், ஒரு கூச்சல் கேட்டது. திரும்பிப் பார்த்தான். இளம் பெண் ஒருத்தி கூச்சலிட்ட வண்ணம் ஓடிக் கொண்டிருந்தாள். அவளைத் தொடர்ந்து பயங்கரமான கரடி ஒன்று ஓடியது. அவன் பார்த்துக் கொண்டிருக்கும்போதே கரடி மேலும் மேலும் அந்தப் பெண்ணை நெருங்கிக் கொண்டிருந்தது. இருவருக்கும் இடையேயிருந்த தூரம் குறுகிக்கொண்டிருந்தது. வேறு யோசனை ஒன்றும் செய்வதற்கு அப்போது நேரம் இருக்கவில்லை. வாலிபன் மரக்கிளையிலிருந்து பொத்தென்று கீழே குதித்தான். மரத்தில் தான் சாத்தியிருந்த வேலை எடுத்துக் கொண்டு ஓடினான். கரடி அந்தப் பெண்ணை நெருங்கி அதன் பயங்கரமான கால் நகங்களை அவள் கழுத்தில் வைப்பதற்கு இருந்தது. அச்சமயத்தில் குறி பார்த்து வேலை எறிந்தான். வேல் கரடியைத் தாக்கியது. கரடி வீல் என்று ஏழுலகமும் கேட்கும்படியான ஒரு சத்தம் போட்டு விட்டுத் திரும்பியது. பெண் பிழைத்தாள். ஆனால் வாலிபன் அபாயத்துக் குள்ளானான். காயம்பட்ட கரடி அவனை நோக்கிப் பாய்ந்தது. வாலிபனுக்கும் கரடிக்கும் துவந்த யுத்தம் நடந்தது. கடைசியில் அந்த வாலிபனே வெற்றி பெற்றான்.

வெற்றியடைந்த வாலிபனுடைய கண்கள் உடனே நாலாபுறமும் தேடின. எதைத் தேடின என்பது அவனுக்கே முதலில் தெரியவில்லை. அப்புறம் சட்டென்று தெரிந்தது. அவன் கண்கள் தேடிய பெண், சாய்ந்து வளைந்து குறுக்கே வளர்ந்திருந்த ஒரு தென்னை மரத்தின் பின்னால் அதன் பேரில் சாய்ந்துகொண்டு நின்றாள். அவள் கண்களில் வியப்பும் முகத்தில் மகிழ்ச்சியும் குடிகொண்டிருந்தன. அவள் காட்டில் வாழும் பெண். உலகத்து நாகரிக வாழ்க்கையை அறியாதவள்

என்று அவளுடைய தோற்றமும் உடையும் தெரிவித்தன. ஆனால் அவளுடைய அழகுக்கு உவமை சொல்ல இந்த உலகத்தில் யாரும் இல்லையென்று சொல்லும்படியிருந்தாள். அந்தப் பெண் அங்கு நின்றிருந்த காட்சி ஒப்பற்ற ஆற்றல் படைத்த ஓவியக் கலைஞன் ஒருவன் தீட்டிய சித்திரக் காட்சியாகத் தோன்றியது. அவள் உண்மையில் ஒரு பெண்ணாயிருந்தாலும் இந்த உலகத்துப் பெண்ணாயிருக்க முடியாது என்று அந்த வாலிபன் கருதினான். அருகில் நெருங்கினான். ஆனால் அவன் எதிர்பார்த்தது போல் அவள் மாயமாய் மறைந்துவிடவில்லை. எதிர்பாராத விதமாக அவள் ஓட்டம் பிடித்து ஓடினாள். சற்று அவளைப் பின் தொடர்ந்து ஓடிப் பார்த்தான். பிறகு நின்று விட்டான். அவன் மிகக் களைப்புற்றிருந்தபடியால் மானின் வேகத்துடன் ஓடிய அந்தப் பெண்ணைத் தொடர்ந்து அவனால் ஓடவும் முடியவில்லை. மேலும், ஒரு பெண்ணைத் தொடர்ந்து ஓடுவது அநாகரிகம் என்றும் அவன் எண்ணினான்.

'இந்தச் சிறிய தீவிலேதானே இவள் இருக்க வேண்டும்? மறுபடியும் பார்க்காமலா போகிறோம்!' என்று கருதி நின்றுவிட்டான். கடற்கரை யோரமாகச் சென்று தெள்ளிய மணலில் படுத்துக் கொண்டு களைப் பாறினான். அவன் எதிர்பார்த்தது வீண்போகவில்லை. சற்று நேரத்துக் கெல்லாம் அந்தப் பெண் திரும்பி வந்தாள். தன்னுடன் ஒரு வயோதி கனான மனிதனையும் அழைத்து வந்தாள். வந்தவன் இலங்கைத் தீவில் கடற்கரையோரத்தில் வாழ்ந்து மீன் பிடித்துப் பிழைக்கும் 'கரையர்' என்னும் வகுப்பைச் சேர்ந்தவன் என்று தெரிந்தது. அவன் மூலமாக அவ்வாலிபன் ஒரு முக்கியமான உண்மையைத் தெரிந்து கொண்டான். அதாவது அந்தப் பெண் தக்க சமயத்தில் அவனுடைய உயிரைக் காப்பாற்றினாள் என்று அறிந்தான். அவன் மரக்கிளையின்மேல் உட்கார்ந்து கடலையே கூர்ந்து கவனித்துக் கொண்டிருந்தபோது கரடி ஒன்று அவன் பின் பக்கமாக வந்து அவனை உற்றுப் பார்த்தது. பிறகு மரத்தின்மேல் ஏறத் தொடங்கியது. இதையெல்லாம் அந்தப் பெண் பார்த்துக் கொண்டிருந்தாள். கரடியை வேறு திசையில் இழுப்பதற்கும் அந்த வாலிபனை எச்சரிக்கை செய்வதற்கும் அவள் அவ்விதம் கூச்சலிட்டாள். கரடி மரத்தின் மேலே ஏறுவதை விட்டு அவளைத் தொடர்ந்து ஓடத் தொடங்கியது.

இதைக் கேட்டதும் அந்த வாலிபனுக்கு எப்படியிருந்திருக்கு மென்று சொல்லவும் வேண்டுமா? தன்னைக் காப்பாற்றிய பெண்ணுக்கு அவன் தன் நன்றியைத் தெரிவித்துக்கொண்டான். ஆனால் அவளோ ஒரு வார்த்தையும் மறுமொழியாகச் சொல்லவில்லை. அவளிடம் வாலிபன் கூறியதற்கெல்லாம் அவளுடன் வந்த மனிதனே மறுமொழி கூறினான். இது வாலிபனுக்கு முதலில் வியப்பாயிருந்தது. உண்மை

இன்னதென்று அறிந்ததும், வியப்பு மறைந்தது. அந்தப் பெண் பேசத் தெரியாத ஊமை. அவளுக்குக் காதும் கேளாது என்று அறிந்து கொண்டதும், அவ்வாலிபனுடைய பாசம் பன்மடங்காகியது. பாசம் வளர்ந்து தழைப்பதற்குச் சூழ்நிலையும் சந்தர்ப்பமும் துணை செய்தன. காது கேளாததும், பேசத் தெரியாததும் ஒரு குறையாகவே அவ்வாலிபனுக்குத் தோன்றவில்லை. வாயினால் சொல்ல முடியாத அற்புதமான உண்மைகளையும், அந்தரங்க இரகசியங்களையும் அவளுடைய கண்களே தெரியப்படுத்தின. அந்த நயனபாஷைக்கு ஈடான பாஷை இந்த உலகத்தில் வேறு என்ன உண்டு? அது போலவே காதுகேளாததற்கு ஈடாக அவளுடைய நாசியின் உணர்ச்சி அதிசய மான சக்தி வாய்ந்ததாயிருந்தது. அடர்ந்த காட்டின் மத்தியில் வெகு தூரத்தில் மறைந்திருக்கும் காட்டு மிருகம் இன்னதென்பதை அவளுடைய முகர்தல் சக்தியைக் கொண்டே கண்டுபிடிக்க அவளால் முடிந்தது. ஆனால் இதெல்லாம் என்னத்திற்கு? இருதயங்கள் இரண்டு ஒன்று சேர்ந்து விட்டால், மற்றப் புலன்களைப் பற்றி என்ன கவலை? அந்த வாலிபனுக்கு அத்தீவு சொர்க்க பூமியாகவே தோன்றியது. நாட்கள், மாதங்கள், வருஷங்கள், இவ்விதம் சென்றன. எத்தனை நாள் அல்லது வருஷம் ஆயிற்று என்பதைக் கணக்குப் பார்க்கவே அவன் மறந்துவிட்டான்.

வாலிபனுடைய இந்த சொர்க்க வாழ்வுக்குத் திடீரென்று ஒருநாள் முடிவு நேர்ந்தது. கப்பல் ஒன்று அந்தத் தீவின் அருகில் வந்து நின்றது. அதிலிருந்து படகிலும் கட்டு மரங்களிலும் பலர் இறங்கி வந்தார்கள். அவர்கள் யார் என்று பார்க்க வாலிபன் அருகில் சென்றான். தன்னைத் தேடிக்கொண்டுதான் அவர்கள் வந்திருக்கிறார்கள் என்று அறிந்தான். அவனுடைய நாட்டில் எதிர்பாராத நிகழ்ச்சிகள் பல நடந்து விட்டன. அவனுடைய தந்தைக்கு மூத்த சகோதரர்கள் இருவர் இறந்து போய் விட்டார்கள். இன்னொருவருக்குப் புத்திர சந்தானம் இல்லை. ஆகையால் ஒரு பெரிய சாம்ராஜ்யம் அவனுக்காகக் காத்திருக்கிறது என்று தெரிந்து கொண்டான். அவனுடைய உள்ளத்தில் ஒரு பெரிய பூசல் ஏற்பட்டது. அந்த அழகிய தீவையும் அதைச் சொர்க்க பூமியாக்கிய ஊமைப் பெண்ணையும் விட்டுப்போக அவனுக்கு மனமில்லை. அதேசமயத்தில் ஊரையும் உற்றார் உறவினரையும் பார்க்கும் ஆசை ஒரு பக்கத்தில் அவனைக் கவர்ந்து இழுத்தது. அவன் பிறந்த நாட்டை நாலாபுறமும் அபாயம் சூழ்ந்திருக்கிறதென்றும் அறிந்தான். யுத்த பேரிகையின் முழக்கம் மிக மிகத் தொலைவிலிருந்து அவன் காதில் வந்து கேட்டது. இது அவன் முடிவு செய்வதற்குத் துணை செய்தது.

'திரும்பி வருகிறேன்; என் கடமையை நிறைவேற்றிவிட்டு வருகிறேன்.' என்று அப்பெண்ணிடம் ஆயிரம் முறை உறுதி மொழி

கூறிவிட்டுப் புறப்பட்டான். காட்டில் பிறந்து வளர்ந்த அந்த ஊமைப் பெண் நாட்டிலிருந்து வந்திருந்த மனிதர்களுக்கு மத்தியில் வருவதற்கே விரும்பவில்லை. வாலிபன் படகில் ஏறியபோது அவள் சற்றுத் தூரத்தில் அந்தப் பழைய வளைந்த தென்னை மரத்தின் மேல் உட்கார்ந்து பார்த்துக் கொண்டிருந்தாள். அவளுடைய இருகண்களும் அப்போது இரண்டு கண்ணீர்க் கடல்களாக வாலிபனுக்குத் தோன்றின. ஆயினும் அவன் தன் மனத்தைக் கல்லாகச் செய்து கொண்டு படகில் ஏறிச் சென்று கப்பலை அடைந்தான்...

'குந்தவை! அந்த வலைஞர் குலப் பெண் அப்படி நின்று பார்த்துக் கொண்டிருந்தாளே, அந்தக் காட்சியின் நினைவு அடிக்கடி என் மனக் கண் முன் தோன்றிக் கொண்டிருக்கிறது. எவ்வளவு முயன்றாலும் மறக்கமுடியவில்லை. அதைக் காட்டிலும் சோகமான இன்னும் ஒரு காட்சி, நினைத்தாலும் குலை நடுங்கும் காட்சி அடிக்கடி தோன்றிக் கொண்டிருக்கிறது. இரவிலும் பகலிலும் உறங்கும்போது விழித்திருக்கையிலும் என்னை வருத்தி வேதனைப்படுத்திக் கொண்டிருக்கிறது. அதையும் சொல்லட்டுமா?' என்று சுந்தர சோழர் தம் அருமை மகளைப் பார்த்துக் கேட்டார்.

உருக்கத்தினால் தொண்டை அடைத்துக் தழதழத்தக் குரலில், சுந்தர சோழரின் அருமைக் குமாரி 'சொல்லுங்கள், அப்பா' என்றாள்.

பதினேழாம் அத்தியாயம்

மாண்டவர் மீள்வதுண்டோ?

இதுவரைக்கும் சுந்தர சோழர் வேறு யாரோ ஒரு மூன்றாம் மனிதனைப் பற்றிச் சொல்வது போலச் சொல்லிக் கொண்டுவந்தார். இப்போது தம்முடைய வாழ்க்கையில் நடந்த வரலாறாகவே சொல்லத் தொடங்கினார்:-

‘என் அருமை மகளே! சாதாரணமாக ஒரு தகப்பன் தன் மகளிடம் சொல்லக் கூடாத விஷயத்தை இன்று நான் உனக்குச் சொல்கிறேன். இதுவரை யாரிடமும் மனதைத் திறந்து சொல்லாத செய்தியை உன்னிடம் சொல்கிறேன். இந்த உலகத்திலேயே என் நண்பன் அநிருத்தன் ஒருவனுக்குத்தான் இது தெரியும்; அவனுக்கும் முழுவதும் தெரியாது. இப்போது என் மனத்தில் நடக்கும் போராட்டம் அவனுக்குத் தெரியாது. ஆனால் உன்னிடம் எல்லாவற்றையும் சொல்லப் போகிறேன். நம்முடைய குடும்பத்தில் யாராவது ஒருவருக்குத் தெரிந்திருக்க வேண்டும். உன் தாயாரிடம் சொல்ல முடியாது. உன்னிடந்தான் சொல்ல வேண்டுமென்று சில காலமாகவே எண்ணியிருந்தேன். அதற்குச் சந்தர்ப்பம் இன்றைக்கு வந்தது. நீ என் நிலையைக் கண்டு சிரிக்கமாட்டாய்; என் மனத்திலுள்ள புண்ணை ஆற்றுவதற்கு முயல்வாய்; என்னுடைய விருப்பம் நிறைவேறவும் உதவி செய்வாய்! - இந்த நம்பிக்கையுடன் உன்னிடம் சொல்கிறேன்...

‘அந்தத் தீவிலிருந்து மரக்கலத்தில் ஏறிப் புறப்பட்டேன். கோடிக் கரை சேர்ந்தேன். என் பாட்டனார் பராந்தக சக்கரவர்த்தி இந்தத் தஞ்சை அரண்மனையில் அப்போது தங்கியிருக்கிறார் என்று அறிந்து நேராக இங்கே வந்தேன்.

‘நான் தஞ்சை வந்து சேர்ந்தபோது பராந்தக சக்கரவர்த்தி மரணத்தை எதிர்நோக்கிக் கொண்டிருந்தார். அவர் உள்ளம் நொந்து போயிருந்தது. நாற்பது ஆண்டு காலத்தில் அவர் நிர்மாணித்த மகாராஜ்யம் சின்னா பின்னம் அடைந்து கொண்டிருந்தது. அவருக்குப் பிறகு பட்டத்தை

அடைய வேண்டியவரான இராஜாதித்தர் தக்கோலப் போரில் மாண்டார். அதே போர்க்களத்தில் படுகாயம் அடைந்த என் தந்தை அரிஞ்சயர் பிழைப்பாரோ, மாட்டாரோ என்ற நினைவில் இருந்தார். கன்னர தேவனுடைய படைகள் தொண்டை மண்டலத்தைக் கைப்பற்றி முன்னேறிக்கொண்டு வந்தன. தெற்கே பாண்டியர்கள் தலையெடுத்து வந்தார்கள். இலங்கையில் சோழ சைன்யம் தோல்வியுற்றுத் திரும்பி விட்டது. பல போர்க்களங்களிலும் சோழ நாட்டு வீராதி வீரர் பலர் உயிர் துறந்து விட்டார்கள். இந்தச் செய்திகள் எல்லாம் ஒருமிக்க வந்து முதிய பிராயத்துப் பராந்தக சக்கரவர்த்தியின் உள்ளத்தைப் புண்படுத்தித் துயரக் கடலில் ஆழ்த்தியிருந்தன. இந்த நிலையில் என்னைக் கண்டதும் அவருடைய முகம் மலர்ச்சி அடைந்தது. என் பாட்டனாருக்கு நான் குழந்தையாயிருந்த நாளிலிருந்து என் பேரில் மிக்க பிரியம். என்னை எங்கேயும் அனுப்பாமல் அரண் மனையில் தம்முடனேயே வெகுகாலம் வைத்திருந்தார். பிடிவாதம் பிடித்து அவரிடம் விடை பெற்றுக் கொண்டு நான் ஈழ நாட்டுக்குப் போனேன். அங்கிருந்து திரும்பி வந்தவர்களிலே நான் இல்லை என்று அறிந்ததும் என் பாட்டனாரின் மனம் உடைந்து போயிருந்தது. நான் இறந்து விட்டதாகவும் தெரியவில்லை யாதலால் என்னைத் தேடிவரக் கூட்டங் கூட்டமாக ஆட்களை அனுப்பிக் கொண்டிருந்தார்.

'கடைசியில் ஒரு கூட்டம் என்னைக் கண்டுபிடித்தது. நான் தஞ்சை வந்து சேர்ந்ததும், புண்பட்ட அவர் மனத்துக்குச் சிறிது சாந்தி ஏற்பட்டது. அவருடைய அந்தியகாலத்தில் வீழ்ச்சியடைந்து வந்த சோழ சாம்ராஜ்யம் மறுபடியும் என்னால் மேன்மையடையும் என்பதாக எப்படியோ அவர் மனத்தில் ஒரு நம்பிக்கை ஏற்பட்டிருந்தது. அந்த நம்பிக்கையைச் சோதிடர்கள் வளரச் செய்திருந்தார்கள். அதற்குத் தகுந்தாற்போல், அவருக்குப் புதல்வர்கள் நாலுபேர் இருந்தும், அவருடைய அந்திய காலத்தில் பேரன் நான் ஒருவனே இருந்தேன். சக்கரவர்த்தி இறக்கும் தறுவாயில் என்னை அருகில் அழைத்து உச்சி முகர்ந்து கண்ணீர் பெருக்கினார். 'அப்பனே! எனக்குப் பிறகு உன் பெரியப்பன் கண்டராதித்தன் சிம்மாசனம் ஏறுவான். அவனுக்குப் பிறகு இந்தச் சோழ ராஜ்யம் உன்னை அடையும். உன்னுடைய காலத்திலேதான் மறுபடி இந்தச் சோழ குலம் மேன்மையடையப் போகிறது', என்று பலமுறை அவர் கூறினார்.

சோழ நாட்டின் மேன்மையை நிலை நாட்டுவதே என் வாழ்க்கையின் இலட்சியமாயிருக்க வேண்டுமென்று சொல்லி, அவ்வாறு என்னிடம் வாக்குறுதியும் பெற்றுக்கொண்டார்...

'என் பாட்டனார் என்னிடம் எவ்வளவு பிரியம் வைத்திருந்தாரோ, அவ்வளவு நான் அவரிடம் பக்தி வைத்திருந்தேன். ஆதலின்

அவருடைய கட்டளையைச் சிரமேற்கொண்டு நடப்பதென்று உறுதி கொண்டேன். ஆனாலும் என் உள்ளத்தில் அமைதி இல்லை. கடல் சூழ்ந்த தீவில் கரடிக்கு இரையாகாமல் என்னைக் காப்பாற்றிய கரையர் குலமகளின் கதி என்ன? சோழ நாட்டுச் சிம்மாசனத்தில் கீழ்க்குலத்தில் பிறந்த ஊமைப் பெண் ஒருத்தி ராணியாக வீற்றிருக்க முடியுமா? அரண்மனை வாழ்வு அவளுக்குத்தான் சரிப்பட்டு வருமா? நாட்டார் நகரத்தார் என்னைப் பார்த்துச் சிரிக்க மாட்டார்களா?... இந்த எண்ணங்கள் அடிக்கடி தோன்றி என் மனத்தைச் சஞ்சலப்படுத்தின. இது மட்டுமன்று, என் பெரிய தகப்பனார் கண்டராதித்தர் சில காலத்திற்கு முன்புதான் இரண்டாவது கலியாணம் செய்து கொண்டிருந்தார். அவரை மணந்த பாக்கியசாலி மழவரையர் குலமகள் என்பதை நீ அறிவாய். முதல் மனைவிக்குக் குழந்தை இல்லையென்றால், இரண்டாவது மனைவிக்கும் குழந்தை பிறவாது என்பது என்ன நிச்சயம். பெரியப்பாவுக்கு ஆண் குழந்தை பிறந்தால், இராஜ்யம் எனக்கு எப்படி வரும்? இதைப் பற்றி ராஜ்யத்தில் சிலர் அப்போதே பேசிக் கொண்டிருந்தது என் காதில் விழுந்தது. ஆனால் அத்தகைய சந்தேகம் யாருக்கும் உண்டாகக்கூடாது என்று மகாத்மாவாகிய என் பெரிய தகப்பனார் விரும்பினார் போலும். பராந்தக சக்கரவர்த்தி காலமான பிறகு கண்டராதித்தருக்கு இராஜ்ய பட்டாபிஷேகம் நடந்தது. அதே சமயத்தில் எனக்கும் யுவராஜ்ய பட்டாபிஷேகம் நடக்க வேண்டும் என்று என் பெரியப்பா - புதிய சக்கரவர்த்தி - ஏற்பாடு செய்துவிட்டார்...

'என் பிரிய மகளே! இன்றைக்கு உன் தம்பி அருள்மொழியின் பேரில் இந்நாட்டு மக்கள் எப்படிப் பிரியமாயிருக்கிறார்களோ, அப்படி அந்த நாளில் என்பேரில் அபிமானமாயிருந்தார்கள். அரண்மனைக்குள்ளே பட்டாபிஷேகம் நடந்து கொண்டிருந்தபோது வெளியிலே ஆயிரக் கணக்கான ஜனங்கள் ஆவலுடன் காத்திருந்தார்கள். புதிதாக முடிசூடிய சக்கரவர்த்தியும், யுவராஜாவும் சேர்ந்தாற்போல் ஜனங்களுக்குக் காட்சி தரவேண்டும் என்று அனைவரும் விரும்பினார்கள். அவ்விதமே பெரியப்பாவும், நானும் இந்த அரண்மனை மேன் மாடத்தின் முன்றிலுக்கு வந்து நின்றோம். கீழே ஒரே ஜன சமுத்திரமாக இருந்தது. அவ்வளவு பேருடைய முகங்களும் மலர்ந்து விளங்கின. எங்களைக் கண்டதும் அவ்வளவு பேரும் குதூகலமடைந்து ஆரவாரித்தார்கள். நாம் இளவரசுப் பட்டம் சூட்டிக் கொண்டது பற்றி இவ்வளவு ஆயிரமாயிரம் மக்கள் குதூகலம் அடைந்திருக்கிறார்களே, அப்படியிருக்க, எங்கேயோ ஒரு கண்காணாத் தீவில் காட்டின் மத்தியில் வாழும் ஊமைப் பெண்ணைப் பற்றி நாம் கவலைப் படுவது என்ன நியாயம்? இவ்வளவு பேருடைய மகிழ்ச்சி முக்கியமானதா? ஒரே ஒரு ஊமைப் பெண்ணின் வாழ்க்கை முக்கியமானதா?...

'இவ்வாறு எண்ணிக்கொண்டே எங்களை அண்ணாந்து பார்த்தபடி நின்ற மலர்ந்த முகங்களை ஒவ்வொன்றாகக் கவனித்துக் கொண்டு வந்தேன். அந்த ஜனங்களிலே ஆண்களும் பெண்களும், முதியவர்களும் இளைஞர்களும், சிறுவர் சிறுமிகளும் நின்றார்கள். எல்லோரும் ஒரே களிப்புடன் காணப்பட்டார்கள். ஆனால் திடீரென்று ஒரு முகம், ஒரு பெண்ணின் முகம், சோகம் ததும்பிய முகம், கண்ணீர் நிறைந்த கண்களினால் என்னைப் பரிதாபமாகப் பார்த்துக் கொண்டிருந்த முகம், தெரிந்தது. அத்தனைக் கூட்டத்துக்கு நடுவில், எப்படி அந்த ஒரு முகம், என் கண்ணையும் கவனத்தையும் கவர்ந்ததென்பதை நான் அறியேன். பிறகு அங்கிருந்து என் கண்களும் நகரவில்லை; கவனமும் பெயரவில்லை. அந்த முகம் வரவரப் பெரிதாகி வந்தது; என் அருகே வருவது போலிருந்தது. கடைசியில், அந்தப் பெரிய ஜனத்திரள் முழுவதும் மறைந்து, என் அருகில் நின்றவர்கள் எல்லாரும் மறைந்து, ஆசார வாசல் மறைந்து, தஞ்சை நகரின் கோட்டை கொத்தளம் மறைந்து, வானும் மண்ணும் மறைந்து, அந்த ஒரு முகம் மட்டும் தேவி பரமேசுவரியின் விசுவரூபத்தைப் போல் என் கண் முன்னால் தோன்றியது. என் தலை சுழன்றது; கால்கள் பலமிழந்தன; நினைவு தவறியது...

'அப்படியே நான் மயங்கி விழுந்து விட்டதாகவும் பக்கத்திலிருந்த வர்கள் தாங்கிப் பிடித்துக் கொண்டதாகவும் பிற்பாடு அறிந்தேன். பட்டாபிஷேக வைபவச் சடங்குகளில் நான் அதிகம் களைத்துப்போய் விட்டதாக மற்றவர்கள் நினைத்தார்கள். ஜனங்களுக்குக் காட்சி அளித்தது போதும் என்று என்னை அரண்மனைக்குள்ளே அழைத்துச் சென்றார்கள். பிறகு எனக்கு நல்ல நினைவு வந்ததும் என் நண்பன் அநிருத்தனைத் தனியாக அழைத்து, நான் கண்ட காட்சியைக் கூறினேன். அந்த ஊமைப் பெண்ணின் அடையாளம் கூறி எப்படியாவது அவளைக் கண்டுபிடித்து அழைத்து வரவேண்டும் என்று கட்டளை யிட்டேன். தஞ்சை நகரின் மூலை முடுக்கெல்லாம் தேடியும் அத்தகைய ஊமைப்பெண் யாரும் இல்லையென்று அநிருத்தன் வந்து சொன்னான். என்னுடைய உள்ளத்தின் பிரமையாக இருக்குமென்றும் கூறினான். நான் அவனைக் கோபித்துக்கொண்டு 'இந்த உதவி கூடச் செய்யாவிட்டால் அப்புறம் நீ என்ன சிநேகிதன்?' என்றேன். தஞ்சைக் கோட்டைக்கு வெளியே கடற்கரையை நோக்கிச் சொல்லும் பாதைகளில் ஆள் அனுப்பித் தேடும்படி சொன்னேன். அப்படியே பல வழிகளிலும் ஆள்கள் சென்றார்கள். கடற்கரை வரையில் போய்த் தேடினார்கள். கோடிக்கரைக்குப் போனவர்கள் அங்கேயுள்ள கலங்கரை விளக்கக் காவலன் வீட்டில் ஓர் ஊமைப் பெண் இருப்பதாகக் கண்டு பிடித்தார்கள். அவள் பித்துப் பிடித்தவள் போலத் தோன்றினாளாம். எவ்வளவோ ஜாடைமாடைகளினால் அவளுக்கு விஷயத்தைத்

தெரிவிக்க முயன்றது பயன்படவில்லையாம். அவர்களுடன் தஞ்சைக்கு வருவதற்கு அடியோடு மறுத்து விட்டாளாம். இந்தச் செய்தியை அவர்கள் கொண்டுவந்தவுடன், இன்னது செய்வதென்று தெரியாமல் மனங் கலங்கினேன். இரண்டு நாள் அந்தக் கலக்கத்தி லேயே இருந்தேன். ஆனமட்டும் அவளை மறந்துவிடப் பார்த்தும் இயலவில்லை. இரவும் பகலும் அதே நினைவாயிருந்தது. இரவில் ஒருகணங்கூடத் தூங்கவும் முடியவில்லை. பிறகு அநிருத்தனையும் அழைத்துக் கொண்டு கோடிக்கரைக்குப் புறப்பட்டேன். குதிரைகளை எவ்வளவு வேகமாகச் செலுத்தலாமோ அவ்வளவு வேகமாகச் செலுத்திக் கொண்டு போனேன். போகும்போது என் மனக்கலக்கம் இன்னும் அதிகமாயிற்று. அந்த ஊமைப் பெண்ணை அங்கே கண்டு பிடித்தால், அப்புறம் அவளை என்ன செய்வது என்று எண்ணியபோது மனம் குழம்பியது. தஞ்சைக்கோ பழையாறைக்கோ அழைத்துப் போய் ‘இவள் என் ராணி!’ என்று சொல்லுவதா? அவ்வாறு நினைத்த போது என் உள்ளமும் உடலும் குன்றிப்போய் விட்டன.

‘என் செல்வக் குமாரி! அந்த நாளில் நான் மேனி அழகில் நிகரற்றவன் என்று வேண்டாத பிரபலம் ஒன்று எனக்கு ஏற்பட்டிருந்தது. அதை ஒரு புகழாகவே நான் நினைக்கவில்லை. ஆயினும் மற்றவர்கள் அதைப் பற்றி ஓயாது பேசினார்கள். என் பாட்டனாரின் பெயராகிய ‘பராந்தகன் என்னும் பெயரை எனக்கு வைத்திருந்தும், அது அடியோடு மறையும் படி செய்து ‘சுந்தர சோழன்’ என்ற பெயரைப் பிரபலப்படுத்தி விட்டார்கள். அப்படி அனைவராலும் புகழப்பட்ட நான், நாகரிகம் இன்னதென்று தெரியாத ஓர் ஊமைப் பெண்ணை எப்படி அரண் மனைக்கு அழைத்துப் போவேன்? இல்லையென்றால் அவளை என்ன செய்வது - இப்படிப் பலவாறு எண்ணிக் குழம்பிய மனத்துடன் கோடிக்கரை சேர்ந்தேன். அந்த மகராஜி எனக்குக் கஷ்டம் எதுவும் இல்லாமல் செய்து விட்டாள். அங்கே நான் அறிந்த செய்தி என்னை அப்படியே ஸ்தம்பித்துப் போகும்படி செய்துவிட்டது. நாங்கள் அனுப்பிய ஆள்கள் திரும்பிச் சென்ற மறுநாள் அந்தப் பெண் கலங்கரை விளக்கின் உச்சியில் ஏறினாளாம். அன்று அமாவாசை; காற்று பலமாக அடித்தது. கடல் பொங்கிக் கொந்தளித்து வந்து கலங்கரை விளக்கைச் சூழ்ந்து கொண்டது. அந்தப் பெண் சிறிதுநேரம் கொந்தளித்த அலை கடலைப் பார்த்துக்கொண்டே நின்றாளாம். அப்படி அவள் அடிக்கடி நிற்பது வழக்கமாததால் யாரும் அதைப் பொருட்படுத்தவில்லையாம்! திடீரென்று ‘வீல்’ என ஒரு சத்தம் அலைகடலின் முழக்கத்தையும் மீறிக்கொண்டு கேட்டதாம். பிறகு அவளைக் காணோம்! பெண் உருவம் ஒன்று விளக்கின் உச்சியிலிருந்து கடலில் தலைகீழாக விழுந்ததை இரண்டொருவர் பார்த்தார்களாம்.

படகுகளைக்கொண்டு வந்து ஆனமட்டும் தேடிப்பார்த்தும் பயன்பட வில்லை. கொந்தளித்துப் பொங்கிய கடல் அந்தப் பெண்ணை விழுங்கிவிட்டது என்றே தீர்மானிக்க வேண்டியிருந்ததாம்...

'இந்தச் செய்தியைக் கேட்டதும் என் நெஞ்சில் ஈட்டியினால் குத்துவது போன்ற வலியும், வேதனையும் உண்டாயின. ஆனால் சற்று நேரத்துக் கெல்லாம் ஒருவித அமைதியும் உண்டாயிற்று. அவளை என்ன செய்வது என்ற கேள்வி இனி இல்லை. அதைப் பற்றி யோசித்து மனத்தைக் குழப்பிக்கொள்ள வேண்டியதும் இல்லை!...

'துன்பமும், அமைதியும் கலந்த இந்த விசித்திர வேதனையுடன் தஞ்சைக்குத் திரும்பினேன். இராஜ்ய காரியங்களில் மனத்தைச் செலுத்தினேன். போர்க்களங்களுக்குச் சென்றேன். உன் தாயை மணந்து கொண்டேன். வீரப் புதல்வர்களைப் பெற்றேன். உன்னை என் மகளாக அடையும் பாக்கியத்தையும் பெற்றேன்...

'ஆனாலும், மகளே! செத்துப்போன அந்தப் பாவியை என்னால் அடியோடு மறக்க முடியவில்லை. சிற்சில சமயம் என் கனவிலே அந்தப் பயங்கரக்காட்சி, - நான் கண்ணால் பாராத அந்தக் காட்சி, - தோன்றி என்னை வருத்திக் கொண்டிருந்தது. கலங்கரை விளக்கின் உச்சியிலிருந்து ஒரு பெண் உருவம் தலைகீழாகப் பாய்ந்து அலை கடலில் விழும் காட்சி என் கனவிலும் கற்பனையிலும் தோன்றிக் கொண்டிருந்தது. கனவில் அந்தப் பயங்கரக் காட்சியைக் காணும் போதெல்லாம் நான் அலறிப் புடைத்துக்கொண்டு எழுந்திருப்பேன். பக்கத்தில் படுத்திருப்பவர்கள் 'என்ன? என்ன?' என்று கேட்பார்கள். உன் தாயார் எத்தனையோ தடவை கேட்டதுண்டு. ஆனால் நான் உண்மையைக் கூறியதில்லை. 'ஒன்றுமில்லை' என்று சில சமயம் சொல்வேன். அல்லது போர்க்கள பயங்கரங்களைக் கற்பனை செய்து கூறுவேன். நாளடைவில் காலதேவனின் கருணையினால் அந்தப் பயங்கரக் காட்சி என் மனத்தை விட்டு அகன்றது; அவளும் என் நினைவிலிருந்து அகன்றாள்; அகன்று விட்டதாகத் தான் சமீப காலம் வரையில் நினைத்துக் கொண்டிருந்தேன். ஆனால் உயிரோடிருப்பவர் களைக் காட்டிலும் செத்துப் போனவர்கள் அதிகக் கொடுமைக்காரர்கள் என்று தோன்றுகிறது. மகளே! ஊமைச்சியின் ஆவி என்னை விட்டு விடவில்லை. சில காலமாக அது மீண்டும் தோன்றி என்னை வதைக்க ஆரம்பித்திருக்கிறது! என் மகளே! மாண்டவர்கள் மீண்டு வருவார்கள் என்று நீ நம்புகிறாயா...?'

இவ்விதம் சொல்லிவிட்டுச் சுந்தரசோழர் தம் பார்வையை எங்கேயோ தூரத்தில் செலுத்தி வெறித்துப் பார்த்தார். அவர் பார்த்த திக்கில் ஒன்றுமே இல்லைதான்! ஆயினும் அவருடைய உடம்பு

நடுங்குவதைக் குந்தவை கண்டாள். எல்லையற்ற இரக்கம் அவர் பேரில் அவளுக்கு உண்டாயிற்று. கண்களில் நீர் ததும்பியது. தந்தையின் மார்பில் தன் முகத்தைப் பதித்துக் கொண்டு கண்ணீர் விட்டாள். அதனால் அவருடைய நடுக்கமும் குறைந்ததாகத் தோன்றியது. பிறகு தந்தையை நிமிர்ந்து நோக்கி, 'அப்பா! இந்தப் பயங்கரமான வேதனையைப் பல வருஷகாலம் தாங்கள் மனத்திலேயே வைத்துக் கொண்டு கஷ்டப்பட்டிருக் கிறீர்கள். அதனாலேதான் தங்கள் உடம்பும் சீர்குலைந்து விட்டது. இப்போது என்னிடம் சொல்லிவிட்டீர்கள் அல்லவா? இனிமேல் தங்கள் உடம்பு சரியாகப் போய்விடும்' என்றாள்.

சுந்தரசோழர் அதைக் கேட்டுச் சிரித்த சிரிப்பின் ஒலியில் வேதனையுடன் கூட அவநம்பிக்கையும் கலந்திருந்ததேன்? அவர் கூறினார்: 'குந்தவை! நீ நம்பவில்லை. மாண்டவர்கள் மீண்டும் வருவார்கள் என்று நீ நம்பவில்லை. ஆனாலும் அதோ அந்தத் தூணுக்குப் பக்கத்தில்; குத்து விளக்கின் பின்னால், அந்தப் பாவியின் ஆவி நேற்று நள்ளிரவில் நின்றது. என் கண்ணாலேயே பார்த்தேன். அதை எப்படி நம்பாம லிருக்க முடியும்? நான் கண்டது வெறும் பிரமை என்றால், உன் தோழியைப் பற்றி என்ன சொல்வாய்? அவள் எதையோ பார்த்துக் கேட்டதனால் தானே நினைவு தப்பி விழுந்தாள்! அவளை அழைத்து வா, குந்தவை! நானே நேரில் கேட்டுத் தெரிந்து கொள்கிறேன்!' என்று சுந்தர சோழர் பரபரப்புடன் கூறினார்.

'அப்பா! வானதி ஒரு பயங்கொள்ளிப் பெண்! கொடும்பாளூர் வீரவேளிர் குலத்தில் இவள் எப்படிப் பிறந்தாளோ, தெரியவில்லை. இருட்டில் தூணைப் பார்த்தாலும், அவள் அலறியடித்துக்கொண்டு மயக்கமாய் விழுவாள். அவளைக் கேட்பதில் யாதொரு பயனும் இல்லை. அவள் ஏதும் பார்த்திருக்கவும் மாட்டாள்; கேட்டிருக்கவும் மாட்டாள்.'

'அப்படியா சொல்கிறாய்? அவள் போனால் போகட்டும். நான் சொல்ல வேண்டியது மிச்சத்தையும் கேள்! மாண்டவர்கள் மீண்டு வருவார்கள் என்பதில் எனக்கும் வெகுகாலம் நம்பிக்கை இல்லாமல் தானிருந்தது. அப்படிப்பட்ட தோற்றம் என்னுடைய வீண் மனப் பிரமை என்றே நானும் எண்ணியிருந்தேன். காவேரி நதியில் நாம் எல்லோருமாக ஓடத்தில் போய்க்கொண்டிருந்த போது குழந்தை அருள்மொழிவர்மன் திடீரென்று காணாமற் போனது உனக்கு நினைவிருக்கிறதல்லவா? நாம் எல்லோரும் திகைத்தும் தவித்தும் நிற்கையில் ஒரு பெண்ணரசி பொன்னி நதி வெள்ளத்திலிருந்து குழந்தையை எடுத்துத் தூக்கிக் கொடுத்தாள். குழந்தையை

மற்றவர்கள் வாங்கிக் கொண்டதும் அவள் மறைந்துவிட்டாள். இதைப் பற்றி நாம் எவ்வளவோ தடவை பேசியிருக்கிறோம். நீ மறந்திருக்க முடியாது. நீங்கள் எல்லாரும் காவேரியம்மன்தான் குழந்தையைக் காப்பாற்றியதாக முடிவு கட்டினீர்கள். ஆனால் என் கண்ணுக்கு என்ன தோன்றியது தெரியுமா? அந்த வலைஞர் குலமகள் - ஊமைச்சிதான் - குழந்தையை எடுத்துக் கொடுத்ததாகத் தோன்றியது. அன்றைய தினமும் நான் நினைவிழந்து விட்டேன் என்பது உனக்கு ஞாபகம் இருக்கிறதா? குழந்தைக்கு நேர்ந்த அபாயத்தை முன்னிட்டு நான் நினைவிழந்தேன் என்று எல்லாரும் எண்ணினார்கள். ஆனால் உண்மை அதுவன்று. இத்தனை நாள் கழித்து உனக்குச் சொல்கிறேன். குழந்தையை எடுத்துக் கொடுத்த பெண்ணுருவம் அவளுடைய ஆவி உருவம் என்று எனக்குத் தோன்றியபடியால் தான் அப்படி மூர்ச்சையடைந்தேன்...

'மகளே! உன் தமையனுக்கு இளவரசுப் பட்டம் சூட்டிய தினம் நினைவிருக்கிறதா? அன்று பட்டாபிஷேகம் நடந்த பிறகு ஆதித்த கரிகாலன் அந்தப்புரத்துக்குத் தாய்மார்களிடம் ஆசி பெறுவதற்காக வந்தான் அல்லவா? அவனுக்குப் பின்னால் நான் வந்தேன். அதே ஊமைச்சியின் ஆவி அங்கே பெண்களின் மத்தியில் நின்று கரிகாலனைக் கொடூரமாக உற்றுப் பார்த்ததைக் கண்டேன். மீண்டும் ஒரு தடவை பிரக்ஞை இழந்தேன். பிறகு யோசித்தபோது அந்தச் சம்பவத்தைக் குறித்து எனக்குச் சந்தேகம் உண்டாயிற்று. அப்படி அவள் கரிகாலனைக் கொடூரமாகப் பார்க்க வேண்டிய அவசியம் என்ன என்று ஐயுற்றேன். அதுவும் என் சித்தப்பிரமையின் தோற்ற மாயிருக்கலாம் என்று எண்ணினேன். ஆனால், மகளே! இந்தத் தடவை தஞ்சைக்கு வந்த பிறகு அந்தச் சந்தேகமெல்லாம் தீர்ந்து விட்டது. ஒரு காலத்தில், அவள் உயிரோடிருந்த காலத்தில், அவள் முகத்தைப் பார்த்து அவள் மனத்திலுள்ளதைத் தெரிந்து கொள்வேன்; அவள் உதடு அசைவதைப் பார்த்து அவள் சொல்ல விரும்புவது இன்னதென்று தெரிந்து கொள்வேன்! அந்தச் சக்தியை மீண்டும் நான் பெற்று விட்டேன், குந்தவை! நாலைந்து முறை நள்ளிரவில் அவள் என் முன்னால் தோன்றி எனக்கு எச்சரிக்கை செய்துவிட்டாள்.

'என்னைக் கொன்றாயே! அதை நான் மன்னிக்கிறேன். ஆனால் மீண்டும் பாவம் செய்யாதே! ஒருவனுக்குச் சேர வேண்டிய இராஜ்யத்தை இன்னொருவனுக்குக் கொடுக்காதே!' என்று அவள் சொல்வதைப் புரிந்து கொண்டேன். அவளுக்குப் பேசும் சக்தி வந்து வாயினால் பேசினால் எப்படித் தெரிந்து கொள்வேனோ அவ்வளவு தெளிவாகத் தெரிந்துகொண்டேன். மகளே! அதை நிறைவேற்றி வைக்க எனக்கு நீ உதவி செய்ய வேண்டும். சாபமுள்ள இந்த இராஜ்யம்

- இந்தச் சோழ சிம்மாசனம், - என் புதல்வர்களுக்கு வேண்டாம்! இதை மதுராந்தகனுக்குக் கொடுத்துவிடலாம்...'

குந்தவை அப்போது குறுக்கிட்டு, 'அப்பா! என்ன சொல்கிறீர்கள்? நாடுநகரமெல்லாம் ஒப்புக்கொண்டு முடிந்து போன காரியத்தை இப்போது மாற்ற வேண்டிய அவசியம் என்ன? தாங்கள் மாற்றினாலும் உலகம் ஒப்புக் கொள்ளுமா?' என்று கேட்டாள்.

'உலகம் ஒப்புக் கொண்டால் என்ன, ஒப்புக்கொள்ளாவிட்டால் என்ன? தர்மம் இன்னதென்று தெரிந்து செய்ய வேண்டியது என் கடமை. நான் இந்தச் சோழ ராஜ்யத்துக்கு இளவரசனாகவும், பிறகு சக்கரவர்த்தியாகவும் முடிசூட்டிக் கொண்டபோதே என் மனம் நிம்மதியாயில்லை. என் மனச் சாட்சி என்னை உறுதியது. மூத்தவரின் மகன் உயிரோடிருக்கும்போது இளையவரின் மகனாகிய நான் பட்டத்துக்கு வந்ததே முறையன்று. அந்தப் பாவத்தின் பலனை இன்று நான் அனுபவிக்கிறேன். என் புதல்வர்களும் அத்தகைய பாவத்துக்கு ஏன் உள்ளாக வேண்டும்? ஆதித்தனுக்கு இந்த ராஜ்யம் வேண்டாம்; அருள் மொழிக்கும் வேண்டாம். இந்த ராஜ்யத்துடன் வரும் சாபமும் வேண்டாம். நான் உயிரோடிருக்கும் போதே, மதுராந்தகனுக்குப் பட்டம் கட்டிவிட வேண்டும். அதன் பிறகு ஆதித்தன் காஞ்சியில் கட்டியிருக்கும் பொன் மாளிகையில் சென்று நான் மன நிம்மதியோடு வசிப்பேன்...'

'அப்பா! பெரிய பிராட்டி இதற்குச் சம்மதிக்க வேண்டாமா?'

'மகளே! அதற்காகத்தான் உன் உதவியை நாடுகிறேன், எந்தக் காரணம் சொல்லியாவது என் பெரியம்மையை இங்கே வரும்படி செய். ஆகா! எவ்வளவோ தெரிந்த பரமஞானியான அந்த மூதாட்டிக்கு இந்தத் தர்ம நியாயம் ஏன் தெரியவில்லை? என்னை, ஏன் இந்தப் பாவம் செய்யும்படி ஏவினார்? அல்லது அவருடைய சொந்தப் பிள்ளையின் பேரிலேதான் அவருக்கு என்ன கோபம்? தாயின் இயற்கைக்கே மாறான இந்தக் காரியத்தில் அவருக்கு ஏன் இவ்வளவு பிடிவாதம்? மதுராந்தகன் ஏதோ சிவபக்தியில் ஈடுபட்டுச் சந்நியாசியாகப் போகிறேன் என்று சொல்லிக் கொண்டிருந்தபோது அதற்கு நியாயம் உண்டு. இப்போது அவனுக்கே இராஜ்யம் ஆளும் ஆசை வந்திருக்கும் போது இன்னொருவனுக்கு எப்படிப் பட்டம் கட்டலாம்!'

'அப்பா! இராஜ்யம் ஆள ஆசை இருக்கலாம்; அதற்குத் தகுதி இருக்க வேண்டாமா?'

'ஏன் தகுதி இல்லை? மகானாகிய கண்டராதித்தருக்கும், மகா ஞானியான மழவைராய மகளுக்கும் பிறந்த மகனுக்கு எப்படித் தகுதி இல்லாமற் போகும்?'

'தகுதி இருக்கட்டும்; இராஜ்யத்தின் குடிகள் அதற்கு ஒப்புக் கொள்ள வேண்டாமா?'

'குடிகளுடைய அபிப்பிராயத்தைக் கேட்பதாயிருந்தால் அவர்கள் உன் தம்பிக்கு உடனே பட்டம் கட்டிவிட வேண்டும் என்பார்கள். அது நியாயமா? அருள்மொழிதான் அதை ஒப்புவானா?... அதெல்லாம் வீண் யோசனை, மகளே! எப்படியாவது உன் பெரிய பாட்டியை இங்கே சீக்கிரம் வரும்படி செய்! நான் யமனோடு போராடிக் கொண்டிருக்கிறேன் என்று எழுதி அனுப்பு; என்னை உயிரோடு பார்க்க வேண்டுமானால் உடனே புறப்பட்டு வரவேண்டுமென்று சொல்லி அனுப்பு...'

'அது ஒன்றும் அவசியமில்லை, அப்பா! தஞ்சைத் தளிக்குளத்தார் கோயிலுக்குத் திருப்பணி செய்யவேண்டுமென்ற விருப்பம் பெரிய பிராட்டிக்கு இருக்கிறது. அதைக் குறிப்பிட்டு இச்சமயம் வரும்படி எழுதி அனுப்புகிறேன். அதுவரை தாங்கள் அலட்டிக் கொள்ளாமல் பொறுமையாயிருங்கள், அப்பா!' இவ்விதம் கூறித் தந்தையிடம் விடைபெற்றுக் கொண்டு குந்தவை தன் இருப்பிடத்துக்குச் சென்றாள். வழியில் அன்னை வானமாதேவியைச் சந்தித்தாள்.

'அம்மா! இனிமேல் என் தந்தையை ஒரு கண நேரம்கூட விட்டுப் பிரியாதீர்கள்! மற்றவர்கள் போய்ச் செய்ய வேண்டிய பூஜைகளைச் செய்யட்டும்!' என்றாள்.

குந்தவையின் உள்ளத்தில் சிலகாலமாக ஏற்பட்டிருந்த ஐயங்கள் இப்போது கொஞ்சம் தெளிவு பெறத் தொடங்கியிருந்தன. கண் இருட்டாயிருந்த இடங்களில் கொஞ்சம் வெளிச்சம் தெரிய ஆரம்பித்தது. தன் தந்தைக்கும் சகோதரர்களுக்கும் விரோதமாக ஏதோ ஒரு பயங்கரமான மந்திரதந்திரச் சூழ்ச்சி நடைபெற்று வருகிறது என்பதை அவள் அறிவு நன்கு உணர்த்தியது. ஆனால் அது எத்தகைய சூழ்ச்சி, எப்படி எப்படியெல்லாம் இயங்குகிறது என்பதை முழுவதும் அவளால் அறிந்து கொள்ள முடியவில்லை. சோழ மகாராஜ்யத்துக்கும், அந்த ராஜ்யத்துக்குத் தன் சகோதரர்கள் பெற்றுள்ள உரிமைக்கும் பேரபாயம் ஏற்பட்டிருக்கிறதென்பதை அவள் உணர்ந்தாள். அந்த அபாயத்திலிருந்து அவர்களைப் பாதுகாக்கும் பொறுப்பு பெண் பாலாகிய தன்மீது சுமந்திருக்கிறதாகவும் நம்பினாள்.

பதினெட்டாம் அத்தியாயம்

துரோகத்தில் எது கொடியது?

பழந்தமிழ் நாட்டின் சரித்திரத்தைப் படித்தவர்கள் அந்நாளில் பெண்மணிகள் பலர் சமூக வாழ்வின் முன்னணியில் இருந்திருப்பதை அறிவார்கள். மன்னர் குலத்தில் பிறந்த மாதரசிகள் மிகவும் கௌரவிக் கப்பட்டார்கள். சோழ குலத்தில் பிறந்த பெண்மணிகளும் வாழ்க்கைப் பட்ட பெண்மணிகளும் சொந்தமாகச் சொத்துரிமை பெற்றிருந் தார்கள். ஒவ்வொரு வருக்கும் தரவாரியாகக் கிராமங்களும், நன்செய் புன்செய் நிலங்களும், கால்நடைச் செல்வமும் இருந்தன. இந்த உடைமைகளை அவர்கள் எவ்வாறு உபயோகித்தார்கள் என்பதை முக்கியமாகக் கவனிக்க வேண்டும். பலர் ஆலயங்களில் தங்கள் பெயரால் பலவிதத் திருப்பணிகள் நடைபெறுவதற்குச் சொத்துக் களை உபயோகப்படுத்தினார்கள். திருவிளக்கு ஏற்றுதல், திருமாலை புனைந்து சாற்றுதல், தேசாந்திரிகளுக்கும் சிவனடியார்களுக்கும் திரு அமுது செய்வித்தல் - ஆகியவற்றுக்குப் பல அரசகுல மாதர்கள் நிவந்தங்கள் ஏற்படுத்திச் சிலாசாஸனம் அல்லது செப்புப் பட்டயத்தில் அவற்றைப் பொறிக்கும்படிச் செய்தார்கள்.

அரண்மனைப் பெண்டிர் ஆலயத் திருப்பணி செய்தல் அந்த நாளில் பொது வழக்காயிருந்திருக்க, சுந்தர சோழரின் அருமைப் புதல்வி குந்தவைப் பிராட்டி மட்டும் வேறொரு வகை அறத்துக்குத் தம் உடைமைகளைப் பயன்படுத்தினார். நோய்ப்பட்டிருந்த தம் தந்தையின் நிலையைக் கண்டு இரங்கியதனால்தானோ, என்னமோ, அவருக்கு நாடெங்கும் தர்ம வைத்திய சாலைகளை நிறுவ வேண்டும் என்னும் ஆர்வம் உண்டாயிற்று. பழையாறையில் பராந்தக சக்கரவர்த்தியின் பெயரால் ஓர் ஆதுரசாலை ஏற்படுத்தியிருந்ததை முன்னமே பார்த்தோம். அது போலவே தஞ்சையில் தன் தந்தையின் பெயரால் ஆதுரசாலை அமைப்பதற்குக் குந்தவை தேவி ஏற்பாடு செய்திருந்தார். இந்த விஜயதசமி தினத்தில் அந்த ஆதுரசாலையை ஆரம்பிக்கவும் அதற்குரிய தான சாஸனங்களை எழுதிக் கொடுக்கவும் ஏற்பாடாகியிருந்தது.

★★★

தஞ்சைக் கோட்டைக்கு வெளியேயுள்ள புறம்பாடியில், பெருமாள் கோயிலுக்கு எதிர்ப்பட்ட கருட மண்டபத்தில், சுந்தர சோழ ஆதுரசாலையின் ஆரம்ப வைபவம் நடந்தது. திருமால் காக்கும் தெய்வமாதலாலும், கருடாழ்வார் அமுதம் கொண்டு வந்த வராதலாலும், விஷ்ணு கோயிலையொட்டிய கருட மண்டபத்தில் குந்தவைப் பிராட்டி ஆதுரசாலையை ஏற்படுத்தி வந்தார். இந்த வைபவத்திற்காக, தஞ்சை நகர மாந்தரும் அக்கம் பக்கத்துக் கிராம வாசிகளும் கணக்கற்றவர்கள் கூடியிருந்தார்கள். ஆண்களும், பெண்களும், குழந்தைகளும் அலங்கார ஆடை ஆபரணங்கள் பூண்டு கோலாகலமாகத் திரண்டு வந்தார்கள். சோழ சக்கரவர்த்தியின் உடன் கூட்டத்து அமைச்சர்களும், பெருந்தர, சிறுதர அதிகாரிகளும், சிலாசாஸனம் பொறிக்கும் கல் தச்சர்களும், செப்புப் பட்டயம் எழுதும் விசுவகர்மர்களும் அரண்மனைப் பணியாளர்களும் ஏராளமாக வந்து கூடியிருந்தார்கள். தாரை, தப்பட்டை முதலிய வாத்தியங்களை எட்டுத் திசையும் நடுங்கும்படி முழங்கிக்கொண்டு வேளக்காரப் படையினர் வந்தார்கள். தஞ்சைக் கோட்டையின் காவல் படை வீரர்கள் வாள்களையும், வேல்களையும் சுழற்றி 'டணார், டணார்' என்று சத்தப்படுத்திக் கொண்டு வந்தார்கள். பழுவேட்டரையர்கள் இருவரும் யானை மீதேறிக் கம்பீரமாக வந்தார்கள். இளவரசர் மதுராந்தகத் தேவர் வெள்ளைப் புரவியின் மேல் ஏறி உட்காரத் தெரியாமல் உட்கார்ந்து தவித்துக் கொண்டு வந்து சேர்ந்தார். இளவரசி குந்தவைப் பிராட்டியும் அவருடைய தோழிகளும் முதிய அரண்மனை மாதர் சிலரும் பல்லக்கில் ஏறிப் பவனி வந்தார்கள். இன்னொரு பக்கமிருந்து பழுவூர் இளைய ராணி நந்தினியின் பனை இலச்சினை கொண்ட தந்தப் பல்லக்கும் வந்தது.

அரண்மனை மாதர்களுக்கென்று ஏற்படுத்தியிருந்த நீலப்பட்டு விதானமிட்ட இடத்தில் குந்தவை தேவியும், பழுவூர் ராணியும், மற்ற மாதர்களும் வந்து அமர்ந்தார்கள். பிறகு, பெரிய பழுவேட்டரையர் சமிக்ஞை செய்ததின் பேரில் வைபவம் ஆரம்பமாயிற்று. முதலில் ஓதுவாமூர்த்திகள் இருவர் 'மந்திரமாவது நீறு' என்ற தேவாரப் பதிகத்தைப் பாடினார்கள். யாழ், மத்தளம் முதலிய இசைக் கருவிகளின் ஒத்துழைப்புடன் மிக இனிமையாகப் பாடப்பட்ட அந்தப் பாடலைக் கேட்டு மக்கள் மெய்மறந்திருந்தார்கள். அந்தப் பெரிய ஜனக் கூட்டத்தில் அப்போது நிசப்தம் நிலவியது.

ஆனால் அரண்மனைப் பெண்டிர் அமர்ந்திருந்த இடத்தில் மட்டும் மெல்லிய குரலில் இருவர் பேசும் சத்தம் எழுந்தது. பழுவூர் இளைய ராணி நந்தினி குந்தவையை நெருங்கி உட்கார்ந்து 'தேவி! முன்னொரு காலத்தில் சம்பந்தப் பெருமான் இந்தப் பாடலைப் பாடித் திருநீறு

இட்டுப் பாண்டிய மன்னரின் நோயைத் தீர்த்தாரல்லவா? இப்போது ஏன் இந்தப் பாடலுக்கு அந்தச் சக்தி இல்லை? பாடலுக்குச் சக்தியில்லா விட்டாலும் திருநீற்றுக்கும் சக்தி இல்லாமற் போய் விட்டதே? மருந்து, மூலிகை, மருத்துவர், மருத்துவசாலை இவ்வளவும் இல்லாமல் இக்காலத்தில் முடியவில்லையே?' என்று கேட்டாள்.

'ஆம் ராணி! அந்த நாளில் உலகில் தர்மம் மேலோங்கியிருந்தது. அதனால் மந்திரத் திருநீற்றுக்கு அவ்வளவு சக்தியிருந்தது. இப்போது உலகில் பாவம் மலிந்துவிட்டது. அரசருக்கு விரோதமாகச் சதி செய்யும் துரோகிகள் நாட்டில் ஏற்பட்டிருக்கிறார்கள். இப்படி யெல்லாம் முன்னே நாம் கேட்டதுண்டா? ஆகையால்தான் மந்திரத்தின் சக்தி குறைந்து மருந்து தேவையாகி விட்டது!' என்று இளைய பிராட்டி கூறிப் பழுவூர் இளைய ராணியின் முகத்தை உற்றுப் பார்த்தாள்.

நந்தினியின் முகத்தில் எவ்வித மாறுதலையும் காணவில்லை. 'அப்படியா? அரசருக்கு விரோதமாகச் சதிசெய்யும் துரோகிகள் இந்த நாளில் இருக்கிறார்களா? அவர்கள் யார்? என்று சாவதானமாகக் கேட்டாள்.

'அதுதான் எனக்கும் தெரியவில்லை. சிலர் ஒருவரைச் சொல்கிறார்கள்; சிலர் இன்னொருவரைச் சொல்கிறார்கள். எது உண்மை என்று கண்டு பிடிப்பதற்காக இன்னும் சில நாள் இங்கேயே இருக்கலாமென்று பார்க்கிறேன். பழையாறையில் இருந்தால் உலக நடப்பு என்ன தெரிகிறது?' என்றாள் குந்தவை.

'நல்ல தீர்மானம் செய்தீர்கள். என்னைக் கேட்டால் இங்கேயே நீங்கள் தங்கிவிடுவது நல்லது. இல்லாவிட்டால் இராஜ்யம் குட்டிச்சுவராய்ப் போய்விடும். நானும் உங்களுக்கு என்னால் முடிந்த உதவி செய்வேன். எங்கள் வீட்டில் விருந்தாளி வந்திருக்கிறான். அவனும் தங்களுக்கு உதவி செய்யக்கூடும்!' என்றாள்.

'அது யார் விருந்தாளி?' என்று குந்தவை கேட்டாள்.

'கடம்பூர் சம்புவரையர் மகன் கந்தன் மாறன். தாங்கள் அவனைப் பார்த்திருக்கிறீர்களா? தென்னைமர உயரமாய் வாட்டசாட்ட மாய் இருக்கிறான். 'ஒற்றன்' என்றும், 'துரோகி' என்றும் ஓயாமல் பிதற்றிக் கொண்டிருக்கிறான். இராஜத் துரோகத்தைப் பற்றிச் சற்று முன் சொன்னீர்களே? இராஜத் துரோகத்தைக் காட்டிலும் பெரிய துரோகம் இன்னதென்று தங்களால் சொல்ல முடியுமா?'

'நன்றாய் சொல்ல முடியும். கைப்பிடித்த கணவனுக்குப் பெண்ணாய்ப் பிறந்த ஒருத்தி துரோகம் செய்தால் அது இராஜத் துரோகத்தைக்

காட்டிலும் கொடியதுதான்!' இப்படிச் சொல்லிவிட்டுக் குந்தவை தேவி நந்தினியின் முகத்தை உற்றுப் பார்த்தாள். அவள் எதிர்பார்த்த மாறுதல் ஒன்றும் நிகழவில்லை. நந்தினியின் முகத்தில் முன்போலவே மோகனப் புன்னகை தவழ்ந்தது.

'தாங்கள் சொல்வது ரொம்ப சரி; ஆனால் கந்தன் மாறன் ஒப்புக் கொள்ளமாட்டான். 'எல்லாவற்றிலும் கொடிய துரோகம் சிநேகிதத் துரோகம்' என்று சொல்வான். அவனுடைய அருமை நண்பன் என்று கருதிய ஒருவன் ஒற்றனாக மாறிப் போனதுமல்லாமல் இவனுடைய முதுகில் குத்திப் போட்டு விட்டு ஓடிப்போய்விட்டானாம். அது முதலாவது கந்தன் மாறன் இவ்விதம் பிதற்றிக் கொண்டிருக்கிறான்!'

'யார் அவன்? அவ்வளவு நீசத்தனமாகக் காரியத்தைச் செய்தவன்?'

'யாரோ வந்தியத்தேவனாம்! தொண்டை நாட்டில் திருவல்லம் என்னும் ஊரில் முன்னம் அரசு புரிந்த வாணர் குலத்தைச் சேர்ந்த வனாம்! தாங்கள் கேள்விப்பட்டதுண்டோ?'

குந்தவை தன் முத்துப் போன்ற பற்களினால் பவழச் செவ்விதழ்களைக் கடித்துக் கொண்டாள்.

'எப்போதோ கேட்ட மாதிரி இருக்கிறது... பிற்பாடு என்ன நடந்தது?'

'பிற்பாடு என்ன? கந்தன் மாறனை முதுகில் குத்திப் போட்டு அவனுடைய சிநேகிதன் ஓடிவிட்டான். அந்த ஒற்றனைப் பிடித்து வருவதற்கு என் மைத்துனர் ஆள்கள் அனுப்பியிருப்பதாகக் கேள்வி!

'அவன் ஒற்றன் என்பது எப்படி நிச்சயமாய்த் தெரியும்?'

'அவன் ஒற்றனோ இல்லையோ, எனக்கு என்ன தெரியும்? சம்புவரையர் மகன் சொல்லுவதைத்தான் சொல்கிறேன். தாங்கள் வேண்டுமானால் நேரில் அவனிடமே கேட்டு எல்லா விவரமும் தெரிந்து கொள்ளலாம்.'

'ஆமாம்; சம்புவரையர் மகனை நானும் பார்க்க வேண்டியதுதான். அவன் பிழைத்ததே புனர்ஜன்மம் என்று கேள்விப்பட்டேன். அப்போது முதலாவது பழுவூர் அரண்மனையிலேதான் அவன் இருக்கிறானா?'

'ஆம்; காயம்பட்ட மறுநாள் காலையில் நம் அரண்மனையில் கொண்டு வந்து போட்டார்கள். காயத்துக்கு வைத்திய சிகிச்சை செய்ய வேண்டிய பொறுப்பும் என் தலையில் விழுந்தது. மெதுவாக உயிர் பிழைத்துக் கொண்டான்; காயம் இன்னும் முழுவதும் ஆறிய பாடில்லை!'

'நீங்கள் பக்கத்திலிருந்து பராமரித்து இன்னும் முழுதும் குணமாக வில்லை என்பது ஆச்சரியமான விஷயந்தான். ஆகட்டும், ராணி! நான் அவசியம் வந்து அவனைப் பார்க்கிறேன். சம்புவரையர் குலம் நேற்று முந்தாநாள் ஏற்பட்டதா? பராந்தக் சக்கரவர்த்தியின் காலத்திலிருந்து வீரப்புகழ் பெற்ற குலம் அல்லவா?...'

'அதனாலேயே நானும் சொன்னேன். கந்தன் மாறனைப் பார்க்கும் வியாஜத்திலாவது எங்கள் ஏழை அரண்மனைக்கு எழுந்தருளுவீர்கள் அல்லவா?' என்றாள் நந்தினி.

இதற்குள் தேவாரப் பாடல் முடிந்து தானசாஸன வாசிப்பு ஆரம்ப மாகிவிட்டது. முதலில் சுந்தர சோழ சக்கரவர்த்தியின் திருமுகம் படிக்கப்பட்டது. 'நமது திருமகளார் குந்தவைப் பிராட்டிக்கு நாம் சர்வமானியமாகக் கொடுத்திருந்த நல்லூர் மங்கலம் கிராமத்தின் வருமானம் முழுவதையும் இளைய பிராட்டியார் தஞ்சை புறம்பாடி ஆதுரசாலைக்கு அளிக்க உவந்திருப்பதால், அந்த ஊர் நன்செய் நிலங்கள் யாவற்றையும் 'இறையிலி' நிலமாகச் செய்திருக்கிறோம்' என்று அந்த ஓலையில் சக்கரவர்த்தி தெரியப்படுத்தியிருந்தார். திருமந்திர ஓலை நாயகர் அதைப் படித்தபின் தனாதிகாரி பெரிய பழுவேட்டரையரிடம் கொடுக்க, பழுவேட்டரையர் அதை இருகரங் களாலும் பெற்றுக் கண்களில் ஒற்றிக்கொண்டு கணக்காயரிடம் கொடுத்துக் கணக்கில் பதிய வைத்துக் கொள்ளும்படி சொன்னார்.

பிறகு குந்தவைப் பிராட்டியின் தான சிலா சாஸனம் படிக்கப்பட்டது. மேற்கூறிய கிராமத்து சர்வமானிய நிலங்களை அந்த ஊர் விவசாயிகளே சகல உரிமைகளுடன் அனுபவித்துக் கொண்டு தஞ்சாவூர் சுந்தர சோழ ஆதுரசாலை வைத்தியருக்கு ஆண்டு ஒன்றுக்கு இருநூறு கலம் நெல்லும் ஆதுர சாலையில் சிகிச்சை பெறும் நோயாளிக்காகத் தினந்தோறும் ஐம்பது படி பசும்பாலும், ஐந்து படி ஆட்டுப்பாலும், நூறு இளநீரும் அனுப்பவேண்டியது என்று கருங்கல்லில் செதுக்கப் பட்டிருந்ததுடன், எழுதியவன் பெயரும் எழுதியதை மேற்பார்வை செய்த அதிகாரிகளின் பெயர்களும் அதில் விவரமாகப் பொறிக்கப் பட்டிருந்தன.

அந்தச் சிலாசாஸனத்தைப் படித்தபிறகு, அங்கு இந்த வைபவத் துக்காக வந்திருந்த நல்லூர் மங்கல கிராமத் தலைவர்களிடம் ஒப்படைக்கப்பட்டது. கிராமத் தலைவர்கள் சாஸனக் கல்லைப் பயபக்தியுடன் வாங்கிக்கொண்டு அருகில் நின்ற யானை மீது ஏற்றினார்கள். அப்போது 'மதுரைகொண்ட கோஇராஜகேசரி சுந்தர சோழ சக்கரவர்த்தி வாழ்க வாழ்க!' என்று ஆயிரமாயிரம் குரல்களில் எழுந்த ஒலி எட்டுத் திசையும் பரவியது. அந்தக் குரல் ஒலியுடன்

போட்டியிட்டுக் கொண்டு நூறு அறப்பறைகளின் முழக்கம் எழுந்து வானை அளாவியது. பின்னர் வரிசைக்கிரமமாக 'இளைய பிராட்டி குந்தவை தேவி வாழ்க!' 'வீரபாண்டியன் தலைகொண்ட வீராதி வீரர் ஆதித்த கரிகாலர் வாழ்க!' 'ஈழங்கொண்ட இளவரசர் அருள் மொழிவர்மர் வாழ்க!' 'சிவஞான கண்டராதித்தரின் தவப் புதல்வர் மதுராந்தகத் தேவர் வாழ்க!' என்றெல்லாம் கோஷங்களும் பிரதி கோஷங்களும் எழுந்தன. கடைசியில், 'தனாதிகாரி, தானிய பண்டாரத் தலைவர், இறைவிதிக்கும் தேவர், பெரிய பழுவேட்டரையர் வாழ்க!' 'தஞ்சைக் கோட்டைத் தலைவர் சின்னப் பழுவேட்டரையர் காலாந்தக கண்டர் வாழ்க!' என்ற கோஷங்கள் எழுந்தபோது, ஒலியின் அளவு பெரிதும் குறைந்து விட்டது. பழுவூர் வீரர்கள் மட்டும் அக்கோஷங் களைச் செய்தார்களே தவிரக் கூடியிருந்த பொதுமக்கள் அதிகமாக அதில் சேர்ந்து கொள்ளவில்லை. அப்போது பழுவூர் இளைய ராணியின் முகத்தைப் பார்க்க வேண்டுமென்று குந்தவைப் பிராட்டி முயற்சி செய்தும் பலிக்கவில்லை. முக்கியமாக ஆதித்த கரிகாலரைப் பற்றி வாழ்த்தொலி எழுந்த சமயத்தில் நந்தினியின் முகத்தைப் பார்த்திருந்தால், இரும்பு நெஞ்சு படைத்த இளைய பிராட்டி கூடப் பெரிதும் திகில் கொண்டிருப்பாள் என்பதில் ஐயம் இல்லை.

பத்தொன்பதாம் அத்தியாயம்

‘ஒற்றன் பிடிபட்டான்!’

அன்று நடந்த சம்பவங்கள் பெரிய பழுவேட்டரையருக்கு மிக்க எரிச்சலை உண்டு பண்ணியிருந்தன. சக்கரவர்த்தியிடமும் அவருடைய குடும்பத்தாரிடமும் மக்கள் கொண்டிருந்த விசுவாசத்தை வெளிப் படுத்திக் காட்டுவதற்கல்லவா அது ஒரு சந்தர்ப்பமாகப் போய்விட்டது? ‘ஜனங்களாம் ஜனங்கள்! அறிவற்ற ஆடுமாடுகள்! நாலு பேர் எந்த வழி போகிறார்களோ அதே வழியில் நாலாயிரம் பேரும் போவார்கள்! சுய அறிவைப் பயன்படுத்திக் கொள்ள எத்தனை பேருக்குத் தெரிகிறது?’ என்று தமக்குள் அடிக்கடி சொல்லிக் கொண்டு பொருமினார். ‘சக்கரவர்த்தி சொர்க்கத்துக்குப் போவதற் குள்ளே சாம்ராஜ்யத்தைப் பாழாக்கி விட்டுத்தான் போவார் போலிருக்கிறது! ‘இந்த ஊருக்கு வரியைத் தள்ளிவிடு!’, ’அந்தக் கிராமத்தை இறையிலிக் கிராமமாகச் செய்துவிடு!’ என்று கட்டளை யிட்டுக்கொண்டே போகிறார்! கொஞ்ச காலத்துக் கெல்லாம் வரி கொடுக்கும் கிராமமே இல்லாமற் போய்விடும். ஆனால் போர்க் களத்துக்கு மட்டும் செலவுக்குப் பணமும் உணவுக்குத் தானியமும் அனுப்பிக்கொண்டேயிருக்க வேண்டும். எங்கிருந்து அனுப்புவது?’ என்று அவர் இரைந்து கத்தியதைக் கேட்டு அவருடைய பணியாட்களே சிறிது பயப்பட்டார்கள்.

‘அண்ணா! இப்படியெல்லாம் சத்தம் போடுவதில் என்ன பயன்? காலம் வரும் வரையில் காத்திருந்து காரியத்தில் காட்ட வேண்டும்!’ என்று சின்னப் பழுவேட்டரையர் அவருக்குப் பொறுமை போதிக்க வேண்டியிருந்தது.

குந்தவை தம் அரண்மனைக்கு வரப் போகிறாள் என்று தெரிந்ததும் பெரியவரின் எரிச்சல் அளவு கடந்துவிட்டது. நந்தினியிடம் சென்று, ‘இது என்ன நான் கேள்விப்படுவது? அந்த அரக்கி இங்கு எதற்காக வரவேண்டும்? அவளை நீ அழைத்திருக் கிறாயாமே? அவள் உன்னை

அவமானப்படுத்தியதையெல்லாம் மறந்துவிட்டாயா?' என்று கேட்டார்.

'ஒருவர் எனக்குச் செய்த நன்மையையும், நான் மறக்க மாட்டேன்; இன்னொருவர் எனக்குச் செய்த தீமையையும் மறக்க மாட்டேன். இன்னமும் இந்த என் சுபாவம் தங்களுக்குத் தெரியவில்லையா?' என்றாள் நந்தினி.

'அப்படியானால் அவள் இங்கு எதற்காக வருகிறாள்?'

'அவள் இஷ்டம், வருகிறாள்! சக்கரவர்த்தியின் குமாரி என்ற இறுமாப்பினால் வருகிறாள்!'

'நீ எதற்காக அழைத்தாயாம்?'

'நான் அழைக்கவில்லை; அவளே அழைத்துக் கொண்டாள். 'சம்புவரையர் மகன் உங்கள் வீட்டில் இருக்கிறானாமே? அவனைப் பார்க்க வேண்டும்!' என்றாள், 'நீ வராதே!' என்று நான் சொல்ல முடியுமா? அப்படிச் சொல்லக் கூடிய காலம் வரும். அது வரையில் எல்லா அவமானங்களையும் நான் பொறுத்துக் கொண்டிருக்க வேண்டியதுதான்.'

'என்னால் பொறுத்துக்கொண்டிருக்க முடியாது. அவள் வரும் சமயம் நான் இந்த அரண்மனையில் இருக்க முடியாது. இந்த நகரிலேயே என்னால் இருக்க முடியாது. மழபாடியில் கொஞ்சம் அலுவல் இருக்கிறது. போய் வருகிறேன்.'

'அப்படியே செய்யுங்கள், நாதா! நானே சொல்லலாம் என்று இருந்தேன். அந்த விஷப் பாம்பை என்னிடமே விட்டு விடுங்கள். அவளுடைய விஷத்தை இறக்குவது எப்படி என்று எனக்குத் தெரியும். தாங்கள் திரும்பி வரும்போது ஏதேனும் சில அதிசயமான செய்திகளைக் கேள்விப்பட்டால் அதற்காகத் தாங்கள் வியப்படைய வேண்டாம்...'

'என்னமாதிரி அதிசயமான செய்திகள்?'

'குந்தவைப் பிராட்டி கந்தன் மாறனைத் திருமணம் செய்து கொள்ளப் போவதாகவோ, ஆதித்த கரிகாலன் கந்தன் மாறனுடைய தங்கையை மணக்கப் போவதாகவோ கேள்விப்படலாம்...'

'ஐயையோ! இது என்ன சொல்கிறாய்? அப்படியெல்லாம் நடந்துவிட்டால் நம்முடைய யோசனைகள் என்ன ஆகும்?'

'பேச்சு நடந்தால், காரியமே நடந்துவிடுமா. என்ன? மதுராந்தகத் தேவருக்கு அடுத்த பட்டம் என்று உங்கள் நண்பர்களிட மெல்லாம்

சொல்லி வருகிறீர்களே? உண்மையில் அப்படி நடக்கப் போகிறதா? பெண்ணைப்போல் நாணிக்கோணி நடக்கும் மதுராந்தகனுக்குப் பட்டம் கட்டுவதற்காகவா நாம் இவ்வளவு பாடுபடுகிறோம்?' என்று கூறி நந்தினி தன் கரிய கண்களினால் பெரிய பழுவேட்டரையரை உற்று நோக்கினாள்.

அந்தப் பார்வையின் சக்தியைத் தாங்க முடியாத அக்கிழவர் தலை குனிந்து அவளுடைய கரத்தை எடுத்துக் கண்ணில் ஒற்றிக் கொண்டு, 'என் கண்ணே! இந்தச் சோழ சாம்ராஜ்யத்தின் சிம்மாசனத்தில் நீ சக்கரவர்த்தினியாக வீற்றிருக்கும் நாள் சீக்கிரத்திலேயே வரும்!' என்றார்.

★★★

கந்தன் மாறன் தன்னைப் பார்க்கக் குந்தவை தேவி வரப்போகிறாள் என்று அறிந்தது முதலாவது பரபரப்பு அடைந்து தத்தளித்துக் கொண்டிருந்தான். குந்தவையின் அறிவும், அழகும் மற்ற உயர்வுகளும் நாடு அறிந்தவை அல்லவா? அப்படிப்பட்ட இளைய பிராட்டி தன்னைப் பார்ப்பதற்காக வருகிறாள் என்பது எவ்வளவு பெருமையான விஷயம்? இதற்காக உடம்பில் இன்னும் பல குத்துக்கள் பட்டு நோயாகவும் படுத்திருக்கலாமே? அடாடா! இந்த மாதிரி காயம் போர்க்களத்தில் தன்னுடைய மார்பிலே பட்டுத் தான் படுத்திருக்கக் கூடாதா? அச்சமயம் குந்தவை தேவி வந்து தன்னைப் பார்த்தால் எவ்வளவு கௌரவமாயிருக்கும்? அப்படிக்கின்றி, இப்போது ஒரு சிநேகிதன் செய்த துரோகத்தைப் பற்றிப் பலரிடம் படித்த பாடத்தை யேயல்லவா அவளிடமும் படித்தாக வேண்டும்?

இடையிடையே அந்தப் பெண்ணரசியின் குடும்பத்தினருக்கு விரோத மாக அவன் ஈடுபட்டிருக்கும் இரகசிய முயற்சியைக் குறித்து நினைவு வந்து கொஞ்சம் அவனை வருத்தியது.

கந்தன் மாறன் யோக்கியமான பிள்ளை. தந்திர மந்திரங்களும், சூதுவாதுகளும் அறியாதவன். நந்தினியின் மோகன சௌந்தரியம் அவனைப் போதைக்குள்ளாக்கிய போதிலும் அவள் இன்னொருவரின் மனைவி என்ற நினைவினால் தன் மனத்துக்கு அரண் போட்டு வந்தான். ஆனால் குந்தவைப் பிராட்டியோ கலியாணம் ஆகாதவள். அவளிடம் எப்படி நடந்து கொள்வது? எவ்வாறு பேசுவது? மனத்தில் வஞ்சம் வைத்துக் கொண்டு இனிமையாகப் பேச முடியுமா? அல்லது அவளுடைய அழகிலே மயங்கித் தன்னுடைய சபதத்தைக் கைவிடும் படியான மனத்தளர்ச்சி ஏற்பட்டு விடுமோ? அப்படி நேருவதற்கு ஒரு நாளும் இடங் கொடுக்கக் கூடாது ... ஆ! இளவரசி எதற்காக இங்கே

நம்மைப் பார்க்க வரவேண்டும்? வரட்டும்; வரட்டும்! ஏதாவது மூர்க்கத்தனமாகப் பேசி மறுபடியும் வராதபடி அனுப்பிவிடலாம்.

இவ்விதம் கந்தன் மாறன் செய்திருந்த முடிவு குந்தவைப் பிராட்டியைக் கண்டதும் அடியோடு கரைந்து, மறைந்து விட்டது. அவளுடைய மோகன வடிவும், முகப்பொலிவும், பெருந்தன்மையும், அடக்கமும், இனிமை ததும்பிய அனுதாப வார்த்தைகளும் கந்தன் மாறனைத் தன் வயம் இழக்கச் செய்துவிட்டன. அவனுடைய கற்பனா சக்தி பொங்கிப் பெருகியது. தன்னுடைய பெருமையைச் சொல்லிக் கொள்ள விரும்பாதவனைப் போல் நடித்து அதே சமயத்தில் அவளுடைய கட்டாயத்துக்காகச் சொல்கிறவனைப் போலத் தான் புரிந்த வீரச் செயல்களைச் சொல்லிக் கொண்டான். தோள்களிலும், மார்பிலும் இன்னும் தன் உடம்பெல்லாம் போர்க்களத்தில் தான் அடைந்த காயங்களைக் காட்ட விரும்பாதவனைப் போல் காட்டினான். 'அந்த சிநேகத் துரோகி வந்தியத்தேவன் என்னை மார்பிலே குத்திக் கொன்றிருந்தால்கூடக் கவலையில்லை. முதுகிலே குத்திவிட்டுப் போய் விட்டானே என்றுதான் வருத்தமாயிருக்கிறது. ஆகையினாலேதான் அவனுடைய துரோகத்தைப் பற்றிச் சொல்ல வேண்டியதாக இருக்கிறது. இல்லாவிடில், போரில் புறமுதுகிட்ட அபகீர்த்தியல்லவா ஏற்பட்டு விடும்? தோளிலோ, மார்பிலோ குத்திக் காயப்படுத்தி யிருந்தால், அவனை மன்னித்து விட்டே இருப்பேன்!' என்று கந்தன் மாறன் உணர்ச்சி பொங்கக் கூறியது குந்தவைக்கு உண்மையாகவே தோன்றியது. வந்தியத்தேவன் இப்படிச் செய்திருப்பானோ, அவன் விஷயத்தில் நாம் ஏமாந்து போய் விட்டோமோ என்ற ஐயமும் உண்டாகி விட்டது. நடந்ததை விவரமாகச் சொல்லும்படி கேட்கவே, கந்தன் மாறன் கூறினான். அவனுடைய கற்பனா சக்தி அன்று உச்சத்தை அடைந்தது நந்தினிக்கே வியப்பை உண்டாக்கிவிட்டது.

'பாருங்கள், தேவி! கடம்பூரில் தங்கிய அன்றே அவன் என்னை ஏமாற்றி விட்டான். தஞ்சாவூருக்குப் புறப்பட்ட காரியம் இன்னதென்று சொல்லவில்லை. இங்கு வந்து ஏதோ பொய் அடையாளத்தைக் காட்டி உள்ளே நுழைந்திருக்கிறான். சக்கரவர்த்தியையும் போய்ப் பார்த்திருக் கிறான். ஆதித்த கரிகாலரிடமிருந்து ஓலை கொண்டு வந்ததாகப் புளுகியிருக்கிறான். அத்துடன் விட்டானா? தங்கள் பெயரையும் சம்பந்தப்படுத்தி, தங்களுக்கும் ஓலை கொண்டு வந்திருப்பதாகச் சொல்லவே கோட்டைத் தலைவருக்குச் சந்தேகம் வந்துவிட்டது. அவன் ஒற்றனாயிருக்கலாம் என்று ஐயுற்று அவனைக் காவலில் வைக்கச் சொல்லியிருக்கிறார். எப்படியோ தப்பித்துப் போய் விட்டான். அது விஷயத்தில் அவனுடைய சமர்த்தை மெச்சத்தான்

வேண்டும். நான் இந்தச் செய்திகளைக் கேட்ட போது என் சிநேகிதன் பகையாளியின் ஒற்றன் என்பதை மட்டும் நம்பவே இல்லை. அவனுடைய சுபாவத்திலேயே சில கோணல்கள் உண்டு. அப்படி ஏதோ அசட்டுத்தனம் செய்திருக்கிறான் என்று உறுதியாக நம்பினேன். 'எப்படியாவது அவனை நான் கண்டுபிடித்துத் திரும்ப அழைத்து வருகிறேன். அவனை மன்னித்து விடவேண்டும்' என்று கோட்டைத் தலைவரிடம் நிபந்தனை பேசிக்கொண்டு புறப்பட்டேன். கோட்டையைச் சுற்றியுள்ள வடவாற்றங்கரையோடு அந்த நள்ளிரவில் சென்றேன். யாரையும் பின்னோடு அழைத்துப் போய் என் நண்பனை அவமானப்படுத்த விரும்பவில்லை. கோட்டையிலிருந்து, தப்பியவன் எப்படியும் மதில் வழியாகத் தான் வெளியில் வரவேண்டு மல்லவா? முன்னமே வெளியே வந்திருந்தாலும் பக்கத்துக் காடுகளிலேதான் மறைந்திருக்க வேண்டும். ஆகையால் வடவாற்றங் கரையோடு போனேன். ஒருவன் செங்குத்தான கோட்டை மதில் சுவர் வழியாக இறங்கி வருவது மங்கிய நிலா வெளிச்சத்தில் தெரிந்தது. உடனே அங்கே போய் நின்றேன். அவன் இறங்கியதும், 'நண்பா! இது என்ன வேலை?' என்றேன். அந்தச் சண்டாளன் உடனே என் மார்பில் ஒரு குத்து விட்டான். யானைகள் இடித்தும் நலுங்காத என் மார்பை இவனுடைய குத்து என்ன செய்யும்? ஆயினும் நல்ல எண்ணத்துடன் அவனைத் தேடிப்போன என்னை அவன் குத்தியது பொறுக்கவில்லை. நானும் குத்திவிட்டேன். இருவரும் துவந்த யுத்தம் செய்தோம். அரை நாழிகையில் அவன் சக்தி இழந்து அடங்கிப் போனான். என்னிடம் 'நீ வந்த காரணத்தை உண்மையாகச் சொல்லிவிடு! நான் உன்னை மன்னித்து உனக்கு வேண்டிய உதவி செய்கிறேன்!' என்றேன்.

'களைப்பாயிருக்கிறது, எங்கேயாவது உட்கார்ந்து சொல்கிறேன்' என்றான். 'சரி' என்று சொல்லி அழைத்துச் சென்றேன். முன்னால் வழிகாட்டிக்கொண்டு போனேன். திடீரென்று அந்தப் பாவி முதுகில் கத்தியினால் குத்தி விட்டான். அரைச் சாண் நீளம் கத்தி உள்ளே போய் விட்டது. தலை சுற்றியது; கீழே விழுந்துவிட்டேன். அந்தச் சிநேகத்து ரோகி தப்பி ஓடிவிட்டான்! மறுபடி நான் கண் விழித்து உணர்வு வந்து பார்த்தபோது ஓர் ஊமை ஸ்திரீயின் வீட்டில் இருந்ததைக் கண்டேன்...'

கந்தன் மாறனின் கற்பனைக் கதையைக் கேட்டு நந்தினி தன் மனத்திற்குள்ளே சிரித்தாள். குந்தவை தேவிக்கு அதை எவ்வளவு தூரம் நம்புவது என்று தீர்மானிக்க முடியவில்லை.

'ஊமை ஸ்திரீயின் வீட்டுக்கு எப்படி வந்து சேர்ந்தீர்கள்? யார் கொண்டு சேர்த்தது?' என்றாள்.

‘அதுதான் எனக்கும் விளங்காத மர்மமாக இருக்கிறது. அந்த ஊமைக்கு ஒன்றுமே தெரியவில்லை. தெரிந்தாலும் சொல்ல முடியவில்லை. அவளுக்கு ஒரு புதல்வன் உண்டாம். அவனையும் அன்றிலிருந்து காணவே காணோம். எப்படி மாயமாய் மறைந்தான் என்று தெரியாது. அவன் திரும்பி வந்தால் ஒரு வேளை கேட்கலாம். இல்லாவிடில் பழுவூர் வீரர்கள் என் நண்பனைப் பிடிக்கும் வரையில் காத்திருக்க வேண்டியதுதான்...’

‘அவன் அகப்பட்டு விடுவான் என்று நினைக்கிறீர்களா?’

‘அகப்படாமல் எப்படித் தப்ப முடியும்? சப்பட்டை கட்டிக் கொண்டு பறந்து விட முடியாதல்லவா? அதற்காகவே, அவனைப் பார்ப்பதற் காகவே, இங்கே காத்திருக்கிறேன். இல்லாவிடில் ஊர் சென்றிருப்பேன். இன்னமும் அவனுக்காகப் பழுவூர் அரசர்களிடம் மன்னிப்புப் பெறலாம் என்று நம்பிக்கை எனக்கு இருக்கிறது.’

‘ஐயா! தங்களுடைய பெருந்தன்மையே பெருந்தன்மை!’ என்றாள் இளைய பிராட்டி. அவளுடைய மனம் ‘வந்தியத்தேவன் அகப்படக் கூடாது; அவன் துரோகியாயிருந்தாலும் சரிதான்!’ என்று எண்ண மிட்டது.

அச்சமயத்தில் அரண்மனைத் தாதி ஒருத்தி ஓடிவந்து, ‘அம்மா! ஒற்றன் அகப்பட்டுவிட்டான்! பிடித்து வருகிறார்கள்!’ என்று கத்தினாள்.

நந்தினி, குந்தவை இருவருடைய முகத்திலும் துன்ப வேதனை காணப் பட்டது; நந்தினி விரைவில் அதை மாற்றிக் கொண்டாள். குந்தவையினால் அது முடியவில்லை.

இருபதாம் அத்தியாயம்

இரு பெண் புலிகள்

ஒற்றனைப் பிடித்துக் கட்டி வீதியில் கொண்டு வருகிறார்கள் என்ற செய்தியைத் தாதி ஓடிவந்து தெரிவித்ததும் அங்கிருந்த மூவரின் உள்ளங்களும் பரபரப்பை அடைந்தன. குந்தவையின் உள்ளம் அதிகமாகத் தத்தளித்தது.

'தேவி! நாம் போய் அந்தக் கெட்டிக்கார ஒற்றன் முகம் எப்படியிருக்கிறது என்று பார்க்கலாமா?' என்றாள் நந்தினி.

குந்தவை தயக்கத்துடன், 'நமக்கென்ன அவனைப்பற்றி?' என்றாள்.

'அப்படியானால் சரி!' என்று நந்தினி அசட்டையாய்க் கூறினாள்.

'நான் போய்ப் பார்த்து வருகிறேன்' என்று கந்தன் மாறன் தட்டுத்தடுமாறி எழுந்தான்.

'வேண்டாம்; உம்மால் நடக்க முடியாது, விழுந்துவிடுவீர்!' என்றாள் நந்தினி.

குந்தவை மனத்தை மாற்றிக் கொண்டவள் போல், 'இவருடைய அருமையான சிநேகிதன் எப்படியிருக்கிறான் என்று நாமும் பார்த்துத் தான் வைக்கலாமே! இந்த அரண்மனை மேன்மாடத்திலிருந்து பார்த்தால் தெரியுமல்லவா?' என்று கேட்டாள்.

'நன்றாய்த் தெரியும்; என்னுடன் வாருங்கள்!' என்று நந்தினி எழுந்து நடந்தாள்.

கந்தன் மாறன், 'தேவி! அவன் என் சிநேகிதனாயிருந்தால், மாமாவிடம் சொல்லி, நான் அவனைச் சந்தித்துப் பேச ஏற்பாடு செய்ய வேண்டும்!' என்று சொன்னான்.

'அவன் உமது சிநேகிதன்தானா என்று எங்களுக்கு எப்படித் தெரியும்?' என்றாள் நந்தினி.

'அப்படியானால், நானும் வந்தே தீருவேன்!' என்று கந்தன் மாறன் தட்டுத்தடுமாறி நடந்தான்.

மூவரும் அரண்மனை மேன்மாடத்தின் முன் முகப்புக்குச் சென்றார்கள். சற்றுத் தூரத்தில் ஏழெட்டுக் குதிரைகள் வந்து கொண்டிருந்தன. அவற்றின் மீது வேல் பிடித்த வீரர்கள் வந்து கொண்டிருந்தார்கள். குதிரைகளுக்கு மத்தியில் ஒரு மனிதன் நடந்து வந்தான். அவன் கைகளை முதுகுடன் சேர்த்துக் கயிற்றினால் கட்டியிருந்தது. அந்தக் கயிற்றின் இரு முனைகளை இரு பக்கத்திலும் வந்த குதிரை வீரர்கள் பிடித்துக் கொண்டிருந்தார்கள்.

வீரர்களுக்குச் சற்றுத் தூரத்தில் வேடிக்கை பார்க்கும் கும்பல் வந்து கொண்டிருந்தது. அரண்மனை மாடத்திலிருந்து பார்த்தவர்களுக்குக் குதிரைகளுக்கு நடுவில் நடந்து வந்த மனிதனின் முகம் முதலில் தெரியவில்லை.

ஊர்வலம் அருகில் வரும் வரையில் அந்த அரண்மனை மேன் மாடத்தில் மௌனம் குடி கொண்டிருந்தது. குந்தவையின் ஆவலும், கவலையும், ததும்பிய கண்கள் நெருங்கி வந்த ஊர்வலத்தின்மீது லயித்திருந்தன.

நந்தினியோ வீதியில் எட்டிப்பார்ப்பதும் உடனே குந்தவையின் முகத்தைப் பார்ப்பதுமாயிருந்தாள்.

கந்தன் மாறன் அங்கே குடி கொண்டிருந்த மோனத்தைக் கலைத்தான்.

'இல்லை; இவன் வந்தியத்தேவன் இல்லை!' என்றான். குந்தவையின் முகம் மலர்ந்தது.

அச்சமயம் அந்த விநோதமான ஊர்வலம் அரண்மனை மாடத்தின் அடிப்பக்கம் வந்திருந்தது.

கயிற்றினால் கட்டுண்டு குதிரை வீரர்களின் மத்தியில் நடந்து வந்தவன் அண்ணாந்து பார்த்தான். வைத்தியர் மகன் அவன் என்பதைக் குந்தவை தெரிந்து கொண்டாள்.

குந்தவை தன் மகிழ்ச்சியை வெளியிட்டுக் கொள்ளாமல் 'இது என்ன பைத்தியக்காரத்தனம்? இவனை எதற்காகப் பிடித்து இழுத்து வருகிறார்கள்? இவன் பழையாறை வைத்தியர் மகன் அல்லவா?' என்றாள்.

அண்ணாந்து பார்த்தவன் ஏதோ சொல்ல எண்ணியவனைப் போல் வாயைத் திறந்தான்.

அதற்குள் அவனை இருபுறமும் பிணைத்திருந்த கயிறு முன்னால் தள்ளிக் கொண்டு போய்விட்டது.

'ஓ! அப்படியா? என் மைத்துனரின் ஆட்கள் எப்போதும் இப்படித்தான். உண்மைக் குற்றவாளியை விட்டுவிட்டு யாரையாவது பிடித்துக் கொண்டு வந்து தொந்தரவு செய்வார்கள்! என்றாள் நந்தினி.

இதற்குள் கந்தன் மாறன், 'வந்தியத்தேவன் இவர்களிடம் அவ்வளவு இலகுவில் அகப்பட்டுக் கொள்வானா? என் சிநேகிதன் பெரிய இந்திரஜித்தனாயிற்றே? என்னையே ஏமாற்றியவன் இந்த ஆட்களிடமா சிக்கிக் கொள்வான்?' என்றான்.

'இன்னமும் அவனை உம்முடைய சிநேகிதன் என்று சொல்லிக் கொள்கிறீரே!' என்றாள் நந்தினி.

'துரோகியாய்ப் போய்விட்டான். ஆனாலும் என் மனத்தில் அவன் பேரில் உள்ள பிரியம் மாறவில்லை!' என்றான் கந்தன் மாறன்.

'ஒருவேளை உம்முடைய அழகான சிநேகிதனை இவர்கள் கொன்று போட்டிருக்கலாம். இரண்டு ஒற்றர்களைத் தொடர்ந்து கோடிக் கரைக்கு இந்த வீரர்கள் போனதாகக் கேள்விப்பட்டேன்' என்று நந்தினி சொல்லிவிட்டு, குந்தவையின் முகத்தைப் பார்த்தாள். 'கொன்றிருக்கலாம்' என்ற வார்த்தை குந்தவையைத் துடிதுடிக்கச் செய்தது என்பதை அறிந்து கொண்டாள்.

அடி கர்வக்காரி! உன் பேரில் பழி வாங்க நல்ல ஆயுதம் கிடைத்தது! அதைப் பூர்வமாக உபயோகப்படுத்தாமற் போனால் நான் பழுவூர் இளைய ராணி அல்ல! பொறு! பொறு!

குந்தவை தன் உள்ளக் கலக்கத்தைக் கோபமாக மாற்றிக் கொண்டு, 'ஒற்றர்களாவது ஒற்றர்கள்!வெறும் அசட்டுத்தனம்! வர வர இந்தக் கிழவர்களுக்கு அறிவு மழுங்கிப் போய் விட்டது! யாரைக் கண்டாலும் சந்தேகம்! இந்த வைத்தியர் மகனை நான் அல்லவா கோடிக்கரைக்கு மூலிகை கொண்டு வருவதற்காக அனுப்பியிருந்தேன்? இவனை எதற்காகப் பிடித்து வந்திருக்கிறார்கள்? இப்போதே போய் உங்கள் மைத்துனரைக் கேட்கப் போகிறேன்!' என்றாள்.

'ஓகோ! தாங்கள் அனுப்பிய ஆளா இவன்? தேவி! சந்தேகம் என்று சொன்னீர்களே? எனக்குக்கூட இப்போது ஒரு சந்தேகம் தோன்றி யிருக்கிறது. மூலிகை கொண்டு வருவதற்கு இவனை மட்டும் அனுப்பினீர்களா? இன்னொரு ஆளையும் சேர்த்து அனுப்பினீர்களா?' என்று நந்தினி கேட்டாள்.

'இவனோடு இன்னொருவனையுந்தான் அனுப்பினேன். இரண்டு பேரில் ஒருவனை இலங்கைத்தீவுக்குப் போகும்படிச் சொன்னேன்.'

'ஆகா!இப்போது எனக்கு எல்லாம் புரிந்துவிட்டது! நான் சந்தேகித்த படிதான் நடந்திருக்கிறது!'

'எனக்கு ஒன்றுமே புரியவில்லை. என்ன சந்தேகித்தீர்கள்? என்ன நடந்திருக்கிறது?'

'இனி சந்தேகமே இல்லை; உறுதிதான், தேவி! தாங்கள் இவனோடு சேர்த்து அனுப்பிய ஆள் ஏற்கெனவே உங்களுக்குத் தெரிந்தவனா? புதிய மனிதனா?'

குந்தவை சற்றுத் தயங்கி, 'புது மனிதனாவது? பழைய மனிதனாவது? காஞ்சிபுரத்திலிருந்து ஓலை கொண்டு வந்தவன்; என் தமையனிட மிருந்து வந்தவன்' என்றாள்.

'அவனேதான்! அவனேதான்!'

'எவனேதான்?'

'அவன்தான் ஒற்றன்! சக்கரவர்த்திக்கு ஓலை கொண்டு வந்ததாகத்தான் இங்கேயும் அவன் சொன்னானாம்...'

'என்ன காரணத்தினால் அவனை ஒற்றன் என்று இவர்கள் சந்தேகித்தார்களாம்?'

'எனக்கென்ன தெரியும், அதைப்பற்றி? அதெல்லாம் புருஷர்கள் விஷயம்! பார்க்கப்போனால், அந்த ஒற்றனும் சந்தேகப்படும்படி யாகத்தான் நடந்திருக்கிறான். இல்லாவிட்டால் இரகசியமாக இரவுக்கிரவே ஏன் தப்பி ஓட வேண்டும்? இந்தச் சாது மனிதருடைய முதுகிலே எதற்காகக் குத்திவிட்டுப் போக வேண்டும்?'

'இவருடைய முதுகில் அவன்தான் குத்தினான் என்பதையும் நான் நம்பவில்லை. குத்தியிருந்தால் இவரை மறுபடி தூக்கிக் கொண்டு போய் அந்த ஊமையின் வீட்டில் ஏன் சேர்த்து விட்டுப் போகிறான்?'

'கூட இருந்து பார்த்ததுபோல் சொல்கிறீர்களே, தேவி! என்னமோ அந்த ஒற்றன் பேரில் உங்களுக்கு அவ்வளவு பரிவு தோன்றி யிருக்கிறது. அவனிடம் ஏதோ மாய சக்தி இருக்க வேண்டும். இவர்கூட அவனை இன்னும் தம் சிநேகிதன் என்று சொல்லிக்கொள்கிறார் அல்லவா? எப்படியானால் என்ன? போன உயிர் திரும்பிவரப் போவதில்லை. அவனை இந்த வீரர்கள் கொன்றிருந்தால்...'

குந்தவையின் முகத்தில் வியர்வை துளிர்த்தது. கண்கள் சிவந்தன. தொண்டை அடைத்தது. நெஞ்சு படபடவென்று அடித்துக் கொண்டது. 'அப்படி நடந்திராது! ஒருநாளும் நடந்திராது' என்று தனக்குள்ளே சொல்லிக் கொண்டாள்.

‘இவர் சொல்லுகிறபடி அந்த ஒற்றன் அவ்வளவு கெட்டிக்காரனா யிருந்தால்...’ என்றாள்.

‘ஆம், இளவரசி! வந்தியத்தேவன் இந்த ஆட்களிடம் ஒரு நாளும் அகப்பட்டுக் கொண்டிருக்க மாட்டான்!’ என்றான் கந்தன் மாறன்.

‘இப்போது அகப்பட்டிராவிட்டால் இன்னொரு நாள் அகப்பட்டுக் கொள்கிறான்!‘என்றாள் நந்தினி.

குந்தவை பற்களைக் கடித்துக் கொண்டு, ‘நாளை நடக்கப் போவது யாருக்குத் தெரியும்?’ என்றாள்.

பின்னர் ஆத்திரத்துடன், ‘சக்கரவர்த்தி நோயாகப் படுத்தாலும் படுத்தார்; இராஜ்யமே தலைகீழாகப் போய் விட்டது! மூலிகை கொண்டு வருவதற்கென்று நான் அனுப்பிய ஆட்களைப் பிடிப்பதற்கு இவர்களுக்கு என்ன அதிகாரம்? இதோ என் தந்தையிடம் போய்க் கேட்டு விடுகிறேன்’ என்றாள்.

‘தேவி! நோயினால் மெலிந்திருக்கும் சக்கரவர்த்தியை இது விஷயமாக ஏன் தொந்தரவு செய்யவேண்டும்? என் மைத்துனரையே கேட்டு விடலாமே? தங்கள் விருப்பம் ஒரு வேளை அவருக்குத் தெரியா மலிருக்கலாம். தெரிவித்தால் அதன்படி நடந்து கொள்கிறார். இந்தச் சோழ ராஜ்யத்தில் இளைய பிராட்டியின் விருப்பத்துக்கு மாறாக நடக்க யார் துணிவார்கள்?’ என்றாள் நந்தினி.

அந்த இரண்டு பெண் புலிகளுக்கும் அன்று நடந்த போராட்டத்தில் நந்தினியே வெற்றி பெற்றாள். குந்தவையின் நெஞ்சில் பல காயங்கள் ஏற்பட்டன. அவற்றை வெளிக்காட்டாமலிருக்க இளவரசி பெரு முயற்சி செய்ய வேண்டியிருந்தது.

இருபத்தொன்றாம் அத்தியாயம்

பாதாளச் சிறை

உலக வாழ்க்கையைப் போல் அறியமுடியாத விந்தை வேறொன்றுமில்லை. சுகம் எப்படி வருகிறது, துக்கம் எப்படி வருகிறது என்று யாரால் சொல்ல முடியும்? வானம் நெடுங்காலம் களங்கமற்று விளங்கி வருகிறது. திடீரென்று கருமேகங்கள் திரண்டு வந்து எட்டுத் திசைகளும் இருள் சூழ்ந்து இடி இடித்து மின்னல் மின்னி 'கொட்டு கொட்டு' என்று கொட்டுகிறது. உலகிலிருந்து காற்று என்பதே அற்றுப் போய்விட்டதாகச் சில சமயம் தோன்றுகிறது. மரங்களின் இலைகளும் அசையாமலிருக்கின்றன. திடீரென்று எங்கிருந்தோ ஒரு சூறைக்காற்று வந்து சுழன்று அடிக்கிறது. அதன் வேகத்தில் பெரிய பெரிய மரங்கள் வேருடன் பெயர்ந்து விழுகின்றன. சற்று முன்னால் நேத்ரானந்தமாக வானளாவி நின்று காட்சியளித்த பசுமரச் சோலைகள் இப்போது அனுமார் அழித்த அசோகவனமாக மாறி விடுகின்றன.

குந்தவையின் வாழ்க்கையில் அத்தகைய சூறைக் காற்று இப்போது சுழன்று அடித்துக்கொண்டிருந்தது. சில காலத்துக்கு முன்பு வரையில் அவள் கவலை என்பதை அறியாதவளா யிருந்தாள். வாழ்க்கை என்பது இடைவிடாத ஓர் ஆனந்த உற்சவமாக இருந்து வந்தது. அன்பும் ஆதரவும், ஆடலும் பாடலும், காவியமும் ஓவியமும், அணிமணியும் அலங்காரமும், உத்தியானவனமும் ஒய்யார ஓடமுமே வாழ்க்கை என்று எண்ணும் படியாக நாட்கள் சென்று கொண்டிருந்தன. தந்தையும் தாய்மார்களும், அண்ணனும் தம்பியும், அமைச்சர்களும் ஆசிரியர்களும் தாதிமார்களும் தோழிமார்களும் இளைய பிராட்டியைத் தங்கள் கண்ணின் கருமணியாகப் பாவித்து நடத்தி வந்தார்கள். துயரம் இன்னது என்பது காவியத்திலும் நாடகத்திலும் உள்ள கற்பனை மூலமாகவே அவளுக்குத் தெரிந்திருந்தது.

அத்தகைய பாக்கியசாலிக்குத் துன்பம் வரத் தொடங்கியபோது ஒன்றன் மேலொன்றாகத் தொடர்ந்து வந்து மோதியது. தந்தையின்

நிலை கவலைக்கிடமாயிருந்தது. இராஜ்யத்துக்குப் பெரிய சோதனை ஏற்பட்டிருந்தது. தமையனும் தம்பியும் தூர தேசங்களில் இருந்தார்கள். இன்னதென்று சொல்ல முடியாத ஒரு பெரும் விபத்து சோழர் குலத்துக்கு ஏற்படப் போவதாக சோதிடர்களும் நிமித்தக்காரர்களும் மர்மமாகச் சொல்லி வந்தார்கள். நாட்டில் இரகசியச் சதிக்கூட்டங்கள் நடந்து வந்தன. நாட்டின் மக்கள் இனந்தெரியாத பீதியில் ஆழ்ந்திருந் தார்கள்.

வைர நெஞ்சு படைத்த வீரர்கள் வழி வழியாக வந்த குலத்தில் பிறந்த குந்தவை இவ்வளவையும் வீரத்துடன் சமாளிக்கக் கூடிய மனோ தைரியம் பெற்றிருந்தாள். குலத்துக்கும் இராஜ்யத்துக்கும் ஏற்பட்டிருந்த எல்லா அபாயங்களையும் தன் கூரிய மதியின் துணையினால் போக்கி விடலாம் என்ற திடமான நம்பிக்கை அவளுக்கு இருந்தது. ஆனால் அவளுடைய வாழ்க்கையில் ஒரு சிறிய சம்பவம். எதிர்பாராத ஒரு சந்திப்பு - அவளுடைய வைர இதயம் இளகவும் மனோதைரியம் குலையவும் காரணமாகி விட்டது. வந்தியத்தேவனை குந்தவை சந்தித்தபோது, - அது வரையில் மொட்டாக இருந்த அவளுடைய இருதயத் தாமரை, மடலவிழ்ந்து மலர்ந்தது.

ஆனால், என்ன துரதிருஷ்டம் - அதே சமயத்தில் ஒரு கருவண்டு அந்த மலருக்குள் குடிபுகுந்து, தன் விஷக் கொடுக்கினால் அதன் மெல்லிய இதழ்களைக் கொட்டத் தொடங்கியது! அம்மம்மா! என்ன வேதனை! அந்த வாணர்குல வீரன் ஒரு வேளை சிறைப்பட்டிருக்கலாம் என்ற எண்ணம் எவ்வளவு வேதனையை அளித்தது? அவன் கொல்லப் பட்டிருக்கலாம் என்ற கொடிய வார்த்தை எப்படி அவள் நெஞ்சைப் பிளந்தது? அதை வெளிக்காட்டிக் கொள்ளாமலிருக்க அவள் எவ்வளவு கஷ்டப்பட வேண்டியிருந்தது? பெற்றவர்கள், உற்றார்கள், உடன் பிறந்தவர்கள், உயிருக்குயிரான தோழிகள் எவ்வளவோ பேர் இருக்க, - எவனோ வழியோடு போகிறவனைப் பற்றி, - அகஸ் மாத்தாக இரண்டு மூன்று தடவை சந்தித்தவனைப் பற்றி - ஏன் இந்த இருதயம் இப்படித் துடிதுடிக்க வேண்டும்? இதையெல்லாவற்றையும் யோசிப்பதற்கும், காரண காரியங்களை ஆராய்ந்து முடிவு கட்டுவதற்கும், இப்போது நேரமில்லை. மீனமேஷம் பாராமல், சகுனமும் சகுனத்தடையும் பாராமல் விசாரிக்க வேண்டியதை உடனே விசாரித்து, செய்ய வேண்டியதை உடனே செய்ய வேண்டும்...

ஆகவே அன்று பிற்பகலிலேயே இளைய பிராட்டி சின்னப் பழுவேட்டரையரின் மாளிகைக்கு வருவதாகச் சொல்லி அனுப்பி விட்டுச் சென்றாள். அந்த மாளிகையின் அந்தப்புர மாதர்கள் இளைய பிராட்டியை ஆர்வத்தோடு வரவேற்றார்கள், அன்பைச் சொரிந்து

உபசரித்தார்கள். இளவரசி அவர்களுடன் அளவளாவிச் சிறிது நேரம் பேசிக் கொண்டிருந்த பிறகு சித்திர மண்டபத்துக்குச் சென்றாள். அங்கே சின்னப் பழுவேட்டரையர் காத்திருந்து இளைய பிராட்டியை வரவேற்று, மண்டபத்தில் தீட்டியிருந்த சித்திரங்களை விளக்கிக் கூற முற்பட்டார். குந்தவையும் பார்த்துக்கொண்டும் கேட்டுக் கொண்டும் வந்தாள்.

கடைசிச் சித்திரத்தண்டை வந்து நின்றதும், குந்தவை காலாந்தக கண்டரை ஏறிட்டுப் பார்த்து, 'ஐயா! பழுவேட்டரையர்கள் பரம் பரையாகச் சோழ குலத்துக்கு ஒப்பற்ற சேவை புரிந்து வந்திருக் கிறார்கள்!' என்றாள்.

'அம்மையே! அது எங்கள் பாக்கியம்' என்றார் காலாந்தக கண்டர்.

'அந்தச் சேவைக்கெல்லாம் ஈடாகக் கூடியது இந்தச் சோழ சாம் ராஜ்யந்தான் என்பதில் சந்தேகமில்லை...'

'தாயே! இது என்ன வார்த்தை?'

'ஆனாலும் சக்கரவர்த்தியின் ஆயுட்காலம் முடிந்து கைலாஸ பதவியை அடையும் வரையில் தாங்கள் காத்திருக்கலாம் அல்லவா? சாம்ராஜ்ய அதிகாரங்களைக் கைப்பற்றுவதற்கு இவ்வளவு அவசரப்பட வேண்டுமா?'

இந்த வார்த்தைகள் காலாந்தக கண்டரின் இருதயத்தில் கூரிய அம்பு களைப் போல் பாய்ந்தன என்பதை அவருடைய முகம் காட்டியது. அவரது நெற்றியில் வியர்வைத் துளிகள் துளிர்த்து நின்றன. மீசை துடிதுடித்தது. கை கால்கள் வெடவெடத்து ஆடின. காலாந்தக கண்டர் நெற்றி வியர்வையைத் துடைத்துக் கொண்டு குந்தவையைப் பார்த்து, 'அம்மையே! இது என்ன இவ்வளவு உக்கிரம்? சொல்லம்பினாலேயே என்னை யமலோகத்துக்கு அனுப்பிவிடுவதென்று உத்தேசமா...?' என்றார்.

'ஐயா! அத்தகைய சக்தி என்னிடம் இல்லை என்பது தங்களுக்கே தெரியும். காலாந்தகரிடம் அணுக யமனே பயப்படுவானே? என் போன்ற பேதைப் பெண்ணால் அது முடியுமா?'

'அம்மணி! இத்தகைய கொடிய வார்த்தைகளைச் சொல்வதைக் காட்டிலும் பழுக்கக் காய்ச்சிய ஈயத்தை என் காதில் தாங்கள் ஊற்றலாம்! தேவி இவ்வளவு மறக்கருணை காட்டும்படி அடியேன் என்ன தவறு செய்தேன்?'

'தங்கள் தவறைப் பற்றிச் சொல்ல நான் யார்? என்னுடைய தவறு இன்னது என்பதைத்தான் தாங்கள் சொல்ல வேண்டும். என் தந்தையின்

நோயைத் தீர்ப்பதற்கு மூலிகை கொண்டு வருவதற்காக ஆள் அனுப்பியது என் பேரில் தவறா?'

'இல்லை, அம்மணி, அது ஒரு நாளும் தவறாகாது.'

'பழையாறை வைத்தியர் மகனைக் கோடிக்கரைக்கு மூலிகை கொண்டு வருவதற்காக நான் அனுப்பினேன் என்பது தங்களுக்குத் தெரியுமா?'

'தெரியும், அம்மணி!'

'இன்றைய தினம் அந்த வைத்தியர் மகனைக் கயிற்றால் கட்டி வீதியில் உம் குதிரை வீரர்கள் இழுத்துக்கொண்டு வந்ததைப் பார்த்தேன். கட்டளையிட்டது தாங்கள்தானே? அவனை அனுப்பியவள் நான் என்று தெரிந்துதானே இந்த ஏற்பாடு செய்தீர்?'

'ஆம், பிராட்டி! ஆனால் அவன் ஒற்றன் என்பது தெரியாமல் தாங்கள் அனுப்பியிருக்கலாம் அல்லவா?'

'பழையாறை வைத்தியர் மகனாவது? ஒற்றனாவது? அந்தக் கதையை என்னை நம்பச் சொல்கிறீரா?'

'தாயே! அவனே ஒப்புக்கொண்டிருந்தால் நம்ப வேண்டியது தானே?'

இளவரசி சிறிது திடுக்கிட்டு, 'அவனே ஒப்புக்கொண்டானா? அது எப்படி? என்னத்தை ஒப்புக்கொண்டான்?' என்று கேட்டாள்.

'தன்னோடு வந்த இன்னொருவன் ஒற்றன் என்று இவன் ஒப்புக் கொண்டான். அந்த இன்னொருவன் மூலிகைக்காக உண்மையில் பிரயாணம் புறப்படவில்லையென்றும், இலங்கையில் யாருக்கோ கடிதம் கொண்டு சென்றதாகவும் இவன் ஒப்புக் கொண்டான்...'

'இவன் பெரிய மூடன்; ஏதாவது உளறியிருப்பான். இவனுடன் சென்ற இன்னொரு ஆளையும் அனுப்பியவள் நான்தான். அது தங்களுக்குத் தெரியும் அல்லவா?'

'தெரியும், தாயே! ஆனால் தங்களை அந்த மனிதன் ஏமாற்றிவிட்டான் என்பதும் தெரியும். வந்தியத்தேவன் என்னும் பெயருடைய அவ்வாலிபன் உண்மையில் ஓர் ஒற்றன்தான்...'

'இல்லவே இல்லை. அவன் காஞ்சிபுரத்திலிருந்து என் தமையன் எழுதிய ஓலையைக் கொண்டு வந்தவன்.'

'இளவரசி! அவன் சக்கரவர்த்திக்கும், இளவரசரிடமிருந்து ஓலை கொண்டு வந்தான். அதனால் என்ன? ஒற்றர்கள் இப்படி ஏதாவது ஓர் உபாயத்தைக் கடைப்பிடித்துத் தானே தங்கள் வேலையைச் செய்ய வேண்டும்?'

'ஐயா! வந்தியத்தேவன் ஒற்றன் என்பதற்கு ருசு என்ன?'

'அவன் ஒற்றன் இல்லாவிட்டால் இராஜபாட்டையில் நடப்பதை விட்டுக் குறுக்கு வழியில் நடப்பானேன்? குடந்தைச் சோதிடரிடம் போய்ச் சக்கரவர்த்தியின் ஜாதகப் பலனைப் பற்றிக் கேட்பானேன்?'

'சக்கரவர்த்தியின் ஜாதகத்தைப் பற்றி நான்கூடக் குடந்தை சோதிடரிடம் கேட்டேன். அதனால் என்ன?'

'சக்கரவர்த்தியின் செல்வப் புதல்வியாகிய தாங்கள் கேட்பது வேறு. சம்பந்தமில்லாத யாரோ வழிப்போக்கன் கேட்பது வேறு. பகையரசரின் ஒற்றனாயிருந்தால்தான் அப்படி விசாரிக்கத் தோன்றும்.'

'இது தங்கள் ஊகம், வேறு காரணம் உண்டா?'

'பகிரங்கமாக என்னுடைய அனுமதி கேட்டுப் பெற்றுக் கொண்டு தஞ்சை கோட்டைக்குள் வந்திருக்கலாம். அப்படிச் செய்யாமல் பழுவூர் முத்திரை மோதிரத்தைக் காட்டிவிட்டு ஏன் நுழைய வேண்டும்? பெரிய பழுவேட்டரையர் கொடுத்தார் என்று ஏன் பொய் சொல்ல வேண்டும்?'

'முத்திரை மோதிரம் பின்னே யார் கொடுத்தார்களாம்!'

'அது இன்னும் தெரியவில்லை. கண்டு பிடிக்க வேண்டும்.'

'அதைக் கண்டுபிடிக்க முடியாமல் உங்கள் ஆட்கள் என்ன செய்தார்கள்?'

'அம்மணி, என்னுடைய ஆட்கள் மந்திரவாதிகள் அல்ல. ஒற்றனைக் கண்டுபிடித்துக் கேட்டுத்தானே முத்திரை மோதிரம் எப்படி அவனிடம் வந்தது என்று தெரிந்து கொள்ள முடியும்?'

'அவன் உண்மையைச் சொல்லுவான் என்பது என்ன நிச்சயம்?'

'உண்மையைச் சொல்லும்படிச் செய்வதற்கு வழிகள் இருக்கின்றன. தாயே! பாதாளச் சிறை இருக்கவே இருக்கிறது. ஒற்றனுக்கு இதுவும் தெரிந்திருக்கிறது. அதனால்தான் மறுபடியும் தலைமறைவாகி இரவுக்கிரவே கோட்டையிலிருந்து தப்பி ஓடிவிட்டான். சம்புவரையர் மகனையும் முதுகில் குத்தி விட்டு ஓடிவிட்டான்!'

'அவன்தான் குத்தியவன் என்பதற்கு என்ன அத்தாட்சி?'

'கந்தன் மாறன் கூறியதுதான்.'

'அது போதாது! அவன் கந்தன் மாறனைக் குத்தவில்லையென்று நான் சொல்லுகிறேன்!'

'தாயே! தாங்கள் அருகில் இருந்து பார்த்தீர்களா?'

'பார்க்கவில்லை. ஆனால் ஒருவன் முகத்தைப் பார்த்து அவன் குற்றவாளியா, இல்லையா என்பதை என்னால் நிர்ணயிக்க முடியும்.'

'அந்தப் பொல்லாத ஒற்றன் பாக்கியசாலி. தங்களுடைய நல்ல அபிப்பிராயத்தை எப்படியோ கவர்ந்துவிட்டான். அந்தப் பாக்கியம் எனக்குக் கிடைக்கவில்லையே?'

'ஐயா! அவனை மறுபடியும் ஒற்றன் என்று ஏன் சொல்கிறீர்?'

'தாயே! அவன் ஒற்றன் இல்லாவிட்டால் கூத்தாடிகளுடன் சேர்ந்து முகமூடி போட்டுக் கொண்டு ஏன் பழையாறையில் நுழைகிறான்? மாறுவேடம் போட்டுக்கொண்டு ஏன் கோடிக்கரை துறைமுகத்துக்குப் பிரயாணமாகிறான்? அவன் ஒற்றன் இல்லாவிட்டால் என் ஆட்களைக் கண்டதும் ஒருநாள் முழுதும் கோடிக்கரையில் ஒளிந்து திரிவானேன்? இரவானதும் படகில் ஏறி இலங்கைத் தீவுக்குப் போவானேன்?'

'ஓகோ! அவன் படகில் ஏறித் தப்பித்தும் போய் விட்டானா? உங்கள் ஆட்களால் அவனைப் பிடிக்க முடியவில்லையா?'

'ஆம், தாயே! அந்த மாயாவி ஒற்றன் என் ஆட்களை ஏமாற்றிவிட்டுப் போய்விட்டான். இந்த முட்டாள்கள் அவனை விட்டுவிட்டு வைத்தியர் மகனைப் பிடித்துக்கொண்டு வந்திருக்கிறார்கள்...'

'ஐயா! ஒற்றன் எப்படியாவது போகட்டும். வைத்தியர் மகனை நான் அனுப்பிவைத்தேன். அவன் குற்றமற்றவன் என்பது நிச்சயம். அவனை உடனே விடுவித்தே ஆக வேண்டும்.'

'அம்மணி! இவன் ஒற்றனில்லாவிட்டாலும் ஒற்றனுக்கு உடந்தை யாயிருந்திருக்கிறான். ஏதேதோ கட்டுக் கதைகளைச் சொல்லி என் ஆட்களை ஏமாற்றியிருக்கிறான். ஒற்றன் ஒளிந்திருப்பதற்கும், தப்பிப் படகிலேறிச் செல்வதற்கும் இவன் உதவி செய்திருக்கிறான்...'

'அதெல்லாம் எப்படியிருந்தாலும், வைத்தியர் மகனை விடுதலை செய்தேயாக வேண்டும்.'

'அந்தப் பொறுப்பை நான் ஏற்றுக் கொள்ளச் சித்தமாயில்லை. நாட்டின் நாலு புறமும் அபாயங்கள் சூழ்ந்திருக்கின்றன. பகைவர்கள் படையெடுக்கக் காத்திருக்கிறார்கள். வீர பாண்டியனுடைய ஆபத்துதவிச் சேவகர்கள் சோழ குலத்தைக் கருவறுக்கச் சபதம் செய்திருக்கிறார்கள். நாடெங்கும் சதிகள் நடந்து வருகின்றன...'

'ஐயா! சதி செய்பவர்கள் எல்லோரையும் சிறையில் போடுவதா யிருந்தால் சிறையில் இடமே இராது!'

'இடம் இருக்கும் வரையில் போடலாம் அல்லவா?'

'உண்மைச் சதியாளரைப் போடுவதற்குக் கொஞ்சம் இடம் மிஞ்சட்டும். ஐயா! வைத்தியர் மகனை உடனே விடுதலை செய்யுங்கள்!'

'அந்தப் பொறுப்பை நான் ஏற்க முடியாது, தாயே!'

'சக்கரவர்த்தியின் கட்டளை வந்தால் செய்வீரா! அதையும் புறக்கணிப்பீரா?'

'அம்மணி, இதற்குச் சக்கரவர்த்தியின் கட்டளை தேவையில்லை. இளைய பிராட்டியின் விருப்பம் எதுவோ அதுவே சக்கரவர்த்திக்கு வேதக் கட்டளை என்பது உலகமறிந்த செய்தி. இதோ பாதாளச் சிறையின் சாவியைத் தங்கள் கையில் ஒப்புவித்து விடுகிறேன். தாங்களே சென்று கதவைத் திறந்து விடுதலை செய்யுங்கள். இன்னும் யாரையாவது விடுதலை செய்வதாயிருந்தாலும் தாராளமாய்ச் செய்யுங்கள். அதனால் வரும் லாப நஷ்டங்களுக்குப் பொறுப்பு தங்களது!...'

இவ்வாறு சொல்லிக் காலாந்தக கண்டர் ஒரு பெரிய சாவியை எடுத்துக் கொடுத்தார். குந்தவை பொங்கி வந்த தன் ஆத்திரத்தை அடக்கிக் கொண்டு, 'ஆகட்டும், ஐயா! லாப நஷ்டங்களுக்குப் பொறுப்பு நானே ஏற்றுக் கொள்கிறேன்!' என்று சாவியைப் பெற்றுக் கொண்டாள்.

'இந்தச் சோழ சாம்ராஜ்யத்துக்கு ஏதாவது பெருந்தீங்கு நேர்ந்தால், அது இரண்டு பெண்களினால்தான் வந்ததாகும்' என்றார் தஞ்சைக் கோட்டைத் தலைவர்.

'நான் ஒருத்தி; அந்த இன்னொரு பெண் யாரோ?'

'பழுவூர் இளைய ராணி நந்தினி தேவிதான்!'

குந்தவை புன்னகை புரிந்து 'சோழ சாம்ராஜ்யத்தின் சர்வாதிகாரியுடன் என்னைக் கொண்டு போய்ச் சேர்க்கிறீர்களே? இது காதில் விழுந்தால் பெரிய பழுவேட்டரையர் தங்களைத் தேசப் பிரஷ்டம் செய்து விடுவார்!' என்று சொன்னாள்.

'ரொம்ப நல்லதாய்ப் போய்விடும்! அதற்கு நான் காத்திருக்கிறேன்' என்றார் சின்னப் பழுவேட்டரையர்.

இருபத்திரண்டாம் அத்தியாயம்

சிறையில் சேந்தன் அமுதன்

தஞ்சைக் கோட்டைக்குள் பொற்காசுகள் வார்ப்படம் செய்யும் தங்கசாலை, மற்றொரு சிறிய கோட்டை போல அமைந்திருந்தது. தங்கச்சாலைக்கு வெளிப்புறத்தில் கட்டுக் காவல் தஞ்சைக் கோட்டை வாசலில் உள்ளது போலவே வெகு பலமாயிருந்தது. அன்று மாலை குந்தவை தேவியும் வானதியும் தங்க சாலையைப் பார்வையிடச் சென்றபோது வேலை முடிந்து பொற்கொல்லர்கள் வெளியில் புறப்படும் சமயம். வாசற் காவலர்கள் பொற்கொல்லர்களைப் பரிசோதித்து வெளியில் அனுப்ப ஆயத்தமானார்கள். பொற் கொல்லர்கள் வாசலண்டை வந்து குவிந்திருந்தார்கள். அந்த நேரத்தில் அரண்மனை ரதம் வந்து தங்கசாலையின் வாசலில் நின்றது. குந்தவையும் வானதியும் இறங்கினார்கள். அவர்களைப் பார்த்ததும் காவலர்களும் பொற்கொல்லர்களும் மெய்ம்மறந்து நின்று 'வாழ்க இளைய பிராட்டி' என்று கோஷித்தார்கள். தங்கசாலையின் தலைவர் ஓடி வந்து அரசகு மாரிகளை ஆர்வத்துடன் வரவேற்றார். உள்ளே அழைத்துச் சென்று பொன்னைக் காய்ச்சும் அக்கினி குண்டம், நாணய வார்ப்படம் செய்யும் அச்சுகள், அச்சிட்ட நாணயங்கள் முதலியவற்றைக் காட்டினார். 'அன்றைய தினம் வார்ப்படமான தங்க நாணயங்கள் ஒரு பக்கத்தில் கும்பலாகக் கிடந்தன. அந்தப் பசும் பொன் நாணயங்களின் ஒளி கண்களைப் பறித்தது. ஒவ்வொரு நாணயத்திலும் ஒரு பக்கத்தில் புலியின் முத்திரையும் மற்றொரு பக்கம் கப்பல் முத்திரையும் பதித்திருந்தன.

'பார்த்தாயா, வானதி! எத்தனையோ காலமாக இந்தச் சோழ நாட்டுக்கு உலகமெங்குமிருந்து தங்கம் வந்து கொண்டிருந்தது. தரை வழியாகவும் வந்தது; கப்பல் வழியாகவும் வந்தது. இதுவரை அவ்வளவு தங்கத்தையும் சுமக்கும் பொறுப்புச் சோழ நாட்டுப் பெண் குலத்துக்கே இருந்து வந்தது. ஆபரணங்களாகச் செய்து போட்டுக் கொண்டு தூக்கமுடியாமல் தூக்கி வந்தார்கள். கொஞ்ச காலமாகச்

சோழ நாட்டுப் பெண்களுக்கு அந்தப் பாரம் குறைந்து வருகிறது. நம் தனாதிகாரி பழுவேட்டரையர் இம்மாதிரி கண்ணைப் பறிக்கும் தங்க நாணயங்களை வார்ப்படம் செய்ய ஏற்பாடு பண்ணிவிட்டார்!' என்று குந்தவை சொன்னாள்.

'அக்கா! இதனால் என்ன சௌகரியம்?' என்று வானதி கேட்டாள்.

'என்ன சௌகரியமா? நீ ஒன்றுமே தெரியாத பெண்ணடி! இம்மாதிரி பொன்னை நாணயங்களாகச் செய்துவிட்டால், 'இவ்வளவு பொன்' என்று நிறுத்துப் பாராமலே மதிப்பிடச் சௌகரியம். குடிகள் அரசாங் கத்துக்கு வரி கொடுக்கச் சௌகரியம். வர்த்தகர்கள் வெளிநாட்டா ரோடு வியாபாரம் செய்வதில் பண்டத்துக்குப் பண்டம் மாற்றிக் கொண்டு கஷ்டப்பட வேண்டியதில்லை. பொன் நாணயங்களைக் கொடுத்துப் பொருள்களை வாங்கலாம்; பொன் நாணயங்களைப் பெற்றுக் கொண்டு பண்டங்களை விற்கலாம். ஆகையினாலேதான் சோழ நாட்டு வர்த்தகர்கள் நம் தனாதிகாரி பழுவேட்டரையரை வாழ்த்துகிறார்கள்... இன்னும் ஒன்று சொல்கிறேன். கேள்!' என்று கூறிக் குந்தவை தேவி குரலைத் தாழ்த்திக்கொண்டு சொன்னாள்:- 'சக்கரவர்த்திக்கும், சக்கரவர்த்தியின் குடும்பத்துக்கும் எதிராகச் சதி செய்பவர்களுக்கு இந்த நாணயங்களினால் அதிக சௌகரியம். எப்படிப்பட்ட உத்தமர்களையும் இந்தப் பொற்காசுகளில் மூலம் துரோகிகள் ஆக்கி விடலாம் அல்லவா?' என்றாள்.

அருகில் நின்ற தங்கசாலைத் தலைமை அதிகாரியின் காதில் குந்தவை கடைசியில் கூறிய வார்த்தைகள் இலேசாக விழுந்தன. அந்த அதிகாரி, 'ஆம் தாயே! அம்மாதிரி பயங்கரமான வதந்திகள் எல்லாம் இக்காலத்தில் கேள்விப்படுகிறோம். ஆகையினாலேதான் இப்போது கொஞ்சநாளாக இந்தத் தங்க சாலைக்குக் கட்டுக்காவல் அதிக மாயிருக்கிறது. இதன் அடியில் உள்ள பாதாளச் சிறைக்கு வருவோர் போவோரும் அதிகமாகி விட்டார்கள்!' என்று சொன்னார்.

'வருகிறவர்கள் உண்டு; போகிறவர்கள் கூட உண்டா?; என்று குந்தவை கேட்டாள்.

'ஏன்? அதுவும் உண்டு. இன்று காலையில் ஒருவனைக் கொண்டு வந்தார்கள். ஒரு நாழிகைக்கு முன்னால் அவனைத் திரும்பக் கொண்டு போய்விட்டார்கள்!' என்று அந்த அதிகாரி கூறினார்.

'அது யாராயிருக்கும்?' என்று குந்தவைக்குச் சிறிது வியப்பாயிருந்தது.

தங்கசாலைக்குள் பற்பல வேலைகள் நடக்கும் இடங்களைப் பார்த்து விட்டுப் பின்புறமாகச் சென்றார்கள். பின் சுவரில் ஒரு சிறிய வாசல்

இருந்தது. அதைத் திறந்துகொண்டு சென்றார்கள். சென்ற இடத்தில் வெளிச்சம் குறைவாக இருந்தது. கூரை தாழ்வாக இருந்தது. நாலு புறமிருந்தும் கேட்டவர்கள் ரோமம் சிலிர்க்கும் படியான உறுமல் சத்தம் கேட்டது. ஒரு சேவகன் தீவர்த்தி பிடித்துக் கொண்டு நின்றான். அதன் வெளிச்சத்தில் நாலு புறமும் உற்றுப் பார்த்தபோது பல கூண்டு களும் அவற்றுக்குள்ளே அடைபட்ட புலிகளும் இருப்பது தெரிந்தது. அவற்றில் சில வேங்கைப் புலிகள்; சில சிறுத்தைப் புலிகள். சில படுத்திருந்தன; சில கூண்டுக்குள் முன்னும் பின்னும் உலாவிக் கொண்டிருந்தன. அவற்றின் கண்கள் அந்த இடத்தின் மங்கலான வெளிச்சத்தில் நெருப்புத் தணல்களைப் போல் ஒளிர்ந்தன.

குந்தவை வானதியின் கரத்தைக் கெட்டியாகப் பிடித்துக் கொண்டு, ‘அடியே! பயமாயிருக்கிறதா? இங்கே மூர்ச்சை போட்டு விழுந்து வைக்காதே!’ என்றாள்.

வானதி இலேசாகச் சிரித்துவிட்டு, ‘புலியைக் கண்டு என்ன பயம், அக்கா! புலி நம்முடைய குலத்தின் காவலன் அல்லவா?’ என்றாள்.

‘சில சமயம் காவலர்களே எதிரிகளுடன் சேர்த்து விடுவார்கள் அல்லவா? அப்போது அபாயம் அதிகம் ஆயிற்றே?’

‘இல்லை. அக்கா! மனிதக் காவலர்கள் அப்படி ஒருவேளை துரோகம் செய்யலாம். இந்தப் புலிகள் அப்படிச் செய்யமாட்டா!’

‘சொல்வதற்கில்லை. இந்தப் புலிகள் எத்தனையோ இராஜாங்கத் துரோகிகளைச் சாப்பிட்டிருக்கின்றன. அவர்களுடைய இரத்தம் இந்தப் புலிகள் உடம்பில் கலந்திருக்கும் அல்லவா?’

‘பயமேயில்லை’ என்று சற்றுமுன் கூறிய வானதியின் உடம்பு இப்போது சிறிது நடுங்கத்தான் செய்தது.

‘அக்கா! என்ன சொல்கிறீர்கள் உயிருள்ள மனிதர்களை இந்தப் புலிகளுக்கு இரையாகக் கொடுப்பார்களா, என்ன?’ என்று கேட்டாள்.

‘அப்படிச் செய்ய மாட்டார்கள். இந்தத் தங்கசாலைக்கு அடியில் பாதாளச் சிறை இருக்கிறது என்று சொன்னேன் அல்லவா? அதற்குள் போவதற்கும் வருவதற்கும் ஒரேவழிதான். அந்த வழி இந்தப் புலிமண்டபத்தில் இருக்கிறது. சிறைக்குள்ளிருந்து யாராவது தப்பித்து வரமுயன்றால் இந்த மண்டபத்துக்குள்ளே தான் வரவேண்டும். அப்போது புலிகளுக்கு இரையாவார்கள்!’

‘சிவ சிவா! என்ன கொடூரம்?’

‘இராஜாங்கம் என்றால் அப்படித்தான்! கருணையும் உண்டு; கொடூரமும் உண்டு. வானதி! ஒரு சமயத்தில் என்னையே இந்தப்

பாதாளச் சிறையில் அடைத்தாலும் அடைத்து விடுவார்கள். சின்னப் பழுவேட்டரையர் இன்றைக்கு என்னுடன் பேசியதை நீ கேட்டிருந்தால்...'

'நன்றாயிருக்கிறது அக்கா! தங்களைப் பிடித்துச் சிறையிலடைக்கும் வல்லமையுள்ளவர்கள் ஈரேழு பதினாலு உலகத்திலும் இல்லை. அப்படி யாராவது செய்ய முயன்றால் பூமி பிளந்து இந்தத் தஞ்சை நகரத்தையே விழுங்கிவிடாதா? அதைப் பற்றி எனக்குக் கவலை யில்லை. நம்முடைய பழையாறை வைத்தியர் மகனைப் பற்றித்தான் கவலைப்படுகிறேன். அந்தச் சாதுப் பிள்ளை தப்ப முயன்றிருக்க மாட்டான் அல்லவா?'

'சாதுப்பிள்ளைதான்! ஆனால் யார் எப்போது எப்படி மாறுவார்கள் என்று சொல்ல முடிவதில்லையே?' புலிகளின் உறுமல் கோஷம் இன்னும் அதிகமாயிற்று.

காவலனைப் பார்த்து, 'புலிகளுக்கு ரொம்பக் கோபம் போலிருக் கிறதே!' என்றாள் குந்தவை.

'இல்லை தாயே! சக்கரவர்த்தியின் திருக்குமாரியை இவை வாழ்த்தி வரவேற்கின்றன!' என்று காவலன் சமத்காரமாய் மறுமொழி கூறினான்.

'நல்ல வரவேற்பு!' என்றாள் குந்தவை.

'அதோடு புலிகளுக்கு இரை போடும் சமயம் நெருங்கி விட்டது. இரையை நினைத்து உறுமுகின்றன!'

'அப்படியானால் நாம் சீக்கிரம் போய்விடலாம். சிறையின் வாசல் எங்கேயிருக்கிறது?'

மண்டபத்தின் ஒரு மூலைக்கு இதற்குள் அவர்கள் வந்திருந்தார்கள். அங்கிருந்த புலிக்கூண்டு ஒன்றைக் காவலர்கள் அப்பால் நகர்த்தினார்கள். அங்கே தரையில் பதித்திருந்த கதவு ஒன்று காணப்பட்டது. இரண்டு ஆட்கள் குனிந்து கதவை வெளிப்புறமாகத் திறந்தார்கள். உள்ளே சில படிக்கட்டுகள் காணப்பட்டன. அவற்றின் வழியாக ஒவ்வொருவராக இறங்கிச் சென்றார்கள். இருள் அதிகமாயிற்று. இரு சேவகர்கள் பிடித்திருந்த இரண்டு தீவர்த்திகளிலிருந்து புகையினால் மங்கிய வெளிச்சம் வந்து கொண்டிருந்தது. குறுக்கும் நெடுக்குமாகச் சென்ற குறுகிய பாதைகளின் வழியாக அவர்கள் ஒற்றை வரிசையில் போக வேண்டியிருந்தது.

அங்கே புலிகளின் பயங்கர உறுமல் ரோமம் சிலிர்க்கச் செய்தது என்றால், இங்கே நாலுபுறத்திலும் எழுந்த தீனமான, சோகமயமான மனிதக் குரல்கள் உள்ளம் பதறி உடல் நடுங்கச் செய்தன.

ஆனால் அந்தத் தீனக்குரல்களுக்கு மத்தியில், - விந்தை! விந்தை! - ஓர் இனிய குரல் இசைத்ததும் கேட்டது!

'பொன்னார் மேனியனே!
புலித்தோலை அரைக்கசைத்து
மின்னார் செஞ்சடைமேல்
மிளிர்கொன்றை அணிந்தவனே!'

அந்தப் பாதாளச் சிறையில் இருந்த அறைகள் ஒரு வரிசையாக இல்லை. முன்னும் பின்னும் கோணலும் மாணலுமாக இருந்தன. ஒவ்வொரு அறை வாசலிலும் சென்று காவலன் தீவர்த்தியை உயர்த்திப் பிடித்தான். சில அறைகளில் உள்ளே ஒருவனே இருந்தான். சிலவற்றில் இருவர் இருந்தார்கள். சில அறைகளில் இருந்தவர்களைச் சுவரில் அடித்திருந்த ஆணி வளையத்தில் சேர்த்துச் சங்கிலியால் கட்டியிருந்தது. சில அறைகளில் அவ்விதம் கட்டாமல் சுயேச்சையாக விடப்பட்டிருந்தார்கள். ஒவ்வொரு அறையிலும் இருந்தவர்களின் முகம் தெரிந்ததும் குந்தவை தேவி தலையை அசைக்க எல்லோரும் மேலே சென்றார்கள்.

நடுவில் ஒரு சமயம் வானதி, 'இது என்ன கொடுமை? இவர்களை எதற்காக இப்படி அடைத்திருக்கிறது? நீதி விசாரணை ஒன்றும் கிடையாதா?' என்று கேட்டாள்.

அதற்குக் குந்தவை, 'சாதாரண குற்றங்களுக்கு நீதி விசாரணை எல்லாம் உண்டு. ஆனால் இராஜாங்கத்துக்கு எதிராகச் சதி செய்தவர்கள், வெளிநாட்டு ஒற்றர்கள், ஒற்றர்களுக்கு உதவியவர்கள் இவர்களைத் தான் இங்கே போடுவார்கள். அவர்களிடமிருந்து தெரியவேண்டிய உண்மை தெரிந்து விட்டால் வெளியே விட்டுவிடுவார்கள்! ஆனால் சிலரிடமிருந்து உண்மை ஒன்றும் தெரிவதில்லை. ஏதாவது இருந்தால் தானே சொல்லுவார்கள்? அவர்கள் பாடு கஷ்டந்தான்!' என்றாள்.

இதற்குள்ளாக, 'பொன்னார் மேனியனே!' பாட்டு மிகச் சமீபத்தில் கேட்கத் தொடங்கியிருந்தது. அந்த அறையில் சென்று தீவர்த்தியைத் தூக்கிப் பிடித்தபோது அங்கே ஒரு சிறுபிள்ளை இருப்பது தெரிந்தது. ஏற்கெனவே நமக்குத் தெரிந்த பிள்ளைதான் அவன்; சேந்தன் அமுதன்.

அவனுடைய குற்றமற்ற பால்வடியும் பச்சைப் பிள்ளை முகம் இளவரசிகளுடைய கவனத்தைக் கவர்ந்தது.

அவனைக் குந்தவை பார்த்து, 'பாடிக் கொண்டிருந்தது நீதானா!' என்று கேட்டாள்.

'ஆம், தாயே!' என்றான்.

'உற்சாகமாயிருக்கிறாய் போலிருக்கிறது!'

'உற்சாகத்துக்கு என்ன குறைவு, அம்மா! எங்கும் நிறைந்த இறைவன் இங்கேயும் என்னுடன் இருக்கிறார்!'

'பெரிய ஞானி போலப் பேசுகிறாயே? நீ யார் அப்பா? வெளியில் என்ன செய்து கொண்டிருந்தாய்?'

'நான் பெரிய ஞானியுமில்லை. சின்ன ஞானியுமில்லை. அம்மா! வெளியில் இருக்கும் போது பூமாலை புனைந்து இறைவனுக்குச் சமர்ப்பித்துக் கொண்டிருந்தேன். இங்கே பாமாலை புனைந்து மனத்திருப்தியடைகிறேன்!'

'நீ ஞானி மட்டுமல்ல; புலவன் என்றும் தெரிகிறது. இந்த ஒரு பாடல்தான் உனக்குத் தெரியுமா? இன்னும் பலவும் தெரியுமா?'

'இன்னும் சில பாடல்களும் வரும், ஆனால் இங்கு வந்தது முதலாவது இதையே பாடிக்கொண்டிருக்கிறேன்.'

'ஏன்?'

'இங்கு வரும்போது தங்கசாலையின் வழியாக வந்தேன். இதுவரை நான் பார்த்திராத பத்தரை மாற்றுப் பசும்பொன் திரளைப் பார்த்தேன். அது 'பொன்னார் மேனியன்' திரு உருவத்தை எனக்கு நினைவூட்டியது...'

'அதிர்ஷ்டசாலி நீ! பொன்னைப் பார்த்தால் பலருக்குப் பலவித ஆசைகள் உண்டாகின்றன. உனக்கு இறைவனின் திருமேனியின் பேரில் நினைவு சென்றது. உனக்கு உற்றார் உறவினர் யாரும் இல்லையா, அப்பா?'

'தாயார் மட்டும் இருக்கிறாள். தஞ்சைக் கோட்டைக்கு வெளியில் தாமரைக் குளத்தருகில் இருக்கிறாள்.'

'அந்த அம்மாள் பெயர்?'

'வாணி அம்மை.'

'நான் அந்த அம்மாளைப் பார்த்து நீ இங்கே உற்சாகமாயிருக் கிறாய் என்று சொல்கிறேன்.'

'பயனில்லை, அம்மா! என் தாய்க்குக் காதும் கேளாது; பேசவும் முடியாது...'

'ஓகோ! உன் பெயர் சேந்தன் அமுதனா?' என்று இளைய பிராட்டி வியப்புடன் கேட்டாள்.

'ஆம், அம்மா! இந்த ஏழையின் பெயர் தங்களுக்குத் தெரிந்திருக் கிறதே?'

'என்ன குற்றத்துக்காக உன்னை இங்கே கொண்டு வந்து சிறைப் படுத்தியிருக்கிறார்கள்?'

'நேற்றுவரை நான் செய்த குற்றம் இன்னதென்று எனக்கும் தெரியாம லிருந்தது. இன்றைக்குத்தான் தெரிந்தது.'

'என்னவென்று தெரிந்தது?'

'ஒற்றன் ஒருவனுக்கு உதவி செய்த குற்றத்துக்காக என்னைப் பிடித்து வந்து சிறைப்படுத்தியிருக்கிறார்கள் என்று தெரிந்தது.'

'அது என்ன? எந்த ஒற்றனுக்கு நீ உதவி செய்தாய்?'

'தஞ்சைக்கோட்டை வாசலில் ஒருநாள் வெளியிலிருந்து வந்த பிரயாணி ஒருவனைச் சந்தித்தேன். அவன் இரவில் தங்க இடம் வேண்டும் என்று சொன்னான். என் வீட்டுக்கு அழைத்துப் போனேன். ஆனால் அவன் ஒற்றன் என்று நான் கனவிலும் நினைக்கவில்லை...'

'அவன் பெயர் என்னவென்று தெரியுமா?'

'தன் பெயர் வல்லவரையன் வந்தியத்தேவன் என்று அவன் சொன்னான். பழைய வாணர் குலத்தைச் சேர்ந்தவன் என்றும் கூறினான்...'

குந்தவையும் வானதியும் ஒருவரையொருவர் பார்த்துக் கொண் டார்கள். இருவருடைய உள்ளங்களும் ஒத்துப் பேசிக் கொண்டன.

வானதி, சேந்தன் அமுதனைப் பார்த்து, 'எல்லாம் விவரமாகச் சொல், அப்பா!' என்றாள்.

சேந்தன் அமுதன் அவ்விதமே கூறினான். வந்தியத்தேவனைக் கோட்டைவாசலில் தான் சந்தித்ததிலிருந்து, பழுவூர் ஆட்கள் தன்னை ஆற்றங்கரையில் பார்த்துப் பிடித்துக் கொண்டது வரையில் சொன்னான்.

'யாரோ முன்பின் தெரியாத ஒரு வழிப்போக்கனை நம்பி நீ எதற்காக அவ்வளவு தூரம் உதவி செய்தாய்?' என்று வானதி கேட்டாள்.

'தாயே! சிலரைப் பார்த்தால் உடனே நமக்குப் பிடித்துப் போகிறது. அவர்களுக்காக உயிரையும் கொடுக்கலாம் என்று தோன்றுகிறது. காரணம் என்னவென்று சொல்வது? இன்னும் சிலரைப் பார்த்தால் அவர்களைக் கொன்றுவிடலாம் என்று தோன்றுகிறது. இன்றைக்கு ஒரு மனிதனை என்னோடு கொஞ்சநேரம் அடைத்து வைத்திருந்தார்கள்.

அவன் பேரில் எனக்கு வந்த கோபத்துக்கு அளவில்லை. நல்ல வேளையாக சற்று நேரத்துக்கு முன்பு பழுவூர் இளைய ராணியின் ஆட்கள் வந்து அவனை விடுதலை செய்துகொண்டு போனார்கள்...!'

'அதுவும் அப்படியா?' என்று குந்தவை பற்களினால் தன் செவ்விதழ் களைக் கடித்துக் கொண்டாள். அவளுடைய புருவங்கள் நெரிந்தன. ஆத்திரப் பெருமூச்சு வந்தது. 'அவ்வளவு அவசரமாக விடுதலையான மனிதன் யார்? உனக்குத் தெரியுமா?' என்று கேட்டாள்.

'தெரியாமல் என்ன? யாரோ பழையாறை வைத்தியன் மகனாம்!'

'அப்படி என்ன அப்பா, அவன் தகாத வார்த்தைகளைச் சொன்னான்? அவனைக் கொன்றுவிடலாமா என்று அவ்வளவு கோபம் உனக்கு வந்ததாகச் சொன்னாயே?'

'கோடிக்கரையில் என் மாமன் மகள் பூங்குழலி இருக்கிறாள். அவளைப் பற்றி இவன் தகாத வார்த்தைகளைச் சொன்னான். அதனாலேதான் அவன் பேரில் எனக்கு அவ்வளவு கோபம் வந்தது. ஆனாலும் அவன் ஒரு நல்ல சமாசாரம் சொன்ன படியால் போனால் போகிறதென்று விட்டுவிட்டேன்.'

'அது என்ன அவ்வளவு நல்ல சமாசாரம், அப்பா?'

'என்னுடைய நண்பன் வந்தியத்தேவனுடனேதான் இவன் கோடிக் கரைக்குப் போனான். அங்கே இந்தச் சண்டாளன் என் சிநேகிதனுக்குத் துரோகம் செய்து பழுவூர் ஆட்களிடம் பிடித்துக் கொடுத்துவிடப் பார்த்தான். அது முடியவில்லை...'

'முடியவில்லையா? அப்படியானால் அந்த ஒற்றன் தப்பித்துக் கொண்டு விட்டானா?' என்று வானதியும் குந்தவையும் ஒரே குரலில் ஆர்வத்துடன் கேட்டார்கள். இதைத் தெரிந்து கொள்ளத்தானே அவர்கள் இந்தப் பாதாளச் சிறைக்குள்ளே வந்தது!

'ஆம், அம்மணி! என் நண்பன் தப்பித்துக்கொண்டு போய்விட்டான். பூங்குழலி அவனை இரவில் படகில் ஏற்றிக்கொண்டு கடலில் இலங்கைத் தீவுக்குச் சென்றுவிட்டாளாம். தேடிப் போனவர்கள் ஏமாந்தார்கள். இந்தப் பாதகனும் ஏமாந்தான்!'

பெண்மணிகள் இருவரும் ஒருவரையொருவர் பார்த்துக் கொண் டார்கள். அவர்களுடைய உள்ளத்தில் ததும்பிய மகிழ்ச்சியை அவர் களுடைய முக மலர்கள் வெளியிட்டன.

குந்தவை சேந்தன் அமுதனைப் பார்த்து, 'அப்பனே! ஒற்றன் ஒருவன் தப்பித்துக் கொண்டது பற்றி நீ இவ்வளவு சந்தோஷப்படுகிறாயே? உன்னைச் சிறையில் வைத்திருப்பது சரிதான்!' என்றாள்.

'தாயே! அந்தக் குற்றத்துக்காக என்னைச் சிறையில் போடுவது சரியானால், உங்கள் இருவரையும்கூட எனக்குப் பக்கத்து அறையில் போட வேண்டுமே!' என்றான்.

பெண்மணிகள் இருவரும் நகைத்தார்கள். இருளடைந்த அந்தப் பாதாளச் சிறையில், சேந்தன் அமுதனுடைய பாட்டு எவ்வளவு விசித்திரமாயிருந்ததோ, அப்படி அவர்களுடைய சிரிப்பும் அபூர்வமாக ஒலித்தது.

'நீ வெகு கெட்டிக்காரன்; மிகப் பொல்லாதவன். உன்னை இங்கே வைத்திருந்தால் நீ பாட்டுப் பாடியே இங்கேயுள்ள மற்றவர்களையும் கெடுத்துவிடுவாய். கோட்டைத் தலைவரிடம் சொல்லி உன்னை விடுதலை செய்யப் பண்ணிவிட்டு மறுகாரியம் பார்க்க வேண்டும்' என்றாள் குந்தவை.

'தாயே! அப்படிச் செய்ய வேண்டாம்! அடுத்த அறையில் ஒரு மனிதன் இருக்கிறான். அவன் என்னிடம் தினம் நூறு தடவை 'நீ எனக்கு ஒரு பாட்டுச் சொல்லிக் கொடு! சொல்லிக் கொடுத்தால் பாண்டிய குலத்து மணிமகுடத்தையும், மாலையையும் இலங்கை யில் எங்கே ஒளித்து வைத்திருக்கிறேன், என்று தெரிவிக்கிறேன்' என்பதாகச் சொல்லிக் கொண்டிருக்கிறான். அந்த இரகசியத்தை நான் தெரிந்து கொள்ளும் வரையில் இங்கேயே விட்டு வைக்கச் சொல்லுங்கள்!' என்றான் சேந்தன் அமுதன்.

'பாவம்! அந்த மாதிரி உனக்கும் பைத்தியம் பிடிக்கும் வரையில் இங்கேயே இருப்பேன் என்கிறாயா? அப்புறம் உன் தாயார் வாணியம்மையின் கதி என்ன?' என்று கூறிவிட்டு இளைய பிராட்டி அங்கிருந்து புறப்பட, மற்றவர்களும் சென்றார்கள். அரை நாழிகை நேரத்துக்கெல்லாம் சில சேவகர்கள் வந்து சேந்தன் அமுதனைப் பாதாளச் சிறையிலிருந்து விடுதலை செய்து தஞ்சைக் கோட்டை வாசலில் கொண்டுபோய் விட்டார்கள்.

நந்தினியின் நிருபம்

அன்று மாலை நந்தினி லதா மண்டபத்தில் ஹம்ஸதூளிகா மஞ்சத்தில் அமர்ந்து நிருபம் ஒன்று எழுதிக் கொண்டிருந்தாள். சில வரிகள்தான் எழுதினாள். எழுதும்போது சிலசமயம் சுழற்காற்றில் இளங்கொடி நடுங்குவதுபோல் அவள் உடம்பு நடுங்கிற்று. அடிக்கடி நெடுமூச்சு விட்டாள். அந்தக் குளிர்ந்த வேளையில் பக்கத்தில் தாதிப் பெண் நின்று மயில் விசிறியால் விசிறிக் கொண்டிருந்தும் அவளுடைய பளிங்கு நெற்றியில் முத்து முத்தாக வியர்வை துளிர்த்திருந்தது. அவள் எழுதிய நிருபமாவது:-

> 'அரசிளங்குமரா! தயங்கித் தயங்கி, பயந்து பயந்து, இந்த நிருபம் எழுதத் துணிந்தேன். இராஜ்யத்தின் நிலைமையைப் பற்றிப் பலவித மான செய்திகள் காதில் விழுகின்றன. தாங்கள் எதையும் கவனிப் பதில்லை. நோயினால் மெலிந்திருக்கும் தங்கள் தந்தை பலமுறை சொல்லி அனுப்பியும் தாங்கள் தஞ்சைக்கு வரவில்லை. இதற்குக் காரணம் நான்தானோ என்ற எண்ணம் என்னை வதைக்கிறது. தங்களை ஒருமுறை சந்தித்தால் எல்லாச் சந்தேகங்களையும் போக்கி விடுவேன். அதற்குத் திருவுளம் இரங்குவீர்களா? தஞ்சைக்கு வர விருப்பமில்லாவிட்டால், கடம்பூர் சம்புவரையர் மாளிகையில் சந்திக்கலாம். நான் இன்று தங்கள் பாட்டியின் ஸ்தானத்தில் இருக்கிறேன். நாம் சந்தித்துப் பேசுவதில் என்ன ஆட்சேபம் இருக்க முடியும்? இதைக் கொண்டு வரும் வீர இளைஞர், சம்புவரையர் குமாரரைத் தாங்கள் பூரணமாக நம்பி அவரிடம் எந்தச் செய்தியும் சொல்லி அனுப்பலாம் - இங்ஙனம், துரதிர்ஷ்டத்துடன் கூடப் பிறந்த அபாக்கியவதி நந்தினி.'

உண்மையிலேயே தயங்கித் தயங்கி, யோசித்து யோசித்து, மேற்கூறிய நிருபத்தை எழுதிய பிறகு, விசிறிக் கொண்டிருந்த தாதிப் பெண்ணைப் பார்த்து, 'போடி! போய்க் கடம்பூர் இளவரசரை உடனே அழைத்து வா!'

என்றாள் நந்தினி. தாதி சென்று கந்தன் மாறனை அழைத்து வந்து விட்டு விட்டுச் சற்று விலகிப் போய் நின்றாள்.

கந்தன் மாறனின் கண்கள் நந்தினியை ஏறிட்டுப் பார்ப்பதற்குக் கூசின. எங்கேயோ தோட்டத்தைப் பார்த்த வண்ணம் கந்தன் மாறன் நின்றான்.

'ஐயா! உட்காருங்கள்!' என்று கூறிய நந்தினியின் குரல் நடுக்கம் கந்தன் மாறனை அவளுடைய முகத்தை உற்றுப் பார்க்கும்படிச் செய்தது.

நந்தினி தொடர்ந்து, 'குந்தவை தேவியைப் பார்த்த கண்களினால் என்னைப் பார்க்க முடியாமலிருப்பதில் வியப்பில்லை!' என்று கூறிப் புன்னகை புரிந்தாள். அந்தச் சொற்கள் கந்தன் மாறனு டைய நெஞ்சைப் பிளந்தன. அவளுடைய புன்னகையோ அவனுடைய தலையைக் கிறு கிறுக்கச் செய்தது.

தட்டுத் தடுமாறி, 'ஆயிரம் குந்தவைகள் ஒரு நந்தினி தேவிக்கு இணையாக மாட்டார்கள்!' என்றான்.

'ஆயினும், இளைய பிராட்டி விரலை அசைத்தால் வானுலகம் சென்று இந்திரனுடைய சிம்மாசனத்தைக் கொண்டு வந்து விடுவீர்கள். நான் வருந்தி வேண்டிக் கொண்டால், உட்காரக்கூடமாட்டீர்கள்!'

கந்தன் மாறன் உடனே எதிரிலிருந்த மேடையில் உட்கார்ந்து 'தாங்கள் பணித்தால் பிரம்மலோகம் சென்று பிரம்மாவின் தலையைக் கொய்து கொண்டு வருவேன்!' என்றான்.

நந்தினி நடு நடுங்கினாள். கந்தன் மாறனைப் பாராமல் வேறு பக்கம் பார்த்துக் கொண்டு, 'பரமசிவன் கொய்தது போகப் பிரம்மாவுக்கு மிச்சம் நாலு தலைகள் இருக்கின்றன. தாங்கள் இன்னொன்றைக் கொய்தாலும் பிரம்மா பிழைத்துப் போவார்!' என்றாள்.

'தேவி! வேறு எது வேண்டுமானாலும் சொல்லுங்கள். ஆனால் குந்தவை தேவியைப் பற்றி மட்டும் என்னிடம் புகழ்ந்து பேச வேண்டாம். சிநேகிதத் துரோகியான வந்தியத்தேவனுக்கு அவள் பரிந்து பேசியதை நினைத்தால் என்னுடைய இரத்தம் கொதிக்கிறது!' என்றான் கந்தன் மாறன்.

'ஆனாலும் இன்று காலையில் தங்களுடைய - கற்பனாசக்தி அபார மாயிருந்தது என்னவோ உண்மைதான்! தங்களுக்கும் தங்கள் நண்பனுக்கும் நடந்த துவந்த யுத்தம் பற்றி எவ்வளவு கற்பனையாகப் பேசினீர்கள்?' என்று நந்தினி கூறிய வார்த்தைகள் கந்தன் மாறனுக்குச் சிறிது வெட்கத்தை உண்டாக்கின.

'அவனைச் சந்தித்தது எப்படி என்பதற்கு ஏதாவது சொல்ல வேண்டும் அல்லவா? அதனால் சொன்னேன். அவன் என்னை முதுகில் குத்தியது என்னமோ உண்மைதானே!' என்றான்.

'ஐயா! அன்று நடந்ததையெல்லாம் தாங்கள் மறுபடியும் ஒரு தடவை ஞாபகப்படுத்திக்கொண்டு பார்ப்பது நல்லதல்லவா?' என்றாள் நந்தினி.

'தாங்கள்கூட என் வார்த்தையைச் சந்தேகிக்கிறீர்களா, என்ன?'

'சந்தேகிக்கவில்லை. ஆயினும் தாங்கள் சில விஷயங்களை மறந்து விட்டிருக்கிறீர்கள். வந்தியத்தேவனை என்றைக்காவது ஒரு நாள் சிறைப்படுத்திக் கொண்டு வருவார்கள். அப்போது தாங்கள் அவன்மீது சாட்டும் குற்றம் உண்மையென்று ருசுவாக வேண்டும் அல்லவா?'

'அதில் எனக்கு ஒன்றும் சிரத்தை இல்லை. அவனை இன்னமும் மன்னித்துவிடவே விரும்புகிறேன்.'

'தங்களுடைய பெருந்தன்மையைப் பாராட்டுகிறேன். ஆயினும் நமக்குள் உண்மையை நிச்சயம் செய்து கொள்வது நல்லது. அன்றிரவு நடந்ததையெல்லாம் மீண்டும் ஒருமுறை ஞாபகப்படுத்திக் கொண்டு பாருங்கள். நிலவறையின் வழியாகத் தாங்கள் வந்தபோது பழுவேட்ட ரையரையும் என்னையும் வழியில் சந்தித்தீர்கள். தங்களுக்கு அது நினைவிருக்கிறதா?'

'நன்றாய் நினைவிருக்கிறது. என் உடம்பில் உயிர் உள்ளவரையில் அதை நான் மறக்க முடியாது.'

'அப்போது தாங்கள் என்ன சொன்னீர்கள் என்பதும் நினைவிருக் கிறதல்லவா?'

'என்ன சொன்னேன் என்பது நினைவில்லை. தங்களைப் பார்த்தபோது மெய்மறந்து போனேன்.'

'ஆனால் தங்கள் சொன்னது எனக்கு நன்றாய் நினைவிருக்கிறது. ஐயா! தங்கள் குமாரியின் அழகைப்பற்றி எவ்வளவோ நான் கேள்விப்பட்ட துண்டு. ஆனால் அதெல்லாம் உண்மைக்கு உறைபோடக் காணாது' என்று சொன்னீர்கள்!...'

'ஐயையோ! அப்படியா சொன்னேன்? அதனால்தான் அவர் முகம் அப்படிச் சிவந்ததாக்கும்! இப்போதுகூட அவருக்கு என்னைக் கண்டால் அவ்வளவாகப் பிடிக்கவில்லை...'

நந்தினி சிரித்துவிட்டு, 'உங்களை அவருக்குப் பிடிக்காவிட்டால் பாதகமில்லை; உங்களுக்கு அவரைப் பிடித்திருக்கிறதல்லவா? அதுவே போதும்!' என்றாள்.

'தேவி! உண்மையைச் சொல்லுகிறேன். தங்களிடம் மறைப்பதில் பயன் என்ன? எனக்கும் அவரைப் பிடிக்கவில்லை' என்றான் கந்தன் மாறன்.

'அதனாலும் பாதகமில்லை! எனக்கு அவரைப் பிடித்திருக்கிறது; அதுவே போதும். இப்படிப்பட்ட கணவனைப் பெறுவதற்கு நான் எவ்வளவு தவம் செய்தேனோ?' என்றாள்.

இதைக்கேட்டுக் கந்தன் மாறன் உள்ளம் குழம்பிற்று. ஒன்றும் சொல்லத் தெரியாமல் சும்மா இருந்தான்.

'அதுபோனால் போகட்டும்; நிலவறையில் எங்களைப் பார்த்த பிறகு என்ன செய்தீர்கள்?' என்று நந்தினி கேட்டாள்.

'தீவர்த்தி பிடித்து வந்த காவலன் வழிகாட்டிக்கொண்டு சென்றான். நான் தங்கள் நினைவாகவே கூடச் சென்றேன். இரகசிய மதில் சுவரைத் திறந்து விட்டுக் காவலன் நகர்ந்து கொண்டான். நான் அதில் நுழைந்தேன். உடனே முதுகில் யாரோ குத்தினார்கள், அவ்வளவுதான் நினைவிருக் கிறது. வந்தியத்தேவன் நான் அங்கு வருவேன் என்பதை எப்படியோ தெரிந்து கொண்டு வெளியில் காத்திருந்திருக்க வேண்டும்.'

'இல்லை, ஐயா! தங்கள் ஊகம் மிகத்தவறானது. வெளியில் அவன் காத்திருக்கவே இல்லை.'

'தாங்கள் கூட அவன் கட்சியில் சேர்ந்து விட்டீர்கள்?'

'நான் ஏன் அவன் கட்சியில் சேரவேண்டும்? எனக்கு என்ன லாபம்? அல்லது அவனுக்குத்தான் என்ன லாபம்? இப்படித்தான் நடந்திருக்க வேண்டும் என்று எனக்கு இப்போது நிச்சயமாய்த் தெரிகிறது.'

'சொல்லுங்கள், தேவி! எப்படியென்று சொல்லுங்கள்!'

'வந்தியத்தேவன் வெளியே காத்திருக்கவில்லை!...'

'பின்னே யார் காத்திருந்தார்கள்?'

'வேறு யாரும் இல்லை; வந்தியத்தேவன் வெளியில் காத்திருக்க வில்லை என்றுதானே சொன்னேன்? அவன் அந்த பொக்கிஷ நிலவறைக்குள்ளேயேதான் காத்திருந்திருக்கிறான்!'

'என்ன? என்ன? அது எப்படி சாத்தியமாக முடியும், தேவி!'

'அவன் அன்று திடீரென்று மாயமாய் மறைந்து விட்டான். எப்படி மறைந்திருப்பான்? நீங்களே யோசித்துப் பாருங்கள்! எப்படியோ அவன் பொக்கிஷ நிலவறைக்குள் புகுந்து அவ்விடத்து

இரகசியங்களையெல்லாம் அறிந்து கொண்டான். பின்னர், உங்களைப் பின் தொடர்ந்து வந்திருக்கிறான். கதவைத் திறந்ததும் தங்களைப் பின்னாலிருந்து குத்தித் தள்ளிவிட்டுத் தானும் வெளியேறி யிருக்கிறான். அப்புறம் ஒருவேளை அவன் மனச்சாட்சியே அவனை உறுத்தியிருக்கலாம். தங்களை அந்த ஊமையின் வீட்டில் கொண்டு போய்ப் போட்டு விட்டுப் போயிருக்கிறான்!...'

'தேவி! தாங்கள் சொல்கிறபடிதான் நடந்திருக்க வேண்டும்; சந்தேகமில்லை. இத்தனை நாளும் இது என் புத்திக்கும் எட்டவில்லை; மற்றவர்களுக்கும் புலப்படவில்லை! இந்தச் சோழ நாட்டிலேயே மதி நுட்பம் அதிகம் உள்ளவர் யார் என்று கேட்டால், தாங்கள்தான் என்று நான் சொல்வேன். இந்த உலகத்தில் அறிவு படைத்தவர்கள் உண்டு; அழகு படைத்தவர் உண்டு. இரண்டும் சேர்ந்துள்ளவர்களைப் பிரம்ம சிருஷ்டியில் காண்பது அபூர்வம். தங்களிடந்தான் அழகு, அறிவு, இரண்டும் பொருந்தியிருக்கக் காண்கிறேன்!' என்று பரவசமாகக் கூறினான் கந்தன் மாறன்.

'ஐயா! தாங்கள் இப்போது சொன்னது மனப்பூர்வமாகக் கூறின வார்த்தையா? அல்லது உலகத்தில் விட புருஷர்கள் பர ஸ்திரீகளிடம் சொல்லும் முகஸ்துதியா?'

'முகஸ்துதியல்ல; சத்தியமாக என் மனத்தில் இருப்பதையே சொன்னேன்.'

'அப்படியானால் என்னைப் பூரணமாக நம்புவீர்களா? நம்பி எனக்காக ஓர் உதவி செய்வீர்களா?'

'என்னால் முடிகிற காரியம் எதுவாயிருந்தாலும் அதைச் செய்யச் சித்தமாயிருக்கிறேன்.'

'எனக்காகத் தாங்கள் காஞ்சிக்குப் போக வேண்டும்.'

'காசிக்குப் போகச் சொன்னாலும் போகிறேன்.'

'அவ்வளவு தூரம் போக வேண்டியதில்லை. காஞ்சியில் உள்ள இளவரசர் ஆதித்த கரிகாலருக்கு ஒரு நிருபம் கொடுப்பேன். அதை அவரிடம் சேர்ப்பிக்க வேண்டும். சேர்ப்பித்து விட்டு அவரைத் தங்கள் கடம்பூர் அரண்மனைக்கு விருந்தாளியாக அழைக்க வேண்டும்...'

'தேவி! இது என்ன வார்த்தை சொல்கிறீர்கள்? தங்கள் கணவரும், என் தந்தையும், மற்றும் பல சோழ நாட்டுப் பிரமுகர்களும் இராஜ்யத்தைப் பற்றிச் செய்து வரும் ஏற்பாடு தங்களுக்குத் தெரியாதா?'

'நன்றாய்த் தெரியும். அதைவிட இன்னும் சில செய்திகளும் தெரியும். ஐயா! தங்கள் குடும்பமும், என் குடும்பமும் மற்றும் பல பெரிய

குடும்பங்களும் பெரும் அபாயத்தின் வாசலில் நின்று வருகின்றன. அதற்குக் காரணம் யார் தெரியுமா?'

'சொல்லுங்கள், தேவி!'

'இன்று மத்தியானம் இங்கு விருந்தாளியாக வந்திருந்தாளே அந்தப் பாதகிதான்!'

'ஐயையோ! இளைய பிராட்டியையா சொல்கிறீர்கள்?'

'அந்த நாகப் பாம்பைத்தான் சொல்கிறேன். பாம்பின் கால் பாம்பு அறியும். குந்தவையின் சூழ்ச்சி இந்த நந்தினிக்குத்தான் தெரியும். உம்முடைய சிநேகிதன் வந்தியத்தேவனை அவள் இலங்கைக்கு அனுப்பியிருக்கிறாள். எதற்காகத் தெரியுமா? மூலிகை கொண்டு வருவதற்கு என்பது பெரும் பொய்! சுந்தரசோழர் பிழைக்க வேண்டுமே என்று அவள் தவித்துக் கொண்டிருக்கவில்லை. அவருக்குப் பிறகு மதுராந்தகரும் பட்டத்துக்கு வரக்கூடாது. ஆதித்த கரிகாலரும் பட்டத்துக்கு வரக்கூடாது. அவளுடைய அருமைத்தம்பி அருள் மொழிவர்மன் வரவேண்டும் என்பது அவள் எண்ணம். அருள் மொழிவர்மன் பட்டத்துக்கு வந்தால் இவள் இஷ்டம்போல் ஆட்டி வைக்கலாம். அப்புறம் சோழ சாம்ராஜ்யத்தின் சக்கரவர்த்தினி குந்தவை தேவிதான்! சக்கரவர்த்தி யார் தெரியுமா? உங்கள் சிநேகிதன் வந்தியத்தேவன்!'

'ஆகா! அப்படியா? இதை எப்படியாவது தடுத்தே தீர வேண்டும். என் தந்தையிடமும், பழுவேட்டரையர்களிடமும் உடனே சொல்ல வேண்டும்...'

'அவர்களிடம் சொல்லிப் பயன் இல்லை. அவர்கள் நம்பமாட்டார்கள். குந்தவையின் தந்திரத்தை மாற்றுத் தந்திரத்தால் வெல்ல வேண்டும். நீர் உதவி செய்தால் வெல்லலாம்!'

'கட்டளையிடுங்கள், தேவி!'

'இதோ இந்த ஓலையைச் சர்வ ஜாக்கிரதையாகக் கொண்டுபோய்க் காஞ்சியில் ஆதித்த கரிகாலரிடம் கொடுக்க வேண்டும். கொடுப்பீர்களா?' என்று சொல்லிக் கொண்டே ஓலைச்சுருளையும் அதைப் போடவேண்டிய குழலையும் நீட்டினாள்.

மோக வெறியில் மூழ்கிப் போயிருந்த கந்தன் மாறன் ஓலைச் சுருளையும் குழலையும் வாங்கிக் கொள்வதற்குப் பதிலாக நந்தினியின் கரத்தைப் பிடித்துக்கொண்டு, 'தங்களுக்காக எது வேண்டுமானாலும் செய்வேன்!' என்று உளறினான். அச்சமயம் சடசடவென்று ஒரு சத்தம்

கேட்டது. பழுவேட்டரையர் அரண்மனையிலிருந்து லதா மண்டபத்துக்கு வரும்பாதையில் விரைந்து வந்து கொண்டிருந்தார். திடீரென்று எதிர்பாராமல் வந்தவரைக் கண்டு, தாதிப் பெண் திடுக்கிட்டு விலகி நின்றாள். அங்கே மண்டபத்தின் விட்டத்திலிருந்து தொங்கி ஆடிய ஒரு முக்கோணத்தில் ஒரு பெரிய கிளி ஒன்று சங்கிலியால் பிணைத்து வைக்கப்பட்டிருந்தது. வந்த வேகத்தில் பழுவேட்டரையர் தம்மை யறியாமல் அந்தக் கிளியைக் கையினால் பற்றினார். அவருடைய மனத்திலிருந்த வேகம் அவருடைய கையின் வழியாகப் பாய்ந்தது. கிளியின் சிறகுகள் சடசடவென்று அடித்துக் கொண்டன. பழுவேட்ட ரையரின் கொடூரமான பிடியைத் தாங்க முடியாமல் கிளி 'கிறீச்'சிட்டது.

இருபத்து நான்காம் அத்தியாயம்

அனலில் இட்ட மெழுகு

கிளி 'கிறீச்'சிட்ட சத்தமும், தாதிப் பெண் பயத்துடன் கூவிய சத்தமும் கலந்து வந்து, நந்தினியையும் கந்தன் மாறனையும் திடுக்கிடச் செய்தன. கந்தன் மாறன் திரும்பிப் பார்த்துப் பழுவேட்டரையர் வருகிறார் என்று அறிந்ததும் கதி கலங்கிப் போனான். சற்றுமுன்னால் அவன் 'பழுவேட்டரையரை எனக்கும் பிடிக்கவில்லை' என்று சொன்னது அவர் காதில் விழுந்திருக்குமோ என்ற எண்ணம் உதயமாயிற்று. அதை விடப் பீதிகரமான எண்ணம், நந்தினியையும் தன்னையும் பற்றி அவர் ஏதேனும் தவறாக எண்ணிக் கொள்வாரோ என்ற நினைவு, அவனுக்குத் திகிலை உண்டாக்கிற்று. கிழப்பருவத்தில் கலியாணம் செய்து கொண்டவர்களின் போக்கே ஒரு தனி விதமாக இருக்குமல்லவா? ஆகையினாலேயே அவர் அவ்வளவு கோபமாக வந்து கொண்டிருக்க வேண்டும்? வந்து என்ன செய்யப் போகிறாரோ, தெரியவில்லை. எதற்கும் சித்தமாயிருக்க வேண்டியது தான்.

இவ்வளவும் ஒரு நொடிப் பொழுதில் கந்தன் மாறன் மனத்தில் அலை எறிந்த சிந்தனைகள். ஆனால் அவனுக்கு அன்று ஒரு பெரிய அதிசயத்தைக் காணும் வாய்ப்புக் கிடைத்தது. அவன் நினைத்ததற்கெல்லாம் மாறாக அந்த அதிசயம் நடந்தது. பழுவேட்டரையர் அருகில் நெருங்கியதும் நந்தினி முகமலர்ந்து அவரைத் தன் கரிய விழிகளால் பார்த்து, 'நாதா! எங்கே தாங்கள் திரும்பி வருவதற்கு அதிக நாள் ஆகிவிடுமோ என்று பார்த்தேன். நல்லவேளையாக வந்து விட்டீர்கள்!' என்றாள்.

அவளுடைய முகத்தைப் பார்த்து அந்தக் குரலையும் கேட்டதும் பழுவேட்டரையரின் கோபாவேசமெல்லாம் பறந்துவிட்டது. அனலில் இட்ட மெழுகைப்போல் உருகிப் போனார். அசட்டுச் சிரிப்பு ஒன்று சிரித்து, 'ஆமாம்; போன காரியம் முடிந்து விட்டது; திரும்பி

விட்டேன்' என்றார். பிறகு கந்தன் மாறனைப் பார்த்து, 'இந்தப் பிள்ளை இங்கே என்ன செய்கிறான்? ஏதாவது காதற் கவிதை புனைந்து கொண்டு வந்து கொடுத்தானோ?' என்று கேட்டுவிட்டுத் தம்முடைய பரிகாசத்தைக் குறித்துத் தாமே சிரித்தார்.

கந்தன் மாறனுடைய முகம் சிவந்தது. ஆனால் நந்தினி பழுவேட்டரையரைவிட அதிகமாகச் சிரித்துவிட்டு 'இவருக்குக் காதலும் தெரியாது; கவிதையும் தெரியாது. சண்டை போட்டுக் காயமடையத் தான் தெரியும். நல்ல வேளையாகக் காயம் ஆறிவிட்டது. ஊருக்குப் போக வேண்டுமென்று சொல்லிக் கொண்டிருந்தார்!' என்றாள்.

'இந்தக் காலத்துப் பிள்ளைகளின் வீரத்தைத்தான் என்னவென்று சொல்லுவது? இருபத்துநாலு யுத்தகளங்களில் நான் அறுபத்துநாலு காயங்கள் அடைந்தவன். ஆனால் ஒரு தடவையாவது படுக்கையில் படுத்ததில்லை. இவனுக்குக் காயம் குணமாக ஒரு பட்சத்துக்கு மேலாகியிருக்கிறது. ஆனால் என் காயங்களெல்லாம் மார்பிலும் தோளிலும் தலையிலும் முகத்திலும் ஏற்பட்டவை. இந்தப் பிள்ளை முதுகிலே காயம் பட்டவன் அல்லவா? அதனால் இவ்வளவு நாள் ஆகிவிட்டது. நியாயந்தான்!' என்று கூறிப் பரிகாசச் சிரிப்புச் சிரித்தார்.

கந்தன் மாறன் கொதித்து எழுந்து, 'ஐயா! தாங்கள் என் தந்தையின் ஸ்தானத்தில் உள்ளவர். அதனால் தங்களுடைய பரிகாசத்தைப் பொறுத்தேன்!' என்றான்.

'இல்லாவிட்டால், என்ன செய்திருப்பாயடா?' என்று பழுவேட்டரையர் கேட்டுத் தம் உறையிலிருந்த கத்தியில் கையை வைத்தார்.

நந்தினி இச்சமயம் குறுக்கிட்டாள். 'நாதா! இவருக்கு முதுகில் மட்டும் காயமில்லை. நெஞ்சிலும் காயம் பட்டிருக்கிறது என்பது தங்களுக்குத் தெரிந்ததுதானே! இவர் தம்முடைய சிநேகிதன் என்று நினைத்துக் கொண்டிருந்தவன் இம்மாதிரி முதுகில் குத்திப் போட்டுவிட்டுப் போய்விட்டான் என்ற எண்ணம் இவர் நெஞ்சில் பெரிய புண்ணை உண்டாக்கியிருக்கிறது. முதுகில் காயம் ஆறியும், நெஞ்சில் புண் ஆறவில்லை. அந்தப் புண்ணில் கோல் இடுவதுபோல் நாம் பேசக் கூடாதுதானே? அன்றிரவு, இவர் காயம்பட்ட அன்றிரவு, என்ன நடந்தது என்று தங்களுக்குத் தெரியாதா, என்ன?' என்று சொல்லிக் கொண்டே நந்தினி பழுவேட்டரையரைப் பார்த்த பார்வையில் மறை பொருள் ஏதோ இருந்திருக்க வேண்டும்! பழுவேட்டரையரின் முகத்தோற்றம் உடனே மாறிவிட்டது!

'ஆமாம்; நீ சொல்லுவது சரிதான்! பாவம், இவன் அறியாப் பிள்ளை. இவன் தந்தையோ என் பிராண சிநேகிதர். இவன் ஏதோ

தெரியாத்தனமாகக் கூறியதை நான் பொருட்படுத்தக் கூடாதுதான். இது கிடக்கட்டும். நந்தினி! ஒரு முக்கியமான விஷயம் சொல்வதற்காக இப்போது வந்தேன். அது இவனுக்கும் தெரிந்திருக்க வேண்டியதுதான். இலங்கை மாதோட்டத்தில் ஒருவனை ஒற்றன் என்று சந்தேகித்துப் பிடித்திருக்கிறார்களாம். அவனிடம் இளவரசன் அருள்மொழிவர்மனுக்கு ஓலை ஒன்றிருக்கிறதாம். அங்க அடையாளங்களிலிருந்து அவன் நம் கந்தன் மாறனுடைய அழகான சிநேகிதனாயிருக்கலாமென்று நினைக்கிறேன். அவன் பெரிய கைகாரனாய்த் தானிருக்க வேண்டும். நம் ஆட்களிடம் அகப்படாமல் தப்பி இலங்கைக்குச் சென்று விட்டான். பார்!' என்றார் பழுவேட்டரையர்.

நந்தினியின் முக பாவத்தில் அப்போது ஏற்பட்ட ஒரு கண நேர மாறுதலை மற்ற இருவரும் கவனிக்கவில்லை.

'அடே! தப்பிச்சென்று விட்டானா? இலங்கைக்கா போய்விட்டான்?' என்று கந்தன் மாறன் ஏமாற்றத்துடன் கூறினான்.

'நாதா! அவன் தப்பிச் சென்றது எனக்கு ஒன்றும் அதிசயமாய்த் தோன்றவில்லை. தங்கள் சகோதரர் இந்தக் கோட்டைக் காவலுக்குத் தகுதியற்றவர் என்றுதான் எத்தனையோ தடவை சொல்லியிருக்கிறேனே! அவர் அனுப்பிய ஆட்களும் அப்படித்தானே இருப்பார்கள்?' என்றாள் நந்தினி.

'முன்னெல்லாம் நீ அப்படிச் சொன்னபோது எனக்கு அது சரியாகப் படவில்லை. இப்போது எனக்குக்கூட அப்படித்தான் தோன்றுகிறது. இன்னும் ஒரு விந்தையைக் கேள்! மாதோட்டத்தில் அகப்பட்ட ஒற்றனிடம் நமது பழுவூர் இலச்சினை ஒன்று இருந்ததாம். அது அவனிடம் எப்படிக் கிடைத்தது என்று அவன் சொல்லவில்லையாம்!...'

நந்தினி இலேசாக ஒரு பெருமூச்சு விட்டுவிட்டு, 'இது என்ன வேடிக்கை? பனை இலச்சினை அவனிடம் எப்படிக் கிடைத்ததாம்? தங்கள் சகோதரர் இதற்கு என்ன சொல்கிறார்?' என்றாள்.

'அவனா? அவன் சொல்லுவதைக் கேட்டால் உனக்குச் சிரிப்பு வரும்! அந்தப் பனை இலச்சினை உன்னிடமிருந்துதான் அவனிடம் போயிருக்க வேண்டுமென்கிறான் காலாந்தகன்!' என்று சொல்லிவிட்டுப் பழுவேட்டரையர் இடிஇடியென்று சிரித்தார். அந்தச் சிரிப்பினால் லதா மண்டபமே குலுங்கியது போலிருந்தது. அரண்மனை நந்தவனத்து மரங்கள் எல்லாம் சிலிர்த்து நடுநடுங்கின.

நந்தினியும் அவருடன் சேர்ந்து சிரித்துக்கொண்டே, 'என் மைத்துனர் இருக்கிறாரே, அவருக்கு இணையான புத்திக் கூர்மை படைத்தவர் இந்த ஈரேழு பதினாலு உலகத்திலும் கிடையாது!' என்றாள்.

'இன்னும் உன் மைத்துனன் என்ன சொல்கிறான் தெரியுமா? நல்ல வேடிக்கை! அதை நினைக்க நினைக்க எனக்குச் சிரிப்பு வருகிறது! தஞ்சைக் கோட்டை வாசலில் நீ பல்லக்கில் வந்து கொண்டிருந்த போது உன்னை அந்த இந்திரஜித்து சந்தித்துப் பேசினானாம். பிறகு இந்த அரண்மனைக்குள்ளும் அந்த மாயாவி வந்திருந்தானாம். ஆகையால் நீயே அவனிடம் பழுவூர் இலச்சினையைக் கொடுத்திருக்க வேணுமாம்! அப்படியில்லா விட்டால், உன்னிடம் யாரோ ஒரு மந்திரவாதி அடிக்கடி வருகிறானே, அவன் மூலமாகப் போயிருக்க வேண்டுமாம்! தன்னுடைய முட்டாள்தனத்தை மறைப்பதற்காக அவன் இப்படியெல்லாம் கற்பனை செய்து உளறுகிறான்!' என்று கூறிப் பழுவேட்டரையர் தமது நீண்ட பற்கள் எல்லாம் தெரியும் படியாக மறுபடியும் 'ஹஹ்ஹஹ்ஹா' என்று சிரித்தார்.

'என் மைத்துனருடைய அறிவுக் கூர்மையைப் பற்றி நான் சந்தேகித்தது ரொம்பத் தவறு. அவருடைய அறிவு உலக்கைக் கொழுந்துதான்! சந்தேகமில்லை! ஆனால் இதையெல்லாம் நீங்கள் கேட்டுக் கொண்டு சும்மா இருந்ததை நினைத்தால்தான் எனக்கு வியப்பாயிருக்கிறது!' என்றாள் நந்தினி.

அவளுடைய முகபாவம் மறுபடியும் மாறி, அதில் இப்போது எள்ளும் கொள்ளும் வெடித்தது. கண்ணில் தீப்பொறி பறந்தது. வீராதி வீரரும் போர்க்களத்தில் எத்தனையோ வேல் வீச்சுக்களை இறுமாந்து தாங்கிய வருமான பெரிய பழுவேட்டரையர் நந்தினியின் சிறு கோபத்தைத் தாங்க முடியாமல் தடுமாறினார். அவருடைய தோற்றத்திலும் பேச்சிலும் திடீரென்று ஒரு தளர்ச்சி காணப்பட்டது.

'தேவி! நான் அதையெல்லாம் சும்மா கேட்டுக் கொண்டிருந்தேன் என்றா நினைக்கிறாய்? அவனுடைய கையாலாகாத்தனத்தைப் பற்றி மிகக் கடுமையாகப் பேசி அவனை அழவைத்து விட்டேன். நீ பார்த்திருந்தால் அவன் பேரில் இரக்கம் அடைந்திருப்பாய்!' என்றார்.

இதையெல்லாம் கேட்டுக் கொண்டிருந்த கந்தன் மாறன் பாடு சங்கடமாகி விட்டது. நந்தினியிடம் அவனுக்குச் சிறிது பயமும், பழுவேட்டரையரிடம் இரக்கமும், அவமதிப்பும் ஏற்பட்டன. இந்தச் சதிபதிகளின் தாம்பத்ய விவகாரத்தில் சிக்கிக் கொள்ளாமல் அங்கிருந்து போய்விட விரும்பினான். தொண்டையைக் கனைத்துக் கொண்டு 'ஐயா!...' என்றான்.

நந்தினி குறுக்கிட்டு 'என் மைத்துனர் சாமர்த்தியத்தைப் பற்றிப் பேசுகையில் இவரை நாம் மறந்து விட்டோம். இவர் ஊருக்குப் போகிறேன் என்று சொல்கிறாரே, போகலாம் அல்லவா?' என்று கேட்டாள்.

'நன்றாய்ப் போகலாம். இத்தனை நாள் இங்கு இவன் தங்கியிருந்தது பற்றியே இவனுடைய தந்தை கவலைப்பட்டுக் கொண்டிருப்பார்!'

'இவரிடம் ஓலை ஒன்று கொடுத்தனுப்ப விரும்புகிறேன், கொடுக்கலாம் அல்லவா?'

'ஓலையா? யாருக்கு?'

'காஞ்சியிலுள்ள இளவரசருக்கு!'

பழுவேட்டரையர் நந்தினியையும் கந்தன் மாறனையும் சந்தேகக் கண்ணால் பார்த்து, 'இளவரசருக்கு ஓலையா? நீயா எழுதுகிறாய்? எதற்கு?' என்று கேட்டார்.

'இளைய பிராட்டி தம்பிக்கு ஓலை எழுதி இவர் சிநேகிதரிடம் அனுப்பியிருக்கிறார். பழுவூர் இளைய ராணி அண்ணனுக்கு ஏன் ஓலை எழுதக்கூடாது? எழுதி இவரிடம் ஏன் அனுப்பக்கூடாது?' என்றாள் நந்தினி.

'இவன் சிநேகிதன் கொண்டு போன ஓலை இளைய பிராட்டி குந்தவை எழுதிய ஓலையா? உனக்கு அந்த விஷயம் எப்படித் தெரிந்தது?' என்று பழுவேட்டரையர் கேட்டார்.

'பின்னே எதற்காக என்னிடம் மந்திரவாதி அடிக்கடி வருகிறானாம்? அவன் மந்திரத்தின் மூலமாகத் தெரிந்தது. என் மைத்துனர் ஆட்களின் இலட்சணம்தான் தெரிந்திருக்கிறதே! பழுவூர் பனை இலச்சினை அவனிடம் இருப்பதாகக் கண்டு பிடித்துக் கொண்டு வந்து சொன்னவர்கள் ஓலை குந்தவை அனுப்பியது என்று சொல்லவில்லை, பாருங்கள்!'

'இலச்சினையைப் பற்றி நம் ஆட்கள் சொல்லவில்லை; அன்பில் பிரமராயர் இராமேசுவரம் போய்விட்டுத் திரும்பி வந்திருக்கிறார். அவர் கொண்டுவந்த செய்தி...'

'அந்தப் பிராமணனாவது குந்தவை தேவியின் ஓலையைப் பற்றித் தங்களிடம் சொன்னாரா?'

'இல்லை.'

'நாதா! நான் தங்களுக்கு எச்சரித்ததை எண்ணிப் பாருங்கள். இந்த இராஜ்யத்தில் உள்ள அவ்வளவு பேரும் சேர்ந்து தங்களை வஞ்சிக்கப் பார்க்கிறார்கள் என்று நான் சொல்லவில்லையா? இது உண்மை என்பது இப்போதாவது தங்களுக்குத் தெரிகிறதா? மந்திரவாதி சொன்னதை மட்டும் நான் நம்பிவிடவில்லை. கோடிக்கரையிலிருந்து

சிறைப்படுத்திக் கொண்டு வந்த வைத்தியர் மகனையும் அழைத்து வரச் செய்து விசாரித்தேன். அவனும் அதை உறுதிப்படுத்தினான். இளைய பிராட்டி தன் தம்பிக்கு ஓலை அனுப்பியிருப்பதாகச் சொன்னான்!' என்றாள் நந்தினி.

பழுவேட்டரையருக்குக் கண்ணைக் கட்டிக் காட்டிலே விட்டது போலிருந்தது. கந்தன் மாறனை அவர் அருவருப்புடன் பார்த்தார். அந்தச் சிறு பிள்ளையைப் பக்கத்தில் வைத்துக் கொண்டு இப்படியெல்லாம் பேசுவது அவருக்குப் பிடிக்கவில்லை. இதைக் குறிப்பினால் உணர்ந்த நந்தினி, 'நம்முடைய கதை இருக்கவே இருக்கிறது. இவருடைய பிரயாணம் ஏன் தாமதிக்க வேண்டும்!' என்று கூறிவிட்டுக் கந்தன் மாறனைப் பார்த்து 'ஐயா! காஞ்சி இளவரசரிடம் இந்த ஓலையை நேரே கொண்டு போய்க் கொடுக்கவேண்டும். கொடுத்துவிட்டு, அவர் மறு ஓலை கொடுத்தால் சர்வ ஜாக்கிரதையாக அனுப்பி வைக்க வேண்டும். தங்களுடைய கடம்பூர் மாளிகைக்கு இளவரசரை அழைப்பதற்கு மறந்துவிட வேண்டாம்!' என்றாள்.

'என் தந்தையிடம் என்ன சொல்ல? இது பழுவூர் மன்னரின் விருப்பம் என்று சொல்லலாம் அல்லவா?' கந்தன் மாறன் சற்றுத் தயக்கத்துடன் கேட்டான்.

'தாராளமாகச் சொல்லலாம். என்னுடைய விருப்பந்தான் பழுவூர் மன்னரின் விருப்பமும். நாதா! நான் சொல்வது சரிதானே!' என்றாள் நந்தினி.

'ஆமாம், ஆமாம்!' என்று பழுவேட்டரையர் தலையை அசைத்தார். அவருக்கு ஒன்றும் புரியவில்லை. தலை கிறுகிறுத்தது. நந்தினியை எதிர்த்துப் பேசவும் அவரால் இயலவில்லை.

கந்தன் மாறன் சென்ற பிறகு நந்தினி, பழுவேட்டரையர் மீது தன் காந்தக் கண்களைச் செலுத்தி, கொஞ்சும் கிளியின் குரலில், 'நாதா; என்னிடம் தங்களுடைய நம்பிக்கை குன்றிவிட்டதாகத் தோன்றுகிறது! என் மைத்துனருடைய துர்ப்போதனை ஜெயித்துவிட்டதுபோல் காண்கிறது!' என்றாள்.

'ஒருநாளுமில்லை நந்தினி! என் கையில் பிடித்த வேலிலும், அரையில் சொருகிய வாளிலும் எனக்கு நம்பிக்கை குறைந்தாலும் உன்னிடம் நம்பிக்கை குறையாது. வீர சொர்க்கத்தில் நான் நம்பிக்கை இழந்தாலும் உன் வார்த்தையில் நான் நம்பிக்கை இழக்கமாட்டேன்!' என்றார்.

'இது உண்மையானால் அந்தச் சிறு பிள்ளையை வைத்துக் கொண்டு என்னிடம் அவ்வளவு கேள்வி கேட்டீர்களே, ஏன்? எனக்கு அவமான

மாயிருந்தது!' என்று நந்தினி கூறியபோது, அவள் கண்களில் கண்ணீர் பெருகத் தொடங்கியது. பழுவேட்டரையர் துடிதுடித்துப் போனார்.

'வேண்டாம், என் கண்ணே! இப்படி என்னைத் தண்டிக்கவேண்டாம்!' என்று கூறி, நந்தினியின் கண்களில் பெருகிய கண்ணீரைத் துடைத்துச் சமாதானம் செய்தார்.

'ஆயினும் உன்னுடைய காரியங்கள் சில எனக்கு அர்த்தமாகவில்லை. என்ன, ஏது, எதற்காக என்று கேட்க எனக்கு உரிமை இல்லையா?' என்றார்.

'கேட்பதற்குத் தங்களுக்கு உரிமை உண்டு. சொல்வதற்கும் எனக்கு உரிமையுண்டு. யார் இல்லை என்றார்கள்? அன்னியர்கள் முன்னால் கேட்க வேண்டாம் என்றுதான் சொன்னேன். என்ன வேண்டுமோ இப்போது கேளுங்கள்!' என்றாள்.

'ஆதித்த கரிகாலனுக்கு நீ எதற்காக ஓலை கொடுத்து அனுப்புகிறாய்? கடம்பூர் மாளிகைக்கு எதற்காக அவனை அழைக்கச் சொல்கிறாய்? அவன் அல்லவா நம்முடைய யோசனை நிறைவேறுவதற்கு முதல் விரோதி?' என்றார் பழுவேட்டரையர்.

'இல்லை, இல்லை! ஆதித்த கரிகாலர் நம் முதலாவது விரோதி இல்லை. அந்தப் பழையாறைப் பெண் பாம்புதான் நம் முதலாவது விரோதி. அவளை எதற்காக நம் அரண்மனைக்கு நான் அழைத்தேன்? அந்தக் காரணத்துக்காகவேதான் ஆதித்த கரிகாலனைக் கடம்பூருக்கு அழைக்கச் சொல்கிறேன். நாதா! நான் அடிக்கடி சொல்லி வந்திருப்பதை இப்போது ஞாபகப்படுத்திக் கொள்ளுங்கள். இளைய பிராட்டி குந்தவை தன் மனத்திற்குள் ஏதோ ஒரு தனி யோசனை வைத்திருக்கிறாள் என்று சொல்லி வந்தேன் அல்லவா? அது என்னவென்று இப்போது கண்டு பிடித்து விட்டேன். மற்ற எல்லாரையும் விலக்கிவிட்டு, அவளுடைய இளைய சகோதரன் அருள்மொழிவர்மனைத் தஞ்சாவூர்ச் சிம்மாசனத்தில் ஏற்றி வைக்க அவள் தீர்மானித்திருக்கிறாள். அவளுடைய சூழ்ச்சிக்கு எதிர் சூழ்ச்சி செய்து அவளுடைய நோக்கம் நிறைவேறாமல் செய்ய வேண்டும். காஞ்சிக்கு நான் ஓலை அனுப்பியதன் காரணம் இப்போது தெரிகிறதல்லவா?' என்று நந்தினி கேட்டு விட்டுப் பழுவேட்டரையரைப் பார்த்த பார்வை அவருடைய நெஞ்சை ஊடுருவி, அவர் அறிவை நிலை குலையச் செய்தது.

ஒன்றும் தெரியாவிட்டாலும், 'ஆம் தெரிகிறது!' என்று குழறினார் அந்த வீரக்கிழவர்.

'நாதா! தாங்களும் தங்கள் முன்னோர்களும் புரிந்த அரும்பெரும் வீரச் செயல்களினாலேயே இன்று இந்தச் சோழ சாம்ராஜ்யம் இவ்வளவு

பல்கிப் பரவியிருக்கிறது. இந்தத் தஞ்சைபுரியின் தங்கச் சிம்மா சனத்தில் ஒரு நாளாவது தங்களை ஏற்றி வைத்துப் பார்க்கும் வரையில் இந்தப் பாவியின் கண்கள் இரவிலும், பகலிலும் தூங்கப் போவதில்லை! அதற்குள்ளே எந்த விதத்திலாவது தங்களுக்கு என் பேரில் சந்தேகம் ஏற்படும் பட்சத்தில் தங்கள் உடைவாளினால் என்னை ஒரே வெட்டாக வெட்டிக் கொன்று விடுங்கள்!' என்றாள் நந்தினி.

'என் கண்ணே! இத்தகைய கர்ண கடூரமான மொழிகளைச் சொல்லி என்னைச் சித்திரவதை செய்யாதே!' என்றார் பெரிய பழுவேட்டரையர்.

இருபத்தைந்தாம் அத்தியாயம்

மாதோட்ட மாநகரம்

நமது கதாநாயகன் வந்தியத்தேவனை நாம் விட்டுப்பிரிந்து நெடுங் காலம் ஆகிவிட்டது. தஞ்சையிலேயே அதிக நாள் தங்கி விட்டோம். சில நாள்தான் என்றாலும் நெடுங்காலமாகத் தோன்றுகிறது. இந்தச் சில நாளைக்குள் வந்தியத்தேவன் ஈழத்துக் கடற்கரையோடு நடந்து சென்று பாலாவி நதிக்கரையில் இருந்த மாதோட்ட மாநகரை அடைந்திருந்தான். இராமேசுவரக் கடலுக்கு அப்புறத்தில் ஈழ நாட்டுக் கடற்கரையில் இருந்த அம்மாநகரம், திருஞான சம்பந்தர் காலத்திலும், சுந்தரமூர்த்தியின் காலத்திலும் இருந்ததுபோலவே இப்போது பசுமையான மரங்கள் அடர்ந்த சோலைகளினால் சூழப்பட்டுக் கண்ணுக்கு இனிய காட்சி அளித்தது. மாவும், பலாவும், தென்னையும், கமுகும், கதலியும், கரும்பும் அந்தக் கரையைச் சுற்றிலும் செழித்து வளர்ந்திருந்தன. அந்த மரங்களில் வானரங்கள் ஊஞ்சலாடின. வரிவண்டுகள் பண்ணிசைத்தன; பைங்கிளிகள் மழலை பேசின.

அந்நகரின் கோட்டை மதில்களின் மேல் கடல் அலைகள் மோதிச் சலசலவென்று சப்தம் உண்டாக்கின. மாதோட்ட நகரின் துறை முகத்தின் பெரிய மரக்கலங்கள் முதலாவது சிறிய படகுகள் வரையில் நெருங்கி நின்றன. அவற்றிலிருந்து இறக்கப்பட்ட பண்டங்கள் மலை மலையாகக் குவிந்துகிடந்தன. இவையெல்லாம் சம்பந்தர் சுந்தரர் காலத்தில் இருந்தது போலவே இருந்தாலும் வேறு சில மாறுதல்கள் காணப்பட்டன. மாதோட்ட நகரின் வீதிகளில் இப்போது கேதீசுவர ஆலயத்துக்குச் செல்லும் அடியார்களின் கூட்டத்தை அதிகம் காணவில்லை. பக்தர்கள் இறைவனைப் பாடிப் பரவசமடைந்த இடங்களிலெல்லாம் இப்போது போர் வீரர்கள் காணப்பட்டனர். கத்தியும் கேடயமும், வாளும் வேலும், கையில் கொண்ட வீரர்கள் அங்குமிங்கும் திரிந்தார்கள்.

சென்ற நூறு ஆண்டுகளுக்கு அதிகமாக அந்த நகரம் ஒரு யுத்த கேந்திரஸ்தலமாக விளங்கி வந்தது. தமிழ்நாட்டிலிருந்து ஈழத்துப்

போருக்கு வந்த படைகள் பெரும்பாலும் அங்கேதான் இறங்கின. திரும்பிச் சென்ற படைகளும் அங்கேதான் கப்பல் ஏறின. நகரம் பல தடவை கைமாறிவிட்டது. சில சமயம் இலங்கை மன்னர்களிடமும், சில சமயம் பாண்டிய அரசர்களிடமும் அது இருந்தது. பராந்தக சக்கரவர்த்தியின் காலத்திலிருந்து சோழர்களின் ஆதிக்கத்தில் இருந்து வந்தது.

அத்தகைய யுத்த கேந்திர நகரத்தின் கோட்டை மதில் வாசலில் ஒரு நாள் வந்தியத்தேவன் வந்து நின்றான். நகருக்குள் போக வேண்டும் என்றான் சோழ சேநாதிபதியைப் பார்க்க வேண்டும் என்றான். காவலர்கள் அவனை உள்ளே விட மறுத்தார்கள். அதன் பேரில், முன்னர் கடம்பூரில் கையாண்ட யுக்தியை இங்கும் அவன் கையாண்டான். காவலர்களைப் பலவந்தமாகத் தள்ளிக்கொண்டு உள்ளே நுழையப் பிரயத்தனம் செய்தான். காவலர்கள் அவனைச் சிறைப் பிடித்துக் கோட்டைத் தலைவனிடம் கொண்டு போனார்கள். வந்தியத்தேவன் கோட்டைத் தலைவனிடம் இளவரசர் அருள்மொழிவர்மருக்கு முக்கியமான ஓலை கொண்டு வந்திருப்பதாகவும், அதைப்பற்றி சோழ சேநாதிபதியிடந்தான் விவரம் சொல்ல முடியும் என்று கூறினான். அவனைப் பரிசோதித்துப் பார்த்தார்கள். 'பொன்னியின் செல்வ'னுக்கு ஓர் ஓலையும், பழுவூர் பனை இலச்சினையும் அவனிடம் இருக்கக் கண்டார்கள்.

கொடும்பாளூர்ப் பெரிய வேளார் பூதி விக்கிரம கேசரி அச்சமயம் இலங்கைப் படையின் சேநாதிபதியாக இருந்தார். அவரிடம் போய்ச் சொன்னார்கள். பூதி விக்கிரம கேசரி அப்போது முதன் மந்திரி அநிருத்தப் பிரமராயருடன் பேசிக் கொண்டிருந்தார். அவருடன் இராமேசுவரம் வரையில் போவதற்கு ஆயத்தமாக இருந்தார். ஆகையால் திரும்பி வந்து விசாரிப்பதாகவும் அது வரையில் அந்த வீரனைக் காவலில் வைத்திருக்கும்படியும் சொல்லிவிட்டுப் போனார்.

பிறகு வந்தியத்தேவனை அழைத்துப்போய் ஒரு பாழடைந்த மாளிகையில் ஓர் அறையில் தள்ளிப் பூட்டினார்கள். வாசலில் காவலும் போட்டார்கள். வந்தியத்தேவன் நீண்ட வழிப்பிரயாணத்தினால் களைப்படைந்திருந்தான் ஆகையால், தன்னைச் சிறைப்படுத்தியது குறித்து அவன் மகிழ்ந்தான். இரண்டொரு நாள் அலைச்சல் இன்றி ஓய்வு பெறலாம் அல்லவா? முதல்நாள் அவனுக்கு அத்தகைய ஓய்வு கிடைத்தது. ஆனால் இரண்டாம் நாள் ஒரு தொல்லை ஏற்பட்டது.

அவன் இருந்த அறைக்கு அடுத்த அறையில் ஏதேதோ விசித்திரமான சப்தங்கள் கேட்கத் தொடங்கின. யாரோ ஒருவன் இன்னொருவனை அதட்டி மிரட்டினான். அவனுடைய வீரப் பேச்சுகள் பிரமாதமாயிருந்தன.

'இந்தா!'. 'சீச்சீ!', 'போ போ!', 'கிட்ட வராதே!' 'அருகில் வந்தாயோ கொன்று விடுவேன்!', 'அடித்து நொறுக்கிவிடுவேன்!' 'ஜாக்கிரதை!', 'உன் உயிர் உன்னுடையதல்ல!', 'யமலோகத்துக்கு அனுப்பி விடுவேன்!', 'ஒரே உதையில் உன் உயிர் போய்விடும்!' என்று இப்படி யெல்லாம் அடுத்த அறையில் ஒருவன் இரைந்து கொண்டிருந்தான். யாரைப் பார்த்து இப்படி அவன் வீர வாதமிடுகிறான் என்று தெரிய வில்லை. ஒரே குரல்தான் கேட்டதே தவிர, அதற்கு எதிர்க்குரல் கேட்கவில்லை. ஒருவேளை யாராவது பைத்தியம் பிடித்த போர் வீரனாயிருக்குமோ என்ற சந்தேகம் ஏற்பட்டது. அப்படியென்றால், இரவெல்லாம் தூக்கமில்லாமல் செய்துவிடுவானே? கொஞ்சம் நிம்மதியாகத் தூங்கலாம் என்றால் அதற்கும் இடையூறு நேர்ந்து விட்டதே...!

'சொன்னால் கேட்கமாட்டாயா? சும்மா போகமாட்டாயா சரி, சரி! உன்னை என்ன செய்கிறேன், பார்!' இந்த வார்த்தைகளுக்குப் பிறகு தொப்பென்று அவனுடைய அறையில் வந்து ஏதோ விழுந்தது. படுத்திருந்த வந்தியத்தேவன் தூக்கிவாரிப்போட்டு எழுந்தான். விழுந்தது என்னவென்று உற்றுப் பார்த்தான். உடனே அவனை யறியாமல் சிரிப்பு வந்தது. கலகலவென்று சிரித்தான். ஏனெனில், அடுத்த அறையிலிருந்து அப்படி வேகமாக வந்து விழுந்தது ஒரு பூனை என்று தெரிந்தது!

'ஓஹோ! உனக்குச் சிரிக்க வேறே தெரியுமா? சிரி! சிரி! மறுபடியும் இங்கே மட்டும் வராதே!' என்று அந்தக் குரல் சொல்லியது.

யாரோ பைத்தியக்காரன் என்பதில் சந்தேகமில்லை. இல்லாவிட்டால் பூனையுடன் இவ்வளவு வாதமிடுவானா? அல்லது பூனை மனிதரைப் போல் சிரிக்கும் என்றுதான் எண்ணுவானா? ஆனால் அதிலும் ஓர் அதிசயம் என்னவென்றால் அப்படியெல்லாம் பேசிய குரல் அவனுக்குத் தெரிந்த குரலோ என்ற சந்தேகம் உண்டாயிற்று. எங்கேயோ, எப்போதோ கேட்ட குரலாகத் தோன்றியது. ஆனால் யாருடைய குரல்? எங்கே கேட்ட குரல்? - நினைத்து நினைத்துப் பார்த்தும் ஞாபகம் வரவில்லை!

எப்படியாவது இருக்கட்டும், யாராவது இருக்கட்டும் என்று எண்ணி வந்தியத்தேவன் படுத்துக் கொண்டான். கண்ணைமூடித் தூங்கப் பார்த்தான். ஆனால் தூங்க முடியவில்லை. சற்று நேரத்தில் அவனுடைய உள்ளங்கால்களில் ஏதோ வழவழவென்று தட்டுப்பட்டது. கண்ணைத் திறந்து பார்த்தால் பூனை அங்கே படுத்திருந்தது. அடக் கடவுளே! இதைக் கால் மாட்டில் வைத்துக் கொண்டு எப்படித் தூங்குவது? உதைத்துத் தள்ளினான். பூனை நகர்ந்து சென்றது. கண்ணை மூடினான்;

மறுபடி அவன் பக்கத்தில் கையில் ஏதோ மிருதுவாகத் தட்டுப்பட்டது. கண்ணைத் திறந்து பார்த்தால் பூனை அவன் பக்கத்தில் வந்து படுத்துக் கொண்டு செல்லம் கொஞ்சிக் கொண்டிருந்தது!

மறுபடியும் கையினால் பிடித்துத் தள்ளினான். பூனை தூரச் சென்றது. மீண்டும் கண்ணை மூடினான். தலைமாட்டில் வந்து பூனை படுத்துக் கொண்டு வாலினால் அவனுடைய நெற்றியைத் தடவத் தொடங்கியது.

வாளையும் வேலையும் அச்சமின்றித் தாங்கக்கூடிய அவ்வீரனுக்குப் பூனை தன் வாலினால் தடவும் அனுபவத்தைத் தாங்க முடியவில்லை. எழுந்து, பூனையை அதன் கழுத்தைப் பிடித்துத் தூக்கினான். அவனுடைய அறைக்கும் அடுத்த அறைக்கும் மத்தியில் இருந்த சுவரின் உச்சியில் கொஞ்சம் இடிந்து பொக்கை விழுந்திருந்தது. அதன் வழியாகப் பூனையைத் தூக்கி எறிந்தான்.

அடுத்த அறையில் சிறிது நேரம் ஒரே ரகளையாயிருந்தது. மனிதக் குரலின் கூப்பாட்டுடன் பூனையின் கரமுரா சத்தமும் சேர்ந்து கொண்டது. சற்று நேரத்துக்குப் பிறகு ‘போ! தொலை!’ என்ற குரல் கேட்டது. பூனையின் ‘மியாவ் மியாவ்’ சத்தம் கொஞ்ச தூரம் வரையில் சென்று மறைந்தது. பிறகு நிசப்தம் நிலவியது.

வந்தியத்தேவன் கண்ணயர்ந்தான். அரைத்தூக்க நிலையில் ஒரு கனவு கண்டான். மிக இன்பமான கனவு. இளைய பிராட்டி குந்தவை அவன் அருகில் வந்து உட்கார்ந்து அவன் நெற்றியைத் தடவிக் கொடுத்தாள், ஆகா! பூனையின் வாலுக்கும் இளவரசியின் கைவிரலுக்கும் எத்தனை வித்தியாசம்! சட்டென்று மறுபடி விழிப்பு வந்தது. கனவு கலைந்து விட்டதே என்று வருத்தமாயிருந்தது. அடுத்த அறையிலிருந்து யாரோ சுவரைத் தட்டினார்கள் அந்தப் பைத்தியமாகத்தான் இருக்க வேண்டும்.

‘யார் அங்கே? பூனையை எடுத்து எறிந்தது யார்?’ வந்தியத்தேவன் மறுமொழி சொல்லவில்லை. மௌனமாயிருந்தான். ஆ! இது என்ன, பூனை பிறாண்டுவது போன்ற சப்தம் மறுபடியும்? இல்லை, இல்லை! யாரோ அப்புறத்தில் சுவரில் ஏறுவதற்கு முயல்கிறார்கள்! வந்தியத் தேவன் எழுந்திருக்கவில்லை. படுத்தபடியே கவனமாய்க் காது கொடுத்துக் கேட்டுக் கொண்டிருந்தான். ஆனால் முன் ஜாக்கிரதை யாகக் கை மட்டும் கத்திபிடியில் இருந்தது.

சுவரின் உச்சியிலிருந்த பொக்கையில் முதலில் இரு கைகள் தெரிந்தன. பிறகு ஒரு முண்டாசு தெரிந்தது. முண்டாசுக்கடியில் ஒரு முகம் மேலே வந்து குனிந்து பார்த்தது. ஆ! இவன் ஆழ்வார்க்கடியான் அல்லவா? தலைப்பாகை கட்டியிருப்பதால் தோற்றத்தில் சிறிது மாறியிருக் கிறான்! ஆனால் ஆழ்வார்க்கடியான் என்பதில் சந்தேகமில்லை.

இவன் எதற்காக, எப்படி இங்கே வந்தான்? நாம் இருப்பது தெரிந்து தான் வந்திருக்கவேண்டும்! உதவி செய்ய வந்திருக்கிறானா? அல்லது இடையூறு செய்ய வந்திருக்கிறானா? வந்தியத்தேவன் எழுந்து உட்கார்ந்து, 'ஓ வீர வைஷ்ணவரே! வருக! வருக! சிவபுண்ணிய ஸ்தலமாகிய திருக்கேதீசுவரத்துக்கு வருக! வருக!' என்றான். .

'தம்பி! நீதானா? நினைத்தேன்! வேறு யார் இவ்வளவு அமுக்குப் பிள்ளையாராகக் குரல் காட்டாமல் உட்கார்ந்திருக்க முடியும்?' என்று ஆழ்வார்க்கடியான் சொல்லிக்கொண்டு அறையில் குதித்தான்.

இருபத்தாறாம் அத்தியாயம்

இரத்தம் கேட்ட கத்தி

அந்த வீர வைஷ்ணவர் எப்படி அங்கு வந்து சேர்ந்தார் எதற்காக வந்திருக்கிறார் என்பதைப்பற்றி வந்தியத்தேவனுடைய உள்ளம் கலக்கமடைந்திருந்தது. ஆயினும் அதை அவன் வெளியில் காட்டிக் கொள்ளவில்லை. 'என்ன வேடிக்கையைச் சொல்வது? சற்று முன்னால்தான் உங்களைப் பற்றி நினைத்துக்கொண்டேன். நிமிர்ந்து பார்த்தால் தாங்கள் சுவரேறிக் குதித்து வருகிறீர்கள்.' கொடுக்கிற தெய்வம் கூரையைப் பொத்துக்கொண்டு கொடுக்கும்' என்று சொல்கிறார்களே, அது சரிதான்!' என்றான்.

'அப்பனே! சற்று முன்னால் என்னைப் பற்றி நினைத்தாயா? எதற்காக? இந்த நரமனுஷனைப் பற்றி நீ ஏன் நினைக்க வேண்டும் சாக்ஷாத் இராமபிரானைப் பற்றி நினைத்தாலும் பயன் உண்டு...'

'தங்கள் வாய்க்குச் சர்க்கரைதான் போடவேண்டும். முதலில் நான் இராமபிரானைப் பற்றித்தான் நினைத்தேன். இங்கே வரும்போது கடலில் அக்கரையில் இராமேசுவரக் கோபுரம் தெரிந்தது. இராமர் அங்கேதானே சிவனைப் பூஜை செய்து இராவணனைக் கொன்ற பாவத்தைப் போக்கிக் கொண்டார் என்று எண்ணினேன்...'

'நில்லு, தம்பி! நில்லு!'

'நிற்க முடியாது, சுவாமிகளே! என்னால் நிற்கமுடியாது. நடந்து நடந்து, நின்று நின்று, என் கால்கள் கெஞ்சுகின்றன. தாங்களும் கருணைபுரிந்து உட்காருங்கள். அப்புறம் இராமரைப் பற்றி நினைத் தேனா? உடனே இராம பக்தனாகிய அனுமாரைப் பற்றி நினைவு வந்தது. அனுமாரைப் பற்றி எண்ணியதும் தங்கள் நினைவு வந்தது. உடனே பார்த்தால், தாங்களே வந்து விட்டீர்கள். சுவரேறிக் குதித்து மட்டும் வந்தீர்களா, அல்லது அனுமாரைப்போல் கடலையே தாண்டிக் குதித்து வந்தீர்களா?'

‘தம்பி மகா பக்த சிரோன்மணியான அனுமார் எங்கே? அடியேன் எங்கே? அனுமார் இந்த இலங்கைக்கு வந்து அக்ஷய குமாரன் முதலிய இராட்சதர்களை அதாஹதம் செய்தார். என்னால் கேவலம் ஒரு பூனைக்கு வழிசொல்ல முடியவில்லை. இதோ பார்! எப்படி ஒரு பூனை என் கால்களைப் பிறாண்டி இரத்தக் காயம் செய்துவிட்டது!’ என்று ஆழ்வார்க்கடியான் தன் கால்களில் ஏற்பட்டிருந்த காயங்களைச் சுட்டிக் காட்டினான்.

‘அடடா! இப்படியா நேர்ந்துவிட்டது? ஆனால் கேவலம் ஒரு பூனையோடு தாங்கள் சண்டைக்குப் போன காரணம் என்ன...?’

‘நான் சண்டைக்குப் போகவில்லை. அதுவேதான் என்னுடன் வலுச்சண்டைக்கு வந்தது...’

‘அது எப்படி சுவாமிகளே!’

‘உன்னைத் தேடிக்கொண்டு நான் வந்தேன். வாசற் காவலர்களை ஏமாற்றி கொல்லைப்புறச் சுவர் வழியாக ஏறிக் குதித்தேன். கீழே நான் கால்வைக்கிற இடத்தில் வேண்டுமென்று அந்தப் பூனை தன் வாலை நீட்டிக் கொண்டிருந்தது. என் கால் அதன் வாலை அப்படி இலேசாகத் தான் தொட்டது. இருந்தாலும் அந்தப் பொல்லாத பூனை தன் கால் நகங்களினால் என்னைத் தாக்கத் தொடங்கிவிட்டது. தம்பி! நான் சொல்வதைக் கேள்! புலியோடு சண்டை போட்டாலும் போடலாம்; ஆனையோடு சண்டை போட்டாலும் போடலாம்; பூனையோடு மட்டும் சண்டை போடக்கூடாது!’

‘சுவாமிகளே! அந்த இரகசியம் எனக்கு இப்போது தெரிந்து போய்விட்டது...’

‘எந்த இரகசியம்?’

‘அந்தப் பூனை இங்கே என் அறைக்கும் வந்தது. என் நெற்றியில் வாலினால் தடவிக் கொடுத்தது. என்னோடு கொஞ்சி விளையாடியது. என்னை நகத்தினால் பிறாண்டவில்லை. உம்மை மட்டும் தாக்கிப் பிறாண்டியது! அதற்குக் காரணம் என்ன? வைஷ்ணவர்களைக் கண்டால் பிடிக்காத வீர சைவப் பூனை அது!...

‘ஓகோ! அப்படியோ? இந்த யோசனை எனக்குத் தோன்றாமல் போயிற்றே? வீர சைவப் பூனை என்று தெரிந்திருந்தால் தடியினால் நாலு திருச்சாத்துச் சாத்தியிருப்பேனே?’

‘உம் கையில் தடி இல்லாததே நல்லது. ஏனென்றால், இந்த க்ஷேத்திரத்துக்கு வந்ததிலிருந்து என் உடம்பிலே கூட வீர சைவ

இரத்தம் கொதிக்கத் தொடங்கியிருக்கிறது. என் உறையிலுள்ள கத்தி 'வீர வைஷ்ணவ இரத்தம் வேண்டும்' என்று அழுகிறது. நீர் எனக்குச் செய்த பேருதவியை நினைத்து அதை அடக்கி வைத்திருக்கிறேன்!'

'அப்பனே! உனக்கு நான் ஓர் உதவியும் செய்யவில்லையே!'

'வைஷ்ணவரே! தங்கள் சகோதரியாகிய பழுவூர் இளைய ராணியைப் பற்றி எனக்கு நீர் சொல்லவில்லையா?'

'ஆமாம்; சொன்னேன்.'

'பழுவூர் இளைய ராணி கடம்பூருக்கு அருகில் மூடு பல்லக்கில் போன போது, திரை விலகியதே, அப்போது அந்தத் தேவியை நீர் எனக்குச் சுட்டிக் காட்டவில்லையா?'

'ஆம், ஆம். அதனால் என்ன?'

'சொல்லுகிறேன். அதே பல்லக்கு தஞ்சைக் கோட்டைக்கருகில் சென்று கொண்டிருந்தபோது நான் பார்த்தேன். பல்லக்கு சுமப்பவர்கள் வேண்டுமென்று வந்து என் குதிரையின் மேல் இடித்தார்கள். நான் நியாயம் கோருவதற்காகப் பல்லக்கின் திரையை விலக்கிப் பார்த்தேன்...'

'உள்ளே இருந்தது யார்?'

'பழுவூர் இளைய ராணி சாக்ஷாத் நந்தினி தேவிதான்!'

'ஓஹோ! நீ அதிர்ஷ்டசாலி. நான் ஆனமட்டும் முயன்றும் நந்தினியைப் பார்க்க முடியவில்லை. உனக்கு அது கைகூடிவிட்டதே!'

'அதிர்ஷ்டம் வரும்போது அப்படித்தான் தானாகவே வரும்!'

'அப்புறம்?'

'நான் தங்கள் பெயரைச் சொன்னேன். தேவிக்கு முக்கியமான செய்தி தாங்கள் சொல்லி அனுப்பியதாகக் கூறினேன்...'

'நானும் பார்த்தாலும் பார்த்தேன். உன்னைப் போல் கூசாமல் பொய் சொல்லுகிறவனை இந்தப் பிரபஞ்சத்தில் எங்கும் பார்த்ததே கிடையாது...'

'வைஷ்ணவரே! என் மூதாதைகளுக்குக் கவிஞர்களின் பேரில் மிக்க பிரியம். அவர்களே கவிதைகளும் பாடியிருக்கிறார்கள்...'

'அதனால் என்ன?'

'கவி பரம்பரை இரத்தம் என் உடம்பிலும் ஓடுகிறது. அதனால் சில சமயம் கற்பனை பொங்கி வருகிறது. உம்மைப் போன்ற பாமரர்கள் அதைப் பொய் என்று சொல்லுவார்கள்...'

'நல்லது; அப்புறம் என்ன நடந்தது?'

'என் கற்பனையைக் கேட்டு வியந்து நந்தினி தேவி பழுவூர் முத்திரை மோதிரத்தைக் கொடுத்தார். அரண்மனையில் வந்து பார்க்கச் சொன்னார்.'

'போய்ப் பார்த்தாயா?'

'பின்னே, பார்க்காமலிருப்பேனா? உடனே போய்ப் பார்த்தேன். என் வீரதீரபராக்கிரமங்களைப் பற்றி நானே சொல்லித் தெரிந்து கொண்ட நந்தினி தேவி, எனக்கு ஒரு முக்கியமான வேலை கொடுத்தார்.'

'அது என்ன வேலை?'

'இந்த இலங்கையில் மதுரை பாண்டியவம்சத்து மணிமகுடமும் இந்திரமாலையும் இருக்கின்றனவாம். இலங்கை அரச குடும்பத்தார் மலைநாட்டில் ஒளித்து வைத்திருக்கிறார்களாம். அந்த, நகைகளை எப்படியாவது தேடிக் கொண்டுவந்துவிடு!' என்று சொல்லி அனுப்பினார். அது இவ்வளவு கஷ்டமான வேலை என்று எனக்குத் தெரியாமல் போயிற்று...'

'பெரிய பழுவேட்டரையரின் பொக்கிஷத்தில் உள்ள ஆபரணங்கள் ஆயிரம் கழுதைப் பொதி கனமிருக்கும் என்கிறார்கள். அவ்வளவும் இளைய ராணிக்குப் போதவில்லையாக்கும். சரி கொண்டுவந்தால் உனக்கு என்ன தருவதாகச் சொன்னாள்?'

'தஞ்சைக் கோட்டைக் காவலைச் சின்னப் பழுவேட்டரை யரிடமிருந்து பிடுங்கி எனக்குத் தந்து விடுவதாகச் சொன்னார்.'

'தம்பி! தம்பி! தஞ்சைக் கோட்டைக் காவல் உனக்குக் கிடைத்தால், தட்டுத் தடங்கலில்லாமல் நான் கோட்டைக்குள் வரலாம் அல்லவா?'

'அழகாய்த் தானிருக்கிறது. எனக்குத் தஞ்சைக் கோட்டைக் காவல் கிடைக்கிற வழி என்ன? நான்தான் இந்த ஊரில் வந்து இப்படி அகப்பட்டுக் கொண்டேனே?' என்று வந்தியத்தேவன் மிகவும் சோகமான குரலில் கூறினான்.

'ஏன் அகப்பட்டுக் கொண்டாய்? எதற்காக உன்னைச் சிறைப் படுத்தி யிருக்கிறார்கள், தெரியுமா?' என்று ஆழ்வார்க்கடியான் கேட்டான்.

'பழுவூர் ராணி கொடுத்த முத்திரை மோதிரத்தை என்னுடன் கொண்டு வந்தேன். இங்கேயும் அதற்குச் செல்வாக்கு இருக்கும் என்று எண்ணினேன். அதுதான் தவறாய்ப் போயிற்று?'

'அது தவறுதான், தம்பி, பெரிய தவறு! இங்கே சேநாதிபதி கொடும்பாளூர்ப் பெரிய வேளார் அல்லவா? பழுவூர் வம்சத்துக்கும்

கொடும்பாளூர் வம்சத்துக்கும் பெரும்பகை என்பது உனக்குத் தெரியாதா?'

'தெரியாமல் வந்துதான் அகப்பட்டுக் கொண்டேன். என்ன செய்கிற தென்று தெரியவில்லை...'

'தம்பி! நீ கவலைப்பட வேண்டாம்!'

'கவலைப்படாமல்...'

'உன்னை விடுதலை செய்வதற்காகவே நான் இங்கு வந்திருக் கிறேன்...'

'ஓகோ!'

'உன்னை ஒரு சமயம் ஓர் உதவி கேட்டேன்; நீ மறுத்து விட்டாய். ஆயினும் நான் உனக்கு உதவி செய்ய வந்தேன். என்னுடன் எழுந்து வா! இந்தக் கணமே இச்சிறையிலிருந்து தப்பிவிடலாம்!'

'வைஷ்ணவரே! தாங்கள் சீக்கிரமே இங்கிருந்து போய்விடுங்கள்!'

'ஏன், அப்பனே!'

'என் உறையிலுள்ள கத்தி அதிகமாகப் புலம்பத் தொடங்கியிருக்கிறது. ஒரு 'வீர வைஷ்ணவனுடைய இரத்தம் வேண்டும் என்று கேட்கிறது.'

'கேட்டால் கேட்கட்டுமே! என் உடம்பில் வேண்டிய இரத்தம் இருக்கிறது. உன் கத்திக்குத் தேவையானால் கொஞ்சம் சாப்பிட்டு விட்டுப் போகட்டும். நீ எழுந்து என்னுடன் வா!'

'இல்லை, நான் வர முடியாது!'

'காரணம் என்ன?'

'கண்ணைச் சுற்றிக்கொண்டு எனக்குத் தூக்கம் வருகிறது. எத்தனையோ நாளாக இரவில் நான் தூங்கவில்லை. இன்றைக்கு நன்றாய்த் தூங்குவது என்று தீர்மானித்திருக்கிறேன். அதனால்தான் பூனையைக் கூடத் தூக்கி எறிந்தேன்.'

'தம்பி! இது என்ன இப்படிச் சொல்லுகிறாய்? இளைய பிராட்டி குந்தவை தேவியிடம் நீ ஒப்புக்கொண்ட காரியத்தை இப்படித்தானா நிறைவேற்றப் போகிறாய்? இந்த ஓலையைப் 'பொன்னியின் செல்வன்' கையில் சேர்ப்பிக்கும் வரையில் இரவென்றும் பகலென்றும் பார்க்காமல் பிரயாணம் செய்வேனென்று நீ ஒப்புக்கொள்ள வில்லையா!'... இவ்விதம் சொல்லி ஆழ்வார்க்கடியான் தன்னுடைய மடியிலிருந்து ஓலையை எடுத்து வந்தியத்தேவனிடம் கொடுத்தான்.

அதை ஆர்வத்துடன் வந்தியத்தேவன் வாங்கிக் கொண்டான். இது வரையில் ஆழ்வார்க்கடியான் தன் வாயைப் பிடுங்கி வஞ்சித்து ஏமாற்றப் பார்க்கிறான் என்றே அவன் எண்ணியிருந்தான். இப்போது அந்த எண்ணம் மாறியது.

'இந்த ஓலை தங்களிடம் எப்படி வந்தது?' என்று கேட்டான்.

'சேநாதிபதி விக்கிரமகேசரிதான் கொடுத்தார். இதோ இந்தப் பழுவூர் பனை இலச்சினையையும் திருப்பிக் கொடுக்கச் சொன்னார். உனக்கு எப்போது இஷ்டமோ அப்போது பிரயாணம் புறப்படலாம் என்று சொன்னார்.'

'வைஷ்ணவரே! தங்களுக்கு என் மனமார்ந்த நன்றி'

'நன்றியையெல்லாம் சேர்த்து வைத்துக்கொள். சமயம் வரும்போது கொடுக்கலாம்.'

'ஐயா! இளவரசர் தற்சமயம் எங்கே இருக்கிறார் என்று தெரியுமா?'

'அது யாருக்கும் தெரியாது. அநுராதபுரத்திலிருந்து மலை நாட்டுக்குச் சென்றிருக்கிறார். தேடிக் கண்டுபிடித்தேயாக வேண்டும். உன்னோடு வழிகாட்டிப் போகும்படி சேநாதிபதி எனக்குக் கட்டளையிட்டிருக் கிறார். நீ விரும்பினால் வருகிறேன்.'

வந்தியத்தேவனுக்கு மீண்டும் சிறிது சந்தேகம் உண்டாயிற்று. 'சுவாமிகளே! புறப்படுவதற்கு முன்பு சேநாதிபதியை நான் பார்க்கலாமா?' என்று கேட்டான்.

'அவசியம் பார்க்கலாம், பார்த்துவிட்டுத்தான் பிரயாணம் கிளம்ப வேண்டும். வானதி தேவியைப் பற்றிச் சேநாதிபதியிடம் தெரிவியாமல் போகலாமா! என்றான் ஆழ்வார்க்கடியான்.

இதைக் கேட்ட வந்தியத்தேவன் இந்த வீர வைஷ்ணவனுக்கு உண்மையிலேயே மந்திர வித்தை கை வந்திருக்குமோ என்று வியப்படைந்தான்.

காட்டுப் பாதை

கொடும்பாளூர்ப் பெரிய வேளராகிய சேநாதிபதி பூதி விக்கிரம கேசரி வயது முதிர்ந்த அநுபவசாலி; பல போர்க்களங்களில் பழந்தின்று கொட்டையும் போட்டவர். சோழ குலத்தாருடன் நெருங்கிய நட்பும் உறவும் பூண்டவர். அவருடைய சகோதரராகிய கொடும்பாளூர்ச் சிறிய வேளார் சில ஆண்டுகளுக்கு முன்னால் இலங்கைப் போர்க்களத்தில் வீர சொர்க்கம் அடைந்தார். அவருடன் சென்ற சைன்யமும் தோல்வி யடைந்து திரும்ப நேர்ந்தது. அந்தப் பழியைத் துடைத்துக் கொடும் பாளூரின் வீரப் பிரதாபத்தை மீண்டும் நிலைநாட்டுவதில் அவர் பெரிதும் ஆத்திரம் கொண்டிருந்தார். ஆகையாலேயே சற்று வயதான வராயிருந்தும் இலங்கைப் படைக்குத் தலைமை வகித்து அங்கு வந்திருந்தார்.

இலங்கைப் போரை நன்கு நடத்த முடியாமல் பழுவேட்டரையர் களால் விளைந்த இடையூறுகளைப் பற்றி முன்னமே பார்த்தோ மல்லவா? நெடுங்காலமாக அந்த இரண்டு சிற்றரசர் குலத்துக்கும் ஏற்பட்டிருந்த போட்டியும் பகைமையும் இதனால் இப்போது அதிகமாய் வளர்ந்திருந்தன. எனவே, பழுவூர் முத்திரையிட்ட இலச்சினையுடன் அகப்பட்டுக் கொண்ட வந்தியத்தேவன் பாடு சேநாதிபதி பெரிய வேளாரிடம் கஷ்டமாகத்தான் போயிருக்கும். அதிர்ஷ்டவசமாக அநிருத்தப் பிரமராயரிடம் இதைப்பற்றி அவர் பிரஸ்தாபிக்க நேர்ந்தது. வந்தியத்தேவனைப் பற்றிய உண்மையை ஆழ்வார்க்கடியானிட மிருந்து தெரிந்து கொண்ட அநிருத்தர் அவனையே சேநாதிபதி பூதி விக்கிரம கேசரியிடம் சென்று உண்மையைத் தெரியப்படுத்தும்படி அவசரமாக அனுப்பி வைத்திருந்தார்.

வாணர் குலத்து வீரகுமாரனை மேலும் கீழும் உற்றுப் பார்த்த சேநாதிபதி பூதி விக்கிரம கேசரிக்கு அவனிடம் நல்ல அபிப்பிராயம் உண்டாகியிருக்க வேண்டும். அன்பான குரலில், 'தம்பி! உன்னை

இங்கே சரியாகக் கவனித்துக்கொண்டார்களா? தங்குவதற்கு இடம், உணவு எல்லாம் சரிவரக் கிடைத்ததா?' என்று கேட்டார்.

'ஆம் சேநாதிபதி! ஒரு குறைவும் இல்லாமல் பார்த்துக் கொண்டார்கள். கூறிய ஏவலைச் செய்வதற்கு வாசலில் ஐந்தாறு சேவகர்கள் எப்போதும் காத்திருந்தார்கள், தங்குவதற்கு இடம் தாராளமாய்க் கிடைத்தது. இராபோஜனத்துக்கு ஒரு பூனையை அனுப்பி வைத்தார்கள். அதை நான் சாப்பிட எண்ணியிருக் கையில் இந்த வீர வைஷ்ணவரைக் கண்டதும் கோபம் வந்துவிட்டது. இவரை நகத்தினால் பிறாண்டி விட்டு அது ஓடிவிட்டது!' என்றான்.

சேநாதிபதி 'ஓகோ! இந்தப் பிள்ளை ரொம்ப வேடிக்கைக்காரப் பையனாயிருக்கிறான்! திருமலை! இவன் சொல்வது உண்மையா?' என்று கேட்டார்.

'சேநாதிபதி! இவன் முன்னோர்கள் கவிஞர்களாம். ஆகையால் இவனிடமும் கற்பனா சக்தி அதிகம் இருக்கிறது. மற்றபடி இவன் சொல்வது உண்மைதான். இவனை நான் பார்க்கப்போன இடத்தில் ஒரு பூனை என் கை கால்களைப் பிறாண்டி விட்டது!' என்றான் ஆழ்வார்க்கடியான்.

அவனுடைய உடம்பில் ஏற்பட்டிருந்த இரத்தக் காயங்களைப் பார்த்துச் சேநாதிபதி பூதி விக்கிரம கேசரி விழுந்து விழுந்து சிரித்தார். 'ஒரு பூனையா உன்னை இந்தப் பாடு படுத்திவிட்டது! நல்லவேளை! காட்டுப் பாதையில் போவதற்கு இந்த வீரன் உனக்கு வழித்துணை யாகக் கிடைத்திருக்கிறான்...'

'சேநாதிபதி! எனக்கு வழித்துணை தேவையில்லை. என்னுடைய கைத்தடியே போதுமானது. அதை எடுத்துக் கொள்ளாமல் நான் இவனைப் பார்க்கப் போனதுதான் பிசகாய்ப் போய்விட்டது...'

'அப்படியானால் இவனுக்கு நீ வழித்துணையாக இரு! புறப்படுவதற்கு முன்னால் இவனுக்குச் சரியாகச் சாப்பாடு பண்ணி வைத்துவிட்டு அப்புறம் கிளம்பு! தம்பி! இப்போது இலங்கையில் சாப்பாட்டு வசதி கொஞ்சம் குறைவு. இங்கேயுள்ள ஏரி குளங்களையெல்லாம் மகிந்தனுடைய சேனா வீரர்கள் கரையை உடைத்துவிட்டுப் போய் விட்டார்கள். அதனால் விவசாயம் சரியாக நடப்பதில்லை. விவசாயம் செய்வதற்கு ஆட்களும் இல்லை. இந்த நாட்டு மக்களே பட்டினி கிடக்கிறார்கள். நம் வீரர்களுக்கு எப்படி உணவு கிடைக்கும்? நம்முடைய நாட்டிலிருந்தும் அரிசி போதிய அளவு அனுப்பி வைப்பதில்லை...'

'சேநாதிபதி! அது எனக்குத் தெரிந்த விஷயந்தான். பழையாறை வீரப் படைவீடுகளின் வழியாக இளைய பிராட்டி சென்றபோது பெண்டுகள் அவரிடம் முறையிட்டதைக் கேட்டுக் கொண்டிருந்தேன். 'இலங்கையில் எங்கள் கணவன் மார்களும் பிள்ளைகளும் பட்டினி கிடக்கிறார் களாமே!' என்று முறையிட்டார்கள்...'

'ஓகோ! இது அங்கேயும் தெரிந்து முறையிட்டார்களோ? நல்லது, நல்லது! அதற்கு இளைய பிராட்டி என்ன மறுமொழி சொன்னார்கள்?'

'சேநாதிபதி பெரிய வேளார் இலங்கையில் இருக்கும் வரையில் நம் வீரர்களைப் பட்டினியால் சாகவிட மாட்டார்; நீங்கள் கவலைப்பட வேண்டாம் என்று ஆறுதல் சொன்னார்...'

'ஆகா! இளைய பிராட்டி அவ்விதம் சொன்னாரா? உலகத்தில் எத்தனையோ இராஜ குலங்களில் எவ்வளவோ புகழ் பெற்ற கன்னிகைகள் பிறந்ததுண்டு. ஆனால் எங்கள் இளைய பிராட்டிக்கு இணையானவர் வேறு யாரும் இல்லை...'

'அடுத்தபடியாகச் சொல்லக் கூடிய இளவரசி ஒருவர் உண்டு, சேநாதிபதி!'

'அது யார், தம்பி?'

'கொடும்பாளூர் இளவரசி வானதி தேவிதான்!'

'ஆகா! இந்தப் பிள்ளை ரொம்பப் பொல்லாதவன். இவனுடைய கற்பனா சக்தி என்னையே மயக்கிவிடும் போலிருக்கிறது. தம்பி! பழையாறையில் எங்கள் குலவிளக்கை நீ பார்த்தாயா?'

'பார்த்தேன், ஐயா! இளைய பிராட்டியுடன் இணை பிரியாமல் இருந்து வருகிறவரை எப்படிப் பார்க்காமல் இருக்கமுடியும்? வைத்தியர் வீட்டிலிருந்து வழி அனுப்ப இரண்டு பேருமாகத் தான் யானைமீது ஏறி வந்தார்கள். தீபத்தை ஒளியும், மலரை மணமும், உடம்பை நிழலும் பிரியாததுபோல் வானதி தேவியும் இளைய பிராட்டியைப் பிரிவது கிடையாது...'

'அடேடே! இந்தப் பிள்ளை வெகு புத்திசாலி! திருமலை! இவனை நம் பொக்கிஷ சாலைக்கு அழைத்துச் சென்று வேண்டிய ஆடை ஆபரணங் களைக் கொடுத்து அழைத்துப் போ!'

'ஐயா! எல்லாம் தற்சமயம் பொக்கிஷத்திலேயே இருக்கட்டும், திரும்பிப் போகும்போது நான் வாங்கிக்கொண்டு போகிறேன்.'

'தம்பி! எங்கள் வீட்டுப் பெண்ணைப்பற்றி, வானதியைப்பற்றி, - இளைய பிராட்டி எனக்குச் செய்தி ஒன்றும் அனுப்பவில்லையா-?'

'சேநாதிபதி! தங்களிடம் நான் பொய் சொல்ல விரும்பவில்லை.'

'யாரிடமும் எப்பொழுதும் பொய் சொல்ல வேண்டாம், தம்பி!'

'இந்த வீர வைஷ்ணவர் விஷயத்தில் மட்டும் தயவு செய்து விலக்கு அளிக்க வேண்டும். சேநாதிபதி; இவரிடம் உண்மை சொன்னால் என் தலை வெடித்துப் போய்விடும்...'

'வேண்டாம், வேண்டாம்!... இளைய பிராட்டி எனக்கு ஒன்றும் செய்தி அனுப்பவில்லையாக்கும்!'

'தங்களுக்குச் செய்தி அனுப்பவில்லை. ஆனால்...'

'ஆனால், என்ன?'

'யாருக்கு அனுப்ப வேண்டுமோ அவருக்கு அனுப்பியிருக் கிறார்கள். வானதி தேவியைப் பற்றி இளவரசரிடம் நேரில் சில செய்திகளைச் சொல்லும்படி பணித்திருக்கிறார்கள்...'

'உன்னைப் போன்ற புத்திசாலிப் பிள்ளையை நான் பார்த்ததே யில்லை!' என்று கூறிச் சேநாதிபதி பெரிய வேளார் வந்தியத்தேவனை மார்போடு அணைத்துக்கொண்டார். பின்னர், 'சரி; இனி வீண் பொழுது போக்க வேண்டாம்; புறப்படுங்கள்!' என்று சொன்னார்.

'ஐயா! இந்த வீர வைஷ்ணவர் என்னோடு அவசியம் வரத்தான் வேணுமா? இவர் இல்லாமல் நான் தனியே போகக் கூடாதா?'

'இவர் வருவதில் உனக்கு என்ன ஆட்சேபம்?'

'எனக்கு ஆட்சேபம் இல்லை. என் இடையில் செருகியுள்ள கத்தி சுத்த வீர சைவக் கத்தி. அது 'வீர வைஷ்ணவ இரத்தம் வேண்டும்' என்று வெகு நாளாகக் கேட்டுக்கொண்டிருக்கிறது. என்னை மீறி அது வெளிக் கிளம்பிவிட்டால் இவர் பாடு ஆபத்தாய்ப் போய்விடும் என்று பார்க்கிறேன்.'

'அப்படியானால் அந்தக் கத்தியை இங்கே விட்டுவிட்டு வேறு கத்தி எடுத்துக்கொண்டு போ! திருமலை உன்னோடு வராவிட்டால் நீ இளவரசரைக் கண்டுபிடிக்க முடியாது. அவர் இருக்குமிடமே யாருக்கும் தெரியாது. மேலும் இளவரசரிடம் கொடுப்பதற்கு இவனும் ஒரு முக்கியமான ஓலை கொண்டு வருகிறான். ஆகையால் இரண்டு பேருமாகச் சேர்ந்து போவதே நல்லது! வழியில் ஒருவரோடொருவர் சண்டை பிடித்துக் கொண்டு காரியத்தைக் கெடுத்து விடாதீர்கள்!'

இவ்விதம் சொல்லிவிட்டுப் பெரிய வேளார் மறுபடியும் வந்தியத் தேவனை அருகில் அழைத்து அவன் காதோடு இரகசியமாகச்

சொன்னார். 'தம்பி! இவனால் உன் காரியத்துக்கு இடைஞ்சல் ஒன்றும் நேராது. ஆனாலும் ஜாக்கிரதையாகவே இரு! இளவரசரிடம் இவன் என்ன செய்தி சொல்லுகிறான் என்பதைத் தெரிந்து வந்து என்னிடம் சொல்லு!' ஆழ்வார்க்கடியானைத் தனக்கு ஒற்றனாகப் பின்னோடு அனுப்புகிறார்கள் என்று முதலில் வந்தியத்தேவன் எண்ணி யிருந்தான். இப்போது அவனுக்குத் தான் ஒற்றன் என்று ஏற்பட்டது. இந்த நிலைமை வந்தியத்தேவனுக்கு மிகவும் பிடித்திருந்தது.

வந்தியத்தேவனும் ஆழ்வார்க்கடியானும் இரண்டு வீரர்கள் துணையுடன் அன்றிரவே புறப்பட்டார்கள். பிரயாணம் தொடங்கி இரண்டு நாள் கிழக்கு நோக்கிச் சென்றார்கள். முதலில் கொஞ்சதூரம் ஊர்ப்புறங்களாக இருந்தன. ஓரளவு ஜன நடமாட்டமும் இருந்தது. வர வரக் காட்டுப் பிரதேசமாக மாறி வந்தது. முதலில் குட்டை மரங்கள் நிறைந்த காடாயிருந்தது. பின்னர் வானை அளாவிய பெரிய மரங்கள் அடர்ந்த அரண்யங்களாக மாறின. இடையிடையே ஏரிகள் தென்பட்டன. ஆனால் அவற்றின் கரைகள் பல இடங்களில் இடிந்து கிடந்தன. தண்ணீர் நாலாபுறமும் ஓடிப்போய் ஏரிகள் வறண்டு கிடந்தன. கழனியில் பயிர் செய்யப்படாமல் கிடந்தன. இன்னும் ஓரிடத்தில் விசாலமான பிரதேசத்தில் தண்ணீர் தேங்கியிருந்தது. பாலாவி நதியின் கரை வெட்டப்பட்டபடியால் அதன் தண்ணீர் நதியோடு போகாமல் வெளியில் கண்டபடி சிதறிச் சென்று அப்படித் தண்ணீரைத் தேக்கம் உண்டானதாகத் தெரிந்தது.

இந்தக் காட்சிகளையெல்லாம் பார்த்துக்கொண்டு அவர்கள் சென்றார்கள். நீடித்த யுத்தத்தினால் அந்தப் பிரதேசத்தில் ஏற்பட்டிருந்த அழிவுகளைப் பற்றி ஆழ்வார்க்கடியான் வந்தியத்தேவனுக்கு எடுத்துச் சொல்லிக்கொண்டு போனான். யுத்தம் எவ்வளவு கொடுமையானது என்று அடிக்கடி அவன் கூறினான். அதைப்பற்றி இருவருக்கும் விவாதம் பலமாக நடந்தது.

இரண்டு தினங்களுக்குப் பிறகு பிரயாணத்திசை மாறியது. கிழக்குத் திசையில் சென்றவர்கள் இப்போது தெற்கு நோக்கித் திரும்பினார்கள். வர வரப் பிரதேசங்கள் அடர்த்தியாகிக் கொண்டு வந்தன. சமவெளிப் பிரதேசம் மாறிப் பாறைகளும் சிறிய குன்றுகளும் எதிர்ப்பட்டன. இன்னும் தூரத்தில் பெரிய மலைத் தொடர்கள் வானை அளாவிய சிகரங்களுடன் தென்பட்டன. காடுகளின் தோற்றம் பயங்கரமாகிக் கொண்டு வந்தது. பட்சிகளின் இனிய குரல்களோடு ஏதேதோ இனந் தெரியாத கோரமான சப்தங்கள் கலந்து எழுந்தன.

அத்தகைய காட்டு வழிகளில் கொடிய மிருகங்களினால் ஏற்படக் கூடிய அபாயங்களைப் பற்றிப் பேச்சு எழுந்தது. நரிகள், சிறுத்தைப்

புலிகள், கரடிகள், யானைகள் ஆகிய மிருகங்கள் அக்காடுகளில் உண்டு என்று ஆழ்வார்க்கடியான் கூறினான். 'நரிகள் கூட்டமாக வந்தால் அபாயம் அல்லவா?' என்று வந்தியத்தேவன் கேட்டான். கடம்பூர் மாளிகையில் அவன் கண்ட பயங்கரக் கனவு அவனுக்கு நினைவு வந்தது.

'நரிகள் கூட்டத்தைக் காட்டிலும் ஒற்றை நரியின் ஊளையினால் அபாயம் அதிகம்' என்று ஆழ்வார்க்கடியான் கூறினான்.

'அது எப்படி, சுவாமிகளே!'

'இந்தக் காடுகளில் நரியும் சிறுத்தையும் சேர்ந்து வேட்டைக்குப் போகும். சிறுத்தை அங்கங்கே பதுங்கிக் கொண்டிருக்கும். நரி அங்குமிங்கும் ஓடி இரை தேடும். மனிதனையோ மான் முதலிய சாது மிருகத்தையோ, கண்டால் ஒற்றைக்குரலில் ஊளையிடும். உடனே சிறுத்தை பாய்ந்து வந்து விழுந்து கொல்லும். இப்படிச் சிறுத்தைக்கு ஒற்றன் வேலை செய்யும் நரிக்கு 'ஓரி' என்று பெயர்...'

இப்படி இவர்கள் பேசிக்கொண்டு போனபோது சற்றுத் தூரத்தில் கடல் குமுறுவது போன்ற சப்தம் கேட்டது. 'கடற்கரையிலிருந்து வெகு தூரம் வந்துவிட்டோமே? இது என்ன சத்தம்?' என்று வந்தியத்தேவன் கேட்டான்.

'பக்கத்தில் எங்கேயோ ஏரி அல்லது குளம் இருக்க வேண்டும். அதில் தண்ணீர் குடிப்பதற்கு யானைமந்தை வருகிறதுபோல் தோன்றுகிறது!' என்றான் ஆழ்வார்க்கடியான்.

'ஐயையோ! யானை மந்தையில் நாம் அகப்பட்டுக் கொண்டால்...!'

'அதைப் பற்றிக் கொஞ்சமும் பயமில்லை. மந்தையில் வரும் யானைகள் நம்மை ஒன்றும் செய்துவிடமாட்டா. நாம் ஒதுங்கி நின்றால் அவை நம்மைத் திரும்பி கூடப் பாராமல் வழியோடு போய்விடும்!' இதற்குள் அவர்களுடன் வந்த வீரர்களில் ஒருவன் ஒரு மரத்தின்மேல் ஏறி நாலு பக்கமும் பார்த்தான்.

'ஐயா! ஐயா! ஒற்றை யானை வருகிறது! மத யானை! மரங்களை முறித்து அதம் செய்துகொண்டு வருகிறது!' என்று கூவினான்.

'ஐயோ! இது என்ன சங்கடம்! எப்படித் தப்புகிறது!' என்று ஆழ்வார்க்கடியான் பீதியுடன் கூறி அங்குமிங்கும் பார்த்தான்.

'மந்தை யானைகளுக்குப் பயமில்லை என்றீர். ஒற்றை யானைக்கு ஏன் இவ்வளவு பயம்!' என்று வந்தியத்தேவன் கேட்டான்.

'அப்பனே! மதங்கொண்ட ஒற்றை யானை சாதாரண ஆயிரம் யானை களுக்குச் சமமானது. அதன் மூர்க்கத்தனத்துக்கு முன்னால் யாரும் எதிர்த்து நிற்க முடியாது...'

'எங்கள் மூன்று பேர் கையில் வேல் இருக்கிறது. உம்முடைய கையில் ஒரு தடி இருக்கிறதே!'

'ஒரு மத யானையை ஆயிரம் வேல்களாலும் எதிர்க்க முடியாது அதோ ஒரு செங்குத்தான குன்று தெரிகிறதே! அதில் நாம் ஏறிக்கொண்டால் ஒருவேளை தப்பித்துக் கொள்ளலாம். ஓடிப்பாருங்கள்!'

இவ்வாறு சொல்லி ஆழ்வார்க்கடியான் குன்றை நோக்கி ஓடினான். மற்றவர்களும் பின் தொடர்ந்தார்கள். ஆனால் கொஞ்ச தூரம் ஓடியதும் எதிரில் ஓர் ஆழமான செங்குத்தான பள்ளத்தாக்கு இருப்பதைப் பார்த்தார்கள். அவர்கள் நின்ற இடத்துக்கும் சற்றுத் தூரத்தில் இருந்த குன்றுக்கும் மத்தியில் அந்தப் பள்ளத்தாக்கு இருந்தது. பள்ளத்தாக்கின் விளிம்பில் வந்து அவர்கள் நின்றார்கள். யானையோ அதி வேகமாக அவர்களை நெருங்கி வந்து கொண்டிருந்தது. மனிதர்களைப் பார்த்ததும் அதன் வெறி அதிகமாகியிருக்கவேண்டும். துதிக்கையைத் தூக்கிக்கொண்டு அந்த மத யானை பிளிறியபோது அதன் சப்தத்தில் அண்ட கடாகங்கள் வெடிக்காமலிருந்தது அதிசயந்தான். அதைக் கேட்ட மனிதர்கள் நாலு பேரும் காதைப் பொத்திக் கொண்டார்கள். தலைக்கு ஒரு பக்கம் சிதறி ஓடினார்கள்.

யானை மேலும் நெருங்கி வந்தது; மேலும் மேலும் நெருங்கி வந்தது. ஆழ்வார்க்கடியானைக் குறி வைத்துக்கொண்டு, அவன் நின்ற இடத்தை நோக்கி அது வருவது போலத் தோன்றியது. இன்னும் இரண்டு அடி அப்பால் எடுத்து வைத்தால் ஆழ்வார்க்கடியான் அதல பாதாளத்தில் விழும்படி நேரிடும். பக்கவாட்டில் ஓடுவதற்கும் வசதியாக இல்லை. செடி கொடிகள் அடர்ந்திருந்தன; ஓடித் தப்பிக் கத்தான் முடியுமா?

வந்தியத்தேவன் கையில் வேலை எடுத்தான். ஆனால் அந்த மதயானையின் வேகத்தை இந்திரனுடைய வஜ்ராயுதத்தினால் கூட அச்சமயம் தடுக்க முடியாது என்று அவனுக்குத் தோன்றியது. வேலைப் பிடித்த கை பலவீனமுற்றுத் தளர்ந்து சோர்ந்தது. அந்நேரத்தில் ஆழ்வார்க்கடியானுடைய செய்கை வந்தியத்தேவனுக்கு ஒரு பக்கத்தில் சிரிப்பை உண்டாக்கிற்று. கையில் தடியை ஓங்கிய வண்ணம், 'நில், நில்! அப்படியே நில்! மேலே வந்தாயோ தொலைந் தாய்! உன்னைக் கொன்று குழிவெட்டி மூடி விடுவேன்! ஜாக்கிரதை!' என்று ஆழ்வார்க்கடியான் மதயானையைப் பார்த்து இரைந்தான்!

இராஜபாட்டை

மதங் கொண்ட யானை ஆழ்வார்க்கடியானுடைய கைத்தடிக்கும் அவனுடைய அதட்டலுக்கும் பயந்து நின்று விடுமா, என்ன? தும்பிக்கையை எடுப்பாகத் தூக்கிக்கொண்டு, வழியிலிருந்த செடி கொடிகளைச் சிதைத்துக்கொண்டு, மேலே மேலே வந்து கொண்டிருந்தது. அடுத்த விநாடி ஆழ்வார்க்கடியானுடைய கதி அதோ கதிதான் என்பதில் இனிச் சந்தேகமில்லை! துணைக்கு வந்த வீரர்கள் இருவரும் நின்ற இடத்தில் நின்றபடியே 'ஹாய்' என்று கூச்சலிட்டார்கள். வந்தியத்தேவன் தன் கையிலிருந்து நழுவித் தரையில் விழுந்த வேலைத் திரும்ப எடுத்துக்கொண்டு கடைசியாக ஒரு முயற்சி செய்து பார்க்க எண்ணினான்.

அதே சமயத்தில் ஆழ்வார்க்கடியான் தன் கையிலிருந்து தடியை வீசி மத யானை மீது எறிந்தான். மறு கணம் ஆழ்வார்க்கடியானைக் காணவில்லை. அவனுடைய தலைப்பாகை காற்றில் பறந்து சென்று ஒரு மரக்கிளையில் விழுந்தது.

ஆழ்வார்க்கடியான் என்ன ஆகியிருப்பான் என்று சிந்திப்பதற்குள்ளே அதைக்காட்டிலும் முக்கியமான சம்பவம் ஒன்று நிகழ்ந்து விட்டது. அவன் மறைந்த இடத்துக்கருகில் சென்ற யானை திடீரென்று மண்டி யிட்டது போல் முன் கால்களை மடக்கிக் கொண்டு முன்புறமாகச் சாய்ந்தது. அந்த வனப்பிரதேசம் முழுதிலும் எதிரொலி செய்த ஒரு பயங்கரமான பிளிறல் சத்தம் கேட்டது. மறுகணத்தில் மலை போன்ற அந்த மத யானையின் உருவம் முழுவதும் மறைந்துவிட்டது. யானை அந்தப் படு பாதாளத்தில் உருண்டு உருண்டு விழுந்தபோது சரிந்து விழுந்த பாறைகளின் தூசிப் படலம் மேலே எழுந்து பரவியது. என்ன நடந்தது என்பதைச் சிந்தித்துத் தெரிந்து கொள்வதற்கு வந்தியத் தேவனுக்குச் சிறிது நேரம் ஆயிற்று.

ஆழ்வார்க்கடியானுக்குப் பின்னால் பெரும் பள்ளம் இருந்தபடியால் அவன் தடியை வீசி எறிந்த வேகத்தில் பின்புறம் சாய்ந்து விழுந்து

விட்டான். அவனை நோக்கிச் சென்ற மதங்கொண்ட யானையும் முன்னங்கால் இரண்டையும் பள்ளத்தில் வைத்துவிட்டது. பிறகு சமாளிக்கப் பார்த்தும் முடியவில்லை. அதனுடைய குன்றொத்த உடலின் பெருங்கனமே அதற்குச் சத்துருவாகி அந்தப் பள்ளத்தில் கொண்டு தள்ளிவிட்டது! மத யானைக்கும், மதயானையை யொத்த ஆழ்வார்க்கடியானுக்கும் ஒரே நேரத்தில் ஒரே விதமான மரணம் சம்பவித்துவிட்டது!

இதை வந்தியத்தேவனுடைய உள்ளம் உணர்ந்ததும் அவனுடைய உடம்பு சிலிர்த்தது. அவனுடைய இதயத்தில் பெரும் வேதனை உண்டாயிற்று. அந்த ஸ்ரீ வைஷ்ணவன் மீது வந்தியத்தேவனுக்கு முதலில் ஏற்பட்டிருந்த சந்தேகங்களெல்லாம் மறைந்து பிரயாணத்தின் போது அவன் பேரில் ஒருவித வாஞ்சையே ஏற்பட்டிருந்தது. அப்படிப் பட்டவனுக்கு இத்தகைய கதியா நேர வேணும்? அவனுடைய உதவியும் வழித் துணையும் இல்லாமல் இனித் தான் ஏற்றுக்கொண்டு வந்த காரியத்தைத் தானாகவே செய்துமுடிக்க வேணுமே என்ற கவலையும் தோன்றியது. வைஷ்ணவனும் யானையும் பள்ளத்தில் விழுந்து மறைந்த இடத்துக்கு அருகில் வந்தியத்தேவன் வந்து நின்று கீழே உற்றுப் பார்த்தான்.

முதலில் ஒரே புழுதிப் படலமாக இருந்தது, ஒன்றுமே புலப்பட வில்லை. கொஞ்சம் கொஞ்சமாகப் புழுதி அடங்க, யானை சென்ற வழியில் செடி கொடிகளும் பாறைகளும் ஹதமாகி விழுந்திருப்பது தெரிந்தது. 'என்ன, தம்பி! சும்மா வேடிக்கை பார்த்துக் கொண்டு நிற்கிறாய்! ஒரு கை கொடுக்கக் கூடாதா!' என்ற குரலைக் கேட்டதும் வந்தியத்தேவனுக்கு ஒரு தரம் தூக்கிவாரிப்போட்டது. அதிசயத்தினால் தள்ளாடி விழாமல் குரல் வந்த இடத்தை நோக்கினான்.

யானை விழுந்த வழியை ஒட்டினாற்போல் செங்குத்தான பாறை யோரத்தில் ஒரு மரத்தின் ஆணி வேரைப் பிடித்துக் கொண்டு ஆழ்வார்க்கடியான் தொங்கிக் கொண்டிருந்தான். வந்தியத்தேவனுடைய குதூகலத்துக்குக் கேட்க வேணுமா? உடனே வேடிக்கைப் பேச்சும் வந்துவிட்டது.

'ஓஹோஹோ! வைஷ்ணவரே! கஜேந்திரனுக்கு மட்டும் மோட்சத்தை அளித்துவிட்டு நீர் திரிசங்கு சொர்க்கத்தில் தங்கிவிட்டீரே?' என்று சொல்லிக்கொண்டே, வீரர்களைக் கைதட்டி அழைத்தான். தன் அரையில் சுற்றியிருந்த துணிச்சுருளை அவிழ்த்து எடுத்து ஒரு முனையை இரு வீரர்களையும் கெட்டியாகப் பிடித்துக் கொள்ளச் செய்தான். இன்னொரு முனையைக் கீழே விட்டதும் ஆழ்வார்க்கடியான் மரத்தின் வேரை விட்டுவிட்டுத் துணிச்சுருளைப் பிடித்துக் கொண்டான். மூன்று

பேருமாகப் பிடித்து இழுத்து உன்பாடு என்பாடு என்று அந்த வைஷ்ணவனை மெதுவாக மேலே கொண்டுவந்து சேர்த்தார்கள்.

சிறிது நேரம் வரையில் ஆழ்வார்க்கடியான் நெடிய பெரு மூச்சுவிட்டுக் கொண்டு பிரக்ஞையற்றவன் போலப் படுத்துக் கிடந்தான். மற்றவர்கள் அவனைச் சூழ்ந்து நின்று ஆசுவாசப் படுத்தினார்கள். சட்டென்று எழுந்து உட்கார்ந்து, 'கிளம்புங்கள்! நன்றாய் இருட்டுவதற்குள் இராஜ பாட்டைக்குப் போய்ச் சேர்ந்துவிட வேண்டும். என் தலைக்குட்டை எங்கே? தடி எங்கே?' என்று கேட்டான்.

'ஒன்றும் அவசரமில்லை, நீர் இன்னும் சிறிது நேரம் ஆசுவாசப் படுத்திக்கொள்ளும். பிறகு நாம் புறப்படலாம்' என்று சொன்னான் வந்தியத்தேவன். அப்போது ஒரு நரி ஊளையிடும் சப்தம் கேட்டது.

இன்னொரு பக்கத்தில் இன்னொரு நரி தன் இனிய கீதத்தை ஆரம்பித்தது. நூறு இருநூறு நரிகள் கோஷ்டி கானம் இசைத்தன. மேட்டுப் பிரதேசமாயிருந்த காட்டிலிருந்து கீழே பள்ளத்தை நோக்கிப் பல இடங்களில் சலசலப்புப் பிரயாணங்கள் ஏற்பட்டன. புதர்களில் மறைந்து செல்லும் சிறுத்தைகளே அச் சலசலப்புக்களுக்குக் காரணம் என்று சொல்லித் தெரிய வேண்டிய அவசியமிருக்கவில்லை. பள்ளத்தில் மேலே கழுகுகளும் பருந்துகளும் வட்டமிடத் தொடங்கின.

'யானையின் மரணம் என்பது சாதாரண விஷயமல்ல. சுற்றுப் பக்கம் வெகுதூரத்தில் இருந்தெல்லாம் ஊன் தின்னும் மிருகங்களும், பட்சிகளும் சற்று நேரத்துக்கெல்லாம் கஜேந்திரனுடைய உடலைப் பட்சிப்பதற்காக வந்துவிடும். நாமும் அவற்றுக்குப் பட்சணமாகி விடுவோம். புறப்படுங்கள் உடனே!' என்றான் ஆழ்வார்க்கடியான்.

அவன் கூறியதை வந்தியத்தேவன் இப்போது மறுத்துப் பேசவில்லை. நால்வரும் காட்டுவழியில் எவ்வளவு துரிதமாகப் போக முடியுமோ அவ்வளவு துரிதமாகச் சென்றார்கள். அஸ்தமிக்கும் சமயத்துக்கு இராஜபாட்டையை அடைந்தார்கள்.

இராஜபாட்டையில் வருவோரும் போவோரும், வண்டிகளும் வாகனங்களுமாக ஒரே கலகலப்பாக இருந்தது.யானைகளின் மீது சர்வசாதாரணமாக ஏறி வருகிறவர்களைப் பார்த்து வந்தியத்தேவன் வியப்புற்றான். 'இம்மாதிரி மிருகம் ஒன்றுதானா காட்டுப் பாதையில் அவ்வளவு பீதியை உண்டு பண்ணிவிட்டது?' என்று எண்ணி எண்ணி ஆச்சரியப்பட்டான்.

'இந்த இராஜபாட்டை எங்கிருந்து எங்கே போகிறது? நாம் எங்கே வந்திருக்கிறோம்? எங்கே போகிறோம்?' என்று கேட்டான்.

‘அனுராதபுரத்திலிருந்து சிம்மகிரிக்குப் போகும் இராஜபாட்டையில் வந்து சேர்ந்திருக்கிறோம். தம்பள்ளை இன்னும் அரைக்காத தூரம் இருக்கிறது. இராத்திரி அங்கே போய்ச் சேர்ந்து விடலாம்’ என்றான் ஆழ்வார்க்கடியான்.

‘இராஜபாட்டை வழியாகச் சுகமாய் வந்திருக்கலாமே? எதற்காகக் காட்டு வழியாக வந்தோம்?’

‘இராஜ பாட்டையில் நாம் நெடுகிலும் வந்திருந்தால் நூறு இடத்தில் நம்மை நிறுத்திச் சோதனை செய்திருப்பார்கள். அநுராதபுரத்தில் அடியோடு நிறுத்திப் போட்டிருப்பார்கள். நாம் யாரைத்தேடி வந்திருக்கிறோமோ அவர் சிம்மகிரிக்குப் பக்கம் சென்றிருப்பதாக அறிந்தேன். அதனால்தான் குறுக்குவழியில் வந்தேன். இன்னமும் அவரை நாம் கண்டுபிடிக்கத்தான் போகிறோமோ, இல்லையோ? வேறு எங்கேயாவது போகாதிருக்க வேண்டும்!’ என்றான் ஆழ்வார்க்கடியான்.

இராஜபாட்டையின் இரு பக்கத்திலும் ஏராளமான வீடுகளும், கிராமங்களும், கடைவீதிகளும், கொல்லர், தச்சர் பட்டறைகளும் இருந்தன. அவற்றில் வசித்தவர்களும் தொழில் செய்தவர்களும் பெரும் பாலும் சிங்களவர்களாகத் தோன்றினார்கள். இராஜபாட்டையில் தமிழ் நாட்டுப் போர் வீரர்கள் குறுக்கும் நெடுக்கும் போய்க் கொண்டிருந் தார்கள். ஆனால் இரு புறமும் வசித்த சிங்களவர்கள் எவ்வித தடையு மின்றி நிர்ப்பயமாய்த் தங்கள் தொழில்களைச் செய்து கொண்டிருந் தார்கள். ‘இந்தப் பகுதியெல்லாம் இப்போது யாருடைய வசத்தில் இருக்கிறது?’ என்று வந்தியத்தேவன் கேட்டான்.

‘சோழ சைன்யம் தம்பள்ளை வரையில் கைப்பற்றியிருக்கிறது. அப்பால் சிம்மகிரிக் குன்றும், கோட்டையும் மகிந்தன் வசம் இருக்கின்றன.’

‘இந்தப் பக்கங்களில் வசிக்கும் ஜனங்கள்?’

‘பெரும்பாலும் சிங்களத்தார்கள். ‘பொன்னியின் செல்வர்’ இங்கே வந்தபிறகு யுத்தத்தின் போக்கே மாறிவிட்டது. சோழ வீரர்களுக்கும் மகிந்தனுடைய வீரர்களுக்குத்தான் சண்டை. அதாவது போர்க் களத்தில் எதிர்ப்படும்போது. மற்றப்படி குடிகள் நிர்ப்பயமாய் வாழலாம். புத்த குருமார்களுக்கு ஒரே கொண்டாட்டம். அநுராத புரத்தில் இடிந்துபோன புத்த விஹாரங்களையெல்லாம் நம் இளவரசர் திரும்பப் புதுப்பித்துக் கட்டும்படி கட்டளையிட்டிருக்கிறாராம்! கேட்டாயா கதையா? பௌத்த குருக்கள் ஏன் குதூகலமடைய மாட்டார்கள்? இளவரசரை நான் சந்திக்கும்போது, ‘நீங்கள் செய்யும்

காரியம் எனக்குக் கொஞ்சமும் பிடிக்கவில்லை!' என்று சொல்லிவிடப் போகிறேன்!'

'கட்டாயம் சொல்லிவிடும். உமக்குப் பிடிக்காத காரியத்தைச் செய்வதற்கு இந்த இளவரசர் யார்? அவருக்கு என்ன கொம்பு முளைத்திருக்கிறதா?' என்றான் வல்லவரையன்.

'அவருக்குக் கொம்பு முளைத்திருக்கவில்லை. தம்பி! அது உண்மையே! ஆனாலும் அவரிடம் ஏதோ ஒரு சக்தி இருக்கிறது. அவருக்குப் பின்னால் யார் என்ன குறை சொன்னாலும் எதிரில் அவரைப் பார்த்ததும் மயங்கிப்போய் நின்று விடுகிறார்கள். இளவரசரை எதிர்த்துப் பேசும் சக்தி யாருக்கும் இருப்பதில்லை. அத்தகைய சக்தி, - இளவரசரைத் தம் இஷ்டப்படி நடக்கச் செய்யும் சக்தி, - ஒரே ஒருவருக்குத்தான் உண்டு...'

'ஆம், ஆம்! வீர வைஷ்ணவ ஆழ்வார்க்கடியாரின் அற்புத சக்தியை அறியாதவர் யார்? அப்படிப்பட்ட பயங்கர மதயானையைக் கைத்தடியால் எதிர்த்து வென்றவருக்கு இளவரசர் எம்மாத்திரம்!'

'நான் கூறியதை நீ சரியாகத் தெரிந்து கொள்ளவில்லை தம்பி! பொன்னியின் செல்வர் எங்கே? இந்த ஏழை வைஷ்ணவன் எங்கே? மத யானையைக் கைத்தடிகொண்டு எதிர்ப்பேன்; புலியையும் கரடியையும் சிங்கத்தையும் வெறுங்கையோடு எதிர்ப்பேன். ஆனால் பொன்னியின் செல்வர் முன் நேருக்கு நேர் நிற்கும்போது என் தைரியமெல்லாம் எங்கேயோ போய்விடுகிறது. நெஞ்சு நெகிழ்ந்து விடுகிறது. தொண்டை அடைத்து விடுகிறது. வாயிலிருந்து ஒரு வார்த்தை வெளி வருவது பிரம்மப்பிரயத்தனமாகி விடுகிறது...'

'அவரை ஆளும் சக்தி படைத்தவர் என்று பின் யாரைச் சொன்னீர்!'

'உலகம் தெரிந்த விஷயமாயிற்றே; உனக்குத் தெரியாதா? இளைய பிராட்டியைப் பற்றித்தான் சொல்கிறேன். குந்தவை தேவியின் வாக்குத்தான் அவருக்கு வேத வாக்கு!'

'ஓஹோ! பழையாறை இளைய பிராட்டியைப் பற்றியா சொல்கிறீர்? உமது சகோதரி பழுவூர் இளைய ராணியைப் பற்றித்தான் சொல்கிறீரோ என்று பார்த்தேன்!'

'நந்தினியும் அபூர்வ சக்தி உடையவள்தான். ஆனால் அவளுடைய சக்தி வேறு விதமானது.'

'எப்படி? என்ன வித்தியாசம்?'

'ஒருவன் நரகத்தில் விழப் போகிறவனாயிருந்தால், அவனைத் தடுத்து நிறுத்திக் குந்தவை தேவி சொர்க்கத்துக்கு அவனைக் கொண்டு போய்ச்

சேர்த்து விடுவார். அது ஒருவித சக்தி. நந்தினி என்ன செய்வாள் தெரியுமா? அவளுடைய சக்தி இன்னும் ஒருபடி மேலானது என்றே சொல்ல வேண்டும். நரகத்தையே சொர்க்கம் என்று சொல்லிச் சாதித்து, அதை நம்பும்படியும் செய்து, நரகத்தில் சந்தோஷமாகக் குதிக்கும் படிச் செய்துவிடுவாள்!'

வந்தியத்தேவனுக்கு உடம்பு சிலிர்த்தது. நந்தினியின் குணாதி சயத்தையும் அவளுடைய பயங்கர மோகன சக்தியையும் இந்த வீர வைஷ்ணவன் எவ்வளவு சரியாக அளந்து மதிப்பிட்டு வைத் திருக்கிறான்! நந்தினி இவனுடைய சகோதரி என்று சொல்வது மெய்யாயிருக்க முடியுமா? இந்த யோசனையில் வந்தியத்தேவன் ஆழ்ந்து விட்டபடியால் மேலே ஒன்றும் கேட்கவில்லை. சிறிது தூரம் மௌனமாக நடந்தார்கள்.

அந்த மோனத்தைக் கலைத்துச் சில குதிரைகளின் குளம்புச் சத்தம் கேட்டது. அவர்களுக்கு எதிர்ப்பக்கத்திலிருந்து அச்சப்தம் வந்தது. சில நிமிஷத்துக்கெல்லாம் நாலு குதிரைகள் வெகுவேகமாக நாலுகால் பாய்ச்சலில் வந்தன. சூறாவளிக் காற்றைப் போல் புழுதியைக் கிளப்பி விட்டுக் கொண்டு வந்த அக்குதிரைகள் மின்னல் மின்னும் நேரத்தில் நம் கால் நடைப் பிரயாணிகளைத் தாண்டிச் சென்றன. ஆயினும் அந்தச் சிறிய நேரத்திலேயே அக்குதிரைகளின் மேலிருந்தவர்களில் ஒருவ ருடைய முகத்தை வந்தியத்தேவன் பார்த்துத் தெரிந்து கொள்ள முடிந்தது! ஆகா! பார்த்திபேந்திர வர்மன் அல்லவா இவன்? காஞ்சியிலுள்ள இளவரசர் ஆதித்தரின் அந்தரங்க நண்பன் அல்லவா? நம்மை அவ்வளவாகப் பிடிக்காதவன் அல்லவா? இவன் எங்கே வந்துவிட்டு, எங்கே போகிறான்? எதற்காக இவன் இலங்கைக்கு வந்தான்? எப்போது வந்தான்?...

பிரயாணிகளைத் தாண்டிச் சென்ற குதிரைகள் சற்றுத் தூரம் போனதும் கம்பீரமான ஒரு குரலில் 'நில்லுங்கள்!' என்று கட்டளை பிறந்தது. குதிரைகள் நின்றன; பிறகு, இந்தப் பக்கமாகத் திரும்பின. அவர்களில் தலைவனாகக் காணப்பட்டவன் குதிரையைச் செலுத்திக்கொண்டு முன்னால் வந்தான். மற்றவர்கள் பின் தொடர்ந்து வந்தார்கள். முன்னால் வந்தவன், வல்லவரையன் எண்ணியது போலவே, நாம் முன்னம் மாமல்லபுரத்தில் பார்த்திருக்கும் பார்த்திரபேந்திர பல்லவன்தான்.

வந்தியத்தேவனை அவன் உற்றுப் பார்த்துவிட்டு, 'இது என்ன அப்பா இது? நீ எப்படி இங்கே வந்து சேர்ந்தாய்? தஞ்சாவூரில் நீ திடீரென்று மாயமாய் மறைந்துவிட்டாய் என்று சொன்னார்களே? உன்னைப் பழுவேட்டரையர்கள் தீர்த்திருப்பார்கள் என்றல்லவா நினைத்தேன்!' என்றான்.

'பழுவேட்டரையர்களால் என்னை அவ்வளவு எளிதில் தீர்த்துக்கட்ட முடியுமா? நான் பழைய வாணர் குலத்தைச் சேர்ந்தவன் அல்லவா?'

'ஆம், ஆம்! எப்படியாவது உயிரைக் காப்பாற்றிக் கொண்டு தப்பிப் பிழைப்பதில் உனக்கு இணை வேறு யாரும் இல்லை...'

'ஐயா! உயிரைக் காப்பாற்றிக் கொள்வது அவசியமாயிருக்கும் போது காப்பாற்றிக்கொள்வேன். உயிரைக் கொடுக்க வேண்டிய சமயத்தில் கொடுக்கவும் அறிவேன். அப்படி நான் சாவதாயிருந்தால் தங்களைப் போன்ற பழைய பல்லவ குலத் தோன்றலுடன் சண்டை போட்டுச் சாவேனே தவிர, கேவலம் பழுவேட்டரையர்களின் கையினால் சாவேனா?' என்று சொல்லிக்கொண்டே வந்தியத்தேவன் உறையிலிருந்து வாளை உருவினான்.

'சேச்சே! உன்னோடு என்னைச் சண்டைபோடச் சொல்கிறாயா? அதுவும் இந்தத் தூரதேசத்திலே வந்து! வேண்டாம், தம்பி, வேண்டாம்! எனக்கு அவசர வேலை இருக்கிறது! உன்னிடம் இளவரசர் ஒப்புவித்த காரியம் என்ன ஆயிற்று?'

'செய்து முடித்துவிட்டேன், ஐயா! சக்கரவர்த்தியிடம் கொடுக்கும்படி பணித்த ஓலையைச் சக்கரவர்த்தியிடம் கொடுத்தேன். இளைய பிராட்டியிடம் கொடுக்கச் சொன்ன ஓலையை அவரிடம் கொடுத்தேன்!'

'இங்கே எதற்காக வந்தாய்?'

'இலங்கையைப் பார்க்க வேண்டுமென்ற ஆசை எனக்கு வெகு நாளாக இருந்தது. அதற்காக இந்த வைஷ்ணவரோடு புறப்பட்டு வந்தேன்...'

'ஆகா! இந்த ஆளைக்கூட நான் எங்கேயோ பார்த்திருக்கிறேன் போலிருக்கிறதே!'

'ஆம் மகாராஜா பார்த்திருக்கிறீர்கள். என் சகோதரியைப் பற்றி ஏதாவது தெரியுமா என்று விசாரிப்பதற்காக இளவரசர் ஆதித்தரிடம் வந்தேன். அப்போது தாங்களும் அவர் பக்கத்தில் இருந்தீர்கள்!...'

'அது யார் உன் சகோதரி?'

'இப்போது பழுவூர் இளைய ராணியாக விளங்கும் நந்தினி தேவி!'

'ஆகா! அந்த விஷப் பாம்பினால் நாட்டுக்கு நேர்ந்திருக்கும் தீங்குகளையெல்லாம் நினைத்தால்... அவளுடைய அண்ணனாய் இருப்பதற்காக உன்னைக் கழுவில் ஏற்ற வேண்டும்!'

'மகாராஜா! ஒரு நாள் நான் கழுவில் ஏறிச் சாவதாகவே சபதம் செய்து கொண்டிருக்கிறேன். அன்றைக்குத் தாங்களே வந்து தங்கள் கையினாலேயே அந்தத் திருக்கைங்கரியத்தைச் செய்துவிட்டால்...'

'உன்னைக் கழுவில் தூக்கிப்போட என்னால் முடியுமா? அதற்கு நூறு ஆள் வேண்டும். இருக்கட்டும்; நீங்கள் வருகிற வழியில் இளவரசரைப் பற்றி ஏதாவது செய்தி கேள்விப்பட்டீர்களா? அநுராதபுரத்துக்கு அவர் வந்து விட்டாரா, தெரியுமா?' என்று பார்த்திபேந்திரன் கேட்டான்.

'அதைப் பற்றியெல்லாம் எங்களுக்கு என்ன தெரியும், மகாராஜா! நாங்கள் காட்டு வழியில் வந்தோம்! காட்டில் ஒரு மதயானை என்னைத் துரத்திக்கொண்டு வந்தது! அப்போது பாருங்கள்...'

'போதும் உன் கதை! யார் கண்டது? ஒரு நாளைக்கு உன்னை நானே கழுவில் தூக்கிப்போட்டு உன்னுடைய ஆசையை நிறைவேற்றினாலும் நிறைவேற்றுவேன்!' என்று சொல்லிக் கொண்டே பார்த்திபேந்திரன் குதிரையைத் திருப்பினான்.

ஆழ்வார்க்கடியான் பார்த்திபேந்திரனுடன் பேசியபடியே அவனுடனிருந்த ஆட்களையெல்லாம் கூர்ந்து பார்த்துக் கொண்டிருந்தான். எல்லோரும் குதிரைகளைத் திருப்பிக் கொண்டு போனபிறகு ஆழ்வார்க்கடியான் வந்தியத்தேவனிடம், 'தம்பி! அந்த மற்ற மூன்று ஆட்களையும் பார்த்தாயா? அவர்களில் யாரையாவது உனக்கு முன்னம் தெரியுமா?' என்று ஆவலோடு கேட்டான்.

'இல்லை, நான் பார்த்ததேயில்லை!' என்றான் வந்தியத்தேவன்.

'ஆம், நீ பார்த்திருக்க முடியாதுதான். அவர்களில் இரண்டு பேரை நான் பார்த்திருக்கிறேன். திருப்புறம்பயம் பள்ளிப் படையில் நள்ளிரவில் பார்த்தேன்! அப்பா! என்ன பயங்கரமான சபதம் எடுத்துக் கொண்டார்கள்!' என்று கூறிய போது ஆழ்வார்க்கடி யானுடைய உடம்பு முழுவதும் நடுங்கிற்று.

'அப்படி என்ன பயங்கரமான சபதம் எடுத்துக் கொண்டார்கள்?'

'சோழர் குலப் பூண்டே இந்த உலகில் இல்லாமல் அழித்து விடுவதாகச் சபதம் எடுத்துக் கொண்டார்கள்!'...

'ஐயையோ!'

'இவர்கள் எப்படி நமக்கு முன்னால் இங்கு வந்து சேர்ந்தார்களோ தெரியவில்லை! கெட்டிக்காரர்கள்! இந்த முரட்டுப் பல்லவனை எப்படியோ பிடித்துக் கொண்டார்கள், பார்!' என்று சொல்லிவிட்டு ஆழ்வார்க்கடியான் மௌனமானான்.

வந்தியத்தேவனுக்குக் கோடிக்கரையில் அவன் அறிந்த ஒரு விஷயம் நினைவுக்கு வந்தது. அவன் கோடிக்கரை வந்ததற்கு முதல்நாள்தான்

இரண்டு பேர் அவசரமாக இலங்கைக்குப் போனார்கள் என்றும், பூங்குழலியின் தமையன் அவர்களைப் படகில் ஏற்றிச் சென்றான் என்றும் கேள்விப்பட்டான் அல்லவா. இவர்களில் அந்த இரண்டு பேரும் இருப்பார்களோ? அப்படியானால் பார்த்திபேந்திரனுக்கும் இவர்களுக்கும் என்ன சம்பந்தம் இருக்கமுடியும்? நால்வரும் தம்பள்ளை என்னும் புத்த புண்ணிய க்ஷேத்திரத்தை நெருங்கிக் கொண்டிருந்தார்கள்.

இருபத்தொன்பதாம் அத்தியாயம்

யானைப் பாகன்

இரண்டாயிரம் ஆண்டுகளுக்கு முன்னால் - இந்தக் கதை நடந்த காலத்துக்கு ஆயிரம் ஆண்டுகளுக்கு முன்னால், - வலஹம்பாஹு என்னும் சிங்கள அரசன் ஒருவன் இருந்தான். அவனுடைய காலத்திலும் தமிழர் படை இலங்கையின் மீது படையெடுத்துச் சென்றது. அப்போது வலஹம்பாஹு என்பான் தலைநகரிலிருந்து தப்பி ஓடித் தம்பள்ளை என்னுமிடத்திலிருந்த மலைக்குகையில் ஒளிந்து கொண்டிருந்தான். பிறகு அவன் மீண்டும் படை திரட்டிக் கொண்டு சென்று அநுராதபுரத்தைக் கைப்பற்றினான். அவனுக்கு அபயமளித்திருந்த மலைக் குகையை மேலும் குடைந்தெடுத்துக் கோயிலாக்கினான். புத்தர் பெருமானிடம் தன் நன்றியைத் தெரிவித்துக் கொள்வதற்காக அந்தக் குகைக்குள்ளே பெரிதும் சிறிதுமாய்ப் பல புத்தர் சிலைகளை நிர்மாணிக்கச் செய்தான். நூற்றுக்கணக்கான புத்தர் சிலைகளை நிர்மாணித்த சிற்பிகளுக்குத் தங்கள் சிற்பத்திறனை முழுதும் காட்டிவிட்டோம் என்று திருப்தி ஏற்படவில்லை.

எனவே ஹிந்து தெய்வங்களின் படிமங்கள் சிலவற்றையும் புத்தர் சிலைகளுக்கு இடையில் நிர்மாணித்து வைத்தார்கள். அந்த அற்புதமான சிற்பக்கலை அதிசயங்களை இன்றைக்கும் தம்பளை என்னும் ஊரில் உள்ள குகைக்கோயிலில் காணலாம்.

வந்தியத்தேவன் அந்தப் புண்ணிய ஸ்தலத்துக்குள் பிரவேசித்தபோது ஒரு புது உலகத்துக்குள் வந்துவிட்டதாகவே அவனுக்குத் தோன்றியது. புதுமலர்களின் நறுமணம் அவனுக்கு மயக்கத்தை அளித்தது. வீதி முனைகளில் தாமரை மொட்டுக்களும் செண்பக மலர்களும் குப்பல் குப்பலாகக் குவிக்கப்பட்டிருந்தன. பக்தர்கள் அம்மலர்களை வாங்கி அழகிய ஓலைக் கூடைகளில் எடுத்துக்கொண்டு கோயிலை நோக்கிச் சென்றார்கள். ஸ்திரீகளும், புருஷர்களும் அடங்கிய அந்தப் பக்தர் கூட்டங்கள் தெருக்களை அடைத்துக்கொண்டு சென்றன. காவித்துணி

அணிந்த புத்த சந்நியாசிகளும் அங்கங்கே காணப்பட்டார்கள். 'சாது, சாது' என்ற பெருங் கோஷம் பக்தர் கூட்டத்திலிருந்து எழுந்து.

இவையெல்லாம் வந்தியத்தேவனுக்கு மிக்க வியப்பை அளித்தன. ஆழ்வார்க்கடியானைப் பார்த்து, 'நாம் யுத்த கேந்திரத்துக்கு வருவதாக எண்ணினோம். இது புத்த க்ஷேத்திரமாகவல்லவா இருக்கிறது?' என்றான்.

'ஆம், அப்பா! ஆயிரம் வருஷமாக இது பிரசித்தி பெற்ற புத்த க்ஷேத்திர மாயிற்றே?' என்றான் ஆழ்வார்க்கடியான்.

'ஆனால் இது சோழ சைனியத்தின் வசத்திலுள்ளது என்று சொன்னீரே?'

'ஆமாம்; இப்போதும் அப்படித்தான் சொல்கிறேன்.'

'சோழ வீரர்கள் யாரையும் இங்கே காணோமே?'

'ஊருக்கு வெளியில் படைவீடுகளில் இருக்கிறார்கள். அப்படி இளவர சருடைய கட்டளை.'

'எந்த இளவரசர்?'

'ஏன்? நாம் யாரைத் தேடிக்கொண்டு வந்திருக்கிறோமோ, அந்த இளவரசர்தான்!'

'அதைப்பற்றி உம்மைக் கேட்கவேண்டுமென்று இருந்தேன். இளவரசரை இங்கே தேடிவிட்டு 'இல்லை' என்று கண்டு, பார்த்தி பேந்திரன் திரும்பிப் போய்க்கொண்டிருக்கிறானே? அவரை நாம் இங்கே மறுபடியும் தேடுவதில் என்ன பயன்? '

'அந்தப் பல்லவன் 'இல்லை' என்று சொன்னதனால் நான் நம்பி விடுவேனா? நானே தேடிப் பார்த்துத்தான் தெரிந்து கொள்வேன். இரணியன் 'ஹரி' என்கிற தெய்வம் இல்லை என்று சொன்னான். அதைப் பிரஹலாதன் நம்பிவிட்டானா?'

'ஓ! வீர வைஷ்ணவரே! நம்முடைய நாட்டில் சைவர்களுடன் ஓயாமல் சண்டை பிடித்துக் கொண்டு வந்தீரே? இங்கே இத்தனை புத்த சந்நியாசிகள் போகிறார்கள். நீர் பாட்டுக்குச் சும்மா வருகிறீரே? என்ன காரணம்? எதிரிகள் கூட்டம் அதிகமாயிருப்பதைக் கண்டு பயந்து போய் விட்டீரா?'

'தம்பி! பயம் என்பது என்ன? அது எப்படியிருக்கும்?'

'கறுப்பாய், பூதாகரமாய் யானை எவ்வளவு பெரிதாக இருக்கும். நீ பார்த்ததேயில்லையா?'

‘இல்லை’ என்று ஆழ்வார்க்கடியான் சொல்லிவிட்டு வீதி ஓரத்தில் நின்று வேடிக்கை பார்த்துக் கொண்டிருந்த இரண்டு மனிதர்களை அணுகினான். அவர்கள் தமிழர்கள்போல் தோன்றினார்கள். அவர் களிடம் சிறிது நேரம் ஏதோ பேசிவிட்டு ஆழ்வார்க்கடியான் திரும்பி வந்தான்.

‘வைஷ்ணவரே! அவர்களிடம் என்ன கேட்டீர்? விஷ்ணு பெரியவரா, புத்தர் பெரியவரா என்று கேட்டீரா? இந்த ஊரில் யாரைக் கேட்டாலும், ‘புத்தர் பெரியவர்’ என்றுதான் சொல்வார்கள். ஒவ்வொரு புத்தர் சிலையும் எவ்வளவு பிரம்மாண்டமாய் இருக்கிறது பார்க்க வில்லையா?’

‘தம்பி என்னுடைய வீர வைஷ்ணவத்தையெல்லாம் இராமேசு வரத்தில் மூட்டை கட்டி வைத்துவிட்டு இங்கே ராஜ காரியமாக வந்திருக்கிறேன், தெரிகிறதா?’

‘பின்னே அந்த மனிதர்களிடம் என்ன கேட்டீர்? இளவரசரைப் பற்றி விசாரித்தீரா?’

‘இல்லை; இந்த ஊரில் இன்றைக்கு என்ன விசேஷம் என்று கேட்டேன்.’

‘அவர்கள் என்ன சொன்னார்கள்?’

‘இன்றைக்கு இங்கே சீன யாத்திரிகர்கள் இரண்டுபேர் வரப்போகிறார் களாம்; அதை முன்னிட்டுப் புத்த விஹாரத்தில் உற்சவம் நடக்கிறதாம்; அதனாலேதான் ஊரில் இந்தக் கோலாகலம் என்று தெரிவித்தார்கள்.’

‘சீன யாத்திரிகர்கள் எங்கிருந்து வருகிறார்களாம்?’

‘நேற்று இங்கு வந்துவிட்டுச் சிம்மகிரிக்குப் போனார்களாம். சிம்ம கிரியிலிருந்து இப்போது வந்து கொண்டிருக்கிறார்கள் என்றும் இன்னும் சற்று நேரத்தில் இங்கே வந்துவிடுவார்கள் என்றும் தெரிவித்தார்கள்.’

‘சிம்மகிரி எங்கே இருக்கிறது?’

‘இங்கிருந்து காத தூரத்தில் இருக்கிறது. இன்னும் சிங்களவர் வசத்தில் இருக்கிறது. பகல் வேளையாயிருந்தால் இங்கிருந்தே பார்க்கலாம். சிம்மகிரி குன்றின் உச்சியில் ஒரு பலமான கோட்டை இருக்கிறது. அங்கேயுள்ள ஒரு குகையில் அற்புதமான அழியா வர்ணச் சித்திரங்கள் இருக்கின்றன. அந்தச் சித்திரங்களைப் பார்க்கத்தான் சீன யாத்திரிகர்கள் அங்கே போயிருக்க வேண்டும். குன்றில் ஏறி இறங்குவதற்குப் பெரிதும் கஷ்டப்பட்டிருப்பார்கள்... அதோ பார்!’

ஆழ்வார்க்கடியான் சுட்டிக்காட்டிய இடத்தில் அலங்கரித்த பெரிய யானை ஒன்று வந்துகொண்டிருந்தது. அதன் அம்பாரியில் இரண்டு பேர் உட்கார்ந்திருந்தார்கள். அவர்களுடைய தோற்றமும், உடையும் அவர்கள்தான் சீன யாத்திரிகர்கள் என்று புலப்படுத்தின. யானைப் பாகன் ஒருவன் கையில் அங்குசத்துடன் யானையின் கழுத்தின் மீது வீற்றிருந்தான்.யானையைச் சுற்றிச் சூழ்ந்து வந்த ஜனங்கள் பலவித ஆரவார கோஷங்களைக் கிளப்பினார்கள்.

'பார்த்தாயா?' என்றான் ஆழ்வார்க்கடியான்.

'பார்த்தேன்; பார்த்தேன்! அம்மா! எவ்வளவு பெரிய யானை? பக்கத்திலே எங்கேயாவது பள்ளமிருக்கிறதா என்று பார்க்கலாமா?'

'வேண்டாம், வேண்டாம், வீதியில் சற்று ஒதுங்கி நின்றால் போதும்'.

அவ்விதமே அவர்கள் யானை நெருங்கி வந்ததும் வீதி ஓரமாக ஒதுங்கி நின்றார்கள். யானை அவர்களைக் கடந்து சென்றது; ஜனக்கூட்டமும் யானையைத் தொடர்ந்து சென்றது.

வந்தியத்தேவன் அம்பாரியில் வீற்றிருந்த யாத்திரிகர் மீதே கண்ணா யிருந்தான். புத்தர்களின் புண்ணிய க்ஷேத்திரங்களைத் தரிசிப்பதற்காக எவ்வளவோ தூரம் பிரயாணம் செய்து எத்தனையோ கடல்களைக் கடந்து வந்த அந்தச் சீனர்களின் பக்தியை நினைத்து வியந்தான். அவர்களுக்கு இங்கே இவ்வளவு உபசாரங்கள் நடப்பது நியாயமான காரியந்தான். ஆனால் யுத்தம் நடந்துகொண்டிருக்கும் காலத்திலும் இவர்கள் யாத்திரைக்குப் பங்கமில்லாமல் நடப்பது எவ்வளவு அதிசய மானது? இளவரசர் அருள்மொழிவர்மரின் ஏற்பாடாகத்தான் இருக்க வேண்டும். இவ்வளவு பெருந்தன்மையான காரியங்களைச் செய்யக் கூடியவர் அவர்தான். ஆனால் இப்போது அவர் எங்கே இருப்பார்? அவரைத் தேடிப் பிடிப்பது சாத்தியமா? இந்த வைஷ்ணவனோடு இவ்வளவு கஷ்டத்துடன் பிரயாணம் செய்து வந்தது வீணாகி விடுமோ?'

'தம்பி! பார்த்தாயா?' என்றான் ஆழ்வார்க்கடியான்.

'பார்த்தேன்.'

'என்ன தெரிந்தது?'

'சீன யாத்திரிகர்களின் முகம் சப்பையாகத் தெரிந்தது. அவர்களுடைய உடை விசித்திரமாயிருந்தது...'

'யாத்திரிகர்களைப் பற்றி நான் கேட்கவில்லை.'

'பின்னே?'

'யானைப் பாகனைக் கவனித்துப் பார்த்தாயா?', என்று கேட்டேன்.'

'யானைப் பாகனையா? நான் கவனிக்கவேயில்லையே?'

'அழகாயிருக்கிறது. அந்த யானைப் பாகனுடைய பார்வை தற்செயலாக நம் பேரில் விழுந்ததும், அவனுடைய கண்களில் ஜொலித்த ஒளியைக் கவனிக்கவில்லையா?'

'அது என்ன? யானைப் பாகனுடைய கண்களில் தீவர்த்தி போட்டிருக்கிறதா ஜொலிப்பதற்கு?'

'நல்ல ஆள் நீ! உன் அஜாக்கிரதையை நினைத்து ஆச்சரியப்படுவதா அல்லது இவ்வளவு முக்கியமான காரியத்தை உன்னை நம்பி ஒப்புவித்து அனுப்பினாளே, அந்த இளைய பிராட்டியின் காரியத்தைக் குறித்து ஆச்சரியப்படுவதா என்று தெரியவில்லை. போனாற் போகட்டும். என்னோடு வா!' யானைக்கும், யானையைச் சூழ்ந்து நின்ற கூட்டத்துக்கும் பின்னால் சற்றுத் தூரத்தில் இவர்களும் தொடர்ந்து போனார்கள்.

புத்த விஹாரத்தின் வாசலில் வந்ததும் யானை நின்றது. பிறகு யானைப் பாகன் ஏதோ சொல்லவும் யானை மண்டியிட்டுப் படுத்தது. யாத்திரிகர்கள் இறங்கினார்கள். புத்த விஹாரத்தின் வாசலில் கும்பலாக நின்ற புத்த பிக்ஷுக்கள் சீன யாத்திரிகர்களை வரவேற்றார்கள். சங்கங்கள் முழங்கின; ஆலாட்ச மணிகள் ஒலித்தன. விஹாரத்தின் மேன் மாடத்திலிருந்து மலர் மாரி பொழிந்தது. 'புத்தம் சரணம் கச்சாமி' என்ற கோஷம் வானளாவியது. சீன யாத்திரிகர்கள் இருவரும் விஹாரத்துக்குள் சென்றார்கள். கூட வந்தவர்களிலும் பெரும்பாலோர் அவர்களைத் தொடர்ந்து விஹாரத்துக்குள்ளே சென்றார்கள்.

யாத்திரிகர்கள் இறங்குவதற்கு முன்பே யானையின் கழுத்திலிருந்து இறங்கிவிட்ட யானைப் பாகன் யானையை எழுப்பி நடத்திக்கொண்டு சென்றான். சற்றுத் தூரத்தில் நின்றிருந்த நாலுபேரைப் பார்த்தான். அவர்களில் ஒருவனிடம் யானையை ஒப்புவித்தான். இன்னும் ஒருவனிடம் ஆழ்வார்க்கடியானைச் சுட்டிக் காட்டி ஏதோ சொன்னான். மற்ற இருவரையும் அழைத்துக்கொண்டு சிறிது நேரத்தில் வீதியின் ஒரு திருப்பத்தில் திரும்பி மறைந்தான்.

யானைப் பாகன் எந்த ஆளுக்கு ஆழ்வார்க்கடியானைச் சுட்டிக் காட்டினானோ அவன் இவர்கள் நின்ற இடத்தை நோக்கி வந்தான். ஆழ்வார்க்கடியானிடம் மெல்லிய குரலில், 'ஐயா! என்னுடன் வருவதற்குச் சம்மதமா?' என்று கேட்டான்.

'அதற்காகவே காத்திருக்கிறோம்' என்றான் ஆழ்வார்க்கடியான்.

'அடையாளம் ஏதாவது உண்டா?'

சேநாதிபதி கொடுத்திருந்த கொடும்பாளூர் முத்திரை மோதிரத்தை ஆழ்வார்க்கடியான் காட்டினான்.

'சரி, என் பின்னால் வாருங்கள்' என்று சொல்லிவிட்டு அவன் முன்னால் செல்ல, இவர்கள் பின்தொடர்ந்து சென்றார்கள். ஊரைத்தாண்டி அப்பால் சென்றதும் குறுகிய காட்டுப் பாதை ஒன்று தென்பட்டது. அதன் வழியே சிறிது தூரம் சென்றதும் பாதையிலிருந்து சற்று விலகியிருந்த ஒரு பாழும் மண்டபத்தை அடைந்தார்கள். அதில் சிறிது நேரம் காத்திருக்கவேண்டும் என்று அவர்களை அழைத்து வந்தவன் தெரிவித்தான். பிறகு அவன் ஒரு மரத்தின் மேலேறி அவர்கள் வந்த வழியைக் கூர்ந்து கவனிக்கத் தொடங்கினான்.

'இதெல்லாம் என்ன மர்மம்? எனக்கு ஒன்றும் புரியவில்லையே?' என்று வந்தியத்தேவன் கேட்டான்.

'எல்லாம் சீக்கிரத்தில் புரிந்துவிடும். கொஞ்சம் பொறுத்திரு!' என்றான் ஆழ்வார்க்கடியான்.

அந்தப் பாழும் மண்டபத்தில் பின்னால் இரண்டு குதிரைகள் கட்டப் பட்டிருந்தன. குதிரைகள் இரண்டுதான் என்பது வந்தியத்தேவனுக்குக் கொஞ்சம் கவலையை உண்டாக்கியது.

யானைப் பாகனைப் பற்றிய மர்மம் என்னவாயிருக்கும்? அவனுடைய முகத்தை ஒரே கணம் வந்தியத்தேவன் கண்கள் ஏறிட்டுப் பார்த் திருந்தன. அப்புறம் சீன யாத்திரிகர்களிடம் அவன் கவனம் சென்று விட்டது. யானைப் பாகனுடைய முகத்தை நினைத்துப் பார்க்க ஆனமட்டும் முயன்றான். ஒன்றும் நினைவுக்கு வரவில்லை.

'வைஷ்ணவரே! அந்த யானைப் பாகன் யார்? எனக்குச் சொல்லக் கூடாதா?'

'யாராயிருக்கும்? நீயே ஊகித்துப் பார், தம்பி!'

'யானைப் பாகன்தான் பொன்னியின் செல்வரா?'

'அவருடைய கண்களில் ஒரு கணம் ஜொலித்த பிரகாசத்திலிருந்து அப்படித்தான் தோன்றியது.'

'உம்மைப்போல் மற்றவர்களும் அவரைத் தெரிந்து கொண்டிருக்க மாட்டார்களா?'

'மாட்டார்கள். சீனத்திலிருந்து வந்த யாத்திரிகர்களுக்கு இளவரசர் யானைப் பாகராயிருப்பார் என்று யார் எதிர்பார்ப்பார்கள்? மேலும் இந்த ஊரிலுள்ள ஜனங்கள் இளவரசரைப் பார்த்ததும் இல்லை.'

‘சீன யாத்திரிகர்கள் சிம்மகிரியிலிருந்து வந்தார்கள் என்று சொன்னீர் அல்லவா?’

‘ஆமாம்.’

‘சிம்மகிரி இன்னும் சிங்களவர் வசத்தில் இருக்கிறதென்று நீர் சொல்லவில்லையா?’

‘சொன்னேன்.’

‘பின்னே, எதிரிகளுக்கு மத்தியில் போய்விட்டா இளவரசர் திரும்பி வருகிறார்?’

‘சிம்மகிரி மட்டும் என்ன? பகைவருக்குட்பட்ட பிரதேசத்தின் மத்தியில் உள்ள மாஹியங்கானா, சமந்தகூடம் முதலிய க்ஷேத்திரங்களுக்கும் இளவரசர் சீன யாத்திரிகர்களுடன் போய்த் திரும்பியிருக்கிறார்.’

‘எதற்காக அவ்வளவு பெரிய அபாயத்துக்கு உட்பட்டார்?’

‘அந்த க்ஷேத்திரங்களையும் அங்கேயுள்ள சிற்ப சித்திர அதிசயங்களையும் பார்ப்பதில் உள்ள அளவு கடந்த ஆசையினால்தான்!’

‘நல்ல ஆசை! நல்ல இளவரசர்! இத்தகைய விளையாட்டுப் புத்தியுள்ளவரையா முடி மன்னர் வணங்கும் ஏக சக்ராதிபதியாவார் என்று அந்தக் குடந்தை சோதிடர் சொன்னார்?’

‘அவ்வாறு குடந்தை சோதிடர் சொன்னாரா, தம்பி?’

‘நீரும் அதை நம்புகிறீரா?’

‘நான் ஜோசியத்தை நம்பவில்லை. ஜோசியம் பார்க்க வேண்டிய அவசியமும் எனக்கு இல்லை.’

‘பின்னே என்ன?’

‘ஜோசியம் பார்க்காமலேயே எனக்கு நிச்சயமாய்த் தெரியும்...’

திடீரென்று குதிரைகளின் குளம்புச் சத்தம் கேட்டது. அவர்கள் இருந்த இடத்தை நோக்கிச் சப்தம் நெருங்கி வந்து கொண்டிருந்தது. மரத்தின் மேலிருந்து பார்த்துக்கொண் டிருந்தவன் அவசரமாகக் கீழே இறங்கினான். இரண்டு குதிரை களையும் பிடித்துக்கொண்டு வந்தான். ஒன்றில் தான் ஏறிக் கொண்டான். ஆழ்வார்க்கடியானை இன்னொன்றின் மேல் ஏறிக் கொள்ளச் சொன்னான். ‘சற்று நேரத்தில் இந்தப் பாதையுடன் சில குதிரைகள் போகும். அவற்றின் பின்னோடு நாமும், தொடர்ந்து போகவேண்டும்’ என்றான்.

வந்தியத்தேவன் 'எனக்குக் குதிரை?' என்று கேட்டான்.

'இவரை மட்டுந்தான் அழைத்து வரும்படி எனக்குக் கட்டளை!'

'யாருடைய கட்டளை!'

'அதைச் சொல்ல எனக்கு அதிகாரம் இல்லை.'

'இளவரசரை நான் உடனே பார்த்தாக வேண்டும். மிக முக்கியமான செய்தி கொண்டுவந்திருக்கிறேன்.'

'அதைப்பற்றி எனக்கு ஒன்றும் தெரியாது, ஐயா!'

ஆழ்வார்க்கடியான், 'தம்பி! கொஞ்சம் பொறுமையாயிரு! நான் போய் இளவரசரிடம் சொல்லி உன்னையும் அழைத்து வருவதற்கு ஏற்பாடு செய்கிறேன்' என்றான்.

'வைஷ்ணவரே! நான் கொண்டு வந்திருக்கும் செய்தி மிக முக்கிய மானது, மிக அவசரமானது என்று உமக்குத் தெரியாதா?'

'அந்த ஓலையை என்னிடம் கொடு; நான் கொடுத்து விடுகிறேன்.'

'அது முடியாது.'

'அப்படியானால் கொஞ்சம் பொறுத்திரு, வேறு வழி இல்லை!'

'வேறு வழி இல்லையா?'

'இல்லவே இல்லை!'

வந்தியத்தேவனுடைய உள்ளம் குமுறியது. ஆழ்வார்க்கடியானை இளவரசரிடந்தான் அழைத்துப் போகிறார்கள் என்பதில் சந்தேக மில்லை. 'ஆழ்வார்க்கடியான் அவரிடம் என்ன சொல்கிறான்' என்பதைச் சேநாதிபதி கவனிக்கச் சொல்லியிருக்கிறார். அது முடியாமற் போய் விடுமே? குதிரைகள் நெருங்கி வந்தன; அவர்கள் இருக்கும் இடத்தைக் கடந்து சென்றன; மின்னல் மின்னும் வேகத்தில் பறந்து சென்றன.

மண்டபத்தில் குதிரைகள் மீது ஆயத்தமாயிருந்த இருவரும் குதிரையின் முகக் கயிற்றை இழுத்துக் குலுக்கிப் புறப்படத் தூண்டினார்கள். அச்சமயத்தில் யாரும் எதிர்பாராத ஒரு சம்பவம் நிகழ்ந்தது. குதிரை மேலிருந்த மனிதனுடைய ஒரு காலை வந்தியத் தேவன் பிடித்து ஒரு எத்து எத்தித் தள்ளினான். அந்த மனிதன் தடால் என்று விழுந்தான். வந்தியத்தேவன் குதிரை மீது தாவி ஏறினான்; குதிரை பறந்தது. தொடர்ந்து ஆழ்வார்க் கடியானுடைய குதிரையும் பறந்தது. கீழே விழுந்த வீரன் கூச்சலிட்டு விட்டு உறையிலிருந்த

கத்தியை எடுத்து எறிந்தான். வந்தியத்தேவன் தலை குனிந்து குதிரையின் முதுகோடு ஒட்டிப் படுத்துக் கொண்டான். வீரன் எறிந்த கத்தி வேகமாகச் சென்று ஒரு மரத்தில் ஆழமாய்ப் பாய்ந்தது. குதிரைகள் இரண்டும் காற்றாய்ப் பறந்து சென்றன.

முன்னால் சென்ற மூன்று குதிரைகளையும் பின்தொடர்ந்து ரொம்பவும் நெருங்காமலும், ரொம்பவும் பின் தங்காமலும் இந்த இரண்டு குதிரைகளும் சென்றன. 'நல்ல வேலை செய்தாய், தம்பி!' என்று ஆழ்வார்க்கடியான் வந்தியத்தேவனை உற்சாகப்படுத்தினான். ஆனால் வந்தியத்தேவன் மறுமொழி ஒன்றும் கூறவில்லை. இதன் முடிவு என்ன ஆகப் போகிறதோ என்று அவன் உள்ளம் கவலையில் ஆழ்ந்திருந்தது. ஒரு பெண்ணின் வார்த்தையின் பொருட்டு எதற்காக கடல் கடந்து இந்தத் தூர தேசத்தில் வந்து, இத்தகைய சங்கடத்தில் அகப்பட்டுக் கொண்டோம் என்ற சிந்தனையும் உதித்தது. குதிரைகள் வாயு வேக, மனோ வேகமாய்க் குறுகிய காட்டுப் பாதையில் போய்க் கொண்டிருந்தன.

முப்பதாம் அத்தியாயம்

துவந்த யுத்தம்

முடிவில்லாத வழியில் குதிரைகள் போய்க் கொண்டிருப்பதாக வந்தியத்தேவனுக்குத் தோன்றியது. இந்த வைஷ்ணவன் நம்மை உண்மையில் ஏமாற்றிவிட்டானா? சத்துருக்களிடம் நம்மைக் கொண்டு போய் ஒப்புவிக்கப் போகிறானா? இருபுறமும் காடுகள் அடர்ந்திருந்தன. அவற்றுக்குள் பார்த்தால் கன்னங்கரிய பயங்கரமான இருள். அந்த இருண்ட காட்டில் என்னென்ன அபாயங்கள், என்னென்ன விதத்தில் இருக்கின்றனவோ தெரியாது. சிறுத்தைகள், கரடிகள், யானைகள், விஷ ஜந்துக்கள் இவற்றுடன் பகைவர்களும் மறைந்திருக்கக் கூடும்; யார் கண்டது? தெற்குத் திசையில் சோழ சைன்யம் கடைசியாகப் பிடித்திருக்கும் இடம் தம்பளைதான் என்று சொன்னார்களே? இவன் நம்மை எங்கே அழைத்துப் போகிறான்?

நல்ல வேளையாக நிலா வெளிச்சம் கொஞ்சம் இருந்தது. சந்திர கிரணங்கள் வானுறவோங்கிய மரங்களின் உச்சியில் தவழ்ந்து விளையாடின. அதனால் ஏற்பட்ட சலன ஒளி சில சமயம் பாதையிலும் விழுந்து கொண்டிருந்தது. எதிரே மூன்று குதிரைகள் போவது சில சமயம் கண்ணுக்கு நிழல் உருவங்களாகத் தெரிந்தது. ஆனால் குதிரைகளின் குளம்புச் சத்தம் மட்டும் இடைவிடாமல் கேட்டுக் கொண்டிருந்தது.

திடீரென்று வேறு சில சப்தங்கள் கேட்டன. காட்டின் நடுவில் எதிர்பார்க்க முடியாத சப்தங்கள். பல மனிதக் குரல்களின் கோலாகல சப்தம். குதூகலமாக ஆடிப்பாடும் சப்தம். ஆ! அதோ மரங்களுக்கிடையில் வெளிச்சம் தென்படுகிறது. சுளுந்துகளின் வெளிச்சத்தோடு பெரிய காளவாய் போன்ற அடுப்புகள் எரியும் வெளிச்சமும் தெரிகிறது. ஆகா! இந்தக் காட்டின் நடுவே தாவடி போட்டுக் கொண்டு குதூகலமாயிருக்கும் வீரர்கள் யார்? சோழ நாட்டு வீரர்களா?அல்லது பகைவர் படையைச் சேர்ந்த வீரர்களா?

இதைப் பற்றி வந்தியத்தேவன் மிகச் சொற்ப நேரந்தான் சிந்தித்திருப்பான். அந்தச் சிறிய நேரத்தில் முன்னால் போன குதிரைகள் சட்டென்று நின்றதையும் ஒரு குதிரை பளீர் என்று திரும்பியதையும் வந்தியத்தேவன் கவனிக்கவில்லை. திரும்பிய குதிரை முன்னோக்கி வந்து வந்தியத்தேவன் குதிரையை அணுகியது. அதன்மேலிருந்தவன் வந்தியத்தேவன் பக்கம் சட்டென்று சாய்ந்து ஓங்கி ஒரு குத்து விட்டான். அந்தக் குத்தின் அதிர்ச்சியினால் வந்தியத்தேவன் கதி கலங்கித் தடுமாறியபோது அவனுடைய ஒரு முழங்காலைப் பிடித்து ஓங்கித் தள்ளினான். வந்தியத்தேவன் தடால் என்று தரையில் விழுந்தான். வந்த வேகத்தில் அவன் குதிரை அப்பால் சிறிது தூரம் பாய்ந்து சென்று அப்புறம் நின்றது.

இதற்குள் அவனைத் தள்ளிய வீரன் குதிரையிலிருந்து கீழே குதித்து வந்தியத்தேவன் அருகில் வந்தான். திக்பிரமை கொண்டவனாய்த் தள்ளாடி எழுந்திருக்க முயன்ற வந்தியத்தேவனுடைய இடையி லிருந்த கத்தியைப் பறித்துத் தூர வீசி எறிந்தான். உடனே வந்தியத் தேவனுக்குப் புத்துயிர் வந்தது. அத்துடன் ஆத்திரம் பொங்கிக் கொண்டு வந்தது. ஒரு குதி குதித்து எழுந்து நின்றான். இரண்டு கையையும் இறுக மூடிக் கொண்டு வஜ்ரம் போன்ற முஷ்டியினால் தன்னைத் தள்ளிய ஆளைக் குத்தினான். குத்து வாங்கிக் கொண்டவன் சும்மா இருப்பானா? அவனும் தன் கைவரிசையைக் காட்டினான். இருவருக்குள்ளும் பிரமாதமான துவந்த யுத்தம் நடந்தது. கடோத் கஜனும், இடும்பனும் சண்டை போடுவது போல் போட்டார்கள். வேடன் வேடந்தரித்த சிவபெருமானும் அர்ச்சுனனும் கட்டிப் புரண்டதைப் போல் புரண்டார்கள். திக் கஜங்களில் இரண்டு இடம் பெயர்ந்து ஒன்றோடொன்று மோதிக் கொள்வது போல் அவர்கள் மோதிக் கொண்டார்கள்.

வந்தியத்தேவனுடன் வந்த ஆழ்வார்க்கடியானும், அவர்களுக்கு முன்னால் வந்த வீரர்களும் விலகி நின்று ஆச்சரியத்துடன் பார்த்துக் கொண்டு நின்றார்கள். மரக் கிளைகளின் அசைவினால் அடிக்கடி சலித்த நிலாவெளிச்சத்தில் அவர்கள் அந்த அதிசயமான சண்டையைக் கண் கொட்டாமல் பார்த்துக் கொண்டிருந்தார்கள். சீக்கிரத்தில் காலடிச் சத்தங்கள் கேட்டன. கையில் கொளுத்தப்பட்ட சுளுந்துகளுடன் வீரர்கள் சிலர் மரக்கிளைகளை விலக்கிக்கொண்டு அவ்விடத்திற்கு வந்தார்கள். அப்படி வந்தவர்களும் அதிசயத்துடன் அந்தத் துவந்த யுத்தத்தைப் பார்த்துக் கொண்டு நிற்கலானார்கள். சிறிது நேரத்திற் கெல்லாம் சுற்றிலும் ஒரு பெரிய கூட்டம் கூடிவிட்டது.

கடைசியாக வந்தியத்தேவன் கீழே தள்ளப்பட்டான். அவனைத் தள்ளிய வீரன் அவன் மார்பின்பேரில் ஏறி உட்கார்ந்து கொண்டு

இடையில் சுற்றியிருந்த துணிச் சுருளை அவிழ்த்தான். அதற் குள்ளிருந்த ஓலையைக் கைப்பற்றினான். அதைத் தடுப்பதற்கு வந்தியத் தேவன் ஆனமட்டும் முயன்றும் அவன் முயற்சி பலிக்கவில்லை.

ஓலை அவ்வீரனுடைய கையில் சிக்கியதும் துள்ளிப் பாய்ந்து சுற்றிலும் நின்றவர்கள் பிடித்திருந்த சுளுந்து வெளிச்சத் தண்டை சென்றான். அவன் ஒரு சமிக்ஞை செய்யவும் மற்றும் இரு வீரர்கள் ஓடிவந்து வந்தியத்தேவன் தரையிலிருந்து எழுந்திருக்க முடியாமல் பிடித்துக் கொண்டார்கள்.

வந்தியத்தேவன் சொல்ல முடியாத ஆத்திரத்துடனும் தாபத்துடனும், 'பாவி வைஷ்ணவனே! இப்படிப்பட்ட சிநேகத் துரோகம் செய்யலாமா! அவனிடமிருந்து அந்த ஓலையைப் பிடுங்கு!' என்று கத்தினான்.

'அப்பனே! என்னால் இது இயலாத காரியம் ஆயிற்றே!' என்றான் ஆழ்வார்க்கடியான்.

'சீச்சீ! உன்னைப்போன்ற கோழையை நான் பார்த்ததேயில்லை! உன்னை வழித்துணைக்கு நம்பி வந்தேனே?' என்றான் வந்தியத் தேவன்.

ஆழ்வார்க்கடியான் குதிரையிலிருந்து சாவதானமாக இறங்கி வந்தியத்தேவன் அருகில் சென்று, அவன் செவியில், 'அடே அசடே! ஓலை நீ யாருக்குக் கொண்டுவந்தாயோ, அவரிடந்தான் போயிருக்கிறது! ஏன் வீணாகப் புலம்புகிறாய்?' என்றான்.

சுளுந்து வெளிச்சத்தில் ஓலையைப் படித்துக் கொண்டிருந்த வீரனுடைய முகத்தை மற்ற வீரர்கள் பார்த்துவிட்டார்கள். உடனே ஒரு மகத்தான குதூகல ஆரவாரம் அவர்களிடமிருந்து எழுந்தது.

'பொன்னியின் செல்வர் வாழ்க! வாழ்க!'

'அன்னிய மன்னரின் காலன் வாழ்க!'

'எங்கள் இளங்கோ வாழ்க!'

'சோழ குலத் தோன்றல் வாழ்க!' என்பன போன்ற கோஷங்கள் எழுந்து அந்த வனப்பிரதேசமெல்லாம் பரவின. அவர்களுடைய கோஷங் களின் எதிரொலியே போல் மரக்கிளையில் தூங்கிக்கொண்டிருந்த பட்சிகள் விழித்தெழுந்து இறகுகளைச் சடசட வென்று அடித்துக் கொண்டு பலவித ஒலிகளைச் செய்தன.

இதற்குமுன் வந்திருந்தவர்களைத் தவிர இன்னும் பல வீரர்களும் என்ன விசேஷம் என்று தெரிந்து கொள்வதற்காகத் திடுதிடுவென்ற

சத்தத்துடனே மரஞ் செடிகொடிகளை விலக்கிக் கொண்டு ஓடி வந்தார்கள். கூட்டம் பெருகுவதைக் கண்ட வீரன் சுற்றிலும் ஒரு முறை திரும்பிப்பார்த்து, 'நீங்கள் அனைவரும் பாசறைக்குச் செல்லுங்கள். விருந்துக்கு வேண்டிய ஏற்பாடு செய்யுங்கள். சற்று நேரத்துக்குள் நான் வந்து விடுகிறேன்' என்று சொல்லவே, அவர்கள் எல்லாரும் ஒரு மனிதனைப் போல் விரைந்து அவ்விடம் விட்டுப் போய் விட்டார்கள்.

நன்றாகக் குத்தும் அடியும் பட்ட வந்தியத்தேவன் தரையில் உட்கார்ந்த படி இதையெல்லாம் பார்த்துக்கொண்டிருந்தான். உடம்பில் அடிபட்ட வலியெல்லாம் மறந்துவிடும்படியான அதிசயக் கடலில் அவன் மூழ்கியிருந்தான்.

'ஆகா! இவர்தானா இளவரசர் அருள்மொழிவர்மர்! இவர் கையிலே தான் எவ்வளவு வலிவு! என்ன விரைவு! குட்டுப் பட்டாலும் மோதிரக் கையால் குட்டுப்படவேண்டும் என்பார்களே! குத்துப்பட்டால் இவர் கையினால் அல்லவா குத்துப்பட வேண்டும். இவரிடம் அர்ச்சுனனு டைய அழகும், கம்பீரமும் இருக்கின்றன! பீமசேனனுடைய தேக பலம் இருக்கிறது! நாடு நகரமெல்லாம் இவரைப் போற்றிப் புகழ்வதில் ஆச்சரியம் ஒன்றுமில்லைதானே!' என்று எண்ணமிட்டுக் கொண்டிருந்தான்.

இந்தக் கதைக்குப் பெயர் அளித்த அரசிளங் குமாரரை, தமிழகத்தின் சரித்திரத்திலேயே இணை யாரும் சொல்ல முடியாத வீராதி வீரரை, சோழ மன்னர் குலத்தை அழியாப்புகழ் பெற்ற அமரர் குலமாக்கின வரை, பின்னால் இராஜராஜர் என்று பெயர் பெறப்போகும் அருள் மொழிவர்மரை, இவ்விதம் சமயமில்லாத சமயத்தில் அசந்தர்ப்பமான நிலைமையில், இராஜகுல சின்னம் எதுவும் இல்லாமல் நேயர்களுக்கு அறிமுகம் செய்துவைக்கும் படி நேர்ந்துவிட்டது. இது நேயர்களுக்குச் சிறிது மனக் குறை அளிக்கக் கூடியது இயற்கைதான்! ஆயினும் என்ன செய்யலாம்? நம் கதாநாயகனாகிய வந்தியத்தேவனே இப்போதுதான் அவரை முதன் முதலில் சந்தித்திருக்கிறான் என்றால், நாம் எப்படி அவரை முன்னதாகப் பார்த்திருக்க முடியும்!

அருள்மொழித்தேவர் வந்தியத்தேவனை நோக்கிச் சமீபத்தில் வந்தார். மீண்டும் அவருடைய கை முஷ்டியின் பலத்தைச் சோதிக்க வருகிறாரோ என்று வந்தியத்தேவன் ஒரு கணம் திடுக்கிட்டுப் போனான்.

ஆனால் அவருடைய புன்னகை ததும்பிய மலர்ந்த முகத்தைப் பார்த்து அந்தச் சந்தேகத்தை மாற்றிக் கொண்டான்.

'அன்பரே! வருக! வருக! அழகிய இலங்கைத் தீவுக்கு வருக! சோழ நாட்டு வீராதி வீரர்களுடனே சேர்வதற்கு இத்தனை தூரம் கடல் கடந்து

வந்தீர் அல்லவா? அப்படி வந்த உமக்கு நான் அளித்த வீர வரவேற்பு திருப்தி அளித்திருக்கிறதா? அல்லது அது போதாது, இன்னும் சிறிய படாடோபமான வரவேற்பு அளிக்க வேண்டும் என்று கருதுகிறீரா?' என்று இளவரசர் கூறிப் புன்னகை பூத்தார்.

வந்தியத்தேவன் குதித்து எழுந்து வணக்கத்துடன் நின்று, 'இளவரசரே! தங்கள் தமக்கையார் அளித்த ஓலை தங்களிடம் சேர்ந்துவிட்டது; என் கடமையும் தீர்ந்துவிட்டது. இனி இந்த உயிரைக் காப்பாற்றிக்கொள்ள வேண்டிய அவசியம் எனக்கில்லை. தங்களுக்கு விருப்பமானால் இன்னும் சிறிது நேரம் நாம் யுத்த காண்டம் படித்துப் பார்க்கலாம்!' என்றான்.

'ஆகா! உமக்கு என்ன சொல்வதற்கு? உம் உயிரைப் பற்றி இனி உமக்குக் கவலையில்லை. அந்தக் கவலை இனி என்னுடையது. இல்லாவிடில் நாளைக்கு இளைய பிராட்டிக்கு என்ன மறுமொழி சொல்வேன்? நண்பரே, இப்போது நான் படித்த ஓலை என் தமக்கையாரின் திருக்கரத்தினாலேயே எழுதப்பட்டதாகத் தெரிகிறது. அவர் உம்மிடம் அதை நேரில் கொடுத்தாரா?' என்று கேட்டார்.

'ஆம், இளவரசரே! இளைய பிராட்டியின் திருக்கரங்களிலிருந்து நேரில் இந்த ஓலையைப் பெறும் பாக்கியம் எனக்குக் கிடைத்தது. பின்னர் எங்கும் நிற்காமல் இரவு பகல் பாராமல் பிரயாணம் செய்து வந்தேன்' என்றான்.

'அது நன்றாய்த் தெரிகிறது. இல்லாவிடில் இவ்வளவு விரைவில் இங்கு வந்திருக்க முடியுமா? இப்படிப்பட்ட அரிய உதவி செய்த வருக்கு நான் என்ன கைம்மாறு செய்யப் போகிறேன்!' என்று சொல்லி விட்டு, இளவரசர் வந்தியத்தேவனை மார்புற அணைத்துக் கொண்டார். அப்போது வந்தியத்தேவன் சொர்க்க லோகத்தில் தான் இருப்பதாகவே எண்ணினான். அவன் உடம்பிலிருந்து வலியெல்லாம் மாயமாய் வந்துவிட்டது.

'ஏலேல சிங்கன்' கூத்து

வனத்தின் மத்தியில் உலர்ந்த குளத்தைச் சுற்றி மரங்கள் வளைவு வரிசையாக வளர்ந்து அதனால் இடைவெளி ஏற்பட்டிருந்த இடத்தில் சுமார் ஆயிரம் சோழ வீரர்கள் தாவடி போட்டிருந்தார்கள். அவர் களுடைய சாப்பாட்டுக்காகப் பெரிய பெரிய கல்லடுப்புகளில் ஜுவாலை வீசிய நெருப்பின் பேரில் பிரம்மாண்டமான தவலைகளில் கூட்டாஞ்சோறு பொங்கிக் கொண்டிருந்தது. சட்டிகளிலும், அண்டாக் களிலும் வெஞ்சனங்கள் வெந்துகொண்டிருந்தன. இவற்றிலிருந்து எழுந்த நறுமணம் அந்த வீரர்கள் நாவில் ஜலம் சுரக்கச் செய்தது. சோறு பொங்கி முடியும் வரையில் பொழுது போவதற்காக அவர்கள் ஆடல் பாடல் களியாட்டங்களில் ஈடுபட்டிருந்தார்கள். இச்சமயத்தில் அவர் களுடைய உள்ளங்கவர்ந்த அரசிளங் குமாரரும் வந்து விடவே, அவ்வீரர்களின் குதூகலம் அளவு கடந்ததாயிற்று. அந்த எல்லைக் காவல் படையின் தளபதி மிகவும் சிரமப்பட்டு அவர்களுக்குள்ளே ஒழுங்கை நிலை நாட்டினார். எல்லோரையும் அமைதியுடன் பாதிமதியின் வடிவமான வட்டத்தில் வரிசையாக உட்காரும்படிச் செய்தார்.

பெரியதொரு ராட்சத மரத்தை வெட்டித் தள்ளி அதன் அடிப்பகுதியை மட்டும் பூமிக்குமேலே சிறிது நீட்டிக்கொண்டிருக்கும்படி விட்டிருந் தார்கள். இளவரசர் வந்து அந்த அடிமரத்துச் சிம்மாசனத்தின்மீது அமர்ந்தார். இப்போது அவர் யானைப் பாகன்போல் உடை தரித்திருக்க வில்லை. தலையில் பொற்கிரீடமும், புஜங்களில் வாகு வலயங்களும், மார்பில் முத்து மாலைகளும் அணிந்து, அரையில் பட்டுப்பீதாம்பரம் தரித்து அமர்ந்திருந்தார். அவரைச்சுற்றி எல்லைக்காவல் தளபதியும், வந்தியத்தேவனும், ஆழ்வார்க்கடியானும் உட்கார்ந்திருந்தார்கள்.

இளவரசரை மகிழ்விப்பதற்காக ஏற்பாடு செய்திருந்த ஏலேல சிங்கன் சரித்திரக்கூத்து ஆரம்பமாயிற்று. இந்தச்சமயம் சோழவீரர்கள் இலங்கையில் பெரும் பகுதியைப் பிடித்திருந்ததுபோல் ஆயிரம்

ஆண்டுகளுக்கு முன்னால் ஒரு தடவை தமிழ் வீரர்கள் ஈழநாட்டைக் கைப்பற்றியிருந்தார்கள். அப்போது அத்தமிழ் வீரர்களின் தலைவனாக விளங்கியவன் ஏலேல சிங்கன். அவனால் துரத்தப்பட்டு இலங்கை அரசன் சில காலம் மலைநாட்டில் போய் ஒளிந்திருந்தான். அவனுடைய புதல்வனின் பெயர் துஷ்டகமனு. இவன் பொல்லாத வீரன். இலங்கையைத் திரும்பவும் ஏலேல சிங்கனிடமிருந்து கைப்பற்ற வேண்டுமென்று நெடுங்காலம் கனவு கண்டான். அவ்வீரன் சிறு பிள்ளையாயிருந்தபோது ஒருநாள் படுக்கையில் கையையும் காலையும் மடக்கி ஒடுக்கி வைத்துக் கொண்டு படுத்திருந்தான். அவனுடைய அன்னை, 'குழந்தாய்! ஏன் இப்படி உன்னை நீயே குறுக்கிக் கொண்டு படுத்திருக்கிறாய்? தாராளமாய்க் காலையும் கையையும் நீட்டி விட்டுப் படுத்துக்கொள்வதுதானே!' என்றாள். அப்போது துஷ்டகமனு, 'தாயே! என்னை ஒரு பக்கத்தில் தமிழ் வீரர்கள் நெருக்குகிறார்கள். மற்றொரு பக்கத்தில் கடல் நெருக்குகிறது நான் என்ன செய்வேன்? அதனாலேயே உடம்பைக் குறுக்கிக்கொண்டு படுத்திருக்கிறேன்!' என்றான். இத்தகைய வீரன் காளைப் பருவம் அடைந்தபோது படை திரட்டிக் கொண்டு போன படைகள் சின்னாபின்னமாகிச் சிதறி ஓடிவிட்டன. அப்போது துஷ்டகமனு ஒரு யுக்தி செய்தான். ஏலேல சிங்கன் இருக்குமிடம் சென்று நேருக்கு நேர் நின்று, 'அரசே! தங்களுடைய பெரிய சைன்யத்துக்கு முன்னால் என்னுடைய சிறிய படை சிதறி ஓடிவிட்டது. நான் ஒருவனே மிஞ்சியிருக்கிறேன். தாங்கள் சுத்த வீரர் குலத்தில் பிறந்தவர். ஆதலின் என்னுடன் தனித்து நின்று துவந்த யுத்தம் செய்யும்படி அழைக்கிறேன். நம்மில் வெற்றி அடைபவருக்கு இந்த இலங்கா ராஜ்யம் உரியதாகட்டும்; மற்றவருக்கு வீரசொர்க்கம் கிடைக்கட்டும்!' என்று சொன்னான்.

துஷ்டகமனுவின் அத்தகைய துணிச்சலையும் வீரத்தையும் ஏலேல சிங்கன் மிக வியந்தான். ஆகையால் அவனுடன் தனித்து நின்று போர் செய்ய ஒப்புக்கொண்டான். இடையில் வந்து குறுக்கிட வேண்டாம் என்று தன் வீரர்களுக்குக் கண்டிப்பாகக் கட்டளையிட்டான். துவந்த யுத்தம் ஆரம்பமாயிற்று. இந்தச் செய்தியை அறிந்து சிதறி ஓடிய துஷ்டகமனுவின் வீரர்களும் திரும்பி வந்து சேர்ந்தார்கள். எல்லோரும் கண்கொட்டாமல் பார்த்துக்கொண்டிருந்தார்கள். நெடுநேரம் போர் நடந்தது. துஷ்டகமனுவோ தன் பிறப்புரிமையைப் பெறும் பொருட்டு ஆத்திரத்துடன் சண்டையிட்டான். ஏலேல சிங்கன் அந்த இளைஞனிடம் அனுதாபம் கொண்டிருந்தபடியால் பூரண வலிமையையும் உபயோகித்துப் போர்செய்யவில்லை. ஆகையால் ஏலேல சிங்கன் இறந்தான். துஷ்டகமனு முடிசூடியதும், ஏலேல சிங்கன் இறந்த இடத்தில் அவனுக்குப் பள்ளிப்படைக் கோயில் எழுப்பி அவனது வீரத்தையும் தயாளத்தையும் போற்றினான்.

இந்த அரிய சரித்திர நிகழ்ச்சியைச் சோழ வீரர்கள் இளங்கோ அருள்மொழிவர்மரின் முன்னிலையில் நடனக் கூத்தாக நடித்துக் காட்டினார்கள். ஆடலும் பாடலும் அமர்க்களப்பட்டன. ஏலேல சிங்கன் உயிர் துறந்து விழுந்த இடத்தில் நடித்த வீரன் உண்மை யிலேயே செத்து விழுந்து விட்டானா என்று தோன்றும்படி அவ்வளவு தத்ரூபமாக நடித்தான். பார்த்துக் கொண்டிருந்த இளவரசரும் மற்ற வீரர்களும் அடிக்கடி 'ஆஹா' காரம் செய்து குதூகலித்தார்கள். நாடகம் நடந்து கொண்டிருந்தபோது ஒரு முறை இளவரசர் ஆழ்வார்க்கடி யானைப் பார்த்து, 'திருமலை! தம்பளைக் குகைக் கோயிலில் துஷ்டகமனுவுக்கும், ஏலேல சிங்கனுக்கும் நடந்த போர்க் காட்சியை அழியாத வர்ணச் சித்திரமாக வரைந்திருக்கிறதே, அந்தச் சித்திரத்தை நீங்கள் பார்த்தீர்களா?' என்று கேட்டார்.

'இல்லை, ஐயா! தம்பளை வீதிகளில் நாங்கள் வந்து கொண்டிருந்த போதே தங்களைப் பார்த்துவிட்டேன். குகைக் கோயிலுக்குள் போக நேரமில்லை' என்றான் ஆழ்வார்க் கடியான்.

'ஆகா! அந்தக் குகைக் கோயில்களிலே உள்ள சிற்பங்களையும் அவசியம் பார்க்க வேண்டும்! திருமலை நம் செந்தமிழ் நாட்டில் எவ்வளவோ சிற்ப சித்திரங்கள் இருக்கின்றன. அவற்றைக் காட்டிலும் மகத்தான அற்புதங்கள் இந்த இலங்கைத் தீவில் இருக்கின்றன' என்றார் இளவரசர்.

'இளவரசே! இந்த நாட்டிலுள்ள சிற்ப சித்திரங்கள் எங்கும் போய் விடமாட்டா! எப்போது வேணுமானாலும் பார்த்துக் கொள்ளலாம். ஆனால் தங்களைப் பார்ப்பது அப்படியல்லவே? நல்ல சமயத்தில் நாங்கள் வந்ததினால் அல்லவோ பார்க்க முடிந்தது? எங்களுக்கு முன்னாலேயே இங்கு வந்த பார்த்திபேந்திர பல்லவன், தங்களைத் தேடிவிட்டு 'இங்கே இல்லை' என்று திரும்பிப் போய்க் கொண்டிருந்தான். வழியில் அவனை நாங்கள் பார்த்தோம்' என்றான் ஆழ்வார்க்கடியான்.

'ஆம்; என் தமையனாரின் அருமை நண்பர் வந்து தேடிவிட்டுப் போனதாகத் தளபதிகூடச் சொன்னார். அவர் எதற்காக வந்திருப்பார் என்று உன்னால் ஊகித்துச் சொல்ல முடியுமா?'

'நிச்சயமாகவே சொல்ல முடியும். தங்களைக் காஞ்சிக்கு அழைத்து வரும்படியாக ஆதித்த கரிகாலர் அவரை அனுப்பி வைத்திருக்கிறார்.'

'அடடே! உனக்குத் தெரிந்திருக்கிறதே! இதோ உன் சிநேகிதன் இவ்வளவு பத்திரமாகக் கொண்டுவந்து ஒப்புவித்தானே, இந்த ஓலையில் என்ன எழுதியிருக்கிறதென்றும் உனக்குத் தெரியும் போலிருக்கிறது?'

‘தங்களை உடனே பழையாறைக்கு வந்து சேரும்படி தங்கள் தமக்கையார் எழுதியிருக்கிறார்கள். இளவரசே! குந்தவை தேவி அந்தரங்கமாக இந்த ஓலையை எழுதி நம் வாணர்குல வீரரிடம் கொடுத்தபோது பக்கத்தி லிருந்த கொடி வீட்டில் மறைந்திருந்து நான் பார்த்துக் கொண்டிருந்தேன்...’

திருமலைக்குப் பின்னாலிருந்த வந்தியத்தேவன் அவனுடைய முதுகில் அழுத்தமாகக் கிள்ளினான். ஆழ்வார்க்கடியான் தன் முதுகில் ஓங்கி அறைந்து, ‘இது பொல்லாத காடு; இரவு நேரத்திலே கூட வண்டு கடிக்கிறது!’ என்றான்.

இளவரசர் சற்றுக் கோபத்துடன், ‘சேச்சே! இது என்ன வேலை? என் அருமைத் தமக்கையார் பேரிலேயே நீ உன் திறமையைக் காட்டத் தொடங்கிவிட்டாயா?’ என்றார்.

‘அதை நான் பார்த்திருந்தபடியினால்தான் இவனை இவ்வளவு பத்திரமாக இங்கே கொண்டுவந்து சேர்த்தேன் இளவரசே! இவனை வழியிலெங்கும் சங்கடத்தில் மாட்டிக் கொள்ளாதபடி காப்பாற்றிக் கொண்டு வருவதற்கு நான்பட்ட பாட்டைப் புத்தபகவானே அறிவார். அநுராதபுரத்தின் வழியாக வந்திருந்தால் இவன் நிச்சயமாக இங்கு வந்து சேர்ந்திருக்க மாட்டான். வழியில் யாருடனாவது சண்டை பிடித்துச் செத்திருப்பான். அதனாலே காட்டு வழியாக அழைத்து வந்தேன். அங்கேயும் இவன் ஒரு மதயானையுடன் சண்டை பிடிக்கப் பார்த்தான். என்னுடைய கைத்தடியால் அந்த மதயானையைச் சம்ஹரித்து இவனைத் தங்களிடம் பத்திரமாய்க் கொண்டு வந்தேன்!’ என்றான்.

‘ஓஹோ! அப்படியானால் இவனைப் பத்திரமாகக் கொண்டு வந்து என்னிடம் சேர்ப்பதற்காகவே நீ இலங்கைக்கு வந்தாயா, என்ன?’

‘இல்லை, ஐயா! என் பங்குக்கு நானும் தங்களுக்கு ஒரு செய்திகொண்டு வந்திருக்கிறேன்.’

‘அது என்ன? சீக்கிரம் சொல்!’ என்றார் இளவரசர்.

‘முதன் மந்திரி அநிருத்தர் தாங்கள் இலங்கையிலேயே இன்னும் சிறிது காலம் இருப்பது உசிதம் என்று சொல்லி அனுப்பி யிருக்கிறார்.’

‘இப்படி மூன்று மூத்தவர்கள் மூன்று விதமாகச் செய்தி அனுப்பினால் நான் எதையென்று கேட்பது?’ என்றார் அருள்மொழிவர்மர். இச்சமயத்தில் வந்தியத்தேவன் குறுக்கிட்டு, ‘இளவரசே! மன்னிக்க வேண்டும்! தாங்கள் கேட்க வேண்டியது தங்கள் தமக்கையாரின் வார்த்தையைத்தான்!’ என்றான்...

‘ஏன் அவ்விதம் சொல்லுகிறீர்?’

‘ஏனெனில், தங்கள் தமக்கையின் வார்த்தைக்கே மதிப்புக் கொடுக்க வேண்டும் என்று தங்கள் இருதயம் தங்களுக்குச் சொல்கிறது. அப்படித் தாங்கள் அவர் வார்த்தையைக் கேட்காவிட்டாலும், நான் கேட்டே தீர வேண்டும். தங்களை எப்படியும் அழைத்துக் கொண்டு வரும்படியாக இளைய பிராட்டி எனக்குப் பணித்திருக்கிறார்!’ என்றான் வந்தியத்தேவன்.

இளவரசர் வந்தியத்தேவனை ஏற இறங்கப் பார்த்துவிட்டு ‘இத்தகைய ஒரு வீரத்தோழன் கிடைக்க வேண்டுமேயென்று எத்தனையோ நாளாக நான் தவம் செய்துகொண்டிருந்தேன்!’ என்றார்.

முப்பத்திரண்டாம் அத்தியாயம்

கிள்ளி வளவன் யானை

கூத்து முடிவதற்கும் சமையல் ஆவதற்கும் சரியாயிருந்தது. கட்டுக் கட்டாகத் தாமரை இலைகளைக் கொண்டு வந்து அவ்வீரர்களின் முன்னால் போட்டார்கள். பிறகு பொங்கலும் கறியமுதும் கொண்டு வந்து பரிமாறினார்கள்.

வீரர்கள் சாப்பிடத் தொடங்கிய பிறகு இளவரசர் அவர்களிடையே பந்தி விசாரணை செய்துகொண்டு வலம் வந்தார். அங்கங்கே நின்று அவ்வீரர்களின் உடல் நலத்தைப் பற்றி விசாரித்தார். அப்படி விசாரிக் கப்பட்டவர்கள் ஆனந்தக் கடலில் ஆழ்ந்தார்கள். பக்கத்திலிருந்த வர்கள் அவர்களுடைய அதிர்ஷ்டத்தைப் பாராட்டினார்கள்.

ஏற்கெனவே சோழ நாட்டு வீரர்களுக்கெல்லாம் இளங்கோவின் பேரில் மிக்க அபிமானம் இருந்தது. சமீபத்தில் அந்த அபிமானம் பன்மடங்கு பெருகியிருந்தது. தாய் நாட்டிலிருந்து தங்களுக்கு வேண்டிய உணவுப் பொருள்களைத் தருவிப்பதற்கு இளவரசர் பெரும் பிரயத்தனம் செய்ததை அவர்கள் அறிந்திருந்தார்கள். அத்துடன் சாதாரணப் போர் வீரர்களுடனே இளவரசர் சம நிலையில் கலந்து பழகி க்ஷேமம் விசாரித்து, அவர்களுக்கு உற்சாகத்தை அளித்து வந்தார். இந்தக் குணாதிசயம் இளவரசரை அவ்வீரர்கள் தங்கள் கண்ணுக்குக் கண்ணாகக் கருதுமாறு செய்திருந்தது.

ஆகையால், வீரர்கள் அங்கங்கே இளவரசரை நிறுத்த முயன்றார்கள். துணிச்சலை வருவித்துக்கொண்டு அவரை ஏதேனும் கேள்வி கேட்பார்கள். முக்கியமாக, அவர்களில் பலரும் கேட்ட கேள்வி, 'புலத்திய நகரத்தின் மீது படையெடுப்பு எப்போது?' என்பதுதான். இந்தக் கேள்விக்கு விடையாக இளவரசர், 'புலத்திய நகரத்தின்மீது படையெடுத்து என்ன பயன்? மகிந்தன் ரோஹணத்துக்கல்லவா போயிருக்கிறான்?' என்று சிலருக்குச் சொன்னார்.

'கொஞ்சம் பொறுத்திருங்கள். மழைக்காலம் போகட்டும்' என்று வேறு சிலரிடம் சொன்னார்.

யுத்தமின்றிச் சோம்பி இருப்பதில் சில வீரர்கள் தங்கள் அதிருப்தியை வெளியிட்டுக் கொண்டார்கள். வேறு சிலர், 'தாங்கள் மாதமொரு முறையாவது இவ்விதம் வந்து எங்களைப் பார்த்துவிட்டுப் போனால் பொறுமையாயிருக்கிறோம்.' என்றார்கள்.

பந்தி விசாரணை முடிந்ததும், இளவரசர் சற்று ஒதுக்குப்புறமாக அவருக்கென அமைந்திருந்த படைவீட்டுக்குச் சென்றார். வந்தியத் தேவனையும், ஆழ்வார்க்கடியானையும் அவர் தம்முடன் அழைத்துக் கொண்டு போனார். 'இந்த வீரர்களின் உற்சாகத்தைப் பார்த்தீர்கள் அல்லவா? தஞ்சையிலிருந்து மட்டும் தகுந்த ஒத்துழைப்புக் கிடைத் திருந்தால், இதற்குள் இந்த இலங்கைத் தீவு முழுவதும் நம் வசமாயிருக்கும். அருமையான சந்தர்ப்பம் வீணாகிப் போய்விட்டது. இங்கே மழைக் காலத்தில் யுத்தம் நடத்த முடியாது. இன்னும் மூன்று நாலு மாதம் நம் வீரர்கள் சும்மா இருக்கவேண்டியதுதான்!' என்று சொன்னார்.

இதைக் கேட்ட திருமலை, 'இளவரசே! தாங்கள் இதைப்பற்றிக் கவலைப்படுவது வியப்பாயிருக்கிறது. அங்கேயோ சோழ சாம்ராஜ் யத்துக்கே பேரபாயம் நேர்ந்திருக்கிறது! விஜயாலய சோழர் ஸ்தாபித்த ராஜ்யம், பராந்தகராலும், சுந்தர சோழராலும் பல்கிப் பெருகிய மகாராஜ்யம், உள் அபாயங்களினால் சின்னா பின்னமாகிவிடும் போலிருக்கிறது!' என்றான்.

'ஆம், ஆம்! நீங்கள் இருவரும் முக்கியமான செய்தி கொண்டு வந்திருக் கிறீர்கள். நான் என்னுடைய அற்பக் கவலையை வெளியிட்டுக் கொண்டிருக்கிறேன். நல்லது; இப்போது நீங்கள் சொல்ல வேண்டியதையெல்லாம் விவரமாகச் சொல்லுங்கள். முதலில் இவர் ஆரம்பிக்கட்டும்!' என்று இளவரசர் வந்தியத்தேவனைச் சுட்டிக் காட்டினார்.

வந்தியத்தேவன் உடனே தன் கதையைத் தொடங்கினான். காஞ்சியி லிருந்து தான் புறப்பட்டது முதல் கண்டவை, கேட்டவை எல்லா வற்றையும் கூறினான். பற்பல அபாயங்களிலிருந்து தப்புவதற்குத் தான் புரிந்த சாகஸச் செயல்களைக் குறித்து அதிகமாக விஸ்தரிக்க விரும்பாதவன்போல் காட்டிக் கொண்டு, அதே சமயத்தில் தன் பிரதாபங்களை வெளியிட்டான்.

கடைசியில், 'ஐயா! தங்கள் அருமைத் தந்தையாரைச் சிறையில் வைத்திருப்பதுபோல் வைத்திருக்கிறார்கள். நெருங்கிய பந்துக்களும்

பெருந்தர அதிகாரிகளும், சிற்றரசர்களும் சேர்ந்து பயங்கரமான சதி செய்கிறார்கள். இதனாலெல்லாம் தங்கள் சகோதரி இளைய பிராட்டி பெருங்கவலையில் ஆழ்ந்திருக்கிறார். ஆகையால் தாங்கள் உடனே புறப்பட்டு, என்னுடன் பழையாறைக்கு வரவேண்டும். ஒரு கணமும் தாமதிக்கக் கூடாது!' என்று முடித்தான்.

பிறகு ஆழ்வார்க்கடியான் தனது வரலாற்றைக் கூறினான். வந்தியத் தேவன் கூறியவற்றையெல்லாம் அவனும் ஆமோதித்தான். அத்துடன் திருப்புறம்பியம் பள்ளிப்படை யருகில், நள்ளிரவில் நடந்த கொலை காரர்களின் சதியைப் பற்றியும் கூறினான். சோழநாட்டு நிலைமை இவ்வளவு அபாயகரமாயிருப்பதால் தற்சமயம் இளவரசர் அங்கு வராமலிருப்பதே நல்லது என்று முதன் மந்திரி சொல்லி அனுப்பிய செய்தியை மறுபடியும் வற்புறுத்திக் கூறினான்.

'தாங்கள் சோழ நாட்டுக்குத் தற்சமயம் வராமலிருப்பது மட்டுமல்ல; இங்கேயும் படையெடுப்பை மேலும் விஸ்தரித்துக் கொண்டு போக வேண்டாம் என்று முதன் மந்திரி கேட்டுக் கொள்கிறார். படைகளை யெல்லாம் திரட்டி வட இலங்கையில் சேர்த்து வைக்க வேண்டும் என்றும் கேட்டுக் கொள்கிறார். சதிகாரர்கள் சீக்கிரத்தில் வெளிப்பட்டு வந்து தங்கள் உண்மைச் சொரூபத்தைக் காட்டுவார்கள். அச்சமயம் இப்போது இலங்கையிலுள்ள படை மிக்க உபயோகமாயிருக்கும் என்று முதன் மந்திரி அபிப்பிராயப்படுகிறார். பாண்டிய நாட்டில் தற்சமயம் உள்ள கைக்கோளர் படை, வன்னியர் படை, வேளாளர் படை- மூன்றும் இளவரசருக்காக உடல் பொருள் ஆவியை அர்ப்பணம் செய்யக் காத்திருக்கின்றன. இதையும் தங்களுக்குத் தெரிவிக்கும்படி முதன் மந்திரி எனக்குக் கட்டளையிட்டார்!' என்றான் ஆழ்வார்க் கடியான்.

'திருமலை! உன் குருநாதர் என்ன நினைத்துக் கொண்டிருக்கிறார்? பாடலிபுரத்துச் சாணக்கியரைப் போல் இவர் அன்பில் சாணக்கியர் என்று தன்னை எண்ணிக் கொண்டிருக்கிறாரா? என் உற்றார் உறவின ரோடு நான் சண்டை போடவேண்டும் என்கிறாரா?' என்று இளவரசர் ஆத்திரமாய்க் கேட்டார்.

'இல்லை! ஐயா! அநிருத்தர் அவ்விதம் சொல்லவில்லை. ஆனால் சக்கரவர்த்திக்கு விரோதமாகச் சதி செய்கிறவர்களை, சாம்ராஜ் யத்துக்குத் துரோகம் செய்ய முயற்சி தொடங்கியிருப் பவர்களை - சமயம் பார்த்துத் தண்டிக்க வேண்டும் என்கிறார். அதற்கு உதவி புரிவது தங்கள் கடமையல்லவா?' என்றான் திருமலை.

'அதற்கு நான் எப்படி அதிகாரியாவேன்? சதி நடப்பது உண்மை யானால், அதற்குத் தக்க நடவடிக்கை எடுக்க வேண்டியது

சக்கரவர்த்தியல்லவா? என் தந்தையின் கட்டளையின்றி நான் எப்படி இந்தக் காரியத்தில் பிரவேசிக்க முடியும்!' என்றார் இளவரசர்.

வந்தியத்தேவன் இப்போது குறுக்கிட்டு 'இளவரசே! தங்கள் தந்தை இப்போது சுவாதீனமாயில்லை! பழுவேட்டரையர்கள் அவரைச் சிறை வைத்திருப்பதுபோல் வைத்திருக்கிறார்கள். யாரும் நெருங்க முடியாதபடி அரண்மனைக்குள்ளே வைத்திருக்கிறார்கள். தங்கள் தமையனாரோ தஞ்சைக்கு வருவதில்லையென்று விரதம் வைத்துக் கொண்டிருக்கிறார். இந்த நிலைமையில் சாம்ராஜ்யத்தைப் பாதுகாப்பது தங்கள் பொறுப்பல்லவா? உடனே பழையாறைக்கு வரவேண்டியது தங்கள் கடமை அல்லவா?' என்றான்.

'இளவரசர் பழையாறைக்கு வரவேண்டிய அவசியம் என்ன? அதுதான் எனக்குத் தெரியவில்லை!' என்றான் ஆழ்வார்க் கடியான்.

இளவரசர் சற்றுச் சிந்தனையில் ஆழ்ந்திருந்து விட்டு, 'மண்ணாசை மிகப் பொல்லாதது. இராஜ்யத்தின் பேரில் உள்ள ஆசையினால் இவ்வுலகில் என்னென்ன பயங்கரமான பாவங்கள் நடந்திருக் கின்றன? இன்று சிம்மகிரிக் கோட்டைக்குப் போயிருந்தேன் அல்லவா? அந்தக் கோட்டையின் வரலாறு உங்களுக்குத் தெரியுமா?' என்றார்.

'நான் கேட்டதில்லை' என்றான் வந்தியத்தேவன்.

'சொல்கிறேன், கேளுங்கள்! சுமார் ஐந்நூறு வருஷங்களுக்கு முன்பு இந்த இலங்கைத் தீவைத் தாதுசேனன் என்ற அரசன் ஆண்டு வந்தான். அவனுக்கு இரண்டு புதல்வர்கள் இருந்தார்கள். ஒருவன் பெயர் காசியபன்; இன்னொருவன் மகல்லன். தாதுசேனனின் சேனாபதியும், காசியபனும் சேர்ந்து சதியாலோசனை செய்தார்கள். காசியபன் தன் சொந்தத் தந்தையைச் சிறையில் அடைத்துவிட்டுச் சிங்காதனம் ஏறினான். மகல்லன் கடல் கடந்து தமிழ்நாட்டுக்கு ஓடிப்போனான். சில நாளைக்குப் பிறகு தாதுசேனனின் சிறையைச் சுற்றிச் சுவர் எழுப்பி அடைத்து அவனைக் கொன்றுவிட்டார்கள். இந்தக் கொடூர பாவத்தைச் செய்த காசியபனுக்குத் தன் சகோதரன் மகல்லன் திரும்பி வந்து பழிக்குப் பழி வாங்குவான் என்ற பீதி உண்டாகி விட்டது. அதற்காக இந்த சிம்மகிரிக் குன்றுக்கு வந்தான். செங்குத்தான குன்றாகையால் பகைவர்கள் அதன் பேரில் ஏறிக் கோட்டையைப் பிடிப்பது இயலாத காரியம் என்று நினைத்தான். இம்மாதிரி பதினெட்டு வருஷம் ஒளிந்து வாழ்ந்திருந்தான். கடைசியில் ஒரு நாள் மகல்லன் தன் உதவிக்குப் பாண்டிய ராஜாவின் சைன்யத்தையும் அழைத்துக் கொண்டு வந்து சேர்ந்தான். சிம்மகிரிக் கோட்டையை அணுகினான். அச்சமயத்தில் காசியபனின் புத்தி பேதலித்து விட்டது. அத்தனை

வருஷம் கோட்டையில் ஒளிந்திருந்தவன் அசட்டுத் தைரியத்துடன் வெளிவந்து போராடி இறந்தான்! அப்பேர்ப்பட்ட பாதகன், - தந்தையைக் கொன்ற பாவி, - கட்டிய, கோட்டையில் சில அற்புதமான வர்ணச் சித்திரங்கள் இருக்கின்றன. இன்று சீன யாத்திரிகர்களுடன் போயிருந்தபோது பார்த்தேன். அடடா! அந்தச் சித்திரங்களின் அழகை என்னவென்று சொல்வது? பல நூறு வருஷங்களுக்கு முன்பு எழுதியவை. ஆனால் இன்றைக்கும் சிறிதும் வர்ணம் மங்காமல் புத்தம் புதிய சித்திரங்கள் போல் இருக்கின்றன...'

'ஐயா! நான் ஒரு கேள்வி கேட்கலாமா?' என்றான் ஆழ்வார்க்கடியான்.

'தயக்கம் ஏன்? தாராளமாய்க் கேட்கலாம்.'

'சிம்மகிரிக் கோட்டை இன்னும் பகைவர் படைகளின் வசத்திலே தானே இருக்கிறது?'

'ஆமாம்; அதைக் கைப்பற்றும் முயற்சியை இப்போது தொடங்கும் உத்தேசம் எனக்கு இல்லை. அதனால் வீணான உயிர்ச்சேதம் ஏற்படும்.'

'அதைப்பற்றி நான் கேட்கவில்லை. ஐயா! பகைவர் கோட்டைக்குள் தாங்கள் பிரவேசித்தது உசிதமா என்று கேட்டேன். சீன யாத்திரிகர் களுக்கு யானைப் பாகனாகத் தாங்கள் போக வேண்டிய அவசியம் என்ன நேர்ந்தது? யானையின் கழுத்தில் தங்களைப் பார்த்ததும் என் கண்களை நம்புவதா இல்லையா என்ற சந்தேகம் எனக்கு ஏற்பட்டு விட்டது. தங்களுடைய புருவத்தின் நெரிப்பைப் பார்த்துத்தான் சந்தேகம் தெளிந்து நிச்சயப்படுத்திக் கொண்டேன். இப்படித் தங்கள் உயிருக்கு அபாயத்தை ஏற்படுத்திக் கொள்ளலாமா?'

'என் உயிர் மட்டும் அவ்வளவு உயர்ந்ததா, திருமலை! எத்தனை சோழ நாட்டு வீரர்கள் இந்த இலங்கையில் வந்து உயிரை விட்டிருக் கிறார்கள்?...'

'அவர்கள் போர்க்களத்தில் உயிர் துறந்தார்கள். தாங்கள் அநா வசியமாகத் தங்களை அபாயத்துக்கு உள்ளாக்கிக் கொண்டீர்கள்!'

'அநாவசியமில்லை; இரண்டு காரணங்கள் உண்டு. சிம்மகிரிச் சித்திரங்களைப் பார்க்கவேண்டுமென்ற ஆசை எனக்கு வெகு நாளாக இருந்தது. அந்த ஆசையை இன்று பூர்த்தி செய்து கொண்டேன்...'

'இளவரசே! இன்னொரு காரணம்?'

'பார்த்திபப் பல்லவர் திரிகோண மலையில் வந்து இறங்கின வுடனே, எனக்குச் செய்தி கிடைத்தது. அவரை இன்று பார்க்க விரும்பவில்லை. ஏனெனில்...'

'ஏனெனில்...?'

'மாதோட்டத்துக்கு முதன் மந்திரி வந்திருக்கிறார் என்பதும் எனக்குத் தெரியும். அவரிடமிருந்து செய்திவரும் என்று எதிர்பார்த்தேன். இரண்டு மூத்தவர்களிடமிருந்து செய்தி வந்தால், முதலில் கிடைக்கிற செய்தியின்படிதானே நான் நடந்தாக வேண்டும்?'

வந்தியத்தேவன், 'ஆகா! அப்படிச் சொல்லுங்கள், என் கட்சி தானே ஜயித்தது?' என்று குதூகலித்தான்.

'அரசே! இவன் தங்களைத் தந்திரத்தினால் ஏமாற்றி விட்டான்...'

'அவன் ஏமாற்றவில்லை; நானாகவே ஏமாந்தேன். உன்னை அழைத்து வருவதற்கு வைத்திருந்த வீரனை இவன் குதிரை மேலிருந்து தள்ளி விட்டு அக்குதிரை மீது தான் ஏறிக்கொண்டு வந்ததை நான் கவனித்து விட்டேன். இவனுக்கு ஒரு பாடம் கற்பிக்க விரும்பினேன்...'

'நல்ல பாடம் கற்பித்தீர்கள்! ஒவ்வொரு பாடமும் ஒரு மணங்கு நிறையிருக்கும். இப்போது நினைத்தாலும் என் முதுகும் மார்பும் வலிக்கின்றன! ஓலை கொண்டுவந்த தூதனை இப்படித்தானா நடத்துவது? போனால் போகட்டும்; தாங்கள் மட்டும் என்னுடன் பழையாறைக்கு வருவதாயிருந்தால்...'

'எனக்கு ஒரு பழைய பாடல் ஞாபகம் வருகிறது! திருமலை! என் முன்னோர்களில் பெருங்கிள்ளி வளவன் என்று ஒரு மன்னர் இருந்தார். அவரிடம் ஓர் அதிசயமான யானை இருந்தது. அதன் ஒரு கால் காஞ்சியில் இருக்கும்; இன்னொரு காலினால் தஞ்சையை மிதிக்கும்; மற்றொரு கால் இந்த ஈழ நாட்டை மிதிக்கும் நாலாவது கால் உறையூரில் ஊன்றி நிலைத்திருக்கும்.

'கச்சி ஒரு கால் மிதியா ஒரு காலால்
தத்துநீர்த் தண்தஞ்சை தான்மிதியாப் - பிற்றையும்
ஈழம் ஒரு கால் மிதியா வருமே நம்
கோழியர் கோக் கிள்ளி களிறு!'

என்று அற்புதமான கற்பனையுடன் ஒரு புலவர் பாடியிருக்கிறார். இந்த இலங்கையில் மந்தை மந்தையாக ஆயிரம் ஆயிரம் யானைகள் இருக்கின்றன. இருந்து என்ன பயன்? புலவருடைய கற்பனை யானையைப்போல் ஒரு யானை இருந்தால் நானும் ஒரே சமயத்தில் காஞ்சியிலும், பழையாறையிலும், மதுரையிலும், இலங்கையிலும் இருக்கலாம் அல்லவா?'

புலவரின் யானையைப் பற்றிக் கேட்டதும் வந்தியத்தேவனும், ஆழ்வார்க்கடியானும் விழுந்து விழுந்து சிரித்தார்கள்.

'அப்படிப்பட்ட யானைதான் இல்லையே? தாங்கள் என்ன செய்யப் போகிறீர்கள்?' என்று திருமலை கேட்டான்.

'சந்தேகம் என்ன? பழையாறைக்கு வருவதென்றுதான் முடிவாகி விட்டதே?' என்றான் வந்தியத்தேவன்.

'உங்கள் சண்டையைக் கொஞ்சம் நிறுத்தி வையுங்கள். நாளை அநுராதபுரம் போவோம். அங்கே பார்த்திப பல்லவரை நான் எப்படியும் சந்தித்தாக வேண்டும். அவர் சொல்வதையும் கேட்டுவிட்டுத்தான் முடிவுசெய்ய வேண்டும்' என்றார் இளவரசர்.

சிலை சொன்ன செய்தி

மறுநாள் காலையில் சூரியன் உதயமாவதற்குள் அருள்மொழி வர்மர், ஆழ்வார்க்கடியான், வந்தியத்தேவன் ஆகிய மூவரும் அநுராத புரத்துக்குப் புறப்பட்டார்கள். சிறிது தூரம் காட்டுப் பாதையில் வந்த பிறகு இராஜபாட்டையை அடைந்தார்கள். வேறு வீரர்கள் யாரையும் இளவரசர் தம்முடன் மெய்க்காவலுக்கு அழைத்து வராதது வந்தியத் தேவனுக்கு வியப்பை அளித்தது. ஆனால் அன்றைய பிரயாணத்தில் அவனுக்கிருந்த உற்சாகத்தைப் போல் அதற்குமுன் என்றுமிருந்த தில்லை. காலை நேரத்தில் இரு புறமும் மரங்களடர்ந்த அந்த இராஜ பாட்டையில் பிரயாணம் செய்வதே ஓர் ஆனந்த அனுபவம். பழை யாறை அரசிளங்குமரி தன்னிடம் ஒப்புவித்திருந்த வேலையைச் செய்து முடித்துவிட்டோம் என்ற பெருமித உணர்ச்சி அவன் உள்ளத்தில் பொங்கிக் கொண்டிருந்தது. அது மட்டுமா? பல வருஷங் களாக அவன் இதயத்தில் பொங்கிக் கொண்டிருந்த ஆசையும் நிறை வேறிவிட்டது. சோழவள நாட்டின் செல்லப்பிள்ளையைப் பார்த் தாகிவிட்டது. நாடு நகரமெல்லாம் மக்கள் எந்த வீர இளைஞரின் வீரப் பிரதாபங்களையும், குணாதிசயங்களையும் பாடிப் புகழ்ந்து கொண்டி ருந்தார்களோ; அந்த அரசிளங்குமாரரைச் சந்தித்தாகி விட்டது. அந்தச் சந்திப்புதான் எவ்வளவு அதிசயமான சந்திப்பு? அருள்மொழிவர்மர் ஒரு விசித்திரமான மனிதர் என்று, தான் கேள்விப்பட்டிருந்தது உண்மைதான்! திடீரென்று குதிரையைத் திருப்பித் தன்னைத் தாக்கி திக்குமுக்காடச் செய்துவிட்டாரே? அவர் சேனைக்குத் தலைமை வகித்துச் செல்லுமிடங்களிலெல்லாம் வெற்றிமேல் வெற்றியாக இருந்து வருவதின் இரகசியமும் இதுதான் போலும்! பகைவர்கள் எதிர்பாராத சமயத்தில் எதிர்பாராத இடத்தில் தாக்குவதே இவருடைய போர்முறை போலும்? ஆனால் இவரது இடைவிடா வெற்றியின் இரகசியம் இது மட்டுந்தானா? சேனா வீரர்களுடன் எவ்வளவு பவ்யமாக இவர் பழகுகிறார்? எப்படி அவர்களைத் தம் அன்புக்கு வசப்படுத்தி வைத்திருக்கிறார்!

போர் வீரர்களை மட்டுந்தானா? தாம் வெற்றிகொண்ட நாட்டின் மக்களையும் எப்படி வசீகரப்படுத்தி வைத்திருக்கிறார்? சமீபத்தில் மாபெரும் போர் நடந்த நாடு என்று இதைச் சொல்ல முடியுமா? சாலைகளில் மக்கள் எவ்வளவு உல்லாசமாக நடந்து கொண்டிருக் கிறார்கள்! இரு பக்கங்களிலுமுள்ள கிராமங்களில் ஜனங்கள் எப்படி நிர்ப்பயமாகவும் கவலையின்றியும் தத்தம் காரியங்களைக் கவனித்துக் கொண்டிருக்கிறார்கள்? மக்களின் முகங்களில் பீதியின் அறிகுறியோ துயரத்தின் சின்னமோ சிறிதும் காணப்படவில்லையே? கலகல வென்று பெண்களும் குழந்தைகளும் சிரிக்கும் சப்தம்கூட அடிக்கடி காதில் விழுகிறதே! இது என்ன விந்தை! இவர் எத்தகைய விந்தையான மனிதர்! வெற்றி கொண்ட நாட்டு மக்களிடமிருந்து உணவுப் பொருளைக் கைப்பற்றக்கூடாது என்று இளவரசர் பிடிவாதம் பிடித்துச் சோழ நாட்டிலிருந்து சைன்யத்துக்கு உணவுப் பொருள் வரவேண்டு மென்று வற்புறுத்தியதும்; அதன் காரணமாகப் பழுவேட்டரையர் களுக்கு ஏற்பட்ட கோபமும், அவர்கள் சுந்தர சோழரிடம் புகார் கூறியதும், இவையெல்லாம் வந்தியத்தேவனுக்கு நினைவு வந்தன. அன்றியும் ஆதித்த கரிகாலர் கையாளும் கொடூரமான போர் முறையையும், அருள்மொழிவர்மரின் தயாளம் பொருந்திய தர்ம யுத்த முறையையும் அவன் தன் மனத்திற்குள்ளே ஒப்பிட்டுப் பார்த்துக் கொண்டான். சில நாளைக்கு முன்பு வரையில் தன்னுடைய எஜமானராயிருந்த ஆதித்த கரிகாலரைப்பற்றி எவ்விதத்திலும் குறைவாக எண்ணுவது அவனுக்கே பிடிக்கவில்லை. ஆயினும் அந்த அநுராதபுரத்து இராஜபாட்டையில் இருபுறமும் வசித்த கிராம ஜனங்களின் மலர்ந்த முகங்களைப் பார்க்கும் போதெல்லாம் அவன் மேற்கண்டவாறு ஒப்பிட்டுப் பார்க்காமல் இருக்க முடியவில்லை. அம்மம்மா! ஆதித்த கரிகாலர் யுத்தம் செய்து திரும்பிய நாடுகளில் இத்தகைய காட்சிகளைக் காணமுடியுமா? எங்கெங்கும் ஒரே ஓலக்குரல் அல்லவா கேட்டுக் கொண்டிருக்கும்?

இத்தகைய அபூர்வ குணாதிசயம் படைத்த இளவரசருடன் எத்தனையோ விஷயங்களைப் பற்றிப் பேசவேண்டும், எவ்வளவோ காரியங்களைப் பற்றிக் கேட்க வேண்டும் என்று வந்தியத் தேவனுடைய உள்ளம் துடிதுடித்தது. ஆனால் புரவிகளின் பேரில் ஆரோகணித்து விரைவாகச் சென்று கொண்டிருக்கும் சமயத்தில் பேசுவதற்கும் இடம் எங்கே? ஆம் பேசுவதற்கு ஒரே ஒரு சந்தர்ப்பம் மட்டும் கிடைத்தது.

அநுராதபுரத்தைக் கிட்டத்தட்ட நெருங்கிக் கொண்டிருந்தபோது சாலை ஓரத்தில் பெரியதொரு புத்த பகவானின் சிலை நிற்பதை வந்தியத்தேவன் கண்டான். இம்மாதிரி சிலைகள் இலங்கையில் பற்பல

இடங்களிலும் இருந்தபடியால் அதைப்பற்றி வந்தியத்தேவன் அதிகக் கவனம் செலுத்தவில்லை. ஆனால் பொன்னியின் செல்வர் அச்சிலையின் அருகில் குதிரையைச் சடாரென்று இழுத்துப் பிடித்து நிறுத்தியதும் இவனும் நிற்கவேண்டியதாயிற்று. சற்று முன்னாலேயே போய்க் கொண்டிருந்த ஆழ்வார்க்கடியானும் குதிரையை நிறுத்தி இவர்கள் பக்கம் திரும்பினான்! பொன்னியின் செல்வர் சற்றுநேரம் அந்தப் புத்த பகவானுடைய கம்பீரமான சிலையைக் கவனமாக உற்றுப் பார்த்துக் கொண்டிருந்தார். 'அடடா! என்ன அற்புதக்கலை!' என்றார்.

'எனக்கு ஒரு அற்புதமும் தெரியவில்லை. இந்த நாட்டில் எங்கே பார்த்தாலும் இத்தகைய பிரம்மாண்டமான புத்தர் சிலைகளை வைத்திருக்கிறார்கள். எதற்காகவோ தெரியவில்லை?' என்றான் வந்தியத்தேவன்.

இளவரசர் வந்தியத்தேவனைப் பார்த்துப் புன்னகை செய்தார். 'மனத்தில் உள்ளபடி பேசுகிறீர்; அதில் எனக்கு மகிழ்ச்சி' என்றார்.

'இளவரசே! வல்லவரையர் இன்றைக்குத்தான் உண்மை பேசுவ தென்கிற வழக்கத்தைக் கைக்கொண்டிருக்கிறார்!' என்றான் திருமலை.

'வைஷ்ணவரே! எல்லாம் சகவாச தோஷந்தான். வீர நாராயணபுரத்தில் உம்மைப் பார்த்தது முதலாவது என் நாவில் கற்பனா சக்தி தாண்டவ மாடி வந்தது. இளவரசரைப் பார்த்ததிலிருந்து உண்மை பேசும் வழக்கம் வந்துவிட்டது!' என்றான் வந்தியத்தேவன்.

அவர்களுடைய சொற்போரை இளவரசர் கவனிக்கவில்லை. சிலையின் தோற்றத்தில் ஆழ்ந்திருந்தார். 'உலகத்திலேயே சிற்பக் கலையின் அற்புதம் பூரணமாக விளங்கும் வடிவங்கள் இரண்டுதான். ஒன்று நடராஜர்; இன்னொன்று புத்தர்' என்றார்.

'ஆனால் நடராஜ வடிவங்களை இம்மாதிரி பிரம்மாண்ட வடிவங் களாக நம் நாட்டில் செய்வதில்லையே?'

'இலங்கையில் முற்காலத்தில் இருந்த மன்னர்களில் சிலர் மகா புருஷர்கள். அவர்கள் ஆண்ட ராஜ்யம் சிறியது, ஆனால் அவர் களுடைய இருதயம் பெரியது; அவர்களுடைய பக்தி மிகப்பெரியது. புத்த பகவானிடம் அவர்களுடைய பக்தியை இப்படிப் பெரிய வடிவங்களை அமைத்துக் காட்டினார்கள். புத்த சமயத்தில் அவர் களுடைய பக்தியைப் பெரிய பெரிய ஸ்தூபங்களை அமைத்துக் காட்டினார்கள். இந்த நாட்டில் உள்ள புத்தர் சிலைகளையும் விஹாரங் களையும் ஸ்தூபங்களையும் பார்த்துவிட்டு நம் சோழ நாட்டிலுள்ள

சின்னஞ்சிறு சிவன் கோயில்களை நினைத்தால் எனக்கு அவமான மாயிருக்கிறது!' என்றார் பொன்னியின் செல்வர்.

இவ்விதம் சொல்லிவிட்டுக் குதிரையிலிருந்து இறங்கி இளவரசர் புத்தர் சிலையண்டைச் சென்றார். சிலையின் பத்ம பாதங்களையும், அந்தப் பாதங்களை அலங்கரித்த தாமரை மொட்டுக்களையும் சிறிது நேரம் கவனமாகப் பார்த்தார். பின்னர் புத்தர் சிலையின் பாதங்களைத் தொட்டுக் கும்பிட்டு விட்டுத் திரும்பி வந்து பழையபடி குதிரையின் மீது ஏறினார்.

குதிரைகள் சற்று மெதுவாகவே சென்றன. 'ஏதேது? இளவரசர் புத்த மதத்தில் சேர்ந்துவிடுவார் போலிருக்கிறதே?' என்று வந்தியத்தேவன் திருமலையிடம் சொன்னது இளவரசர் காதில் விழுந்தது.

அவர்கள் இருவரையும் பொன்னியின் செல்வர் பார்த்து, 'புத்த பகவானிடம் என்னுடைய பக்தி காரணார்த்தமானது. அந்தப் புத்தர் சிலையின் பத்ம பாதங்கள் எனக்கு ஒரு முக்கியமான செய்தியை அறிவித்தன!' என்றார்.

'ஆகா! எங்கள் காதில் ஒன்றும் விழவில்லையே?'

'மௌன பாஷையில் அச்செய்தி எனக்குக் கிடைத்தது.'

'அது என்ன செய்தி? எங்களுக்குத் தெரியலாமா?'

'இன்றிரவு பன்னிரண்டு நாழிகைக்கு அநுராதபுரத்தில் சிம்மதாரைத் தடாகத்துக்கு அருகில் நான் வரவேண்டுமென்று பகவானுடைய பாதமலர்கள் எனக்கு அறிவித்தன!' என்றார் பொன்னியின் செல்வர்.

அநுராதபுரம்

சூரியன் அஸ்தமனமாகும் சமயத்தில் அவர்கள் அநுராதபுரத்தை அணுகினார்கள். இலங்கைத் தீவின் தொன்மை மிக்க அத்தலை நகரத்தைச் சற்றுத் தூரத்திலிருந்து பார்த்தபோதே வந்தியத்தேவன் அதிசயக் கடலில் மூழ்கிப் பேசும் சக்தியை இழந்தான். அநுராத புரத்தைப் பற்றி அவன் பலர் சொல்லக் கேள்விப்பட்டதுண்டு. அந்நகரைப் பற்றி அவர்கள் செய்த வர்ணனைகளிலிருந்து அதன் தோற்றம் இப்படி இருக்குமென்று அவன் கற்பனை செய்து பார்த்ததும் உண்டு. ஆனால் அவனுடைய கற்பனைகளையெல்லாம் அந்த மாநகரம் விஞ்சியதாயிருந்தது. அம்மம்மா! இதன் மதில்சுவர்தான் எத்தனை பெரியது? எப்படி இருபுறமும் நீண்டு கொண்டே செல்கிறது? எந்த இடத்திலே அச்சுவர் வளைந்து திரும்புகிறது என்று தெரிந்து கொள்ளவும் முடியவில்லையே? மதில் சுவருக்கு உள்ளே எத்தனை எத்தனை கோபுரங்களும் ஸ்தூபங்களும் மண்டபச் சிகரங்களும் தலை தூக்கிக் கம்பீரமாக நிற்கின்றன! ஒன்றுக்கொன்று அவை எவ்வளவு தூரத்தில் நிற்கின்றன! இவ்வளவும் ஒரே நகரத் துக்குள்ளே, ஒரே மதில் சுவருக்குள்ளே அடங்கியிருக்க முடியுமா? காஞ்சி, பழையாறை, தஞ்சை முதலிய நகரங்களெல்லாம் இந்த மாநகரத்தின் முன்னே எம்மாத்திரம்? அசோக சக்கரவர்த்தியின் காலத்தில் பாடலிபுத்திரமும், விக்ரமாதித்தனின் ஆட்சியில் உஜ்ஜயினி நகரமும், கரிகால்வளவன் காலத்தில் காவேரிப்பட்டினமும் ஒருகால் இந்த நகரத்தைப் போல் இருந்திருக்கலாம்! தற்காலத்தில் உள்ள வேறு எந்தப் பட்டணத்தையும் இதற்கு இணை சொல்ல முடியாது!...

மதில் சுவரும் அதன் பிரதான வாசலும் நெருங்க நெருங்க, நகரை நோக்கிச் செல்வோரின் கூட்டம் அதிகமாகி வந்தது. தமிழர்களும் சிங்களவர்களும், பிக்ஷுக்களும் இல்லறத்தாரும், ஆண்களும் பெண்களும், சிறுவர் சிறுமிகளும் பெருங்கூட்டமாகச் சென்றார்கள். எல்லாரும் தேர்த் திருவிழாவுக்குச் செல்கிறவர்களைப் போல்

குதூகலமாகச் சென்றார்கள். அவர்களில் ஒரு சிலர் நமது பிரயாணிகள் மூவரையும் கவனிக்கவும், சுட்டிக் காட்டவும் தொடங்கி னார்கள். இதைக் கண்டதும் பொன்னியின் செல்வர் மற்ற இருவருக்கும் சமிக்ஞை செய்துவிட்டு, இராஜபாட்டை யிலிருந்து விலகிக் குறுக்கு வழியில் சென்றார். மரங்களால் மறைக்கப்பட்டிருந்த ஒரு சிறிய செய் குன்றத்தின் அடிவாரத்தில் வந்து குதிரையை நிறுத்தினார். பின் தொடர்ந்து வந்த இருவரையும் பார்த்து, 'குதிரைகள் வெகு தூரம் வந்திருக்கின்றன. சற்று நேரம் இளைப்பாறட்டும். நன்றாக இருட்டிய பிறகு நகருக்குள் போவோம்!' என்றார்.

குதிரைகள் மீதிருந்து மூவரும் இறங்கி ஒரு கற்பாறை மீது உட்கார்ந் தார்கள். 'இவ்வளவு கூட்டமாக ஜனங்கள் போகிறார்களே? இன்றைக்கு இந்த நகரத்திலும் ஏதாவது உற்சவமோ?' என்று வந்தியத்தேவன் கேட்டான்.

'இந்த நாட்டில் நடக்கும் திருவிழாக்களுக்குள்ளே பெரிய திருவிழா இன்றைக்குத்தான்!' என்றார் இளவரசர்.

'ஈழ நாட்டில் ஏதோ யுத்தம் நடக்கிறது என்று கேள்விப்பட்டேன். இங்கே வந்து பார்த்தால் ஒரே உற்சவமாயிருக்கிறதே' என்றான் வந்தியத்தேவன்.

'பழையாறையில் ஸ்ரீ ஜயந்தி உற்சவம் நடந்தது என்று நீர் சொல்ல வில்லையா?'

'ஆமாம், ஆனால் பழையாறை சோழ நாட்டில் இருக்கிறது...'

'அநுராதபுரம் ஈழ நாட்டில் இருக்கிறது.'

'அதனால் என்ன? சோழ நாட்டிலும் சுந்தர சோழ சக்கரவர்த்தியின் ஆட்சிதான்; ஈழநாட்டிலும் அவருடைய செங்கோல் ஆட்சிதான்...!'

'ஆனால் இந்த நாட்டில் இன்னும் பகைவர்கள் இருக்கிறார் களாமே?...'

'பகைவர்கள் எங்கேயோ இருக்கிறார்கள். அதற்கு இங்குள்ள ஜனங்கள் என்ன செய்வார்கள்? போர்க்களத்தில் போர் நடக்க வேண்டியதுதான்; ஊர்ப்புறத்தில் உற்சவமும் நடக்க வேண்டியதுதான்!.. திருமலை! நீ என்ன சொல்கிறாய்?' என்றார் இளவரசர்.

'இங்கே வெளிப் பகைவர்கள் இருந்தால் அங்கே உட்பகைவர்கள் இருக்கிறார்கள். வெளிப்பகைவர்களைக் காட்டிலும் உட்பகை வர்களே அபாயமானவர்கள். ஆகையால் இளவரசர் இந்த நாட்டிலேயே உற்சவமும், யுத்தமும் நடத்திக் கொண்டிருப்பது நல்லது என்று அடியேன் சொல்லுகிறேன்' என்றான் ஆழ்வார்க்கடியான்.

'அழகாய்த்தானிருக்கிறது. வெளிப்பகைவர்களை விட உட்பகைவர்களே அபாயகரமானவர்கள் என்றால், அங்கே தானே நம் இளவரசர் இருக்கவேண்டும்? அபாயம் அதிக உள்ள இடமே வீர புருஷர்கள் இருக்கவேண்டிய இடம் அல்லவா?' என்றான் வந்தியத் தேவன்.

'வீரம் என்றால், அசட்டுத்தனமாகச் சதிகாரர்களிடமும், கொலைகாரர் களிடமும் போய் அகப்பட்டுக்கொள்ள வேண்டும் என்று அர்த்தமா? வீராதி வீரனாகிய நீ அங்கே போய் அகப்பட்டுக் கொள்வதுதானே? எதற்காகத் தப்பி ஓடி வந்தாய்?' என்றான் திருமலை.

'போதும்! போதும்! நீங்கள் ஒரு யுத்தம் இங்கே ஆரம்பித்து விட வேண்டாம்!' என்று அருள்மொழிவர்மர் சமாதானம் செய்வித்தார்.

இருட்டிய பிறகு மூன்று பேரும் அந்நகருக்குள் பிரவேசித் தார்கள். அன்று யாத்திரிகர்கள் யாரையுமே கோட்டை வாசலில் தடுத்து நிறுத்தவில்லை. எல்லாரையும் தங்குதடையின்றி விட்டுக் கொண்டி ருந்தார்கள். காவலர்கள் சும்மா நின்று பார்த்துக் கொண்டிருந்தார்கள். கூட்டத்தோடு கூட்டமாக நம் கதாபுருஷர்கள் மூவரும் நகருக்குள் பிரவேசித்துச் சென்றார்கள்.

அநுராதபுரத்தின் வீதிகளிலும் ஜனக்கூட்டம் அளவில்லா மலிருந்தது. 'சாது! சாது!' என்ற கோஷம் வானை அளாவியது. ஆங்காங்குப் பல மாடமாளிகைகளும், விஹாரங்களும் இடிந்து கிடப்பதை வந்தியத் தேவன் கண்டான். இடிந்துபோன பல கட்டிடங்கள் புதுப்பிக்கப் பட்டிருப்பதையும் பார்த்தான். புதுப்பிக்கும் திருப்பணி இளவரசர் கட்டளையின் பேரிலேதான் நடந்திருக்கவேண்டும் என்று தீர்மானித்துக் கொண்டான். இப்படியெல்லாம் இவர் செய்து வருவதின் நோக்கம்தான் என்ன? ஜயிக்கப்பட்ட நாட்டின் மக்களுக்கு இவர் ஏன் இவ்வளவு சலுகை காட்டுகிறார்? ஆயிரம் ஆண்டுகளாகத் தமிழகத்துடன் அடிக்கடி சண்டை போட்டு வருகிறார்கள் இந்தச் சிங்கள அரசர்கள். இத்தகைய நெடுங்காலப் பகைவர்களின் தலைநகரத்தை அழித்துக் கொளுத்தித் தரைமட்டமாக்குவதற்கு மாறாக, இடிந்து போன கட்டிடங்களைப் புதுப்பித்துத் திருவிழாக்கள் நடந்த இவர் அனுமதித்து வருகிறாரே? இது என்ன அதிசயம்! இதில் ஏதோ மர்மம் இருக்கத்தான் வேண்டும். அது என்னவாயிருக்கும்? வந்தியத் தேவனுடைய உள்ளத்தில் ஒரு விந்தையான எண்ணம் உதித்தது. ஆம், ஆம்! அப்படித்தான் இருக்கவேண்டும். சோழ நாட்டில் இவருக்கு உரிமை எதுவும் இல்லை. பட்டத்து இளவரசர் ஆதித்த கரிகாலர் இருக்கிறார். அவருடன் போட்டியிட மதுராந்தகத்தேவர் இருக்கிறார். ஆகையால் இந்த மாஇலங்கைத் தீவில் இவர் ஒரு தனி ராஜ்யத்தை

ஸ்தாபித்துச் சுதந்திர மன்னராக விரும்புகிறார் போலும்! யார் கண்டது? இவருடைய விருப்பம் நிறைவேறினாலும் நிறைவேறலாம்! குடந்தை சோதிடர் சொன்னார் அல்லவா? 'அருள்மொழிவர்மர் துருவ நட்சத்திரம் போன்றவர்! அவரை நம்பினவர்களுக்கு ஒரு குறையும் இல்லை!' என்று. அத்தகைய வீர புருஷரிடம் தான் வந்து சேர்ந்து விட்டதை நினைத்து அவனுடைய உள்ளம் மகிழ்ச்சியால் பூரித்தது.

வெளிப்புறங்கள் இடிந்து இருளடைந்திருந்த ஒரு பழைய மாளிகையின் வாசலில் வந்து அவர்கள் நின்றார்கள். குதிரைகளின் மீதிருந்து இறங்கினார்கள். அந்த இடம் முக்கியமான வீதிகளிலிருந்து சற்று ஒதுக்குப்புறமாக இருந்தது. ஆகையால் அங்கே ஜனக்கூட்டம் இல்லை. இளவரசர் மூன்று தடவை கையைத் தட்டினார். உடனே இந்திர ஜாலத்தினால் நடந்தது போல் அந்த மாளிகையின் ஒரு பக்கத்தில் கதவு திறந்து வழி உண்டாயிற்று. ஆட்கள் யாருமே இருந்ததாகத் தெரியவில்லை. இளவரசர் இருட்டிலேயே நுழைந்து மேலே சென்றார். வந்தியத்தேவன் பின்னால் திரும்பிக் குதிரைகளின் கதி என்னவென்று ஆவலுடன் பார்த்தான். இளவரசர், 'குதிரைகளுக்கு வழி தெரியும்!' என்று கூறி வந்தியத்தேவனைக் கையைப்பிடித்து இழுத்துச் சென்றார். சற்றுத் தூரம் இருளிலேயே நடந்தார்கள். பிறகு 'மினுக் மினுக்'கென்று வெளிச்சம் தெரிந்தது. பின்னர் பிரகாசமான ஒளி தென்பட்டது. அது ஒரு பழைய காலத்து அரண்மனையின் உட்புறம் என்று வந்தியத்தேவன் கண்டான்.

'இங்கே கொஞ்சம் ஜாக்கிரதையாகவே இருக்கவேண்டும். மகாசேன சக்கரவர்த்தியின் அந்தப்புரம் இது. திடீரென்று சக்கரவர்த்தி விஜயம் செய்து நம்மைத் துரத்தப் பார்த்தாலும் பார்ப்பார்!' என்றார் இளவரசர்.

'மகாசேனர் என்பவர் யார்?' என்று வந்தியத்தேவன் கேட்டான்.

'மகாசேனர் அறுநூறு ஆண்டுகளுக்கு முன்னால் இந்த இலங்கா ராஜ்யத்தை ஆண்ட சக்கரவர்த்தி. அவர் பொது ஜனங்களுக்குப் பல நன்மைகளைச் செய்தார். ஆகையால் அவருடைய ஆவி இந்த நகரத்தில் இன்னமும் உலாவிக் கொண்டிருப்பதாக ஜனங்கள் நினைக் கிறார்கள். அவருடைய ஆவியானது துணியில்லாமல் குளிரில் கஷ்டப் படப் போகிறதே என்று மரக் கிளைகளில் துணிகளைக் கட்டித் தொங்க விடுகிறார்கள்! இந்த அரண்மனையிலும் அவருக்குப் பிறகு யாரும் வசிப்பதில்லை. வெறுமனேதான் விட்டு வைத்திருக்கிறார்கள்!' என்றார் இளவரசர்.

இளவரசருக்கும், அவருடன் வந்தவர்களுக்கும் பணிவிடை செய்ய அங்கு ஏவலாளர் இருந்தார்கள். குளித்து உணவருந்திய பிறகு மூவரும்

அந்த அரண்மனையின் உச்சி மாடத்துக்குச் சென்றார்கள். அவர்கள் இருந்த இடத்திலிருந்து சுற்றுப்புறமெங்கும் பார்க்கலாம். ஆனால் அவர்களைக் கீழேயுள்ளவர்கள் பார்க்க முடியாது. அப்படிப்பட்ட இடத்தில் போய் அமர்ந்தார்கள்.

'ஐயா! பன்னிரண்டு நாழிகைக்கு எங்கேயோ வரும்படி புத்தர் சிலை, செய்தி சொன்னதாகக் கூறினீர்களே?' என்று வந்தியத்தேவன் கேட்டான்.

'இன்னும் நேரமிருக்கிறது. சந்திரன் இப்போதுதானே உதயமாயிருக்கிறான்? அதோ அந்தத் 'தாகபா'வின் உச்சிக்கு நேரே சந்திரன் வந்ததும் புறப்பட்டு விடுவோம்!' என்றார் இளவரசர்.

அவர் சுட்டிக்காட்டிய இடத்தில் ஒரு பெரிய குன்று போன்ற தாகபா ஸ்தூபம் நின்றது. புத்தர் பெருமானுடைய திருமேனியின் துகளை அடியில் வைத்து எழுப்பிய ஸ்தூபங்களாதலால் அவை 'தாது கர்ப்பம்' என்று அழைக்கப்பட்டன. தாது கர்ப்பம் என்னும் பெயர்தான் பின்னர் 'தாகபா' ஆயிற்று.

'எதற்காக இவ்வளவு பெரிய கட்டிடங்களைக் கட்டினார்கள்?' என்று வந்தியத்தேவன் கேட்டான்.

'முதன் முதலில், புத்தர் எவ்வளவு பெரியவர் என்பதை ஜனங்களுக்கு உணர்த்துவதற்காக இவ்வளவு பெரிய சின்னங்களை நிர்மாணித்தார்கள். பின்னால் வந்த அரசர்களோ தாங்கள் எவ்வளவு பெரியவர்கள் என்பதைக் காட்டுவதற்காக முன்னால் கட்டியிருந்த ஸ்தூபங்களைக் காட்டிலும் பெரிதாகக் கட்டினார்கள்!' என்றார் இளவரசர்.

சிறிது நேரத்துக்கெல்லாம் சமுத்திரத்தின் கொந்தளிப்பைப் போன்ற பேரிரைச்சல் ஒன்று கேட்டது. வந்தியத்தேவன் இரைச்சல் வந்த திக்கைத் திரும்பிப் பார்த்தான். தூரத்தில் ஒரு பெரிய சேனா சமுத்திரத்தைப் போன்ற பெருங்கூட்டம், - வீதிகளில் முடிவில்லாது நீண்டு போய்க் கொண்டிருந்த ஜனக் கூட்டம் வருவது தெரிந்தது. அந்த ஜன சமுத்திரத்தின் நடுவே கரிய பெரிய திமிங்கலங்கள் போல் நூற்றுக் கணக்கில் யானைகள் காணப்பட்டன. கடல் நீரில் பிரதிபலிக்கும் விண்மீன்களைப் போல் ஆயிரம் ஆயிரம் தீவர்த்திகள் ஒளி வீசின. ஜனங்களோ லட்சக்கணக்கில் இருந்தார்கள்.

வந்தியத்தேவன், 'இது என்ன? பகைவர்களின் படை எடுப்பைப்போல் அல்லவா இருக்கிறது?' என்றான்.

'இல்லை, இல்லை! இதுதான் இந்த இலங்கை நாட்டிலேயே மிகப்பெரிய உற்சவமாகிய பெரஹராத் திருவிழா!' என்றார் இளவரசர்.

ஊர்வலம் நெருங்கி வரவர வந்தியத்தேவனுடைய வியப்பு அதிக மாகிக் கொண்டிருந்தது. அந்த மாதிரி காட்சியை அவன் தன் வாழ்நாளில் பார்த்ததில்லை.

முதலில் சுமார் முப்பது யானைகள் அணிவகுத்து வந்தன. அவ்வளவும் தங்க முகபடாங்களினால் அலங்கரிக்கப்பட்ட யானைகள். அவற்றில் நடுநாயகமாக வந்த யானை எல்லாவற்றிலும் கம்பீரமாக இருந்ததுடன், அலங்காரத்திலும் சிறந்து விளங்கியது. அதன் முதுகில் நவரத் தினங்கள் இழைத்த தங்கப் பெட்டி ஒன்று இருந்தது. அதன்மேல் ஒரு தங்கக் குடை கவிந்திருந்தது. நடுநாயகமான இந்த யானையைச் சுற்றியிருந்த யானைகளின் மீது புத்த பிக்ஷுக்கள் பலர் அமர்ந்து வெள்ளிப் பிடிபோட்ட வெண் சாமரங்களை வீசிக்கொண்டிருந் தார்கள். யானைகளுக்கு இடையிடையே குத்து விளக்குகளையும், தீவர்த்திகளையும், இன்னும் பலவித வேலைப்பாடமைந்த தீவர்த்தி களையும், தீபங்களையும் ஏந்திக்கொண்டு பலர் வந்தார்கள். கரிய குன்றுகளையொத்த யானைகளின் தங்க முகபடாங்களும் மற்ற ஆபரணங்களும் பிக்ஷுக்களின் கைகளில் இருந்த அந்த வெண் சாமரங்களும் பல தீபங்களின் ஒளியில் தகதகவென்று பிரகாசித்துக் கண்களைப் பறித்தன.

யானைகளுக்குப் பின்னால் ஒரு பெரும் ஜனக் கூட்டம். அந்தக் கூட்டத்தின் மத்தியில் சுமார் நூறு பேர் விசித்திரமான உடை களையும், ஆபரணங்களையும் தரித்து நடனமாடிக் கொண்டு வந்தார்கள். அவர்களில் பலர் உடுக்கையைப் போன்ற வாத்தியங்களை தட்டிக் கொண்டு ஆடினார்கள். இன்னும் பலவகை வாத்தியங்களும் முழங்கின. அப்பப்பா! ஆட்டமாவது ஆட்டம்! கடம்பூர் அரண் மனையில் தேவராளனும், தேவராட்டியும் ஆடிய வெறியாட்ட மெல்லாம் இதற்கு முன்னால் எங்கே நிற்கும்! சிற்சில சமயம் அந்த ஆட்டக்காரர்கள் விர்ரென்று வானில் எழும்பிச் சக்கராகாரமாக இரண்டு மூன்று தடவை சுழன்று விட்டுத் தரைக்கு வந்தார்கள். அப்படி அவர்கள் சுழன்றபோது அவர்கள் இடையில் குஞ்சம் குஞ்சமாகத் தொங்கிக் கொண்டிருந்த துணி மடிப்புகள் பூச்சக்கரக் குடைகளைப் போலச் சுழன்றன. இவ்விதம் நூறு பேர் சேர்ந்தாற் போல் எழும்பிச் சுழன்றுவிட்டுக் கீழே குதித்த காட்சியைக் காண்பதற்கு இரண்டு கண்கள் போதவில்லைதான்! இரண்டாயிரம் கண்களாவது குறைந்த பட்சம் வேண்டும். ஆனால் அத்தகைய சமயங்களில் எழுந்த வாத்திய முழக்கங்களைக் கேட்பதற்கோ இரண்டாயிரம் செவிகள் போதமாட்டா! நிச்சயமாக இரண்டு லட்சம் காதுகளேனும் வேண்டும். அப்படியாக உடுக்கைகள், துந்துபிகள், மத்தளங்கள், செப்புத் தாளங்கள், பறைகள், கொம்புகள் எல்லாம் சேர்ந்து முழங்கிக் கேட்போர் காதுகள் செவிடுபடச் செய்தன!

இந்த ஆட்டக்காரர்களும், அவர்களைச் சுற்றி நின்ற கூட்டமும் நகர்ந்ததும், மற்றும் முப்பது யானைகள் முன்போலவே ஜாஜ்வல்ய மான ஆபரணங்களுடன் வந்தன. அவற்றில் நடுநாயகமான யானையின் மேலும் ஓர் அழகிய வேலைப்பாடு அமைந்த பெட்டி இருந்தது. அதன் மேல் தங்கக்குடை கவிந்திருந்தது. சுற்றி நின்ற யானை மீதிருந்தவர்கள் வெண் சாமரங்களை வீசினார்கள். இந்த யானைக் கூட்டத்துக்குப் பின்னாலும் ஆட்டக்காரர்கள் வந்தார்கள். இந்த ஆட்டக்காரர்களுக்கு நடுவில் ரதி, மன்மதன், முக்கண்ணையுடைய சிவபெருமான் வேடம் தரித்தவர்கள் நின்றார்கள். சுற்றி நின்றவர்கள் ஆடிக் குதித்தார்கள்.

'இது என்ன? சிவபெருமான் இங்கு எப்படி வந்தார்?' என்று வந்தியத் தேவன் கேட்டான்.

'கஜபாகு என்னும் இலங்கை அரசன் சிவபெருமானை அழைத்து வந்தான். அதற்குப் பிறகு இங்கேயே அவர் பிடிவாதமாக இருக்கிறார்!' என்றார் இளவரசர்.

'ஓ வீர வைஷ்ணவரே! பார்த்தீரா? யார் பெரிய தெய்வம் என்று இப்போது தெரிந்ததா?' என்று வந்தியத்தேவன் கேட்டு முடிவதற்குள் மற்றும் சில யானைகள் அதேமாதிரி அலங்காரங்களுடன் வந்து விட்டன. அந்த யானைகளுக்குப் பின்னால் வந்த ஆட்டக்காரர்களுக்கு மத்தியில் கருடாழ்வாரைப் போல் மூக்கும் இறக்கைகளும் வைத்துக் கட்டிக் கொண்டிருந்த நடனக்காரர்கள் சுழன்றும், பறந்தும், குதித்தும் மூக்கை ஆட்டியும் ஆர்ப்பாட்டமாக ஆடினார்கள்.

'அப்பனே! பார்த்தாயா? இங்கே கருட வாகனத்தில் எங்கள் திருமாலும் எழுந்தருளியிருக்கிறார்!' என்றான் ஆழ்வார்க் கடியான்.

மீண்டும் ஒரு யானைக் கூட்டம் வந்தது. அதற்குப் பின்னால் வந்த ஆட்டக்காரர்களோ கைகளில் வாள்களும், வேல்களும் ஏந்திப் பயங்கரமான யுத்த நடனம் செய்துகொண்டு வந்தார்கள். தாளத்துக்கும், ஆட்டத்துக்கும் இசைய அவர்கள் கையில் பிடித்த வாள்களும், வேல்களும் ஒன்றோடொன்று 'டணார் டணார்' என்று மோதிச் சப்தித்தன.

இவ்வளவுக்கும் கடைசியாக வந்த யானைக் கூட்டத்துக்குப் பின்னால் ஆட்டக்காரர்கள் அவ்வளவு பேரும் இரண்டு கையிலும் இரண்டு சிலம்புகளை வைத்துக்கொண்டு ஆடினார்கள். அவர்கள் ஆடும்போது அத்தனை சிலம்புகளும் சேர்ந்து கலீர் கலீர் என்று சப்தித்தன. ஒரு சமயம் அவர்கள் நடனம் வெகு உக்கிரமாயிருந்தது. இன்னொரு சமயம் அமைதி பொருந்திய லளித நடனக் கலையாக மாறியது. இந்தக்

காட்சிகளையெல்லாம் கண்டும், பலவித சப்த விசித்திரங்களைக் கேட்டும் பிரமித்து நின்ற வந்தியத்தேவனுக்கு இளவரசர் இந்த ஊர்வலத் திருவிழாவின் வரலாற்றையும் கருத்தையும் கூறினார்.

தமிழகத்து அரசர்களும் இலங்கை அரசர்களும் நட்புரிமை பாராட்டிய காலங்களும் உண்டு. கடல் சூழ் இலங்கைக் கஜபாகு மன்னனும், சேரன் செங்குட்டுவனும் அவ்விதம் சிநேகமாயிருந்தார்கள். சேரன் செங்குட்டுவன் கண்ணகி என்னும் பத்தினித் தெய்வத்துக்கு விழா நடத்தியபோது கஜபாகு அங்கே சென்றிருந்தான். அந்நாட்டில் நடந்த மற்றத் திருவிழாக்களையும் கண்டு களித்தான். பின்னர் ஒருசமயம் சேரன் செங்குட்டுவன் இலங்கைக்கு வந்திருந்தபோது கஜபாகு மன்னன் விழா நடத்தினான். தமிழகத்தின் தெய்வமாகிய சிவபெருமான், திருமால், கார்த்திகேயர், பத்தினித் தெய்வம் ஆகிய நாலு தெய்வங்களுக்கும் ஒரே சமயத்தில் திருவிழா நடத்தினான். இந்த விழாக்களில் மக்கள் அடைந்த குதூகலத்தைக் கண்டு, பின்னர் ஆண்டு தோறும் அந்த விழாக்களை நடத்தத் தீர்மானித்தான். புத்தர் பெருமானுக்கு அவ்விழாவில் முதலாவது இடம் கொடுத்து மற்ற நாலு தெய்வங்களையும் பின்னால் வரச்செய்து விழா நடத்தினான். அன்று முதலாவது அந்த விழா இலங்கையில் நிலைத்து நின்று மிகப் பெரிய திருவிழாவாக ஆண்டு தோறும் விடாமல் நடந்து வருகிறது.

'ஆனால் தெய்வங்களை எங்கும் காணவில்லையே?' என்றான் வல்லவரையன்.

'ஒவ்வொரு யானைக் கூட்டத்திலும் நடுநாயகமாக வந்த யானை மீது வைத்திருந்த பெட்டியைப் பார்த்தீரா?'

'பார்த்தேன்! அந்தப் பெட்டிக்குள் தெய்வங்களைப் பூட்டி வைத்திருக்கிறார்களா, தப்பித்துக்கொண்டு தமிழகத்துக்குப் போய்விடக் கூடாது என்று?'

இதைக் கேட்ட பொன்னியின் செல்வர் நகைத்து விட்டு, 'அப்படியில்லை; முதலில் வந்த யானை மீதிருந்த பெட்டிக்குள்ளே புத்த பெருமானுடைய பல் ஒன்றைப் பத்திரமாய்ப் பூட்டி வைத்திருக்கிறார்கள். புத்த சமயத்தார் இந்நாட்டில் போற்றிக் காப்பாற்றும் செல்வங்களுக்குள்ளே விலை மதிப்பற்ற செல்வம் அது. ஆகையால் அந்த மனிதப் பொருளை அழகிய பெட்டியில் வைத்து யானை மீது ஏற்றி ஊர்வலமாய் எடுத்துச் சென்றார்கள்!' என்றார்.

'பின்னால் வரும் பெட்டிகளுக்குள்ளே என்ன இருக்கிறது?' என்று வந்தியத்தேவன் கேட்டான் .

‘சிவன், விஷ்ணு, முருகன், கண்ணகி ஆகியவர்களின் பற்கள் கிடைக்க வில்லை! ஆகையால் அவற்றுக்குப் பதிலாக அந்தந்தத் தேவால யத்தின் தெய்வங்கள் அணியும் திரு ஆபரணங்களை அந்தப் பெட்டி களில் பத்திரமாய் வைத்துக் கொண்டு போகிறார்கள்’ என்று இளவரசர் கூறினார்.

வந்தியத்தேவன் சிறிது சிந்தனையில் ஆழ்ந்திருந்துவிட்டு, ‘ஆகா! தங்களுக்குப் பதிலாகப் பெரிய பழுவேட்டரையர் மட்டும் இங்கே படையெடுத்து வந்திருந்தால்?...’ என்றான்.

அச்சமயத்தில் திருவிழா ஊர்வலத்தின் கடைசிப் பகுதி அந்த வீதி முடுக்கில் திரும்பிச் சென்றது. வாத்திய முழக்கம், ஜனங்களின் ஆரவாரம்... இவற்றின் ஓசை குறையத் தொடங்கியது.

‘குறிப்பிட்ட நேரத்துக்கு இன்னும் ஒரு நாழிகைதான் மிச்சமிருக்கிறது. வாருங்கள், போகலாம்!’ என்று இளவரசர் மேடையிலிருந்து இறங்கினார். மூவரும் கீழே வீதிக்கு வந்தார்கள். ஊர்வலம் சென்றதற்கு நேர் எதிர்ப்பக்கம் நோக்கி நடந்தார்கள். நகர மக்கள் அனைவரும் பெரஹராத் திருவிழாவில் ஈடுபட்டிருந்தபடியால் இவர்கள் போன வீதிகளில் ஜன நடமாட்டமே இல்லை. சிறிது நேரத்துக்கெல்லாம் ஒரு விஸ்தாரமான ஏரியின் கரைக்கு வந்து சேர்ந்தார்கள். அந்த ஏரியில் தண்ணீர் ததும்பிக் கரையில் அலைமோதிக் கொண்டிருந்தது. சந்திர கிரணங்கள் அந்த அலைகளில் தவழ்ந்து விளையாடி வெள்ளி அலைகளாகச் செய்து கொண்டிருந்தன.

ஏரிக்கரையிலிருந்து கீழே இறங்கிச் சென்றார்கள். அவ்விடத்தில் செண்பக மலர்களின் நறுமணம் பரவியிருந்தது. இன்னும் பலவகைப் புஷ்பச் செடிகளில் வெள்ளை மலர்கள் கொத்துக் கொத்தாகப் பூத்துத் திகழ்ந்தன. ஆங்காங்கே சிறிய சிறிய செய்குன்றுகளும், படித்துறைத் தடாகங்களும் காணப்பட்டன. தடாகம் ஒன்றின் மேலே அமைந் திருந்த அத்தகைய சிங்க முகத்துவாரத்திலிருந்து நீர் அருவி பொழிந்து கொண்டிருந்தது. அந்தத் தடாகக் கரை அருகில் நெருங்கிச் சென்று மூவரும் நின்றார்கள்.

அநுராதபுரத்துக்கு வெளியே சாலை ஓரத்தில் நின்ற புத்தர் சிலையின் தோற்றம் வந்தியத்தேவனுடைய மனக் கண் முன்னால் வந்தது. ‘சிலையின் அடிப்பீடத்தில் வரிசையாக வைத்திருந்த தாமரை மொட்டுக்களை இளவரசர் எண்ணிப் பார்த்துப் பன்னிரண்டு என்று சொன்னார். அவை பன்னிரண்டு நாழிகையைக் குறித்தன போலும். தாமரை மலர்களாயிராமல் மொட்டுக்களாயிருந்த படியால் இரவைக் குறித்தன போலும்! அந்த மொட்டுக்களுக்கு அருகில் இருந்த சிங்க

முகத்துக் கிண்டியும் வந்தியத்தேவனுடைய நினைவில் இருந்தது. அந்தப் பாத்திரம் இந்தச் சிங்க முக அருவி விழும் தடாகத்தை குறிப்பிட்டது போலும்!'

'இதெல்லாம் சரிதான்!ஆனால் இங்கு எதற்காக, யார் இளவரசரை வரச் செய்திருக்கிறார்கள்? இதில் என்னென்ன அபாயங்கள் நேரிடுமோ, என்னமோ தெரியவில்லையே? ஆயுதம் ஒன்றும் கொண்டுவரக் கூடாது என்று இளவரசர் தடுத்ததின் கருத்து என்ன? ஒரு வேளை இங்கு ஏதேனும் காதல் நிகழ்ச்சி நடைபெறப் போகிறதோ?'

இந்த நினைவு வந்ததும் வந்தியத்தேவனுடைய உள்ளம் கொந் தளித்தது. அவனுடைய மனம் கடல் கடந்து பழையாறைக்குப் பாய்ந்து சென்றது. இளைய பிராட்டியும், வானதி தேவியும் அவன் மனக்கண் முன் வந்தார்கள்.

இளவரசரின் வாயைப் பிடுங்கிப் பார்க்கலாம் என்று வந்தியத்தேவன் எண்ணினான். 'ஐயா! இந்த இடத்தைப் பார்த்தால் பழைய காலத்து அரண்மனை நந்தவனம் மாதிரி அல்லவா தோன்றுகிறது!' என்றான்.

'ஆம்; இது அரண்மனை நந்தவனம் இருந்த இடந்தான். ஆயிரம் ஆண்டுகளுக்கு முன்னால் இந்த நந்தவனத்தையொட்டி துஷ்டக மனுவின் அரண்மனை இருந்தது. அதோ பார்! இன்னமும் இந்த அரண்மனையில் சில பகுதிகள் அழியாமல் இருக்கின்றன!' என்றார்.

வந்தியத்தேவன் அங்கே சற்றுத் தூரத்தில் தெரிந்த பழைய அரண்மனை மாடங்களைப் பார்த்துவிட்டு, 'அந்தக் கட்டிடங்கள் அரண்மனை அந்தப்புரமாயிருந்திருக்கலாம். இந்தத் தடாகத்தில் அரசிளங் குமரிகள் இறங்கி ஜலக்கிரீடை செய்து மகிழ்ந்திருப்பார்கள்!' என்றான்.

'இந்த நந்தவனத்திலே நடந்த அதிசயமான சம்பவம் வேறு ஒன்று உண்டு. ஆயிரம் வருஷத்துக்கு முன்னால் நடந்தது.துஷ்டகமனு மன்னனின் புதல்வன் ஸாலி என்பவன் இங்கே ஒருநாள் உலாவிக் கொண்டிருந்தான். ஒரு பெண் இந்தத் தடாகத்தில் தண்ணீர் மொண்டு புஷ்பச் செடிகளுக்கு ஊற்றிக் கொண்டிருப்பதைக் கண்டான். அந்தப் பெண்ணிடம் காதல் கொண்டான். அவள் ஒரு சண்டாளப் பெண் என்றும், அவள் பெயர் அசோகமாலா என்றும் அறிந்தான். சண்டாளப் பெண்ணாயிருந்தாலும் அவளையே மணந்துகொள்வேன் என்று பிடிவாதம் பிடித்தான். 'அப்படியானால் நீ சிம்மாசனம் ஏற முடியாது!' என்று தந்தை கூறினார். 'சிம்மாசனம் வேண்டாம்; எனக்கு அசோக மாலா தான் வேண்டும்' என்று ஸாலிவாஹனன் பிடிவாதமாகக் கூறி விட்டான். இந்த உலகத்தில் இன்னொரு ராஜகுமாரனால் இப்படிக் கூற முடியும் என்று தோன்றுகிறதா?'

இவ்வாறு பொன்னியின் செல்வர் கூறியபோது, கோடிக்கரைக் கடலில் படகு செலுத்திய 'சமுத்திர குமாரி'யின் நினைவு வந்தியத் தேவனுக்கு வந்தது. ஆகா! ஒரு வேளை இவரும் அந்தப் பெண்ணை நினைத்துக் கொண்டுதான் இந்தக் கதையைச் சொல்லுகிறாரா, என்ன?

பூங்குழலியின் பேச்சை எப்படி எடுக்கலாம் என்று அவன் எண்ணிக் கொண்டிருந்த போது, அங்கே ஓர் அதிசயம் நிகழ்ந்தது. சிங்க தாரைத் தடாகத்தின் பின்புறச் சுவரில், உட்பக்கம் குழிவாக அமைந்து, அதற்குள்ளே இருவர் அமரும்படியான ஒரு கல் ஆசனம் இருந்தது. அப்படி அமைந்திருந்த அறையின் ஓர் ஓரத்தில் திடீரென்று விளக்கு வெளிச்சம் காணப்பட்டது. விளக்கைப் பிடித்துக் கொண்டிருந்தவரின் கரம் முதலில் வெளிவந்தது. பிறகு புத்த பிக்ஷு ஒருவரின் திருமுகமும் காணப்பட்டது.

வந்தியத்தேவன் அந்த இந்திரஜாலக் காட்சியை அடங்கா வியப்புடன் பார்த்துக்கொண்டு நின்றான். மேலே என்ன நடக்கப் போகிறது என்று தெரிந்துகொள்ளும் ஆர்வத்தினால் அவன் மூச்சும் சிறிது நேரம் நின்றிருந்தது.

இலங்கைச் சிங்காதனம்

பிக்ஷு கையில் பிடித்த தீபத்தின் வெளிச்சத்தில் சுற்று முற்றும் பார்த்தார். இளவரசரும் அவருடைய தோழர்களும் நிற்பதைக் கண்டு கொண்டார் போலும். மறுகணம் விளக்கும் வெளிச்சமும் மறைந்தன. சிறிது நேரத்துக்கெல்லாம் பிக்ஷு தடாகத்தின் படிக்கட்டுகளின் வழியாக நடந்து வருவது தெரிந்தது. இளவரசர் நிற்குமிடத்துக்கு வந்தார். நிலா வெளிச்சத்தில் அவருடைய திருமுகத்தை ஏறிட்டுப் பார்த்தார்.

'தேவப்ரியா! வருக! வருக! தங்களை எதிர்நோக்கி வைதுல்ய பிக்ஷு சங்கம் காத்திருக்கிறது. மகா தேரோ குருவும் விஜயம் செய்திருக்கிறார். குறிப்பிட்ட நேரம் தவறாது தாங்கள் வந்து சேர்ந்தது பற்றி என் உள்ளம் உவகை கொண்டு நன்றி செலுத்துகிறது!' என்றார்.

'அடிகளே! இந்தச் சிறுவனிடம் பல குறைகள் குடிகொண்டிருப்பதை அறிந்துள்ளேன். எனினும், வாக்குத் தவறுவதில்லை என்ற ஒரு நல்விரதத்தை அனுசரித்து வருகிறேன். அந்த விரதத்தில் என்றும் தவறியதில்லை!' என்றார் பொன்னியின் செல்வர்.

'இன்று சூரியன் அஸ்தமிக்கும் நேரம் வரையில் தாங்கள் வந்து சேரவில்லை என்று அறிந்தேன். அதனால் சிறிது கவலை ஏற்பட்டது.'

'முன்னதாக வந்திருந்தால், ஒருவேளை வாக்கை நிறைவேற்ற முடியாமல் போயிருக்கலாம். அதனாலேயே சமயத்திற்கு வந்து சேர்ந்தேன்.'

'ஆம், ஆம்! வானில் ஜோதி மயமாக ஒளிரும் கதிரவனை மறைத்து விடுவதற்குப் பல மேகத்திரள்கள் சுற்றி வருகின்றன; நாங்களும் அறிந்துள்ளோம். ஆனால் அந்த மேகத்திரள்கள் எல்லாம் புத்த பகவானுடைய கருணையென்னும் பெருங்காற்றினால் சின்னா பின்னமாகிக் கலைந்துவிடும். போகட்டும்! இதோ நிற்பவர்கள் யார்? தாங்கள் நன்கு அறிந்தவர்கள்தானா? தங்களின் பூரண நம்பிக்கைக்கு உரியவர்களா? கொடுத்த வாக்கைத் தவறாது நிறைவேற்றக் கூடியவர்களா?' என்று பிக்ஷு கேட்டார்.

'அடிகளே! என்னுடைய கரங்கள் இரண்டையும் எப்படி நான் நம்புகிறேனோ, அப்படியே இந்த நண்பர்களையும் நம்புகிறேன். எனினும் தங்களுக்கு விருப்பமில்லையென்றால் இவர்களை இங்கேயே விட்டுவிட்டுத் தங்களுடன் தனித்து வரச் சித்தமாயிருக்கிறேன்!' என்றார் இளவரசர்.

'இல்லை, இல்லை! அவ்வளவு பெரிய பொறுப்பை ஏற்றுக்கொள்ள நான் சித்தமாயில்லை. தங்களை நான் அழைத்துப் போகும் இடம் மிகப் பத்திரமானதுதான். ஆயினும், நீண்ட வழியில் போக வேண்டும். எந்தத் தூணுக்குப் பின்னால் என்ன அபாயம் மறைந்திருக்கும் என்று யார்சொல்ல முடியும்? இவர்கள் இருவரும் அவசியம் வரட்டும்!' என்றார் பிக்ஷு.

இவற்றையெல்லாம் கேட்டுக்கொண்டிருந்த வந்தியத் தேவனுடைய உள்ளம் கொந்தளித்தது. முன்பின் அறியாத தன்னிடம் இளவரசர் இவ்வளவு பரிபூரண நம்பிக்கை காட்டி மிக அந்தரங்கமான காரியத்துக்கு அழைத்து வந்ததை நினைத்து பூரிப்பு உண்டாயிற்று. 'இன்றிரவு ஏதோ முக்கியமான நிகழ்ச்சி நடைபெறப்போகிறது, எது என்னவாயிருக்கும்?' என்ற நினைவு மிக்க பரபரப்பை அளித்தது.

பிக்ஷு முன்னால் சென்று வழிகாட்ட, மற்றவர்கள் பின் தொடர்ந்து சென்றார்கள். தடாகத்தின் படிக்கட்டுகளின் வழியாகச் சென்று பின்புறத்துக் கல் சுவரில் குடைந்து அமைந்திருந்த அறையில் புகுந்தார்கள். அதன் ஒரு பக்கம் சென்று இருட்டில் பிக்ஷு ஏதோ செய்தார். உடனே ஒரு வழி ஏற்பட்டது. உள்ளே வெளிச்சம் காணப் பட்டது. பிக்ஷு அங்கு வைத்திருந்த தீபத்தைக் கையில் ஏந்திக் கொண்டார். மற்ற மூவரும் உள்ளே வந்ததும் வழியும் அடைப் பட்டது. வெளியே தடாகத்தில் சிங்க முகத்திலிருந்து விழுந்த அருவியின் ஓசை மிக இலேசாகக் கேட்டது. இல்லாவிட்டால் ஒரு கணத்துக்கு முன்னால் அப்படித் தடாகக் கரையில் நின்று கொண்டிருந் தோம் என்பதையே அவர்களால் நம்பமுடியாமல் போயிருக்கும்.

குறுகலான சுரங்கப் பாதை வழியாக அவர்கள் சென்றார்கள். பாதை வளைந்து வளைந்து சென்றது. முடிவில்லாமல் சென்று கொண்டிருப் பதாகத் தோன்றியது. அவர்கள் காலடிச் சத்தமும், அதன் எதிரொலியும் பயங்கரத்தை உண்டாக்கின. வந்தியத்தேவனுக்கு நடு நடுவே இளவரசர் ஏமாந்து போய் ஏதோ ஒரு சூழ்ச்சியில் சிக்கிக் கொண்டாரோ என்ற ஐயம் உண்டாயிற்று.

பாதை அகன்று அகன்று வந்து கடைசியில் ஒரு மண்டபம் தெரிந்தது. எப்பேர்ப்பட்ட மண்டபம்? பிக்ஷு கையில் பிடித்து வந்த தீபத்தில் சிறிய பகுதிதான் மங்கலாகக் கண்ணுக்குப் புலனாயிற்று. ஆயினும்

அதன் தூண்கள் பளிங்குக் கல்லினால் ஆன தூண்கள் என்பது தெரிந்தது. நாற்புறமும் புத்தர் சிலைகள் தரிசனம் தந்தன. நிற்கும் புத்தர்கள் படுத்திருக்கும் புத்தர்கள், போத நிலையில் அமர்ந்திருக்கும் புத்தர்கள், ஆசீர்வதிக்கும் புத்தர்கள், பிரார்த்தனை செய்யும் புத்தர்கள் இப்படிப் பல புத்தர் சிலைகள் தோன்றின.

பளிங்கு மண்டபத்தைத் தாண்டி அப்பால் சென்றார்கள். மறுபடி ஒரு குறுகிய பாதை, பின்னர் இன்னொரு மண்டபம் இதன் தூண்கள் தாமிரத் தகடுகளினால் ஆனவை. இரத்தினச் சிவப்பு நிறம் பெற்றுத் திகழ்ந்தன. இந்த மண்டபத்தின் மேற்கூரையிலும் செப்புத் தகடுகள். அவற்றில் பலவகைச் சித்திர வேலைப் பாடுகள். நாலாபுறமும் வித விதமான புத்தர் சிலைகள். இம்மாதிரியே அபூர்வமான மஞ்சள் நிற மரத்தூண்களை உடைய மண்டபம். யானைத் தந்தங்களால் இழைத்த தூண்களைக் கொண்ட மண்டபம் - இவற்றையெல்லாம் கடந்து சென்றார்கள். அதிவேகமாக நடந்து சென்ற போதிலும் வந்தியத்தேவன் அங்கங்கே தூண்களைத் தொட்டுப் பார்த்துக்கொண்டே போனான். இளவரசர் அவற்றைச் சிறிதும் பொருட்படுத்தாது முன்னோக்கிய பார்வையுடன் சென்றது அவனுக்கு அளவிலா வியப்பை அளித்தது.

உலோக மண்டபங்களையெல்லாம் தாண்டிக் கடைசியில் சாதாரண கருங்கல் மண்டபம் ஒன்றுக்கு வந்து சேர்ந்தார்கள். ஆனால் விசாலமான அம்மண்டபத்தில் அபூர்வமான காட்சி தென்பட்டது. முந்தைய மண்டபங்களில் புத்தர் பெருமானின் சிலைகளைத் தவிர மனிதர் யாருமில்லை. இந்தக் கருங்கல் மண்டபத்தில் புத்த பிக்ஷுக்கள் பலர் கூடியிருந்தார்கள். அவர்களுடைய முக மண்டலங்கள் தேஜஸ் நிறைந்து திகழ்ந்தன. அவர்களுக்கு மத்தியில் மகா தேரோ குரு நடுநாயகமாக ஒரு பீடத்தில் வீற்றிருந்தார். அவருக்கு எதிரே நவரத்தின கசிதமான ஒரு தங்கச் சிங்காதனம் காணப்பட்டது. அதன் அருகில் ஒரு பீடத்தின் மேல் மணிமகுடம் ஒன்றும் உடைவாளும், செங்கோலும் இருந்தன. மண்டபத்தில் நாலாபுறமும் தீபங்கள் எரிந்தன. தீபச்சுடரின் ஒளியில் தங்கச் சிங்காதனமும், மணிமகுடமும், உடைவாளும் ஜொலித்துத் திகழ்ந்தன.

இளவரசர் முதலியோர் அந்த மண்டபத்துக்குள் நுழைந்ததும் பிக்ஷுக்கள் அனைவரும் எழுந்து நின்று 'புத்தர் வாழ்க' 'தர்மம் வாழ்க', 'சங்கம் வாழ்க' என்று கோஷித்தார்கள். இளவரசர் மகா தேரோ குருவின் சமீபம் வந்து வணங்கி நின்றார். பிக்ஷுக்களின் அத்தியட்சகர் சிங்காதனத்துக்கு அருகில் கிடந்த ஒரு சாதாரண பீடத்தைச் சுட்டிக்காட்டி, அதில் அமரும்படி இளவரசரை வேண்டினார்.

'மகா குருவே! இச்சிறுவனுக்கு முன்னால் பிராயத்திலும், தர்மத்திலும் மூத்தவர்களாகிய தாங்கள் அமர வேண்டும்' என்று வேண்டினார் இளவரசர்.

அத்தியட்சக மகா குரு தமது பீடத்தில் அமர்ந்ததும் இளவரசரும் தமக்கென்று குறிப்பிட்ட ஆசனத்தில் பணிவுடன் உட்கார்ந்தார். 'தேவர்களின் அன்புக்குரிய இளவரசரே! தங்கள் வருகையினால் இந்த மகாபோதி சங்கம் மிக்க மகிழ்ச்சி அடைந்திருக்கின்றது. நாங்கள் குறிப்பிட்ட நிபந்தனைகளையெல்லாம் ஒப்புக்கொண்டு பல சிரமங் களுக்கு உட்பட்டு வந்திருக்கிறீர்கள். புத்த பகவானுடைய கருணை தங்களிடம் பூரணமாக இருப்பதற்கு வேறு அத்தாட்சி தேவை யில்லை!' இவ்விதம் பாலி பாஷையில் பெரிய குரு கூற, இளவரசரை அழைத்துவந்த பிக்ஷு தமிழில் மொழி பெயர்த்துச் சொன்னார். மற்ற பிக்ஷுக்கள், 'சாது! சாது!' என்று கோஷித்துத் தங்கள் சந்தோஷத்தை வெளியிட்டார்கள்.

மகா தேரோ மேலும் கூறலுற்றார்!- 'இலங்கைத் தீவுக்குப் புத்த தர்மத்தை அனுப்பிய பாரத வர்ஜத்துக்கு நாங்கள் பெரிதும் கடமைப் பட்டிருக்கிறோம். ஆனால் ஆதி நாளிலிருந்து உங்கள் நாட்டிலிருந்து படையெடுத்து வந்த சோழர்கள், பாண்டியர்கள், மலையாளத்தார், கலிங்கத்தார் எல்லாரும் இங்கே பல அட்டூழியங்களைச் செய்ததுண்டு. புத்தவிஹாரங்களையும் பிக்ஷுக்களின் மடாலயங்களையும், குருகுலங் களையும் அவர்கள் இடித்துத் தள்ளித் தேவர்களின் சாபத்துக்கு ஆளானார்கள். உங்கள் நாட்டவரைச் சொல்வானேன்? இந்த நாட்டின் மன்னர்களே அத்தகைய கோர கிருத்யங்களைச் செய்திருக் கிறார்கள். புத்த சங்கத்தில் பிரிவினையை ஏற்படுத்தினார்கள். தங்களுடைய தீய செயல்களை எதிர்த்த பிக்ஷுக்களின் விஹாரங் களை இடித்தார்கள்; அக்கினிக்கு இரையாக்கினார்கள். இரண்டு காத நீளமும் ஒரு காதம் அகலமும் உள்ள இந்த விசாலமான புண்ணிய நகரத்தில் ஒரு சமயம் பாதி விஸ்தீரணத்தில் புத்த விஹாரங்கள் இருந்தன. அவற்றில் பெரும் பகுதி இன்று இடிந்து பாழாய்க் கிடக்கின்றது. இடிந்த விஹாரங்களைப் பழுது பார்த்துச் செப்பனிட்டுக் கொடுக்க வேண்டும் என்று இதுவரை எந்த அரச குலத்தினரும் கட்டளையிட்டதில்லை. அத்தகைய ஆக்ஞை பிறப்பிக்கும் பாக்கியம் இளவரசர் அருள்மொழிவர்மருக்கே கிடைத்தது. தேவர்களுக்கு உகந்தவரே! தங்களுடைய இந்தச் செய்கையைப் புத்த மகா சங்கம் பெரிதும் பாராட்டுகிறது...'

இளவரசர் தலை வணங்கி மகா தேரோவின் வாழ்த்தை ஏற்றுக் கொண்டார். 'இன்னும் இந்தப் புராதன புண்ணிய நகரத்தில்

வெகுகாலமாகப் பெரஹரா உற்சவம் நடைபெறாமல் தடைப் பட்டிருந்தது. நூறு ஆண்டுகளுக்கு முன்னால் பாண்டியர்கள் ஒரு சமயம் இந்த மாநகரத்தைப் பிடித்தார்கள். அப்போது இலங்கை அரச குலத்தார் புலஸ்திய நகரம் சென்றார்கள். அதுமுதலாவது இங்கே பெரஹராத் திருவிழா நடைபெற்றதில்லை. இந்தப் புண்ணிய வருஷத்தில் தாங்கள் அவ்வுற்சவம் மீண்டும் நடைபெறலாம் என்று கட்டளையிட்டீர்கள். அதற்கு வேண்டிய வசதியும் அளித்தீர்கள். இது பற்றியும் புத்த சங்கத்தார் சந்தோஷமடைந் திருக்கிறார்கள்...'

இளவரசர் மீண்டும் சிரம் வணங்கி, 'மகாகுருவே! அடியேன் புத்த சங்கத்தாருக்கு இன்னும் ஏதேனும் சேவை செய்யக்கூடியதாக இருந்தால் கருணைகூர்ந்து பணித்தருள்க!' என்றார்.

அத்தியட்சகர் புன்னகை புரிந்து, 'ஆம், இளவரசே! புத்த சங்கம் மேலும் தங்களுடைய சேவையை நம்பிக்கையுடன் எதிர்பார்க்கிறது. அதற்கு முன்னதாக இன்னும் சில வார்த்தைகள் கூறவேண்டும். புத்த பகவான் கடைசித் திரு அவதாரத்துக்கு முன்னால் வேறு பல அவதாரங்களில் தோன்றியதாக அறிந்திருப்பீர்கள். ஒரு சமயம் சிபிச் சக்கரவர்த்தியாக அவதரித்துக் கொடுமை நிறைந்த இந்த உலகத்தில் ஜீவகாருண்யத்தின் பெருமையை உணர்த்தினார். ஒரு சிறிய புறாவின் உயிரைக் காப்பாற்றும் பொருட்டுத் தமது திருமேனியில் சதையைத் துண்டு துண்டாக அவர் அரிந்து துலாக்கோலில் இட்டார். அந்தச் சிபிச் சக்கர வர்த்தியின் வம்சத்திலே வந்தவர்கள் என்று சோழ குலத்தவராகிய நீங்கள் சொல்லிக்கொள்கிறீர்கள். சிபியின் வம்சத்திலே வந்த காரணம் பற்றிச் 'செம்பியன்' என்ற பட்டப்பெயருடன் சூடிக் கொள்கிறீர்கள். ஆனால் இதுவரையில் புத்த சங்கத்தார் அதை நம்பவில்லை. சோழ குலத்துப் புரோகிதர்கள் கட்டிய கதை என்றுதான் எண்ணியிருந் தார்கள். இன்று - தங்களுடைய அரும் பெரும் செயல்களைப் பார்த்த பிறகு, - சிபிச் சக்கரவர்த்தியின் பரம்பரையில் வந்தவர்கள் சோழர்கள் என்று ஒப்புக்கொள்ள வேண்டி வருகிறது. புத்த பகவானுடைய பெருங் கருணையை மாயை காரணமாக இதுகாறும் சோழகுலம் மறந் திருந்தது. அந்தக் கருணை இன்றைய தினம் தங்கள் மீது ஆவிர்ப் பவித்திருக்கிறது. அதற்கான தேவ சூசகமும் கிடைத்திருக்கிறது. இதோ!...' என்று கூறி அத்தியட்சக தேரோ பின்னால் திரும்பிப் பார்த்ததும், பிக்ஷுக்கள் சிலர் பீடம் ஒன்றில் சாய்ந்து படுத்திருந்த மற்றொரு பிக்ஷுவைப் பீடத்துடன் தூக்கிக் கொண்டு வந்தார்கள். அந்தப் பிக்ஷுவின் உடம்பெல்லாம் இடைவிடாமல் நடுங்கிக் கொண்டிருந்தது. கைகள் வெடவெடவென்று நடுங்கின; கால்கள் நடுங்கின; உடம்பு நடுங்கிற்று; தலை ஆடிற்று; பற்கள் கிட்டின; உதடுகள் துடித்தன; சிவந்த கண்களுக்கு மேலே புருவங்களும் அசைந்தன.

'இந்தப் பிக்ஷுவின் பேரில் முப்பத்து முக்கோடி தேவர்களும் ஆவிர்ப்பவித்திருக்கிறார்கள். தேவர்கள் கருணை கூர்ந்து சொல்வதைக் கேட்டுக் கொள்ளுங்கள்!' என்றார் மகாதேரோ.

ஆவேசங் கொண்டிருந்த புத்த பிஷுவின் வாயிலிருந்து நடு நடுங்கிக் குளறிய குரலில் ஏதேதோ மொழிகள் அதிவிரைவில் வந்தன. அவர் பேசி நிறுத்தியதும் அத்தியட்சக குரு கூறினார். 'முப்பத்து முக்கோடி தேவர்களும் தங்களை ஆசீர்வதிக்கிறார்கள். முற்காலத்தில் தேவானாம்பிரிய அசோகவர்த்தனர் பாரத பூமியை ஒரு குடையில் ஆண்டு, புத்த தர்மத்தை உலகமெல்லாம் பரப்பினார். அத்தகைய மகா சாம்ராஜ்யத்துக்குத் தாங்கள் அதிபதியாவீர்கள் என்று தேவர்கள் ஆசீர்வதிக்கிறார்கள். அசோகரைப் போல் தாங்களும் புத்த தர்மத்தை உலகில் பரப்ப வேண்டும் என்று விரும்புகிறார்கள். அசோகர் பாடலிபுத்திரச் சிம்மாசனத்தில் வீற்றிருந்து செய்த தர்மப் பெரும் பணிகளைத் தாங்கள் இந்தத் தொன்மை மிக்க அநுராத புரத்தில் ஆரம்பித்து நடத்த வேண்டுமென்று கட்டளையிடுகிறார்கள். இளவரசே! தேவர்களுடைய கட்டளைக்குத் தங்கள் மறுமொழி என்ன?'

இதைக் கேட்டதும் இளவரசர், 'மகா குரு! தேவர்கள் சக்தி வாய்ந்தவர்கள். அவர்கள் சித்தபடி நடத்திக் கொள்ளுவார்கள். ஆனால் அடியேனுக்கு இப்போது அவர்கள் இடும்பணி யாது என்று விளங்கவில்லையே?' என்றார்.

'அதை நானே தெரிவிக்கிறேன்' என்று அத்தியட்சக தேரோ கூறிச் சமிக்ஞை செய்ததும், ஆவேசம் வந்திருந்த பிக்ஷுவை அப்பால் எடுத்துச் சென்றார்கள். பின்னர் பிக்ஷுத்தலைவர் கூறினார்:-

'இளவரசே, இதோ உங்கள் முன்னால் உள்ள சிங்காதனத்தைப் பாருங்கள், மணி மகுடத்தைப் பாருங்கள், செங்கோலையும் பாருங்கள். இலங்கை இராஜ வம்சத்தைச் சேர்ந்த மன்னர்கள் அனைவரும் இந்தச் சிங்காதனத்தில் அமர்ந்து, இந்த மணி மகுடத்தை அணிந்து, இந்தச் செங்கோலைக் கையில் தரித்த பிறகே, புத்த சங்கத்தால் அங்கீகரிக்கப்பட்ட அரசர்களானார்கள். துஷ்டகமனு சக்கரவர்த்தியும், தேவானாம்பிய திஸ்ஸரும், மகாசேனரும் அமர்ந்து முடிசூடிய சிங்காதனம் இது! அவர்கள் சிரசில் தரித்த கிரீடம் இது. அவர்கள் கரத்தில் ஏந்திய செங்கோல் இது. இப்படிப்பட்ட புராதன சிங்காதனம் - ஆயிரம் ஆண்டுகளாக அரசர்களைச் சிருஷ்டித்த சிங்காதனம் - இதோ தங்களுக்காகக் காத்திருக்கிறது. இதில் அமரவும், இந்த மணி மகுடம் செங்கோலும் தரிக்கவும் தங்களுக்குச் சம்மதமா?'

இதையெல்லாம் கவனமாகக் கேட்டுக்கொண்டிருந்த வந்தியத்தேவன் மிக்க பரபரப்பை அடைந்தான். இளவரசரைத் தூக்கி அந்தக் கணமே உட்கார வைத்து விட்டால் என்ன என்று எண்ணினான். ஆனால் இளவரசருடைய முக பாவத்தில் எவ்வித மாறுதலும் ஏற்படவில்லை. முன்போலவே அமைதியான குரலில், 'அத்தியட்சகா! அது எப்படிச் சாத்தியம்? இந்தச் சிங்காதனத்தில் ஏறி முடிசூடிய மகிந்த மன்னர் இன்றும் ஜீவிய வந்தவராக இருக்கிறாரே? அவர் இருக்குமிடம் தெரியா விட்டாலும்...' என்று கூறி நிறுத்தினார்.

'இளவரசே! இலங்கை இராஜ வம்சம் மாறவேண்டும் என்பது தேவர்களின் கட்டளை. அது நடந்தே தீரும். கங்கை பாயும் வங்க நாட்டிலிருந்து வந்த விஜயராஜன் ஸ்தாபித்த இந்த வம்சத்தில் எத்தனையோ மகா ராஜர்கள் தோன்றினார்கள்; தர்மத்தையும் பரிபாலித் தார்கள். ஆனால் பிற்காலத்தில் இந்த வம்சம் பல கொடிய கிருத்யங் களைச் செய்து தேவ சாபத்துக்கு ஆளாகி விட்டது. இந்த வம்சத்தில் பிறந்தவர்களிலே தகப்பன் மகனைக் கொன்றான்; மகன் தகப்பனைக் கொன்றான்; அண்ணனைத் தம்பி கொன்றான்; தம்பியை அண்ணன் கொன்றான்; தாய் மகளைக் கொன்றாள்; மருமகள் மாமியாரைக் கொன்றாள். இத்தகைய மகா பாதகங்களைச் செய்த வம்சத்தவர்கள் புத்த தர்மத்தைப் பரிபாலிக்கத் தகுதி வாய்ந்தவர்கள் அல்ல என்று தேவர்கள் கட்டளையிடுகிறார்கள். கடைசியாக முடிசூடிய மகிந்தன் இலங்கைச் சிம்மாசனத்துக்கு உரிமையை இழந்து விட்டான். அப்படி இராஜ வம்சம் மாறும்போது புதிய வம்சத்தின் முதல்வனைத் தெரிந்தெடுக்கும் உரிமை இந்தச் சங்கத்துக்கு உண்டு. இந்தச் சங்கத்தாரும் தங்களைத் தேர்ந் தெடுக்க விரும்புகிறார்கள். தாங்கள் சம்மதம் கொடுத்தால் இன்று இரவே முடிசூட்டு விழா நடத்திவிடலாம்...'

அந்த மண்டபத்தில் சிறிதுநேரம் பூகர்ப்பத்திலும், கடலின் ஆழத்திலும் குடிகொண்டிருப்பது போன்ற நிசப்தம் குடிகொண்டிருந்தது. வந்தியத் தேவனுடைய பரபரப்பு உச்சநிலையை அடைந்துவிட்டது. அச்சமயத்தில் பொன்னியின் செல்வர் தமது பீடத்திலிருந்து எழுந்து புத்த பிக்ஷுக்களின் சங்கத்துக்கு வணக்கம் செலுத்தினார். வந்தியத்தேவன் குதூகலத்தின் எல்லையை அடைந்தான். இளவரசர் சிம்மாசனத்தில் அமர்ந்ததும் மணி மகுடத்தை எடுத்துத் தானே சூட்டி விடலாம் என்று ஆத்திரப்பட்டான்.

இளவரசர் கூறினார்:- 'மகான்களே! உங்களை நமஸ்கரிக்கிறேன். இந்தச் சிறுவனிடம் எல்லையில்லா அன்பும், நம்பிக்கையும் வைத்து இந்தப் புராதன சிங்காதனத்தை அளிக்க முன்வந்த உங்கள் பெருந் தன்மையைப் போற்றி வணங்குகிறேன். ஆனால் தாங்கள் இப்போது

இடும் பணி என் சக்திக்கு அப்பாற்பட்டது. நான் சோழ நாட்டில் பிறந்து வளர்ந்தவன். அந்த நாட்டு நிலங்கள் தந்த உணவும், நதிகள் அளித்த நீரும் இந்த உடலை ஆக்கின. என் தந்தை சுந்தரசோழ சக்கர வர்த்தியின் கட்டளைக்கு உட்பட்டு இங்கே வந்தேன். அவருடைய விருப்பத்தை அறியாமல் எதுவும் என்னால் செய்ய இயலாது...'

பிக்ஷு குறுக்கிட்டுக் கூறினார்:- 'இளவரசே! தங்கள் தந்தை சுந்தர சோழர் இன்று சுதந்திரமின்றிச் சிறையில் இருப்பதுபோல் இருப்பதை நீ அறியீரா?'

'ஆம்; என்தந்தை நோய்வாய்ப்பட்டுப் படுத்த படுக்கையில் இருக்கிறார். கால்களின் சுவாதீனத்தை இழந்திருக்கிறார். ஆயினும் அவருடைய பெயரால், - அவரிடம் அதிகாரம் பெற்று, - சோழ நாட்டை ஆளுவோரின் கட்டளைக்கு நான் உட்பட்டவன். அவர் களுடைய கட்டளையின்றி நான் இந்தச் சிங்காதனத்தை ஏற்றுக் கொண்டால் தேசத்துரோகியும், ராஜத்துரோகியும் ஆவேன்...'

'அவ்வாறு தாங்கள் கருதுவதாயிருந்தால் தஞ்சாவூருக்குத் தூது கோஷ்டி ஒன்று அனுப்பச் சித்தமாயிருக்கிறோம். தங்கள் தந்தையார் புத்த தர்மத்தில் மிகப் பற்றுக்கொண்டவர். எங்கள் வேண்டுகோளை நிராகரிக்க மாட்டார்.'

'இந்த நாட்டின் பிரஜைகள் இருக்கிறார்கள். அவர்களுடைய சம்மத மின்றி இராஜ்யத்தை விநியோகிக்க யாருக்கு உரிமை உண்டு?'

'தங்களை அரசராகப் பெறுவதைப் பெறற்கரிய பேறாக இந்நாட்டுப் பிரஜைகள் கருதுவார்கள்...'

'எல்லாரும் சம்மதிக்கலாம்; மகிழ்ச்சியும் அடையலாம். இந்த உலகில் வேறு யாருடைய விருப்பத்தையும் காட்டிலும் நான் அதிகமாக மதிப்பது என் தமக்கையாரின் விருப்பத்தையே. என் அன்னை என்னைப் பெற்றாள்; பொன்னி நதி என் உயிரைக் காப்பாற்றி அளித்தாள். ஆனால் என் தமக்கை என் அறிவை வளர்த்து, அகக் கண்களைத் திறந்தார். அப்படிப்பட்டவருடைய விருப்பத்தைக் காட்டிலும் என் உள்ளத்திலே உள்ள ஒரு குரலின் கட்டளையே எனக்கு மேலானது. மகா புருஷர்களே! தாங்கள் இச்சிறுவனுக்கு மனமுவந்து அளிக்கும் மகா பாக்கியத்தை ஏற்றுக் கொள்ளும்படி என் உள்ளக் குரல் எனக்குச் சொல்லவில்லை! தயவு செய்து இச்சிறுவனை மன்னித்து அருளுங்கள்!...' மறுபடியும் அந்த மகாசபையில் சிறிது நேரம் மௌனம் குடி கொண்டிருந்தது. வந்தியத்தேவனுடைய நாடி நரம்புகள் படபடவென்று துடித்த சத்தம் அவன் காதில் மட்டும் விழுந்தது.

சற்றுப்பொறுத்து, பிக்ஷு சங்கத்தின் அத்தியட்சகர் கூறினார்: 'இளவரசே! தாங்கள் கூறிய மறுமொழி எனக்கு அதிக வியப்பை அளிக்கவில்லை. ஒருவாறு எதிர்பார்த்தேன். இதனாலேயே இந்த இலங்கைச் சிங்காதனத்தில் ஏற எவரிலும் அதிகத் தகுதி வாய்ந்தவர் தாங்கள் என்று ஏற்படுகின்றது. தர்ம சூக்ஷுமத்தை உணர்ந்த எங்களுக்கு இதைப் பற்றிச் சிறிதும் சந்தேகம் கிடையாது. ஆனால் தங்களை வற்புறுத்தவும் விரும்பவில்லை. யோசிப்பதற்கு அவகாசம் கொடுக்கிறோம். ஓராண்டுக்குப் பிறகு இதேமாதிரி ஒரு நாள் தங்களுக்குச் சொல்லி அனுப்புகிறோம். அப்போது வந்து தங்கள் முடிவான கருத்தைத் தெரிவிப்பீராக!... ஒரு விஷயம் மட்டும் நினைவிருக்கட்டும். இந்தப் புராதன அநுராதபுரத்தில் பல புத்த விஹாரங்கள் மூர்க்கமான யுத்தக் கொடுமையினால் பாழாய்ப் போயிருக்கின்றன. ஆனால் இந்த மகா போதி விஹாரத்துக்கு மட்டும் எவ்விதச் சேதமும் இதுவரை ஏற்படவில்லை. ஏனெனில் இது பூமிக்குக் கீழே குடைந்து அமைத்த விஹாரம். இங்கே வரும் வழி இவ்விடத்தில் தற்சமயம் கூடியிருக்கும் புத்த சங்கத் தலைவர்களுக்கு மட்டுமே தெரியும். எங்களில் ஒருவர் வழி காட்டாமல் இங்கே யாரும் வரமுடியாது. இலங்கை மன்னர்கள் தங்கள் வாழ்க்கையில் ஒரு தடவை, புத்த சங்கத்தாரால் முடிசூடிக் கொள்வதற்கு மட்டுமே, இங்கு அழைக்கப்படுவார்கள். அத்தகைய புனிதமான இரகசியப் பாதையுள்ள விஹாரம் இது. இங்கே தாங்கள் வந்தது, போனது, இங்கே நடந்தது எதையும் பற்றி வெளியில் யாருக்கும் சொல்லக் கூடாது. தங்களுடைய நண்பர்களும் சொல்லக் கூடாது. சொன்னால் மிகக் கடுமையான தேவ சாபத்துக்கு உள்ளாகும்படி நேரிடும்!'

'அத்தியட்சக! சாபத்துக்குத் தேவையில்லை; வெளியில் யாருக்கும் சொல்வதில்லையென்று வாக்குக் கொடுத்து விட்டுத்தான் இங்கே என் நண்பர்களையும் அழைத்துக்கொண்டு வந்தேன். கொடுத்த வாக்கை ஒரு நாளும் மீறமாட்டேன்.' என்றார் பொன்னியின் செல்வர்.

அரைநாழிகை நேரத்துக்குப் பிறகு இளவரசர் அருள்மொழிவர்மரும், ஆழ்வார்க்கடியானும், வந்தியத்தேவனும் அநுராதபுரத்தின் வீதியில் நிலா வெளிச்சத்தில் நடந்து கொண்டிருந்தார்கள். விஹாரத்துக்குள் இருந்தவரையில் வாயைக் கெட்டியாக மூடி வைத்துக் கொண்டிருந்த வந்தியத்தேவன் இப்போது அடக்கி வைத்திருந்த எண்ணங்களையெல்லாம் அவிழ்த்து விட்டான்.

'சோழநாடு! நீர்வளம் நிலவளம் பொருந்தியதுதான். ஆனால் இந்த இலங்கைக்கு இணையாகாது. இப்படிப்பட்ட இரகசியத் தீவின் சிம்மாசனம் வலிய வந்ததை உதைத்துத் தள்ளிவிட்டீர் களே! இது

என்ன பேதைமை? தங்களை அழைத்து மணி மகுடத்தை வழங்க வந்த பிக்ஷுக்களின் மதியை என்னவென்று சொல்ல? அடுத்தாற்போல், நானும் தூணோடு தூணாக நின்றுகொண்டிருந்தேனே? எனக்குக் கொடுத்திருக்கக் கூடாதா?' என்று இப்படியெல்லாம் பொருமிக் கொட்டிக் கொண்டிருந்தான்.

இளவரசர் அவனைச் சமாதானப்படுத்த முயன்றார். 'துஷ்டகமனுவின் மகன் ஸாலி அசோகமாலா என்னும் பெண்ணின் காதலுக்காக இந்த இலங்கை ராஜ்யத்தைத் துறந்தானென்று சொன்னேனே? அது உமது காதில் ஏறவில்லையா?' என்றார்.

'எல்லாம் ஏறிற்று. அப்படித் தாங்கள் எந்தப் பெண்ணைக் காதலிக்கிறீர்கள்? அவ்விதம் தாங்கள் சிம்மாசனம் ஏறுவதற்குக் குறுக்கே நிற்கும் பெண் யார்?' என்று வந்தியத்தேவன் கேட்டான்.

'ஒரு பெண் அல்ல; இரண்டு பெண்கள். சத்தியம், தர்மம் என்னும் இரு பெண்களை நான் காதலிக்கிறேன். அவர்களுக்காகவே இலங்கை மணி மகுடத்தை வேண்டாம் என்றேன்.'

'இளவரசே; தங்களைப் பார்த்தால் இளம் பிராயத்தினராக காணப் படுகிறது. பேச்சோ, வயதான கிழவரைப் போல் பேசுகிறீர்கள்.'

'நம்மில் யார் வயதானவர், யாருடைய பிராயம் முடியப்போகிறது என்பது யாருக்குத் தெரியும்?'

இப்படி அவர்கள் பேசியபோது வீதியின் ஓரமாக ஒரு பழைய மாளிகையின் சமீபம் போய்க்கொண்டிருந்தார்கள். வீதிக்கு எதிர்ப் புறத்தில் யாரோ கையைத் தட்டும் சப்தம் கேட்டது. சப்தம் கேட்ட இடத்தில் ஓர் உருவம் நின்று கொண்டிருந்தது.

'இப்படி வாருங்கள்!' என்று கூறி, இளவரசர் அந்த உருவத்தை நோக்கி வீதியைக் கடந்து போனார்.

மற்றவர்களும் தொடர்ந்து போனார்கள். அவர்கள் பாதி வீதியைக் கடந்து கொண்டிருந்தபோது பின்னால் பெரிய தடபுடல் சத்தம் கேட்டது; திரும்பிப் பார்த்தார்கள். அவர்கள் எந்த வீட்டின் ஓரமாகப் போய்க் கொண்டிருந்தார்களோ அதன் மேல் மாடத்தின் முகப்பு இடிந்து விழுந்து கொண்டிருந்தது!

அவர்கள் அங்கே வீதியைக் கடக்கத் திரும்பியிராவிட்டால் அவர்கள் தலைமேலே விழுந்து கொன்றிருக்கும்! ஒரு கண நேர வித்தியாசத்தில் மூன்று உயிர்கள் பிழைத்தன. அதுவும் எப்பேர்ப்பட்ட உயிர்கள்! 'நம்மில் யாருக்குப் பிராயம் முடியப் போகிறது என்று யாருக்குத்

தெரியும்?' என்று பொன்னியின் செல்வர் கூறியது எவ்வளவு உண்மை யான வார்த்தை?' இப்படி எண்ணி வந்தியத்தேவன் நடு வீதியில் நின்று பார்த்துக்கொண்டிருக்க, இருவரும் அப்பால் சென்றார்கள்.

வந்தியத்தேவன் அவர்களை மறுபடி அணுகியபோது அங்கே நின்ற உருவம் நிலா வெளிச்சத்தில் நன்கு தெரிந்தது. கண் முன்னே காண்பதை நம்புவதா இல்லையா என்ற சந்தேகம் அச்சமயம் அவனுக்கு உண்டாயிற்று.

'இது என்ன பைத்தியக்காரத்தனம்? இது எப்படிச் சாத்தியமாகும்? தஞ்சையில் பழுவேட்டரையர் அரண்மனையில் பார்த்த நந்தினி இங்கே இந்த அநுராதபுரத்து வீதிக்கு எப்படி வந்திருக்க முடியும்? நள்ளிரவில் இங்கே வந்து எதற்காக நிற்கவேண்டும்!'

மறுகணம் அந்த உருவம் மாயமாய் மறைந்தது. மற்ற இருவர் மட்டும் நின்றார்கள்.

முப்பத்தாறாம் அத்தியாயம்

தகுதிக்கு மதிப்பு உண்டா?

இளவரசரும் நந்தினியும் நின்ற இடத்தை நோக்கி வந்தியத்தேவன் விரைவாகவே நடந்தான். அவன் அவ்விடத்தை அடைவதற்குள் கொஞ்சம் சந்தேகம் தோன்றிவிட்டது. இவள் நந்தினிதானா? பழுவூர் ராணிக்குரிய ஆடை ஆபரணங்கள் ஒன்றுமில்லையே! சந்நியாசினியைப் போல் அல்லவா எளிய உடை தரித்திருக்கிறாள்? முகம் நந்தினி முகம் மாதிரி தோன்றுகிறது. ஆனால் ஏதோ ஒரு வித்தியாசமும் இருக்கிறது. அது என்ன?

அவர்கள் நின்ற இடத்துக்கு வந்தியத்தேவன் சென்றதும் அந்த ஸ்திரீ நகர்ந்து வீதி ஓரத்து வீடுகளின் நிழலில் மறைந்தாள். வந்தியத்தேவன் பரபரப்புடன் அவளைத் தொடர்ந்து செல்லப் பார்த்தான். இளவரசர் அவனுடைய கையைப் பிடித்துத் தடுத்து நிறுத்தினார்.

'ஐயா! அந்த ஸ்திரீ யார்? பார்த்த முகமாகத் தோன்றியது!' என்றான்.

இதற்குள் அங்கு வந்து சேர்ந்த ஆழ்வார்க்கடியான், 'அந்த ஸ்திரீ சோழநாட்டின் குல தெய்வமாகத்தான் இருக்கவேண்டும். அதோ பாருங்கள்! நாம் அச்சமயம் நகர்ந்திராவிட்டால் இத்தனை நேரம் புத்தர் பெருமானின் சரணங்களை அடைந்திருப்போம்' என்றான்.

திருமலை சுட்டிக்காட்டிய இடத்தைப் பார்த்தார்கள் அங்கே கட்டிடத்தின் மேற்பகுதி இடிந்து விழுந்திருந்த இடம் ஒரு சிறிய குன்றைப்போல் இருந்தது. ஒரு சிறிய யானையைக் கூட அந்தக் குன்று வெளியில் வரமுடியாதபடி அமுக்கிக் கொன்றிருக்கும். மூன்று சிறிய மனிதர்கள் எம்மாத்திரம்?

'நல்ல சமயத்திலேதான் நம் குலதெய்வம் தோன்றி நம்மைக் கையைத் தட்டி அழைத்தது' என்றார் பொன்னியின் செல்வர்.

'இளவரசே! அந்த ஸ்திரீ யார் என்று சொன்னீர்கள்?' என்று வந்தியத் தேவன் வியப்புடன் கேட்டான்.

‘உமக்கு யார் என்று தோன்றியது? அவளைத் தொடர்ந்து போக ஏன் யத்தனித்தீர்கள்?’ என்று இளவரசர் கேட்டார்.

‘சோழர்களின் குல தெய்வம் என்றல்லவா இந்த வைஷ்ணவர் சொன்னார்; சோழர் குலத்துக்குக் கேடாக வந்த தேவதையாக எனக்குத் தோன்றியது.’

‘அப்படியென்றால்...? யார் என்று எண்ணிச் சொல்கிறீர்?’

‘என்னுடைய பிரமைதானோ என்னமோ, பழுவேட்டரையர் இளைய தாரமாக மணந்திருக்கும் நந்தினி தேவி என்று தோன்றியது. உங்கள் இருவருக்கும் அப்படிப் படவில்லையா?’ என்றான் வந்தியத்தேவன்.

‘நான் நன்றாய்ப் பார்க்கவில்லை. ஆனாலும் அது உன் சித்தப் பிரமையாகத்தான் இருக்கவேண்டும். பழுவூர் ராணி இங்கு எப்படி வந்திருக்க முடியும்?’ என்றான் ஆழ்வார்க்கடியான்.

‘இவர் சொல்வது முழுவதும் சித்தப் பிரமையன்று. கண்ணின் பிரமையும் அதில் சேர்ந்திருக்கிறது. அப்படி ஒரு அதிசயமான முக ஒற்றுமை இருப்பதாக எனக்குக் கூடச் சில சமயம் தோன்றியதுண்டு... வாருங்கள்! நடந்துகொண்டே பேசலாம்!’ என்றார் இளவரசர்.

வீதி ஓரமாக வீடுகளின் நிழலில் நடப்பதற்குப் பதிலாக இப்போது மூவரும் நடுவீதியில் நிலா வெளிச்சத்தில் நடக்கத் தொடங்கினார்கள். சற்று நடந்ததும், ‘இளவரசே! தங்களைக் கையைத் தட்டி அழைத்து அந்த அம்மாள் என்ன சொன்னாள்?’ என்று ஆழ்வார்க்கடியான் கேட்டான்.

‘என்னைத் தேடிக்கொண்டு இரண்டு சத்துருக்கள் வந்திருக்கிறார்கள் என்று சொன்னார்கள். அவர்கள் என்னைக் கொல்வதற்குச் சமயத்தை எதிர்நோக்கிக் கொண்டிருப்பதாகவும் சொன்னாள்.’

‘அடிப் பாவி! ஒரு வேளை எங்களைப் பற்றித்தான் அப்படிச் சொன்னாளா என்ன?’ என்று வந்தியத்தேவன் திடுக்கிட்டுக் கேட்டான்.

பொன்னியின் செல்வர் சிரித்துவிட்டு, ‘இல்லை, நீங்கள்தான் என்று குறிப்பிட்டுச் சொல்லவில்லை. அப்படி நீங்களாகவே இருந்தாலும் கவலையில்லை. என் உயிர் மிகக் கெட்டியானது என்று அந்தத் தேவி சொல்லியிருக்கிறாள்! முன்னம் பல தடவை என்னைக் காப்பாற்றியும் இருக்கிறாள்!’ என்றார்.

‘ஐயா! அந்த இரண்டு பகைவர்கள் யார் என்பது எனக்குத் தெரியும். அவர்கள் பார்த்திபேந்திர பல்லவருடன் தங்களைத் தேடி வந்தவர்கள்.

இடிந்து விழுந்த மாளிகையில் இரண்டு உருவங்கள் தெரிந்தன. அவர்களாகத்தான் இருக்க வேண்டும்!' என்றான் திருமலை.

'ஐயா! வைஷ்ணவரே! இதை முன்னமேயே ஏன் சொல்லவில்லை! நீங்கள் மேலே செல்லுங்கள். நான் போய் அந்த இடிந்த வீட்டைச் சோதனை போட்டுவிட்டு வருகிறேன்!' என்று வந்தியத்தேவன் திரும்ப யத்தனித்தான்.

இளவரசர் அவனை மறுபடியும் கையைப் பிடித்து நிறுத்தி, 'அவசரம் ஒன்றுமில்லை. அந்தப் பாழடைந்த வீட்டில் அவர்களைக் கண்டு பிடிக்கவும் முடியாது. பிறகு பார்த்துக் கொள்ளலாம். நான் மறு உத்தரவு போடும் வரையில் நீர் என்னுடனேயே இருக்கவேண்டும், தெரிகிறதா? இந்தப் பாழடைந்த நகரத்தில் இன்னும் எந்த மூலை முடுக்குகளில் என்ன அபாயம் காத்திருக்கிறதோ, யார் கண்டது? வீர சிகாமணியே! உம்மை நம்பியல்லவா நான் வேறு யாரையும் மெய்க்காவலுக்கு அழைத்து வரவில்லை? இப்படி நடுவீதியில் என்னைக் கைவிட்டுப் போய்விட்டால் நான் என்ன செய்வேன்?' என்றார்.

இந்த வார்த்தைகள் வந்தியத்தேவனைப் போதை கொள்ளச் செய்தன. அவன் நாத் தழுதழுக்க, 'ஐயா! உங்களை விட்டு இனி நான் ஒரு கணமும் அகலமாட்டேன்!' என்றான்.

ஆழ்வார்க்கடியான், 'உன்னை விட்டு நானும் அகலமாட்டேன். இளவரசருக்கு நீ காப்பு; உனக்கு நான் காப்பு' என்று சொன்னான்.

சிறிது நேரத்துக்கெல்லாம், மகாசேன சக்கரவர்த்தியின் பாழடைந்த மாளிகையின் உட்புறத்தை மூவரும் அடைந்தார்கள். விசாலமான ஓர் அறையில் மூன்று பேருக்கும் பழைய காலத்துக் கட்டில்களில் படுக்கை விரித்திருந்தது. மூவரும் படுத்துக் கொண்டார்கள். அறையின் ஒரு பக்கத்துச் சுவரில் இருந்த பலகணியின் துவாரங்கள் வழியாக நிலா வெளிச்சம் உள்ளே எட்டிப் பார்த்துக் கொண்டிருந்தது.

'பல நூறு ஆண்டுகளுக்கு முன்னால் இந்த அரண்மனையில் இதே இடத்தில் இலங்கையின் சக்கரவர்த்திகளும், இளவரசர்களும் அவர்களுடைய அந்தப்புர மாதரசிகளும் படுத்திருப்பார்கள். அப்போதும் இதே மாதிரி நிலாவின் கிரணங்கள் இந்தப் பல கணியின் வழியாக எட்டிப் பார்த்திருக்கும். இப்போது அதே இடத்தில் நம்மைப் போன்ற சாதாரண மனிதர்களைப் பார்த்துவிட்டு இந்த நிலாக் கிரணங்கள் ஏமாற்றமடையும், இல்லையா, வந்தியத்தேவரே!' என்றார் அருள்மொழிவர்மர்.

'ஐயா! தங்களையும், இந்த வைஷ்ணவரையும் பற்றி நீங்கள் எது வேணுமானாலும் சொல்லிக் கொள்ளுங்கள். என்னை மட்டும் சாதாரண மனிதன் என்று சொல்ல வேண்டாம்!' என்றான் வல்ல வரையன்.

'மறந்து விட்டேன்; மன்னிக்க வேண்டும். தாங்கள் பூர்வீகமான வல்லத்தரசர்கள் குலத்தில் பிறந்த அரசிளங் குமரர் அல்லவா?...'

'ஆம், ஐயா, ஆம்! என் மூதாதை ஒருவரைப் பற்றி ஒரு புலவர் பாடியிருப்பதைக் கேட்டால் இந்த வீர வைஷ்ணவர் பொறாமை யினால் புழுங்கிச் செத்துப் போனாலும் போய்விடுவார்.'

'போனாலும் போகட்டும்! திருமலை நல்ல தமிழ் அபிமானி. பல்லவ குலத்து நந்திவர்மனைப் போல் தமிழ்ப் பாடலுக்காக உயிரைக் கொடுக்கவும் தயங்க மாட்டார். ஆகையால் பாடலைச் சொல்லுங்கள். கேட்கலாம்.'

கொஞ்சம் தயக்கத்துடன் வல்லவரையன் பின்வரும் பாடலைக் கூறினான்:

'என் கவிகை என் சிவிகை
என் கவசம் என்துவசம்
என்கரி யீ(து) என்பரி யீது என்பரே -
மன்கவன மாவேந்தன்
வாணன் வரிசைப் பரிசு
பெற்ற பாவேந்தரை, வேந்தர் பார்த்து!'

இதைக் கேட்ட பொன்னியின் செல்வர், 'திருமலை, நீ தமிழ்ப் புலவனாயிற்றே! இந்தப் பாடலின் பொருள் என்ன, சொல்!' என்றார்.

'ஐயா! என்னைப் பரிசோதிக்கிறீர்கள் போலும். ஆகட்டும், இதோ சொல்லுகிறேன்: மாவேந்தர் வாணரின் அரண்மனை வாசலில் சிற்றரசர்கள் பலர் இராஜ தரிசனத்துக்காகக் காத்துக்கொண்டிருந் தார்கள். அவர்களுக்கு இலேசில் தரிசனம் கிட்டவில்லை. ஏனெனில், பாவேந்தர்களாகிய கவிராயர்கள் முன்னமே அரண்மனைக்குள் சென்றிருந்தார்கள். அவர்களுடைய பாடலைக் கேட்டுவிட்டு வாணப் பேரரசர் மனமகிழ்ந்தார். அவர்களுக்குப் பரிசில்கள் கொடுத்து அனுப்பினார். பூச்சக்கரக் குடைகள், தந்தப் பல்லக்குகள், முத்துக் கவசங்கள், ரத்தினத் துவஜங்கள், யானைகள், குதிரைகள் முதலிய பலவகைப் பரிசுகள் கொடுத்து அனுப்பினார். ஆசார வாசலில் காத்திருந்த சிற்றரசர்கள் அந்தப் பரிசில்களைப் பார்த்து வயிறெரிந்து, 'அடடா! இது என் குடை அல்லவா? என் பல்லக்கு

அல்லவா? என் யானை அல்லவா? என் குதிரை அல்லவா? இந்தப் பாழும் புலவர்கள் கொண்டு போகிறார்களே!' என்று புலம்பினார்கள். அந்தச் சிற்றரசர்கள் மாவேந்தர் வாணருக்கு காணிக்கைகளாகக் கொண்டுவந்து கொடுத்திருந்த பொருள்களை வாணர் மன்னர் புலவர்களுக்கு வெகுமதியாகக் கொடுத்து அனுப்பிக் கொண்டிருந்தார். இளவரசே! பாடலுக்குப் பொருள் சரிதானே?'

'நீ சொல்லுவதில் தவறு இருக்குமா! அடாடா, என்ன அற்புதமான பாடல்! எவ்வளவு நயமான கற்பனை! இதைப் பாடிய மகாகவி யாரோ தெரியவில்லை! வாணர் குல திலகமே! வந்தியத்தேவரே! உமது மூதாதைகளின் ராஜ்யம் பெரிதோ' சிறிதோ, அதைப்பற்றிக் கவலையில்லை. இந்த மாதிரி ஒரு பாடலைப் பெற்றார்களே, அதைக் காட்டிலும் அவர்களுக்குச் சிறப்பு என்ன வேண்டும். அவர்களுடைய குலத்திலே பிறந்த நீர் இந்த அரண்மனையில் படுக்கத் தகுந்தவர் தான்! மகாசேனரின் கட்டில் மாத்திரம் என்ன? சாக்ஷாத் துஷ்டகமனு சக்கரவர்த்தி படுத்திருந்த கட்டில் இப்போது கிடைக்குமானால் அதிலேயே நீர் படுக்கலாம். நீர் அதற்குத் தகுதி வாய்ந்தவர்தான்!'

'ஆமாம், ஐயா! ஆமாம்! நான் எதற்கும் தகுதி வாய்ந்தவன்தான். ஆனால் இந்த நாளில் தகுதிக்கு யார் மதிப்புக் கொடுக்கிறார்கள்? அந்த பிக்ஷுக்கள் இந்த இலங்கா ராஜ்யத்தின் கிரீடத்தை எனக்குக் கொடுத்தார்களா? வேண்டாம் என்று மறுதளிக்கக் கூடிய தங்களைப் பார்த்துத்தானே கொடுத்தார்கள்? அப்போது எனக்கு என்ன ஆத்திரம் வந்தது தெரியுமா? கிரீடத்தைத் தூக்கி என் தலையில் நானே சூட்டிக் கொண்டு விடலாமா என்று பார்த்தேன்! இந்த வீர வைஷ்ணவர் போட்டிக்கு வந்து விடுவாரே என்று சும்மா இருந்து விட்டேன்!'

இதைக் கேட்டதும் அருள்மொழிவர்மர் கலகலவென்று உரத்துச் சிரித்தார். அந்தச் சிரிப்பின் ஒலியைக் கேட்டு வந்தியத்தேவன் உள்ளம் மகிழ்ந்தது. வெளிப்படையில் மேலும் கோபத்தைக் காட்டி, 'சிரித்தால் மட்டும் சரியாகப் போய் விட்டதா? செய்த தவறுக்குப் பரிகாரம் என்ன?' என்றான்.

'ஐயா! வாணர்குல திலகமே! சத்தியம், தர்மம் என்று சொன்னேனே! சிம்மாசனம் வேண்டாம் என்று மறுத்ததற்கு அவை சரியான காரணங்கள் என்று தங்களுக்குப் படவில்லையா?'

'சத்தியம், தர்மம் இவற்றின் பேரில் ஏற்கெனவே எனக்குக் கொஞ்சம் சபலம் இருந்தது. இனிமேல் அவற்றின் முகத்திலேயே விழிப்பதில்லை, எவ்விதச் சம்பந்தமும் வைத்துக் கொள்வதில்லை என்று முடிவு செய்து விட்டேன்.'

‘அடாடா? ஏன்? எதற்காக அப்படிப்பட்ட முடிவு செய்தீர். அவற்றின் பேரில் என்ன கோபம்?’

‘கோபம் ஒன்றுமில்லை. சத்தியம், தர்மம் என்னும் கன்னியர் மீது தாங்கள் காதல் கொண்டுவிட்டதாகச் சொல்லவில்லையா? அதற்காக இந்த இலங்கா ராஜ்யத்தைத் தியாகம் செய்ததாகவும் சொல்ல வில்லையா? வேறொருவர் காதலித்த பெண்களை நான் மனத்தினாலும் நினைப்பதில்லை!’

பொன்னியின் செல்வர் மறுபடியும் கடகடவென்று சிரித்தார். ‘உம்மைப்போல் வேடிக்கைக்காரரை நான் பார்த்ததே இல்லை!’ என்றார்.

‘ஆம், ஐயா! தங்களுக்கு வேடிக்கையாயிருக்கிறது. எனக்கு வயிறு எரிகிறது. இலங்கைச் சிம்மாதனம் தங்களுக்கு வேண்டாம் என்றால், பக்கத்தில் நான் நின்றேனே, என் பக்கம் கைகாட்டி ‘இவனுக்குக் கொடுங்கள்!’ என்று சொல்லியிருக்கக் கூடாதா?’ என்றான் வந்தியத் தேவன்.

அருள்மொழிவர்மர் சிரித்து ஓய்ந்த பிறகு,

‘வந்தியத்தேவரே! இராஜ்யத்தை ஏற்றுக்கொள்வது அவ்வளவு எளிய காரியமா? அதிலும் புத்த பிக்ஷுக்கள் கொடுத்து ஏற்றுக்கொள்வது சிறிதும் முறையல்ல. பின்னால் பெரிய விபரீதங்களுக்கு இடமாகும். மதத்தலைவர்கள் மத விஷயங்களுடன் நிற்க வேண்டும். மதத் தலைவர்கள் இராஜரீக காரியங்களில் தலையிட்டால் மதத்துக்கும் கேடு; இராஜ்யத்துக்கும் கேடு. மேலும் இன்று எனக்குச் சிம்மாசனம் கொடுக்க வந்த புத்த பிக்ஷுக்கள் இந்த நாட்டிலுள்ள எல்லா புத்த மதத்தாருக்கும் தலைவர்கள் அல்ல. இவர்கள் ஒரு கூட்டத்துக்குத் தலைவர்கள். இவர்களுடைய சங்கத்தைப்போல் இன்னும் இரண்டு சங்கங்கள் இருக்கின்றன. இவர்களிடம் நாம் இராஜ்யத்தை ஒப்புக் கொண்டால் இவர்களுடைய இஷ்டப்படி இராஜ்யம் ஆள வேண்டும். மற்ற இரு சங்கத்தாரும் உடனே நம் விரோதிகள் ஆவார்கள்!’ என்றார்.

‘வல்லத்து இளவரசருக்கு இப்போது இவ்விடத்து நிலைமை புரிந்ததா?’ என்றான் ஆழ்வார்க்கடியான்.

‘புரிந்தது, புரிந்தது! அங்கே விஷ்ணு பெரியவரா, சிவன் பெரியவரா என்று சண்டை போடுகிற மூடர்களைப் போல் இங்கேயும் உண்டு என்று புரிந்தது!’ என்றான் வந்தியத்தேவன்.

‘நீங்கள் இங்கே சண்டை ஆரம்பித்து விடாதீர்கள். இரவு வெகுநேரம் ஆகிவிட்டது. அதோ பெரஹரா ஊர்வலத்திலிருந்து ஜனங்கள் கலைந்து வரும் சத்தமும் கேட்கிறது. இனிமேல் சற்றுத் தூங்கலாம்’ என்றார் இளவரசர்.

‘எனக்குத் தூக்கம் வராது. நடு வீதியில் கையைத் தட்டி அழைத்து, நம்மை உயிருடன் சமாதியாகாமல் காப்பாற்றிய அம்மாள் யார் என்று தெரிந்து கொண்டால்தான் தூக்கம் வரும்.’

‘அவள் யார் என்பது இன்னும் எனக்கும் தெரியாது. ஆனால் அவளைப் பற்றி எனக்குத் தெரிந்த செய்திகளை . வேணுமானால் சொல்லு கிறேன். கேட்க விரும்பினால் என் அருகில் வந்து உட்காருங்கள்!’ என்று சொன்னார் இளவரசர்.

ஐம்பத்து ஆறாம் அத்தியாயம்

காவேரி அம்மன்

வந்தியத்தேவனும், ஆழ்வார்க்கடியானும் ஆர்வத்துடன் எழுந்துபோய் இளவரசரின் கட்டிலுக்குப் பக்கத்தில் கீழே உட்கார்ந்தார்கள். இளவரசர் பின்வருமாறு சொல்லத் தொடங்கினார்:- 'நான் சிறு பையனாயிருந்த போது ஒரு சமயம் காவேரி நதியில் என் பெற்றோர்களுடன் படகில் போய்க்கொண்டிருந்தேன். என் தமையனும் என் தமக்கையும்கூட அச்சமயம் படகில் இருந்தார்கள். அவர்கள் ஏதோ பேசிக்கொண்டிருந் தார்கள். நான் மட்டும் காவேரி நதியின் நீர் சுழித்து ஓடுவதையும், அந்தச் சுழிகளில் சிலசமயம் கடம்ப மலர்கள் அகப்பட்டுக்கொண்டு சுழல்வதையும் கவனித்துக் கொண்டிருந்தேன். அந்தச் சின்னஞ் சிறிய பூக்கள் அப்படிச் சுழலில் அகப்பட்டுத் தவிப்பதைப் பார்த்து எனக்கு வேதனை உண்டாகும். சில சமயம் படகின் ஓரமாகக் குனிந்து தவிக்கும் கடம்ப மலர்களை நீர்ச் சுழல்களிலிருந்து எடுத்து விடுவேன். அப்படி எடுத்துவிட்ட ஒரு சமயத்தில் தவறித் தண்ணீரில் விழுந்து விட்டேன். தலை குப்புற விழுந்தபடியால் திணறித் திண்டாடிப் போனேன்!

'காவேரியின் அடி மணலில் என் தலை இடித்த உணர்ச்சி இப்போதும் என் நினைவில் இருக்கிறது. பிறகு வேகமாக ஓடிய தண்ணீர் என்னை அடித்துத் தள்ளிக்கொண்டு போனதும் நினைவிருக்கிறது. எங்கேயோ வெகுதூரத்தில் பலருடைய கூக்குரல்களின் சத்தம் கேட்பது போலிருந்தது. மூச்சுத்திணறத் தொடங்கியது. சரி, காவேரி நதி நம்மைக் கடலில் கொண்டு போய்த் தள்ளிவிடப் போகிறது என்று நினைத்துக்கொண்டேன். பெற்றோர்களும், தமக்கையும், தமையனும் நம்மைக் காணாமல் எவ்வளவு துன்பப்படுவார்கள் என்ற நினைவு உண்டாயிற்று. அந்தச் சமயத்தில் யாரோ என்னை இரு கைகளாலும் வாரி அணைத்து எடுத்தது போலிருந்தது. அடுத்த கணத்தில் தண்ணீருக்கு மேலே வந்துவிட்டேன். தலை, கண், மூக்கு, வாய் எல்லாவற்றிலிருந்தும் தண்ணீர் வழிந்து கொண்டிருந்தது. ஆயினும்

என்னை வாரி எடுத்துக் காப்பாற்றிய கைகள் என் கண்ணுக்குத் தெரிந்தன. பிறகு அந்தக் கரங்களுக்குரியவரின் முகத்தையும் பார்த்தேன். சில கணநேரந்தான் என்றாலும் அந்த முகம் என் மனத்தில் பதிந்துவிட்டது. இதற்கு முன் எப்போதோ பார்த்த முகமாகவும் தோன்றியது. ஆனால் இன்னார் என்பதாகத் தெரியவில்லை.

'பின்னர் அந்தக் கைகள் வேறு யாரிடமோ என்னைக் கொடுத்தன. மறுகணம் நான் படகில் இருந்தேன். தாய், தந்தை, தமக்கை, தமையன் எல்லோரும் என்னைச் சுற்றிக் கொண்டார்கள். அவர்களுடைய துயரமும், பரிவும், அன்பும், ஆதரவும் என் கவனத்தை முழுவதும் கவர்ந்துவிட்டன. சிறிது நேரத்திற்குப் பிறகு என்னைத் தண்ணீரிலிருந்து எடுத்துக் காப்பாற்றியது யார் என்பதைப்பற்றிக் கேள்வி எழுந்தது. ஒருவரையொருவர் கேட்டுக் கொண்டார்கள்; என்னையும் கேட்டார்கள். நானும் சுற்றுமுற்றும் பார்த்தேன். அந்தத் தெய்வீகமான முகத்தை எங்கும் காணவில்லை. ஆகையால் கேள்விக்கு மறுமொழி சொல்ல முடியாமல் விழித்தேன். கடைசியில் எல்லாருமாகச் சேர்ந்து காவேரி அம்மன்தான் என்னைக் காப்பாற்றியிருக்க வேண்டும் என்று தீர்மானித்தார்கள். நான் நதியில் விழுந்து பிழைத்த தினத்தில் ஆண்டு தோறும் காவேரி அம்மனுக்குப் பூஜை போடவும் ஏற்பாடு செய்தார்கள். ஆனால் என் மனத்தில் மட்டும் திருப்தி ஏற்படவில்லை. என்னைக் காப்பாற்றியது காவேரி அம்மனாயிருந்தாலும் சரி, வேறு மானிட ஸ்திரீயாயிருந்தாலும் சரி என் மனத்தில் பதிந்திருந்த அவளுடைய திருமுகத்தை இன்னொரு தடவை தரிசிக்க வேண்டும் என்ற தாபம் என் மனத்தில் குடிகொண்டு விட்டது. காவேரி நதிப்பக்கம் போகும் போதெல்லாம் 'திடீரென்று அத்தேவி நீரிலிருந்து எழுந்து எனக்குத் தரிசனம் தரமாட்டாளா?' என்ற ஆசையுடன் அங்குமிங்கும் பார்ப்பேன். நாளாக ஆக, அவள் ஒரு மானிட ஸ்திரீயாகவே இருக்கலாம் என்ற எண்ணம் வலுப்பட்டது. ஆகையால் எந்தத் திருவிழாவுக்குப் போனாலும் அங்கே கூடியுள்ள மூதாட்டிகளின் முகங்களையெல்லாம் நான் ஆர்வத்தோடு உற்றுப் பார்ப்பது வழக்கம். சில காலத்துக்குப் பிறகு அப்படிப் பார்ப்பது அவ்வளவு நல்ல வழக்கமன்று என்பதை உணர்ந்தேன் வருஷம் ஆக ஆக மறுபடியும் அந்தத் தெய்வ முகத்தைத் தரிசிக்கலாம் என்ற ஆசையை இழந்து விட்டேன்.

'சுமார் ஒரு வருஷத்துக்கு முன்னால் நமது தென்திசைப் படைகளின் மாதண்ட நாயகனாகி நான் இங்கு வந்து சேர்ந்தேன். அதற்கு முன்பே சேநாபதி பூதி விக்கிரம கேசரி இலங்கையில் பல பகுதிகளைப் பிடித்திருந்தார். இந்த அநுராதபுரம் பல தடவை கைமாறி, அப்போது மறுபடியும் மகிந்தன் படைகளின் வசத்தில் இருந்தது. இந்நகரை நம்

வீரர்கள் முற்றுகையிட்டிருந்தார்கள். முற்றுகை நடந்துகொண்டிருந்த சமயத்தில் நான் இலங்கையின் பல பகுதிகளையும் பார்த்துத் தெரிந்து கொள்ள விரும்பினேன். பொறுக்கி எடுத்த ஆயிரம் வீரர்களை என்னுடன் சேநாபதி அனுப்பி வைத்தார். நம் சைன்யத்தின் வசப்பட்டிருந்த எல்லாப் பகுதிகளுக்கும், காடு மேடு, மலை நதி ஒன்றும் விடாமல் போய், அந்தந்தப் பிரதேசங்களின் இயல்பை நன்கு தெரிந்துகொண்டு வந்தேன். இந்த இலங்கைத் தீவையொட்டிக் கடலில் பல சிறிய தீவுகள் உண்டு என்பது உங்களுக்குத் தெரிந்திருக்கும். அந்தத் தீவுகளுக்கும் போய்ப் பார்த்து வந்தேன். இப்படிச் சுற்றி வருகையில் ஒரு சமயம் இந்த நகரத்துக்கு வடக்கே சில காத தூரத்தில் காட்டின் மத்தியில் தாவடி போட்டுக் கொண்டு தங்கியிருந்தோம். நாங்கள் தங்கியிருந்த இடத்தின் பக்கத்தில் 'யானை இறவு'த் துறை இருந்தது. அங்கே இலங்கைக்குக் கிழக்கேயுள்ள கடலும் மேற்கேயுள்ள கடலும் மிக நெருங்கி வந்து ஒரு குறுகிய கால்வாயின் மூலம் ஒன்று சேருகின்றன. அந்தத் துறையின் வழியாகச் சில சமயம் யானைக் கூட்டங்கள் இலங்கையின் வடபகுதிக்குச் செல்லுவது வழக்கமாம். ஆகையால் அந்த இடத்துக்கு 'யானை இறவு' என்று பெயர் வந்ததாகச் சொல்லுகிறார்கள். நாங்கள் அங்கே தங்கியிருந்த சமயத்தில் ஒரு விசித்திரமான சம்பவம் நிகழ்ந்தது. இரவு நேரங்களில் தாவடிக்குச் சமீபத்தில் ஒரு புலம்பல் குரல் கேட்டது. அது மனிதக் குரலா, பட்சியின் குரலா, விலங்கின் குரலா என்று முதலில் தெரியவில்லை, கேட்பவர்கள் ரோமம் சிலிர்க்கும்படியான சோகம் அதில் தொனித்தது. முதலில், தாவடியின் ஓரத்தில் இருந்த வீரர்கள் காதில் விழுந்தது. அதை அவர்கள் பொருட்படுத்தாமல் இருந்தார்கள். பிறகு, பாசறையைச் சுற்றிலும் பல இடங்களிலும் கேட்டது. என்னிடத்திலும் சிலர் வந்து சொன்னார்கள். நான் அதை இலட்சியம் செய்யவில்லை. 'பேய் பிசாசு என்று பயப்படுகிறீர்களா? அப்படியானால் ஊருக்குத் திரும்பிப் போய் அம்மா மடியில் பயமின்றிப் படுத்துத் தூங்குங்கள்!' என்றேன். இதனால் அவர்களுக்கு ரோஷம் வந்துவிட்டது. அப்படி ஓலமிடுகிற குரல் மனிதக் குரலா, விலங்கின் குரலா அல்லது பிசாசின் குரலா என்று தெரிந்துகொள்ளத் தீர்மானித்தார்கள். ஓலம் வந்த இடத்தை நோக்கி ஓடிப் போய்ப் பார்த்தார்கள். அவர்கள் அருகில் நெருங்கியதும், அந்தக் குரலுக்குரிய உருவம் ஓடத் தொடங்கியது. அது ஒரு பெண்ணின் உருவம் போலத் தோன்றியது. ஆனால் அந்த உருவத்தை இவர்களால் பிடிக்க முடியவில்லை. அதற்குப் பிறகும் அந்த ஓலம் நிற்காமல் அடிக்கடி கேட்டுக் கொண்டிருந்தது.

'முதலில் அதை நான் லட்சியம் செய்யாமல்தான் இருந்தேன். ஆனால் என்னுடைய வீரர்களுக்கு இதைத் தவிர வேறு பேச்சே இல்லாமற்

போய்விட்டது. உண்மையிலேயே சிலர் பயப் பிராந்தி கொண்டு விட்டார்கள். அதன் பேரில் மர்மம் இன்னதென்பதைக் கண்டறியத் தீர்மானித்தேன். ஒரு நாள் இரவு அந்த ஓலம் வந்த திசையை நோக்கி, நானும் சில வீரர்களும் சென்றோம். புதர் மறைவிலிருந்து ஒரு ஸ்திரீ உருவம் வெளிப்பட்டது. ஒரு கணநேரம் எங்களைப் பார்த்துவிட்டுத் திகைத்து நின்றது. மறுபடி ஓடத்தொடங்கியது. எல்லாருமாக துரத்திச் சென்றால் அந்த உருவத்தைப் பிடிக்க முடியாது என்று என் மனத்திற்குள் ஒரு குரல் கூறியது. எனவே, மற்றவர்களை 'நில்லுங்கள்' என்று சொல்லி நிறுத்திவிட்டு, நான் மட்டும் தொடர்ந்து ஓடினேன். ஒரு தடவை அந்த உருவம் திரும்பிப் பார்த்தது. தனி ஆளாக நான் வருவதைப் பார்த்து என்னை வரவேற்கும் பாவனையில் காத்துக் கொண்டிருந்தது. இப்போது எனக்கும் திகிலாகத்தான் போய்விட்டது. ஒரு வினாடி நேரம் தயங்கி நின்றேன். மறுபடி நெஞ்சை உறுதிப் படுத்திக்கொண்டு முன்னால் சென்று அந்தப் பெண் உருவத்தை நெருங்கினேன். நிலா வெளிச்சம் அவள் முகத்தில் நன்றாக விழுந்தது. தெய்வீகமான அம்முகத்தில் புன்னகை அரும்பியிருந்தது. அந்தக் கணத்தில் எனக்கு நினைவு வந்துவிட்டது. காவேரி அம்மன் இவள் தான்! என்னை வெள்ளம் அடித்துப் போகாமல் எடுத்துக் காப்பாற்றிய தெய்வ மங்கை இவள்தான்!... சற்று நேரம் பிரமை பிடித்தவன் போல் அவள் முகத்தைப் பார்த்துக் கொண்டிருந்தேன். பிறகு, 'தாயே! நீ யார்! இங்கே எப்போது வந்தாய்? எதற்காக வந்தாய்? உன்னை எத்தனையோ காலமாக நான் தேடிக்கொண்டிருந்தேனே? என்னைப் பார்க்க விரும்பினால் நேரே என்னிடம் வருவதற்கென்ன? இந்தத் தாவடியைச் சுற்றி ஏன் வட்டமிடுகிறாய்? ஏன் புலம்புகிறாய்?' என்று அலறினேன். அந்த மாதரசி மறுமொழி சொல்லவில்லை. மீண்டும் மீண்டும் நான் கேட்டும் பயனில்லை. சிறிது நேரத்துக்கெல்லாம் அவ ளுடைய கண்களில் கண்ணீர் பெருகத் தொடங்கியது. அந்தக் கண்ணீர் என் நெஞ்சைப் பிளந்தது. அவள் ஏதோ சொல்ல முயன்றாள் என்று தோன்றியது. ஆனால் வார்த்தை ஒன்றும் வெளிவரவில்லை. உருத் தெரியாத சப்தம் ஏதோ அவள் தொண்டையிலிருந்து வந்தது. அப்போது சட்டென்று எனக்குத் தெரிந்துவிட்டது. அவள் பேசும் சக்தியில்லாத ஊமை என்று. அப்போது நான் அடைந்த வேதனையைப் போல் என்றும் அடைந்ததில்லை. இன்னது செய்வதென்று தெரியாமல் நான் செயலற்று நின்றேன். அந்த ஸ்திரீ சட்டென்று என்னைக் கட்டித் தழுவி உச்சி மோந்தாள். அவள் கண்ணீர்த் துளிகள் என் தலையில் விழுந்தன. உடனே, அடுத்த கணத்திலேயே, என்னை விட்டுவிட்டு ஓடினாள். திரும்பிப் பார்க்கவும் இல்லை. நானும் அவளைத் தொடர்ந்து செல்ல முயலவில்லை. பாசறைக்குச் சென்றதும் என்னை ஆவலோடு சூழ்ந்து கொண்டு கேட்ட வீரர்களிடம், 'அவள்

பேயும் அல்ல; பிசாசும் அல்ல; சாதாரண ஸ்திரீதான்! வாழ்க்கையில் ஏதோ பெருந்துயரத்தினால் சித்தப் பிரமை கொண்டிருக்கிறாள். மறுபடியும் அவள் வந்தால் அவளைத் தொடர்ந்து போய்த் தொந்தரவு செய்யாதீர்கள்?' என்று கண்டிப்பாகக் கட்டளையிட்டேன்.

'மறுநாள் முழுதும் அங்கிருந்து தாவடியைக் கிளப்பிக் கொண்டு போய்விடலாமா என்ற யோசனை அடிக்கடி எனக்குத் தோன்றி வந்தது. ஆனாலும் முடிவு செய்யக்கூடவில்லை. ஒரு வேளை மறுபடியும் அந்த ஸ்திரீ வரக்கூடும் என்ற ஆசை மனத்திற்குள் இருந்தது. இத்தகைய யோசனையிலேயே பொழுதும் போய்விட்டது; இரவு வந்தது. நான் எதிர்பார்த்தது வீண் போகவில்லை. தாவடிக்கு அருகில் அந்த ஓலக் குரல் கேட்டது. நான் மற்ற வீரர்களிடம் என்னைப் பின்தொடர்ந்து வரவேண்டாம் என்று சொல்லிவிட்டுக் குரல் கேட்ட இடத்தை நோக்கிப் போனேன். அந்தப் பெண்ணரசி என்னை முதலாவது நாள் மாதிரியே புன்னகையுடன் வரவேற்றாள். சிறிது நேரம் என்னை உற்றுப் பார்த்துக்கொண்டிருந்தாள். ஏதோ சொல்ல முயன்றாள். எனக்கு விளங்கவில்லை.

'பிறகு என் கையைப் பிடித்து அழைத்துக்கொண்டு போனாள். அவளுடன் போவதற்கு எனக்குக் கொஞ்சம்கூடத் தயக்கம் உண்டாக வில்லை. காட்டு வழியில் போகும்போது முள் செடிகளின் கிளைகள் என்மீது படாதவண்ணம் அவள் விலக்கி விட்டுக்கொண்டு போனது என் நெஞ்சை உருக்கியது. கொஞ்ச தூரம் போனபிறகு ஒரு குடிசை தென்பட்டது. அந்தக் குடிசைக்குள் ஓர் அகல் விளக்கு மினுக்கு மினுக்கு என்று எரிந்தது. அந்த வெளிச்சத்தில் அங்கே படுத்திருந்த கிழவன் ஒருவனைக் கண்டேன். அவன் நோயாகப் படுத்திருந்தான் என்பதைத் தெரிந்து கொண்டேன். அவன் உடம்பெல்லாம் பொறுக்க முடியாத குளிரினால் நடுங்குவதுபோல் நடுங்கிக் கொண்டிருந்தது. அவன் உடம்பையே சில சமயம் தூக்கித் தூக்கிப் போட்டது. பற்கள் கிட்டிப் போயிருந்தன. கண்கள் சிவந்து தணல்களைப் போல் அனல் வீசின. ஏதேதோ உருத் தெரியாத வார்த்தைகளை அவன் பிதற்றிக் கொண்டிருந்தான்...

'உங்களுக்கு நினைவில் இருக்கிறதா? இன்று பாதாளக் குகையில் நாம் பார்த்த மஹா போதி விஹாரத்தில் ஒரு பிக்ஷு நடுங்கிக் கொண்டிருந் தாரல்லவா? அவர் பேரில் தேவர்கள் ஆவிர்ப்பவித்திருந்ததாகச் சொன்னார்கள் அல்லவா? அப்போது எனக்குக் காட்டின் மத்தியில் குடிசையில் பார்த்த கிழவன் ஞாபகம் வந்தது. அந்தப் பிக்ஷுவின் பேரில் தேவர்கள் ஆவிர்ப்பவித் திருக்கிறார்களா அல்லது நடுக்கு ஜுரம் என்ற கொடிய நோய் ஆவிர்ப்பவித்திருக்கிறதா என்ற சந்தேகம் ஏற்பட்டது. அதைப்பற்றி நான் பிரஸ்தாபிக்கவில்லை. ஏன்

பிரஸ்தாபிக்க வேண்டும்? ஏன் அந்தப் பக்திமான்களின் நம்பிக்கையைக் கெடுக்கவேண்டும்? இந்த வருஷத்தில் இந்தப் பெரஹராத் திருவிழா நடப்பதற்கு அனுமதி கொடுத்தேனே, ஒரு விதத்தில் பெரிய தவறு செய்துவிட்டேன் என்று தோன்றுகிறது. ஏற்கெனவே பாதிக்கு மேல் அழிந்து போயிருக்கும் இந்தப் புராதன நகரத்திற்குக் குளிர்காய்ச்சலும் வந்து விட்டால் என்ன கதி ஆவது? மிச்சமிருக்கும் ஜனங்களும் இங்கிருந்து ஓட வேண்டியதுதான்...'

இவ்வாறு சொல்லி அருள்மொழிவர்மர் ஏதோ யோசனையில் ஆழ்ந்தார். சற்றுப் பொறுத்துப் பார்த்துவிட்டு வந்தியத்தேவன் 'ஐயா! இந்த நகரம் எப்படியாவது போகட்டும். குடிசையில் பிறகு என்ன நடந்தது? சொல்லுங்கள்!' என்றான்.

'குடிசையில் ஒன்றும் நடக்கவில்லை; அந்த மாதரசி நான் அதிக நேரம் அங்கு நிற்கக் கூடாது என்று கருதினாள் போலிருக்கிறது. உடனே என் கையைப் பிடித்து இழுத்துக் கொண்டு வெளியில் வந்து விட்டாள். பிறகு சில சமிக்ஞைகள் மூலம், தான் சொல்ல விரும்பியதைச் சொன்னாள். அவள் சொல்ல விரும்பியது என்னவென்பதை என் மனம் தெரிந்து கொண்டுவிட்டது. 'இந்தப் பிரதேசத்தில் இருக்கவேண்டாம். இங்கே இருந்தால் இந்தக் குளிர் காய்ச்சல் நோய் வந்துவிடும். உடனே இங்கிருந்து தாவடியைப் பெயர்த்துக்கொண்டு போய் விடு!' என்று அவள் சமிக்ஞைகளின் மூலமாகச் சொல்லி என்னையும் தெரிந்து கொள்ளச் செய்துவிட்டாள். என் பேரில் அவளுக்குள்ள அளவில்லாத அன்பின் காரணமாகவே இந்த எச்சரிக்கை செய்ததாகவும் அறிந்து கொண்டேன். தெய்வத்தின் எச்சரிக்கையாகவே அதை எடுத்துக் கொண்டு அன்றிரவே தாவடியை அங்கிருந்து கிளப்பும்படிக் கட்டளை யிட்டேன். என்னுடனிருந்த வீரர்களுக்கும் அது மகிழ்ச்சியை உண்டாக்கிற்று. அந்தப் பயங்கரமான ஓலக் குரலை இனிக் கேட்க வேண்டாம் என்று எண்ணி அவர்கள் உற்சாகமடைந்தார்கள்...'

முப்பத்தெட்டாம் அத்தியாயம்

சித்திரங்கள் பேசின!

இளவரசர் சட்டென்று கதையை நிறுத்திவிட்டு, உங்களுக்கு ஏதாவது காலடிச் சப்தம் காதில் விழுந்ததா?' என்று கேட்டார்.

கதையில் முழுக் கவனம் செலுத்தியிருந்த தோழர்கள் இருவரும் தங்களுக்கு ஒன்றும் கேட்கவில்லை என்றார்கள்.

ஆழ்வார்க்கடியான் சற்று நிதானித்துவிட்டு; 'நாம் உட்கார்ந்திருக் குமிடம் முன்னைவிட இப்போது உஷ்ணமாயிருக்கிறதே!' என்றான்.

'ஏதோ புகை நாற்றங்கூட வருகிறது!' என்றான் வந்தியத்தேவன்.

'ஐயா! இந்த இடத்தில் அபாயம் ஒன்றுமில்லையே?' என்று ஆழ்வார்க் கடியான் கவலையுடன் கேட்டான்.

'அபாயம் ஏதாவது இருந்தால் காவேரியம்மன் கட்டாயம் வந்து எச்சரிப்பாள். கவலை வேண்டாம்!' என்று இளவரசர் கூறி மேலும் தொடர்ந்து சொன்னார்.

'அந்த இடத்தைவிட்டு உடனே தாவடியைக் கிளப்பிக் கொண்டு புறப்பட்டோம். அப்படியும் நமது வீரர்களில் பத்துப் பேருக்குக் குளிர் காய்ச்சல் வந்துவிட்டது. அம்மம்மா! அந்தக் காய்ச்சல் மிகப் பொல்லாதது. எப்பேர்ப்பட்ட வீரனையும் கோழையாக்கிவிடும். உடம்பெல்லாம் போரில் காயம் பட்டும் கலங்காதவர்கள் மூன்று நாள் காய்ச்சலில் மனம் தளர்ந்து 'ஊருக்குப் போக வேண்டும்' என்று சொல்ல ஆரம்பித்து விடுவார்கள். சோழர்களின் குலதெய்வமான துர்க்கா பரமேஸ்வரிதான் அந்த ஊமை ஸ்திரீயின் உருவத்தில் வந்து எங்களை அங்கிருந்து புறப்படச் செய்தாள் என்று கருதினேன். அதற்குப் பிறகும் தேவி என்னைக் கைவிட்டுவிடவில்லை. நான் போகுமிடங்களுக்கெல்லாம் அவளும் தொடர்ந்து வந்து கொண்டிருந்தாள். வன விலங்குகள், மலைப் பாம்புகள், மறைந்திருந்த எதிரிகள் - இத்தகைய பல

ஆபத்துக்களிலிருந்து என்னைக் காப்பாற்றினாள். திடீரென்று எப்படித் தோன்றுவாளோ, அப்படியே மறைந்து விடுவாள். சில நாளைக்குள் அந்தத் தேவியுடன் முகபாவத்தினாலும் சைகைகளினாலும் பேசும் சக்தியை நான் பெற்றுவிட்டேன். பெரும்பாலும் அவள் உள்ளத்தில் நினைப்பதெல்லாம் என் நெஞ்சம் தெரிந்து கொண்டு விடும். அது மட்டுமல்ல; அம்மாதரசியைக் கண்ணால் பார்க்காமலேயே அவள் பக்கத்தில் எங்கேயோ இருக்கிறாள் என்பதை நான் அறிந்து கொள்வேன். இப்போது கூட... நல்லது; நீங்கள் உடனே சென்று உங்கள் படுக்கையில் படுத்துக் கொள்ளுங்கள். தூக்கம் வாரா விட்டாலும் தூங்குவதுபோல் இருங்கள்! சீக்கிரம்!' என்றார் இளவரசர்.

அவ்விதமே இருவரும் சென்று படுத்துக் கொண்டார்கள். கண்களை மூடிக்கொள்ளவும் முயன்றார்கள். ஆனால் அவர்களை மீறிய ஆவலினால் கண்ணிமைகள் மூடிக்கொள்ள மறுத்தன.

பார்த்துக் கொண்டிருக்கும்போதே நிலா வெளிச்சம் வந்த பலகணியின் அருகில் ஓர் உருவம் வந்து நின்றது. வீதியில் இடிந்து விழுந்த மாளிகைக்கு எதிரில் பார்த்த அதே ஸ்திரீயின் உருவந்தான். மிக மெல்லிய 'உஷ்' என்ற சத்தம் அங்கிருந்து வந்தது. அருள்மொழிவர்மர் எழுந்து பலகணி ஓரமாகச் சென்றார். வெளியில் நின்ற உருவம் ஏதோ சமிக்ஞை செய்தது.

இளவரசர் அந்த அறையில் படுத்திருந்த தன் தோழர்களைச் சுட்டிக் காட்டினார். சமிக்ஞை பாஷையில் அதற்கும் ஏதோ மறுமொழி கிடைத்தது. உடனே அருள்மொழிவர்மர் தோழர்கள் இருவரையும் தன்னைத் தொடர்ந்து வரும்படி சொல்லிவிட்டு அம்மாளிகையி லிருந்து வெளியேறினார். அந்த மூதாட்டி சென்ற வழியில் மூவரும் மௌனமாக நடந்தார்கள். இருபுறமும் மரங்கள் அடர்ந்து இருள் சூழ்ந்திருந்த பாதையில் அவர்கள் வெகுதூரம் சென்ற பிறகு திடீரென்று நிலா வெளிச்சத்தில் ஒரு அதிசயமான காட்சியைக் கண்டார்கள். கரிய பெரிய யானைகள் பலவரிசையாக நின்று, பிரமாண்டமான ஸ்தூபம் ஒன்றைக் காவல் புரிந்து கொண்டிருந்தன. அதைப் பார்த்ததும் வந்தியத்தேவனுடைய மூச்சு நின்றுவிடும் போலிருந்தது. அந்த மூதாட்டியோ சிறிது தயங்காமல் யானைக் கூட்டத்தை நோக்கி நடந்தாள்.

ஆழ்வார்க்கடியான், வந்தியத்தேவன் காதோடு, 'அந்த யானைச் சிலைகள் எவ்வளவு தத்ரூபமாக இருக்கின்றன பார்த்தாயா?' என்று சொன்ன பிறகுதான், வந்தியத்தேவனுடைய திகைப்பு நீங்கியது. ஆயினும் அவனுடைய வியப்பு நீங்கியபாடில்லை.

ஒன்றோடொன்று நெருக்கி இடித்துக்கொண்டு நின்று, அந்த மலை போன்ற ஸ்தூபத்தைத் தாங்கிக் கொண்டிருப்பது போல் அமைக்கப்

பட்டிருந்த யானைச் சிலை ஒவ்வொன்றுக்கும் இரண்டு நீண்ட தந்தங்கள் இருந்தன. அவ்விதம் வரிசையாக நின்ற நூற்றுக்கணக்கான யானைகளில் ஒன்றேயொன்றுக்கு மட்டும் ஒரு தந்தம் ஒடிந்து போயிருந்தது. அந்த யானை அருகில் அவள் சென்றாள். அதன் காலடியில் கிடந்த பெரிய கருங்கல்லை அகற்றினாள். அகற்றிய இடத்தில் ஒரு படிக்கட்டு காணப்பட்டது. அதன் வழியாக அவள் இறங்கிச் செல்ல, மற்றவர்களும் பின் தொடர்ந்தார்கள். படிக்கட்டில் இறங்கிச் சிறிது தூரம் குறுகலான வழியில் சென்றதும் ஒரு மண்டபம் காணப்பட்டது. அதில் இரண்டு பெரிய அகல் விளக்குகள் எரிந்து கொண்டிருந்தன.

விளக்குகளில் ஒன்றைத் தூண்டிவிட்டு அந்த மூதாட்டி கையில் எடுத்துக் கொண்டாள். இளவரசரை மட்டும் தன்னுடன் வரும்படி சமிக்ஞையினால் தெரிவித்தாள். மற்ற இருவரும் இதைப்பற்றி முதலில் சிறிது கவலை கொண்டார்கள். ஆனால் அந்த மூதாட்டி விளக்கைத் தூக்கிப் பிடித்து அந்த மண்டபச் சுவர்களில் உள்ள சித்திரங்களைத்தான் இளவரசருக்குக் காட்டுகிறாள் என்று தெரிந்ததும் அவர்களுடைய கவலை ஓரளவு நீங்கியது.

இளவரசர் அம்மண்டபச் சுவரில் பார்த்த சித்திரங்கள் ஏதோ ஒரு கதையில் நிகழ்ந்த சம்பவங்களை வரிசைக் கிரமமாகக் கூறும் தொடர் சித்திரங்களாகத் தோன்றின. புத்த பகவானின் பூர்வ அவதாரக் கதைகளைப் புத்த விஹாரங்களில் சித்திரித்திருக்கும் முறைப்படி இச்சித்திரங்களும் அமைந்திருந்தன. ஆனால் இவை புத்தரின் அவதார நிகழ்ச்சிகளைக் குறிப்பிடவில்லை. ஒரு மானிடப் பெண்ணின் கதையையே சித்திரித்திருந்தது. அந்தச் சித்திரப் பெண்ணின் முகத்தோற்றம் ஏறக்குறைய இப்போது விளக்குப் பிடித்துக் காட்டிய மூதாட்டியின் முகத்தை ஒத்திருந்தது. ஆகவே இந்த ஊமை ஸ்திரீ தன்னுடைய வரலாற்றையே சித்திரங்களாக எழுதியிருக்கிறாள் என்று இளவரசர் இலகுவாகத் தெரிந்து கொண்டார்.

அவற்றில் முதலாவது சித்திரம் கடல் சூழ்ந்த தீவில் ஓர் இளம் பெண் தன்னந்தனியாக நிற்பதையும் அவளுடைய தகப்பனார் கட்டுமரம் ஏறி மீன் பிடித்துக்கொண்டு வருவதையும் காட்டியது. பின்னர், அந்தப் பெண் காட்டு வழியே சென்றாள். ஒரு மரத்தின் கிளைமீது ஓர் இளைஞன் உட்கார்ந்திருந்தான். அவன் இராஜ குமாரனைப் போலிருந்தான். அந்த மரத்தின்மீது ஒரு கரடி ஏறிக் கொண்டிருந்தது. இராஜகுமாரன் அதைக் கவனியாமல் வேறு திசையில் பார்த்துக் கொண்டிருந்தான். அந்தப் பெண் கூச்சலிட்டுவிட்டு ஓடினாள். கரடி அப்பெண்ணைத் துரத்தியது. மரத்தின் மேலிருந்த இளைஞன் குதித்து வந்து கரடியின் மேல் வேலை எறிந்தான். கரடிக்கும் அவனுக்கும்

துவந்த யுத்தம் நடந்தது. அந்தப் பெண் தென்னை மரம் ஒன்றின்மீது சாய்ந்து கொண்டு கரடிக்கும் இளைஞனுக்கும் நடந்த சண்டையைப் பார்த்துக் கொண்டிருந்தாள். கடைசியில் கரடி இறந்து விழுந்தது. இளைஞன் அந்தப் பெண்ணை நெருங்கி வந்தான். அவளுக்குத் தன் நன்றியைத் தெரிவித்தான். ஆனால் அவள் மறுமொழி சொல்லாமல் கண்ணீர் விட்டாள். பிறகு அவள் ஓடிப்போய்த் தன் தந்தையை அழைத்து வந்தாள். வந்த வலைஞன் தன் பெண் பேச முடியாத ஊமை என்பதைத் தெரிவித்தான். இராஜகுமாரன் முதலில் வருத்தப்பட்டான். பிறகு வருத்தம் நீங்கி அவளுடன் சிநேகம் செய்துகொண்டான். காட்டு மலர்களைக் கொய்து மாலை தொடுத்து அவள் கழுத்தில் போட்டான். இருவரும் கை கோத்துக்கொண்டு காட்டில் திரிந்தார்கள்.

ஒருநாள் பெரிய மரக்கலம் ஒன்று அந்தத் தீவின் சமீபம் வந்தது. அதிலிருந்து பல வீரர்கள் இறங்கி வந்தார்கள். இராஜ குமாரனைக் கண்டுபிடித்து அவனுக்கு வணக்கம் செலுத்தினார்கள். அவனை மரக்கலத்துக்கு வரும்படி வருந்தி அழைத்தார்கள். இராஜகுமாரன் அந்தப் பெண்ணுக்கு ஆறுதல் கூறி விடை பெற்றுக்கொண்டான். கப்பலில் ஏறிச்சென்றான். அந்தப் பெண் அவன் போனபிறகு ரொம்பவும் வருத்தப்பட்டுக் கண்ணீர் பெருக்கினாள். அதை அவள் தகப்பன் பார்த்தான். ஒரு படகில் அவளை ஏற்றிக் கொண்டு கடல் கடந்து சென்றான். கலங்கரை விளக்கம் ஒன்றை அடைந்து கரையில் இறங்கினான். அங்கே ஒரு குடும்பத்தார் தகப்பனையும் மகளையும் வரவேற்றார்கள். எல்லாருமாக மாட்டு வண்டியில் ஏறிப் பிரயாணம் போனார்கள். கோட்டை மதில் உள்ள ஒரு பட்டணத்தை அடைந்தார்கள். அங்கே அரண்மனை மேன்மாடத்தில் இராஜகுமாரன் தலையில் கிரீடத்துடன் நின்றான். அவனைச் சூழ்ந்து ஆடை அலங்காரங்கள் புனைந்த பலர் நின்றார்கள். அதைப் பார்த்த இந்த இளம் பெண்ணின் மனம் கலங்கியது. அவள் ஓரே ஓட்டமாக ஓடினாள். கடற்கரையை அடைந்தாள். கலங்கரை விளக்கத்தின் மேலேறிக் கீழே குதித்தாள். அலைகள் அவளைத் தாங்கிக் கொண்டன. படகில் வந்த ஒருவன் அவளைத் தூக்கிப் படகில் ஏற்றிக் காப்பாற்றினான். அவளைப் பேய் பிடித்திருக்கிறதென்று எண்ணி ஒரு கோயிலில் கொண்டு போய் விட்டான். கோயில் பூசாரி அவளுக்கு விபூதி போட்டு வேப்பிலை அடித்தான்.

யாரோ ஒரு பெரிய ராணி சுவாமி தரிசனம் செய்ய அந்தக் கோயிலுக்கு வந்தாள். பூசாரி அந்தப் பெண்ணைப்பற்றி ராணியிடம் சொன்னான். ராணி கர்ப்பந் தரித்திருந்தாள். அந்தப் பெண்ணும் தன்னைப்போலவே கர்ப்பவதி என்று அறிந்தாள். பல்லக்கில் ஏற்றிக்கொண்டு அரண் மனைக்கு அழைத்துப் போனாள். அரண்மனைத் தோட்டத்தில் அந்தப் பெண்ணுக்கு இரண்டு குழந்தைகள் பிறந்தன. ராணி வந்து இரண்டு

குழந்தைகளில் ஒன்றைத் தான் வளர்ப்பதாகச் சொன்னாள். முதலில் வலைஞர் பெண் அதை மறுத்தாள். பிறகு யோசித்துப் பார்த்தாள். இரண்டு குழந்தைகளுமே அரண்மனையில் வளரட்டும் என்று தீர்மானித்தாள். குழந்தைகளை விட்டுவிட்டு நள்ளிரவில் ஒருவரிடமும் சொல்லிக் கொள்ளாமல் ஓடிப்போய் விட்டாள். வெகுகாலம் காட்டில் திரிந்து கொண்டிருந்தாள். ஆனால் குழந்தைகளைப் பார்க்க வேண்டும் என்ற ஆசை அடிக்கடி வந்துவிடும். ஆற்றங்கரை ஓரமாக வந்து மரங்களின் மறைவில் ஒளிந்திருப்பாள். படகில் ராஜாவும் ராணியும் குழந்தைகளும் வருவார்கள். தூரத்திலிருந்தபடியே பார்த்துவிட்டுப் போய் விடுவாள். ஒரு சமயம் ஒரு குழந்தை படகிலிருந்து தவறி விழுந்து விட்டது. அதை யாரும் கவனிக்கவில்லை. இவள் நீரில் மூழ்கிக் குழந்தையை எடுத்துக்கொடுத்தாள். உடனே மீண்டும் நதி வெள்ளத்தில் மூழ்கிச் சென்று அக்கரையை அடைந்து காட்டில் மறைந்து விட்டாள்.

இவ்வளவு நிகழ்ச்சிகளும் காவிக் கோட்டினால் தத்ரூப சித்திரங்களாக அச்சுவரில் வரையப்பட்டிருந்தன, இளவரசர் அருள்மொழிவர்மர் அளவில்லா ஆர்வத்துடனும் அதிசயத்துடனும் அச்சித்திரங்களைப் பார்த்துக்கொண்டு வந்தார். கடைசிச் சித்திரம் வந்ததும் இளவரசர், 'நதியிலிருந்து காப்பாற்றப்பட்ட சிறுவன் நான்; காப்பாற்றியவள் நீ!' என்று சமிக்ஞையாகச் சுட்டிக்காட்டினார். அந்த மூதாட்டி இளவரசரைக் கட்டி அணைத்துக் கொண்டு உச்சி மோந்தாள்.

பின்னர் அந்த மண்டபத்தின் இன்னொரு மூலைக்கு இளவரசரை அழைத்துச் சென்றாள். அங்கே எழுதியிருந்த சில சித்திரங்களைக் காட்டினாள். அவை அவளுடைய வாழ்க்கை நிகழ்ச்சிகள் அல்ல. இளவரசருக்கு நேரக்கூடிய அபாயங்களைப் பற்றி அச்சித்திரங்களின் மூலமாகவும் சமிக்ஞைகளின் மூலமாகவும் எச்சரிக்கை செய்தாள்.

இவ்வளவையும் வந்தியத்தேவனும் ஆழ்வார்க்கடியானும் மண்டபத்தின் ஓரத்தில் நின்று பார்த்துக் கொண்டிருந்தார்கள். நந்தினியின் முகத்தையும் இந்த ஊமை ஸ்திரீயின் முகத்தையும் வந்தியத்தேவன் அடிக்கடி ஒப்பிட்டுப் பார்த்தான். அவன் மனத்தில் பற்பல எண்ணங்கள் உதித்தன; பற்பல சந்தேகங்கள் தோன்றின. அவற்றைக் குறித்துப் பேச அது சந்தர்ப்பம் அன்று எனப் பேசாதிருந்தான். யானைச் சிலைகள் பாதுகாத்த அந்தரங்க மண்டபத்திலிருந்து அவர்கள் வெளியே வந்தார்கள். மூதாட்டி அவர்களை அழைத்துக்கொண்டு அந்த ஸ்தூபத்தின் சிகரத்தை நோக்கி ஏறினாள். அவளுடைய தேக வலிமையைக் குறித்து மற்றவர்கள் அதிசயித்தார்கள். வந்தியத் தேவனுக்கு மிகவும் களைப்பாயிருந்தது. ஆயினும் வெளியில் சொல்லாமல் ஏறினான்.

பாதி ஸ்தூபம் ஏறியதும் நின்று பார்த்தார்கள். நகரத்தின் ஓரிடத்தில் தீயின் ஜுவாலை கொழுந்து விட்டு எரிந்து கொண்டிருந்தது.

‘ஆகா! மகாசேன சக்கரவர்த்தியின் புராதன மாளிகை தீப்பற்றி எரிகிறது!’ என்றார் இளவரசர்.

‘நாம் படுத்திருந்த இடமா?’

‘அதுவேதான்!’

‘அங்கே நாம் படுத்துத் தூங்கியிருந்தால்...?’

‘நாமும் ஒரு வேளை அக்கினி பகவானுக்கு உணவாகியிருப்போம்!’

‘அதுதான் நாம் படுத்திருந்த அரண்மனை என்று இத்தனை தூரத்திலிருந்தபடி எதனால் சொல்கிறீர்கள்?’

‘மண்டபத்துக்குள்ளே நான் பார்த்த சித்திரங்கள் என்னுடன் பேசின.’

‘எங்களுக்குக் கேட்கவில்லையே?’

‘அதில் ஒன்றும் அதிசயமில்லை சித்திரங்கள் ஒரு தனி பாஷையில் பேசும். அந்த பாஷை தெரிந்தவர்களுக்குத்தான் அவற்றின் பேச்சு விளங்கும்.’

‘அந்தச் சித்திரங்கள் தங்களுக்கு இன்னும் என்ன தெரிவித்தன?’

‘என் குடும்ப சம்பந்தமான பல இரகசியங்களைச் சொல்லின. இந்த இலங்கைத் தீவை விட்டு உடனே போய் விடும்படியும் தெரிவித்தன!...’

‘சித்திரங்களின் பாஷை வாழ்க! வைஷ்ணவரே! என் கட்சி ஜெயித்தது!’ என்றான் வந்தியத்தேவன்.

‘இளவரசே! சித்திரங்கள் அத்துடன் நிறுத்தவில்லை. ‘இலங்கையில் உள்ளவரையில் கூரையின்கீழ் படுக்க வேண்டாம். வீடுகளின் ஓரமாக நடக்க வேண்டாம். மரங்களின் அடியில் போகவேண்டாம்’ என்றும் சொல்லவில்லையா?’ என்றான் ஆழ்வார்க்கடியான்.

‘சரியாகச் சொன்னீர்! உமக்கு எப்படித் தெரிந்தது?’

‘தங்களுக்குச் சித்திரங்களின் பாஷை தெரியும். அடியேனுக்கு அபிநய பாஷை தெரியும். தங்கள் குல தெய்வம் தங்களிடம் பேசிக் கொண்டிருந்தபோது அத்தெய்வத்தின் அபிநய முகபாவங்களைக் கவனித்துக் கொண்டிருந்தேன்!’ என்றான் ஆழ்வார்க்கடியான்.

‘சந்தோஷம்; இரவு இன்னும் ஒரு ஜாமந்தான் மிச்சமிருக்கிறது. இந்த ஸ்தூபத்தின் உச்சியில் ஏறி சிறிது நேரமாவது படுத்துத் தூங்கிவிட்டுப் பொழுது விடிந்ததும் புறப்படுவோம்’ என்றார் அருள்மொழிவர்மர்.

மறுநாள் உதயத்தில் சூரிய கிரணங்கள் சுளீர் என்று அடித்து வந்தியத் தேவனைத் தூக்கத்திலிருந்து எழுப்பின. முதலாவது நாளிரவு நடந்த உண்மையான நிகழ்ச்சிகள் போதாவென்று சதிகாரர்களும், தீ வைப்பவர்களும், ஊமைகளும், செவிடர்களும், மரத்தில் ஏறும் கரடிகளும், பேய் பிசாசுகளும், புத்த பிக்ஷுக்களும், மணி மகுடங்களும் ஒரே குழப்பமாக வந்தியத்தேவனுடைய கனவிலேயும் வந்து துன்புறுத்தினார்கள். சூரிய வெளிச்சத்தில் அவையெல்லாம் மாயக் கனவுகளாகி மறைந்தன. குழப்பமும் பீதியும் பறந்தன.

இளவரசரும், ஆழ்வார்க்கடியானும் முன்னதாக எழுந்து பிரயாணத்துக்கு ஆயத்தமாகியிருப்பதை வந்தியத்தேவன் கண்டான். அவனும் அவசரமாக ஆயத்தமானான். மூன்று பேரும் ஸ்தூப சிகரத்திலிருந்து இறங்கினார்கள். நடுவீதிகளின் வழியாகவே நடந்து சென்று மகாமேக வனத்தை நோக்கிச் சென்றார்கள். அந்த நந்தவனத்தின் மத்தியிலே தான் புராதனமான ஆயிரத்தைந்நூறு வயதான, மிகவும் புனிதத்தன்மை வாய்ந்த போதி விருட்சம் இருந்தது.

பிக்ஷுக்களும், பிக்ஷுக்களல்லாத பக்தர்கள் பலரும் போதி விருட்சத்தை வலம் வந்தும், மலர்களைச் சொரிந்தும் வணங்கிக் கொண்டிருந்தார்கள். இளவரசர் அருள்மொழிவர்மரும் அந்தப் போதி விருட்சத்துக்கு வணக்கம் செலுத்தினார். 'உலகத்தில் இராஜ்யங்களும், இராஜ்யங்களை ஆண்ட மன்னர்களும் மறைந்து போய் விடுவார்கள். ஆனால் தர்மம் என்றென்றைக்கும் நிலைத்து நிற்கும் என்பதற்கு இந்தப் போதி விருட்சம் நிதர்சனமாயி ருக்கிறது!' என்று இளவரசர் மற்ற இருவரையும் பார்த்துக் கூறினார்.

இப்படிச் சொல்லிக்கொண்டே சுற்றுமுற்றும் பார்த்தார். ஒரு மூலையில் மூன்று குதிரைகள் பிரயாணத்துக்கு ஆயத்தமாக நின்றன. மூன்று குதிரைகளையும் பிடித்துக்கொண்டு மூன்று பேர் நின்று கொண்டிருந்தார்கள்.

இளவரசர் அங்கே சென்றதும் அவர்கள் மூவரும் முக மலர்ந்து மரியாதையுடன் வணங்கினார்கள். இளவரசர் அவர்களை ஏதோ கேட்டுத் தெரிந்துகொண்டார். வந்தியத்தேவனைப் பார்த்து 'இராத்திரி எரிந்தது நாம் படுத்திருந்த மகாசேனரின் அரண்மனைதான்! நாமும் அதில் எரிந்து போய் விட்டோமோ என்று இவர்கள் பயந்து கொண்டிருந்தார்கள். நம்மை உயிரோடு பார்த்ததும் இவர்களுக்குச் சந்தோஷம் தாங்கமுடியவில்லை!'

'ஆயிரத்தைந்நூறு வயதான அரசமரம் இன்னும் நிற்பது என்னமோ உண்மைதான். ஆனால் தர்மம் செத்துப்போய் எத்தனையோ நாளாகி விட்டது!' என்று சொன்னான் வந்தியத்தேவன்.

'இனி ஒரு தடவை அவ்விதம் சொல்லாதே! நான் ஒருவன் உயிரோடு இருக்கும்போது தர்மம் எப்படிச் சாகும்?' என்றான் ஆழ்வார்க் கடியான்.

மூன்றுபேரும் குதிரைகள் மீது ஏறிக்கொண்டு புறப்பட்டார்கள். அநுராதபுர நகரத்தின் வடக்கு வாசல் வழியாக வெளியேறினார்கள். திருவிழாக்கூட்டம் இன்னமும் நகரிலிருந்து நாலாபுறமும் 'ஜேஜே' என்று சென்று கொண்டிருந்தபடியால் இவர்களை யாரும் கவனிக்க வில்லை.

அநுராதபுரத்துக்கு வட கிழக்கில் ஒரு காத தூரத்தில் மகிந்தலை என்னும் சிறிய பட்டணம் இருந்தது.

'அசோக சக்கரவர்த்தியின் குமாரர் மகிந்தர் முதன்முதலில் இந்த ஊரிலேதான் வந்திறங்கிப் புத்த மதத்தை உபதேசிக்கத் தொடங்கினார்! எப்படிப்பட்ட பாக்கியசாலி அவர்! ஆயுதந் தாங்கிப் படைகளை அழைத்துக்கொண்டு நாடு கவர்வதற்கு அவர் போகவில்லை. கொலை காரர்களிடம் சிக்காமல் ஒளிந்து மறைந்து திரிய வேண்டிய அவசியமும் அவருக்கு ஏற்படவில்லை!' என்றார் அருள்மொழிவர்மர்.

'அவருக்குக் கொடுத்து வைத்திருந்தது அவ்வளவுதான்!' என்று சொன்னான் வந்தியத்தேவன்.

இளவரசர் நகைத்தார்.

'நீர் எப்போதும் என்னைவிட்டுப் பிரியவே கூடாது. நீர் பக்கத்தில் இருந்தால் எப்படிப்பட்ட கஷ்டமும் சந்தோஷமாகி விடும்!' என்றார் இளவரசர்.

'அதேமாதிரி எப்படிப்பட்ட சந்தோஷமும் கஷ்டமாகி விடும்!' என்றான் ஆழ்வார்க்கடியான்.

இச்சமயத்தில் சாலையில் அவர்களுக்கு எதிர்ப்பக்கத்தில் ஒரு புழுதிப் படலம் தெரிந்தது. பல குதிரைகள் நாலு கால் பாய்ச்சலில் வரும் சத்தமும் கேட்டது. சிறிது நேரத்துக்கெல்லாம் சிறிய குதிரைப் படை ஒன்று கண்ணுக்குத் தெரிந்தது. குதிரை வீரர்கள் கையில் பிடித்திருந்த வேல் முனைகள் காலை வெய்யிலில் பளபளவென்று ஜொலித்தன.

'ஐயா! உறையிலிருந்து கத்தியை எடுங்கள்!' என்று எச்சரித்தான் வந்தியத்தேவன்.

முப்பத்தொன்பதாம் அத்தியாயம்

‘இதோ யுத்தம்!’

வந்தியத்தேவன், ‘உறையிலிருந்து கத்தியை எடுங்கள்!’ என்று சொன்ன உடனே, இளவரசர் ‘இதோ எடுத்துவிட்டேன்!’ என்று பட்டாக் கத்தியை உருவி எடுத்தார். அதே சமயத்தில் வந்தியத் தேவனும் உறையிலிருந்து கத்தியை எடுத்தான். அவை பிரம்மாண்ட மான ராட்சதக் கத்திகள். அநுராதபுரத்துப் போதி விருட்சத்தின் அருகில் குதிரைகளுடன் வந்து நின்றவர்கள் அந்தக் கத்திகளையும் கொடுத்து விட்டுச் சென்றார்கள்.

இளவரசர் குதிரையிலிருந்து கீழே குதித்து, ‘வா இறங்கி! உன்னுடைய அதிகப் பிரசங்கத்தை என்னால் பொறுத்துக் கொண்டிருக்க முடியாது! இங்கேயே ஒரு கை பார்த்துவிட்டுத்தான் போகவேண்டும்!’ என்று கடுமையாகக் கூறியதும், வந்தியத்தேவன் திகைத்துப் போனான். இது விளையாட்டா, வினையா என்று அவனுக்குத் தெரியவில்லை. எனினும் இளவரசர் குதிரையிலிருந்து பூமியில் இறங்கி விட்ட படியால் அவனும் இறங்க வேண்டியதாயிற்று.

‘என்ன ஐயா! ஏன் தயங்குகிறீர்! நேற்றிரவு என்னை நீர் அவமானப் படுத்தப் பார்த்தீர் அல்லவா? உம்முடைய பாட்டன் வீட்டு அரண்மனை முற்றத்தில் என் பாட்டன்மார்கள் வந்து காத்திருந்தார்கள் என்று சொல்லவில்லையா? அவர்களுடைய குடை, சிவிகை ஆகிய வற்றைப் புலவர்கள் தட்டிக்கொண்டு போவதைப் பார்த்துப் பொரு மினார்கள் என்று கூறவில்லையா? அதை நினைத்துப் பார்க்கப் பார்க்க எனக்குப் பொறுக்க முடியவில்லை. இரண்டில் ஒன்று தீர்த்துக்கட்டி விட்டுத்தான் இங்கிருந்து புறப்படவேண்டும்!’ என்று சொல்லிக்கொண்டு இளவரசர் இரண்டு கையினாலும் தமது பட்டாக்கத்தியின் அடியைப் பிடித்துச் சுழற்றிக்கொண்டே வந்தியத்தேவனிடம் அணுகினார்.

ஆம்; அது சாதாரண கத்தி அன்று என்பதாகச் சொன்னோமே? எவ்வளவு பலசாலியானாலும் அதை ஒரு கையினால் தூக்கி

நிறுத்துவதே பெரிய காரியம். இரண்டு கையினாலும் பிடித்துக் கொண்டால்தான் கத்தியைச் சுழற்றவும் எதிரியைத் தாக்கவும் முடியும்.

இளவரசர் அவ்விதம் இரு கையினாலும் கத்தியைச் சுழற்றிய போது அவரைப் பார்த்தால் அரண்மனையில் சுகபோகங்களில் வளர்ந்த கோமள சுபாவம் படைத்த ராஜகுமாரனாகத் தோன்றவில்லை. பழைய காலத்து வீராதி வீரர்களான பீமனையும், அர்ச்சுனனையும், அபிமன்யு வையும் போல் விளங்கினார். இன்னும் திருமேனியில் தொண்ணூற்றாறு புண் சுமந்த விஜயாலய சோழரையும், யானை மேல் துஞ்சியவரான இராஜாதித்த தேவரையும் ஒத்து, அவர்களுடைய வழியில் வந்தவர் தாம் என்பதை ஞாபகப்படுத்துமாறு வீர கம்பீரத் தோற்றத்துடன் திகழ்ந்தார்.

வந்தியத்தேவனும் இரண்டு கையினாலும் கத்தியைப் பிடித்துச் சுழற்றத் தொடங்கினான். ஆரம்பத்தில் அவனுடைய மனத்தில் குழப்பமும் தயக்கமும் குடிகொண்டிருந்தன. போகப் போக, மனம் திடப்பட்டது. வீர வெறி மிகுந்தது. எதிரி தன் போற்றுதலுக்கு உரிய இளவரசர் என்பது மறந்தது. எதற்காக இந்தச் சண்டை என்னும் எண்ணமும் மறைந்தது. எதிரியின் கையில் சுழலும் கத்தி ஒன்றே அவனது கண்முன் நின்றது. அக்கத்தியினால் தாக்கப்படாமல் தான் தப்புவது எப்படி, அதைத் தட்டி எறிந்து விட்டு எதிரியைக் காயப் படுத்துவது எப்படி என்ற ஒரே விஷயத்தில் அவன் கவனமெல்லாம் பதிந்திருந்தது.

கத்திகள் சுழலும் வேகமும் அவை ஒன்றின் மேல் ஒன்று மோதி ‘டணார்’, ‘டணார், என்ற ஒலியை எழுப்பும் வேகமும் முதலில் சவுக்க காலத்தில் தொடங்கி, மத்திம காலத்தைத் தாண்டி, துரித காலத்துக்கு வந்தன.

இளவரசருடைய காரியம் முதலில் ஆழ்வார்க்கடியானுக்கும் விளங்க வில்லை. ஆனாலும், அதில் ஏதோ ஒரு நோக்கம் இருக்கவேண்டும் என்று அவன் கருதினான். வருகிறவர்களைத் தடுத்து நிறுத்துவதற்கும், அவர்கள் இன்னார் என்று தெரிந்து கொண்டு அதற்கேற்ப நாம் செய்ய வேண்டியதை நிர்ணயிப்பதற்கும் அது ஓர் உபாயமாயிருக்கலாம். ஆகவே அந்த இரு வீரர்களுடைய குதிரைகளையும் சாலை மத்தியில் குறுக்கே நிற்கும்படி விட்டு, அவற்றின் தலைக் கயிறுகளைப் பிடித்துக் கொண்டு ஆழ்வார்க்கடியான் காத்திருந்தான்.

சாலையில் எதிர்ப்புறமிருந்து வந்து கொண்டிருந்த குதிரை வீரர்கள் நெருங்கி வந்தார்கள். அவர்களுக்கு மத்தியில் புலிக் கொடி பறந்து கொண்டிருந்ததைப் பார்த்ததும் ஆழ்வார்க்கடி யானுடைய கவலை நீங்கியது. வருகிறவர்கள் நம்மவர்கள்தான். ஆனால் யாராயிருக்கும்?

அவர்களில் முன்னால் வந்த கட்டியக்காரர்கள் அந்த விஷயத்தைப் பறையறைந்து அறிவித்தார்கள். 'ஈழத்துப் போரில் மகிந்தனைப் புறங்கண்ட இலங்கைப் படைகளின் சேநாதிபதி வைகையாற்றுப் போரில் வீர பாண்டியன் தலை கொண்ட கொடும்பாளூர்ப் பெரிய வேளார்பூதி விக்கிரம கேசரி மகாராஜா விஜயமாகிறார்! பராக்!' என்று ஒரு இடி முழக்கக் குரல் ஒலித்தது.

'பல்லவ குலத் தோன்றல் - வைகைப் போரில் வீர பாண்டியன் தலை கொண்ட வீராதி வீரர் - வடபெண்ணைப் போரில் வேங்கிப் படையை முறியடித்த பராக்கிரம பூபதி - பார்த்திபேந்திர வர்மர் விஜயமாகிறார்! பராக்' என்ற இன்னொரு இடி முழக்கக் குரல் ஒலித்தது.

இப்படிக் கட்டியம் கூறியவர்களுக்குப் பின்னால் சுமார் முப்பது குதிரை வீரர்கள் வந்தார்கள். அவர்களுள் நடுநாயகமாகக் கம்பீரமான வெள்ளைப் புரவிகளின் மீது சேநாதிபதி பெரிய வேளாரும், பார்த்தி பேந்திரனும் வீற்றிருந்தார்கள். குதிரை வீரர்களைத் தொடர்ந்து அம்பாரியுடன் ஒரு பெரிய யானை வந்தது.

இன்னும் சிறிது தூரத்துக்குப் பின்னால் வந்த காலாட் படை புழுதிப் படலத்தின் மங்கலடைந்து காணப்பட்டது.

முன்னால் வந்த குதிரை வீரர்கள் வழியில் ஏற்பட்ட தடையினால் அதிருப்தி அடைந்தவர்களாகத் தோன்றினார்கள்.

'யார் அது?', 'விலகு!', 'வழி விடு!' என்று சில குரல்களும் கேட்டன. பின்னர் அக்கூட்டத்தில் 'கசமுச கசமுச' என்ற இரகசியப் பேச்சு வார்த்தைகளும் 'ஓஹோ!' 'ஆஹா!', என்ற வியப்பொலிகளும் எழுந்தன. வீரர்கள் குதிரைகள் மீதிருந்தது குதித்தார்கள். கத்திச் சண்டை போட்டவர்களைச் சூழ்ந்து கொண்டு நின்றார்கள்.

பூதி விக்கிரம கேசரியும், பார்த்திபேந்திரனுங்கூடக் குதிரை மீதிருந்து பூமியில் இறங்கிவிட்டார்கள். வீரர்களின் முன்னணியில் வந்து நின்றார்கள்.

பார்த்திபேந்திரன் படபடத்தான். விக்கிரம கேசரியிடம், 'பார்த்தீர் களா? வல்லத்தானைப் பற்றி நான் சொன்னது உண்மையா, இல்லையா? சுத்த அதிகப் பிரசங்கி! இளவரசரிடமே தன் கைவரி சையைக் காட்டத் தொடங்கிவிட்டான். இதை நாம் பார்த்துக்கொண்டு சும்மா இருப்பதா?...' என்று தன் கையிலிருந்த கத்தியை ஓங்கினான்.

பூதி விக்கிரம கேசரி அவனுடைய கையைப் பிடித்துத் தடுத்தார். 'கொஞ்சம் பொறுங்கள், பார்க்கலாம்! என்ன அற்புதமான கத்திப்போர்! இந்த மாதிரி பார்த்து எத்தனையோ நாள் ஆயிற்று' என்றார். சற்றுப்

பின்னால் வந்த காலாள் வீரர்கள் - சுமார் முந்நூறு பேர் - அவர்களும் வந்து சேர்ந்தார்கள். வட்ட வடிவமாக நின்று வேடிக்கை பார்க் கலானார்கள்.

இதற்குள் யானைமேல் அம்பாரியிலிருந்து ஒரு பெண் கீழே இறங்கினாள். குதிரைகளுக்கும், வீரர்களுக்கும் இடையிடையே அவள் புகுந்து வந்து வேடிக்கை பார்த்த வட்டத்தின் முன்னணியில் நின்று கொண்டாள்.

அவளுடைய முகத்தில் அச்சமயம் குடிகொண்டிருந்த கிளர்ச்சியை இப்படியென்று சொல்ல முடியாது. கத்திகள் அங்குமிங்கும் பாய்ந்த போது அவளுடைய கண் விழிகளும் பாய்ந்தன. போரிட்டவர்கள் அப்படியும் இப்படியும் குதித்தபோது அவளை அறியாமல் அவளுடைய இடை துவண்டு அப்படியும் இப்படியும் ஆடியது. சிறிது நேரத்துக்கெல்லாம் அவள் தன் கூந்தலில் செருகியிருந்த காம்புடன் கூடிய நீலோத்பல மலரை எடுத்துக்கொண்டாள். அதை இப்படியும் அப்படியும் சுற்றிச் சுழற்றத் தொடங்கினாள். கத்திகள் சுழன்ற தாளத்துக்கு இசைய அவளுடைய கையிலிருந்த பூவின் தண்டு சுழன்றது. இந்தப் பெண் யார் என்று வாசகர்களுக்கு நாம் சொல்ல வேண்டியதில்லை. ஆம்; பூங்குழலியை அவர்கள் மறந்திருக்க முடியாதல்லவா?

சிறிது நேரம் வரையில் அவளுடைய முகத்துக்கும் எதிரே இளவரசர் முகம் தெரியும்படியாக அவ்வீரர்கள் நின்று போரிட்டனர். கொஞ்சம் கொஞ்சமாக நகர்ந்து பாதி வட்டம் சுற்றி வந்தனர். கடைசியில் வந்தியத்தேவனுடைய முகம் பூங்குழலியின் முகத்துக்கு எதிராக வந்தது. இடையிடையே வந்தியத்தேவனுடைய கண்கள் சுற்றிலும் பெருகி வந்த வீரர் கூட்டத்தைக் கவனித்து வந்தன. அப்போது பூங்குழலியையும் பார்த்து விட்டன. திடீரென்று அந்தப் பெண்ணைப் பார்த்த வியப்பினால் ஒரு கணம் அவன் கவனம் சிதறியது. அந்த ஒரு கண நேரமே இளவரசருக்குப் போதுமாயிருந்தது. வந்தியத்தேவனு டைய கத்தியின் மீது தேவேந்திரனுடைய வஜ்ராயுதத்தைப் போல் இளவரசரின் கத்தி தாக்கியது. வாணர்குல வீரன் தடுமாறினான். அவனுடைய கைப்பிடியி லிருந்து நழுவிப் பட்டாக் கத்தி கீழே விழுந்தது.

சுற்றிலும் கூடியிருந்தவர்கள் அச்சமயம் எழுப்பிய ஆரவாரம் அலை கடலின் ஓசையை ஒத்திருந்தது. அவ்வளவு ஆரவாரத்தையும் மீறிக் கொண்டு ஓர் இளம் பெண்ணின் உற்சாகமான சிரிப்பொலி கேட்டது. வந்தியத்தேவன் கீழே விழுந்த கத்தியை மீண்டும் எடுப்பதற்குப் பிரயத்தனம் செய்தான். இதற்குள் இளவரசர் பாய்ந்து சென்று அவனைக் கட்டித் தழுவிக் கொண்டார்.

'நீர் என்னுடைய வாளுக்குத் தோற்கவில்லை. வாளுக்கு வாள் சமமான லாகவத்துடன் போரிட்டீர். ஆனால் ஒரு பெண்ணின் கண் வாளுக்குத் தோற்றீர்! இதில் அவமானம் ஒன்றுமில்லை. எல்லாருக்கும் நேரக்கூடியதுதான்!' என்றார்.

வந்தியத்தேவன் அதற்கு ஏதோ சமாதானம் சொல்ல ஆரம்பித்தான். அதற்குள் சேநாபதி பூதி விக்கிரம கேசரியும் பார்த்திபேந்திரனும் அவர்களை நெருங்கி வந்து விட்டார்கள்.

'இளவரசே! இந்தப் பிள்ளையை நான்தான் தங்களிடம் அனுப்பினேன்! இவன் ஏதாவது தவறாக நடந்து கொண்டு விட்டானா? கொஞ்ச நேரம் கதிகலங்கிப் போய்விட்டோம்!' என்றார்.

'ஆம், தளபதி! இவருடைய ஏச்சை என்னால் பொறுக்க முடியவில்லை. இலங்கையில் யுத்தம் நடக்கிறது என்றார்களே, யுத்தம் எங்கே? யுத்தம் எங்கே?' என்று கேட்டு, என்னைத் துளைத்துவிட்டார். 'இதோ யுத்தம்!' என்று காட்டினேன்!'

இவ்வாறு இளவரசர் கூறியதும் சுற்றியிருந்தவர்கள் அனைவரும் மறுபடியும் ஆரவாரம் செய்தார்கள்.

சேநாதிபதி வந்தியத்தேவனுடைய அருகில் வந்து அவன் முதுகில் தட்டிக்கொடுத்தார். 'அப்பனே! இம்மாதிரி கத்திச் சண்டை பார்த்து எத்தனையோ நாள் ஆயிற்று! இளவரசருக்குச் சரியான துணைவன் நீ! சில சமயம் அவருக்கு இப்படித்தான் திடீர் திடீர் என்று தோள் தினவு எடுக்கும்! 'குஞ்சரமல்லன்' என்று பெயர் பெற்ற பராந்தக சக்கரவர்த்தியின் வம்சத்தில் பிறந்தவர் அல்லவா? அவருடன் நேருக்கு நேர் நின்று சண்டை பிடிக்க முடியாதவர்கள் அவருடன் நெடுநாள் சிநேகமாயிருக்க முடியாது!' என்றார்.

இதற்குள் இளவரசர் பார்த்திபேந்திர பல்லவரின் சமீபமாகச் சென்று, 'ஐயா! தாங்கள் என்னைத் தேடி வந்திருக்கிறீர்கள் என்று கேள்விப் பட்டேன். தங்களைச் சந்திப்பதற்காகவே விரைந்து வந்தேன். காஞ்சியில் தமையனார் சௌக்கியமா? என் பாட்டனார் எப்படியிருக் கிறார்?' என்று கேட்டார்.

'தமையனாரும் பாட்டனாரும் தங்களுக்கு மிகவும் முக்கியமான செய்தி அனுப்பியிருக்கிறார்கள். இலங்கைக்கு வந்து தங்களைக் கண்டுபிடிப்பதற்கே நாலைந்து தினங்களாகிவிட்டன. இனி ஒரு கணமும் தாமதிப்பதற்கில்லை...' என்று பார்த்திபேந்திரன் கூறுவதற்குள் இளவரசர்.

'முக்கியக் காரியமாக இல்லாவிட்டால் தாங்களே புறப்பட்டு வருவீர்களா? இனி ஒரு கணமும் தாமதிக்க வேண்டியதில்லை. இப்போதே செய்தியைத் தெரிவிக்க வேணும்!' என்றார்.

இச்சமயம் அவர்கள் சமீபத்தில் வந்த சேநாதிபதி பெரிய வேளார், 'நடுச்சாலையில் இத்தனை பேருக்கு நடுவிலே ஒன்றும் பேசமுடியாது. அதோ ஒரு பாழும் மண்டபம் தெரிகிறதே! அங்கே போகலாம்! நல்ல வேளையாக இந்த இலங்கையில் பாழும் மண்டபத்துக்குக் குறைவு கிடையாது!' என்றார்.

சாலைக்கு அப்பால் கொஞ்ச தூரத்திலிருந்து பாழும் மண்டபத்தை நோக்கி அனைவரும் போனார்கள்.

நாற்பதாம் அத்தியாயம்

மந்திராலோசனை

போகும்போது வந்தியத்தேவன் ஆழ்வார்க்கடியானை நெருங்கி, ‘இது என்ன, இளவரசர் இப்படிச் செய்கிறார்? அன்று திடீரென்று குத்துச் சண்டை போட்டார்; இன்று கத்திச் சண்டையில் இறங்கினார். சொல்லிவிட்டாவது சண்டையை ஆரம்பிக்கக் கூடாதா? இளவரசருடைய சிநேகம் மிகவும் ஆபத்தாயிருக்கும் போலிருக்கிறதே!’ என்றான்.

இளவரசர் இதைக் கேட்டுக் கொண்டே அவர்கள் பக்கத்தில், வந்து விட்டார்.

‘ஆம், ஐயா! என்னுடைய சிநேகம் மிகவும் ஆபத்தானதுதான். நேற்றிரவே அது உமக்குத் தெரிந்திருக்குமே? ஆபத்துக்கு உள்ளாகாமல் இருக்க வேண்டுமானால் நான் இருக்குமிடத்திலிருந்து குறைந்தது பத்துக் காத தூரத்தில் இருக்கவேண்டும்!’ என்றார்.

‘இளவரசே அதற்காக நான் சொல்லவில்லை. தங்கள் பக்கத்திலிருந்து எந்தவித ஆபத்துக்கும் உட்படுவதற்கு நான் சித்தம். ஆனால் இப்படி நீங்கள் திடீர் திடீர் என்று...’

இப்போது வீர வைஷ்ணவன் குறுக்கிட்டு, ‘இது தெரியவில்லையா தம்பி உனக்கு? எதிரே வருகிறவர்கள் யார் என்று தெரிந்து, அதற்குத் தக்கபடி காரியம் செய்வதற்காக இளவரசர் இந்த உபாயத்தைக் கையாண்டார்! வருகிறவர்கள் யாராயிருந்தாலும் கத்திச் சண்டையைக் கண்டால் கொஞ்சம் நின்று பார்ப்பார்கள் அல்லவா? என்றான்.

இளவரசர், ‘திருமலை சொல்வதும் சரிதான். என்னுடைய ஜாதக விசேஷமும் ஒன்று இருக்கிறது. என்னுடன் யாராவது சிநேகமாயிருந்தால் அவர்களுக்கு மற்றவர்களின் அசூயையும், பகைமையும் நிச்சயம் சித்திக்கும். அதற்காக, நான் யாருடைய சிநேகிதத்தையாவது விரும்பினால் அவர்களுடன் அடிக்கடி சண்டை பிடிப்பது வழக்கம்.

இதைப் பொருட்படுத்தாதவர்கள் தான் என்னுடைய சிநேகிதர் களாயிருக்க முடியும்!' என்றார்.

'அப்படியானால் சரி! இனிமேல் தாங்கள் சண்டையை ஆரம்பிப் பதற்குக் காத்திராமல் நானே ஆரம்பித்துவிடுகிறேன். இளவரசே! தங்களுக்குச் செய்தி கொண்டுவந்த நான் ஒரு முக்கியமான செய்தியைச் சொல்ல மறந்துவிட்டேன். அதை இப்போது சொல்லி விட விரும்புகிறேன்! சொல்லியே ஆகவேண்டும். தாங்கள் கேட்க விரும்பா விட்டால், மறுபடியும் கத்தியை எடுங்கள்!' என்றான் வந்தியத்தேவன்.

'வேண்டாம்! செய்தியைச் சொல்லுங்கள், கேட்கிறேன்.'

'நம்மைச் சுற்றி நின்ற கூட்டத்தில் ஒரு பெண் கையில் காம்புள்ள குமுத மலருடன் நின்று கொண்டிருந்தாளே, அவளுடைய கண்வீச்சுக்கு நான் தோற்றுவிட்டேன் என்று கூடத் தாங்கள் சொல்லவில்லையா? அந்தப் பெண் யார் தெரியுமா?'

'தெரியாது; அவளை நான் நன்றாய்ப் பார்க்கவில்லை. பார்க்கும் வழக்கமும் எனக்குக் கிடையாது.'

'இளவரசே! அவள்தான் தங்களுக்கு ஒரு செய்தி சொல்லி அனுப்பினாள்; சொல்லத் தவறிவிட்டேன். எப்படிச் சொல்வது; தங்களைச் சந்தித்தது லிருந்து தங்களுடன் துவந்த யுத்தம் செய்வதற்கும், தலையில் வீடு இடிந்து விழாமல் தப்புவதற்கும் சரியாயிருக்கிறதே! ஆகையால் சொல்லச் சரியான சந்தர்ப்பம் கிடைக்கவில்லை. திடீரென்று அந்தப் பெண்ணைப் பார்த்தபோது அவள் கூறிய செய்தியைச் சொல்ல வில்லை என்ற நினைவு வந்தது. அப்போது சிறிது அசந்துவிட்டேன். அந்தச் சமயம் பார்த்து என் கத்தியைத் தட்டிவிட்டீர்கள்...'

'போகட்டும்; அந்தப் பெண் யார்? அவள் எதற்காக எனக்குச் செய்தி அனுப்ப வேண்டும்?'

'ஐயா! அவள்தான் பூங்குழலி.'

'அழகான பெயர். ஆனால் நான் கேள்விப்பட்டதில்லை.'

'ஐயா! 'சமுத்திர குமாரி' என்ற பெயர் நினைவிருக்கிறதா?'

'சமுத்திர குமாரி - சமுத்திர குமாரி - அப்படி ஒரு பெயரும் எனக்கு நினைவில் இல்லையே! அவளைப் பார்த்ததாகக்கூட ஞாபகம் இல்லையே!'

'தயவு செய்து கொஞ்சம் ஞாபகப்படுத்திக் கொள்ளுங்கள். தங்களுக்கு நினைவில்லையென்றால் அந்தப் பெண்ணின் நெஞ்சு

உடைந்துவிடும். கோடிக் கரையில் தாங்கள் மரக்கலம் சேருவதற் காகப் படகில் ஏறச் சித்தமாயிருந்தீர்கள். அச்சமயம் ஒரு பெண் தன்னந் தனியாகப் படகு விட்டுக் கொண்டு கடலிலிருந்து கரைக்கு வந்தாள். தாங்கள் வியப்புடன் பார்த்துக் கொண்டிருந்தீர்கள். அவளும் நீங்கள் எல்லாரும் யார் என்று தெரிந்து கொள்வதற்காக நீங்கள் நின்ற இடத்துக்குச் சமீபமாக வந்தாள். 'இந்தப் பெண் யார்?' என்று தாங்கள் கலங்கரை விளக்கத் தலைவரைக் கேட்டீர்கள். அவர் 'இவள் என் குமாரி' என்றார். தாங்கள் உடனே 'ஓகோ! இவள் உமது குமாரியா? சமுத்திர குமாரி என்றல்லவா நினைத்தேன்!' என்றீர்கள். அதை அந்தப் பெண் மறக்காமல் நினைவு வைத்துக் கொண்டிருக்கிறாள். அந்தப் பெண்ணின் உதவியினால்தான் நான் கடல் கடந்து இலங்கைக்கு வர முடிந்தது...'

'நீர் சொன்ன பிறகு எனக்கும் இலேசாகக் கொஞ்சம் நினைவுக்கு வருகிறது. ஆனால் கோடிக்கரை சமுத்திர குமாரிக்கு இங்கே அநுராத புரத்துக்குச் சமீபத்தில் என்ன வேலை? இவர்களுடன் எதற்காக வந்திருக்கிறாள்? ஒருவேளை உம்மைத் தேடிக்கொண்டா?...'

'இல்லை; அப்படி ஒருநாளும் இராது. என்னைத் தேடிவர நியாயம் இல்லை. யாரையாவது தேடி வந்திருந்தால் அது தங்களைத் தேடித்தான் இருக்கவேண்டும். எதற்காக என்று எனக்குத் தெரியாது!'

இப்படிச் சொல்லிக்கொண்டே வந்தியத்தேவன் சற்றுத் தூரத்தில் சேநாதிபதியின் பக்கத்தில் வந்துகொண்டிருந்த பூங்குழலியைப் பார்த்தான். அவள் தலைகுனிந்த வண்ணம் நடந்தாள். ஆயினும் அவளுடைய கவனம், கருத்து எல்லாம் இளவரசரிடமே இருக்கின்றன என்பதை உணர்ந்துகொண்டான். சிறிது நேரத்துக்கு ஒரு தடவை அவளுடைய கடைக்கண் இளவரசரை நோக்குவதையும் அறிந்தான். அச்சமயம் அவளைப் பற்றித் தாங்கள் பேசுகிறோம் என்பதும் உள்ளுணர் வினால் அவளுக்குத் தெரிந்திருக்க வேண்டும். இல்லாவிடில் அப்படி அவள் குனிந்த தலை நிமிராமல் நடப்பதற்கு யாதொரு அவசியம் இல்லையே! அம்மம்மா! ஒரு கணமும் பார்த்த திசையைப் பாராமல் ஓயாமல் சலித்துக்கொண்டிருக்கும் கண்கள் அல்லவா அவளுடைய கண்கள்!

மேற்கூரையில்லாமல் வேலைப்பாடான கருங்கல் தூண்கள் மட்டும் நின்ற மண்டபத்தை அவர்கள் அடைந்தார்கள். சுற்றிலும் ஓங்கி வளர்ந்திருந்த மரங்கள் அந்த மண்டபத்துக்கு ஓரளவு நிழலை அளித்தன. மண்டபத்தின் மத்தியில் ஒரு மேடான பீடமும் இருந்தது. அங்கே சென்று இளவரசரும் சேநாதிபதியும், பார்த்திபேந்திரனும் அமர்ந்தார்கள். வந்தியத்தேவனும், ஆழ்வார்க்கடியானும் சற்றுத் தள்ளி நின்றார்கள்.

இன்னொரு பக்கத்தில் ஒரு தூணின் மறைவில் பூங்குழலி நின்று கொண்டிருந்தாள். அங்கிருந்தபடி அவள் இளவரசரையும் வந்தியத் தேவனையும், பார்க்கக் கூடியதாயிருந்தது.

அந்தக் கூரையில்லாத மண்டபத்தைச் சுற்றிலும் வீரர்கள் வியூகம் வகுத்ததுபோல் இரண்டு வரிசையாக நின்றார்கள். இன்னும் சற்றுத் தூரத்தில் குதிரைகளும், யானையும் நிறுத்தப்பட்டிருந்தன.

இளவரசர் பார்த்திபேந்திரனைப் பார்த்து, ‘என் தமையனாரும், பாட்டனாரும் என்ன செய்தி சொல்லி அனுப்பியிருக்கிறார்கள்? கேட்க ஆவலாயிருக்கிறேன்!’ என்றார்.

‘இளவரசே! சோழ ராஜ்யம் பெரிய அபாயத்துக்குள்ளாகி யிருக்கிறது. இது தங்களுக்குத் தெரிந்திருக்கும்...’

‘ஆம், ஐயா! சக்கரவர்த்தி நெடுநாளாக நோய்ப்பட்டிருக்கிறார்...’

‘அபாயம் அது மட்டுமல்ல; சாம்ராஜ்யத்துக்கே பேரபாயம் நேர்ந்திருக்கிறது. பெரிய அதிகாரங்களில் உள்ளவர்கள் துரோகி களாகி விட்டார்கள். சக்கரவர்த்திக்கும், பட்டத்து இளவரசருக்கும், தங்களுக்கும் விரோதமாகச் சதி செய்யத் தொடங்கி விட்டார்கள். தங்கள் தமையனாருக்குப் பட்டம் இல்லை என்று சொல்லிவிட்டு சிவபக்தி வேஷதாரியான உருத்திராட்சப் பூனை மதுராந்தகனுக்குப் பட்டம் கட்டுவது என்றும் தீர்மானித்திருக்கிறார்கள். பழுவேட்ட ரையர்களும், சம்புவரையர்களும், இரட்டைக் குடை இராஜாளி யாரும்; மழபாடி மழவரையரும்; மற்றும் இவர்களைப் போன்ற வேறு பல துரோகிகளும் இந்தக் கூட்டுச் சதியில் சேர்ந்திருக்கிறார்கள். ஆனால் அவர்கள் முயற்சி பற்றி நாம் சிறிதும் கவலைப்பட வேண்டியதில்லை. வடதிசைச் சைன்யமும், தென்திசைச் சைன்யமும் நம் வசத்தில் இருக்கின்றன. திருக்கோவலூர் மிலாடுடையாரும், கொடும்பாளூர்ப் பெரிய வேளாரும் நம் பக்கம் இருக்கிறார்கள். இவர் களுடைய உதவிகளைக் கொண்டும் சைன்யத்தின் துணைகொண்டும் துரோகிகளின் சதியை ஒரு நொடியில் சின்னாபின்னப்படுத்தி விடலாம். ஆனால் எதிரிகளுக்கு அதிக காலம் இடங்கொடுத்து விடக்கூடாது. துரோகிகளின் சூழ்ச்சியை முளையிலேயே கிள்ளி எறிந்து விடவேண்டும். இப்படிப்பட்ட நிலைமை ஏற்பட்டிருப்பதை முன்னிட்டுத் தங்களை உடனே காஞ்சிக்கு அழைத்து வரும்படி யாகத் தங்கள் தமையனாரும், பாட்டனாரும் என்னை அனுப்பி வைத்திருக் கிறார்கள். இச்சமயத்தில் நீங்கள் சகோதரர்கள் இருவரும் பிரிந்திருக் கலாகாது என்றும், ஒரே இடத்தில் இருப்பது மிக அவசியம் என்றும் தங்கள் பாட்டனார் கருதுகிறார். இன்னும், தங்கள் தமையனாரின் உள்ளத்தில் இருப்பதையும் சொல்லிவிட விரும்புகிறேன். அவருக்கு

ஒரே இடத்தில் இருந்து இராஜ்யம் ஆளுவதில் விருப்பம் இல்லை. கடல் கடந்த நாடுகளுக்கெல்லாம் கப்பலேறிச் செல்லவேண்டு மென்றும் அந்த நாடுகளையெல்லாம் வென்று சோழர் புலிக் கொடியைப் பறக்கவிட வேண்டுமென்றும் அவர் துடிதுடித்துக் கொண்டிருக் கிறார். வடநாட்டுப் படையெடுப்புக்குப் பழுவேட்ட ரையர்கள் முட்டுக்கட்டை போட்டதிலிருந்து அவருடைய போர் வெறி ஒன்றுக்குப் பத்து மடங்கு ஆகியிருக்கிறது. ஆகையால் தாங்கள் காஞ்சி வந்து சேர்ந்ததும் தஞ்சைக்குப் படையெடுத்துச் சென்று சதிகாரர்களையெல்லாம் அதம் செய்து ஒழித்துவிட்டுச் சோழ சிம்மாசனத்தில் தங்களை அமர்த்தி முடி சூட்டி விட்டு...'

இத்தனை நேரம் கவனத்துடனும் மரியாதையுடன் கேட்டு வந்த இளவரசர் இப்போது தம் செவிகளைக் கையினால் மூடிக் கொண்டு, 'வேண்டாம்! அத்தகைய விபரீத வார்த்தைகளைச் சொல்லாதீர்கள். சோழ சிம்மாசனத்துக்கும் எனக்கும் வெகுதூரம்!' என்றார்.

'தங்களுக்குப் பிடிக்கவில்லையென்றால் நான் சொல்லவில்லை; அது தங்களுடைய தமையனார் இஷ்டம்; தங்கள் இஷ்டம். நீங்கள் சகோதரர்கள் விவாதித்துத் தீர்த்துக்கொள்ள வேண்டியது. ஆனால் சதிகாரர்களை ஒழிப்பதில் இரண்டு பேரும் ஒன்றுபட வேண்டியது அவசியம். உடனே தாங்கள் காஞ்சிக்குப் புறப்பட்டு வாருங்கள். பழுவேட்டரையர்களையும், சம்புவரையர்களையும் பூண்டோடு அழிப்போம். சிவபக்தி வேஷதாரியான மதுராந்தகனைச் சிவலோகத்துக்கே அனுப்பி வைப்போம். பிறகு தாங்களும் தங்கள் தமையனாரும் யோசித்து உசிதம்போல் முடிவு செய்யுங்கள்!' என்றான் பார்த்திபேந்திரன்.

'ஐயா! எல்லாம் நாமே முடிவு செய்ய வேண்டியதுதானா? என் தந்தை - சக்கரவர்த்தி - அவருடைய விருப்பம் இன்னதென்று நாம் தெரிந்து கொள்ள வேண்டாமா? ஒரு வேளை தாங்கள் தெரிந்துகொண்டிருக் கிறீர்களா? என் தமையனாருக்குத் தந்தையிடமிருந்து ஏதேனும் அந்தரங்கச் செய்தி வந்ததா...?'

'இளவரசே! இந்தச் சந்தர்ப்பத்தில் உண்மையைச் சொல்ல வேண்டியது அவசியம். மூடி மறைப்பதில் பயனில்லை. தங்கள் தந்தையின் விருப்பத்தை இச்சமயம் அறிந்துகொள்வது இயலாத காரியம். சக்கரவர்த்தி இப்போது சுதந்திர புருஷராயில்லை. பழுவேட்டரையர்களின் சிறையில் இருக்கிறார். அவர்களுடைய அனுமதியின்றி யாரும் சக்கரவர்த்தியைப் பார்க்க முடியாது; பேசவும் முடியாது. அவருடைய விருப்பத்தைத் தெரிந்து கொள்வது எங்ஙனம்? தந்தையைக் காஞ்சிக்கு வரச் சொல்வதற்காகத் தங்கள் தமையனார் பெரு முயற்சி செய்தார். காஞ்சியில் பொன் மாளிகை கட்டினார்.

சக்கரவர்த்தி விஜயம் செய்து கிரஹப்பிரவேசம் செய்யவேண்டும் என்று அழைப்பு அனுப்பினார். ஆனால் சக்கரவர்த்தியிடமிருந்து மறு ஓலை வரவில்லை...'

'என் தந்தை நோய்ப்பட்டிருப்பதும் நடக்க முடியாதவராயி ருப்பதும் தெரிந்த விஷயந்தானே?'

'இளவரசே! தங்கள் தந்தை - மூன்று உலகங்களின் சக்கரவர்த்தி - காஞ்சிக்குக் காலால் நடந்து வரவேண்டுமா? யானைகள் குதிரைகள் இல்லையா? வண்டி வாகனங்கள் இல்லையா? தங்க ரதங்களும் முத்துச் சிவிகைகளும் இல்லையா? தலையால் சுமந்து கொண்டு வருவதற்கு முடிசூடிய சிற்றரசர்கள் ஆயிரம் பதினாயிரம் பேர் போட்டி போட்டுக்கொண்டு வர மாட்டார்களா? காரணம் அதுவன்று; பழுவேட்டரையர்களின் துரோகந்தான் காரணம். தஞ்சை அரண்மனை இப்போது சக்கரவர்த்தியின் சிறையாக மாறிவிட்டது... இளவரசே! தங்கள் தந்தையின் உயிரைக் காப்பாற்ற விரும்பினால் உடனே புறப்பட்டு வாருங்கள்!'

இந்த வார்த்தைகள் இளவரசரின் உள்ளத்தைக் கலக்கி விட்டன என்பது நன்றாகத் தெரிந்தது. அவருடைய களை பொருந்திய முகத்தில் முதன்முதலாகக் கவலைக் குறி தென்பட்டது.

இளவரசர் சிறிது நேரம் சிந்தனையில் ஆழ்ந்திருந்துவிட்டுச் சேநாதிபதியின் முகத்தை ஏறிட்டுப் பார்த்தார்.

'தளபதி! தங்களுடைய யோசனை என்ன? சில நாளைக்கு முன்பு முதன் மந்திரி அநிருத்தப் பிரமராயர் வந்திருந்தார். அவர் என் தந்தையின் மதிப்புக்கும் அந்தரங்க அபிமானத்துக்கும் உரியவர். அவர் என்னை இலங்கையிலேயே சிலகாலம் இருக்கும்படி யோசனை சொன்னார். தாங்களும் அதை ஆமோதித்தீர்கள். 'இங்கே சண்டை ஒன்று நடக்க வில்லையே, நான் எதற்கு இருக்கவேண்டும்?' என்று கேட்டதற்குச் சமாதானம் சொன்னீர்கள். முதன் மந்திரி இதோ நிற்கும் வைஷ்ண வரிடம் அதே யோசனையைத் திரும்பச் சொல்லி அனுப்பியிருக்கிறார். என் தமக்கை இளைய பிராட்டியிடம் எனக்கு எவ்வளவு மதிப்பு உண்டு என்பது தங்களுக்குத் தெரியும். அவர் இட்ட கோட்டை நான் தாண்ட மாட்டேன். இலங்கைக்கு அவர் வரச் சொல்லித்தான் வந்தேன். இளைய பிராட்டி இதோ இந்த வாணர்குலத்து வீரனிடம் ஓலை அனுப்பியிருக்கிறார். ஒரு விதத்தில் என் தமக்கையின் செய்தியும் பார்த்திபேந்திரர் கூறியதை ஒட்டியிருந்தது. ஆனால் உடனே புறப்பட்டுப் பழையாறைக்கு வரும்படி எழுதி அனுப்பியிருக்கிறார். என் தமையனாரோ காஞ்சிக்கு வரும்படி இவரிடம் கூறி அனுப்பியுள்ளார். சேநாதிபதி! தங்களுடைய கருத்து என்ன?' என்றார்.

'இளவரசே! இன்று காலை வரையில் தாங்கள் இந்த இலங்கைத் தீவிலேயே இருக்கவேண்டும் என்ற கருத்துடனேயே நான் இருந்தேன். நேற்றிரவு கூட இவருடன் நெடுநேரம் விவாதித்துக் கொண்டிருந்தேன். இவர் வெகுநேரம் வாதித்தும் நான் ஒப்புக்கொள்ள வில்லை. ஆனால், இன்று அதிகாலையில், அதோ நிற்கிறாளே, அந்தப் பெண் வந்து ஒரு செய்தி சொன்னாள். அதைக் கேட்டதும் என் கருத்தை மாற்றிக் கொண்டேன். தாங்கள் உடனே காஞ்சிக்குப் போக வேண்டியது அவசியம் என்று இப்போது எனக்குத் தோன்றுகிறது!' என்றார் இலங்கைச் சேநாதிபதி.

தூண் மறைவிலே நின்று தன்னைக் கடைக்கண்ணால் பார்த்துக் கொண்டிருந்த பூங்குழலியின் மீது இளவரசர் தம் பார்வையைச் செலுத்தினார். 'அபிமன்யுவை நாலாபுறமும் பகைவர்கள் தாக்கிக் கொன்றதாகக் கேள்விப்பட்டிருக்கிறேன். என்னை நாலாபுறமிருந்து வரும் செய்திகளே தாக்கிக் கொன்றுவிடும் போலிருக்கிறது!' என்று இளவரசர் சொல்லிக் கொண்டார். 'அந்தப் பெண் என்னதான் செய்தி கொண்டு வந்திருக்கிறாள்?' என்றார்.

'அவளே சொல்லட்டும்!' என்றார் பெரிய வேளார்.

பூங்குழலி தயங்கித் தயங்கி நடந்து வந்தாள். இளவரசர் முன்னால் வந்து நின்றாள். நாலு பக்கமும் திரும்பிப் பார்த்தாள். சேநாதிபதியைப் பார்த்தாள்; பார்த்திபேந்திரனைப் பார்த்தாள்; சற்றுத் தூரத்தில் நின்ற வந்தியத்தேவனையும் ஆழ்வார்க்கடியானையும் பார்த்தாள். இளவரசர் முகத்தை மட்டும் அவளால் ஏறிட்டுப் பார்க்க முடியவில்லை.

'பெண்ணே. சொல், சீக்கிரம்!' என்றார் சேநாதிபதி.

பூங்குழலி ஏதோ சொல்ல முயன்றாள். ஆனால் வார்த்தைகள் ஒன்றும் வரவில்லை.

'ஆகா! இந்த உலகமே ஊமை மயமாகி விட்டது போல் காண்கிறது' என்றார் அருள்மொழிவர்மர்.

அவ்வளவுதான், பூங்குழலி தன் கண்ணிமைகளை உயர்த்தி ஒரு தடவை; ஒரு கணத்திலும் சிறியநேரம் இளவரசரை நோக்கினாள். அதற்குள் அக்கண்களில் கண்ணீர் ததும்பி வழிய ஆரம்பித்து விட்டது. உடனே அங்கிருந்து ஓட்டம் பிடித்தாள். ஓடிப்போய்த் தூரத்தில் அடர்ந்து வளர்ந்திருந்த மரங்களுக்கிடையில் மறைந்தாள்.

எல்லாரும் வியப்புடன் அதைப் பார்த்துக்கொண்டு நின்றார்கள். வந்தியத்தேவன் முன்வந்து, 'ஐயா! இவள் முன்னொரு தடவை

இப்படித்தான் ஓடினாள். நான் தொடர்ந்து போய்ப் பிடித்துக்கொண்டு வருகிறேன்!' என்றான்.

'அப்படியே செய்! ஆனால் அதற்குள் அவள் கொண்டு வந்த செய்தி என்ன என்பதைச் சேநாதிபதி சொல்லட்டும்!' என்றார் இளவரசர்.

அதற்குச் சேநாதிபதி, 'அதை இரண்டே வார்த்தைகளில் சொல்லி விடலாம். இளவரசே! தங்களைச் சிறைப்படுத்திக் கொண்டு வருவதற் காகப் பழுவேட்டரையர்கள் இரண்டு பெரிய மரக்கலங்களையும் அவை நிறையப் போர் வீரர்களையும் அனுப்பியிருக்கிறார்கள். மரக்கலங்கள் தொண்டைமான் ஆற்றுக் கால்வாயில் புகுந்து மறைவான இடத்திலே வந்து நிற்கின்றன!' என்றார்.

நாற்பத்தொன்றாம் அத்தியாயம்

‘அதோ பாருங்கள்!’

சேநாபதி பூதி விக்கிரமகேசரி கூறிய செய்தியைக் கேட்டதும் இளவரசரின் முகத்தில் புன்னகை அரும்பியது.

‘கடைசியாக என் உள்ளத்தின் போராட்டத்துக்கு ஒரு முடிவு வந்து விட்டது போல் காண்கிறது’ என்று மெல்லிய குரலில் தமக்குத்தாமே பேசிக்கொள்கிறவர் போலச் சொல்லிக் கொண்டார்.

பார்த்திபேந்திரன் கொதித்தெழுந்தான். ‘சேநாதிபதி! என்ன சொன்னீர்? இது உண்மைதானா? என்னிடம் ஏன் இதுவரையில் சொல்லவில்லை? இந்தப் பித்துக்குளிப் பெண்ணை நீர் நம்முடன் கட்டி இழுத்து வந்ததற்குக் காரணம் இப்போதல்லவா தெரிகிறது? மறுபடியும் கேட்கிறேன்; பழுவேட்டரையர்கள் இளவரசரைச் சிறைப்படுத்தி வரக் கப்பல்களை அனுப்பி யிருப்பது உண்மையா?’ என்று கேட்டான்.

‘ஆம், ஐயா! இந்தப் பெண் கண்ணால் பார்த்ததாகவும், காதால் கேட்டதாகவும் கூறுவதை நம்புவதாயிருந்தால் அது உண்மைதான்!’

‘ஆகா! அந்தக் கிழவர், திருக்கோவலூர் மிலாடுடையார், கூறியது உண்மையாயிற்று. பழுவேட்டரையர்களை உள்ளபடி உணர்ந்தவர் அவர்தான்! சேநாதிபதி! இத்தகைய செய்தியை அறிந்த பிறகும் ஏன் சும்மா இருக்கிறீர்? பராந்தக சக்கரவர்த்தியின் குலத்தோன்றலை, சுந்தர சோழரின் செல்வப் புதல்வரை, நாடு நகரமெல்லாம் போற்றும் இளவரசரை, தமிழகத்து மக்களெல்லாம் தங்கள் கண்ணினுள் மணியாகக் கருதும் செல்வரை, ஆதித்த கரிகாலருடன் பிறந்த அருள் மொழிவர்மரை, இந்த அற்பர்களாகிய பழுவேட்டரையர்கள் சிறைப் படுத்தி வர ஆட்களை அனுப்பும்படி ஆகிவிட்டதா? இனியும் என்ன யோசனை? உடனே படைகளுடன் புறப்பட்டுச் சென்று இளவரசரைச் சிறைப்படுத்த வந்தவர்களை அழித்து இந்த இலங்கைத் தீவிலேயே

அவர்களுக்குச் சமாதியை எழுப்புவோம்!... பிறகு நாம் போட்ட திட்டத்தின்படி காரியத்தை நடத்துவோம்! கிளம்புங்கள்! இன்னும் ஏன் தயக்கம்?' என்று பார்த்திபேந்திரன் பொரி பொரித்துக் கொட்டினான்.

சேநாதிபதி பூதி விக்கிரமகேசரி அவனைப் பார்த்து 'பார்த்திபேந்திரா! நீ இப்படித் துடிப்பாய் என்று எண்ணித்தான் நான் முன்னமே இந்தப் பெண் கொண்டுவந்த சேதியை உன்னிடம் சொல்லவில்லை. நன்றாக யோசித்துச் செய்ய வேண்டிய காரியம். அவசரப்படுவதில் பயனில்லை!' என்றார்.

'யோசனை செய்ய வேண்டுமா? என்ன யோசனை? எதற்காக யோசனை? இளவரசே! நீங்கள் சொல்லுங்கள். இனி யோசிப்பதற்கு என்ன இருக்கிறது? இதற்கு முன் ஏதேனும் தங்களுக்குத் தயக்க மிருந்திருந்தாலும், இனி தயங்குவதற்கு இடமில்லையே? பழுவேட்ட ரையர்களைப் பூண்டோடு அழித்து விடவேண்டியது தானே?'

அப்போது இளவரசர், 'சேநாதிபதியின் மனத்தில் உள்ளதையும் தெரிந்து கொள்ளலாமே? ஐயா! தாங்கள் எதைப் பற்றி யோசிக்க வேண்டும் என்கிறீர்கள்?' என்று எவ்விதப் படபடப்புமின்றி நிதானமாகக் கேட்டார்.

'தங்களைச் சிறைப்படுத்துவதற்கு... இந்த வார்த்தைகளைச் சொல்லவும் என் வாய் கூசுகிறது... ஆனாலும் சொல்ல வேண்டியிருக்கிறது. தங்களைச் சிறைப்படுத்த வந்திருப்பவர்கள் சக்கரவர்த்தியின் கட்டளையோடு வந்திருந்தால் நாம் என்ன செய்வது? அப்போதும் அவர்களை எதிர்த்துப் போரிடுவதா?'

இதைக் கேட்ட பார்த்திபேந்திரன் கடகடவென்று சிரித்து விட்டு, 'அழகாயிருக்கிறது, தங்கள் வார்த்தை! சக்கரவர்த்தி சொந்தமாகக் கட்டளை போடும் நிலையில் இருக்கிறாரா? அவரையேதான் பழுவேட்டரையர்கள் சிறையில் வைத்திருக்கிறார்களே!' என்றான்.

இச்சமயத்தில் வந்தியத்தேவன் குறுக்கிட்டு, 'பல்லவ தளபதி கூறுவது முற்றும் உண்மை. நானே என் கண்களால் பார்த்தேன். சக்கர வர்த்தியைச் சிறையில் வைத்திருப்பது போலத்தான் பழுவேட்ட ரையர்கள் வைத்திருக்கிறார்கள். அவர்களுடைய விருப்பமின்றி யாரும் சக்கரவர்த்தியைப் பார்க்க முடியாது; பேச முடியாது. நான் ஒரு வார்த்தை சொல்லத் துணிந்ததற்காக என்னை அவர்கள் படுத்திய பாட்டை நினைத்தால்... அப்பா! சின்னப் பழுவேட்டரையரின் இரும்புக்கை பற்றிய இடத்தில் இன்னும் எனக்கு வலிக்கிறது!' என்று கூறித் தன் மணிக்கட்டைத் தடவிக் கொண்டான்.

'அப்படிச் சொல், வல்லவரையா! உன்னை என்னமோவென்று நினைத்தேன். இளவரசருக்கும், சேநாதிபதிக்கும் இன்னொரு முறை நன்றாக எடுத்துச் சொல்!' என்றான் பார்த்திபேந்திரன்.

இளவரசர், 'வேண்டாம்; அவர் சொல்ல வேண்டியதையெல்லாம் சொல்லிவிட்டார்!' என்று கூறி, வந்தியத்தேவனைப் பார்த்து, 'ஐயா! நீர் அந்தப் பெண்ணைப் போய் அழைத்து வருவதாகச் சொன்னீரே! ஏன் இங்கேயே நின்று கொண்டிருக்கிறீர்? அவள் கொண்டு வந்த செய்தியை அவள் வாய்மொழியாகவே விவரமாகக் கேட்கலாம்! கொஞ்சம் கிறுக்குப் பிடித்த பெண்போலத் தோன்றுகிறது. எப்படியாவது நல்ல வார்த்தை சொல்லி அவளை இங்கே அழைத்து வாருங்கள்!' என்றார்.

'போகிறேன், இளவரசே! போய் அழைத்து வருகிறேன். பழுவேட்டரையர்களிடம் தாங்கள் சிறைப்படுவது என்பதை மட்டும் என்னால் சகிக்க முடியாது. என் உடம்பில் உயிர் இருக்கும் வரையில் அது நடவாத காரியம்!' என்று சொல்லிக் கொண்டே வந்தியத்தேவன் சென்றான்.

'சேநாதிபதி தங்களுடைய கருத்து என்னவென்று சொல்லவில்லையே?' என்று அருள்மொழிவர்மர் கேட்டார்.

'என்னுடைய கருத்து இதுதான். பழுவேட்டரையர்கள் அனுப்பியிருக்கும் ஆட்களைத் தாங்கள் சந்திக்கக் கூடாது. பார்த்திபேந்திரன் கொண்டு வந்திருக்கும் கப்பலில் ஏறித் தாங்கள் உடனே காஞ்சிக்குப் போய் விடுங்கள். நான் தஞ்சாவூருக்குப் போகிறேன். அங்கே சக்கரவர்த்தியை நேரில் பார்த்து உண்மை நிலையைத் தெரிந்து கொள்கிறேன்...'

'தஞ்சாவூருக்குத் தாங்கள் போவது சிங்கத்தின் வாயில் தலையைக் கொடுப்பது போலத்தான். போனால் திரும்பி வரமாட்டீர்கள். அப்படியே அங்குள்ள பாதாளச் சிறையில் போய்விடுவீர்கள். சக்கரவர்த்தியைப் பார்க்கவும் தங்களால் முடியாது...'

'என்ன வார்த்தை சொல்கிறாய்? என்னைச் சிறையில் அடைக்கக் கூடிய வல்லமையுள்ளவன் சோழ நாட்டில் எவன் இருக்கிறான். சக்கரவர்த்தியை நான் சந்திக்கக் கூடாது என்று தடுக்கக் கூடிய ஆண்மை உள்ளவன் எவன் இருக்கிறான்? மேலும், அங்கே முதன் மந்திரி அநிருத்த பிரமராயர் இருக்கிறார்...'

'பிரமராயர் இருக்கிறார். இருந்து என்ன பயன்? அவருக்கே சக்கரவர்த்தியைப் பார்க்க முடியவில்லை. இதோ அவருடைய சிஷ்யன்

நிற்கிறானே, அவன் என்ன சொல்கிறான் என்று கேட்டுப் பார்க்கலாமே?'

சேநாதிபதி ஆழ்வார்க்கடியான் பக்கம் திரும்பி, 'ஆம்; இந்த வைஷ்ணவன் இங்கு நிற்பதையே மறந்துவிட்டேன். திருமலை! ஏன் இப்படி மௌனமாக நிற்கிறாய்? சற்று முன் இளவரசர் சொன்னது போல் நீயும் ஊமையாகி விட்டாயா?' என்றார்.

'சேநாதிபதி! கடவுள் நமக்கு இரண்டு காதுகளைக் கொடுத்திருக்கிறார்; வாய் ஒன்றைத்தான் கொடுத்திருக்கிறார். ஆகையால் 'செவிகளை நன்றாக உபயோகப்படுத்து; பேசுவதைக் கொஞ்சமாக வைத்துக் கொள்' என்று என் குருநாதர் எனக்குச் சொல்லியிருக்கிறார். முக்கிய மாக, பெரிய ராஜாங்க விஷயங்களைப் பற்றிப் பேச்சுக்கள் நடக்கும் இடத்தில் அந்த விரதத்தைக் கண்டிப்பாகக் கடைப்பிடித்து வரச் சொல்லியிருக்கிறார்.'

'குருவின் வாக்கை நன்றாக நிறைவேற்றுகிறாய். நாங்களே இப்போது கேட்பதனால் சொல். உன்னுடைய யோசனை என்ன?'

'எதைப் பற்றி என் யோசனையைக் கேட்கிறீர்கள், சேநாதிபதி?'

'இத்தனை நேரம் பேசிக்கொண்டிருந்த விஷயமாகத்தான். இளவரசர் இப்போது என்ன செய்வது உசிதம்? இலங்கையிலேயே இருக்கலாமா? அல்லது காஞ்சிக்குப் போகலாமா?'

'என்னுடைய உண்மையான கருத்தைச் சொல்லட்டுமா? இளவரசர் அநுமதித்தால் சொல்கிறேன்.'

ஏதோ யோசனையில் ஆழ்ந்திருந்த அருள்மொழிவர்மர் ஆழ்வார்க் கடியானை ஏறிட்டுப் பார்த்து, 'சொல் திருமலை, தாராளமாய் மனத்தை விட்டுச்சொல்!' என்று தைரியப்படுத்தினார்.

'இந்த இலங்கைத் தீவிலேயே மிகக் கடுமையான கட்டுக் காவல் உள்ள சிறைச்சாலை எது உண்டோ, அதைக் கண்டுபிடித்து அதற்குள்ளே இளவரசரை அடைத்துப் போடவேண்டும்! வெளியில் பலமான காவலும் போடவேண்டும்!'

'இது என்ன உளறல்?' என்றார் சேநாதிபதி.

'விளையாட இதுதானா சமயம்?' என்றான் பார்த்திபேந்திரன்.

'நான் உளறவும் இல்லை; விளையாடவும் இல்லை. மனத்தில் உள்ளதைச் சொன்னேன். நேற்று இரவு இளவரசர் அநுராதபுரத்து வீதிகளின் வழியாக வந்து கொண்டிருந்தார். அவர் தலைமீது ஒரு

வீட்டின் முன் முகப்பு இடிந்து விழுந்தது. பிறகு ஒரு வீட்டில் நாங்கள் படுத்திருந்தோம். நல்ல வேளையாக ஒரு காரியத்தின் பொருட்டு எழுந்து போய் விட்டோம். சற்று நேரத்துக்கெல்லாம் அந்த வீடு தீப்பற்றி எரிந்தது. இவையெல்லாம் உண்மையா, இல்லையா என்று இளவரசரையே கேளுங்கள்!'

இருவரும் இளவரசரை நோக்கினார்கள். அவருடைய முக பாவம் ஆழ்வார்க்கடியானுடைய கூற்றை உறுதிப்படுத்தியது. 'இந்த அபாயங்கள் எல்லாம் யாருக்காக நேர்ந்தவையென்று கேளுங்கள். என்னையோ அல்லது வந்தியத்தேவனையோ கொல்லுவதற்காக யாராவது வீட்டைக் கொளுத்துவார்களா?'

பார்த்திபேந்திரன் உடனே துள்ளிக் குதித்து, 'இளவரசரைக் கொல்லு வதற்குத்தான் யாரோ முயற்சி செய்கிறார்கள். இதனால் இளவரசர் என்னுடன் காஞ்சிக்கு வரவேண்டிய அவசியம் உறுதிப்படுகிறது!' என்றான்.

'கூடவே கூடாது! தங்களுடன் இளவரசரை அனுப்புவதைக் காட்டிலும் பழுவேட்டரையர்களிடமே பிடித்துக் கொடுத்து விடலாம்' என்றான் ஆழ்வார்க்கடியான்.

'வைஷ்ணவனே! என்ன சொன்னாய்!' என்று பார்த்திபேந்திரன் கத்தியை உருவினான்.

சேநாதிபதி அவனைக் கையமர்த்தி, 'திருமலை! ஏன் அவ்விதம் சொல்லுகிறாய்? பார்த்திபேந்திர பல்லவர் சோழ குலத்தின் அருந்துணைவர் என்று உனக்குத் தெரியாதா?' என்று கேட்டார்.

'தெரியும், சேநாதிபதி, தெரியும்! சிநேகம் இருந்து விட்டால் மட்டும் போதுமா?'

'பார்த்திபேந்திரர் சிநேகத்துக்காகவே உயிரையும் கொடுக்கக் கூடியவர் என்பதை அறிவேன், திருமலை!'

'அதுவும் இருக்கலாம். ஆனால் நான் ஒரு கேள்வி கேட்கிறேன். அதற்கு மறுமொழி கூறச் சொல்லுங்கள். நாங்கள் முந்தா நாள் மாலை தம்பள்ளைக்கு அருகில் போய்க் கொண்டிருந்தபோது இவருடன் இரண்டு பேர் வருவதைப் பார்த்தோம்! அந்த மனிதர்கள் யார், இப்பொழுது அவர்கள் எங்கே என்று இவரைக் கேட்டுச் சொல்லுங்கள்.'

பார்த்திபேந்திர பல்லவன் சிறிது திடுக்கிட்டுப் போனான். கொஞ்சம் தயக்கத்துடனே கூறினான்: 'திரிகோண மலையில் அவர்களை நான்

சந்தித்தேன். இளவரசர் இருக்குமிடத்தை எனக்குக் காட்டுவதாக அவர்கள் அழைத்து வந்தார்கள். அநுராதபுரத்தில் திடீரென்று மறைந்து விட்டார்கள். எதற்காகக் கேட்கிறாய், வைஷ்ணவனே! அவர்களைப் பற்றி உனக்கு ஏதாவது தெரியுமா?'

'தெரியும்! சோழ குலத்தை அடியோடு ஒழித்துவிடச் சபதம் செய்திருப் பவர்களில் அவர்கள் இருவர் என்று எனக்குத் தெரியும். நேற்று அநுராதபுரத்தில் அவர்கள்தான் இளவரசரை கொல்லப் பார்த்தார்கள் என்று ஊகிக்கிறேன்... ஆகா! அதோ பாருங்கள்' என்று ஆழ்வார்க் கடியான் சுட்டிக் காட்டினான்.

அவன் சுட்டிக் காட்டிய இடம் அம்மண்டபத்திலிருந்து சற்றுத் தூரத்திலிருந்தது. நெருங்கிப் படர்ந்திருந்த மரங்களுக்கு இடையில் ஒரு அழகிய யுவதியும், யௌவன வாலிபனும் நின்று பேசிக் கொண்டிருந்தார்கள். அவர்கள் வந்தியத்தேவனும் பூங்குழலியுந்தான் என்பது ஊகிக்கக் கூடியதாயிருந்தது. பேசிக் கொண்டேயிருந்த வந்தியத்தேவன் சட்டென்று ஒரு சிறிய கத்தியைச் சுழற்றி வீசி எறிந்தான். கத்தி ஒரு புதரில் போய் விழுந்தது. 'வீல்' என்று ஒரு குரல் கேட்டது.

நாற்பத்திரண்டாம் அத்தியாயம்

பூங்குழலியின் கத்தி

பாழடைந்த மண்டபத்திலிருந்து பூங்குழலியைத் தேடிக் கொண்டு சென்ற வந்தியத்தேவன், அவள் ஒரு மரத்தின் மேல் சாய்ந்து நின்று கொண்டிருப்பதைக் கண்டான். இலேசான விம்மல் அவளிடமிருந்து வந்து கொண்டிருந்தது. குரலை மிகவும் நயப்படுத்திக் கொண்டு, 'பூங்குழலி!' என்றான். சத்தம் கேட்ட பூங்குழலி திடுக்கிட்டுத் திரும்பிப் பார்த்தாள். 'நீதானா?' என்று சொல்லி மறுபடியும் திரும்பிக் கொண்டாள்.

'நான்தான்! என்பேரில் உனக்கு என்ன கோபம்?'

'உன் பேரில் எனக்கு எந்தவிதக் கோபமும் இல்லை.'

'பின்னே ஏன் உனக்கு இவ்வளவு சிடுசிடுப்பு?'

'எனக்கு ஆண் பிள்ளைகளைக் கண்டாலே பிடிக்கவில்லை.'

'இளவரசரைக் கூடவா?' பூங்குழலி திரும்பிக் கண்களில் கனல் எழும்படி வந்தியத்தேவனைப் பார்த்தாள்.

'ஆமாம்; அவரைத்தான் முக்கியமாகப் பிடிக்கவில்லை!' என்றாள்.

'அப்படி அவர் என்ன குற்றத்தைச் செய்துவிட்டார்?'

'என்னை அவருக்கு ஞாபகமேயில்லை. என்னை அவர் முகமெடுத்துக் கூடப் பார்க்கவில்லை.'

'உன்னை அவருக்கு நன்றாய் ஞாபகம் இருக்கிறது. நான் உன்னைப் பற்றிக் கூறியதும், 'ஓ! சமுத்திர குமாரியை எனக்குத் தெரியாதா? என்றார்.

'பொய் சொல்லுகிறாய்.'

'நீயே நேரில் வந்து கேட்டுக்கொள்.'

‘என்னை நினைவிருந்தால், ஏன் என்னிடம் ஒரு வார்த்தை கூடப் பேசவில்லை?’

‘அவர் பேசினார்; நீதான் மறுமொழி சொல்லாமல் ஓடி வந்து விட்டாய்.’

‘அந்தமாதிரி பேச்சை நான் சொல்லவில்லை. தெரிந்தவர்களைப் பார்த்தால், ‘என்ன? ஏது?’ என்று விசாரிப்பது கிடையாதா? நீ சொல்வது பொய்! அவர் என்னை முகமெடுத்தே பார்க்கவில்லை.’

‘பூங்குழலி! அதற்கு ஒரு காரணம் இருக்கிறது.’

‘என்ன காரணம்?’

‘இளவரசருக்கு இப்போது ரொம்ப கஷ்டகாலம்.’

‘யார் சொன்னது?’

‘எல்லா ஜோசியர்களும் சொல்லியிருக்கிறார்கள். குடந்தை சோதிடர் என்னிடமே சொன்னார்.’

‘உன்னிடம் என்ன சொன்னார்?’

‘இளவரசருக்குக் கொஞ்சநாள் வரையில் கஷ்டத்துக்கு மேல் கஷ்டமாக வந்து கொண்டிருக்கும் என்று சொன்னார். அவரைச் சேர்ந்தவர்களுக்குக்கெல்லாம் கஷ்டங்கள் வரும் என்று சொன்னார். இது இளவரசருக்கும் தெரியும். ஆகையினால் அவர் யாரும் தம்மோடு சிநேகிதமாக இருப்பதை விரும்பவில்லை. தமக்கு வரும் கஷ்டம் தம்மோடு போகட்டும், என்று நினைக்கிறார்.’

‘நீ மட்டும் ஏன் அவரோடு சிநேகமாயிருக்கிறாய்?’

‘நீ சற்று முன் பார்க்கவில்லையா? என்னையும் சண்டை பிடித்துத் துரத்த அவர் பிரயத்தனப்படுகிறார். நடுச் சாலையில் ஒரு காரணமும் இல்லாமல் அவர் என்னோடு கத்திச் சண்டை போட்டார். நீங்கள் வந்ததினால் சண்டை நின்றது.’

‘அவர் துரத்தினாலும் நீ அவரை விட்டுப் போக மாட்டாயா?’

‘மாட்டவே மாட்டேன். அவருக்கு வரும் கஷ்டங்களையெல்லாம் நானும் பகிர்ந்து அநுபவிப்பேன்.’

‘அவரை உனக்கு அவ்வளவு பிடித்திருக்கிறதா?’

‘ஆமாம்; ரொம்ப ரொம்பப் பிடித்திருக்கிறது.’

‘எதனால் பிடித்திருக்கிறது?’

‘காரணம் சொல்லத் தெரியாது. அவரைப் பார்த்தவுடனே அவர் மேல் பிரியம் ஏற்பட்டு விட்டது’

‘எனக்கும் அப்படித்தான்!’ என்றாள் பூங்குழலி. உடனே தான் அவ்விதம் மனம் திறந்து சொல்லிவிட்டதைப் பற்றி வருந்தி உதட்டைக் கடித்துக் கொண்டாள்.

‘உனக்கு இளவரசரிடம் பிரியம் என்று எனக்குத் தெரியும். ஆகையினால் தான் உன்னை அழைத்துப் போக வந்தேன். என்னுடன் வா!’

‘வரமாட்டேன்!’ என்று பூங்குழலி அழுத்தம் திருத்தமாகச் சொன்னாள்.

‘வராவிட்டால் பலவந்தமாக உன்னைப் பிடித்து இழுத்துக்கொண்டு போவேன்.’

‘அருகில் நெருங்கினால் இதோ கத்தி இருக்கிறது ஜாக்கிரதை!’ என்று பூங்குழலி தன் இடுப்பில் செருகியிருந்த கத்தியை எடுத்துக் காட்டினாள்.

‘பாவிப் பெண்ணே! எதற்காக என்னைக் குத்திக் கொல்ல வருகிறாய்? இளவரசரிடம் உன்னைப்பற்றி ஞாபகப் படுத்தினேனே, அதற்காகவா?’

‘நீ பொய் சொல்லுகிறாய்; அவரிடம் என்னைப் பற்றி நீ ஒன்றுமே சொல்லவில்லை!’

‘போனால் போகட்டும்; இளவரசரைப் பிடித்துக்கொண்டு போக இரண்டு கப்பல்கள் வந்திருப்பதாகச் சொன்னாய் அல்லவா அதை அவரிடம் வந்து சொல்லிவிட்டு அப்புறம் எப்படியாவது தொலைந்து போ!’

‘எல்லா விவரங்களும் சேநாதிபதியிடம் சொல்லி விட்டேன்.’

‘இளவரசர் உன்னிடம் நேரில் கேட்டு அறிய விரும்புகிறார்‘.

‘அவர் முன்னால் வந்தால் நான் ஊமையாகி விடுவேன்.’

‘ஊமைச்சிகளிடத்தில் இளவரசருக்கு ரொம்பப் பிரியம்!’

‘சீச்சீ! நீ பரிகாசம் செய்கிறாய்!’ என்று சொல்லிப் பூங்குழலி கத்தியை ஓங்கினாள்.

‘அப்படியானால் நீ என்னுடன் வரப் போவதில்லையா?’

‘இல்லை!’

'சரி; நான் போகிறேன்!' என்று கூறிவிட்டு வந்தியத்தேவன் இரண்டு அடி எடுத்து வைத்தான். மறுபடியும் சட்டென்று திரும்பிப் பூங்குழலியின் கையிலிருந்து அவளுடைய கத்தியைப் பிடுங்கி வீசி எறிந்தான்!

வீசி எறிந்த கத்தி வெகுதூரம் சுழன்று சுழன்று சென்று ஓர் அடர்ந்த புதரில் விழுந்தது. கத்தி விழுந்த இடத்திலிருந்து 'வீல்' என்று குரல் கேட்டது. அது மனிதக் குரலா, ஏதேனும் ஒரு விலங்கு அல்லது பட்சியின் குரலா என்று தெரிந்து கொள்ள முடியவில்லை. கத்தியைப் பிடுங்கியதும் வந்தியத்தேவனைக் கடுங்கோபத்துடன் பார்த்த பூங்குழலி மேற்கூறிய சப்தத்தைக் கேட்டதும் கத்தி விழுந்த இடத்தை ஆர்வத்துடன் நோக்கினாள். பிறகு, இருவரும் வியப்புடன் ஒருவரையொருவர் பார்த்துக் கொண்டார்கள்.

மெள்ளமெள்ள நடந்து கத்தி விழுந்த இடத்துக்கருகிலிருந்து புதரை நெருங்கிப் பார்த்தார்கள். செடிகளிலும் தரையிலும் புது இரத்தம் சிந்தியிருந்தது. மற்றபடி அங்கு மனிதரும் இல்லை; விலங்கும் இல்லை. பூங்குழலியின் கத்தியையும் காணவில்லை!

'பார்த்தாயா பூங்குழலி! நான் கூறியதன் உண்மை இப்போதாவது தெரிகிறதா? இளவரசரை நாலா பக்கமும் அபாயங்கள் சூழ்ந் திருக்கின்றன. எந்த நேரத்தில் எந்த இடத்திலிருந்து எப்படிப்பட்ட அபாயம் வருமென்று சொல்ல முடியாது. தற்செயலாக உன்னுடைய கத்தியைப் பிடுங்கி நான் விட்டெறிந்தேன். அதிலிருந்து இங்கே யாரோ பதுங்கிக் கொண்டிருந்தது தெரிய வந்தது. எதற்காகப் பதுங்கியிருக்க வேண்டும் என்று நீயே யோசித்துப் பார்! இளவரசரைச் சமயம் பார்த்துத் தீர்த்துக் கட்டுவதற்காகத்தான்! கோடிக்கரைக்கு நான் வந்ததற்கு முதலாவது நாள் இரண்டு பேரை உன் அண்ணன் படகேற்றி அழைத்துப் போனதாகவும், அவர்களைப் பற்றி உனக்குச் சந்தேகம் தோன்றியதாகவும் சொல்லவில்லையா? அதை ஞாபகப்படுத்திக் கொள்! இப்படிப்பட்ட சமயத்தில் இளவரசரிடம் பிரியம் உள்ளவர்கள் அவரை விட்டுப் போகலாமா?' என்று வந்தியத்தேவன் மூச்சு விடாமல் பேசி நிறுத்தினான்.

'அவர் என்னைப் போகச் சொன்னால் என்ன செய்வது?' என்று பூங்குழலி கேட்டாள்.

'அவர் போகச் சொன்னாலும் நாம் போகக் கூடாது!'

பூங்குழலி சற்று யோசித்துவிட்டு, 'இங்கே பதுங்கியிருந்தது யார் என்று கண்டுபிடிக்க வேண்டாமா?' என்றாள்.

‘அது நம்மால் முடியாத காரியம். இந்த அடர்ந்த காட்டில் எங்கே யென்று தேடிக் கண்டுபிடிப்பது? அதிக நேரம் தாமதித்தால் இளவரசருக்கு உண்மையாகக் கோபம் வந்துவிடும். நம்மை விட்டு விட்டு எல்லாரும் போய்விடுவார்கள்! பேசாமல் என்னுடன் வா’

‘சரி வருகிறேன்!’ என்று பூங்குழலி கூறினாள்.

இருவரும் மற்றவர்கள் இருந்த மண்டபத்தை நோக்கி நடந்தார்கள்.

மண்டபத்திலிருந்தவர்கள், வந்தியத்தேவனும் பூங்குழலியும் அருகில் வந்ததும், மேற்படி சம்பவத்தைப்பற்றியே கேட்டார்கள். ‘எதற்காகக் கத்தியை எறிந்தாய்? ‘வீல்’ என்ற சத்தம் கேட்டதே, அது என்ன சத்தம்?’ என்று வினவினார்கள்.

‘புதரில் ஏதோ மிருகம் சிறுத்தையோ அல்லது நரியோ பதுங்கி யிருந்ததுபோல் தோன்றியது. அதனால் இவளுடைய கத்தியைப் பிடுங்கி வீசி எறிந்தேன். கிட்டப் போய்ப் பார்த்தோம். ஒன்றும் இல்லை’ என்றான் வந்தியத்தேவன்.

‘அது போனால் போகட்டும்; இந்தப் பெண்ணிடம் கேட்க வேண்டியதைக் கேளுங்கள்!’ என்றார் சேநாதிபதி.

பூங்குழலி வந்ததிலிருந்து இளவரசரையே பார்த்துக் கொண்டிருந்தாள். இளவரசர் அப்போது அவளை ஏறிட்டுப் பார்த்தார்.

‘சீச்சீ! இந்த நெஞ்சு எதற்காக இப்படி அடித்துக் கொள்கிறது? தொண்டையில் வந்து ஏதோ அடைக்கிறதே, அது என்ன? கண்ணில் எதற்காகக் கண்ணீர் தளும்புகிறது! அசட்டுப் பெண்ணே! உன் தைரியம் எல்லாம் எங்கே போயிற்று? அலை கடலையும், பெரும் புயலையும் கண்டு கலங்காத உன் உள்ளம் ஏன் இப்போது இப்படித் தத்தளிக்கிறது? கொடிய பயங்கர வேங்கைப் புலியின் கொள்ளிக் கண்களை ஏறிட்டுப் பார்க்கும் துணிவு படைத்த உன் கண்கள் ஏன் இப்போது மங்கல் அடைகிறது! பெண்ணே! மறுபடியும் பைத்தியக்காரி என்ற பட்டம் சூட்டிக் கொள்ளாதே! இளவரசரை நிமிர்ந்து பார்! அவர் கேட்கும் கேள்விகளுக்குக் கணீர் என்று மறுமொழி சொல்லு! உன்னை என்ன செய்துவிடுவார்? கருணை மிகுந்தவர், தயாளு என்று உலகமெல்லாம் சொல்கிறதே! பேதைப் பெண்ணாகிய உன்னை இளவரசர் என்ன செய்து விடுவார்?...’

‘சமுத்திர குமாரி! என்னை உனக்கு நினைவிருக்கிறதா?’ என்று அவர் கேட்டது ஆழ்கடலின் அடியிலிருந்து வரும் குரல் போல் அவள் காதில் தொனித்தது.

‘நான் குற்றவாளி!’

‘சமுத்திர குமாரி! உனக்கு என்னை நினைவிருக்கிறதா...?’

‘பொன்னியின் செல்வ! இது என்ன கேள்வி! யாரைப் பார்த்து ‘நினைவிருக்கிறதா?’ என்று கேட்கிறீர்கள்? ஆயிரமாயிரம் ஆண்டுகள் கலந்து பழகிய பின்னர் ‘நினைவிருக்கிறதா?’ என்று கேட்பது தகுமா? அல்லது தங்களுக்குத்தான் நினைவில்லாமல் போய்விட்டதா? எத்தனை யுகம் என்னுடைய சின்னஞ்சிறு படகில் தாங்கள் ஏறி வந்திருக்கிறீர்கள்? கடலில், முடிவில்லாத கடலில், எல்லையில்லாத வெள்ள அலைகளுக்கிடையில், நாம் இருவரும் என் சிறு படகில் ஏறிக்கொண்டு உல்லாச யாத்திரை செய்ததையெல்லாம் மறந்து விட்டீர்களா? திடீரென்று நாலாபுறமும் கரிய இருள் சூழ்ந்து வர, நாம் இருவரும் ஒருவருக்கொருவர் துணையாக, ஒருவர் கரத்தை ஒருவர் பற்றிக்கொண்டு நெடுங்காலம் நின்றதை மறந்து விட்டீர்களா? பயங்கரமான புயல்காற்று அடித்தபோது, மலைமலையாக எழுந்த பேரலைகள் நம்முடைய படகைத் தாக்கி, ஒரு கணம் நம்மை வான மண்டலத்துக்கு உயர்த்தி, மறுகணம் பாதாளத்தில் அமுத்தி, இப்படி யெல்லாம் அல்லோலகல்லோலம் செய்த நாட்களில், நாம் இருவரும் ஒருவருக்கொருவர் ஆதாரமாக நின்று அக்கொடும்புயலை எதிர்த்து வென்றதை மறந்துவிட்டீர்களா? ஒருசமயம் வான வெளியில் நாம் பறந்து பறந்து பறந்து சென்று கொண்டிருந்தோமே, அதை மறந்துவிட்டீர்களா? விண்மீன்களைத் தாங்கள் தாவிப் பிடித்து என் தலையில் ஆபரணங்களாகச் சூட்டினீர்களே, அதுவும் மறந்துவிட்டதா? பூரண சந்திரனை என் முகத்தருகிலே கொண்டு வந்து, ‘இதோ இந்த வெள்ளித் தகட்டில் உன் பொன் முகத்தைப் பார்!’ என்று சொல்லிக் காட்டினீர்களே, அதையும் மறந்துவிட்டீர்களா? மற்றொரு சமயம் ஆழ்கடலிலே தாங்கள் மூழ்கினீர்கள்; நான் உள்ளம் பதைபதைத்து நின்றேன்; சற்று நேரத்துக்கெல்லாம் இரண்டு கை களிலும் முத்துக்களையும் பவழங்களையும் எடுத்துக்கொண்டு

வெளிவந்து அவற்றை மாலையாகக் கோத்து என் கழுத்தில் சூட்டினீர்கள்! அதைத் தாங்கள் மறந்துவிட்டாலும் நான் மறக்க முடியுமா? அரசே! உச்சி வேளைகளில், நீலநிறம் ததும்பிய ஏரிக்கரைகளில், பூங்கொத்துக்களின் பாரம் தாங்காமல் மரக்கிளைகள் வந்து வளைந்து அலங்காரப் பந்தல் போட்ட இடங்களில், பசும்புல் பாய்களில், நாம் ஒருவர் முகத்தை ஒருவர் பார்த்த வண்ணம் எத்தனை எத்தனை எத்தனையோ நாட்கள் கழித்தோமே, அதையெல்லாம் மறந்துவிட முடியுமா? அந்த நேரங்களில் மரக்கிளைகளில் நூறு ஜோடிக் குயில்கள் உட்கார்ந்து கீதமிசைத்ததையும், ஆயிரம் பதினாயிரம் வண்டுகள் சுற்றிச் சுற்றி வந்து ரீங்காரம் செய்ததையும், கோடிக்கோடி பட்டுப்பூச்சிகள் பல வர்ணச் சிறகுகளை அடித்துக் கொண்டு ஆனந்த நடனம் ஆடியதையும் நான் என்றேனும் மறக்க முடியுமா? எத்தனை ஜன்மங்களிலும் மறக்க முடியுமா? என்னைப் பார்த்து 'நினைவிருக்கிறதா?' என்று கேட்டீர்களே, அப்படிக் கேட்கலாமா? நினைவிருக்கிறது, ஐயா, நன்றாக நினைவிருக்கிறது!...' இவ்வாறெல்லாம் சொல்ல வேண்டும் என்று அந்த பேதைப் பெண்ணின் உள்ளம் துள்ளித் துடித்தது.

ஆனால் அவளுடைய பவள இதழ்களோ, 'நினைவிருக்கிறது!' என்ற இரு சொற்களை மட்டுமே முணு முணுத்தன.

'ஆகா! சமுத்திர குமாரி, நீ வாய் திறந்து பேசுகிறாயே! இந்த அதிசயமான இலங்கைத் தீவிலே உள்ள எத்தனையோ மணிமாட மண்டபங்களின் தூண்களில் அழகிய தேவ கன்னிகைகளின் சிலைகளை அமைத்திருக்கிறார்கள்! ஒருவேளை அத்தகைய சிலைவடிவமோ நீ, என்று நினைத்தேன். நல்ல வேளையாக நீ வாய்திறந்து பேசுகிறாய். இன்னும் சில வார்த்தைகள் சொல்! உன் இனிய குரலைக் கேட்க எனக்கு எவ்வளவோ ஆசையாயிருக்கிறது. நம் சேநாபதியிடம் நீ சில விஷயங்களைச் சொன்னாயாம். தொண்டைமான் நதியில் இரண்டு பெரிய மரக்கலங்கள் வந்து மறைவான இடத்தில் ஒதுங்கியிருப்பதாயும் அவை நிறையப் போர்வீரர்கள் வந்திருப்பதாயும் சொன்னாயாம். அது உண்மைதானே, சமுத்திர குமாரி? அந்தக் கப்பல்களை உன் கண்களினால் நீயே பார்த்தாயா?' என்று இளவரசர் கேட்டார்.

'ஆம், ஐயா, என் கண்களினால் பார்த்தேன்!' என்றாள் பூங்குழலி.

'ஆகா! இப்போது கொஞ்சம் உன் குரலைக் கேட்க முடிகிறது. என் செவிகள் இன்பமடைகின்றன. நல்லது; மரக்கலங்களைப் பார்த்ததும் நீ உன் படகை ஒரு குறுகிய கால்வாயில் விட்டுக் கொண்டு போனாய். கப்பல்கள் போகும் வரையில் காத்திருப்பதற்காக அடர்ந்த காட்டினுள் புகுந்து மறைவான இடத்தில் படுத்துக் கொண்டிருந்தாய். அச்சமயம்

கப்பல்களிலிருந்து இறங்கிய வீரர்கள் சிலர் அங்கே வந்தார்கள். நீ படுத்திருந்த இடத்துக்குப் பக்கத்தில் அவர்கள் நின்று பேசிக் கொண்டார்கள். அவர்கள் பேச்சை ஒட்டுக் கேட்க வேண்டும் என்று நீ விரும்பவில்லை. உன் விருப்பமில்லாமலே அவர்கள் பேச்சு உன் காதில் விழுந்தது. நீ கேட்கும்படி நேர்ந்தது. இவையெல்லாம் நம் சேநாதிபதியிடம் நீ கூறியவை தானே?'

'நடந்ததை நடந்தபடியே கூறினேன்.'

'அவர்களுடைய பேச்சைக் கேட்டதும் அதைப்பற்றி உடனே சேநாதிபதியிடம் எச்சரிக்கை செய்யவேண்டும் என்று உனக்குத் தோன்றியது. வீரர்கள் அப்பால் போன உடனே நீ புறப்பட்டாய். சேநாதிபதி இருக்குமிடத்தைத் தேடிக்கொண்டு விரைந்து வந்தாய்! எப்படி வந்தாய், சமுத்திர குமாரி?'

'பாதி வழி படகில் வந்தேன்; பிறகு காட்டு வழியில் நடந்து வந்தேன்.'

'எங்கே போகும் உத்தேசத்துடன் கிளம்பினாய், அம்மா?'

'சேநாதிபதி மாதோட்ட நகரில் இருப்பார் என்று எண்ணி அங்கே போகும் உத்தேசத்துடன் வந்தேன். வழியில் மகிந்தலையில் இருப்பதாக அறிந்தேன். சேநாதிபதியைப் பார்த்துச் சொல்வதற்குள் போதும் போதும் என்று ஆகிவிட்டது. எத்தனை பேர் குறுக்கே நின்று தடுப்பது?' என்று சொல்லிப் பூங்குழலி சேநாதிபதி நின்ற பக்கம் நோக்கினாள். அவளுடைய பார்வையில் கோடைகாலத்து இடிமுழக் கத்துக்கு முன்னால் தோன்றும் மின்வெட்டு ஜொலித்தது.

'சேநாதிபதியைப் பார்ப்பது என்றால் இலேசான காரியமா? இதோ நிற்கும் என் சிநேகிதர் உன்னைப்போலவே சேநாதிபதியைப் பார்க்க முயன்று அடைந்த கஷ்டத்தைக் கேட்டால் நீ ஆச்சரியப்பட்டுப் போவாய். தடைகளைப் பொருட்படுத்தாமல் நீ பிடிவாதம் பிடித்துச் சேநாதிபதியைப் பார்த்துச் சொன்னதே நல்லதாய்ப் போயிற்று பூங்குழலி! சேநாதிபதியிடம் கூறியதை என்னிடமும் ஒருதடவை கூறுவாயா? மரத்தின் மறைவிலிருந்து நீ கேட்டாயே அப்போது அந்த வீரர்கள் எந்த விஷயத்தைப் பற்றிப் பேசினார்கள்?'

'அரசே! அதைச் சொல்வதற்கு என் நாகூசுகிறது.'

'பெரிய மனது பண்ணி எனக்காக இன்னொரு தடவை சொல்!'

'தங்களை சிறைப்படுத்திக்கொண்டு போவதற்காக அவர்கள் வந்திருப்பதாகப் பேசிக்கொண்டார்கள்.'

'யாருடைய கட்டளையின் பேரில் அவ்விதம் வந்தார்கள் என்பது பற்றி ஏதாவது பேசிக்கொண்டார்களா?'

'அதை நான் நம்பவில்லை, ஐயா! பழுவேட்டரையர்களின் சூழ்ச்சியாகத்தான் இருக்கவேண்டும் என்று நினைத்தேன்.'

'உன்னுடைய கருத்தைப் பிறகு தெரிவிக்கலாம். அவர்கள் பேசிக்கொண்டதை மட்டும் சொல், சமுத்திர குமாரி!'

'சக்கரவர்த்தியின் கட்டளை என்று பேசிக்கொண்டார்கள்.'

'ரொம்ப நல்லது; அதற்குக் காரணம் ஏதாவது சொல்லிக்கொண்டார்களா?'

'சொல்லிக்கொண்டார்கள். தாங்கள் இந்த நாட்டிலுள்ள புத்த குருக்களுடன் சேர்ந்துகொண்டு இலங்கை ராஜ்யத்துக்கு மன்னராக முடிசூட்டிக் கொள்ளச் சூழ்ச்சி செய்தீர்களாம்... இவ்விதம் சொன்ன அந்தப் பாவிகளை அங்கேயே கொன்றுவிடவேண்டும் என்று எனக்குக் கோபமாக வந்தது.'

'நல்ல காரியம் செய்ய எத்தனித்தாய்! சக்கரவர்த்தியின் தூதர்களை எந்தவிதத்திலும் தடை செய்யக் கூடாது என்று உனக்குத் தெரியாதா...? நல்லது; இன்னும் அவர்கள் முக்கியமான விஷயம் ஏதேனும் சொன்னதாக உனக்கு ஞாபகம் இருக்கிறதா?'

'சேநாதிபதிக்கு அவர்கள் எதற்காக வந்திருக்கிறார்கள் என்கிற விஷயம் தெரியக் கூடாது என்றும், தெரிந்தால் தங்களைத் தப்புவிக்க அவர் பிரயத்தனம் செய்யலாம் என்றும் சொன்னார்கள். ஆகையால் தாங்கள் இருக்குமிடம் தெரிந்து கொண்டு நேரில் தங்களிடம் கட்டளையைக் கொடுத்துக் கையோடு அழைத்துப் போக வேண்டும் என்றும் சொன்னார்கள்...'

'ஆகையால் நீ உடனே சேநாதிபதியைத் தேடிக்கொண்டு புறப்பட்டாயாக்கும். எனக்குப் பெரிய உதவி செய்தாய் சமுத்திர குமாரி! சற்று அப்பால் இரு. இவர்களிடம் ஒரு முக்கியமான விஷயத்தைப் பற்றி நான் கலந்து ஆலோசிக்க வேண்டியிருக் கிறது. ஆனால் முன் மாதிரி ரொம்ப தூரம் ஓடிப்போய் விடாதே. மறுபடியும் உன்னைப் பிடித்துக் கொண்டு வருவதற்கு வந்தியத்தேவரை அனுப்பும்படிச் செய்துவிடாதே!' சமுத்திர குமாரி சற்று நகர்ந்து ஒரு தூணின் அருகில் நின்று கொண்டாள். இளவரசரின் முகத்தைப் பார்க்கக்கூடிய இடத்திலேதான் நின்றாள்.

தேன் குடத்தில் முழுகிய இரு வண்டுகள் மூச்சுத் திணறிக் கொண்டிருந்தன. மெதுவாகச் சமாளித்துக் கரைக்கு வந்து பிறகு தேனைச் சுவை பார்த்துக் களிக்கத் தொடங்கின. பூங்குழலியின் கண்களும் இப்போது அத்தகைய சௌகரியமான நிலையில்

இருந்தன. இளவரசரின் முக சௌந்தரியமாகிய தேனை அவை பருகித் திளைத்தன. அவளுடைய உள்ளமோ நெஞ்சுக்குள் கட்டுப்பட்டு நிற்க மாட்டேன் என்று பிடிவாதம் பிடித்துக் கொண்டிருந்தது. நெஞ்சை வெடித்துக்கொண்டு வெளியேறி வான வெளியெங்கும் பொங்கி நிறைந்துவிட வேண்டும் என்று தவித்துக் கொண்டிருந்தது.

இளவரசர் சேநாதிபதி பூதி விக்கிரம கேசரியைப் பார்த்து 'ஐயா! பரம்பரையாக எங்கள் குடும்பத்துக்குச் சிநேகிதமான குலத்தின் தலைவர் தாங்கள். என் தந்தையின் உற்ற நண்பர். தங்களை நான் என் தந்தைக்கு இணையாகவே மதித்து வந்திருக்கிறேன். தாங்களும் என்னைத் தங்கள் சொந்தப் புதல்வனாகவே கருதிப் பாராட்டி வந்திருக்கிறீர்கள். ஆகையால் இச்சமயம் என்னுடைய கடமையைச் செய்வதற்குத் தாங்கள் உதவி செய்ய வேண்டும். அதற்குக் குறுக்கே நிற்கக் கூடாது!' என்றார்.

சேநாதிபதி மறுமொழி சொல்வதற்குள் பார்த்திபேந்திரனையும் திரும்பிப் பார்த்து, 'ஐயா! தங்களையும் கேட்டுக் கொள்கிறேன். தாங்கள் என் அருமைத் தமையனாரின் உற்ற நண்பர். என் தமையனாரின் வாக்கைத் தெய்வத்தின் வாக்காக மதித்து நான் போற்றுகிறவன். ஆகையால் தங்களுடைய வார்த்தையையும் மதித்துப் போற்றக் கடமைப்பட்டவன். தங்களைப் பெரிதும் வேண்டிக் கொள்கிறேன். என் கடமையை நான் நிறைவேற்று வதற்குத் தடை எதுவும் சொல்லக்கூடாது!' என்றார்.

சேநாதிபதியும், பார்த்திபேந்திரனும் ஒருவரையொருவர் பார்த்துக் கொண்டார்கள். அந்தப் பார்வையின் மூலம் ஒருவருடைய பயத்தை இன்னொருவருக்குத் தெரிவித்துக் கொண்டார்கள்.

சேநாதிபதி இளவரசரைப் பார்த்து, 'இளவரசே! தாங்கள் கூறுவது ஒன்றும் எனக்கு விளங்கவில்லை. வாழ்நாளெல்லாம் நான் போர்க் களத்திலே கழித்தவன். மூடுமந்திரமாகப் பேசினால் தெரிந்துகொள்ள இயலாதவன். தங்களுடைய கடமையைச் செய்யப்போவதாகச் சொல்கிறீர்கள். அப்படியென்றால் என்ன? எந்தக் கடமையை, என்ன மாதிரி செய்யப் போவதாக உத்தேசித்திருக்கிறீர்கள்?' என்று கேட்டார்.

'இச்சமயம் என்னுடைய கடமை ஒன்றே ஒன்றுதான். என் தந்தையின் கட்டளையை நிறைவேற்றி வைக்க வேண்டியது தான். என்னைச் சிறைப்படுத்திக்கொண்டு வரும்படியான கட்டளையுடன் என் தந்தை ஆட்களை அனுப்பி வைத்திருக் கிறார். என்னை அவர்கள் தேடி அலையும்படியாக ஏன் வைத்துக் கொள்ள வேண்டும்? நானே அவர்கள் இருக்குமிடம் சென்று என்னை ஒப்புக் கொடுத்துவிடுவேன். அதுவே இப்போது நான் செய்ய வேண்டிய கடமை...'

'முடியவே முடியாத காரியம். என் உடம்பில் உயிருள்ள வரையில் அதை நான் அனுமதிக்க மாட்டேன். தடுத்தே தீருவேன்!' என்றான் பார்த்திபேந்திரன்.

சேநாதிபதி அவனைப் பார்த்து, 'பதறவேண்டாம்; பொறுங்கள்!' என்றார். பின்னர் இளவரசரை நோக்கிக் கூறினார்.

'ஐயா! தங்களுடைய கடமையைப் பற்றிச் சொன்னீர்கள். எனக்கும் ஒரு கடமை இருக்கிறது. அருள் புரிந்து அதைக் கேட்கவேண்டும். கொடும்பாளூர் வேளார் பெருங்குடியில் இன்று உயிரோடிருக்கும் ஆண் மகன் நான் ஒருவன்தான். மற்றவர்கள் அனைவரும் சோழ சாம்ராஜ்யத்தின் சேவையில் இறந்து போனார்கள். அநேகமாக எல்லாரும் போர்க்களத்தில் மடிந்தார்கள். நானும் ஒருநாள் அவ்விதம் இறந்து போவேன். யார் கண்டது? ஆகையால் என் வார்த்தையைக் கொஞ்சம் பொறுமையுடன் கேட்கவேண்டும். அரண்மனை மாடங்களில் அருமையாக வளர்க்கப்பட்டு வந்த தங்களைச் சென்ற ஆண்டில் தென்திசைப் படைகளின் மாதண்ட நாயகராகச் சக்கரவர்த்தி நியமித்தார். அப்போது என்னைத் தனியாக அழைத்துச் சொன்னார்: 'இளவரசன் என்னை விட்டுப் பிரிவது என் உயிரே உடலிலிருந்து பிரிவது போலிருக்கிறது. ஆயினும் என்னுடைய ஆசைக்காக அவனை நான் அரண்மனைக்குள்ளேயே வைத்து வளர்க்கக் கூடாது. அவன் வெளியேறிப் போக வேண்டியதுதான்; அண்ணனைப்போல் வீரன் என்று பெயர் எடுக்கவேண்டியதுதான். ஆனால் அவன் உயிருக்கு ஏதாவது ஆபத்து வந்தால் அதே கணத்தில் என் உயிரும் போய்விடும். அவனுக்கு எவ்வித அபாயமும் நேராமல் பாதுகாக்க வேண்டியது உன் பொறுப்பு...' இவ்வாறு சக்கரவர்த்தி எனக்குக் கட்டளையிட்டார். சென்ற ஆண்டில் அவ்வாறு கூறிய சக்கரவர்த்தி இப்போது தங்களைச் சிறைப்படுத்திக் கொண்டு வரும்படி கட்டளையிடுவாரா? அவ்வாறு கட்டளையிடும்படியாகத் தாங்கள் என்ன செய்து விட்டீர்கள்? இலங்கைச் சிம்மாசனத்தைக் கைப்பற்றுவதற்குத் தாங்கள் சூழ்ச்சி செய்ததாகச் சொல்வது எவ்வளவு அபத்தம்? இந்த அபவாதத்தை யாராவது நம்ப முடியுமா?...'

கொடும்பாளூர்ப் பெரிய வேளார் கூறி வந்ததை இதுவரை பொறுமையுடன் கேட்டு வந்த இளவரசர் இப்போது குறுக்கிட்டார்.

'வேறு யாராவது நம்ப முடியாதோ, என்னமோ? ஆனால் என்னால் நம்ப முடியும்!' என்றார்.

'என்ன சொல்கிறீர்கள், இளவரசே!'

'இலங்கைச் சிம்மாசனத்தைக் கைப்பற்ற நான் சூழ்ச்சி செய்தது உண்மைதான் என்று சொல்கிறேன்?'

வந்தியத்தேவன் இப்போது முன்னால் வந்து, ‘இது என்ன ஐயா! சற்று முன் வரையில் சத்தியம் - தர்மம் என்று சொல்லி வந்தீர்கள். இப்போது இப்படிப் பெரும் பொய் சொல்கிறீர்களே!... சேநாதிபதி! இவர் வார்த்தையை நீங்கள் நம்பவேண்டாம். நேற்றிரவு புத்த குருக்களின் மகாசபையார் இவருக்கு இலங்கைச் சிம்மாசனத்தையும் கிரீடத்தையும் அளித்தார்கள் இவர் வேண்டாம் என்று மறுதளித்தார். இதற்கு நானும் இதோ நிற்கும் இந்த வைஷ்ணவனும் சாட்சி!’ என்றான்.

பொன்னியின் செல்வர் புன்னகை புரிந்து, ‘வந்தியத்தேவரே! ஒரு கேள்வி! சூழ்ச்சி செய்கிறவர்கள் சாட்சி வைத்துக்கொண்டு சூழ்ச்சி செய்வார்களா? நீங்கள் இருவரும் பக்கத்தில் இருந்ததினாலேயே நான் இலங்கைச் சிம்மாசனத்தையும் கிரீடத்தையும் மறுதளித் திருக்கலாம் அல்லவா?’ என்றார்.

வந்தியத்தேவன் அசந்துபோனான்! இதற்கு எதிராக அவனால் ஒன்றும் சொல்ல முடியவில்லை.

இளவரசர் மேலும் கூறினார்: ‘வாணர்குல வீரரே! உமக்குச் சந்தேகம் இருந்தால் அதோ நிற்கும் வைஷ்ணவரைக் கேட்கலாம். முதன் மந்திரி அநிருத்தப் பிரமராயர் அவரிடம் என்ன சொல்லி அனுப்பினார் என்று கேட்டு அறிந்து கொள்ளலாம். ‘புத்த குருமார்கள் தங்களுக்கு இலங்கைச் சிம்மாசனம் அளிக்க முன்வரு வார்கள். சாட்சியம் வைத்துக் கொண்டு அதை மறுதளிக்கவும்’ என்று சொல்லி அனுப்பினாரா, இல்லையா என்று விசாரித்துத் தெரிந்து கொள்ளலாம்!’ இதைக்கேட்டு அங்கிருந்த எல்லாருமே திகைத்துப்போய் நின்றார்கள்.

இளவரசர் சேநாதிபதியைப் பார்த்துச் சொன்னார்: ‘ஐயா! இதைக் கேளுங்கள். இந்த இலங்கையைக் கவர்ந்து ஆள வேண்டும் என்ற பேராசை என் மனத்தில் இருந்தது உண்மை. இந்தப் பேராசையை எனக்கு உண்டு பண்ணியவர் என் தமக்கையார். ‘தம்பி! நீ நாடு ஆளப் பிறந்தவன். உன் கையில் சங்கு சக்கர ரேகை இருக்கிறது. இங்கே உனக்கு இடம் இல்லை. ஆகையால் இலங்கைக்குப் போ! இலங்கைச் சிம்மாசனத்தைக் கைப்பற்றிக் கொள்!’ என்று இப்படியெல்லாம் இளைய பிராட்டி அடிக்கடி சொல்லி என் மனத்தில் ஆசையை வளர்த்து விட்டார். ஆகையால் நான் குற்றவாளிதான், சக்கரவர்த்தி என்னைச் சிறைபடுத்திக் கொண்டு வரும்படி கட்டளையிட்டதற்குக் காரணம் இருக்கிறது...’

‘கொஞ்சம் பொறுங்கள், இளவரசே! அப்படித் தங்கள் மனத்தில் எண்ணம் உதித்திருந்தால் அது இந்த இலங்கைத் தீவின் பாக்கியம்.

அதற்குப் பொறுப்பாளியும் தாங்கள் அல்ல; தங்கள் தமக்கையார் இளைய பிராட்டியும் அல்ல. சுந்தர சோழ சக்கரவர்த்திதான் அதற்குப் பொறுப்பாளி. அவரே என்னிடம் பலமுறை சொல்லியிருக்கிறார்; தங்களை இலங்கைச் சிம்மா சனத்தில் ஏற்றி வைத்துப் பார்க்க வேண்டும் என்று சொல்லியிருக் கிறார். குந்தவை தேவியிடம் இதைப் பற்றி முதன் முதலில் கூறியவரும் சக்கரவர்த்திதான். தங்கள் தந்தையின் விருப்பத்தையே தமக்கையார் தங்களிடம் தெரியப்படுத்தியிருக்கிறார். ஆகையால் தாங்கள் குற்றவாளி அல்ல...'

'சேநாதிபதி! அப்படியானால் என் தந்தையிடம் போவதற்கு நான் ஏன் தயங்கவேண்டும்? அவரிடம் நடந்தது நடந்தபடி சொல்கிறேன். இதோ இருக்கும் இந்த இரண்டு பேரும் எனக்காகச் சாட்சி சொல்லட்டும். பிறகு சக்கரவர்த்தி என்ன கட்டளை இடுகிறாரோ, அதன்படி நடந்துகொள்வது என் கடமை...'

பார்த்திபேந்திரன் இப்போது அனல் கக்கும் குரலில் கூறினான்: 'சேநாதிபதி ஏதேதோ வெறும் பேச்சுப் பேசிக்கொண்டிருக் கிறோம். இனியும் மூடி மறைப்பதில் பயன் ஒன்றுமில்லை இளவரசரிடம் உண்மையைச் சொல்லியே தீரவேண்டும். தாங்கள் சொல்கிறீர்களா அல்லது நான் சொல்லட்டுமா!'

'நானே சொல்கிறேன்; பொறுங்கள்!' என்றார் சேநாதிபதி. அக்கம் பக்கம் பார்த்துவிட்டுக் கூறினார்: 'இளவரசே! தங்களுடைய களங்கமற்ற உள்ளத்தை மாசுபடுத்த வேண்டாம் என்று எண்ணியது பயன்படவில்லை. ஒரு விரஸமான விஷயத்தைப் பற்றித் தங்களுக்குச் சொல்ல வேண்டியிருக்கிறது. பெரிய பழுவேட்டரையர் இந்த முதிய பிராயத்தில் நந்தினி என்னும் பெண்ணை மணம் புரிந்து கொண்டிருப்பது தங்களுக்குத் தெரிந்த விஷயமே. அவள் ஒரு சூனியக்காரி. பயங்கரமான மாய மந்திர வித்தைகள் அவளுக்குத் தெரிந்திருக்கின்றன. அவற்றின் உதவியால் பெரிய பழுவேட்டரை யரை அவள் தன் காலடியில் போட்டு வைத்துக் கொண்டிருக்கிறாள். அவள் தன் காலால் இட்ட பணியை இவர் தலையில் ஏந்தி நிறைவேற்றி வைக்கிறார். பழங்குடியில் பிறந்து, பல வீரச் செயல்கள் புரிந்த அந்தப் பெரியவருக்கு விதி வசத்தால் இந்த மாதிரி துர்க்கதி சம்பவித்து விட்டது.'

'சேநாதிபதி! இது நான் கேள்விப்படாதது அல்லவே? சோழ தேசத்தில் நாடு நகரமெல்லாம் பேசிக்கொள்ளும் விஷயந்தானே?' என்றார் இளவரசர்.

'அந்த மந்திரக்காரி நந்தினியின் சக்தி இதுவரையில் பழுவேட்ட ரையர்களை மட்டும் ஆட்டி வைத்துக் கொண்டிருந்தது. இளவரசே!

மன்னிக்க வேண்டும்! இப்போது அவள் சக்கரவர்த்தி யின் பேரிலும் தன்னுடைய மந்திரத்தைப் போட ஆரம்பித்து விட்டாள். அதனால் தான் இத்தகைய கட்டளையை, - தங்களைச் சிறைப்படுத்தி வரும் படியான கட்டளையை, சக்கரவர்த்தி பிறப்பித்திருக்கிறார்!...'

'சேநாதிபதி! எச்சரிக்கை! சக்கரவர்த்தியைப் பற்றிக் கௌரவக் குறைவாக எதுவும் சொல்ல வேண்டாம். என் தந்தையின் உடம்பில் உயிர் உள்ளவரையில் அவர் இடும் கட்டளை எதுவானாலும், எந்தச் சந்தர்ப்பத்தில் இடப்பட்டாலும், அதுவே தெய்வத்தின் கட்டளையாகும்...'

'அதை நாங்கள் மறுக்கவில்லை, இளவரசே! சக்கரவர்த்தியின் சுதந்திரத்துக்கு மட்டுமின்றி அவருடைய உயிருக்கே அபாயம் வந்துவிடுமோ என்றுதான் அஞ்சுகிறோம். நந்தினியைப் பற்றிய முழு உண்மையை நேற்றுவரை நானே அறிந்து கொள்ள வில்லை. நேற்றிரவுதான் பார்த்திபேந்திரன் மூலமாகத் தெரிந்து கொண்டேன். அந்தப் பயங்கரமான விஷயத்தைத் தாங்களும் தெரிந்து கொள்வது அவசியம்.

'மூன்று வருஷத்துக்கு முன்னால் மதுரைக்கு அருகில் வீர பாண்டிய னோடு இறுதி யுத்தம் நடந்தது அல்லவா? அப்போது தங்கள் தமையனார் கரிகாலரும் இதோ உள்ள பார்த்திபேந்திரரும் நானும் கலந்தாலோசித்து ஒவ்வொரு காரியத்தையும் செய்து வந்தோம். பாண்டியனுடைய சைனியங்கள் அடியோடு நிர்மூலம் ஆயின. வீரபாண்டியன் முன்னொரு தடவை பாலைவனத்தில் ஓடி ஒளிந்தது போல் இப்போதும் ஓடித் தப்பிக்க முயன்றான். அதற்கு இடம் கொடுக்கக் கூடாதென்று நாங்கள் மூவரும் அவனை எப்படியாவது கைப்பற்றத் தீர்மானித்துப் பெரு முயற்சி செய்தோம். இந்தத் தடவை வீர பாண்டியனுடைய தலையைக் கொண்டு போகாமல் தஞ்சாவூருக்குத் திரும்புவதில்லை என்று நாங்கள் மூவரும் சபதம் செய்திருந்தோம். ஆகையால் வேறு யாரையும் நம்புவதில்லை யென்று நாங்களே அவனைத் தொடர்ந்து சென்றோம். கடைசியாக ஒரு கோயிலுக்குப் பக்கத்தில் இருந்த குடிசையில் அவன் ஒளிந்திருப் பதைக் கண்டுபிடித்தோம். குடிசைக்கு வெளியில் எங்களைக் காவலுக்கு நிறுத்தி வைத்து விட்டுத் தங்கள் அண்ணன் கரிகாலர்தான் உள்ளே நுழைந்தார். வீர பாண்டியனைக் கொன்று அவன் தலையை எடுத்து வந்தார். நாங்களும் எங்கள் காரியம் முடிந்துவிட்ட தென்று குதூகலமாகத் திரும்பிச் சென்றோம். ஆனால் அந்தக் குடிசைக்குள்ளே ஒரு சிறிய நாடகம் நடந்ததென்பது எங்களுக்குத் தெரியாது. வீர பாண்டியனுக்கு அடைக்கலம் கொடுத்திருந்த பெண் ஒருத்தி குறுக்கே

நின்று தடுத்துத் தன் காதலனுக்கு உயிர்ப்பிச்சை கேட்டாள். கரிகாலர் அவளை உதைத்துத் தள்ளிவிட்டு வீரபாண்டியனுடைய தலையைக் கொய்து வெளியே எடுத்து வந்தார். இளவரசே! அவ்விதம் சோழ குலத்தின் ஜன்ம சத்துருவான வீர பாண்டியனைக் காப்பாற்ற முயன்றவள் தான் நந்தினி! அவள்தான் பிற்பாடு எழுபது வயதுக்கிழவரை மணந்து தஞ்சாவூருக்கு வந்து, 'பழுவூர் இளைய ராணி' யாக விளங்குகிறாள்! அவள் எதற்காக, என்ன நோக்கத்துடன் வந்திருப்பாள் என்பதை நாம் ஊகிக்கலாம் அல்லவா? வீர பாண்டியனுக்காகப் பழிக்குப் பழி வாங்கத்தான் வந்திருக்கிறாள். சோழ குலத்தை அடியோடு நிர்மூல மாக்கி விடுவதற்காக வந்திருக்கிறாள். அவள் அருகில் சென்றவர் யாரும் அவளுடைய மோக வலையிலிருந்து தப்பித் திரும்புவது கடினம். அதோ நிற்கும் வந்தியத்தேவன் அதற்குச் சாட்சி சொல்லுவான். சோழ குலத்தைப் பூண்டோடு அழித்துவிடப் பயங்கர சபதம் எடுத்திருக்கும் கூட்டத்தைப்பற்றி அதோ நிற்கும் வைஷ்ணவன் சாட்சி சொல்வான். அவர்களுக்கு அவசியமான பணத்தையெல்லாம் நந்தினிதான் கொடுக்கிறாள். இளவரசே! துரதிஷ்டவசமாக நம் சக்கரவர்த்திப் பெருமானும் அந்தப் பாதகியின் வலையில் விழுந்து விட்டதாகக் காண்கிறது. மதுராந்தகத் தேவனுக்குப் பட்டம் கட்டுவது பற்றிச் சக்கரவர்த்தியே யோசித்து வருவதாகத் தெரிகிறது. ஆகையால் சக்கரவர்த்தியின் கட்டளையென்று கருதித் தாங்கள் தஞ்சைக்குப் போவதற்கு இது தருணமல்ல...'

'சேநாதிபதி! தாங்கள் கூறிய செய்திகள் எனக்கு மிக்க வியப்பை உண்டு பண்ணியிருக்கின்றன. ஆயினும் அச்செய்திகளில் நான் செய்த முடிவுதான் உறுதிப்படுகிறது. என் தந்தையை அவ்வளவு பயங்கர மான அபாயங்கள் சூழ்ந்திருக்கும்போது நான் இருக்க வேண்டிய இடம் அவர் அருகிலேதான். இலங்கை அரசு எனக்கு என்னத்திற்கு? அல்லது இந்த உயிர்தான் என்னத்திற்கு? இனி யோசனை ஒன்றுமே தேவையில்லை. என்னைத் தடை செய்வதற்கு யாரும் முயல வேண்டாம்!' என்று இளவரசர் கம்பீரமாகக் கூறினார். பிறகு, சற்றுத் தூரத்தில் தூணில் சாய்ந்து கொண்டு தம்மைக் கண்கொட்டாமல் பார்த்துக்கொண்டிருந்த பூங்குழலியின் மீது அவர் கண்கள் சென்றன.

'சமுத்திர குமாரி! சற்று இப்படி அருகில் வா!' என்றார். பூங்குழலி நெருங்கி வந்தாள். 'பெண்ணே! நீ கொண்டுவந்த செய்தியின் மூலம் எனக்குப் பெரிய உதவி செய்தாய். இன்னும் ஓர் உபகாரம் எனக்கு நீ செய்ய வேண்டும். செய்வாயா?' என்று கேட்டார்.

'அடடா! இது என்ன? இந்த ஏழைப் படகுக்காரியிடமா இவர் உதவி கோருகிறார்? இவருக்குக் குற்றேவல் செய்யும் பாக்கியத்தை நாடி

வந்தேன்; இவர் என்னிடம் உதவி வேண்டும் என்று யாசிக்கிறாரே! கடவுளிடம் வரம் கேட்க வந்தேன்; கடவுள் தம் திருக்கரங்களை நீட்டி என்னிடம் 'பிச்சை போடு' என்று கேட்கிறாரே?' இவ்வாறு மனத்தில் எண்ணி, 'இளவரசே! தாங்கள் இட்ட கட்டளையை நிறைவேற்றக் காத்திருக்கிறேன்!' என்றாள் பூங்குழலி.

'சமுத்திர குமாரி! என்னைத் தேடிக் கொண்டு இரண்டு மரக்கலங்கள் தொண்டைமான் ஆற்று முகத்துவாரத்தின் அருகில் காத்திருக்கின்றன என்று சொன்னாய் அல்லவா? அந்த இடத்துக்கு நான் அதி சீக்கிர மாகப் போய்ச் சேரவேண்டும். எனக்கு வழிகாட்டி அழைத்துக் கொண்டு போவாயா?'

'பெண்ணே! 'முடியாது' என்று சொல்!' என்பதாக ஒரு குரல் கர்ஜித்தது. அது சேநாதிபதியின் குரல்தான் என்பதைப் பூங்குழலி உணர்ந்தாள்.

இத்தனை நேரமும் ஏதோ ஒரு சொப்பன லோகத்தில் சஞ்சரித்துக் கொண்டிருந்தவளுக்கு இப்போதுதான் தன் நெருக்கடியான நிலைமை தெரிந்தது. எந்த அபாயத்திலிருந்து இளவரசரைத் தப்புவிக்கலாம் என்ற ஆசையுடன் இவள் அவசர அவசரமாக ஓடி வந்தாளோ, அந்த அபாயத்தின் வாயிலிலேயே கொண்டு சேர்க்கும்படி இளவரசர் இப்போது தன்னைக் கேட்டுக்கொள்கிறார்!

'பெண்ணே! 'முடியாது' என்று சொல்!'. சேநாதிபதியின் இந்தக் கட்டளையின் பொருள் அவளுக்கு இப்போது புலனாயிற்று. நாலா புறத்திலிருந்தும் ஆயிரம் குரல்கள் அதே கட்டளையை அவளுக்கு இட்டன. மரங்கள் அவ்வாறு முழங்கின; மண்டபத்தின் தூண்கள் அவ்விதம் அலறின; மரக்கிளைகளின் மேலிருந்து பறவைகள் கதறின.

ஆனால் அந்த பேதைப் பெண்ணின் இதயத்தின் உள்ளே மெல்லிய குரல் கேட்டது. 'பூங்குழலி! இதோ உன் அதிர்ஷ்டம்! இளவரசருக்கு வழிகாட்டி அழைத்துப் போவாயானால் அவருடன் இரண்டு தினங்கள் கழிக்கலாம். அவர் அருகில் நீ இருக்கலாம். அவர் உன்னைப் பாராத போது அவரை நீ பார்க்கலாம். அவர் மீது பட்டு வரும் காற்று உன் மீதும் படும். அவருடைய குரல் உன் காதில் அடிக்கடி கேட்கும். அடி பெண்ணே! நீ கண்டு வந்த எட்டாத கனவில் ஒரு சிறிது நிறைவேறும். பிறகு அது எப்படியானால் என்ன? பூங்குழலி! ஒத்துக்கொள்!' என்று அந்த மெல்லிய குரல் அவள் மனக் காதில் கூறியது.

'சமுத்திர குமாரி! ஏன் தயங்குகிறாய்? எனக்கு இந்த உதவி நீ செய்ய மாட்டாயா? நானே வழி கண்டுபிடித்துக் கொண்டு போக வேண்டியது தானா?' என்று இளவரசர் கூறியது அவளுடைய மனம் திடமடையக் காரணமாயிற்று.

'இளவரசே! வழிகாட்ட நான் வருகிறேன்!' என்றாள்.

சேநாதிபதி பூதிவிக்கிரம கேசரி அப்போது தம் தொண்டையைக் கனைத்துக் கொண்ட சப்தம் பூகம்பம் ஏற்படுவதற்கு முன்னால் பூமியின் கர்ப்பத்திலிருந்து எழுகின்ற பயங்கரத் தொனியை நிகர்த்திருந்தது.

அவர் ஓர் அடி முன்னால் வந்து கூறினார்: 'இளவரசே! தங்கள் விருப்பத்துக்குக் குறுக்கே நான் நிற்கமாட்டேன். ஆனாலும் என் வேண்டுகோள் ஒன்றுக்குச் செவி சாய்க்க வேணும். தங்களைச் சிறைப்படுத்த வந்திருப்பவர்களிடம் தங்களை ஒப்படைக்கும் வரையில் தங்களைப் பாதுகாப்பது என்பொறுப்பு. நேற்றிரவு தங்களைக் கொல்ல நடந்த முயற்சிகளைப் பற்றிச் சற்று முன்னால் தங்கள் தோழர்கள் சொன்னார்கள். அந்தக் கொலைகாரர்கள் இன்னும் பிடிபடவில்லை. அவர்கள் யாரென்று தெரியவும் இல்லை. என் மனத்தில் உள்ளதைச் சொல்வதற்காக மன்னியுங்கள். இந்தப் பெண்ணின் பேரிலேயே எனக்குக் கொஞ்சம் சந்தேகமுண்டு. அந்தக் கொலைகாரர்களுக்கு இவளும் ஒருவேளை உடந்தையா யிருக்கலாம் அல்லவா? மரக்கலங்களில் தங்களைச் சிறைப் படுத்தி அழைத்துப் போக வந்திருக்கிறார்கள் என்பதே இவளுடைய கற்பனையாயிருக் கலாம் அல்லவா? ஏன் இருக்கக் கூடாது? சற்றுமுன்னால் இவளுடைய கத்தியைத் தங்கள் தோழர் வந்தியத்தேவர் பிடுங்கி எறிந்தபோது, அது யார் பேரிலோ விழுந்து ஓலக்குரல் கேட்டதே? அது யாருடைய குரல்? இந்தப் பெண் தாராளமாக வழி காட்டிக் கொண்டு வரட்டும். நம்முடைய யானை மேல் ஏறிக்கொண்டு முன்னால் செல்லட்டும். ஆனால் தங்களுடன் நானும் தொண்டைமான் ஆற்றில் உள்ள கப்பல்களைக் காணும் வரையில் வந்தே தீருவேன்! அது என்னுடைய கடமை!'

சேநாதிபதியின் இந்தப் பேச்சைப் புன்னகை பூத்த முகத்துடன் கேட்டுக்கொண்டு நின்ற இளவரசர், 'அப்படியேயாகட்டும்! தங்களுடைய கடமையை நிறைவேற்றுவதற்கு நானும் குறுக்கே நிற்கவில்லை!' என்றார்.

நாற்பத்து நான்காம் அத்தியாயம்

யானை மிரண்டது!

மேற்கண்டவாறு முடிவு ஏற்பட்டதும் சேநாதிபதி பூதி விக்கிரம கேசரி பார்த்திபேந்திரனைத் தனியாக அழைத்துச் சென்று சிறிது நேரம் அந்தரங்கமாகப் பேசினார். பின்னர், தம்முடன் வந்த படைவீரர் களுக்குத் தனித்தனியே சில கட்டளைகளைப் பிறப்பித்தார்.

பார்த்திபேந்திரன் இளவரசரிடம் விடைபெற்றுக் கொண்டான். 'ஐயா! நான் வந்த காரியம் நிறைவேறாமல் வெறுங்கையோடு திரும்பு கிறேன். இதற்காகக் கரிகாலர் என்னை மிகவும் கோபித்துக்கொள்ளப் போகிறார். ஆயினும் என்ன செய்வது? தாங்கள் பிடிவாதமாக இருக்கிறீர்கள். என் பேரில் குற்றமில்லை. இதற்கு இங்குள்ளவர்கள் எல்லாரும் சாட்சி!' என்றான்.

இளவரசர், 'அவ்வளவு அவசரமாகப் போகவேண்டுமா? தாங்களும் சேநாதிபதியோடு தொண்டைமான் ஆறு வரை வந்து விட்டுப் போகக்கூடாதா?' என்று கேட்டார்.

'அந்தப் பாதகத்துக்கு நான் உடந்தையாயிருக்க மாட்டேன். நான் வந்த கப்பல் திரிகோணமலையில் நிற்கிறது. அங்கே போய்க் கப்பல் ஏறிக் கூடிய சீக்கிரம் நான் காஞ்சிக்குப் போகவேண்டும். கரிகாலரிடம் நடந்ததைச் சொல்ல வேண்டும்!' என்றான் பார்த்திபேந்திரன்.

பின்னர் வந்தியத்தேவனைப் பார்த்து, 'வல்லத்தரையனே! என்னுடன் நீ காஞ்சிக்கு வரவில்லையா?' என்று கேட்டான்.

வந்தியத்தேவன் சிறிது திடுக்கிட்டு நின்றுவிட்டு, 'இல்லை; இளவரசருடன் போக விரும்புகிறேன்' என்றான்.

'நல்லது; என்னுடன் வராததற்காகப் பிறகு வருத்தப்படுவாய்!' என்று சொல்லிவிட்டுப் பார்த்திபேந்திரன் புறப்பட்டான்.

சேநாதிபதியின் கட்டளையின்படி அவனுடன் இன்னும் சில வீரர்களும் கிளம்பிச் சென்றார்கள்.

வந்தியத்தேவன் ஆழ்வார்க்கடியானிடம், 'அந்தப் பல்லவன் கூறியதன் பொருள் என்ன? தன்னுடன் வராததற்காக நான் வருத்தப்படுவேன் என்று ஏன் கூறினான்? உமக்கு ஏதாவது தெரிகிறதா?' என்று கேட்டான்.

'சேநாதிபதியும் அவனும் கலந்து பேசி ஏதோ சூழ்ச்சி செய்திருக்கிறார்கள்! அதன் விவரம் இன்னதென்று தானே சீக்கிரத்தில் தெரியும். உண்மையில், இப்போது ஏற்பட்டிருக்கும் சங்கடத்துக்கு மூலகாரணம் இந்தக் கொடும்பாளூர் கிழவர்தான்!' என்றான்.

'அது எப்படி? சேநாதிபதி என்ன செய்திருக்க முடியும்?'

'எல்லாம் அவருடைய வேலைதான். அவருடைய குடும்பப்பெண் ஒருத்தி பழையாறையில் வளர்கிறாள் என்பது உனக்குத் தெரியும் அல்லவா?'

'நன்றாய்த் தெரியும். வானதி தேவியைத்தானே சொல்கிறீர்?'

'ஆமாம்; அந்தப் பெண்ணை இளவரசருக்குக் கலியாணம் பண்ணிக் கொடுத்து இலங்கை அரசராக இவருக்கு முடிசூட்டி விட வேண்டும் என்று சேநாதிபதிக்கு ஆசை. புத்த குருக்களைக் கொண்டு இலங்கைக் கிரீடத்தை அளிக்கும்படி ஏவியவர் இவர்தான். இவருடைய முயற்சியை இரகசியமாக வைத்திருக்க வாவது தெரிந்ததா? அதுவும் இல்லை. செய்தி தஞ்சைக்கு எட்டிவிட்டது. அதனால்தான் முதன் மந்திரி அநிருத்தர் இலங்கைக்கு வந்தார்; என்னையும் இளவரசரிடம் அனுப்பி வைத்தார். வந்தியத்தேவா! எது எப்படியானாலும் நம்முடைய உயிரை நாம் பத்திரமாகக் காப்பாற்றிக்கொள்ள வேண்டும், இளவரசர் இலங்கைச் சிம்மாசனத்தை ஏற்க மறுத்தது பற்றி நீயும் நானும் தஞ்சையில் சாட்சி சொல்லும்படி நேரிடலாம்!'

இதற்குள் சேநாதிபதியின் காரியங்கள் முடிந்துவிட்டன. அவருடன் வந்திருந்த படை வீரர்களில் நாலுபேரைத் தவிர மற்றவர்கள் எல்லாரும் வெவ்வேறு திசையில் புறப்பட்டுச் சென்றார்கள். கடைசியாக இளவரசரின் கோஷ்டியும் புறப்பட்டது. இளவரசர், சேநாதிபதி, வந்தியத்தேவன், ஆழ்வார்க்கடியான் இவர்களுடனே மேற்கூறிய நாலு வீரர்களும் உயர்ந்த சாதிக் குதிரைகள் மீதேறி வடதிசை நோக்கிப் புறப்பட்டார்கள். இவர்களைப் பின்தொடர்ந்து பூங்குழலி ஏறியிருந்த யானை, ஜாம் ஜாம் என்று கம்பீரமாக நடந்து வந்தது. பூங்குழலியைத் தவிர அதன் மீது யானைப் பாகன் ஒருவன் மட்டுமே ஏறிக் கொண்டிருந்தான்.

கொஞ்ச தூரம் இராஜ பாட்டை வழியாக அவர்கள் சென்றார்கள். ஆனால் இராஜ பாட்டையில் பிரயாணம் செய்வது சுலபமாக இல்லை, வழியெங்கும் ஜனக் கூட்டமாயிருந்தது. இளவரசர் அவ்வழியில் வருகிறார் என்பதும் எப்படியோ ஜனங்களுக்குத் தெரிந்து போயிருந்தது. இலங்கைத் தீவின் வடபகுதியில் அப்போதெல்லாம் தமிழர்களே

அதிகமாக வசித்து வந்தார்கள். அங்கங்கே ஜனங்கள் கும்பல் கும்பலாக நின்று, 'இளவரசர் அருள்மொழிவர்மர் வாழ்க!' 'சேநாதிபதி கொடும் பாளூர் வேளார் வாழ்க!' என்று கோஷித்தார்கள். சில இடங்களில் ஜனங்கள் குதிரைகளைச் சூழ்ந்துகொண்டு பின் தொடர்ந்து வந்தார்கள். வரவரப் பின் தொடர்ந்து வரும் கூட்டம் அதிகமாகிக் கொண்டுவந்தது. குதிரைகள் வேகமாகப் போக முடியவில்லை.

இளவரசர் சேநாதிபதியுடன் இதைப் பற்றி விவாதித்ததின் பேரில் இராஜபாட்டையிலிருந்து விலகிக் காட்டு வழியில் போவதென்று தீர்மானமாயிற்று. ஜனங்களை மெதுவாகக் கழித்துக் கட்டி விட்டு அவர்கள் காட்டுவழியில் பிரவேசித்தார்கள். காட்டு வழியில் இயற்கை இடையூறுகள் காரணமாக வேகமாகப் போக முடிய வில்லை. கொஞ்ச தூரம் போனதும் தாமரைத் தடாகம் ஒன்று தென்பட்டது. அதன் கரைக்கு வந்ததும் எதிர்க்கரையில் ஒரு பெரிய ஜனக் கும்பல் நிற்பது தெரிந்தது. இவர்களைப் பார்த்தவுடனே அந்த ஜனக் கும்பலின் மத்தியிலிருந்து தாரை, தப்பட்டை, கொம்பு, பேரிகை முதலிய வாத்தியங்களின் பெருமுழக்கம் கிளம்பிற்று. 'கொஞ்சம் இருங்கள்; நான் போய் அவர்கள் யார் என்று பார்த்துவிட்டு வருகிறேன்!' என்று கூறிவிட்டுச் சேநாதிபதி குதிரையைத் தட்டி விட்டுக் கொண்டு முன்னதாகச் சென்றார். சிறிது நேரத்துக்கெல்லாம் திரும்பி வந்து, 'இளவரசர் இந்த வழி வருவது எப்படியோ பக்கத்துக் கிராமவாசிகளுக்குத் தெரிந்து போயிருக்கிறது. இளவரசருக்கு மரியாதை செய்யத்தான் அவர்கள் வந்திருக்கிறார்கள்!' என்றார்.

ஜனங்கள் நெருங்கி வந்தார்கள். இளவரசரைச் சுற்றிச் சுற்றி வந்து அடங்காத ஆர்வத்துடன் பார்த்தார்கள். பல வகை ஜய கோஷங் களையும் வாழ்த்தொலிகளையும் கிளப்பினார்கள். அவற்றில் 'ஈழத்தரசர் அருள்மொழிவர்மர் வாழ்க!' என்ற கோஷம் மட்டும் பிரதானமாயிருந்தது. இளவரசர் முகத்தில் புன்னகை மலர்ந்தது. அந்த ஜனக்கூட்டத்திற்குத் தலைவன் என்று தோன்றிய ஒருவனை அருகில் அழைத்தார். 'இவர்கள் எதற்காக எனக்கு ஈழத்து அரசுப்பட்டம் கட்டுகிறார்கள்?' என்று கேட்டார்.

அவன் மிகப் பணிவுடன், 'அரசே பன்னெடுங் காலமாக இந்த ஈழநாடு நிலையான அரசு இல்லாமல் அவதிப்பட்டு வருகிறது. பொன்னியின் செல்வர் ஈழ நாட்டின் மன்னர் ஆக வேண்டும் என்பது எங்கள் கோரிக்கை. இந்நாட்டில் வாழும் எல்லா ஜனங்களுடைய விருப்பமும் அதுதான். தமிழர்கள், சிங்களவர்கள், சைவர்கள், பௌத்தர்கள், துறவிகள் இல்லறத்தார் எல்லாரும் அதையே விரும்புகிறார்கள்' என்று கூறினான். இளவரசருக்கும் அவரைச் சேர்ந்தவர்களுக்கும் விருந்து அளிக்க அவர்கள் ஏற்பாடு செய்திருந்தார்கள். விருந்தை

ஏற்றுக் கொள்ளாமல் போக முடியவில்லை. விருந்துண்ட பிறகு விடை பெற்றுப் புறப்படுவதற்கு வெகு நேரமாகிவிட்டது.

இளவரசருக்கு உபசாரங்கள் நடந்து கொண்டிருந்த சமயத்தில் வந்தியத்தேவனும், ஆழ்வார்க்கடியானும் தனித்துப் பேசிக் கொள்ளச் சந்தர்ப்பம் கிடைத்தது.

'தம்பி! பார்த்தாயா? இதெல்லாம் சேநாதிபதியின் சூழ்ச்சி என்று தெரியவில்லையா? முன்னாலேயே அவசரமாகச் செய்தி அனுப்பி இந்த உபசாரங்களையெல்லாம் ஏற்பாடு செய்திருக்கிறார்!' என்றான் ஆழ்வார்க்கடியான்.

'சேநாதிபதியின் ஏற்பாடுதான் என்று ஒருவாறு தெரிகிறது. ஆனால் இந்தச் சூழ்ச்சியின் நோக்கம் என்னவென்று தெரியவில்லையே? இப்படியெல்லாம் இந்தத் தீவில் வாழும் ஜனங்கள் சொல்வதைக் கேட்டு இளவரசர் நேற்று வேண்டாம் என்று மறுத்த சிம்மாசனத்தின் பேரில் இன்றைக்கு ஆசை கொண்டு விடுவார் என்ற எண்ணமா?' என்று வந்தியத்தேவன் கேட்டான்.

'அது ஒரு நோக்கமாயிருக்கலாம். அதைக் காட்டிலும் முக்கியமானது நம் பிரயாணத்தைத் தாமதப்படுத்துவதுதான்!' என்றான் ஆழ்வார்க்கடியான்.

'பிரயாணத்தைத் தாமதப்படுத்துவதினால் சேநாதிபதி என்ன பலனை எதிர்பார்க்கிறார்?'

'அது எனக்கும் தெரியவில்லை; சீக்கிரத்தில் தெரிந்துதானே ஆகவேண்டும்? இளவரசருடைய முகத்தைப் பார்! அவருக்கு இவையெல்லாம் பிடிக்கவில்லையென்று தெரிகிறதல்லவா?'

வந்தியத்தேவன் இளவரசரின் முகத்தைப் பார்த்தான். ஆத்திரமான வார்த்தைகளைப் பேசும்போதுகூட மலர்ந்து விளங்கிய அவருடைய முகத்தில் இப்போது எள்ளும் கொள்ளும் வெடித்தன. புருவங்கள் நெறிந்திருந்தன. கண்கள் ஆழ்ந்த சிந்தனையைக் காட்டின.

அதே சமயத்தில் பூங்குழலி அத்தாமரைக் குளத்தின் இன்னொரு கரையில் தன்னந்தனியாக உட்கார்ந்து சிந்தனையில் ஆழ்ந்திருந்தாள். எதிர்பார்த்தபடி அவளுக்கு இந்தப் பிரயாணம் உற்சாகம் தருவதாக இல்லை. பிரயாணத்தின்போது இளவரசருடன் தனித்திருக்கும் சந்தர்ப்பம் கிடைக்குமென்று நினைத்தாள். அவர் தன்னுடனே அளவளாவிப் பேசுவார் என்று எண்ணினாள். தன் மனத்தில் பொங்கும் உணர்ச்சியில் ஒரு சிறிதேனும் வெளியிடலாம் என்று ஆசைப்பட்டாள். அதற்கெல்லாம் சமயமே கிட்டாது போலிருக்கிறது. இளவரசரைச் சுற்றி ஒரே கூட்டமாகவே இருக்கிறது.

'அவரை எதிரிகளிடம் கொண்டுபோய் ஒப்புவித்த பழி ஒன்றுதான் மிஞ்சும் போலும். அந்தப் பழி தனக்கு எதற்காக ஏற்படவேண்டும்? ஏன் இங்கிருந்தபடி ஒருவருக்கும் தெரியாமல் ஓடி விடக்கூடாது? சேநாதிபதியின் கோபத்திலிருந்தாவது தப்பியதாக ஆகும்!

'சே! சேநாதிபதி கோபம் என்னை என்ன செய்துவிடும்? யாருடைய கோபந்தான் என்ன செய்துவிடும்? அதற்கெல்லாம் நான் பயப்படவில்லை. ஆனால் என்னுடைய எண்ணமெல்லாம் ஏன் மண்ணோடு மண்ணாக வேண்டும்? இந்த நெஞ்சில் உள்ள தீ எத்தனை நாள் இப்படி என்னைத் தகித்துக்கொண்டிருக்கும்? இந்த உடம்பில் உயிர் எதற்காக இருக்கிறது? திடீரென்று ஒரு இடி விழுந்து என்னைக் கொன்று விடக்கூடாதா? இப்படி எத்தனையோ ஆயிரம் தடவை ஆசைப்பட்டாகி விட்டது; பயன் ஒன்றுமில்லை. இந்த உயிர் தானாகப் போகப் போவதில்லை. நானாக ஏதேனும் செய்துகொண்டால்தான் இந்த உயிர் போகும்!...

'ஆ! இது என்ன? கனவு காண்கிறேனா? இல்லை, கனவு இல்லை! அங்கே அந்தப் பாழும் மண்டபத்துக்குப் பக்கத்தில் இளவரச ருடைய சிநேகிதர் என்னிடமிருந்து பிடுங்கி எறிந்த கத்தி இதோ வந்து என்னருகில் விழுந்திருக்கிறதே? இதை யார் எறிந்திருப் பார்கள்? யாரோ இவருடைய பகைவர்தான் எறிந்திருப்பார்கள்! என்னைக் கொல்லுவதற்குத்தான் எறிந்திருப்பார்கள். என்ன துரதிஷ்டம்! என் மேலே விழாமல் சற்று நகர்த்து விழுந்து விட்டதே? - இதுவும் நல்லதற்காகத்தான். கையில் இந்தக் கத்தி இருக்கட்டும். அவருக்கு நான் கொடுத்த வாக்கை நிறைவேற்றிய பிறகு, அவரை அந்தப் பாதகர்களிடம் கொண்டுபோய் ஒப்புவித்த பிறகு, அவர் எதிரிலேயே இந்தக் கத்தியினால் குத்திக் கொண்டு இறந்து விடுகிறேன். சீச்சீ! எதற்காக அவர் மனத்தை அப்படிப் புண்படுத்த வேண்டும்? அவர் கப்பலில் ஏறிப்போன பிறகு படகில் ஏறி, நடுக்கடலில் சென்று அங்கே குத்திக்கொண்டு சாகலாம். என் அருமைக் கத்தியே நீ திரும்பி வந்தாயல்லவா? உன்னை அனுப்பியவர்களுக்கு வந்தனம்.

'ஒருவேளை இளவரசர் மேலே எறிய எண்ணி இதை எறிந்திருப் பார்களோ? ஆம்; அவருக்கு வழியில் எத்தனையோ அபாயங்கள் நேரலாம் என்று சேநாதிபதி கூடச் சொன்னாரே?... அப்படி ஒரு சந்தர்ப்பம் எனக்குக் கிடைக்கக் கூடாதா? அவர் பேரில் குறிபார்த்து எறிந்த கத்தி என் நெஞ்சில் விழக்கூடாதா? அப்படி விழுந்து அவருக்காக நான் உயிர் துறக்கும்படி நேரக் கூடாதா? அவ்விதம் நேர்ந்தால், நான் இரத்தம் பெருக்கி உயிர்துறக்கும் சமயத்தில்...'

பூங்குழலியின் மனத்தில் ஒரு விசித்திரமான தோற்றம் ஏற்பட்டது. அவளுடைய மார்பில் கத்தி பாய்ந்திருந்தது. அதிலிருந்து இரத்தம் கொட்டிக்கொண்டிருந்தது. இளவரசர் ஓடி வந்தார். 'ஐயோ! எனக்காக

உயிர் துறக்கிறாயா?' என்று கேட்டார். பூங்குழலியின் உள்ளம் பூரித்து நெஞ்சிலிருந்து இரத்தம் அதிகமாகப் பீறிட்டு வந்தது. இளவரசர் அவளை வாரி எடுத்துத் தம் மடியில் போட்டுக்கொண்டார். அவளுடைய நெஞ்சிலிருந்து பெருகிய இரத்தம் அவர் உடம்பையும் உடைகளையும் நனைத்தது. பூங்குழலி கலகலவென்று சிரித்தாள். 'இளவரசே! இப்போதாவது என் நெஞ்சில் உள்ளது என்னவென்று தெரிந்து கொண்டீர்களா?' என்று கேட்டாள். 'அடிப்பாவி! அது எனக்கு முன்னமே தெரியும்? இதற்காகவா உயிரை விடுகிறாய்?' என்று இளவரசர் அலறினார். பூங்குழலிக்கு ஆனந்தம் தாங்கவில்லை. உரத்த சத்தம் போட்டுச் சிரித்தாள்!...

'ஏ பைத்தியமே!' என்ற குரலைக் கேட்டுப் பூங்குழலி நிமிர்ந்து பார்த்தாள். எதிரில் வந்தியத்தேவன் நின்று கொண்டிருந்தான்.

'இளவரசர் ஏற்கெனவே கோபமாயிருக்கிறார்; பிரயாணம் தாமதப் படுகிறது என்று. உன்னால் வேறு தாமதம் வேண்டாம். சீக்கிரம் எழுந்து வா!' என்றான் வந்தியத்தேவன்.

பூங்குழலி சிரித்துக்கொண்டு எழுந்து ஓடிப்போய் யானையில் மீது ஏறிக்கொண்டாள். கத்தியை நெஞ்சுடன் அணைத்துக் கொண்டு கொஞ்சினாள்.

★★★

காட்டு வழியில் மேலும் கொஞ்ச தூரம் சென்ற பிறகு எதிர்பாராத ஒரு சம்பவம் நிகழ்ந்தது. பிரயாணிகளின் வலது பக்கமிருந்த அடர்ந்த காட்டிலிருந்து 'விர்' என்ற சத்தத்துடன் ஓர் அம்பு பாய்ந்து வந்தது. இளவரசரைக் குறி பார்த்து அது எய்யப் பட்டிருக்க வேண்டும் என்பதில் ஐயமில்லை. ஆனால் அந்த அம்பைவிட வேகமாக இளவரசர் குதிரையின் கயிற்றை இழுத்துத் திருப்பினார். அம்பு அவருக்கு வெகு சமீபமாகச் சென்று, அவருக்கு அப்பால் வந்து கொண்டிருந்த ஆழ்வார்க்கடி யானுடைய தலைப்பாகையில் பாய்ந்து அதைக் கொத்திக் கொண்டு சென்றது.

ஆழ்வார்க்கடியான் தலையைத் தடவிக்கொண்டு வியப்புடன் பார்த்தான். சேநாதிபதி பூதி விக்கிரமகேசரி திடுக்கிட்டுப் போய் விட்டார். எல்லாருமே திகைத்து நின்றார்கள். பூங்குழலியோ அந்த அம்பு தன் பேரில் விழுந்து தன்னைக் கொன்று விடவில்லையே என்று வருத்தப்பட்டாள்.

சிறிது திகைப்பு நீங்கிய பிறகு சேநாதிபதி, 'இளவரசே! பார்த்தீர்களா? தங்களைப் பாதுகாப்பின்றித் தனியே அனுப்பியிருந்தால் எவ்வளவு பிசகான காரியமாயிருக்கும்?' என்று சொல்லிவிட்டுக் காவலுக்கு

வந்து வீரர்களைக் காட்டுக்குள் புகுந்து தேடச் சொன்னார். அவர்கள் சிறிது நேரம் தேடிவிட்டுத் திரும்பி வந்து, யாரும் அகப்படவில்லை' என்றார்கள்.

சேநாதிபதி மேலே பிரயாணத்தைப் பற்றி ஏற்பாடு செய்யத் தொடங்கினார். 'இளவரசரை நடுவில் நிறுத்தி நாம் நாலு புறமும் சூழ்ந்து வரவேண்டும்' என்று கூறி, வியூகம் வகுக்க ஆரம்பித்தார்.

அப்போது இளவரசர், 'சேநாதிபதி! ஒரு வேண்டுகோள்' என்றார்.

'இது என்ன வார்த்தை? கட்டளையிடுங்கள்!' என்றார் சேநாதிபதி.

'நான் உயிரோடு தஞ்சை செல்ல விரும்புகிறேன். நான் குற்றமற்றவன் என்பதை என் தந்தையிடம் மெய்ப்பிக்க விரும்புகிறேன்...'

'தங்கள் தந்தை ஒருநாளும் சந்தேகிக்கமாட்டார் இளவரசே?'

'தந்தை மட்டுமல்ல; மக்கள் எல்லாரும் ஒப்புக் கொள்ளும்படி நிரூபிக்க விரும்புகிறேன். அந்தக் காரியத்தை நிறைவேற்றிய பிறகு என் உயிரைப் பற்றிச் சிறிதும் கவலைப்படமாட்டேன். அதற்கு முன்னால் வழியிலேயே உயிர் துறக்க விரும்பவில்லை.'

'ஐயா! தங்கள் உயிருக்கு ஆபத்து வருவதாயிருந்தால் அந்த க்ஷணமே இந்தக் கொடும்பாளூர் வாளை என் நெஞ்சிலே செலுத்திக் கொள்வேன்.'

'அதில் ஒன்றும் பயனில்லை. சோழநாடு மகத்தான நஷ்டம் அடையும்.'

'தங்களை இழப்பதைக் காட்டிலும் பெரிய நஷ்டம் சோழநாட்டுக்கு வேறு என்ன இருக்க முடியும்? தங்களுக்கு ஆபத்து வருவதற்குக் காரணமாயிருந்துவிட்டு அப்புறம் இந்தக் கொடும்பாளூர்க் கொடும்பாவி ஒரு கணமும் உயிரை வைத்துக் கொண்டிருப்பேனா?'

'அப்படியானால் என் உயிரை நான் காப்பாற்றிக் கொள்ளுவது இன்னும் முக்கியமாகிறது.'

'அதைக்காட்டிலும் முக்கியமானது இந்த உலகத்தில் வேறு எதுவும் இல்லை.'

'அதற்கு எனக்கு ஒரு யோசனை தோன்றுகிறது.'

'சொல்லுங்கள் ஐயா!'

'குதிரை மேல் பிரயாணம் செய்யும் வரையில் சற்று முன் வந்த அம்பைப்போல் வேறு அபாயங்கள் ஏற்பட்டுக் கொண்டு தானிருக்கும்.'

'நடந்து போகலாம் என்று சொல்லுகிறீர்கள்? அல்லது...'

'எனக்கு யானைகளின் பாஷை நன்றாய்த் தெரியும். யானைகள் நான் சொன்னபடி கேட்கும் என்று தாங்கள் அறிவீர்கள் அல்லவா?'

'ஆம், ஐயா! யானைப்பாகன் வேஷம் பூண்டு இந்த இலங்கைத் தீவின் பெரும்பகுதியைத் தாங்கள் சுற்றிப் பார்த்திருப்பதும் எனக்குத் தெரியும்.'

'ஆகவே நான் சொல்லுகிறது என்னவென்றால், மறுபடியும் சிறிது நேரம் யானைப் பாகன் ஆகிறேன். இப்போது யானையை நடத்து கிறவன் கொஞ்சதூரம் என் குதிரைமேல் ஏறிக்கொண்டு வரட்டும்.'

இதைக் கேட்ட சேநாதிபதி சிறிது மனத்தடுமாற்றமடைந்ததாகத் தோன்றியது. இளவரசருடைய யோசனைக்கு யாராவது ஆட்சேபம் சொல்ல மாட்டார்களா என்று ஆவலுடன் சுற்று முற்றும் பார்த்தார். ஆனால் எல்லாரும் 'கம்'மென்று இருந்தார்கள்.

'ஐயா! யானைப் பாகனுக்குக் குதிரை ஏறத் தெரியுமோ, என்னமோ?'

'தெரியாவிட்டால், நடந்து திரும்பிப் போகட்டும்.'

'அந்தப் பெண் பெரிய சங்கோசியாயிருக்கிறாளே? அவள் தங்களுக்குச் சரி சமமாக யானை மீது உட்கார மாட்டேன் என்று சொன்னால்...?'

'கீழே குதித்து நடந்து வரட்டும்'

'தங்கள் சித்தம், இளவரசே!'

இளவரசர் உடனே குதிரை மீதிருந்து குதித்தார். யானையின் அருகில் சென்றார். பூங்குழலியின் கரிய கண்கள் ஆர்வத்தினால் நீண்டு வியப்பினால் அகன்று அவரை நோக்கின. யானைப் பாகனை இறக்கி விட்டுத் தாம் யானைமீது பாய்ந்து அதன் கழுத்தில் உட்கார்ந்து கொண்டார். தடைப்பட்ட பிரயாணம் மறுபடியும் ஆரம்பமாகியது.

பூங்குழலி புளகாங்கிதம் அடைந்தாள். யானையின் முதுகின் மேலிருந்து மேகங்களின் மீது பாய்ந்தாள். வான வெளியில் உலவினாள். சொர்க்கத்தை எட்டிப்பார்த்து அதன் விவரிக்க முடியாத இன்ப சுகத்தின் இயல்பு இதுவென்பதை ஒருவாறு உணர்ந்து அறிந்தாள்.

'ஆகா! இதுவென்ன தேவகானமா? இவ்வளவு இன்பமாயிருக்கிறதே! இல்லை, தேவகானத்துக்கு இவ்வளவு இனிமை ஏது? இளவரசர் அல்லவா பேசுகிறார்!'

'சமுத்திர குமாரி! என்னுடன் இந்த யானை மீது தனியாக இருப்பது உனக்கு அருவருப்பாயிருக்கிறதா?'

'ஏழு ஜன்மங்களில் நான் செய்த தவத்தினால் இந்தப் பாக்கியம் எனக்குக் கிட்டியிருக்கிறது, பிரபு!'

'திடீரென்று இந்த யானைக்கு மதம் பிடித்து இது ஓட ஆரம்பித்தால், நீ பயப்படுவாயா?'

'தாங்கள் பக்கத்தில் இருக்கும்போது வானம் இடிந்து விழுந்தாலும் பயப்படமாட்டேன், ஐயா!'

'உன் படகை எங்கே விட்டுவிட்டு வந்திருக்கிறாய் பூங்குழலி?'

'யானை இறவுத் துறைக்குச் சமீபத்தில், ஐயா!'

'இக்கரையிலா, அக்கரையிலா?'

'அக்கரையிலேதான் படகை நிறுத்தத் தனி இடம் கிடைத்தது. அங்கேயே படகை நிறுத்திவிட்டு வந்தேன்.'

'யானை இறவுத் துறையை எப்படிக் கடந்து வந்தாய்?'

'நான் வரும்போது கடல் நீர் மிகவும் குறைவாயிருந்தது. ஆகையால், பெரும்பாலும் நடந்து வந்தேன். கொஞ்சம் நீந்தியும் வந்தேன்.'

'இப்போது இந்த யானை கடலில் இறங்கிச் சென்றால் பயப்படுவாயா?'

'கடலிலேயே என்னைத் தள்ளிவிட்டாலும் கவலையில்லை. நான்தான் சமுத்திர குமாரி ஆயிற்றே? தாங்கள்தானே பெயர் கொடுத்தீர்கள்?'

'உன் படகு இருக்குமிடம் சென்றதும் அதில் நாம் ஏறிக்கொள்வோம். நீதான் படகு தள்ளிக்கொண்டு வரவேண்டும். இரண்டு பேரையும் வைத்துத் தள்ள முடியும் அல்லவா?'

'பத்து வயது முதலாவது துடுப்புப் பிடித்த கரங்கள் இவை. பிரபு! அரண்மனைப் பெண்களைப்போல் மலரினும் மிருதுவான கரங்கள் அல்ல. தங்கள் சிநேகிதர் வந்தியத்தேவரை வைத்துத் தள்ளி வந்ததை அவர் சொல்லவில்லையா?'

'சொன்னார்! ஆனால் இன்று அதைவிட வேகமாகத் தள்ள வேண்டும். தொண்டைமான் ஆற்றின் முகத்துவாரத்துக்கு அதி சீக்கிரமாய்ப் போய்ச் சேரவேண்டும்?'

'இளவரசே! அவ்வளவு கொடூரமான காரியத்தை என்னை ஏன் செய்யப் பணிக்கிறீர்கள்? தங்களைச் சிறைப்படாமல் தப்புவிப்பதற்காக ஓடோடியும் வந்தேன். சிறைப்படுத்த வந்திருப்பவர்களிடம் தங்களைக் கொண்டுபோய் ஒப்புவிக்கும் படி பணிக்கிறீர்கள். இந்த ஏழையின்பேரில் ஏன் இவ்வளவு கொடூரம்?'

'பூங்குழலி! என் தந்தை - சக்கரவர்த்தி - நோய்ப்பட்டிருப்பது உனக்குத் தெரியும் அல்லவா?'

'தெரியும், ஐயா! வானத்தில் சில நாளாக வால் நட்சத்திரம் தோன்றுவது பற்றி ஜனங்கள் பேசிக் கொள்ளுவதும் எனக்குத் தெரியும்.'

'எந்த நொடிப் போதிலும் என் தந்தையின் வாணாள் முடிவுறக் கூடும் அல்லவா?' பூங்குழலி மௌனமாயிருந்தாள்.

'அவர் ஒரு வேளை இவ்வுலகை நீத்துச் செல்ல நேரிட்டால், அவருக்கு எதிராக நான் சதி செய்து இராஜ்யத்தைக் கைப்பற்ற முயன்றேன் என்ற எண்ணத்துடன் அவர் போவது நல்லதா?'

'சக்கரவர்த்தி தங்களைப் பற்றி ஒரு நாளும் அப்படி நம்பமாட்டார். இது பழுவேட்டரையர்களின் சூழ்ச்சி!'

'அப்படிப்பட்ட பழுவேட்டரையர்களுக்கும் கூட நான் குற்றமற்றவன் என்பதை நிரூபிக்க விரும்புகிறேன்...'

'எதற்காக, ஐயா?'

'உண்மையிலேயே எனக்கு இராஜ்யம் ஆளுவதில் ஆசையில்லை, பூங்குழலி!'

'வேறு எதில் தங்களுக்கு ஆசை?'

'படகில் ஏறி முடிவில்லாத கடலில் என்றென்றும் போய்க் கொண்டிருக்க வேண்டும் என்று ஆசை! கடல்களுக்கு அப்பால் இந்த ஈழ நாட்டைப் போல் எத்தனையோ நாடுகள் இருப்பதாகக் கேள்வி. அந்த நாடுகளுக்கெல்லாம் போக வேண்டும் என்று ஆசை. அந்தந்த நாட்டு மக்களைப் பார்த்துப் பேச வேண்டும் என்று ஆசை!'

'விந்தை! விந்தை!'

'எது விந்தை!'

'என் மனத்தில் குடிகொண்டுள்ள ஆசையே தங்கள் மனத்திலும் இருப்பதைக் குறித்து ஆச்சரியப்படுகிறேன். தாங்கள் அப்படிக் கடல் பிரயாணம் தொடங்கும் போது என்னையும் அழைத்துப் போவீர்களா?'

'முதலிலே, இப்போது நான் செய்ய வேண்டிய கடமையை நிறை வேற்றுகிறேன். அதற்கு நீ உதவி செய்வாய் அல்லவா?'

'தங்கள் சித்தம்!'

'நீ உட்கார்ந்திருக்கும் பீடத்திலிருந்து இரண்டு பக்கமும் கயிறுகள் தொங்குகின்றன அல்லவா? அவற்றை எடுத்து உன்னைக் கெட்டியாகக் கட்டிக்கொள்.

'எதற்காக இளவரசே!'

‘யானை இப்போது மதங்கொண்டு ஓடப் போகிறது ஜாக்கிரதை, பூங்குழலி!’

இவ்விதம் கூறிவிட்டு இளவரசர் யானையின் மத்தகத்தைக் கையினால் தடவிக் கொடுத்த வண்ணம் அதன் காதண்டை ஏதோ சொன்னார். யானையின் நடைவேகம் திடீரென்று அதிகமாயிற்று. இளவரசர் யானையின் செவியண்டையில் குனிந்து மேலும் ஏதோ சொன்னார். அவ்வளவுதான், நடை ஓட்டமாயிற்று. துதிக்கையைத் தூக்கிக்கொண்டு ஒரு தடவை பயங்கரமான பிளிறல் சத்தம் போட்டுவிட்டு ஓடத் தொடங்கியது.

சூறாவளி சுழன்று அடிக்கும்போது காடுகளின் மரங்கள் படும்பாடு அந்த யானையின் வேகத்தினால் பட்டன. சடசடவென்று மரங்களும் மரக்கிளைகளும் சரிந்து விழுந்தன. பூமி அதிர்ந்தது. எட்டுத் திக்குகளும் நடுநடுங்கின. மரங்களின் மீதிருந்த பறவை இனங்கள் சிறகுகளைச் சடசடவென்று அடித்துக்கொண்டும் பீதி கொண்ட குரலில் கூவிக்கொண்டும் பறந்தன. காட்டில் மறைந்து வாழ்ந்த மிருகங்கள் வெளிப் புறப்பட்டு நாலா புறமும் விழுந்தடித்து ஓடின.

‘ஐயையோ! யானைக்கு மதம் பிடித்துவிட்டது போலிருக்கிறதே! இது என்ன விபரீதம்!’ என்று சேநாதிபதி பூதி விக்கிரமகேசரி கூவினார். இவ்வளவு தூரம் இளவரசர் சொல்லியிருந்தும் பூங்குழலியின் உள்ளமும் திகில் அடைந்தது. அவள் முகத்தில் பயப்பிராந்தியின் அறிகுறி தோன்றியது.

பூங்குழலி ஒரு பெரிய பயங்கரமான பிரம்மாண்டமான கடல் சுழலில் அகப்பட்டுக்கொண்டாள். அதே சுழலில் அகப்பட்டுக் கொண்டு இளவரசரும் சுற்றிச் சுற்றி வந்தார். யானையும் அப்படியே சுழன்று சுழன்று வந்தது.

பூங்குழலி கண்களை இறுக மூடிக் கொண்டாள்.

புயற்காற்றினால் தள்ளப்பட்டு ஓடும் கரிய மேகத்தைப் போல் யானை போய்க் கொண்டேயிருந்தது. கடைசியில் யானை இறவுத் துறையை அடைந்தது.

அங்கே இலங்கைத்தீவின் கீழ்ப்புறத்துக் கடலும் மேற்புறத்துக் கடலும் ஒன்றாய்ச் சேர்ந்தன. அந்த ஜலசந்தியின் மிகக் குறுகலாக இடத்துக்குத் தான் யானை இறவு என்று பெயர். இலங்கைத் தீவின் வடபகுதியையும் மத்தியப் பகுதியையும் ஒன்று சேர்த்த அக்கடல் துறையில் யானை இறங்கியது. அனுமார் தூக்கி எரிந்த மலை கடலில் விழுந்தது போல விழுந்தது.

நாற்பத்தைந்தாம் அத்தியாயம்

சிறைக் கப்பல்

கண்மூடிக் கண் திறக்கும் நேரத்தில் 'யானை இறவு' என்னும் கடல் துறை பின்னுக்குச் சென்றது. பின்னர், கானகத்து மரங்கள் பின்னோக்கி ஓடின. வானத்துப் பறவைகள் பின் நோக்கிப் பறந்தன. ஓடைகள், குளங்கள், ஊர்ப்புறங்கள், கோயில்கள், மண்டபங்கள் எல்லாம் பின்னோக்கிப் பாய்ந்து மறைந்தன. மான் கூட்டம் ஒன்று அந்த யானையுடன் சிறிது தூரம் போட்டியிட்டு ஓடப் பார்த்தது. மான்களும் தோல்வியடைந்து பின்தங்கின. யானை மட்டும் முன்னால் முன்னால் முன்னால் போய்க் கொண்டிருந்தது. எத்தனை தூரம், எத்தனை நேரம் என்றெல்லாம் பூங்குழலிக்கு ஒன்றும் தெரியவில்லை. ஆனால் இன்னமும் ஈழ நாட்டிலேதான் இந்த யானை போய்க் கொண்டிருக் கிறதா என்று மட்டும் பூங்குழலிக்கு வியப்பாயிருந்தது.

இத்தனை நேரம் அந்தத் தீவை மூன்று தடவை கடந்து போயிருக் கலாமே? இல்லை, இல்லை! இந்த யானை ஈழ நாட்டைக் கடந்து செல்லவில்லை. பூலோகத்தைக் கடந்து போய்க் கொண்டிருந்தது. பூலோகத்தின் தென் முனையிலிருந்து வடமுனைக்குப் போய்க் கொண்டிருக்கிறது! இதன் முதுகில் ஏறிக்கொண்டு நானும் பூமியைப் பிரதட்சணம் செய்கிறேன். நான் மட்டுமா? இளவரசருந்தான்!

முதலில், யானை மதம் பிடித்து ஓடத் தொடங்கியதும், பூங்குழலிக்குக் கொஞ்சம் பயமாய்த்தான் இருந்தது. பயத்துடன், என்ன நிகழ்கின்றது என்று தெரியாத தயக்கமும் இருந்தது. இரண்டு மூன்று தடவை இளவரசர் அவளைத் திரும்பிப் பார்த்துப் புன்னகை புரிந்தார். பின்னர் அவளுடைய பயமும் தயக்கமும் மறைந்தன. எல்லையற்ற உற்சாகம் அவளை ஆட்கொண்டது. கொஞ்ச நேரம் வரை இப்பூவுலகில் ஒரு மத்தகஜத்தின் மீது ஏறிச் சென்றாள். திடீரென்று எப்படியோ சொர்க்கத்துக்குப் போய்விட்டாள். சொர்க்கத்தில் தேவேந்திரனுடைய ஐராவதத்தின் பேரில் அவள் வீற்றிருந்தாள். ஐராவதம் வான வீதிகளில்

ஊர்வலம் போய்க் கொண்டிருந்தது. கற்பக விருட்சங்கள் அவள் மீது சுகந்த மலர்களைப் பொழிந்தன. கந்தர்வர்கள் இன்னிசைக் கருவிகளிலிருந்து இனிய ஸ்வரங்களை எழுப்பிக்கொண்டு அவள் பின்னோடு பறந்து வந்தார்கள். அப்ஸர ஸ்திரீகள் நடனமாடிக்கொண்டு வந்தார்கள். ஊர்வலம் சென்ற வான வீதியின் இருபுறமும் நட்சத்திர தீபங்கள் சுடர்விட்டு ஜகஜ் ஜோதியாகப் பிரகாசித்தன! இப்படிப் பல பல யுகங்கள் சென்றன!

இதோ, ஐராவதத்தின் வேகம் குறைகிறது. திடீரென்று அது பூலோகத்துக்கு வந்துவிட்டது. ஈழ நாட்டின் காடுகளுக்கே வந்துவிட்டது. யானைப்பாகன் குனிந்து அதன் மத்தகத்தைத் தட்டிக் கொடுக்கிறான். அதன் காதண்டை ஏதோ சொல்கிறான். சேச்சே! அவன் யானைப்பாகன் அல்ல; தேவேந்திரன் அல்லவா? - இல்லை இளவரசர் அல்லவா இவர்?

நாலுபுறமும் மரங்கள் சூழ்ந்த ஒரு குளத்தின் கரையிலே வந்து யானை அமைதியாக நின்றது.

பூங்குழலி சிறிது கவலையுடன், இளவரசரை வரவேற்று உபசரிப்பதற்காக ஜனக்கூட்டம் வந்து அக்கரையில் நிற்கிறதோ என்று பார்த்தாள். இல்லை! பின்னால் குதிரைகள் தொடர்ந்து வருகின்றனவோ என்று பார்த்தாள். அதுவும் இல்லை! குளத்தைப் பார்த்தாள். அதில் பூத்திருந்த அல்லி மலர்களும் செங்கழுநீர்ப் பூக்களும் அப்படி அப்படியே கொடிகளுடன் பிய்த்துக் கொண்டு வந்தன. அவளை நாலு புறமும் சூழ்ந்து கொண்டன. கன்னங்களிலும் தோள்களிலும் உடம்பு முழுவதும் அந்த மலர்கள் அவளைத் தழுவிக்கொண்டு மகிழ்ந்தன. பின்னர் அப்பொல்லாத மலர்களின் கொடிகள் அவளை இறுக்கிப் பிடித்து அமுக்கி மூச்சுத் திணறச் செய்தன. உடம்பை ஒரு குலுக்குக் குலுக்கி அப்பூங்கொடிகளின் பிடியிலிருந்து பூமிக்குத் தலைகீழாய் வந்தது போலிருந்தது. யானை தன் பெரிய முன்னங்கால்களை மடித்துக் குனிந்தது. பிறகு பின்னங் கால்களையும் மடித்துக்கொண்டு தரையில் படுத்தது. இளவரசர் யானையின் கழுத்திலிருந்து கீழே குதித்தார்.

'பூங்குழலி! யானைமேலிருந்து இறங்குவதற்கு மனம் இல்லையா?' என்றார்.

பூங்குழலி உடம்பைச் சிலிர்த்துக்கொண்டு தன் நினைவை அடைந்தாள். 'ஐயா! சொர்க்கத்திலிருந்து பூமிக்கு வருவது கஷ்டந்தானே?' என்று முணு முணுத்துக்கொண்டு இறங்கினாள்.

யானை மீண்டும் எழுந்து குளக்கரையிலிருந்த ஒரு பெரிய மரத்தின் கிளையை ஒடித்துத் தன் அகண்ட வாய்க்குள்ளே திணித்துக்

கொண்டது. அருள்மொழிவர்மர் குளத்தின் கரையோரமாகச் சென்று உட்கார்ந்தார். தயங்கி நின்ற பூங்குழலியையும் அருகில் வந்து உட்காரச் சொன்னார்.

தெளிந்த நீரில் பூங்குழலியின் முகம் பிரதிபலித்தது. யானையின் ஓட்டத்தினாலும் அச்சமயம் நேர்ந்த உள்ளக் கிளர்ச்சியினாலும் அவள் முகம் செக்கச் செவேலென்று ஆகிச் செங்கழுநீர்ப் பூவுடன் போட்டியிட்டது.

நீரில் தெரிந்த அவள் முகத்தைப் பார்த்த வண்ணம் இளவரசர், 'சமுத்திர குமாரி! உன்னை எனக்கு ரொம்பப் பிடித்திருக்கிறது!' என்றார்.

அல்லி மலர்களும், செங்கழுநீர்ப் பூக்களும் மீண்டும் இடம் பெயர்ந்து வந்து பூங்குழலியின் உடல் முழுவதும் முத்தமிட்டன!

'உன்னை ஏன் எனக்குப் பிடித்திருக்கிறது தெரியுமா?' என்று இளவரசர் கேட்டார்.

பூங்குழலியின் கண் முன்னால் வானமும் வையமும் குளமும் அதிலுள்ள மலர்களும் குளக்கரையிலிருந்த மரங்களும் சுழன்று சுழன்று வந்தன.

'எனக்குத் தெரிந்த ஒவ்வொருவரும், நான் அவர்கள் இஷ்டம்போல் நடக்க வேண்டும் என்று ஆசைப்படுகிறார்கள். நீ ஒருத்தி மட்டும் என் விருப்பத்தின்படி நடக்கச் சந்தோஷத்துடன் சம்மதித்தாய்! இந்த உதவியை என்றும் மறக்க மாட்டேன். சமுத்திர குமாரி!'

பூங்குழலியின் உடம்பு ஒரு யாழ் ஆயிற்று. அவளுடைய நரம்புகள் எல்லாம் யாழின் நரம்புகள் ஆயின. பொன் வண்ண விரல்கள் அந்த நரம்புகளை மீட்டித் தேவகானத்திலும் இனிய இசையை எழுப்பின.

'சேநாதிபதியும், பார்த்திபேந்திரனும் சேர்ந்து என் பிரயாணத்தைத் தடை செய்வதற்குச் சூழ்ச்சி செய்தார்கள்! சேநாதிபதி நாம் வரும் வழியில் பல இடையூறுகளை உண்டு பண்ணினார். நமக்கு முன் அவசரமாக ஆள் அனுப்பிக் கிராமவாசிகளை உபசாரம் நடத்துவதற்கு ஏற்பாடு செய்தார். பார்த்திபேந்திரர் விரைந்து திரிகோணமலைக்குப் போயிருக்கிறார். அங்கிருந்து கப்பல் ஏறி நமக்கு முன்னால் தொண்டைமான் ஆற்றின் முகத்துவாரத்துக்கு வந்து விட வேண்டுமென்பது அவருடைய உத்தேசம். ஆகா! அவர்களுடைய சூழ்ச்சி எனக்குத் தெரியாது என்று நினைத்தார்கள்! உன் உதவியினால் அவர்களுடைய சூழ்ச்சியைத் தோற்கடித்தேன்...'

பூங்குழலிக்குச் சட்டென்று தான் செய்த காரியம் என்னவென்பது நினைவு வந்தது. அவளை நரகலோகத்தில் யம தூதர்கள் உயிரோடு செக்கிலே போட்டு ஆட்டுவது போலிருந்தது. 'ஐயா! அவர்கள் எல்லாரும் தங்களை எதிரிகளிடம் சிறைப்படாமல் தப்புவிக்க முயன்றார்கள். நான் பாவி! தங்களைச் சிறைப்படுத்த அழைத்துப் போகிறேன்!' என்று கூறிவிட்டு விம்மினாள் பூங்குழலி.

'அடேடே! இது என்ன? உன்னைப்பற்றி நான் எவ்வளவோ நல்ல அபிப்பிராயம் கொண்டிருந்தேன். நீயும் அவர்களைப் போல் ஆகிவிட்டாயே?'

'என் சுய புத்தியினால் இந்தப் பாதகத்தை நான் செய்யவில்லை. தங்களுடைய ஆசை வார்த்தையில் மயங்கிப் பைத்தியமாகி விட்டேன். இப்போது புத்தி தெளிந்தது. நான் போகிறேன்...' என்று சொல்லிவிட்டு பூங்குழலி குதித்து எழுந்தாள். அவள் ஓடிப் போகாமல் தடுப்பதற்கு இளவரசர் அவளுடைய கரத்தை இலேசாகத் தொட்டுப் பற்றினார்.

அச்சமயத்தில் தேவலோகத்துக் கன்னிகைகளுக்கு வேறு வேலை இருக்கவில்லை. அவர்கள் வெண்ணிலவின் சாற்றை சந்தனக் குழம்புடன் கலந்து பூங்குழலியின்மீது தெளித்தார்கள். அவள் முற்றும் சக்தி இழந்து, செயலிழந்து மீண்டும் கீழே உட்கார்ந்தாள். இரண்டு கரங்களிலும் முகத்தை மூடிக்கொண்டு விம்மத் தொடங்கினாள்.

'சமுத்திர குமாரி! உன்னிடம் ஒரு முக்கியமான விஷயம் சொல்ல எண்ணினேன். நீ இப்படி அழுவதாயிருந்தால் சொல்வதற் கில்லை. உடனே புறப்பட வேண்டியதுதான்.'

பூங்குழலி கண்ணீரைத் துடைத்துக்கொண்டு அவரை நிமிர்ந்து பார்த்தாள்.

'அதுதான் சரி, கேள்! இவர்கள் எல்லாரும் என்னைச் சிறைப்படாமல் காப்பாற்ற முயல்கிறார்கள் என்று சொன்னாயே? அது உண்மைதான். அது எதற்காகத் தெரியுமா?'

'தங்கள் பேரில் அவர்கள் வைத்திருக்கும் அன்பினால்தான். நான் ஒருத்தி மட்டுந்தான் பாதகி!...'

'பொறு, பொறு! என்பேரில் எல்லாருக்கும் அன்புதான்! எதற்காகத் தெரியுமா? யாரோ சோதிடர்களும் ரேகை சாஸ்திரிகளும் சொல்லி யிருக்கிறார்களாம் - நான் ஒரு காலத்தில் சக்கரவர்த்தி ஆகப் போகிறேன் என்று. ஆகையால் ஒவ்வொருவரும் என்னைச் சிம்மாசனத்திலே தூக்கிவைத்து என் தலையிலே ஒரு கிரீடத்தையும் சுமத்திவிடப் பார்க்கிறார்கள். பேராசை பிடித்தவர்கள்!'

'ஐயா! அவர்கள் அப்படி ஆசைப்பட்டால் அதில் தவறு என்ன? இந்த லோகத்துக்கு மட்டுந்தானா, மூன்று உலகத்துக்கும் சக்கரவர்த்தியாகத் தாங்கள் தகுதி வாய்ந்தவர் அல்லவா?'

'ஆகா! நீயும் அவர்களைப் போலத்தான் பேசுகிறாய்! பெண்ணே! இவ்வுலகில் அரண்மனையைப் போன்ற சிறைக்கூடம் வேறில்லை; சிம்மாசனத்தைப் போன்ற பலிபீடமும் இல்லை; கிரீடம் அணிவது போன்ற தண்டனை வேறு கிடையவே கிடையாது. இதையெல்லாம் மற்றவர்களிடம் சொன்னால் ஒப்புக்கொள்ள மாட்டார்கள்; நீயாவது ஒப்புக் கொள்வாய் என்று நினைத்தேன்.'

பூங்குழலியின் கண்ணிமைகள், பட்டுப் பூச்சியின் சிறகுகளைப் போல் அடித்துக் கொண்டன. அவள் ஆர்வம் ததும்பிய அகன்ற கண்களினால் அரசிளங்குமாரரை நோக்கினாள்.

'சமுத்திர குமாரி! உண்மையாகச் சொல்! உன்னை வாழ்நாளெல்லாம் ஒரு சிம்மாசனத்தில் உட்கார்ந்திருக்கும்படிச் சொன்னால் உட்கார்ந் திருப்பாயா?' என்று இளவரசர் கேட்டார்.

பூங்குழலி சிறிது நேரம் யோசனை செய்தாள். பின்னர், 'மாட்டேன்!' என்று தெளிவாகச் சொன்னாள்.

'பார்த்தாயா? பின்னே என்னை மட்டும் அந்தத் தண்டனைக்கு ஏன் உள்ளாக்க விரும்புகிறாய்?'

'தாங்கள் இராஜ குலத்தில் பிறந்தவர் அல்லவா?'

'இராஜ குலத்தில் பிறந்ததினால் என்ன? நல்லவேளையாகக் கடவுள் என்னை இந்தத் தண்டனைக்கு உள்ளாக்க விரும்பவில்லை. இராஜ்யம் ஆளுவதற்கு என் மூத்த சகோதரர் இருக்கிறார்; என் பெரிய பாட்டனாரின் மகன் ஒருவரும் இருக்கிறார். அவரும் இராஜ்யம் ஆள ஆசைப்படுகிறார்...'

'ஆகா! அது தங்கள் காதுக்கும் எட்டிவிட்டதா?' என்றாள் பூங்குழலி.

'நல்ல கதை! எனக்குத் தெரியாது என்று நினைத்தாயா என்ன? ஆகையால் தஞ்சாவூர்ச் சிம்மாசனம் அதன்பேரில் உட்காருவதற்கு ஆள் இல்லாமல் தவிக்கப் போவதில்லை. அத்துடன் எனக்குக் கிரீடம் சுமந்து ஆளும் இராஜ்ய ஆசையும் இல்லை!...'

'தங்களுக்கு எதிலேதான் ஆசை?' என்று கேட்டாள் பூங்குழலி.

'அப்படிக் கேள், சொல்லுகிறேன்! சற்றுமுன் இந்த மத்த கஜத்தின் மீது உட்கார்ந்து பிரயாணம் செய்தோமே? அம்மாதிரி வனங்கள்

வனாந்தரங்கள் எல்லாம் புகுந்து சண்டமாருதம் போல் சுற்றி வருவதில் எனக்கு ஆசை. கப்பல்களில் ஏறிக் கடல்களைக் கடந்து செல்வதில் ஆசை. உயரமான மலைகளின் உச்சிச் சிகரங்களின் மேல் ஏறுவதில் ஆசை. கடல்களுக்கு அப்பால் இந்த இலங்கையைப் போல் எத்தனையோ இலங்கைகளும், பரதகண்டத்தைப்போல் எத்தனையோ பெரிய பெரிய கண்டங்களும் உண்டு என்று கேள்விப்பட்டிருக்கிறேன். அங்கேயெல்லாம் போய் அந்தந்த நாடுகளில் உள்ள அதிசயங்களைப் பார்க்க வேண்டும் என்று ஆசை!...'

இளவரசர் கூறும் மொழிகளை அப்படியே விழுங்குவாள் போல் பூங்குழலி வாயைத் திறந்தபடி கேட்டுக் கொண்டிருந்தாள். ஆர்வம் கட்டுக்கடங்காமல் போகவே, 'ஐயா! அங்கேயெல்லாம் போகும் போது என்னையும் அழைத்துப் போவீர்களா?' என்று கேட்டாள்.

'நான் சொன்னவையெல்லாம் என் ஆசைகள். அவை நிறைவேறப் போகின்றன என்று யார் கண்டது?' என்றார் இளவரசர்.

பூங்குழலி கனவு லோகத்திலிருந்து பூலோகத்துக்கு வந்தாள். 'ஐயா! அப்படியானால் தாங்கள் எதற்காக இப்போது தஞ்சாவூருக்குப் போக வேண்டும்?' என்றாள்.

'அதைச் சொல்லத்தான் ஆரம்பித்தேன். அதற்குள் நீ பேச்சை மாற்றி எங்கேயோ கொண்டுபோய்விட்டாய். சமுத்திர குமாரி! இந்த இலங்கைத்தீவில் வாய்திறந்து பேசும் சக்தியற்ற ஊமை ஸ்திரீ ஒருத்தி அங்குமிங்கும் சித்தப்பிரமை கொண்டவள் போல் சுற்றிக் கொண்டிருக் கிறாளே? அவளை உனக்குத் தெரியுமா?' என்று கேட்டார் இளவரசர் அருள்மொழிவர்மர்.

பூங்குழலி அடங்கா வியப்புடன், 'தெரியும், இளவரசே! எதற்காகக் கேட்கிறீர்கள்?' என்றாள்.

'காரணம் பிறகு சொல்லுகிறேன். அந்த ஸ்திரீயை உனக்கு எப்படித் தெரியும்? அவளைப் பற்றி என்ன தெரியும்?' என்று கேட்டார்.

'ஐயா! நான் குழந்தை வயதில் என்னைப் பெற்ற தாயை இழந்தேன். பிறகு எனக்கு அன்னையின் அன்பை அளித்தவள் அந்த மூதாட்டிதான். அவள் என் குரு; என் தெய்வம், அவளைப் பற்றி வேறு என்ன கேட்கிறீர்கள்?'

'அந்த மூதாட்டிக்கு நிரந்தரமான வாசஸ்தலம் ஏதாவது உண்டா? எப்போதும் சுற்றித் திரிந்து கொண்டேயிருப்பவள்தானா?'

'கோடிக்கரையிலிருந்து இலங்கையை நெருங்கிவரும்போது பூதத்தீவு என்று ஒரு தீவு இருக்கிறது. அதில் ஒரு பாறைக்குகை இருக்கிறது.

அங்கேதான் அந்த அம்மாள் பெரும்பாலும் இருப்பாள். அவ்விடத்தில் தான் தங்களை நான் முதன் முதலில் பார்த்தேன்.'

'என்னை அங்கே பார்த்தாயா?'

'ஆம்! அந்தப் பாறைக் குகையில் சில அழகான சித்திரங்களை அந்த அம்மாள் எழுதியிருக்கிறாள். அந்தச் சித்திரங்களில் தங்கள் உருவத்தையும் கண்டேன்! பிறகு ஒரு நாள் கோடிக்கரையில் தங்களை நேரில் பார்த்தபோது, அதனால்தான் பிரமித்துப் போனேன்.'

'ஓ! இப்போது எல்லாம் எனக்குத் தெரிகிறது. விளங்காத விஷயமும் விளங்குகிறது. சமுத்திர குமாரி! அந்த மூதாட்டிக்கும் எனக்கும் உள்ள உறவைப் பற்றியும் உனக்குத் தெரியுமா?'

'ஏதோ உறவு இருக்க வேண்டும் என்று ஊகித்தேன். ஆனால் இன்ன உறவு என்று தெரியாது!'

'பூங்குழலி! அந்த மூதாட்டி என் பெரிய தாயார். நியாயமாகத் தஞ்சாவூர் சிங்காசனத்தில் வீற்றிருக்க வேண்டிய பெருமாட்டி அவள்!...'

'கடவுளே! அப்படியா?'

'ஆனால் விதியின் எழுத்து வேறு விதமாயிருந்தது. யார் என்ன செய்யமுடியும்? என் தந்தையின் உள்ளத்தில் ஏதோ ஓர் இரகசியத் துன்பம் இருந்து வேதனைப்படுத்தி வருகிறது என்று சில சமயம் எனக்குத் தோன்றுவதுண்டு. அதன் உண்மையை இப்போதுதான் கண்டுபிடித்தேன். என் பெரிய தாயார் இறந்து விட்டதாக என் தந்தை எண்ணிக் கொண்டிருக்கிறார். தம்மால் இறந்து விட்டதாகவும் எண்ணிக் கொண்டிருக்கிறார். அவள் இறக்கவில்லை, உயிரோடிருக் கிறாள் என்பதை அவருக்கு நான் போய்ச் சொல்ல வேண்டும். சொன்னால் அவர் இருதயத்தின் தாபம் தணியும்! அவரை அரித்துக் கொண்டிருக்கும் மன வேதனை தீரும். சக்கரவர்த்தியின் உடல் நிலை சரியாக இல்லை என்றுதான் உனக்குத் தெரிந்திருக்குமே? மனித வாழ்க்கை அநித்தியமானது. எப்போது என்ன நேரிடும் என்று யாரும் சொல்வதற்கில்லை. வானத்தில் சில நாளாகத் தூமகேது ஒன்று தோன்றி வருகிறது. அதைப்பற்றி ஜனங்கள் பலவாறு பேசிக் கொள் கிறார்கள். சக்கரவர்த்தியின் மனமும் அதனால் பாதிக்கப்பட்டிருக்கிறது என்று தெரிகிறது. இந்த நிலைமையில், விபரீதமாக எதுவும் நேர்வதற்கு முன்னால் நான் கண்டுபிடித்த விவரத்தை அவருக்குத் தெரிவித்துவிட வேண்டும். சமுத்திர குமாரி! அதற்காகவேதான் நான் அவசரமாகத் தஞ்சைக்குப் போக விரும்புகிறேன். நீ எனக்குச் செய்யும் உதவி எவ்வளவு முக்கியமானது என்று இப்போது தெரிகிறது அல்லவா?'

ஆர்வத்துடன் இளவரசரின் வார்த்தைகளைக் கேட்டுக் கொண்டிருந்த பூங்குழலி ஒரு பெருமூச்சு விட்டாள். 'கடவுளே! மனித வாழ்க்கையில் ஏன் இத்தனை இன்பத்துடன் துன்பத்தையும் வைத்தாய்?' என்று முணுமுணுத்தாள். பிறகு இளவரசரைப் பார்த்து, 'ஐயா! இந்தப் பேதையினால் தங்களுக்கு ஏதேனும் உதவி ஏற்பட்டால் அது என் பூர்வ ஜன்ம பாக்கியம். ஆனால் இதற்கு என் உதவி ஏன்? சேநாதிபதி முதலியவர்களிடம் சொல்லியிருந்தால் அவர்கள் தங்களை தஞ்சைக்கு அனுப்பியிருக்க மாட்டார்களா?' என்றாள்.

'இல்லை அவர்கள் யாரிடமும் சொல்ல நான் விரும்பவில்லை. என்னை எப்படியாவது சிம்மாசனம் ஏற்றுவதில் முனைந் திருக்கும் அவர்களுக்கு இது ஒன்றும் முக்கியமாகத் தோன்றாது. என் தந்தையின் அந்தரங்கத்தை அவர்களிடமெல்லாம் சொல்வதற்கும் நான் இஷ்டப்படவில்லை. சொன்னால் அவர்கள் புரிந்து கொண்டிருக்கவும் மாட்டார்கள். உன்னிடம் இன்னொரு உதவியும் கோருகிறேன். சமுத்திர குமாரி! அதற்காகவே முக்கியமாக இங்கே யானையை நிறுத்தினேன். எனக்குச் சக்கரவர்த்திப் பட்டமும் சாம்ராஜ்ய சிம்மாசனமும் அளித்த ஜோசியர்கள் என் வாழ்க்கையில் பல அபாயங்கள், பல கண்டங்கள் ஏற்படும் என்றும் சொல்லியிருக் கிறார்கள். இந்தப் பிரயாணத்தில் அப்படி ஏதாவது எனக்கு நேர்ந்து விட்டால்... என் தந்தையை நான் சந்திக்க முடியாமல் போய்விட்டால் நீ சக்கரவர்த்தியிடம் போக வேண்டும். எப்படியாவது அவரைச் சந்தித்து என் பெரியம்மை உயிரோடிருக்கிறாள் என்பதை அவரிடம் சொல்ல வேண்டும். அவர் இஷ்டப்பட்டால் அந்த மூதாட்டியை அவரிடம் அழைத்துப் போக வேண்டும். இந்தக் காரியத்தையெல்லாம் செய்வாயா பூங்குழலி?'

'தங்களுக்கு ஒரு கண்டமும் நேராது; அபாயம் தங்களிடம் நெருங்கப் பயந்து ஓடும்; கட்டாயம் பத்திரமாய்த் தஞ்சாவூர் போய்ச் சேர்வீர்கள்....'

'ஒருவேளை எனக்கு ஏதாவது நேர்ந்தால் நான் கோரியபடி செய்வாய் அல்லவா?'

'கட்டாயம் செய்கிறேன், இளவரசே!'

'இந்த முக்கியமான காரியத்தை வேறு யாரிடம் நான் ஒப்புவிக்க முடியும்? நீயே சொல், பார்க்கலாம்.'

'என்னிடம் ஒப்புவிக்க வேண்டிய காரியத்தை ஒப்புவித்தாகி விட்டது. இத்துடன் என் உபயோகம் தீர்ந்துவிட்டதல்லவா? நான் விடை பெற்றுக் கொள்ளலாமா?' என்றாள் பூங்குழலி. அவளுடைய குரல் கண்ணீரின் ஈரப்பசையோடு கலந்து வந்தது.

'ஆகா! அது எப்படி? தொண்டைமான் ஆற்றின் முகத்துவாரத்தை இன்னும் நாம் அடையவில்லையே? சோழநாட்டுப் போர்க் கப்பல்களை இன்னும் காணவில்லையே? அதற்குள் எப்படி விடை பெற்றுக் கொள்ளலாம்? கோபித்துக்கொள்ளாதே! இன்னும் சிறிது நேரம் பல்லைக் கடித்துக் கொண்டு என்னுடைய சகவாசத்தைப் பொறுத்துக் கொள். யானை மேல் மறுபடியும் ஏறி இன்னும் கொஞ்ச தூரம் என்னுடன் வா! புலிக்கொடி பறக்கும் கப்பலைத் தூரத்தில் கண்டதும் நீ என்னை விட்டுப் பிரிந்து செல்லலாம்!' என்றார் இளவரசர்.

மறுமொழி ஒன்றும் சொல்லாமல் பூங்குழலி யானை நின்ற இடத்தை நோக்கி நடந்தாள். இளவரசரும் சென்றார். அவருடைய வார்த்தைக்குப் படிந்து யானை மண்டியிட்டுப் படுத்தது. இருவரும் அதன் முதுகில் ஏறிக் கொண்டார்கள். முன்போல் யானையை இளவரசர் விரட்டவில்லை. ஆயினும் விரைவாகவே நடந்து சென்றது.

'சமுத்திர குமாரி! எனக்கு மிகவும் பிடித்த சில காரியங்களைப் பற்றிச் சொன்னேனே? உனக்குப் பிடித்தவை என்னவென்று சொல்ல வேண்டாமா?' என்றார் அருள்மொழிவர்மர்.

'எருமை வாகனத்தின் மீது வரும் எமனை எனக்கு ரொம்பவும் பிடிக்கும். நள்ளிரவில் பாறை உச்சியின் மீது நின்று கொண்டு கொள்ளிவாய்ப் பிசாசுகளை நேரம் போவதே தெரியாமல் பார்ப்பதற்கு ரொம்பவும் பிடிக்கும்...'

'நல்ல விசித்திரமான குணமுள்ள பெண் நீ!'

'தங்கள் சிநேகிதர் கூறுவதைப் போல் பைத்தியக்காரப் பெண் என்று சொல்லுங்கள் அதற்காக நான் வருத்தப்பட மாட்டேன். அப்புறம் சிறிய படகில் ஏறி அலைகடலின் நடுவில் போய்க் கொண்டே இருப்பதற்கும் பிடிக்கும். அதிலும் கடலில் சுழற்காற்று அடித்ததோ, என் உற்சாகம் எல்லை கடந்துவிடும். அப்போது படகு ஒருசமயம் அலை உச்சியில் ஏறி வானுலகத்தை எட்டிப் பிடிக்கும்; மறுகணம் பாதாளத்தில் தடாலென்று விழும். அதைப் போல் எனக்குப் பிடித்த காரியம் வேறொன்றுமில்லை. சற்று முன்னால் இந்த யானை வெறி கொண்டதுபோல் ஓடி வந்ததே, அப்போதும் எனக்கு அவ்வளவு உற்சாகமாகவே இருந்தது!'

'ஆ! பூங்குழலி! முருகப் பெருமான் உன்னுடைய புன்னகையை நாடி வந்திருந்தால் அடியோடு தோற்றிருப்பார்! யானைமுகனை அனுப்பிக் குறமகள் வள்ளியைப் பயமுறுத்தினாரே, அந்த யுக்தி ஒன்றும் உன்னிடம் பலித்திராது!' என்றார் இளவரசர்.

அவர்கள் தொண்டைமான் நதியின் முகத்துவாரத்தை அணுகிய போது, 'ஆ! இது என்ன?' என்று பூங்குழலி கூச்சலிட்டாள்.

'என்ன? என்ன?' என்று இளவரசர் ஆவலுடன் கேட்டார்.

'புலிக் கொடியுடன் கூடிய மரக்கலங்கள் நான் பார்த்த இடத்தில் இல்லையே? என்னைப் பற்றித் தாங்கள் என்ன நினைப்பீர்கள்? சேநாதிபதி என்மீது சந்தேகப்பட்டதுபோல் தங்களை ஏமாற்றி அழைத்து வந்தவள் ஆகி விட்டேனே!' என்றாள்.

'அப்படி நான் ஒரு நாளும் நினைக்க மாட்டேன் பூங்குழலி! நீ பொய் சொல்லி என்னை வஞ்சித்து அழைத்து வர எவ்வித முகாந்தரமும் இல்லை...'

'ஏன் இல்லை, இளவரசே, காதல் காரணமாக இருக்கலாம் அல்லவா? உலகமெல்லாம் அழகில் மன்மதனையும், வீரபராக்கிரமத்தில் அர்ச்சுனனையும் நிகர்த்தவர் என்று போற்றும் பொன்னியின் செல்வர் மீது மோகங் கொண்டு ஒரு பேதைப் பெண் இம்மாதிரி செய்திருக் கலாம் அல்லவா?'

'பெண்ணே! சேநாதிபதி இங்கே இச்சமயம் இருந்திருந்தால் ஒருவேளை அவ்வாறு சந்தேகப்பட்டிருக்கலாம். ஆனால் உன் மனத்திலும், என் மனத்திலும் அத்தகைய பைத்தியக்கார எண்ணங் களுக்கு இடமில்லை.'

'ஐயா! பழையாறை அரண்மனையில் வானதி தேவி என்று வீரர்குலத்து இளவரசி ஒருத்தி இருக்கிறாளே, அவளைப் பற்றியும் அப்படித் தாங்கள் சொல்வீர்களா?'

'ஆம், ஆம்! அதை நான் மறந்துவிடவில்லை. இந்தச் சேநாதிபதியும் என் தமக்கையும் சேர்ந்து அந்தப் பெண்ணை என் கழுத்தில் கட்டிவிடப் பார்க்கிறார்கள். சோழ குலச் சிம்மாசனத்தில் அமர வேண்டும் என்ற ஆசையினால் அந்தப் பேதைப் பெண்ணுக்கும் அத்தகைய ஆசை ஒரு வேளை இருக்கலாம். அதற்கு நான் பொறுப் பல்ல, பூங்குழலி! அது போகட்டும்! நீ பார்த்தபோது கப்பல்கள் எங்கே இருந்தன?' என்று இளவரசர் கேட்டார்.

'அதோ அந்த முனையில்தான் நின்று கொண்டிருந்தன! எனக்கு மிக நன்றாக நினைவிருக்கிறது!' என்றாள் பூங்குழலி.

'அதனால் என்ன? கொஞ்சம் அப்பால் இப்பால் நகர்ந்து சென்று நிற்கக் கூடும் அல்லவா? எல்லாவற்றுக்கும் கடற்கரை வரையில் போய்ப் பார்த்துவிடுவோம்!' என்றார் இளவரசர்.

'கப்பல்கள் போயிருந்தால் நல்லதாய்ப் போயிற்று. இப்பொழுது எதற்காகப் போய்த் தேடவேண்டும்?' என்றாள் பூங்குழலி.

'ஆகா! நீ அப்படி நினைக்கலாம். ஆனால் எனக்கு அதைப் போல் ஏமாற்றம் தருவது வேறொன்றுமில்லை!' என்றார் இளவரசர்.

மூந்நூறு வருஷத்துக்கு முன்னால் இலங்கை இளவரசனாகிய மானவன்மன் காஞ்சிபுரத்தில் வந்து சரண் புகுந்திருந்தான். அவனுக்கு இராஜ்யத்தை மீட்டுத் தருவதற்காக மாமல்ல சக்கரவர்த்தி ஒரு பெரும்படையை அனுப்பினார். அவர் அனுப்பிய படைகள் இந்தப் பிரதேசத்திலேதான் வந்து இறங்கின. அச்சமயம் தொண்டைமான் ஆறு உள்ள இடத்தில் ஒரு சிறிய ஓடைதான் இருந்தது. கப்பல்கள் வந்து நிற்பதற்கும் படைகள் இறங்குவதற்கும் சௌகரியமாவதற்கு அந்த ஓடையை வெட்டி ஆழமாகவும் பெரிதாகவும் ஆக்கினார்கள். பிறகு அந்த ஓடை தொண்டைமான் ஆறு என்று பெயர் பெற்றது. முகத் துவாரத்தின் அருகில் அந்த நதி வளைந்து வளைந்து சென்றது. இருபுறமும் மரங்கள் அடர்ந்திருந்தன. இதனால் கடலிலிருந்து பார்ப்போருக்குத் தெரியாதபடி கப்பல்கள் நிற்பதற்கு வசதியாக இருந்தது.

அவ்வாறு பூமிக்குள் ஆறு புகுந்து தண்ணீர் நிறையத் தேங்கியிருந்த இடம் ஒன்றிலேதான் இளவரசரைச் சிறைப்பிடிக்க வந்த மரக்கலங் களைப் பூங்குழலி பார்த்திருந்தாள். முதலில் பார்த்த இடத்தில் அந்த மரக்கலங்கள் இப்போது காணப்படவில்லை. அதாவது பாய்மரங்கள், கொடிகள் முதலியவை தென்படவில்லை. அந்த இடத்தை மேலும் நெருங்கிப் பார்த்தபோது ஓர் அதிசயமான காட்சி புலப்பட்டது. கப்பல் ஒன்று வெள்ளத்தை விட்டு அதிக தூரம் பூமிக்குள்ளே சென்று சேற்றிலே புதைந்து போயிருந்தது. அதன் பாய் மரங்கள் கொடிகள் முதலியவை ஒடிந்தும் சிதைந்தும் கிடந்தன. அதில் மனிதர்கள் யாரும் இருந்ததாகத் தெரியவில்லை. இரண்டு நாளைக்கு முன்னால் அவள் பார்த்த கப்பல்களிலே அது ஒன்று என்பது பூங்குழலிக்கு நன்கு தெரிந்தது. இளவரசரைச் சிறைப் பிடித்துக்கொண்டு போவதற்கென்று வந்த கப்பல்களில் ஒன்று, அதுவே சேற்றிலே சிறைப்பட்டுக் கிடப்பதைக்கண்டு பூங்குழலி ஆச்சரியக் கடலில் மூழ்கினாள்!

பொங்கிய உள்ளம்

இளவரசர் யானையின் காதில் மந்திரம் ஓதினார், யானை படுத்தது. இருவரும் அவசரமாக அதன் முதுகிலிருந்து இறங்கினார்கள். கரைதட்டி மணலில் புதைந்திருந்த மரக்கலத்தின் அருகில் சென்று பார்த்தார்கள். அந்தக் கப்பலின் கதி பார்க்கப் பரிதாபமாயிருந்தது. பாய் மரங்கள் தாறுமாறாக உடைந்து கிடந்தன. ஒருவேளை அந்த உடைந்த கப்பலுக் குள்ளேயோ அல்லது அக்கம் பக்கத்திலோ யாராவது இருக்கக் கூடும் என்று சந்தேகித்தார்கள். இளவரசர் கையைத் தட்டிச் சத்தம் செய்தார். பூங்குழலி வாயைக் குவித்துக்கொண்டு கூவிப் பார்த்தாள். ஒன்றுக்கும் பதில் இல்லை. இருவரும் தண்ணீரில் இறங்கிச் சென்று கப்பலின் விளிம்பைப் பிடித்துக்கொண்டு ஏறினார்கள். கப்பலின் அடிப் பலகைகள் பிளந்து தண்ணீரும் மணலும் ஏராளமாக உள்ளே வந்திருந்தன. ஒருவேளை அதை நீரிலே தள்ளி விட்டுக் கடலில் செலுத்தலாமோ என்ற ஆசை நிராசையாயிற்று. அந்தக் கப்பலை அங்கிருந்து தண்ணீரில் நகர்த்துவது இயலாத காரியம். கரையில் இழுத்துப் போடுவதற்கு ஒரு யானை போதாது; பல யானைகளும் பல ஆட்களும் வேண்டும். அதைச் செப்பனிடப் பல மாதங்கள் மரக்கலத் தச்சர்கள் வேலை செய்தாக வேண்டும்.

சிதைந்து கிடந்த பாய்மரங்களிடையே சிக்கியிருந்த புலிக் கொடியை இளவரசர் எடுத்துப் பார்த்தார். அது அவருக்கு மிக்க மனவேதனையை அளித்தது என்று நன்றாய்த் தெரிந்தது. பூங்குழலி! நீ பார்த்த கப்பல்களில் ஒன்றுதானா இது?' என்று கேட்டார்.

'அப்படித்தான் தோன்றுகிறது. இன்னொரு கப்பல் அடியோடு முழுகித் தொலைந்து போய்விட்டது போலிருக்கிறது!' என்றாள் பூங்குழலி. அவளுடைய குரலில் குதூகலம் தொனித்தது.

'என்ன இவ்வளவு உற்சாகம்?' என்று இளவரசர் கேட்டார்.

'தங்களைச் சிறைப்படுத்திக் கொண்டு போவதற்கு வந்த கப்பல்கள் முழுகித் தொலைந்து போனால் எனக்கு உற்சாகமாக இராதா?' என்றாள் பூங்குழலி.

'நீ உற்சாகப்படுவது தவறு, சமுத்திர குமாரி! ஏதோ விபரீதமாக நடந்து போயிருக்கிறது. புலிக்கொடி தாங்கிய மரக்கலத்துக்கு இந்தக் கதி நேர்ந்தது எனக்கு வேதனை அளிக்கிறது. இது எப்படி நேர்ந்தது என்றும் தெரியவில்லை. இதில் இருந்த வீரர்களும் மாலுமிகளும் என்ன ஆனார்கள்? அதை நினைத்தால் என் மனம் மேலும் குழம்புகிறது. இன்னொரு கப்பல் முழுகிப் போய் இருக்கவேண்டும் என்றா சொல்லுகிறாய்?'

'முழுகிப் போயிருக்கலாம் என்று சொல்கிறேன். முழுகிப் போயிருந் தால் ரொம்ப நல்லது.'

'நல்லது இல்லவேயில்லை, அப்படி ஒரு நாளும் இராது. இந்தக் கப்பலின் கதியைப் பார்த்துவிட்டு இன்னொரு கப்பல் அப்பால் நிறையத் தண்ணீர் உள்ள இடத்துக்குப் போயிருக்கலாம். இந்தக் கப்பல் ஏன் இவ்வளவு கரையருகில் வந்திருக்க வேண்டும் என்றும் தெரியவில்லை. சோழ நாட்டு மாலுமிகள் ஆயிரமாயிரம் ஆண்டு களாகக் கப்பல் விட்டுப் பழக்கமுள்ள பரம்பரையில் வந்தவர்கள். அவர்கள் இத்தகைய தவறு ஏன் செய்தார்கள்? எப்படியும் இதிலிருந்த வர்கள் தப்பிப் பிழைத்திருக்க வேண்டும். ஒன்று மற்றக் கப்பலில் ஏறிப் போயிருக்க வேண்டும்! வா! போய்ப் பார்க்கலாம்!'

'எங்கே போய்ப் பார்ப்பது, இளவரசே! சூரியன் அஸ்தமித்து நாலாபுறமும் இருள் சூழ்ந்து வருகிறது!' என்றாள் பூங்குழலி.

'சமுத்திர குமாரி! உன் படகை எங்கே விட்டு வந்தாய்?'

'என் படகு ஏறக்குறைய இந்த ஆற்றின் நடுமத்தியில் அல்லவா இருக்கிறது? யானை மீது வந்தபடியால், அதுவும் நீங்கள் யானையைச் செலுத்தியபடியால், இவ்வளவு சீக்கிரம் வந்து விட்டோம். படகில் ஏறியிருந்தால் நள்ளிரவுக்குத்தான் இங்கு வந்திருப்போம்.'

'சரி! நன்றாக இருட்டுவதற்குள் இந்த நதிக்கரையோரமாகப் போய்ப் பார்க்கலாம் வா! இங்குள்ள மரங்கள் கடல் நன்றாய்த் தெரியாமல் மறைக்கின்றன. ஒருவேளை இன்னொரு கப்பலைக் கடலில் சற்றுத் தூரத்தில் கொண்டு போய் நிறுத்தியிருக்கலாம் அல்லவா?'

யானையை அங்கேயே விட்டு விட்டு இருவரும் நதிக்கரையோர மாகக் கடலை நோக்கிப் போனார்கள். சீக்கிரத்திலேயே கடற்கரை வந்துவிட்டது. கடலில் அமைதி குடிகொண்டிருந்தது. அலை

என்பதற்கு அறிகுறியும் இல்லை. கண்ணுக்கெட்டிய தூரம் ஒரே பச்சை வர்ணத்தகடாகத் தோன்றியது. கடலின் பச்சை நிறமும் வானத்தின் மங்கிய நீல நிறமும் வெகுதூரத்திற்கு அப்பால் ஒன்றாய்க் கலந்தன.

மரக்கலமோ, படகோ ஒன்றும் தென்படவில்லை. ஒன்றிரண்டு பறவைகள் கடலிலிருந்து கரையை நோக்கிப் பறந்து வந்தன. அவ்வளவுதான்! சிறிது நேரம் அங்கே நின்று நாலாபுறமும் சுற்றிச் சுற்றிப் பார்த்துவிட்டு 'சரி! புதைந்த மரக்கலத்துக்குப் போகலாம்!' என்றார் இளவரசர்.

இருவரும் வந்த வழியே திரும்பி நடக்கத் தொடங்கினார்கள். 'பூங்குழலி! நீ எனக்குச் செய்த உதவியை என்றும் மறக்க மாட்டேன். ஆனால் இங்கே நாம் பிரிந்து விடவேண்டியதுதான்' என்றார் இளவரசர்.

பூங்குழலி மௌனமாயிருந்தாள். 'நான் சொல்கிறது காதில் விழுந்ததா? அந்தப் புதைந்த கப்பலிலேயே நான் காத்திருக்கத் தீர்மானித்து விட்டேன். சேநாதிபதி முதலியவர்கள் எப்படியும் இந்த இடத்தைத் தேடிக்கொண்டு வந்து சேர்வார்கள். அவர்களுடன் கலந்தாலோசித்து மேலே செய்ய வேண்டியதைப் பற்றி முடிவு செய்வேன். ஆனால் உனக்கு இனி இங்கே வேலை இல்லை. உன் படகைத் தேடிப் பிடித்துப் போய்விடு. என் தந்தையைப் பற்றி நான் கூறியதை நினைவில் வைத்துக்கொள்...'

பூங்குழலி தயங்கி நின்றாள் அங்கிருந்த மரம் ஒன்றின்மீது சாய்ந்தாள். அதன் தாழ்ந்த கிளை ஒன்றை அவள் பிடித்துக் கொண்டாள். 'என்ன சமுத்திர குமாரி? என்ன?'

'ஒன்றுமில்லை, இளவரசே! இங்கே தங்களிடம் விடை பெற்றுக் கொள்கிறேன், போய் வாருங்கள்!'

'கோபமா, பூங்குழலி!'

'கோபமா? தங்களிடம் கோபங்கொள்ள இந்தப் பேதைக்கு என்ன அதிகாரம்? அவ்வளவு அகம்பாவம் நான் அடைந்து விடவில்லை.'

'பின்னர் ஏன் திடீரென்று இங்கே நின்று விட்டாய்?'

'கோபம் இல்லை, ஐயா! களைப்புத்தான்! நான் உறங்கி இரண்டு நாள் ஆகிறது. இங்கேயே சற்றுப் படுத்திருந்து விட்டு என் படகைத் தேடிக் கொண்டு போகிறேன்.'

அது பௌர்ணமிக்கு மறுநாள். ஆகையால் அச்சமயம் கீழைக்கடலில் சந்திரன் உதயமாகிக் கொண்டிருந்தது. இரண்டொரு மங்கிய கிரணங்கள் பூங்குழலியின் முகத்திலும் விழுந்தன.

இளவரசர் அந்த முகத்தைப் பார்த்தார். அதில் குடிகொண்டிருந்த சோர்வையும் களைப்பையும் பார்த்தார். கண்கள் பஞ்சடைந்து இமைகள் தாமாக மூடிக்கொள்வதையும் பார்த்தார். சந்திரன் உதயமாகும்போது செந்தாமரை குவிதல் இயற்கைதான். ஆனால் பூங்குழலியின் முகத்தாமரை அப்போது குவிந்தது என்று மட்டும் சொல்வதற்கில்லை. அது வாடி வதங்கிச் சோர்ந்து போயிருந்தது.

'பெண்ணே! தூங்கி இரண்டு நாளாயிற்று என்றாயே? சாப்பிட்டு எத்தனை நாள் ஆயிற்று?' என்றார்..

'சாப்பிட்டும் இரண்டு நாளைக்கு மேல் ஆயிற்று. தங்களுடன் இருந்த வரையில் பசியே தெரியவில்லை.'

'என் மூடத்தனத்தை என்னவென்று சொல்வது? இன்று பகல் நாங்கள் எல்லாரும் வயிறு புடைக்க விருந்துண்டோம். 'நீ சாப்பிட்டாயா?' என்று கூடக் கேட்கத் தவறிவிட்டேன்! வா! பூங்குழலி! என்னுடன் அந்தப் புதைந்த கப்பலுக்கு வா! அதில் தானியங்கள் சிதறிக் கிடந்ததைப் பார்த்த ஞாபகம் இருக்கிறது. அந்தத் தானியங்களைத் திரட்டி இன்று இரவு கூட்டாஞ்சோறு சமைத்து உண்போம். சாப்பிட்ட பிறகு நீ உன் வழியே போகலாம்...'

'ஐயா! சாப்பிட்டால் உடனே அங்கேயே படுத்துத் தூங்கி விடுவேன். இப்போதே கண்ணைச் சுற்றுகிறது.'

'அதனால் என்ன? நீ அந்தப் புதைந்த கப்பலில் நிம்மதியாகப் படுத்துத் தூங்கு! நானும் யானையும் கரையிலிருந்து காவல் காக்கிறோம். பொழுது விடிந்ததும் நீ உன் படகைத் தேடிப்போ!'

இவ்விதம் சொல்லி இளவரசர் பூங்குழலியின் கரத்தைப் பற்றி அவளைத் தாங்குவார் போல நடத்தி அழைத்துக் கொண்டு சென்றார். உண்மையிலேயே அவளுடைய கால்கள் தள்ளாடின என்பதைக் கண்டார். அந்தப் பெண்ணின் அன்புக்கு ஈரேழு உலகிலும் இணை ஏது என்று எண்ணியபோது அவருடைய கண்களில் கண்ணீர் துளிர்த்தது.

புதைந்திருந்த கப்பலுக்கு அவர்கள் திரும்பி வந்து சேர்ந்த போது அக்கப்பலுக்குப் பின்னால் புகை கிளம்புவதைக் கண்டு திடுக்கிட்டார்கள். ஒருவேளை அந்தக் கப்பலைச் சேர்ந்தவர்கள் எங்கேயாவது போயிருந்து திரும்பி வந்திருக்கலாம் அல்லவா? திடீரென்று அவர்கள் முன்னால் தோன்றினால் ஏதாவது ஒன்று கிடக்க ஒன்று நேரிடக் கூடும். ஆகையால் மெள்ள மெள்ளச் சத்தமிடாமல் சென்றார்கள். வெகு சமீபத்தில் அவர்கள் போன பிறகும் பேச்சுக்குரல் ஒன்றும் கேட்க வில்லை. மறைவில் இருப்பவர்கள் யார், அவர்கள் எத்தனை பேர்

என்றும் தெரியவில்லை. வள்ளிக்கிழங்கு சுடும் மணம் மட்டும் கம்மென்று வந்தது. பூங்குழலியின் நிலையை இப்போது இளவரசர் நன்கு அறிந்திருந்த படியால் அவளுடைய பசியைத் தீர்ப்பது முதலா வது காரியம் என்று கருதினார். ஆகையால் வந்தது வரட்டும் என்று கப்பலைச் சுற்றிக் கொண்டு அப்பால் சென்று பார்த்தார். அங்கே அடுப்பு மூட்டிச் சமைப்பதற்கு ஏற்பாடுகள் செய்து கொண்டிருந்தது ஒரு பெண்மணி என்று தெரிந்தது. யார் அந்தப் பெண்மணி என்பதும் அடுத்த கணத்திலேயே தெரிந்து போயிற்று. அந்த மூதாட்டி இவர்களைக் கண்டு ஆச்சரியப்பட்ட தாகத் தெரியவில்லை. இவர்களை எதிர்பார்த்தவளாகவே தோன்றியது. வாய்ப் பேச்சின் உதவியின்றி இவர்களை அம்மூதாட்டி வரவேற்றாள். சற்று நேரத்துக் கெல்லாம் அமுதும் படைத்தாள். பழையாறை அரண்மனையில் அருந்திய இராஜ போகமான விருந்துகளையெல்லாம் காட்டிலும் இம்மூதாட்டி அளித்த வரகரிசிச் சோறும் வள்ளிக்கிழங்கும் சுவை மிகுந்ததாக இளவரசருக்குத் தோன்றியது.

சாப்பிட்ட பிறகு மூன்று பேரும் கப்பலின் தளத்துக்குப் போய்ச் சேர்ந்தார்கள். சந்திரன் இப்போது நன்றாக மேலே வந்திருந்தான். கப்பலின் தளத்திலிருந்து பார்த்தபோது கடலும் தொண்டைமான் ஆறும் ஒன்றாகக் கலக்கும் இடமும் அதற்கு அப்பால் பரந்த கடலும் தெரிந்தன. முன்மாலை இருள்வேளையில் பச்சைத் தாமிரத் தகட்டைப் போல் தோன்றிய கடல் இப்போது பொன் வண்ண நிலாவின் கிரணங்களினால் ஒளி பெற்றுத் தங்கத் தகடாகத் திகழ்ந்தது.

அவர்கள் இரவில் திறந்த வெளியில், சுற்றிலும் நீர் சூழ்ந்த இடத்தில் இருந்த போதிலும் புழுக்கத்தினால் உடம்பு வியர்த்தது. காற்று என்பது லவலேசமும் இல்லை. இதைப்பற்றி இளவரசர் பூங்குழலியிடம் கூறியதை அந்த மூதாட்டி எப்படியோ தெரிந்து கொண்டாள். வானத்தில் சந்திரனைச் சுற்றி ஒரு சாம்பல் நிறவட்டம் ஏற்பட்டிருப் பதை சுட்டிக் காட்டினாள்.

'சந்திரனைச் சுற்றி வட்டமிட்டிருந்தால் புயலும் மழையும் வரும் என்பதற்கு அடையாளம்' என்று பூங்குழலி விளக்கிக் கூறினாள்.

'புயல் வருகிறபோது வரட்டும்; இப்போது கொஞ்சம் காற்று வந்தால் போதும்!' என்றார் இளவரசர்.

பிறகு அந்த மூதாட்டி எப்படி அவ்வளவு சீக்கிரத்தில் அங்கு வந்து சேர்ந்திருக்க முடியும் என்று தமது வியப்பைத் தெரிவித்தார்.

'என் அத்தைக்கு இது ஒரு பெரிய காரியம் அல்ல; இதைவிட அதிசய மான காரியங்களை அவர் செய்திருக்கிறார்!' என்றாள் பூங்குழலி.

'மேலும் தங்களிடம் அவருக்கு இருக்கும் அன்புக்கும் அளவே கிடையாது. அன்பின் சக்தியினால் எதைத்தான் சாதிக்க முடியாது?' என்றாள்.

இந்தப் பேச்சையும் அந்த மூதாட்டி எப்படியோ தெரிந்து கொண்டு பூங்குழலியின் முகத்தைத் திருப்பி ஒரு திக்கைச் சுட்டிக்காட்டினாள். அங்கே அவர்கள் ஏறிவந்த யானை நின்று கொண்டிருந்தது. அதற்குப் பக்கத்தில் கம்பீரமான உயர்ந்த சாதிக்குதிரை ஒன்று நின்றதைக் கண்டு இருவரும் அதிசயித்தார்கள்.

'இந்தக் குதிரையின் மீது ஏறி இவர் வந்தாரா என்ன? இவருக்குக் குதிரை ஏறத்தெரியுமா?' என்று இளவரசர் வியப்புடன் கேட்டார்.

'அத்தைக்குத் தெரியாதது ஒன்றும் இல்லை. குதிரை ஏற்றம், யானை ஏற்றம் எல்லாம் தெரியும். படகு வலிக்கத் தெரியும். சில சமயம் காற்றில் ஏறிப் பிரயாணம் செய்வாரோ என்று நினைக்கத் தோன்றும். அவ்வளவு சீக்கிரம் ஓரிடத்திலிருந்து இன்னோரிடம் வந்து விடுவார். எப்படி வந்திருக்க முடியும் என்று நமக்கு ஆச்சரியமாயிருக்கும்.'

இளவரசர் அப்போது வேறொரு ஆச்சரியத்தில் மூழ்கியிருந்தார். கரையில் மேய்ந்துகொண்டிருந்த குதிரையின் கம்பீரத் தோற்றந்தான் அவருக்கு அத்தகைய வியப்பை உண்டாக்கியது.

'அரபு நாட்டில் வளரும் உயர்ந்த சாதிக் குதிரைகளில் மிக உயர்ந்த குதிரையல்லவா இது? எப்படி இங்கே வந்தது? எப்படி இந்த மூதாட்டிக்குக் கிடைத்தது?' என்று தமக்குத்தாமே சொல்லிக் கொண்டார்.

பூங்குழலி சமிக்ஞை பாஷையினால் இதைப்பற்றி ஊமை ராணியிடம் கேட்டாள்.(ஆம்; 'ஊமை ராணி' என்று இனி நாம் அந்த மூதாட்டியை அழைக்கலாம் அல்லவா?) 'யானை இறவு'த் துறைக்குப் பக்கத்தில் இந்தக் குதிரை கடலிலிருந்து கரையேறியது என்றும், கரை ஏறியதும் தெறிகெட்டுப் பிரமித்து நின்று கொண்டிருந்ததென்றும், ஊமைராணி அதை அன்புடன் தட்டிக் கொடுத்து வசப்படுத்தி அதன்மேல் ஏறிக்கொண்டு வந்ததாகவும் தெரியப்படுத்தினாள். இதைக்கேட்ட இளவரசரின் வியப்பு மேலும் அதிகமாயிற்று.

பேசிக் கொண்டிருக்கும்போதே பூங்குழலியின் கண்ணிமைகள் மூடிக்கொள்வதை இளவரசர் கவனித்தார். 'முன்னமே தூக்கம் வருகிறது என்று சொன்னாய். நீ படுத்துக் கொள்!' என்றார். அப்படிச் சொன்னதுதான் தாமதம்; பூங்குழலி அவ்விடமிருந்து சற்று விலகிச் சென்று படுத்துப் பக்கத்தில் கிடந்த கப்பல் பாய் ஒன்றை எடுத்துப்

போர்த்திக் கொண்டாள். படுத்த சிறிது நேரத்துக்கெல்லாம் தூங்கிப் போனாள். அவள் மூச்சுவிட்ட தோரணையிலிருந்து அவள் தூங்கி விட்டாள் என்று தெரிந்தது.

ஆனால் தூக்கத்திலேயே அவளுடைய வாய் மெல்லிய குரலில் பாட்டு ஒன்றை முணுமுணுத்தது.

> 'அலை கடலும் ஓய்ந்திருக்க
> அக்கடல் தான் பொங்குவதேன்?'

ஆகா! இதே பாட்டை வந்தியத்தேவன் நேற்று அடிக்கடி முனகிக் கொண்டிருந்தான்! இவளிடந்தான் கற்றுக்கொண்டான் போலும். மற்றொரு சமயம் சமுத்திர குமாரி விழித்துக்கொண்டிருக்கும் போது பாட்டு முழுவதையும் பாடச் சொல்லிக் கேட்க வேண்டும் என்று இளவரசர் எண்ணினார். உடனே ஊமை ராணியிடம் அவர் கவனம் சென்றது. ஆகா! எல்லாருக்குந்தான் சில சமயம் அகக்கடல் பொங்குகிறது! நெஞ்சகம் விம்முகிறது! ஆனாலும் வாய் திறந்து தன் உணர்ச்சிகளை என்றும் வெளியிட முடியாத இந்த மூதாட்டியின் உள்ளக் கொந்தளிப்புக்கு உவமானம் ஏது? எத்தனை ஆசாபாசங்கள், எத்தனை மகிழ்ச்சிகள், எத்தனை துயரங்கள், எவ்வளவு கோபதாப ஆத்திரங்கள் எல்லாவற்றையும் இவள் தன் உள்ளத்திலேயே அடக்கி வைத்திருக்கிறாள்! எத்தனை காலமாக அடக்கி வைத்திருக்கிறாள்!

ஊமை ராணி இடம் பெயர்ந்து இளவரசரின் அருகில் வந்து அமர்ந்தாள். அவருடைய தலைமயிரை அன்புடன் கோதிவிட்டாள். அவருடைய இரண்டு கன்னங்களையும் பூவைத் தொடுவது போல் தன் வலிய வைரமேறிய கரங்களினால் மிருதுவாகத் தொட்டுப்பார்த்தாள். இளவரசருக்குச் சற்று நேரம் என்ன செய்வது என்றே தெரியவில்லை. பிறகு அந்த மூதாட்டியின் பாதங்களைத் தொட்டுத் தம் கண்ணில் ஒற்றிக் கொண்டார். அவள் அந்தக் கரங்களைப் பிடித்துத் தன் முகத்தில் வைத்துக் கொண்டாள். இளவரசருடைய கரங்கள் விரைவில் அந்தப் பெண்ணரசியின் கண்ணில் பெருகிய நீரால் நனைந்து ஈரமாயின.

ஊமை ராணி சமிக்ஞையினால் இளவரசரையும் படுத்து உறங்கச் சொன்னாள். தான் காவல் இருப்பதாகவும் கவலையின்றித் தூங்கும் படியும் சொன்னாள். இளவரசருக்குத் தூக்கம் வரும் என்று தோன்ற வில்லை. ஆயினும் அவளைத் திருப்தி செய்வதற்காகப் படுத்தார். படுத்து வெகுநேரம் வரையில் அவர் உள்ளக் கடல் கொந்தளித்துக் கொண்டிருந்தது. பிறகு வெளியில் சிறிது குளிர்ந்த காற்று வந்தது. உடல் குளிரவே உள்ளம் குளிர்ந்தது; இலேசாக உறக்கமும் வந்தது.

ஆனால் உறக்கத்திலும் இளவரசரின் மனம் அமைதியுறவில்லை. பற்பல விசித்திரமான கனவுகள் கண்டார். அரபு நாட்டுச் சிறந்த குதிரை ஒன்றின் மீது ஏறி வானவெளியில் பிரயாணம் செய்தார். மேகமண்டலங்களைக் கடந்து வானுலகில் புகுந்தார்.

அங்கே தேவேந்திரன் அவரை ஐராவதத்தில் ஏற்றி அழைத்துச் சென்றான். தன்னுடைய இரத்தினச் சிங்காதனத்தில் அவரை உட்காரச் சொன்னான்.

'ஓ! இது எனக்கு வேண்டாம், இந்தச் சிங்காதனத்தில் என் பெரிய தாயார் ஊமை ராணியை ஏற்றி வைக்க விரும்புகிறேன்' என்று இளவரசர் சொன்னார்.

தேவேந்திரன் சிரித்து, 'அவள் இங்கே வரட்டும் பிறகு பார்க்கலாம்' என்றான்.

தேவேந்திரன் இளவரசருக்குத் தேவாமிர்தத்தைக் கொடுத்துப் பருகச் சொன்னான்.

இளவரசர் அருந்திப் பார்த்துவிட்டு, 'ஓ! இது காவேரித் தண்ணீர்போல் அவ்வளவு நன்றாயில்லையே?' என்றார்.

தேவேந்திரன் இளவரசரை அந்தப்புரத்துக்கு அழைத்துப் போனார். அங்கே தேவ மகளிர் பலர் இருந்தார்கள்.

இந்திராணி இளவரசரைப் பார்த்து, 'இந்தப் பெண்களுக்குள்ளே அழகில் சிறந்தவள் யாரோ அவளை நீர் மணந்து கொள்ளலாம்' என்றாள்.

இளவரசர் பார்த்துவிட்டு, 'இவர்களில் யாரும் பூங்குழலியின் அழகுக்கு அருகிலும் வரமாட்டார்கள்' என்றார்.

திடீரென்று இந்திராணி இளைய பிராட்டியாக மாறினாள். 'அருள் மொழி! என் வானதியை மறந்துவிட்டாயா?' என்று கேட்டாள்.

இளவரசர், 'அக்கா! அக்கா! எத்தனை நாளைக்கு என்னை நீ அடிமை யாக வைத்திருக்கப் போகிறாய்? உன்னுடைய அன்பின் சிறையைக் காட்டிலும் பழுவேட்டரையரின் பாதாளச் சிறை மேல்! என்னை விடுதலை செய்! இல்லாவிட்டால் விராட ராஜனுடைய புதல்வன் உத்தர குமாரனைப் போல் என்னை அரண்மனையிலேயே இருக்கச் செய்து விடு. ஆடல் பாடல்களில் காலங்கழித்துக் கொண்டிருக்கிறேன்' என்றார்.

இளைய பிராட்டி குந்தவை தன் பவழச் செவ்விதழ்களில் காந்தள் மலரையொத்த விரலை வைத்து அவரை வியப்புடன் நோக்கினாள்.

'அருள்மொழி! நீ ஏன் இப்படி மாறிப் போய்விட்டாய்? யார் உன் மனத்தைக் கெடுத்தார்கள்? ஆம், தம்பி! அன்பு என்பது ஓர் அடிமைத் தனம்தான். அதற்கு நீ கட்டுப்பட்டுத்தான் ஆகவேண்டும்' என்றாள்.

'இல்லை அக்கா, இல்லை! நீ சொல்வது தவறு. அடிமைத்தனம் இல்லாத அன்பு உண்டு. உனக்கு அதைக் காட்டட்டுமா? இதோ கூப்பிடுகிறேன் பார்!... பூங்குழலி! பூங்குழலி! இங்கே வா!' என்று கூவினார்.

பலபலவென்று பொழுது விடியும் சமயத்தில் பூங்குழலி குதிரையின் காலடிச்சத்தம் கேட்டு விழித்துக் கொண்டாள். ஊமை ராணி குதிரை மேல் ஏறிப் புறப்படுவதைப் பார்த்தாள். அவளைத் தடுப்பதற்காக எழுந்து ஓடினாள். அவள் கப்பலிலிருந்து இறங்கிக் கரைக்குச் செல்வதற்கு முன்னால் குதிரை பறந்து சென்றுவிட்டது.

உதய நேரம் மிக்க மனோகரமாயிருந்தது. பூங்குழலியின் உள்ளத்தில் என்றுமில்லாத உற்சாகம் ததும்பியது. அங்கிருந்த படியே கப்பலின் மேல் தளத்தைப் பார்த்தாள். இளவரசர் தூங்கிக் கொண்டிருந்தார். பூங்குழலி நதிக்கரையோரமாகப் பறவைகளின் இனிய கானத்தைக் கேட்டுக்கொண்டு நடந்தாள். ஒரு மரத்தின் வளைந்த கிளையில் ஒரு பெரிய ராட்சச கிளி உட்கார்ந்திருந்தது. பூங்குழலியைக் கண்டு அது அஞ்சவில்லை. 'எங்கே வந்தாய்?' என்று கேட்பதுபோல் அவளை உற்றுப் பார்த்தது.

'கிளித்தோழி! இன்னும் சற்று நேரத்துக்கெல்லாம் இளவரசர் இங்கிருந்து போய்விடுவார். பிறகு எனக்கு நீதான் துணை. என்னோடு பேசுவாய் அல்லவா?' என்று பூங்குழலி கேட்டாள்.

அச்சமயம் 'பூங்குழலி! பூங்குழலி!' என்ற குரல் கேட்டது. முதலில் கிளிதான் பேசுகிறது என்று நினைத்தாள். இல்லை; குரல் கப்பலிலிருந்து வருகிறது என்று உணர்ந்தாள். இளவரசர் அழைக்கிறார் என்று அறிந்து குதித்தோடினாள். ஆனால் கப்பல் மேலேறிப் பார்த்தபோது இளவரசர் இன்னமும் தூங்கிக் கொண்டிருந்தார். பூங்குழலி அவர் அருகில் சென்றபோது அவருடைய வாய் மீண்டும் 'பூங்குழலி!' என்று முணு முணுத்தது. உடல் புளகாங்கிதம் கொண்ட அப்பெண் இளவரசரின் அருகில் சென்று அவருடைய நெற்றியைத் தொட்டு எழுப்பினாள்.

இளவரசர் உறக்கமும், கனவும் கலைந்து எழுந்தார். கீழ்த் திசையில் சூரியன் உதயமாகிக் கொண்டிருந்தான். பூங்குழலியின் முகம் மலர்ந்த செந்தாமரையைப் போல் பிரகாசித்தது.

'என்னை அழைத்தீர்களே, எதற்கு?' என்று கேட்டாள்.

‘உன் பெயரைச் சொல்லி அழைத்தேனா என்ன? தூக்கத்தில் ஏதோ பேசியிருப்பேன். நீ நேற்றிரவு தூங்கிக்கொண்டே பாடினாயே! நான் தூக்கத்தில் பேசக்கூடாதா?’ என்றார்.

இளவரசர் குதித்து எழுந்தார். ‘ஓகோ! இத்தனை நேரமா தூங்கி விட்டேன்! பெரியம்மா எங்கே?’ என்று கேட்டுச் சுற்று முற்றும் பார்த்தார். அந்த மூதாட்டி அதிகாலையில் குதிரை ஏறிப் போய் விட்டதை சமுத்திர குமாரி கூறினாள்.

‘நல்ல காரியம் செய்தாள்! சமுத்திர குமாரி! உன் களைப்புத் தீர்ந்து விட்டதாகக் காண்கிறது. நீயும் இனி விடை பெற்றுக் கொள்ளலாம். என் நண்பர்கள் வரும் வரையில் நான் இங்கேயே இருக்க வேண்டும். அதுவரை இந்தக் கப்பலைச் சோதித்துப் பார்க்கப் போகிறேன்’ என்றார்.

பூங்குழலி, ‘அதோ! அதோ!’ என்று சுட்டிக்காட்டினாள். அவள் காட்டிய திசையை இளவரசர் நோக்கினார். கடலில் வெகு தூரத்தில் ஒரு பெரிய மரக்கலம் தெரிந்தது. கடற்கரையோரமாக ஒரு சிறிய படகு வருவதும் தெரிந்தது. படகிலே ஐந்தாறு பேர் இருந்தார்கள்.

‘ஆகா! இப்போது எல்லா விவரங்களும் தெரிந்து போய் விடும்!’ என்றார் இளவரசர்.

தாம் அங்கிருப்பது தெரியாமல் ஒருவேளை படகு கடற்கரை யோடு போய்விடலாம் என்று இளவரசர் அஞ்சினார். ஆகையால் உடனே புதைந்த கப்பலிலிருந்து கீழிறங்கி நதிக்கரையோரமாகக் கடற் கரையை நோக்கிச் சென்றார். பூங்குழலி அவரைத் தொடர்ந்து சென்றாள். யானையும் அவர்களைப் பின் தொடர்ந்து அசைந்தாடிக் கொண்டு சென்றது.

கடற்கரையில் போய் நின்றார்கள். மரக்கலம் அவர்களை விட்டுத் தூரத் தூரப் போய்க்கொண்டிருந்தது. படகு அவர்களை நெருங்கி நெருங்கி வந்து கொண்டிருந்தது.

முதலில் பின்னால் ஒதுங்கி நின்ற பூங்குழலி ஆர்வங்காரணமாகச் சிறிது நேரத்துக்குள் முன்னால் வந்து விட்டாள்.

இளவரசருடைய மனக் கவலைகளுக்கிடையே பூங்குழலியின் ஆர்வம் அவருக்குக் களிப்பை ஊட்டியது. அவர் முகத்தில் குறுநகை ததும்பியது.

அவர் மனக் கவலை கொள்ளக் காரணங்களும் நிறைய இருந்தன. தூரத்திலே போய்க் கொண்டிருந்த கப்பலில் தாமும் போயிருக்க வேண்டும் என்றும் அது தன்னை விட்டுவிட்டுத் தூரதூரப் போய்க் கொண்டிருந்ததாகவும் அவருக்குத் தோன்றியது. அதுமட்டும் அன்று; கிட்ட நெருங்கி வந்து கொண்டிருந்த படகிலே ஒரு ஆள்

குறைவாயிருந்ததாகக் காணப்பட்டது. இருக்கவேண்டிய ஒருவர் அதில் இல்லை. ஆம்; அதோ சேநாதிபதி இருக்கிறார்; திருமலை யப்பர் இருக்கிறார். உடன் வந்து வீரர்கள் இருக்கிறார்கள்; படகோட்டிகள் இருக்கிறார்கள். ஆனால் அந்த வாணர் குலத்து வாலிபனை மட்டும் காணோம். வல்லத்தரையன் எங்கே? அந்த உற்சாக புருஷன், அசகாயசூரன், அஞ்சா நெஞ்சம் படைத்த தீரன், இளைய பிராட்டி அனுப்பி வைத்த அந்தரங்கத் தூதன் எங்கே?... இரண்டு நாள்தான் பழகியிருந்த போதிலும் இளவரசருக்கு நெடுநாள் பழக்கப்பட்ட நண்பன் போல் அவன் ஆகியிருந்தான். அவனுடைய குணாதிசயங்கள் அவ்வளவாக இளவரசருடைய மனத்தைக் கவர்ந்திருந்தன. அவனைப் படகில் காணாததும் அரிதில் கிடைத்த பாக்கியத்தை இழந்ததுபோல் இளவரசருக்கு வேதனை உண்டாயிற்று.

படகு இன்னும் நெருங்கிக் கரையோரம் வந்ததும் சேநாதிபதி முதலியவர்கள் தாவிக் கரையில் குதித்தார்கள். சேநாதிபதி பூதி விக்கிரமகேசரி ஓடிவந்து இளவரசரைக் கட்டிக் கொண்டார்.

'ஐயா! நல்ல காரியம் செய்தீர்கள்; எங்களை இப்படி கதிகலங்க அடிக்கலாமா!... யானையின் மதம் எப்படி அடங்கிற்று? இந்தப் பொல்லாத யானை இப்போது எவ்வளவு சாதுவாக நின்று கொண்டிருக்கிறது!... இளவரசே! எப்போது இங்கே வந்து சேர்ந்தீர்கள்? பழுவேட்டரையர்களின் கப்பல்களைப் பார்த்தீர்களா? அவை எங்கே?' என்று கொடும்பாளூர் பெரிய வேளார் கேள்விமாரி பொழிந்தார்.

'சேநாதிபதி! எங்கள் கதையைப் பின்னால் சொல்கிறேன். வந்தியத்தேவர் எங்கே? சொல்லுங்கள்!' என்றார்.

'அந்தத் துடுக்குக்காரப் பிள்ளை அதோ போகிற கப்பலில் போகிறான்!' என்று சேநாதிபதி தூரத்தில் போய்க் கொண்டிருந்த கப்பலைக் காட்டினார்.

'ஏன்? ஏன்? அது யாருடைய கப்பல்? அதில் ஏன் வந்தியத்தேவர் போகிறார்?' இளவரசர் கேட்டார்.

'ஐயா! எனக்குப் புத்தி ஒரே கலக்கமாயிருக்கிறது. இந்த வைஷ்ண வனைக் கேளுங்கள்! இவனுக்கு உங்கள் சமாசாரத்துடன் அந்த வாலிபன் சுபாவமும் தெரிந்திருக்கிறது!' என்றார்.

இளவரசர் ஆழ்வார்க்கடியானைப் பார்த்து, 'திருமலை! வந்தியத்தேவர் ஏன் அக்கப்பலில் போகிறார்? தெரிந்தால் சீக்கிரம் சொல்லுங்கள்!' என்றார்.

நாற்பத்தேழாம் அத்தியாயம்

பேய்ச் சிரிப்பு

இளவரசரும் பூங்குழலியும் யானை மீது ஏறிச் சென்ற பிறகு, பின் தங்கியவர்களுக்கு என்ன நேர்ந்தது என்பதை நாமும் நேயர்களுக்குச் சொல்லக் கடமைப்பட்டிருக்கிறோம்.

'யானைக்கு மதம் பிடித்து விட்டது!' என்று சேநாதிபதி கூச்ச லிட்டதைக் கேட்டு மற்றவர்களும் அப்படியே முதலில் நம்பினார்கள். யானையைப் பின் தொடர்ந்து குதிரைகளை வேகமாக விட்டுக் கொண்டு போகப் பார்த்தார்கள். ஆனால் அது இயலுகிற காரியமா யில்லை. யானை இறவுத் துறையை அடைந்ததும் அவர்களுடைய பிரயாணம் தடைப்பட்டு விட்டது. வழக்கம் போல் எல்லாருக்கும் முதலில் சென்ற வந்தியத்தேவனுடைய குதிரை அக்கடல் துறையில் இறங்கிப் பாய்ந்து சேற்றில் அகப்பட்டுக் கொண்டது. மிக்க சிரமப் பட்டு அதை வெளியேற்றினார்கள். ஆனாலும் குதிரை இனி பிரயாணத்துக்குத் தகுதியில்லையென்று ஏற்பட்டது.

சேநாதிபதி பூதி விக்கிரம கேசரி இன்னது செய்வதென்று தெரியாமல் தலையில் அடித்துக் கொண்டார். 'என் வாழ்க்கையில் இம்மாதிரி தவறு செய்ததில்லை. எல்லாரும் சும்மா நிற்கிறீர்களே? என்ன செய்யலாம்? இளவரசரை எப்படிக் காப்பாற்றலாம்? யாருக்காவது யோசனை தோன்றினால் சொல்லுங்கள்!' என்றார்.

அப்போது ஆழ்வார்க்கடியான் முன் வந்து, 'சேநாதிபதி! எனக்கு ஒன்று தோன்றுகிறது; சொல்லட்டுமா?' என்றான்.

'சொல்வதற்கு நல்ல வேளை பார்த்துக் கொண்டிருக்கிறாயா? சீக்கிரம் சொல்!' என்றார் சேநாதிபதி.

'இளவரசர் சென்ற யானைக்கு உண்மையில் மதம் பிடிக்க வில்லை...'

'என்ன உளறுகிறாய்? பின்னே யாருக்கு மதம் பிடித்தது? உனக்கா?'

'ஒருவருக்கும் மதம் பிடிக்கவில்லை. தாங்கள் வேண்டுமென்று பிரயாணத்தைத் தாமதப்படுத்துகிறீர்கள் என்ற சந்தேகம் இளவரசருக்கு உண்டாகி விட்டது. அதனால் நம்மை விட்டுப் பிரிந்து போவதற்காக யானையை அப்படித் தூண்டி விட்டு வேகமாய்ப் போய்விட்டார். யானையைப் பழக்கும் வித்தையின் சகல இரகசியங்களையும் அறிந்தவர் இளவரசர் என்பதுதான் நம் எல்லாருக்கும் தெரியுமே!'

இது உண்மையாயிருக்கும் என்று சேநாதிபதிக்கும் பட்டது அவர் உள்ளம் நிம்மதி அடைந்தது.

'சரி; அப்படியேயிருக்கட்டும். ஆனால் நாம் தொண்டைமான் ஆற்றின் முகத்துவாரத்துக்குப் போய்ச் சேர வேண்டும் அல்லவா? அங்கே நடப்பது என்ன என்றாவது தெரிந்து கொள்ள வேண்டும் அல்லவா?'

'போக வேண்டியதுதான். கடற்கரையின் ஓரமாகச் சென்று எங்கேயாவது படகு கிடைத்தால் அதில் ஏறிக்கொண்டுதான் கடந்தாக வேண்டும் அல்லது பார்த்திபேந்திர பல்லவரின் கப்பல் வரும் வரையில் காத்திருக்கலாம்.'

'வைஷ்ணவரே! நீர் பொல்லாதவர். இளவரசரிடம் இப்படி ஏதாவது சொல்லிவிட்டீர் போலிருக்கிறது.'

'சேநாதிபதி! இந்தப் பிரயாணம் கிளம்பியதிலிருந்து நான் இளவரசருடன் பேசவே இல்லை.'

இதன்பிறகு அவர்கள் அந்தக் கடற்கழியின் ஓரமாகக் கிழக்கு நோக்கிச் சென்றார்கள்.

நேயர்கள் இலங்கைத் தீவின் வட பகுதியின் இயல்பு எத்தகையது என ஒருவாறு அறிந்திருக்கலாம். இலங்கையின் வடக்கு முனைப் பகுதிக்கு அந்நாளில் நாகத்வீபம் என்று பெயர் வழங்கியது. அந்தப் பகுதியையும் இலங்கையின் மற்றப் பெரும் பகுதியையும் இரு புறத்திலிருந்தும் கடல் உட்புகுந்து பிரித்தது. ஒரு பகுதியிலிருந்து இன்னொரு பகுதிக்குச் செல்லும்படியாகக் கடற்கழி மிகக் குறுகியிருந்த இடத்துக்குக் *'யானை இறவு'த் துறை என்று பெயர். சில சமயம் இத்துறையில் தண்ணீர் குறைவாயிருக்கும். அப்போது சுலபமாக இறங்கிக் கடந்து செல்லலாம். மற்றச் சமயங்களில் அதைக் கடப்பது எளிதன்று. படகுகளிலேதான் கடக்கவேண்டும்.

---

* யானை மந்தைகள் இந்த இடத்தில் கடலில் இறங்கி கடந்து செல்வது வழக்கமாக இருந்தபடியால் 'யானை இறவு' என்ற பெயர் வந்தது. முற்காலத்தில் இவ்விடத்தில் யானைகளைக் கப்பலில் ஏற்றி வெளி நாடுகளுக்கு அனுப்பியதாகவும் சொல்லப்படுகிறது.

அந்தச் சமயத்தில் இலங்கைக் கடற்கரையோரமாக இருந்த படகுகள் எல்லாம் பெரும்பாலும் மாதோட்டத்துக்கும் திரிகோண மலைக்கும் சென்றிருந்தன. என்றாலும், தப்பித் தவறி எங்கேயாவது ஒன்றிரண்டு படகுகள் இருக்கலாம் என்று எண்ணிச் சேநாதிபதி முதலியவர்கள் பார்த்துக்கொண்டே சென்றார்கள். கடைசியாக மீன் பிடிக்கும் வலைஞனுடைய சிறிய படகு ஒன்று சிக்கியது. அதில் படகோட்டி ஒருவனே இருந்தான். கேட்கிறவர் சோழ நாட்டுச் சேநாதிபதி என்று தெரிந்து கொண்டு சம்மதித்தான்.

படகில் ஏறிக் கடல் கால்வாயைக் கடந்தார்கள். ஆனால் பிறகு எப்படித் தொண்டைமான் ஆற்றின் முகத்துவாரத்தை அடைவது? காட்டு வழியில் நடந்து போய்ச்சேர்வது சுலபமன்று. அதிக நேரமும் ஆகும்; ஆகையால் அதே படகை உபயோகித்துக் கீழைக் கடற்கரை யோரமாகவே சென்று தொண்டைமான் ஆற்றின் சங்கமத்தை அடைவ தென்று தீர்மானித்தார்கள்.

நள்ளிரவு வரையில் படகுக்காரன் கடலோரமாகப் படகு விட்டுக் கொண்டு சென்றான். அதற்குப் பிறகு அவன் களைத்து விட்டான். மற்றவர்கள் உதவிசெய்வதாகச் சொல்லியும் பயனில்லை. 'இனி அடிக்கடி திசை திரும்பவேண்டும். மூலை முடுக்குகளும் கற்பாறை களும் அதிகம். பாறையில் மோதினால் படகு உடைந்து சுக்குநூறாகி விடும். இனிப் பொழுது விடிந்துதான் படகு செலுத்த முடியும்' என்றான். சேநாதிபதி முதலியவர்களும் களைப்படைந்து போயிருந் தார்கள். ஆகையால் கரையில் இறங்கித் தோப்பு ஒன்றில் படுத்தார்கள்.

வந்தியத்தேவனுக்கு இது ஒன்றும் பிடிக்கவில்லை. அவன் ஆழ்வார்க் கடியானோடு சண்டை பிடித்தான். 'எல்லாம் உன்னாலே வந்த வினை!' என்றான்.

'என்னால் என்ன இப்போது வந்தது?' என்று ஆழ்வார்க்கடியான் கேட்டான்.

'நீ ஒன்றையும் மனம் விட்டுச் சொல்வதில்லை. கடம்பூரிலிருந்து நானும் பார்த்துக்கொண்டுதான் வருகிறேன். கொஞ்சம் சொல்வது போல் சொல்கிறாய்; பாதிச் செய்தியை இரகசியமாய் வைத்துக் கொள்கிறாய்; இளவரசர் யானைமேல் ஏறியதன் நோக்கம் உனக்குத் தெரிந்திருக்கிறதே? அதை என்னிடம் முன்னமே சொல்லியிருந்தால் நானும் அந்த யானையின் மேல் ஏறியிருப்பேன் அல்லவா? இவ்வளவு கஷ்டப்பட்டுத் தேடிப் பிடித்த இளவரசரை இப்போது கை நழுவ விட்டு விட்டோமே? பழையாறைக்குப் போய் இளைய பிராட்டியிடம் என்ன சொல்வது?' என்றான் வந்தியத்தேவன்.

'ஓலையைக் கொடுத்ததும் உன் கடமை தீர்ந்துவிட்டது. இன்னும் என்ன?'. என்றான் ஆழ்வார்க்கடியான்.

'அதுதான் இல்லை, இளவரசரை இளைய பிராட்டியிடம் கொண்டு போய்ச் சேர்த்த பிறகுதான் என்னுடைய கடமை தீர்ந்ததாகும். நீயே அதற்குக் குறுக்கே நிற்பாய் போலிருக்கிறதே!'

'இல்லை, அப்பா, இல்லை! நான் குறுக்கே நிற்கவில்லை. நாளைக்கே நான் சேநாதிபதியிடம் விடைபெற்றுக் கொண்டு என் வழியே போகிறேன்.'

'உன் காரியம் முடிந்துவிட்டது. இளவரசரைப் பிடித்துக் கொடுத் தாகிவிட்டது என்று போகப் பார்க்கிறாயாக்கும். உன் பேரில் எனக்கு எப்போதுமே கொஞ்சம் சந்தேகமிருந்தது. இப்போது அது உறுதியாகிறது.'

இவ்விதம் அவர்கள் சிறிது நேரம் சண்டை பிடித்துக் கொண்டிருந்த பிறகு தூங்கிப் போனார்கள். நன்றாகக் களைத்திருந்தபடியால் அடித்துப் போட்டவர்களைப் போல் தூங்கினார்கள்.

பலபலவென்று பொழுது விடியும் சமயத்தில் படகு வலிக்கும் சத்தம் கேட்டு ஆழ்வார்க்கடியான் முதலில் விழித்துக் கொண்டான். அவன் எதிரே தோன்றிய காட்சி அவனைத் திடுக்கிடச் செய்தது. கடலில் கொஞ்ச தூரத்துக்கப்பால் பாய் மரம் விரித்த மரக்கலம் ஒன்று நின்று கொண்டிருந்தது. அது பயணப்படுவதற்கு ஆயத்தமாக நின்றதாக நன்கு தெரிந்தது. அந்த மரக்கலத்தை நோக்கிக் கரையிலிருந்து ஒரு படகு போய்க் கொண்டிருந்தது. அதில் படகுக்காரனைத் தவிர மூன்று பேர் இருந்தார்கள். அந்தப் படகு முதலாவது நாள் மாலை தங்களை ஏற்றி வந்த படகுதான் என்று தெரிந்து கொள்ள ஆழ்வார்க்கடி யானுக்கு அதிக நேரம் பிடிக்கவில்லை.

அந்த மரக்கலம் எங்கிருந்து திடீரென்று கிளம்பிற்று என்பதையும் அவன் விரைவிலே ஊகித்துக் கொண்டான். அவர்கள் படுத்திருந்த இடத்துக்குப் பக்கத்தில் கடல் பூமிக்குள் குடைந்து சென்றிருந்தது. மரங்கள் அந்த இடத்தை ஓரளவு மறைந்திருந்தன. அந்தக் குடாவிலே தான் அம்மரக்கலம் நின்றிருக்க வேண்டும் பொழுது விடிந்ததும் புறப்பட்டிருக்க வேண்டும்.

அந்த மரக்கலம் யாருடையது? எங்கிருந்து வந்தது? எங்கே போவது? படகு எதற்காகக் கப்பலை நோக்கிப் போகிறது? அதில் இருப்பவர்கள் யார்?

இவ்வளவு கேள்விகளும் ஆழ்வார்க்கடியானுடைய மனத்தில் மின்னலைப் போல் தோன்றி மறைந்தன. 'சேநாதிபதி! சேநாதிபதி!

எழுந்திருங்கள்!' என்று கூவினான். சேநாதிபதியும், வந்தியத்தேவனும், மற்ற இரு வீரர்களும் திடுக்கிட்டு விழித்தெழுந்தார்கள்.

முதலில் கடலில் நின்ற பாய்மரக் கப்பல் அவர்கள் கண்ணில் தென்பட்டது. சேநாதிபதி, 'ஓ! அது சோழ நாட்டுக் கப்பல்தான். பழுவேட்டரையர்கள் அனுப்பிய கப்பலாகவே இருக்கலாம்! இளவரசர் ஒருவேளை அதில் போகிறாரோ, என்னமோ? ஐயோ! தூங்கிப் போய்விட்டோமே! என்ன பிசகு செய்தோம்!' என்றார். பிறகு, 'படகு எங்கே? போய்க் கப்பலைப் பிடிக்கமுடியுமா என்று பார்க்கலாம்!' என்றார்.

'அதற்குள் படகு சென்று கொண்டிருப்பதும் அவர் கண்ணில் படவே, 'அடடே! அதோ போகிறது நாம் வந்த படகல்லவா? அதில் ஏறிப் போகிறவர்கள் யார்? அடே படகுக்காரா! நில் நில்!' என்று இரைந்தார். படகுக்காரனின் காதில் விழுந்ததோ என்னமோ தெரியாது. அவன் படகை நிறுத்தவில்லை. மேலே செலுத்திக்கொண்டு போனான்.

இதையெல்லாம் பார்த்துக் கொண்டும் கேட்டுக் கொண்டுமிருந்தான் வந்தியத்தேவன். 'அந்தக் கப்பலில் இளவரசர் போகிறார்!' என்று சேநாதிபதி கூறியது அவன் செவி வழியாகப் புகுந்து மனத்தில் பதிந்தது. அதற்குப் பிறகு வேறு எந்த நினைவிற்கும் அவன் மனத்தில் இடமிருக்கவில்லை. அவன் செய்யவேண்டியது என்னவென்பதைப் பற்றித்தான் ஏதேனும் சந்தேகமுண்டா? அவன் கால்களுக்குக் கட்டளையிட வேண்டிய அவசியந்தான் உண்டா? இல்லவே இல்லை! அடுத்த நிமிஷத்தில் அவன் கடலில் பாய்ந்து இறங்கினான். அலைகளைத் தள்ளிக் கொண்டு அதிவேகமாகச் சென்றான். நல்ல வேளையாகக் கடலோரத்தில் அங்கே தண்ணீர் அதிகம் இல்லை. ஆகையால் அதி சீக்கிரத்தில் வெகுதூரம் போய் விட்டான். படகின் அருகிலும் சென்று விட்டான். தண்ணீரின் ஆழம் திடீரென்று அதிகமாகி விட்டது. தத்தளிக்கும் நிலைமை ஏற்பட்டது. 'ஐயோ! நான் முழுகிச் சாகப்போகிறேன்! என்னைக் காப்பாற்றுங்கள்!' என்று கத்தினான். படகில் யாரோ சிரிக்கும் சத்தம் கேட்டது. பிறகு சிலர் பேசும் குரல்கள் கேட்டன. படகு நின்றது. படகுக்காரன் குனிந்து கை கொடுத்தான். வந்தியத்தேவன் படகில் ஏறி உட்கார்ந்தான். படகு மேலே சென்றது.

படகில் இருந்தவர்களை வந்தியத்தேவன் ஆராய்ந்து பார்த்தான். ஒருவன் தமிழ்நாட்டானே அல்ல. அரபுநாட்டான் போலக் காணப் பட்டான். அவன் எப்படி இங்கு வந்தான் என்ற வியப்புடன் மற்ற இருவரையும் பார்த்தான். அவர்கள் முகத்தில் பாதியை மறைத்து முண்டாசு கட்டிக் கொண்டிருந்தார்கள். ஆனாலும் தமிழ்நாட்டவர்கள்

என்று தெரிந்தது. அதுமட்டுமன்று. பார்த்த முகங்களாகவும் காணப் பட்டன. எங்கே, எங்கே பார்த்தோம் இவர்களை?- ஆ! நினைவு வருகிறது! பார்த்திபேந்திர பல்லவனுடைய தம்பளையிலிருந்து திரும்பி வந்தவர்கள் அல்லவா இவர்கள்? ஆழ்வார்க்கடியான் இவர் களைத்தானே இளவரசரைக் கொல்ல வந்தவர்கள் என்று சொன்னான்? ஓகோ! இவர்களில் ஒருவனை வேறொரு இடத்தில் கூடப் பார்த்திருக் கிறோமே? மந்திரவாதி ரவிதாஸன் அல்லவா இவன்? ஆந்தை கத்துவதுபோல் கத்திவிட்டுப் பழுவூர் ராணியைப் பார்க்க வந்தான் அல்லவா இவன்? சரி, சரி இளவரசர் கப்பலில் இருப்பது தெரிந்துதான் இவர்கள் அதில் ஏறிக்கொள்ளப் போகிறார்கள்! ஆகா! இளவரசர் போகும் வழியில் இது ஓர் அபாயமா? நாம் அவசரமாய் ஓடி வந்து இந்தப் படகைப் பிடித்து ஏறியது எவ்வளவு நல்லதாய்ப் போயிற்று?...

படகு போய்க்கொண்டிருந்தது; மரக்கலத்தை நெருங்கிக் கொண்டிருந்தது. படகில் இருந்தவர்கள் மௌனம் சாதித்தார்கள். வந்தியத்தேவனால் மௌனத்தைப் பொறுக்க முடியவில்லை. பேச்சுக் கொடுத்துப் பார்க்க விரும்பினான்.

'நீங்கள் எங்கே போகிறீர்கள்?' என்று கேட்டான்.

'தெரியவில்லையா? அதோ நிற்கும் கப்பலுக்குப் போகிறோம்!' என்றான் மந்திரவாதி. பாதி மூடியிருந்த வாயினால் அவன் பேசிய குரல் பேயின் குரலைப் போலிருந்தது.

'கப்பல் எங்கே போகிறது?' என்று வந்தியத்தேவன் கேட்டான்.

'அது கப்பலுக்குப் போன்னபிறகு தெரியவேண்டும்' என்றான் ரவிதாஸன். மறுபடியும் படகில் மௌனம் குடிகொண்டது வெளியில் கடலின் ஓங்கார நாதம் சூழ்ந்தது.

இப்போது மந்திரவாதி ரவிதாஸன் மௌனத்தைக் கலைத்தான். 'நீ எங்கே அப்பா, போகிறாய்?' என்று கேட்டான்.

'நானும் கப்பலுக்குத்தான் போகிறேன்' என்றான் வந்தியத்தேவன்.

'கப்பலுக்குப்போய் பிறகு எங்கே போவாய்?'

'அது கப்பலில் ஏறிய பிறகுதான் தெரியவேண்டும்!' என்று பாடத்தைத் திருப்பிப் படித்தான் வந்தியத்தேவன்.

படகு கப்பல் அருகில் சென்றது. மேலேயிருந்து ஓர் ஏணி கீழே இறங்கியது. அதில் ஒவ்வொருவராக ஏறிச் சென்றார்கள். ஏணி மேலே போவதற்குள் வந்தியத்தேவன் அதில் தொத்திக் கொண்டான். கப்பலின் மேல் தளத்தில் ஏதோ பேச்சு நடந்தது. அவனுக்குப் புரியாத

பாஷையாகத் தொனித்தது. வந்தியத்தேவன் இன்னும் துரிதமாக ஏணியின் மீது ஏறிக் கப்பலின் தளத்தில் குதித்தான். குதித்த உடனே, 'எங்கே இளவரசர்?' என்று இரைந்துகொண்டு சுற்றுமுற்றும் பார்த்தான். சுற்றிலும் அவன் பார்த்த காட்சி அவனுடைய இரும்பு நெஞ்சத்தையும் சிறிது கலக்கிவிட்டது. அவனைச் சுற்றிலும் பயங்கர ரூபமுள்ள அரபு நாட்டு மனிதர்கள் நின்றார்கள். ஒவ்வொருவனும் ஒரு ராட்சதனைப் போல் தோன்றினான். எல்லாரும் அவனை வெறித்துப் பார்த்துக்கொண்டு நின்றார்கள். அவனுடைய கேள்விக்கு யாரும் பதில் சொல்லவில்லை.

'ஏதோ பெரிய தவறு செய்துவிட்டோம்' என்ற உணர்ச்சி வந்தியத்தேவன் உள்ளத்தில் உதித்தது. இது சோழ நாட்டுக் கப்பல் அல்ல; இருக்க முடியாது. இதில் உள்ளவர்கள் தமிழ் மாலுமிகள் அல்ல. பெரிய பெரிய குதிரைகளை விற்பதற்காகக் கொண்டு வரும் அரபு நாட்டு மனிதர்கள்.

இந்தக் கப்பலில் இளவரசர் இருப்பது இயலாத காரியம். அவசரப் பட்டு வந்து ஏறிவிட்டோம். தப்பிச் செல்வது எப்படி? கடல் ஓரத்தில் நின்று குனிந்து பார்த்தான். படகு போய்க் கொண்டிருந்தது. 'படகுக்காரா! நிறுத்து!' என்று கூவிக் கொண்டு கடலில் குதிக்கப் போனான். அச்சமயம் ஒரு வஜ்ரத்தை நிகர்த்த கை பின்னாலிருந்து அவனுடைய குரல் வளையைப் பிடித்து ஓர் இழுப்பு; ஒரு தள்ளு. வந்தியத்தேவன் கப்பல் தளத்தில் மத்தியில் வந்து விழுந்தான். அவனுக்கு உக்கிர ஆவேசம் வந்துவிட்டது. குதித்து எழுந்து அவனைத் தள்ளியவனது முகவாய்க் கட்டையில் ஓங்கி ஒரு குத்து விட்டான். அந்த ஆறு அடி உயரமுள்ள அராபியன் தனக்குப் பின்னால் நின்றவனையும் தள்ளிக்கொண்டு படார் என்று விழுந்தான்.

வந்தியத்தேவனுக்குப் பின்னால் பயங்கரமான உறுமல் சத்தம் கேட்டது. நல்ல சமயத்தில் திரும்பிப் பார்த்தான். இல்லாவிட்டால் அவன் முதுகில் கத்தி பாய்ந்திருக்கும். திரும்பிய வேகத்தோடு கத்தியைத் தட்டி விட்டான். அது 'டணார்' என்ற சத்தத்துடன் கப்பலில் விழுந்து, அங்கிருந்து தெறித்துப் பாய்ந்து, கடலில் விழுந்து மறைந்தது.

மறுகணம் வந்தியத்தேவனை நாலாபுறத்திலிருந்தும் பலர் வந்து பிடித்தார்கள். பிடித்தவர்கள் புரியாத பாஷையில் ஏதேதோ பேசிக் கொண்டார்கள். அவர்களுடைய தலைவன் அதிகாரக் குரலில் கட்டளையிட்டான். உடனே மணிக்கயிறு கொண்டு வந்து வந்தியத் தேவனுடைய கால்களையும் கைகளையும் கட்டினார்கள். கைகளை உடம்போடு சேர்த்துப் பிணைத்தார்கள். பின்னர் நாலு பேராக

அவனைத் தூக்கிக்கொண்டு கீழ்த் தளத்துக்குப் போனார்கள். போகும் போதெல்லாம் உதைத்துத் திமிறி விடுவித்துக் கொள்ள வந்தியத் தேவன் முயன்றான். அந்த முயற்சி பலிக்கவில்லை. கப்பலின் அடித்தளத்தில் கொண்டு போய் அங்கே அடுக்கியிருந்த மரக்கட்டை களின் மீது அவனைப் படார் என்று போட்டார்கள். அந்தக் கட்டைகளில் ஒன்றோடு சேர்த்துக் கட்டிவிட்டு மேலே சென்றார்கள்.

கப்பல் அப்படியும் இப்படியும் அசைந்து ஆடிற்று. கப்பல் தன் பிரயாணத்தைத் தொடங்கி விட்டது என்று வந்தியத்தேவன் அறிந்தான். கப்பல் ஆடியபோது மரக் கட்டைகள் அவன்மீது உருண்டு விழுந்தன. அவற்றை விலக்கிக்கொள்ள முடியாமல் அவனுடைய கைகள் கட்டப்பட்டிருந்தன.

'இந்த முறை மட்டும் தப்பிப் பிழைத்தால் இனி அவசரப்பட்டு எந்தக் காரியமும் செய்வதில்லை. ஆழ்வார்க்கடியானைப் போல் ஆழ்ந்து யோசித்த பிறகே செய்ய வேண்டும்' என்று வந்தியத்தேவன் மனத்தில் எண்ணிக் கொண்டான்.

அச்சமயம் பேய் சிரிப்பது போன்ற சிரிப்புச் சத்தம் அருகில் கேட்டது. வந்தியத்தேவன் மிகச் சிரமத்துடன் சற்று முகத்தைத் திருப்பிப் பார்த்தான். அங்கே மந்திரவாதி ரவிதாஸன் நின்று கொண்டிருப்பதைக் கண்டான். இதுவரை மந்திரவாதியின் முகத்தில் பாதியை மறைத்துக் கொண்டிருந்த துணி இப்போது நீக்கப்பட்டிருந்தது.

'அப்பனே! அந்தச் சோழர் குலத்துப் புலியைத் தேடிக் கொண்டு வந்தேன். புலி அகப்படவில்லை. ஆனால் வாணர் குலத்து நரியாகிய நீ அகப்பட்டுக் கொண்டாய்! அந்த வரைக்கும் அதிர்ஷ்டந்தான்! என்றான்.

மேற்கூறிய நிகழ்ச்சிகளில் வந்தியத்தேவன் படகில் ஏறிச் சென்ற வரையில்தான் இருந்தவர்கள் பார்த்தார்கள். மரக்கலத்திற் குள்ளே நடந்தது. இன்னவென்பது படகோட்டிச் சென்றவனுக்கே தெரியாது. அவன் உடனே திரும்பிக் கரைக்கு வந்து சேர்ந்தான்.

சேநாதிபதி முதலியவர்கள் படகில் ஏறிக் கொண்டார்கள். இனி அந்த மரக்கலத்தைத் தொடர்ந்து போய்ப் பிடிக்க முடியாது என்ற தீர்மானத்துக்கு அவர்கள் வந்திருந்தார்கள். ஆகையால் தொண்டை மான் ஆற்றின் சங்கமத்துக்குப் போய்ப் பார்க்க அவர்கள் எண்ணினார்கள். இன்னொரு கப்பல் அங்கே இருக்கலாம். அதில் ஒரு வேளை இன்னும் இளவரசர் இருக்கலாம். எப்படியும் ஏதாவது செய்தியாவது கிடைக்கும் அல்லவா?

படகுக்காரனைக் கேட்டுப் பார்த்தார்கள். அவனிடமிருந்து ஒரு விவரமும் தெரியவில்லை. 'படகில் படுத்துத் தூங்கிக் கொண்

டிருந்தேன். அதிகாலையில் யாரோ வந்து தட்டி எழுப்பினார்கள். கப்பலில் கொண்டு விட்டால் நிறையப் பணம் தருவதாகச் சொன்னார்கள். நீங்கள் விழித்தெழுவதற்குள் திரும்பி வந்து விடலாம் என்று போனேன். வேறொன்றும் தெரியாது' என்றான்.

★ ★ ★

மேலே கண்ட வரலாறுகளில் ஆழ்வார்க்கடியான் தான் அறிந்த வரையில் ஒன்றுவிடாமல் இளவரசரிடம் கூறினான்.

பின்னர், 'இளவரசே! வந்தியத்தேவன் கடலில் குதித்துப் பாய்ந்து சென்றபோது அவனைத் தொடர்ந்து நானும் போகலாமா என்று முதலில் நினைத்தேன். ஆனால் எனக்குக் கடல் என்றால் எப்போதுமே சிறிது தயக்கம் உண்டு; நன்றாக எனக்கு நீந்தத் தெரியாது. அத்துடன், அதோ போகிறதே அந்தக் கப்பலைப் பற்றியும் எனக்குச் சிறிது சந்தேகம் ஏற்பட்டது. அதில் தாங்கள் ஏறிப்போவது சாத்தியமில்லை என்று தோன்றியது. இன்னும், அந்தக் கப்பல் சோழநாட்டுக் கப்பலாயிருக்க முடியுமா என்ற ஐயமும் உண்டாயிற்று. இதைப்பற்றிச் சேநாதிபதியிடமும் கூறினேன். இருவரும் இங்கே வந்து பார்த்து முடிவு செய்வது என்று தீர்மானித்துக்கொண்டு வந்தோம். தங்களைப் பார்த்த பிறகுதான் எங்கள் மனம் நிம்மதி அடைந்தது!' என்றான்.

ஆழ்வார்க்கடியான் கூறியதையெல்லாம் கவனமாகக் கேட்டுக் கொண்டு வந்த அருள்மொழிவர்மர், 'ஆனால் என் மனத்தில் நிம்மதி இல்லை, திருமலை! வந்தியத்தேவன் அந்தக் கப்பலில் போகிறான். அவனைப் பழுவேட்டரையர்கள் பிடித்துப் பாதாளச் சிறையில் தள்ளி விடுவார்கள்!' என்றார்.

அப்போது சேநாதிபதி, 'இளவரசே! அந்தக் கொடியவர்களின் அதிகாரத்தை எதற்காகப் பொறுத்திருக்க வேண்டும்? தாங்கள் மட்டும் சம்மதம் கொடுங்கள். அடுத்த பௌர்ணமிக்குள் பழுவேட்டரையர் களின் அதிகாரத்தைத் தீர்த்துக் கட்டி அந்தப் பாதாளச் சிறையில் அவர்களையே அடைத்துவிட்டு மறுகாரியம் பார்க்கிறேன்' என்றார்.

'ஐயா! என் தந்தையின் விருப்பத்துக்கு விரோதமாக நான் அணுவளவும் நடந்து கொள்வேன் என்று தாங்கள் கனவிலும் எதிர்பார்க்க வேண்டாம்!' என்றார் இளவரசர்.

இந்தச் சமயத்தில் குதிரை ஒன்று வேகமாக வரும் சத்தம் கேட்டு எல்லாரும் திரும்பிப் பார்த்தார்கள். சற்றுத் தூரத்திலேயே அந்தக் குதிரை நின்றது. முகக்கயிறு, உட்கார ஆசனம் ஒன்றுமில்லாமல் அந்தக் குதிரை மேல் ஏறி வந்தவள் ஒரு ஸ்திரீ என்று அறிந்ததும் அனைவரும் வியப்படைந்தார்கள்.

'கலபதி'யின் மரணம்

குதிரை மீது வந்த பெண்மணி யார் என்பது இளவரசருக்கு உடனே தெரிந்து போயிற்று. குதிரை நின்ற இடத்தை நோக்கி அவர் விரைந்து சென்றார். அவருடன் பூங்குழலியும் போனாள். மற்றவர்களும் சற்றுத்தூரத்தில் தயங்கித் தயங்கிப் போனார்கள்.

ஊமைராணி அதற்குள் குதிரையிலிருந்து இறங்கிவிட்டாள். பின்னால் கூட்டமாக வந்தவர்களைச் சற்றுக் கவலையுடன் பார்த்து விட்டுப் பூங்குழலியிடம் சமிக்ஞை பாஷையில் ஏதோ சொன்னாள். பெரியம்மா காட்டில் ஏதோ அதிசயத்தைப் பார்த்திருக்கிறாள். அந்த இடத்துக்கு நம்மை வரும்படி அழைக்கிறாள்!' என்றாள்.

இளவரசர் அக்கணமே போவதென்று தீர்மானித்துவிட்டார். மற்றவர்களும் தம்முடன் வரலாமா என்று கேட்கச் சொன்னார். ஊமை ராணி சிறிது யோசித்து விட்டு, சம்மதத்துக்கு அறிகுறியாகத் தலையை அசைத்தாள்.

போகும்போது எல்லோரும் அவள் ஏறி வந்த குதிரையைப் பற்றியே பேசிக்கொண்டு போனார்கள். அது அரபு நாட்டிலிருந்து வந்த அற்புதமான உயர் ஜாதிக் குதிரை; இந்த மூதாட்டிக்கு எப்படிக் கிடைத்தது? சமீப காலத்தில் இந்தப் பிரதேசத்தில் சைன்யம் எதுவும் வந்து இறங்கவில்லை; போர் ஒன்றும் நடக்கவில்லை. அப்படியிருக்கும்போது இக்குதிரை இந்தப் பெண்மணிக்கு எப்படிக் கிடைத்திருக்க முடியும்?

தொண்டைமான் ஆற்றின் முகத்துவாரத்தின் அருகில் சோழ நாட்டுக் கப்பல் ஒன்று கரைதட்டிப் புதைந்திருந்ததைப் பார்த்தோம். அங்கிருந்து சிறிது தூரம் வரையில் இலங்கைத் தீவின் கரை தென்கிழக்குத் திசையாக வளைந்து நெளிந்து சென்றது. அடிக்கடி கடல் நீர் பூமிக்குள் சிறிய நீர் நிலைகளையும் பெரிய நீர்நிலைகளையும்

உண்டாக்கியிருந்தது. இத்தகைய வளைகுடா ஒன்றுக்குள்ளிருந்து தான் வந்தியத்தேவன் முதலியவர்கள் அன்று காலையில் பார்த்த கப்பல் வெளியே வந்து கடலில் சென்றது.

இப்போது ஊமை ராணி தென்கிழக்குத் திசையிலே அவர்களை அழைத்துக்கொண்டு சென்றாள். அடர்ந்த காட்டுக்குள்ளே புகுந்து சென்றாள். போகப் போக இளவரசரின் ஆர்வம் அதிகமாயிற்று. ஏதோ ஒரு முக்கியமான சம்பவம் நடந்திருக்க வேண்டும்; இல்லா விட்டால் இவ்வளவு தூரம் நம்மை இம்மூதாட்டி அழைத்துப் போகமாட்டாள் என்று எண்ணினார். திடீரென்று அச்சம்பவம் அவர்களுடைய கண் முன்னால் வந்து நின்றது!

காட்டில் சிறிது இடைவெளி ஏற்பட்டது. நீர் நிலை ஒன்று தெரிந்தது. அதன் கரையில் மனிதர்கள் சிலர் இறந்து கிடந்தார்கள். பிணங்களின் நாற்றத்தோடு காய்ந்துபோன மனித இரத்தத்தின் நாற்றமும் கலந்து வந்தது. எத்தனையோ போர்க்களங்களின் அநுபவம் பெற்ற அந்த மனிதர்களுக்கு உயிரில்லா மனித உடல்களும் காய்ந்த இரத்தமும் புதிய அநுபவங்கள் அல்ல. எனினும், ஏதோ அதிசயமான, மர்ம பயங் கரமான காரியம் இங்கே நடந்திருக்கிறது என்ற எண்ணம் எல்லாருடைய மனத்திலும் ஆர்வத்தோடு அருவருப்பையும் உண்டாக்கியது.

அருகிலே சென்று பார்த்தால் உயிரற்றுக் கிடந்த உடல்கள் எல்லாம் தமிழ்நாட்டு மாலுமிகள் உடல்கள் என்று தெரிய வந்தது. 'சீக்கிரம்! சீக்கிரம்; யாருக்காவது இன்னும் உயிர் இருக்கிறதா என்று பாருங்கள்!' என்று இளவரசர் கூவினார். அவருடன் வந்தவர்கள் ஒவ்வொரு உடலுக்கு அருகிலும் சென்று பரிசோதிக்கத் தொடங்கினார்கள்.

இளவரசரை ஊமை ராணி மறுபடியும் கையினால் சமிக்ஞை செய்து அழைத்துப் போனாள். உடல்கள் கிடந்த இடத்துக்குச் சிறிது தூரத்துக் கப்பால் இருந்த மரத்தடிக்கு அழைத்துப் போனாள். அந்த மரத்தடியில் ஒரு கோர ஸ்வரூபம் சாய்ந்து படுத்திருந்தது. படுத்திருந்தவன் மனிதன்தான். ஆனால் அதை நம்புவது கஷ்டமாயிருந்தது. உடம் பெல்லாம் காயங்கள். மண்டையில் பட்டிருந்த காயங்களிலிருந்து, இரத்தம் முகத்தில் வழிந்து மிகப் பயங்கரமாகச் செய்திருந்தது. ஒவ்வொரு கணமும் மரணத்தை எதிர்பார்த்துக் கொண்டிருந்த அம்மனிதனுடைய முகத்தில் இளவரசரைக் கண்டதும் மலர்ச்சியின் சிறிய அறிகுறி தோன்றியது. அவன் வாய் திறந்து ஏதோ பேச முயன்றான். ஆனால் அவன் வாயிலும் இரத்தமாயிருந்தபடியால் அவ னுடைய முகத்தின் கோரம் அதிகம் ஆயிற்று.

இளவரசர் பரபரப்புடன் அவன் அருகில் போய் உட்கார்ந்தார். 'சீக்கிரம் தண்ணீர் கொண்டு வாருங்கள்' என்று கத்தினார்.

அம்மனிதன், 'வேண்டாம், இளவரசே! சற்று முன்னால் தான் இந்தப் பெண்மணி தண்ணீர் கொடுத்தாள். அவள் அச்சமயம் வராதிருந்தால் இதற்குள் என் உயிர் பிரிந்திருக்கும். ஐயா! தங்களுக்குத் துரோகம் செய்ய வந்ததின் பலனை இங்கேயே அநுபவித்து விட்டேன். மறு உலகில் இதற்காக மறுபடியும் கடவுள் என்னைத் தண்டிக்கமாட்டார்' என்றான்.

இளவரசர் அவன் குரலைக் கேட்டதும் முகத்தை உற்றுப் பார்த்தார். 'ஆ! கலபதி! (அந்நாளில் சேனைத் தலைவனைத் 'தளபதி' என்று அழைத்ததுபோல் மரக்கலத் தலைவனைக் 'கலபதி' என்று அழைத்தார்கள்.) இது என்ன பேச்சு! இதெல்லாம் எப்படி நடந்தது? எனக்கு நீர் என்ன துரோகம் செய்வதற்காக வந்தீர்? அதை நான் நம்பவே முடியாது!' என்றார்.

'ஐயா! தங்கள் உத்தம குணத்தினால் அப்படிச் சொல்கிறீர்கள். பழுவேட்டரையர்களின் சொற்படி தங்களைச் சிறைப்படுத்திக் கொண்டு போக வந்தேன். இதோ கட்டளை!' என்று சொல்லி, மடியிலிருந்து ஓலை ஒன்றை எடுத்துக் கொடுத்தான், சாகுந்தறுவாயில் இருந்த கலபதி. ஓலையைக் கண்ணோட்டமாக இளவரசர் ஒரு வினாடியில் பார்வையிட்டார்.

'இதில் உமது துரோகம் என்ன? சக்கரவர்த்தியின் கட்டளையைத் தானே நிறைவேற்ற வந்தீர்? அதையறிந்து நானே விரைந்து ஓடி வந்தேன். அதற்குள் இந்த விபரீதங்கள் எப்படி நேர்ந்தன? சீக்கிரம் சொல்லுங்கள்' என்றார்.

'சீக்கிரம் சொல்லத்தான் வேண்டும். இல்லாவிட்டால் அப்புறம் சொல்லவே முடியாது!' என்றான் கலபதி. பிறகு அவன் அடிக்கடி தட்டுத்தடுமாறிப் பின்வரும் வரலாற்றைக் கூறினான்.

சக்கரவர்த்தியின் கட்டளையைப் பெற்றுக்கொண்டு கலபதி இரண்டு கப்பல்களுடன் நாகைப்பட்டினத்திலிருந்து கிளம்பினான். அந்த வேலை அவனுக்குப் பிடிக்கவில்லைதான். ஆயினும் சக்கரவர்த்தியின் கட்டளையை மீற முடியாமல் புறப்பட்டான். புறப்படும்போது பழுவேட்டரையர்கள் அவனிடம் கண்டிப்பாகச் சில கட்டளைகளை இட்டிருந்தார்கள். அதாவது இலங்கையை அடைந்ததும் தனியான இடத்தில் கப்பல்களை நிறுத்திக்கொண்டு, இளவரசர் எங்கே இருக்கிறார் என்று முதலில் தெரிந்துகொள்ள வேண்டும். பிறகு அவரை நேரில் சந்தித்து, சக்கரவர்த்தியின் ஓலையைக் கொடுக்க வேண்டும். அதற்கு முன்னால் சேநாதிபதி கொடும்பாளூர் வேளாருக்கு இந்தச் செய்தி தெரியக் கூடாது. இளவரசரிடம் கட்டளையைக்

கொடுத்த பிறகு அவராக வந்தால் சரி, இல்லாவிட்டால் பலவந்த மாகச் சிறைப்படுத்தியாவது கொண்டு வரவேண்டும்... இவ்விதம் சொல்லித் தங்கள் அந்தரங்க ஆட்கள் சிலரையும் பழுவேட்டரையர்கள் கலபதியுடன் சேர்த்து அனுப்பினார்கள்.

கலபதி மனத்தில் பெரிய பாரத்துடனேயே புறப்பட்டு வந்தான். அவன் கீழிருந்த கப்பல் மாலுமிகளில் பலருக்கு எதற்காக இலங்கை போகிறோம் என்பது தெரிந்திருக்கவில்லை. இதனால் அவனுடைய மனவேதனை அதிகமாயிருந்தது. அவர்களிடம் எப்படிச் சொல்வது என்று தயங்கினான். கப்பல்களைத் தொண்டைமான் ஆற்றின் முகத்துவாரத்தில் கொண்டு போய் நிறுத்திய பிறகு கலபதி இன்னும் சில மாலுமிகளோடு காங்கேசன் துறைக்குப் போனான். இளவரசர் அப்போது எங்கே இருக்கிறார் என்று விசாரித்து வருவதற்காகத்தான். தென்னிலங்கையின் உட்பகுதியில் இளவரசர் பிரயாணம் செய்து கொண்டிருப்பதாகக் காங்கேசன் துறையில் தெரிந்துகொண்டு திரும்பி வந்தான்.

கலபதி திரும்பி வருவதற்குள்ளே மாலுமிகளுக்கு விஷயம் தெரிந்து விட்டது. பழுவேட்டரையர்களின் அந்தரங்க ஆட்கள் சிலர் இருந்தார்கள் அல்லவா? அவர்கள் மூலம் பிரஸ்தாபம் ஆகிவிட்டது. கலபதி திரும்பி வந்ததும் மாலுமிகள் கூட்டமாகச் சேர்ந்துகொண்டு கலபதியிடம் கேட்டார்கள். 'பொன்னியின் செல்வரைச் சிறைப் படுத்திக்கொண்டு போகவா நாம் வந்திருக்கிறோம்?' என்று வினவினார்கள். கலபதி உண்மையைக் கூறினான். 'நாம் இராஜாங்க சேவையில் இருப்பவர்கள். சக்கரவர்த்தியின் கட்டளையை நிறை வேற்ற வேண்டியவர்கள்' என்றான்.

'எங்களால் அது முடியாது. இது சக்கரவர்த்தியின் கட்டளையும் அல்ல! பழுவேட்டரையர்களின் கட்டளை' என்றார்கள்.

'பின்னே நீங்கள் என்னதான் செய்யப் போகிறீர்கள்?' என்று கலபதி கேட்டான்.

'மாதோட்டம் சென்று இளவரசருடன் சேர்ந்து கொள்ளப் போகிறோம்.'

'மாதோட்டத்தில் இளவரசர் இல்லையே!'

'இல்லாவிடில் சேநாதிபதி கொடும்பாளூர் வேளாரிடம் சரண் அடைவோம்.'

கலபதி அவர்களுக்கு எவ்வளவோ சொல்லிப் பார்த்ததும் பயனில்லை. கலபதியுடன் நிற்பதற்குப் பழுவேட்டரையர்களின் அந்தரங்க ஆட்கள்

உள்படச் சுமார் பத்துப் பேர்தான் சம்மதித்தார்கள். பத்துப்பேரை வைத்துக்கொண்டு இருநூறு பேரை என்ன செய்ய முடியும்?

'சரி; அப்படியானால் இப்போதே போய்த் தொலையுங்கள்! பின்னால் வருகிறதையும் அநுபவித்துக் கொள்ளுங்கள்! என்னால் இயன்ற வரையில் என் கடமையை நான் செய்வேன்!' என்றான் கலபதி.

மாலுமிகளில் பலர் இரண்டு கப்பல்களில் ஒன்றைச் செலுத்திக்கொண்டு மாதோட்டம் போகலாம் என்று உத்தேசித்தார்கள். மற்றும் சிலர் அதை ஆட்சேபித்தார்கள். ஆகவே கப்பலிருந்து இறங்கித் தரைமார்க்கமாகவே புறப்பட்டார்கள். புறப்படும் அவசரத்தில் அவர்கள் ஏறியிருந்த கப்பலுக்கு நங்கூரம் பாய்ச்சவில்லை. கப்பல் நகர்ந்து நகர்ந்து சென்று கரைதட்டி உடைந்து மண்ணில் புதைந்துவிட்டது.

இதற்குப் பிறகு கலபதி மற்றொரு கப்பலுடன் அங்கேயிருக்க விரும்ப வில்லை. காங்கேசன் துறையில் அவன் ஒரு செய்தி கேள்விப்பட்டிருந் தான். சில நாளைக்கு முன்பு முல்லைத் தீவுக்குப் பக்கத்தில் அரபு நாட்டுக் கப்பல் ஒன்று உடைந்து முழுகிவிட்டதென்றும், அதிலிருந்து தப்பிப் பிழைத்த மூர்க்க அராபியர்கள் சிலர் அந்தப் பக்கத்தில் திரிந்து கொண்டிருந்ததாகவும் சொன்னார்கள். எனவே, கரைதட்டிப் புதைந்த கப்பலுக்குப் பக்கத்தில் இன்னொரு கப்பலையும் நிறுத்தி வைக்க அவன் விரும்பவில்லை. நன்றாயிருந்த கப்பலை அங்கிருந்து அப்புறப்படுத்திக் கொண்டு போனான். கடல் அடுத்தபடியாகப் பூமிக்குள் சென்றிருந்த குடாவில் கொண்டு போய் நங்கூரம் பாய்ச்சி நிறுத்தினான்.

பின்னர் கலபதி தன்னுடன் இருந்த மாலுமிகளுடன் கரையில் இறங்கி மேலே செய்ய வேண்டியதைப் பற்றி அவர்களிடம் கலந்து ஆலோசித் தான். அவன் மட்டும் தனியாகச் சென்று இளவரசரிடம் கட்டளையைச் சேர்ப்பிப்பதாகவும் அதுவரையில் மற்றவர்கள் கப்பலைப் பத்திர மாகப் பாதுகாத்து வரவேண்டும் என்றும் சொன்னான்.

மாலுமிகள் தங்கள் கவலைகளைக் கலபதியிடம் தெரிவித்துக் கொண்டார்கள். அவர்களுக்குக் கலபதி தைரியம் கூறிக்கொண் டிருக்கும்போதே மயிர்க்கூச்சு எடுக்கும்படியான பயங்கரக் கூச்சல் களைப் போட்டுக்கொண்டு சில மனிதர்கள் அவர்களைச் சூழ்ந்து கொண்டு தாக்கினார்கள். அவர்கள் அரபு நாட்டார் என்பது தெரிந்தது. தமிழ்மாலுமிகள் அச்சமயம் இந்தத் தாக்குதலை எதிர்ப்பார்க்க வில்லை. சண்டைக்கு ஆயத்தமாகவும் இருக்கவில்லை. கையில் கத்திகளும் வைத்திருக்கவில்லை. எனினும் தீரத்துடன் போராடினார்கள். போராடி எல்லாரும் உயிரை விட்டார்கள்.

'இளவரசே! நான் ஒருவன் மட்டும் மரண காயங்களுடன் ஓடி ஒளிந்து உயிரைக் காப்பாற்றிக் கொண்டேன். நடந்தது என்ன வென்பதை யாருக்காவது சொல்லவேண்டும் என்பதற்காகவே இதுவரையில் உயிரை வைத்துக் கொண்டிருந்தேன். இளவரசே! தங்களையே நேரில் பார்த்துச் சொல்லும்படியான பாக்கியம் எனக்குக் கிட்டி விட்டது. தங்களுக்கு நான் துரோகம் செய்ய எண்ணியதற்குப் பலனையும் அநுபவித்து விட்டேன். பொன்னியின் செல்வரே! என்னை மன்னித்து விடுங்கள்!' என்றான் கலபதி.

'கடமையை ஆற்றிய கலபதியே! உம்மை எதற்காக நான் மன்னிக்க வேண்டும்? போர்க்களத்தில் உயிரை விடும் வீரர்கள் அடையும் வீர சொர்க்கம் ஒன்று இருந்தால் அதற்கு நீரும் அவசியம் போய்ச் சேருவீர்! சந்தேகம் இல்லை!' என்று சொல்லி இளவரசர் அக்கலபதியின் தீயெனக் கொதித்த நெற்றியைத் தடவிக் கொடுத்தார். கலபதியின் கண்களிலிருந்து அப்போது பெருகிய கண்ணீர் அவன் முகத்தில் வழிந்திருந்த இரத்தத்தோடு கலந்தது. மிக்க சிரமத்துடன் அவன் தன் கைகளைத் தூக்கி இளவரசரின் கரத்தைப் பிடித்துக் கண்களில் ஒற்றிக் கொண்டான். இளவரசரின் கரம் கலபதியின் கண்ணீரால் நனைந்தது. அவருடைய கண்களிலும் கண்ணீர் துளிர்த்தது. சிறிது நேரத்துக் கெல்லாம் கலபதியின் உயிர் அவன் உடலை விட்டுப் பிரிந்தது.

நாற்பத்தொன்பதாம் அத்தியாயம்

கப்பல் வேட்டை

கலபதியின் உடலையும் மாண்டுபோன மற்ற மாலுமிகளின் உடல்களையும் சேர்த்து உலர்ந்த மரக்கட்டைகளை அடுக்கித் தகனம் செய்தார்கள். தீ மூட்டி எரியத் தொடங்கியபோது இளவரசர் முகத்தில் கண்ணீர் பெருகிக் கொண்டிருப்பதைச் சேநாதிபதி பூதி விக்கிரம கேசரி கவனித்தார்.

'ஐயா! இந்தப் பாதகர்களின் சாவுக்காகவா கண்ணீர் விடுகிறீர்கள்? தங்களைச் சிறைப்படுத்த வந்த துரோகிகளுக்குக் கடவுளே தக்க தண்டனை அளித்து விட்டார். தாங்கள் ஏன் வருந்தவேண்டும்?' என்றார்.

'சேநாதிபதி! இவர்கள் துரோகிகள் அல்ல; இவர்களுடைய மரணத்துக் காகவும் நான் வருத்தப்படவில்லை. சோழ நாட்டுக்கு இவ்வளவு பொல்லாத காலம் வந்து விட்டதே என்று வருந்துகிறேன்' என்றார்.

'பொல்லாத காலம் பழுவேட்டரையர்களுடனேயே வந்து விட்டது. இப்போது புதிதாக ஒன்றும் வரவில்லையே!'

'புதிதாகத்தான் வந்திருக்கிறது. கலபதியின் கட்டளையைக் கப்பல் மாலுமிகள் மீறுவது என்று வந்து விட்டால் அதைக் காட்டிலும் ராஜ்யத்துக்கு கேடு வேறு என்ன இருக்க முடியும்? சேநாதிபதி! இது ஒரு சிறிய அறிகுறிதான்! இதைப் போலவே சோழ ராஜ்யம் எங்கும் பிளவுகள் ஏற்படுமோ என்று அஞ்சுகிறேன்! அப்படி ஏற்பட்டால் விஜயாலய சோழர் அஸ்திவாரமிட்ட இந்த மகாராஜ்யம் சின்னா பின்னமாகிவிடுமே! இந்தக் கேடு என்னாலேயா நேரவேண்டும்? மகாபாரதக் கதை கேட்டிருக்கிறேன். துரியோதனன் பிறந்தபோது நரிகளும் ஓநாய்களும் பயங்கரமாக ஊளையிட்டன என்று பாரதம் சொல்லுகிறது. நான் பிறந்தபோதும் அப்படி நரிகளும், நாய்களும் பயங்கரமாக ஊளையிட்டிருக்க வேண்டும்!' என்றார் இளவரசர்.

'ஐயா! தாங்கள் இந்த உலகில் ஜனித்தபோது என்னென்ன நல்ல சகுனங்கள் ஏற்படலாமோ அவ்வளவு ஏற்பட்டன. தங்கள் ஜாதகத்தைக் கணித்த சோதிடர்கள்...'

'போதும், சேநாதிபதி! போதும்! இந்தப் பேச்சைக் கேட்டுக் கேட்டு என் காது புளித்துவிட்டது. என் ஜாதக விசேஷம் இருக்கட்டும். நாம் பிரிய வேண்டிய காலம் வந்துவிட்டது. சேநாதிபதி! தங்களைக் கேட்டுக் கொள்கிறேன். இந்தக் கப்பல்களிலிருந்து கலபதியின் கட்டளையை மீறிச் சென்ற மாலுமிகள் தங்களிடம் வந்தால் தாங்கள் அவர்களைச் சேர்த்துக் கொள்ளக்கூடாது. உடனே சிறைப்படுத்தி அவர்களைத் தஞ்சைக்கு அனுப்ப வேண்டும்.'

'இளவரசே! கலபதி கூறியதை மட்டுமே நாம் கேட்டோம். மாலுமிகளின் கட்சி என்னவென்று நாம் கேட்கவில்லை. ஒரு பக்கத்துப் பேச்சை மட்டும் கேட்டு எப்படித் தீர்மானிக்க முடியும்? அது நீதிக்கும் தர்மத்துக்கும் உகந்ததா? தாங்கள் என்னுடன் வாருங்கள். அந்த மாலுமிகள் வந்ததும் அவர்கள் சொல்வதையும் கேட்டு முடிவு செய்யுங்கள்...'

'ஐயா! அது சாத்தியமில்லை. தங்கள் உசிதம் போல் செய்யுங்கள். நான் இனி ஒரு கணமும் இங்கே தாமதிக்க முடியாது. உடனே புறப்பட வேண்டும். படகுக்காரன் எங்கே?' என்றுகேட்டார்.

'எங்கே புறப்பட வேண்டும், இளவரசே! படகுக்காரன் எதற்கு?'

'இதைப் பற்றித் தாங்கள் கேட்கவும் வேண்டுமா? வந்தியத்தேவனை ஏற்றிச் செல்லும் கப்பலுக்குத்தான் நானும் போக வேண்டும். அந்த வீராதி வீரன் எனக்காகவல்லவோ அராபியர் வசப்பட்ட கப்பலில் ஏறிப் பயங்கரமான அபாயத்துக்கு உள்ளாகியிருக்கிறான்? அவனை நான் கை விட்டு விடக்கூடுமா? ஏற்கெனவே நான் செய்துள்ள பாவங்கள் போதாதென்று சிநேகத்துரோகம் வேறு செய்ய வேண்டுமா...?

'ஐயா! தாங்கள் ஒரு பாவமும் நான் அறிந்து செய்ததில்லை. தாங்கள் சொன்னாலும் உலகம் ஒப்புக் கொள்ளாது. வந்தியத் தேவன் வெறும் முரடன். முன் யோசனை சிறிதும் இல்லாத்வன். அவனாக வருவித்துக் கொண்ட அபாயத்துக்குத் தாங்கள் எப்படிப் பொறுப்பாக முடியும்? இதில் சிநேகத்துரோகம் என்ன? இளவரசே! எங்கிருந்தோ தெறிகெட்டு வந்த ஒரு வாலிபனைத் தங்கள் சிநேகிதன் என்று கொண்டாடுவதே எனக்குப் பிடிக்க வில்லை. சம நிலையில் உள்ளவர்கள் அல்லவோ சிநேகிதர்கள் ஆக முடியும்?'

'சேநாதிபதி! வீண் பேச்சில் காலங்கடத்த நான் விரும்பவில்லை. அவன் என் சிநேகிதன் இல்லாவிட்டாலும் நன்றி என்பதாக ஒன்று

இருக்கிறதல்லவா? வள்ளுவர் முதல் பெரியோர்கள் அனைவரும் சொல்லியிருக்கிறார்களே? 'சோழ குலத்தார் நன்றி மறவாதவர்கள்' என்ற புகழ் என்னால் கெட்டுப் போக விடமாட்டேன். இந்த விநாடியே புறப்பட்டுச் சென்று அந்தக் கப்பலைப் தேடிப்பிடிப்பேன்...'

'எப்படிப் புறப்படுவீர்கள், எங்கே தேடுவீர்கள் இளவரசே!'

'நீங்கள் வந்த படகில் ஏறிக்கொண்டு புறப்படுவேன்...'

'முயலை வைத்துக் கொண்டு புலி வேட்டையாட முடியுமா? ஆழ்கடலில் செல்லும் மரக்கலத்தை இச்சிறிய படகில் ஏறித் துரத்திப் பிடிக்க முடியுமா? பிடித்த பிறகுதான் என்ன செய்வீர்கள்?'

'படகில் ஏறிப்போவேன். படகு உடைந்தால் மரக்கட்டையைப் பிடித்து நீந்திக்கொண்டு போவேன். வந்தியத்தேவனை ஏற்றிச் செல்லும் கப்பல் ஏழு கடல்களுக்கு அப்பால் சென்றாலும் அதைத் துரத்திக் கொண்டுபோய்ப் பிடிப்பேன். பிடித்த பிறகு என் நண்பனைக் காப்பாற்ற முடியாவிட்டால் நானும் அவனோடு உயிரையாவது விடுவேன்... படகுக்காரன் எங்கே?'

இவ்விதம் சொல்லிக்கொண்டே இளவரசர் நாலாபுறமும் திரும்பிப் பார்த்தார். படகுக்காரனுடன் ஒரு பக்கமாக நின்று பூங்குழலி பேசிக் கொண்டிருந்ததைக் கவனித்தார். அருகில் ஊமை மூதாட்டியும் நின்றாள். அவர்கள் இருந்த இடத்தை நோக்கி விரைந்து போனார்.

சமீபத்தில் சென்றதும் பூங்குழலி கண்ணில் நீர் ததும்ப அப்படகுக் காரனுடன் ஆத்திரமாக ஏதோ பேசிக் கொண்டிருந்தாள் என்று தெரிந்தது.

'ஆகா! இது என்ன? இன்னொரு உட்கலகமா?' என்றார் இளவரசர்.

படகுக்காரன் திடீர் என்று இளவரசர் காலில் விழுந்தான். 'இளவரசே! தெரியாமல் பாதகம் செய்துவிட்டேன். பணத்தாசையால் செய்து விட்டேன். மன்னிக்க வேண்டும்!' என்று கதறினான்.

'இது என்ன?... பூங்குழலி! எல்லாருமாகச் சேர்ந்து என்னைப் பைத்தியமாக்கி விடுவார்கள் போலிருக்கிறதே? நீயாவது விஷயம் என்னவென்று சொல்லக்கூடாதா?'

'இளவரசே! இத்தனை நேரம் சொல்ல வெட்கப்பட்டுக்கொண்டு சொல்லவில்லை. இவன் என் தமையன். தங்களைக் கொல்லுவதற்காக வந்த இரண்டு பாவிகளையும் இவன்தான் கோடிக்கரையிலிருந்து படகில் ஏற்றிக் கொண்டு வந்தான். அவர்கள் சொற்படியேதான் இவன் இதுவரை இங்கே காத்துக் கொண்டிருந்தான். அவர்களை இன்று

காலையில் மறுபடியும் படகில் ஏற்றி நாம் பார்த்த கப்பலில் கொண்டுபோய் விட்டானாம்! தங்கள் நண்பரும் அதிலேதான் ஏறியிருக்கிறார்...' என்றாள்.

'பிரபு! என்னை வெட்டிக் கொன்று விடுங்கள்! அவர்கள் அத்தகைய துஷ்டர்கள் என்று எனக்குத் தெரியாது. தெரிந்திருந்தால் செய்திருக்க மாட்டேன். என்னைத் தங்கள் கையாலேயே கொன்று விடுங்கள்!' என்றான் படகுக்காரன்.

'அப்பனே! இச்சமயம் உன் உயிர் எனக்கு விலை மதிப்பில்லாத பொருள். வா, போகலாம்! அந்தக் கப்பலிலேயே என்னையும் கொண்டுபோய் ஏற்றிவிடு. எனக்கு நீ செய்த கெடுதலுக்கு அதுதான் பரிகாரம். புறப்படு, போகலாம்!' என்றார் இளவரசர்.

கடற்கரையோரத்தில் சென்றதும் கரையில் கிடந்த படகைப் படகோட்டி தண்ணீரில் இழுத்து விட்டான். இளவரசர் கடலைக் கூர்ந்து பார்த்துக் கொண்டிருந்தார். 'அதோ கப்பல் இன்னும் தெரிகிறது! பிடித்து விடலாம்!' என்றார்.

சேநாதிபதியும் தூரத்தில் தெரிந்த கப்பலைக் கூர்ந்து பார்த்தார். 'இளவரசே! பழம் நழுவிப் பாலில் விழுந்தது போலாயிற்று!' என்றார்.

'என்ன என்ன? தங்களிடமிருந்து கூட நல்ல வார்த்தை வருகிறதே!'

'நம் கண்ணுக்குத் தென்படுவது தாங்கள் நினைக்கிறபடி வந்தியத் தேவனை ஏற்றிச் செல்லும் கப்பல் அல்ல. பார்த்தி பேந்திரனுடைய கப்பல். திரிகோண மலைப்பக்கமிருந்து வருகிறது. நாம் இருக்கும் திசையை நோக்கி வருகிறது. தெரியவில்லையா?'

'ஆம், ஆம்! அப்படியானால் மிகவும் நல்லதாய்ப் போயிற்று. பார்த்திபேந்திரர் வேறு ஏதோ நோக்கத்துடன் வருகிறார். ஆயினும் நல்ல சமயத்தில் வருகிறார். சிங்கத்தைக் கொண்டே சிறுத்தையை வேட்டையாடலாம்!... ஆனால் அந்தக் கப்பல் இங்கே வரும் வரையில் நான் காத்திருக்கப் போவதில்லை. படகில் சிறிது தூரம் சென்று எதிர் கொள்கிறேன்...'

'இளவரசே! தங்களுடன் படகில் வருவதற்கு...'

'ஐயா நீங்கள் ஒருவரும் என்னுடன் வரவேண்டியதில்லை. இங்கேயே நின்றால் எனக்குப் பெரிய உதவிசெய்ததாக எண்ணிக்கொள்வேன்... திருமலை! உனக்கும் கூடத்தான் சொல்கிறேன். உனக்குத்தான் கடல் என்றால் தயக்கமாயிற்றே?'

'ஆம், ஐயா! நானும் பின் தங்குவதாகவே இருந்தேன். இலங்கைத் தீவில் இருக்கும் வரையில் தங்களைப் பார்த்துக்கொள்ளும்படி தான்

எனக்குக் கட்டளை. முதன் மந்திரி மதுரையில் இருக்கிறார். அவரிடம் போய் இங்கு நடந்தவற்றைச் சொல்ல வேண்டும்...'

'அப்படியே செய்! பூங்குழலி! நீயும் இங்கே நிற்க வேண்டியதுதான். உன் தமையனைப் பற்றிக் கவலைப்படாதே. நான் பார்த்துக்கொள்கிறேன். நீ வந்த படகை எங்கேயோ விட்டிருப்பதாகச் சொன்னாயல்லவா? அதில் ஏறி இனி உன் வழியில் போகலாம். நீ எனக்குச் செய்த உதவியை என்றும் மறக்கமாட்டேன்... சேச்சே! கண்ணீரைத் துடைத்துக் கொள்! பார்க்கிறவர்கள் என்ன நினைத்துக் கொள்வார்கள்?'

இவ்வாறு கூறிவிட்டு இளவரசர் ஊமைராணியின் அருகில் சென்று அவளுடைய பாதத்தைத் தொட்டு வணங்கப் போனார். அந்த மூதாட்டி அவரை தடுத்து நிறுத்தி உச்சி முகர்ந்து ஆசீர்வதித்தாள். அடுத்த நிமிஷம் இளவரசர் கடலில் ஆயத்தமாக நின்ற படகில் பாய்ந்து ஏறிக்கொண்டார். கரையில் இருந்தவர்கள் படகைப் பார்த்துக் கொண்டே நின்றார்கள்.

இளவரசரும் போகின்ற படகிலிருந்து அவர்களைப் பார்த்துக் கொண்டிருந்தார். எல்லோரையும் பொதுவாகப் பார்த்தாலும் அவருடைய கண்கள் பூங்குழலியின் கண்ணீர் வழிந்த முகத்திலேயே நிலைத்து நின்றது. அதிசயம்! அதிசயம்! தூர விலகிப் போகப் போக, உருவங்கள் சிறியனவாக வேண்டுமல்லவா? கரையில் இருந்த மற்றவர்களின் உருவங்கள் சிறியனவாகித்தான் வந்தன. ஆனால் பூங்குழலியின் முகம் மட்டும் வரவரப் பெரிதாகிக் கொண்டேயிருந்தது. இளவரசரின் அருகில் நெருங்கி வந்து கொண்டேயிருந்தது.

இளவரசர் உடம்பைச் சிலிர்த்துக் கொண்டார். கண்களை வேறுபக்கம் திருப்பினார். முதலாவது நாள் இரவு கண்ட கனவில் ஒரு நிகழ்ச்சி அவர் மனக்கண் முன் வந்தது. இளைய பிராட்டி குந்தவை, 'தம்பி! உனக்காக இங்கே வானதி காத்திருக்கிறாள் என்பதை மறந்து விடாதே!' என்று கூறிய மொழிகள் கடல் அலைகளின் இரைச்சலுக்கிடையில் தெளிவாக அவருடைய காதில் கேட்டன.

‘ஆபத்துதவிகள்’

இளவரசரைப் படகிலே பார்த்ததும் பார்த்திபேந்திரனுக்கு உண்டான ஆச்சரியம் சொல்லத் தரமன்று. கும்பிடப்போன தெய்வம் குறுக்கே வந்து தரிசனம் தந்ததுமல்லாமல் ‘வேண்டிய வரங்களைக்கேள்’ என்று சொன்னது போலல்லவா இருக்கிறது? எனினும், இப்படி அவர் தனியாகப் படகில் வருவதன் காரணம் என்ன? பழுவேட்டரையர்களின் கப்பல்கள் என்ன ஆயின?... தன்னுடைய கப்பல் இது என்று தெரியாமல், ஒருவேளை இதுதான் அவரைச் சிறைப்படுத்த வந்த கப்பல் என்று எண்ணிக் கொண்டு வருகிறாரோ?

அப்படியெல்லாம் தவறான எண்ணத்துடன் வரவில்லையென்று விரைவிலேயே தெரிந்து போயிற்று. படகிலிருந்து கப்பலில் இளவரசர் ஏறியதும் பார்த்திபேந்திரன் கேட்கும் வரையில் காத்திராமல் நடந்த சம்பவங்களைச் சுருக்கமாகக் கூறிவிட்டார். ‘அராபியர் வசப்பட்ட கப்பலில் வந்தியத்தேவன் இருக்கிறான். அவனை எப்படியாவது தப்புவித்தாக வேண்டும்’ என்றார்.

இளவரசர் கூறிய செய்திகள் பார்த்திபேந்திரனுக்கு மிகக் குதூகலத்தை உண்டாக்கின.

‘எல்லாம் நன்றாகத்தான் முடிந்திருக்கின்றன. அந்த முரட்டுப் பிள்ளை இவ்வளவு பதட்டமாகக் காரியம் செய்யாதிருந்தால் இன்னும் நன்றாயிருக்கும். ஆயினும் அவனை அயல்நாட்டாரிடம் காட்டிக் கொடுத்துவிடக்கூடாது. அந்தக் கப்பல் வெகுதூரம் போயிருக்க முடியாது; எப்படியும் துரத்திப் பிடித்து விடலாம்’ என்றான். பிறகு கலபதியைக் கூப்பிட்டு விவரத்தைக் கூறினான்.

‘அதைப் பற்றி என்ன கவலை? காற்று இப்படியே அநுகூலமாக அடித்துக் கொண்டிருந்தால் சாயங்காலத்துக்குள் பிடித்து விடலாம்! நம்மை மீறி அந்தக் கப்பல் எங்கே போய்விடப் போகிறது!

கோடிக்கரை சென்று, பிறகு கடற்கரையோரமாகத் தானே போக வேண்டும்?' என்றான் கலபதி.

ஆனால் வாயு பகவானுடைய திருவுள்ளம் வேறுவிதமாயி ருந்தது. வரவரக் காற்றின் வேகம் குறைந்துவந்தது. உச்சி வேளை ஆனதும் காற்று அடியோடு நின்றுவிட்டது. கடல், அலை என்பதே இன்றி அமைதியடைந்திருந்தது. சொல்ல முடியாத புழுக்கம் சூழ்ந்தது. சூரியபகவான் வானத்தில் ஜோதிப் பிழம்பாக விளங்கிக் கடல்மீது தீயைப் பொழிந்தார்! கடல் நீர் தொட்டுப் பார்த்தால் சுட்டிராதுதான். ஆயினும் கடலைப் பார்க்கும்போது தண்ணீர்க் கடலாகத் தோன்ற வில்லை; நன்றாகக் காய்ச்சிக் கொதித்துப் புகை எழும்பும் எண்ணெய்க் கடல் போலத் தோன்றியது. சூரிய கிரணங்கள் நேரே பிரதிபலித்த இடங்களில் உருக்கிய அக்கினிக் கடலாகவும் காணப்பட்டது.

கப்பல் அசையவில்லை. பாய்மரங்களிலிருந்து எல்லாப் பாய்களும் நன்றாக விரிக்கப்பட்டிருந்தன. பயன் என்ன? அலை ஓசை நின்றது போல் பாய்மரங்கள் சடபடவென்று அடித்துக் கொள்ளும் ஓசையும் நின்றுவிட்டது. பாய்மரங்களும் தூண்களும் குறுக்கு விட்டங்களும் அசையும்போது ஏற்படும் கறமுற சப்தமும் இல்லை. கப்பல் கடலைக் கிழித்துச் செல்லும் ஓசையும் இல்லை. உண்மையில் அந்த நிசப்தம் சகிக்க முடியாத வேதனையை அளித்தது.

அத்துடன் இளவரசரின் உள்ளத்தில் வந்தியத்தேவனைப் பற்றிய வேதனையும் மிகுந்தது.

'இப்படிக் காற்று நின்று கப்பலும் அடியோடு நின்று விட்டதே! இப்படியே எத்தனை நேரம் இருக்கும்! காற்று எப்போது மறுபடி வரும்? அந்தக் கப்பல் தப்பித்துக்கொண்டு போய் விடாதா?' என்று கவலையுடன் கேட்டார்.

பார்த்திபேந்திரன் நாவாயின் நாயகனை நோக்கினான்.

அப்போது கலபதி, 'அதிக நேரம் இப்படியே காற்று அடியோடு ஓய்ந்து இருக்க முடியாது. சுழிக்காற்று எங்கேயோ உருவாகிக் கொண்டிருக்கிறது. சீக்கிரத்தில் அதுவந்து நம்மைத் தாக்கினாலும் தாக்கும்; அல்லது நம்மை ஒதுக்கி விட்டுவிட்டு அப்பால் போனாலும் போய்விடும். நம்மைச் சுழிக்காற்றுத் தாக்கினாலும், தாக்கா விட்டாலும் கடல் சீக்கிரத்தில் கொந்தளிக்கப் போவது நிச்சயம். இப்போது இவ்வளவு அமைதி குடி கொண்டிருக்கிறதல்லவா? இன்று இரவுக்குள் மலை போன்ற அலைகள் எழுந்து மோதுவதைப் பார்ப்போம், மலைகளையும் பார்ப்போம்; அதல பாதாளத்தையும் பார்ப்போம்!' என்றான்.

'சுழிக்காற்று கப்பலைத் தாக்கினால் அபாயந்தான் அல்லவா?'

'சாதாரண அபாயமா? கடவுள் காப்பாற்றினால்தான் உண்டு!'

'அப்படியானால் அந்தக் கப்பலை நாம் பிடிப்பது துர்லபம்.'

'இளவரசே! கடலும் காற்றும் பட்சபாதம் காட்டுவதில்லை. நமக்கு ஏற்பட்டிருக்கும் நிலைமைதான் அந்தக் கப்பலுக்கும் ஏற்பட்டிருக்கும். தற்சமயம் அதுவும் அசையாமல்தான் நிற்கும்...'

'ஒருவேளை கரையோரம் சென்றிருந்தால்...' என்று இளவரசர் கேட்டார்.

'கரையோரம் போயிருந்தால் அதில் உள்ளவர்கள் இறங்கிக் கரைசேர்ந்து தப்பிக்கலாம்! ஆனால் கப்பல் போனதுதான்!' என்று சொன்னான் கலபதி.

'எவ்வளவு பெரிய அபாயமாயிருந்தாலும் நமக்கு வேண்டியவர்கள் நம் பக்கத்திலிருந்தால் கவலையில்லை!' என்றார் இளவரசர்.

அவருடைய மனக்கண் முன்னால் வந்தியத்தேவனுடைய குதூகலம் ததும்பும் முகமும், பூங்குழலியின் மிரண்ட பார்வையுடைய முகமும் அடிக்கடி வந்து கொண்டிருந்தன. அவர்கள் இச்சமயம் எங்கே இருப்பார்கள்? என்ன செய்து கொண்டிருப்பார்கள்? என்ன எண்ணிக் கொண்டிருப்பார்கள்?

உண்மையிலேயே அபாயம் சூழ்ந்த நிலையில் நாம் விட்டு விட்டு வந்த வந்தியத்தேவனிடம் இப்போது நாம் செல்வோம்.

இளவரசரைச் சிறைப்பிடித்துக்கொண்டு போவதற்காக வந்த பெரிய மரக்கலத்தின் அடித்தட்டில், தட்டு முட்டுச் சாமான்களும், மரக்கட்டைகளும், மூட்டை முடிச்சுகளும், போட்டிருந்த இருண்ட அறையில், அவன் ஒரு கட்டையுடன் சேர்த்துக் கட்டப்பட்டுக் கிடந்தான். வெகு நேரம் வரையில் அவன் பிரமை பிடித்தவன் போலிருந்தான். அவசரப் புத்தியினால் இத்தகைய இக்கட்டில் அகப்பட்டுக் கொண்டோமே என்ற எண்ணம் அவனை வதைத்தது. இது என்ன கப்பல், யாருடைய கப்பல், இதில் சில முரட்டு அராபியர்களும் மந்திரவாதி ரவிதாஸனும் சேர்ந்திருப்பது எப்படி, இந்தக் கப்பல் எங்கே போகிறது, தன்னை என்னதான் செய்வார்கள் என்று யோசித்துப் பார்த்தும் அவனுக்கு ஒன்றும் புரியவில்லை. அவன் தன் வருங்காலத்தைப் பற்றிக் கண்டு வந்த கனவெல்லாம் உண்மையில் கனவுதான் போலும்! இதைவிடப் பெரிய கஷ்டங்களிலிருந்தெல்லாம் தான் தப்பித்திருக்கும்போது, இதிலிருந்து தப்பிக்கவும் ஒருவழி

கிடைக்காமலா போகும் என்ற சபலமும் சில சமயம் ஏற்பட்டது. பார்க்கலாம்; உடம்பில் உயிர் இருக்கும் வரையில், அறிவும் ஆலோசனைத் திறனும் இருக்கும் வரையில், அடியோடு நம்பிக்கை இழக்க வேண்டியதில்லை.

இந்த ஆசை தோன்றிய பிறகு சுற்றுமுற்றும் பார்த்தான். இருட்டில் முதலில் கண் தெரியவில்லை. வரவரத் தெரியலாயிற்று. அவனுக்குச் சமீபத்திலேயே பலவகை ஆயுதங்கள் குவிந்து கிடப்பதைக் கண்டான். அவனுடைய உடம்பு இறுக்கிக் கட்டப்பட்டிருந்ததே தவிர, கைகள் இறுக்கிக் கட்டப்படவில்லை. கைக்கட்டைத் தளர்த்திக்கொண்டு ஒரு கையை நீட்டி அங்கே கிடந்த கத்திகளில் ஒன்றை எடுக்கலாம்; உடம்பையும் கால்களையும் பிணைந்திருந்த கயிறுகளையும் அறுத்து விடலாம். ஆனால் பிறகு என்ன செய்வது? இந்த அறைக் கதவோ சாத்தப்பட்டிருக்கிறது. இதிலிருந்து வெளியில் போவது எப்படி? போன பிறகு அவ்வளவு அராபியர்களுடனும் மந்திரவாதியுடனும், அவன் தோழனுடனும் சேர்ந்தாற்போல் சண்டை போடமுடியுமா? அப்படிச் சண்டை போட்டு எல்லாரையும் கொன்றுவிட்டாலும் அப்புறம் என்ன பண்ணுவது? கப்பலைத் தன்னந்தனியாகத் தன்னால் செலுத்த முடியுமா? கப்பலைப் பற்றிய சமாசாரம் ஒன்றுமே தனக்குத் தெரியாதே!

ஆம்; மறுபடியும் அவசரப் படக்கூடாது; பொறுத்திருந்து பார்க்க வேண்டும். தன்னை உடனே கொல்ல முயலாமல் அவர்கள் கட்டிப் போட்டிருப்பதே கொஞ்சம் நம்பிக்கைக்கு இடமளிக்கிறதல்லவா? என்னதான் செய்யப் போகிறார்கள், பார்க்கலாமே?

ஆனால் நேரமாக ஆக வந்தியத்தேவனுடைய பொறுமை பெரிதும் சோதனைக்கிடமாயிற்று. அடுப்புக்குள் போட்டு அவனை வேகவைப்பது போல் அந்த அறை அவ்வளவு புழுக்கமாயிருந்தது. உடம்பில் வியர்வை வியர்த்துக் கொட்டியது. கடற் பிரயாணம் இவ்வளவு வெதுப்புவதாய் இருக்கும் என்று அவன் கனவிலும் எண்ணியதில்லை. பூங்குழலியுடன் அன்றிரவு படகில் சென்றதை நினைத்துக் கொண்டான். அப்போது எப்படிக் குளிர் காற்று வீசிற்று? உடம்புக்கு எவ்வளவு இதயமாயிருந்தது. அதற்கும் இதற்கும் எத்தனை வித்தியாசம்? சுண்ணாம்புக் காளவாயில் போடுவது என்பார்களே, அதுபோல அல்லவா இருக்கிறது?

திடீரென்று ஏதோ ஒரு மாறுதலை அவன் உணர்ந்தான். ஆம், கப்பலில் ஆட்டம் நின்றுவிட்டது. கப்பல் நகராமல் நின்ற நிலையில் நிற்பதாகத் தோன்றியது. புழுக்கம் இன்னும் அதிகமாயிற்று. தாகம் மிகுந்து நாவும் தொண்டையும் வறண்டன. ஏது? இனி வெகு நேரம் பொறுக்க

முடியாது. கத்தியை எட்டி எடுத்து, கட்டுக்களை அறுத்துக்கொண்டு, புறப்பட்டுப் போய்ப் பார்க்க வேண்டியதுதான். கப்பலில் எங்கேயாவது குடிதண்ணீர் வைத்திராமலா இருப்பார்கள்?

வந்தியத்தேவன் சுற்று முற்றும் பார்த்தான். ஒரு மூலையில் சில தேங்காய்கள் கிடந்தன. ஆகா! வெண்ணெய் இருக்க நெய்க்கு அழுவானேன்? அந்தத் தேங்காய்களைக் கொண்டு பசி, தாகம் இரண்டையும் தீர்த்துக் கொள்ளலாமே? கையின் கட்டுக்களை வந்தியத்தேவன் நன்றாய்த் தளர்த்தி விட்டுக்கொண்டான். கத்தியை எட்டி எடுக்கக் கையை நீட்டியும் விட்டான். அச்சமயம் காலடிச் சத்தம் கேட்டது. கதவு திறக்கும் சத்தமும் கேட்டது. நீட்டிய கையை மடக்கிக் கொண்டான்.

முன்னொரு தடவை வந்துவிட்டுப் போன மந்திரவாதி ரவிதாஸனும் அவனுடைய தோழனும் உள்ளே வந்தார்கள். இருவரும் வந்தியத் தேவனுக்கு இரு புறத்திலும் நின்று கொண்டார்கள்.

'கப்பல் பிரயாணம் எப்படி, அப்பா! சுகமாயிருக்கிறதா?' என்று ரவிதாஸன் கேட்டான்.

வந்தியத்தேவன், 'தாகம் கொல்லுகிறது; கொஞ்சம் தண்ணீர்!' என்று பேச முடியாமல் பேசினான்.

'ஆ! எங்களுக்கும் தாகந்தான். அந்தப் பாவிகள் கப்பலில் தண்ணீர் வைக்கவில்லையே?' என்றான் ரவிதாஸன்.

'காளிக்கு எல்லாரையும்விட அதிக தாகமாயிருக்கிறது. இரத்த தாகம்!' என்றான் இன்னொருவன்.

வந்தியத்தேவன், திரும்பி அவனை உற்றுப் பார்த்தான். 'என்னை ஞாபகமில்லையா, தம்பி! மறந்துவிட்டாயா? கடம்பூர் அரண் மனையில் குரவைக் கூத்துக்குப் பிறகு தேவராளன் வந்து வெறியாட்டம் ஆடினானே? 'காளித்தாய் பலி கேட்கிறாள்; ஆயிரம் வருஷத்து அரச குல இரத்தம் கேட்கிறாள்' என்று ஆவேசம் வந்து சொன்னானே?...'

'ஆ! இப்போது ஞாபகம் வருகிறது! நீதான் அந்தத் தேவராளன்!' என்று வந்தியத்தேவன் முணுமுணுத்தான்.

'ஆமாம்; நான்தான்! ஆயிரம் வருஷத்து அரசகுமாரனைக் காளிக்குப் பலி கொடுக்கலாம் என்றுதான் இலங்கைக்கு வந்தோம். அது சாத்தியப்பட வில்லை. அந்த வீர வைஷ்ணவனை வைகுண்டத்துக்கு அனுப்பப் பார்த்தோம். அதுவும் முடியவில்லை. நீயாவது வலுவில் வந்து

சேர்ந்தாயே? மிக்க சந்தோஷம். இப்போதைக்குக் குறுநில மன்னர் குலத்து இரத்தத்தோடு காளி திருப்தியடைய வேண்டியதுதான்!' என்றான் தேவராளன்.

'அப்படியானால் ஏன் தாமதிக்கிறீர்கள்?' என்று வந்தியத்தேவன் கேட்டான்.

'வீர வாலிபனாகிய உன்னைக் கண்ட இடத்தில் பலி கொடுத்து விடலாமா! கரை சேர்ந்த பிறகு எல்லாப் பூசாரிகளையும் அழைத்து உற்சவம் கொண்டாடியல்லவா பலி கொடுக்கவேண்டும்? முக்கிய மாகப் பூசாரிணி வரவேண்டுமே?'

'பூசாரிணி யார்?'

'யார் என்று உனக்குத் தெரியாதா? பழுவூர் இளைய ராணிதான்.'

'வந்தியத்தேவன் சிறிது யோசித்துவிட்டு, 'உங்களுக்கு உண்மையில் அத்தகைய எண்ணம் இருந்தால் உடனே கொஞ்சம் தண்ணீர் கொடுங்கள். இல்லாவிடில் இங்கேயே தாகத்தினால் செத்துப்போவேன்!' என்றான்.

'தண்ணீர் இல்லையே, தம்பி!'

'நீதான் மந்திரவாதியாயிற்றே?'

'நன்றாகச் சொன்னாய்? மந்திரம் போட்டிருக்கிறேன் பார்! இப்போது கப்பல் அசையாமல் நிற்கிறது தெரிகிறதல்லவா? இரவுக்குள் சுழற்காற்று அடிக்கப் போகிறது. மழையும் வரும்!'

'மழை வந்தால் எனக்கு என்ன பயன்? நீங்கள் மேல்தட்டில் இருப்பீர்கள்! நான் இங்கே...'

'நீயும் மேல் தட்டுக்கு வரலாம். நாக்கை நீட்டி நீர் அருந்தி தாகத்தைப் போக்கிக்கொள்ளலாம். நாங்கள் சொல்கிறபடி கேட்பதாயிருந்தால்...'

'என்ன சொல்லுகிறீர்கள்?'

'அந்த அராபியப் பிசாசுகளைச் சமுத்திர ராஜனுக்குப் பலி கொடுக்க வேண்டுமென்று சொல்லுகிறோம்.'

'ஏன்?'

'அவர்கள் கலிங்க நாட்டுக்கு இந்தக் கப்பலைக் கொண்டு போக வேண்டும் என்கிறார்கள். நாங்கள் கோடிக்கரையிலாவது நாகைப் பட்டினத்திலாவது இறங்க வேண்டும் என்கிறோம்...'

'அவர்கள் ஆறு பேர், அதோடு பெரும் முரடர்களாயிருக்கிறார் களே?'

‘அவர்களில் மூன்றுபேர் தூங்குகிறார்கள்; மற்ற மூன்று பேர் உறங்கி வழிகிறார்கள். நாம் மூன்று பேரும் தூங்குகிற மூன்று பேரையும் வேலை தீர்த்துவிட்டால், அப்புறம் மூன்று பேருக்கு மூன்று பேர் சமாளிக்கலாமே?’

வந்தியத்தேவன் சும்மாயிருந்தான்.

‘என்ன, தம்பி சொல்கிறாய்? எங்கள் யோசனைக்குச் சம்மதித் தால் உன் கட்டை அவிழ்த்து விடுகிறோம்.’

இளவரசரின் முகம் வந்தியத்தேவன் மனக் கண் முன்னால் வந்து நின்றது. ஆம்; அவர் இதை ஒப்புக்கொள்ள மாட்டார். தூங்கு கிறவர் களைக் கொல்லுவதற்கு ஒரு நாளும் உடன்படமாட்டார்.

‘என்னால் முடியாது; தூங்குகிறவர்களைத் தாக்கிக் கொல்வது நீசத்தனம்.’

‘முட்டாளே! சோழ நாட்டு மாலுமிகள் தூங்கிக் கொண்டிருந்த போதுதான் இந்த அராபியர்கள் அவர்களைத் தாக்கிக் கொன்றார்கள்.’

‘மற்றவர்கள் இழிவான செயல் புரிந்தால் நானும் அவ்வாறு ஏன் செய்யவேண்டும்?’

‘சரி; உன் இஷ்டம்!’ என்றான் ரவிதாஸன்.

அருகில் கிடந்த ஆயுதக் கும்பலிலிருந்து ஒரு கூரிய பட்டாக் கத்தியை அவன் எடுத்துக்கொண்டான். தேவராளனோ, நுனியில் இரும்புப் பூண் கட்டியிருந்த சிறிய உலக்கை போன்ற தடியை எடுத்துக்கொண்டான்.

இருவரும் அங்கிருந்து சென்றார்கள். ஆனால் அறையின் கதவைச் சாத்தி வெளியில் தாள் போடவில்லை. அவர்கள் போன உடனே வந்தியத்தேவன் கையை நீட்டிக் கத்தி ஒன்றை எடுத்துத் தன்னைக் கட்டியிருந்த கயிறுகளை அறுத்துக்கொண்டான். குதித்து எழுந்து சென்று, மூலையில் கிடந்த தேங்காய் ஒன்றை எடுத்து உடைத்தான். இளநீரை வாயில் விட்டுக்கொண்டான். மிச்சமிருந்த தேங்காய்களை ஒரு சாக்கைப் போட்டு மூடினான்.

பிறகு, போருக்குத் தகுதியான நல்ல வாள் ஒன்றைக் கையில் எடுத்துக் கொண்டான். எந்த நிமிஷத்திலும் வெளியில் பாய்ந்து செல்வதற்கு ஆயத்தமாயிருந்தான். கொஞ்சம் நேரத்துக்கெல்லாம் ‘தட்’, ‘தட்’ என்று இரு முறை சத்தம் கேட்டது. இரு உடல்கள் கடலில் எறியப் பட்டன என்று அறிந்து கொண்டான். உடனே பயங்கரமான பெருங் கூச்சல், கை கலப்பு, கத்திகள் மோதும் சப்தம் - எல்லாம் மேல் தட்டிலிருந்து வந்தன.

வந்தியத்தேவன் கையில் பிடித்த கத்தியுடன் பாய்ந்தோடினான். ரவிதாஸனையும் தேவராளனையும் மற்ற நாலு அராபியர்களும் தாக்கி நெருக்கிக் கொண்டிருந்தார்கள். நெருக்கப்பட்டவர்களின் நிலை நெருக்கடியான கட்டத்தை அடைந்திருந்தது. வந்தியத்தேவன் பெருங் கூச்சல் போட்டுக்கொண்டு ஓடினான். அராபியர்களில் ஒருவன் திரும்பி அவனைத் தாக்க வந்தான். வந்தியத்தேவனுடைய கத்தி அராபியனுடைய கத்தியைத் தாக்கி அது கடலில் போய் விழச் செய்தது; அராபியனுடைய முகத்தில் ஒரு வெட்டுக் காயத்தையும் உண்டாக்கிற்று. இரத்தம் வழிந்த பயங்கர முகத்தையுடைய அராபியன் கைமுட்டியை ஓங்கிக்கொண்டு வந்தியத்தேவனுடைய மார்பில் குத்த வந்தான். வந்தியத்தேவன் சிறிது நகர்ந்து கொண்டான். அராபியன் தடாலென்று விழுந்தான். அவன் விழுந்த வேகத்தினால் இடம் பெயர்ந்த பாய்மரக் குறுக்குக் கட்டை ஒன்று அவன் தலையில் படார் என்று விழுந்தது.

இன்னொரு அராபியனோடு வந்தியத்தேவன் சிறிது நேரம் துவந்த யுத்தம் செய்து அவனைக் கடலில் தள்ளினான்.

மந்திரவாதி ரவிதாசனும், தேவராளனும், போர்த்திறமை வாய்ந்த வர்கள் அல்ல. ஆகையால் அராபியர் இருவருடன் தனித்தனி சண்டை போடுவதே அவர்களுக்குக் கஷ்டமாயிருந்தது. நேரமாக ஆகக் களைப்படைந்து வந்தார்கள். அச்சமயம் கடலில் ஏதோ விழுந்த சப்தம் கேட்டு அராபியர் இருவரும் தங்கள் தோழர்களின் கதி என்னவோ என்று திரும்பிப் பார்த்தார்கள். அதுதான் சமயம் என்று ரவிதாஸனும் தேவராளனும் அவர்களைத் தீர்த்துக் கட்டினார்கள்.

எல்லாம் முடிந்ததும் வெற்றி பெற்ற மூவரும் இளைப்பாற உட்கார்ந் தார்கள்.

'அப்பனே! நல்ல சமயத்தில் வந்தாய்! எப்படி வந்தாய்?' என்று கேட்டான் ரவிதாஸன்.

'நீ ஏதோ மந்திரம் போட்டாய் போலிருக்கிறது. என்னைக் கட்டியிருந்த கட்டுக்கள் தாமாகவே அவிழ்ந்து கொண்டன. கையில் இந்தக் கத்தி வந்து ஏறியது!' என்றான் வந்தியத்தேவன்.

'உன் தாகம் என்ன ஆயிற்று?'

'தேங்காய் ஒன்று என் தலைக்கு மேலாக வந்தது. அதுவாக உடைத்துக் கொண்டு என் வாயில் கொஞ்சம் இளநீரை ஊற்றியது!'

'ஓகோ! நீ வெகு பொல்லாதவன்!' என்றான் தேவராளன்.

இருவரும் விழுந்து விழுந்து சிரித்தார்கள்.

'தம்பி! உன்னைப் பரிசோதித்தோம், வேண்டுமென்றே உன் கட்டுக் களைத் தளர்த்தி விட்டிருந்தோம். ஆயுதங்களைப் பக்கத்தில் வைத்திருந்தோம், தேங்காய்களை உனக்குத் தெரியும் படி போட்டிருந் தோம்!' என்றான் ரவிதாஸன்.

இவையெல்லாம் பொய்யா, உண்மையா என்று வந்தியத்தேவனால் தெரிந்துகொள்ள முடியவில்லை. சற்று மௌனமாக இருந்தான்.

'அப்பனே! யோசித்துச் சொல்! நீ உயிர் பிழைக்க வேண்டுமா? பிழைத்துக் கரை சேர்ந்து உன் உற்றார் உறவினர் முகத்தைப் பார்க்க வேண்டுமா? பொருளும் போகமும், பதவியும் பட்டமும் பெற்று வாழ வேண்டுமா? விருப்பமிருந்தால் சொல்; எங்களுடன் சேர்ந்து விடு! இவ்வளவு நலங்களையும் அடையலாம்!' என்றான் ரவிதாசன்.

'தூங்கிக் கொண்டிருந்த மனிதர்களைக் கொன்றீர்கள் அல்லவா?' என்று வந்தியத்தேவன் கேட்டான்.

'இரண்டு பேரைத்தான் கொல்ல முடிந்தது. மற்றவன் விழித்துக் கொண்டான். நீ முன்னமே எங்களுடன் சேர்ந்திருந்தால், இன்னும் சிறிது சுலபமாய்ப் போயிருக்கும்.'

'தூங்கிக் கொண்டிருப்பவர்களைக் கொல்லுகிறது எந்தத் தர்மத்தில் சேர்ந்தது? அவ்விதம் செய்ய எப்படி உங்களுக்கு மனம் வந்தது?'

'இந்தக் கடுகுக்கு நீ பயப்பட்டால் பெரிய பெரிய பூசணிக் காய்களை எப்படி விழுங்குவாய்? எங்களுடன் நீ சேர்வதாயிருந்தால்...'

'உங்களுடன், உங்களுடன் என்கிறீர்கள்? நீங்கள் யார்?'

ரவிதாஸன் தேவராளனைப் பார்த்து, 'இனி இவனிடம் இரகசியம் தேவை இல்லை. ஒன்று, இவன் நம்முடன் சேரவேண்டும். அல்லது கடலுக்குப் பலியாக வேண்டும். ஆகையால் இவனிடம் எல்லாம் சொல்லி விடலாமே!' என்றான்.

'எல்லாவற்றையும் நன்றாய்ச் சொல்லு!' என்றான் தேவராளன்.

'கேள், தம்பி! நாங்கள் வீர பாண்டிய மன்னருடைய 'ஆபத்துதவிகள்.' அவரைக் காத்து நிற்பதாக ஆணையிட்டுச் சபதம் செய்தவர்கள்...'

'உங்களால் அது முடியவில்லை! ஆதித்த கரிகாலர் வெற்றி பெற்றார்...'

'எப்படி வெற்றி பெற்றார்? ஒரு பெண்பிள்ளையின் மூடத்தனத்தினால் வெற்றி பெற்றார். அவள் தன் மோகவலையின் சக்தியில் அதிக நம்பிக்கை வைத்திருந்தாள். அந்தச் சோழ குல நாகப் பாம்பைத்

தன்னால் படம் எடுத்து ஆடச் செய்ய முடியும் என்று நம்பினாள். பாம்பு படம் எடுத்து ஆடத்தான் ஆடியது. ஆனால், அதன் விஷப் பல்லின் சக்தியை நடுவில் காட்டி விட்டது. எங்கள் மன்னரின் தலை புழுதியில் உருண்டது. தஞ்சாவூர் வரையில் கொண்டு போனார்கள். தலையைப் பல்லக்கில் வைத்து ஊர்வலம் விட்டார்கள். ஆகா! தஞ்சாவூர்! தஞ்சாவூர்! அந்த நகரம் அடையப் போகிற கதியைப் பார்த்துக் கொண்டிரு தம்பி!'

இவ்விதம் கூறியபோது ரவிதாஸனுடைய சிவந்த அகன்ற கண்கள் மேலும் அகன்று அனலைக் கக்கின. அவனுடைய உடல் நடுங்கியது. பல் வரிசைகள் ஒன்றோடு ஒன்று உராயும் சப்தம் நறநறவென்று பயங்கரமாய்க் கேட்டது.தேவராளனுடைய தோற்றமும் அவ்விதமே கோரமாக மாறியது.

'போனது போயிற்று. அதற்காக இனிமேல் என்ன செய்யப் போகிறீர்கள்? இறந்துபோன வீர பாண்டியனை உயிர்ப்பிக்க முடியுமா?'

'வீரபாண்டியரை உயிர்ப்பிக்க முடியாது. அவ்வளவு சக்தி என்னுடைய மந்திரத்துக்கு கூடக் கிடையாது. ஆனால், அவரைக் கொன்றவனையும், அவனைச் சேர்ந்தவர்களையும் பூண்டோடு அழித்துப் பழிக்குப் பழி வாங்குவோம். சோழகுலப் பாம்பு வர்க்கத்தைக் குஞ்சு குழந்தைகள் உள்பட நாசம் செய்வோம். எங்களுடன் நீ சேருகிறாயா? சொல்!'

'சோழ குலத்தை நாசம் செய்த பிறகு? அப்புறம் என்ன செய்வீர்கள்?'

'எங்கள் மகாராணி, யாருக்குப் பட்டம் சூட்டச் சொல்கிறாளோ, அவனுக்குச் சூட்டுவோம்...'

'மகாராணி யார்?'

'தெரியாதா, தம்பி! பழுவூர் இளைய ராணியாக இப்போது நடிப்பவள் தான்!'

'அப்படியானால் மதுராந்தகருக்கு...'

'அவனும் ஒரு பாம்புக் குட்டிதானே?'

'பழுவேட்டரையர்?...'

'ஆ! அந்தக் கிழவனை எங்கள் அரசனாக்குவோம் என்றா நினைக்கிறாய்? அவனுடைய செல்வாக்கையும் பணத்தையும் உபயோகப்படுத்துவதற்காக...'

'உங்கள் மகாராணி அவன் வீட்டில் இருக்கிறாளாக்கும்!'

'நன்றாகத் தெரிந்து கொண்டாயே? நல்ல யூகசாலி நீ!'

'வீரபாண்டியனுடைய மரணத்துக்குக் காரணம் ஒரு பெண்பிள்ளை என்று சொன்னீர்களே?'

'அதுவும் பழுவூர் ராணிதான்! போரில் காயம் பட்டுக் கிடந்த வீரபாண்டியரைத் தான் காப்பாற்றுவதாக அவள் வாக்களித்தாள். அதை நிறைவேற்றவில்லை. அவளே துரோகம் செய்து விட்டாள் என்று நினைத்து அவளை உயிருடன் கொளுத்த நினைத்தோம். பழிக்குப் பழி வாங்குவதாக எங்களுடன் சேர்ந்து அவளும் சபதம் செய்தபடியால் அவளை உயிரோடு விட்டோம். இன்று வரையில் அவள் வாக்கை நிறைவேற்றி வருகிறாள். ஓ! அவளுடைய உதவி மட்டும் இல்லாவிட்டால் நாங்கள் இவ்வளவு செய்திருக்க முடியாது.'

'இன்னும் நீங்கள் ஒன்றும் சாதித்து விடவில்லையே?'

'கொஞ்சம் பொறு, அப்பனே! பார்த்துக்கொண்டேயிரு!' என்றான் ரவிதாஸன்.

'நம்மிடமிருந்து இவன் எல்லாம் தெரிந்துகொண்டான். நாம் கேட்டதற்கு மறுமொழி ஒன்றும் சொல்லவில்லையே?' என்றான் தேவராளன்.

'தம்பி! என்ன சொல்கிறாய்? எங்களுடன் சேருகிறாயா? யார் கண்டது? உனக்கே ஒருவேளை அதிர்ஷ்டம் அடிக்கலாம். நீயே ஒருவேளை தென் தமிழகத்தின் வீர சிம்மாசனத்தில் ஏறினாலும் ஏறலாம். என்ன சொல்கிறாய்?'

சில காலத்துக்கு முன்னேயென்றால் வந்தியத்தேவன், 'ஆஹா! உங்களுடன் சேருகிறேன்!' என்று சொல்லியிருப்பான். ஆனால் இளவரசருடன் மூன்று நாள் பழகியது அவனுடைய மனப்போக்கில் ஒரு பெரிய மாறுதலை உண்டு பண்ணியிருந்தது. பொய் புனை சுருட்டுகள், சமயோசித தந்திரங்கள் - இவற்றில் அவனுக்குப் பற்று விட்டுப்போயிருந்தது.

ஆகையால் பேச்சை மாற்ற விரும்பி, 'இந்தக் கப்பலை எப்படிப் பிடித்தீர்கள்? சற்றுமுன் யமனுலகுக்கு அனுப்பிய அரபு நாட்டாருடன் எப்படிச் சினேகமானீர்கள்!' என்று கேட்டான்.

'எல்லாம் என்னுடைய மந்திரசக்தி, அப்பனே! திரிகோணமலை யில் இவர்களிடமிருந்துதான் நாங்கள் குதிரைகளை விலைக்கு வாங்கினோம். அந்தக் குதிரைகளைக் கொண்டு உங்களைத் தொடர்ந்து முன்னும் பின்னுமாக வந்து கொண்டிருந்தோம். 'யானை இறவு'த்

துறையில் இளவரசர் இறங்கி ஓடியதைப் பார்த்தோம். அவருக்கு முன்னால் இங்கு வந்துவிடத் தீர்மானித்துக் குறுக்கு வழியில் வந்து சேர்ந்தோம். இங்கே வந்து பார்த்தால், எங்கள் பழைய சிநேகிதர்கள் இந்தக்கப்பலைக் கைப்பற்றியிருந்தார்கள். அவர்கள் ஏறி வந்த கப்பல் முல்லைத் தீவுக்கு அருகில் கரைதட்டி உடைந்து போய் விட்டதாம். இங்கே ஒளிந்திருந்து இந்தக் கப்பலைக் கைப்பற்றிக் கொண்டார்கள். கடலோரத்தில் வழிகாட்டுவதற்கு எங்களையும் வருகிறீர்களா என்று கேட்டார்கள். பழம் நழுவிப் பாலில் விழுந்தது போலாயிற்று.'

'அது எப்படி?'

'அந்தச் சோழகுலத்து இளநாகம் சோழ சேநாதிபதியுடன் பேசிக் கொண்டிருந்ததைக் கேட்டோம். எப்படியும் சோழ நாட்டுக்கு அவன் திரும்பி வந்து சேர்வான் என்று அறிந்து கொண்டோம். அது மட்டு மல்ல, தம்பி! இலங்கையில் ஊமைப்பெண் பூதம் ஒன்று இருக்கிறது. அந்தப் பூதம் எங்கள் மந்திரத்துக்குப் பதில் மந்திரம் போட்டு அருள்மொழிவர்மனைக் காப்பாற்றிக் கொண்டிருந்தது. ஆனால் சோழ நாட்டுக்கு அது வராது...'

வந்தியத்தேவன் அன்றிரவு அநுராதபுரத்தில் நடந்ததையெல்லாம் நினைத்துக் கொண்டான். ரவிதாஸன் திடீரென்று சிரித்தான்.

'இது என்ன சிரிப்பு? எதைக் கண்டு?' என்றான் வந்தியத்தேவன்.

'ஒன்றுமில்லை. தம்பி! இந்த அரபு நாட்டாரின் சுபாவத்தை எண்ணினேன்; சிரிப்பு வந்தது. இவர்கள் இவ்வளவு முரட்டு மனிதர்கள் அல்லவா? மனிதர்களைக் கொல்வது இவர்களுக்கு வாழைக்காயை அரிவது போன்றது. ஆனால் குதிரைகளிடம் இவர்களுக்கு அளவில்லாத அபிமானம். குதிரைகளின் கால் குளம்பில் இரும்புப்பூண் அடித்துத்தான் அவர்கள் நாட்டில் குதிரைகளை ஓட்டுவார்களாம். நாம் குதிரைகளை வெறுங்காலுடன் ஓடச் செய்கிறோமாம். அதனால் நாம் கருணையற்ற, அநாகரிக மிருகங் களுக்கும் கேடான மனிதர்களாம்! நம்மிடம் குதிரைகளை விற்பதே பாவமாம்!... இன்று காலையில் என்ன நடந்தது தெரியுமா?...'

'சொல்லுங்கள்!'

'கப்பலில் எல்லோரும் ஏறிக்கொண்டோம். பாய்மரங்கள் விரித்தோம். கப்பல் கிளம்பி விட்டது. அப்போது கரையில் ஒரு குதிரையின் காலடிச் சத்தம் கேட்டது. அவ்வளவுதான். முல்லைத் தீவில் உடைந்த கப்பலிலிருந்து தப்பிக் கரையேறிய அவர்களுடைய குதிரைகளில் ஒன்றாயிருக்கலாம் என்று சந்தேகித்தார்கள். அவர்களில் ஒருவன்

கப்பலிலிருந்து இறங்கிப் பார்த்து விட்டுத்தான் வருவேன் என்றான். எங்களையும் அவனுடன் சேர்த்து அனுப்பினார்கள்...'

'பிறகு?'

'குதிரை அகப்படவில்லை. தம்பி! நீ அகப்பட்டாய்! எவ்வளவு நல்லதாய்ப் போயிற்று, பார்! இந்தக் குதிரைப் பிரியர்களை வேலை தீர்ப்பதற்கு எவ்வளவு சௌகரியமாய்ப் போயிற்று.'

'எல்லாம் சரிதான்; இந்தப் பிள்ளை நம்முடைய கேள்விக்கு இன்னும் விடை சொல்லவில்லை' என்று ஞாபகப்படுத்தினான் தேவராளன்.

'சொல்லுகிறேன், ஐயா! சொல்லுகிறேன். நான் சோழகுலத்திற்கு ஊழியம் செய்ய ஏற்றுக்கொண்டவன். ஒரு நாளும் உங்களுடன் சேரமாட்டேன்...'

'வேளக்காரப் படையைச் சேர்ந்திருக்கிறாயா? சத்தியம் செய்து கொடுத்திருக்கிறாயா!'

'அதெல்லாம் இல்லை.'

'பின்னே என்ன தயக்கம்? நீ போர் வீரன். எந்தக் கட்சியில் அதிக அநுகூலம் இருக்கிறதோ, அதில் சேரவேண்டியது தானே!'

சோழ குலத்தாருடன் உறவு பூணுவதற்கு எல்லாச் சபதங்களைக் காட்டிலும் பலம் அதிகம் கொண்ட காரணம் தனக்கு இருக்கிறது என்பதை வந்தியத்தேவன் அவர்களிடம் சொல்லவில்லை. இளைய பிராட்டியின் கடைக்கண் பார்வையையும், முல்லை நிகர்ப் புன்னகையையும் காட்டிலும் சோழ குலத்தாருக்கு உயிரைக் கொடுக்க வேறு காரணம் தனக்கு வேண்டுமா? அப்புறம் இளவரசரின் இணையில்லா சிநேகம் இருக்கிறது! அவருடன் ஒரு தடவை சிநேகமானவன் மறுபடி மாற முடியுமா?

'எது எப்படியிருந்தாலும், உங்களுடைய கொலைகாரக் கூட்டத்தில் நான் சேரமாட்டேன்!' என்றான் வந்தியத்தேவன்.

'அப்படியானால் உன் உயிரைச் சமுத்திர ராஜனுக்குப் பலியிட ஆயத்தப்படு!' என்றான் ரவிதாஸன்.

சுழிக் காற்று

காற்று அசையவில்லை; கடல் ஆடவில்லை; கப்பலும் நகரவில்லை.

அலையற்ற அமைதியான ஏரியைப்போல் காணப்பட்ட கடலை நோக்கியவண்ணம் வந்தியத்தேவன் சிறிது நேரம் சும்மாயிருந்தான். அவன் உள்ளத்தில் மட்டும் பேரலைகள் எழுந்து விழுந்தன.

திடீரென்று இரு கரங்களையும் கடலை நோக்கி நீட்டிக் கொண்டு, 'ஓம் ஹ்ரீம் ஹ்ராம் வஷ்ட்!' என்று கூவினான். மறுகணத்தில் கையில் கத்தியை எடுத்துக்கொண்டான். சக்கராகாரமாக இரண்டு தடவை சுழற்றினான்.

'ஆம்! ஆம்! சமுத்திர ராஜன் பலி கேட்கிறான்! இரட்டைப் பலி கேட்கிறான். தூங்குகிறவர்களைத் தாக்கிக் கொல்லும் இரண்டு சூரர்களைப் பலியாகக் கொடு என்று கேட்கிறான்! பலி கொடுத்தால் தான் மேலே இந்த மரக்கலத்தைப் போக விடுவேன் என்கிறான். எங்கே! உடனே அப்படி இரண்டு பேரும் வந்து தலையை நீட்டுங்கள்! சீக்கிரம்!' என்று ஆர்ப்பரித்தான்.

ரவிதாஸன் வந்தியத்தேவனை வியப்புடன் உற்றுப் பார்த்தான். 'ஹா! ஹா! ஹா!' என்ற மறுபடியும் பேய் சிரிப்பது போல் சிரித்தான். 'தம்பி! இது என்ன விளையாட்டு?' என்றான்.

'அண்ணன்மார்களே! இது விளையாட்டு அல்ல; வினை! சற்று முன் நான் கீழே கட்டப்பட்டுக் கிடந்தபோது சிறிது தூங்கிப் போனேன். அப்போது கனவு கண்டேன். கடலையும் வானத்தையும் ஒன்றுசேர்த்த பூதம் போன்ற நீல நிற உருவம் ஒன்று என் முன்னால் நின்றது. ஏதோ சொல்லியது. அது என்னவென்று அப்போது புரியவில்லை; இப்போது புரிந்தது! மந்திர தந்திரங்களில் தேர்ந்த காளி பக்தர்கள் இரண்டு பேருடைய உயிர்ப் பலி வேண்டும் என்று சமுத்திர ராஜன் கோருகிறான். கொடுக்காவிட்டால் இந்தக் கப்பலை மேலே போக

விடமுடியாது என்றும் சொல்லுகிறான். ஆறு முரட்டு அராபியர்களின் உயிர்ப் பலியினால் அவன் திருப்தி அடையவில்லை. வாருங்கள்! சீக்கிரம்!' என்று கூறி, வந்தியத்தேவன் கையில் பிடித்த கத்தியை வானை நோக்கி உயர்த்தினான்.

ரவிதாஸனும், தேவராளனும் ஒருவர் முகத்தை ஒருவர் பார்த்துக் கொண்டார்கள்.

ரவிதாஸனும், 'தம்பி! கதை கட்டுவதில் உன்னைப் போன்ற கெட்டிக்காரனை நான் பார்த்ததேயில்லை!' என்றான்.

வந்தியத்தேவன், 'ஓ! நான் சொல்லுவதில் உங்களுக்கு நம்பிக்கை இல்லையா? கதை கட்டுகிறேனா? சமுத்திர ராஜனே இந்த மூடர்களுக்கு நீயே மறுமொழி சொல்!' என்று கூவினான்.

அவன் அவ்வாறு கூவிய குரல் சமுத்திர ராஜனுடைய காதிலே கேட்டது போலும். அதற்கு மறுமொழி கூறவும் சமுத்திரம் ராஜன் விரும்பினான் போலும்!

கடலில் அப்போது ஒரு விந்தையான காட்சி தென்பட்டது. கண்ணுக் கெட்டிய தூரம் நாலு திசைகளிலும் கடல் ஒரு சிலிர்ப்புச் சிலிர்த்தது. சிறிய சிறிய சின்னஞ் சிறிய அலைகள் ஆயிரமாயிரம் எழுந்து விழுந்தன. இது ஒரு நிமிஷ நேரந்தான். அடுத்த நிமிஷத்தில் அவ்வளவு அலைகளும் வெள்ளிய நுரையின் நுண் துளிகளாக மாறின. விரிந்து பரந்த கடற் பிரதேசமெங்கும் அந்த வெண் நுரைத்துளிகள் துள்ளி விளையாடின. விசாலமான பசும்புல் தரையில் கோடி கோடி கோடித் தும்பை மலர்கள் இளங்காற்றில் உருண்டு உருண்டு உருண்டு போய்க் கொண்டிருந்தால் எப்படி இருக்கும்! அவ்வாறு இருந்தது அச்சமயம் கடலின் காட்சி!

ஆம்; இலேசான இளங்காற்று, - இனிய குளிர்ந்த காற்று - அந்த மரக்கலத்தையும் ஒரு கணம் தழுவிக்கொண்டு அப்பால் சென்றது. கப்பலில் ஒரு சிலிர்ப்புச் சிலிர்த்தது. வெப்பத்தினால் வறண்டிருந்த வந்தியத்தேவனுடைய உடலும் சிலிர்த்தது. ரவிதாஸனும், தேவராளனும் 'ஹா ஹா ஹா!' என்று சிரித்தார்கள்!

'தம்பி! சமுத்திர ராஜனே உன் கேள்விக்கு மறுமொழி சொல்லி விட்டான்! நாங்கள் எங்களைப் பலி கொடுக்க ஆயத்தமாக வேண்டியதுதான்!' என்றான் ரவிதாஸன்.

வந்தியத்தேவன் உள்ளம் கலக்கமுற்றது. கடலிலே ஏற்பட்ட அந்தச் சிலு சிலுப்பும் உடனே ஏற்பட்ட மாறுதலும் அவனைத் திகைக்கச் செய்திருந்தன. ஆகா! இது என்ன? அவ்வளவு ஆயிரமாயிரம் சிறிய

அலைகளும் கோடானு கோடி வெண் நுரைத்துளிகளும் எங்கே போயின? மாயமாய்ப் போய் விட்டனவே? மறுபடியும் கடல் அமைதியுற்றுப் பச்சை நிறத் தகடு போல் காணப்படுகின்றதே! சற்று முன் கண்ட காட்சி உண்மையாக நிகழ்ந்ததா? அல்லது வெறும் பிரமையா? ஒருவேளை இந்த மந்திரவாதி ரவிதாஸனின் மந்திர சக்தியாகத்தான் இருக்குமோ!

'அதோ பார்த்தாயா? தம்பி! கடல் கூறியதை வானமும் ஆமோதிக்கிறது!' என்று ரவிதாஸன் தென்மேற்குத் திசையைச் சுட்டிக் காட்டினான்.

அவன் காட்டிய திசையில் பச்சைக் கடலும் நீல வானமும் ஒன்று சேரும் மூலையில், ஒரு சின்னஞ் சிறு கரியமேகத் துணுக்கு ஒரு சாண் உயரம் எழுந்து நின்றது. அந்தக் கரிய மேகத் துணுக்கின் உச்சிப் பகுதி செக்கச் செவேலென்று இரத்தச் சிகப்பு வர்ணத்துடன் திகழ்ந்தது.

சாதாரண நாட்களில் இந்தத் தோற்றத்தை வந்தியத்தேவன் கவனித் திருக்கவே மாட்டான். கடலும் வானும் சேரும் மூலையில் மேகத்திரள் காணப்படுவது ஓர் ஆச்சரியமா, என்ன? இல்லைதான்! ஆயினும் அந்தச் சிறிய தோற்றமும் அந்த வேளையில் நம் கதாநாயகனுடைய மனத்தைச் சிறிது கலக்கி விட்டது.

மறு கணத்தில் வந்தியத்தேவன் சமாளித்துக் கொண்டான். இந்த மந்திரவாதியின் வலையில் நாம் விழுந்து விடக்கூடாது. என்று மனத்திற்குள் உறுதி செய்து கொண்டான்.

ரவிதாஸனை ஒரு தடவையும் தேவராளனை ஒரு தடவையும் விழித்துப்பார்த்து, 'அப்படியானால் ஏன் தாமதம்? வாருங்கள்!' என்று சொல்லிக் கத்தியை வீசினான்.

'அப்பனே! நாங்கள் பலியாவதற்கு முன்னால் எங்கள் குல தெய்வத்தைப் பிரார்த்தனை செய்ய விரும்புகிறோம். அரை நாழிகை அவகாசம் கொடு!' என்றான் ரவிதாசன்.

'சரி! பிரார்த்தனையைச் சொல்லி விட்டு உடனே வாருங்கள். உங்கள் தந்திர மந்திரம் ஒன்றையும் என்னிடம் காட்டவேண்டாம். காட்டினாலும் பலிக்காது!' என்றான் வந்தியத்தேவன்.

'இதோ வந்துவிடுகிறோம். எங்களுடைய ஆயுதத்தையும் இங்கேயே போட்டுவிட்டுப் போகிறோம், பார்!' என்றான் ரவிதாஸன்.

அப்படியே இருவரும் ஆயுதங்களைக் கீழே போட்டுவிட்டு அம்மரக் கலத்தின் இன்னொரு புறத்துக்குச் சென்றார்கள்.

அந்த அரை நாழிகை, அச்சமயம் வந்தியத்தேவனுக்கும் தேவை யாயிருந்தது. கடலிலும் வானிலும் ஏற்பட்ட தோற்றங்களினால் விளக்கமில்லாத கலக்கம் அவனுடைய உள்ளத்தில் எழுந்து அவன் உடம்பையும் சிறிது தளரச் செய்திருந்தது. அவசியம் நேர்ந்தால் ஒரே கத்தி வீச்சில் அந்த கிராதகர்கள் இருவரையும் தீர்த்துக்கட்ட அவன் முடிவு செய்திருந்தான். ஆனால் அதற்கு வேண்டிய பலம் தன் கையில் அச்சமயம் இருக்குமா என்ற ஐயம் ஏற்பட்டிருந்தது. ஆகையால் மனத்தைத் திடப்படுத்திக்கொண்டு கையிலும் பூரண பலத்தை வருவித்துக் கொள்ளச் சிறிது அவகாசம் அவனுக்கு வேண்டியிருந்தது.

தென்மேற்கு மூலையில் கவனம் மறுபடியும் தற்செயலாகச் சென்றது. சற்றுமுன்னால் சாண் உயரம் தோன்றிய மேகத்திரள் இப்போது முழு உயரமாக வளர்ந்திருந்தது. உச்சியில் இரத்தச் சிகப்பு நிறம் சிறிது மங்கியிருந்தது. மேகத்திரள் மேலும் மேலும் உயர்ந்து வருவதாகத் தோன்றியது.

முதலாவது சிலு சிலுப்புடன் நின்று விட்டிருந்த காற்று மறுபடியும் நிதானமாக வரத்தொடங்கியது. கடலிலும் கலக்கம் காணப்பட்டது. சிறிய சிறிய அலைகள் நடனமாடத் தொடங்கியிருந்தன. மேகத்திரள் மேலும் மேலும் வானில் உயர்ந்து வந்து கொண்டிருந்தது. காற்றின் வேகமும் அதிகரித்து வருவதாகத் தோன்றியது. கப்பல் இலேசாக அசைய ஆரம்பித்தது.

காற்றின் ரீங்காரத்துக்கும் அலைகளின் சலசலப்புக்கும் இடையில், அது என்ன சத்தம்? கடலில் ஏதோ விழுந்தது போல் சத்தம் கேட்டதே! வந்தியத்தேவன் பின்பக்கம் திரும்பிப் பார்த்தான். ரவிதாசனையும் தேவராளனையும் காணவில்லை. அதில் அதிசயமும் இல்லை. கப்பலின் மறுப்பக்கத்திலே அவர்கள் இருப்பார்கள். பாய்மரங்களும் கப்பலின் மையமேடையும் அவர்களை மறைத்திருக்கின்றன.

ஆ! இது என்ன? துடுப்புகளினால் படகு தள்ளும் சத்தம் அல்லவா கேட்கிறது?...

வந்தியத்தேவன் உடனே ஓடிச் சென்று கப்பலின் மறுபக்கத்தை அடைந்தான். அவன் அங்கே கண்ட காட்சி உண்மையில் அவனைத் திடுக்கிடச் செய்தது. அப்படி நடக்கக் கூடும் என்று அவன் சிறிதும் எதிர்பார்க்கவில்லை. தன்னைச் சமரசப்படுத்து வதற்காக அவர்கள் கலந்து யோசனை செய்யப் போயிருக்கிறார் கள் என்றே நினைத்தான். ஆனால் அவர்கள் கப்பலின் மறுபக்கத் தில் சேர்த்துக் கட்டியிருந்த சிறு படகை அறுத்து விட்டுக் கடலிலே இறங்கி அதில் ஏறிக்கொண்டிருந் தார்கள்! துடுப்பு வலித்துப் படகைத் தள்ளவும் ஆரம்பித்து விட்டார்கள்!

வந்தியத்தேவனைப் பார்த்ததும் ரவிதாஸன் சிரித்தான். 'தம்பி! சமுத்திர ராஜனுக்குப் பலியாக எங்களுக்கு விருப்பம் இல்லை. தெரிகிறதா?' என்றான்.

வந்தியத்தேவன் ஒரு நொடியில் தன் நிலையை உணர்ந்தான் அந்தப் பெரிய மரக்கலத்தில் தன்னைத் தனியாக விட்டுவிட்டு, அவர்கள் போகிறார்கள். கப்பல் ஓட்டும் கலையைப் பற்றி அவனுக்கு ஒன்றுமே தெரியாது. கடலில் எந்த இடத்தில் கப்பல் நிற்கிறது, எந்தத் திசையாகப் போனால் எங்கே போய்ச்சேரலாம் என்பதொன்றும் அவனுக்குத் தெரியாது. அப்படிப்பட்ட அநாதரவான நிலையில் அவனை விட்டுவிட்டு அவர்கள் போகிறார்கள்.

'பாவிகளே! என்னையும் அழைத்துக்கொண்டு போகக் கூடாதா?' என்று கேட்டான்.

'தம்பி! சமுத்திர ராஜனுக்கு ஒரு பலிகூட இல்லாமல் போகலாமா?' என்றான் ரவிதாசன்.

படகு கப்பலை விட்டு அகன்று போய்க்கொண்டேயிருந்தது.

'கடலில் குதித்துப் படகைப் போய்ப் பிடிக்கலாமா?' என்று வந்தியத் தேவன் ஒரு கணம் நினைத்தான். உடனே அந்த எண்ணத்தைக் கைவிட்டான். அவனுக்கோ நன்றாக நீந்தத் தெரியாது. கப்பலிலிருந்து குதிப்பதற்கே மனம் திடப்படாது. அப்படிக் குதித்துத் தட்டுத் தடுமாறிச் சென்று படகைப் பிடித்தாலும் அந்தக் கிராதகர்கள் என்ன செய்வார்களோ, என்னமோ? தன்னிடம் அவர்களுடைய இரகசியத்தை வெளியிட்டு விட்டார்கள்! தான் அவர்களுடன் ஒருநாளும் சேரப் போவதில்லையென்பதையும் தெரிந்து கொண்டார்கள். படகைப் பிடிக்கப் போகும் சமயத்தில் அவர்கள் தன்னைத் துடுப்பினால் அடித்துக் கொல்லப் பார்க்கலாம். தான் தண்ணீரில் தத்தளித்துக் கொண்டே படகில் உள்ளவர்களுடன் சண்டை போட முடியாதல்லவா?

'போகட்டும்! போய்த் தொலையட்டும்! அந்தச் சண்டாளக் கொலைக் காரர்களுடன் ஒரு படகிலே இருப்பதைக் காட்டிலும் இந்தப் பெரிய கப்பலில் தன்னந்தனியாக இருப்பதே மேல்! இதற்கு முன்னால் எத்தனையோ சங்கடங்களிலிருந்து கடவுளின் கிருபையினால்தான் தப்பிப் பிழைக்கவில்லையா? இந்த அபாயத்திலிருந்து தப்புவதற்கும் கடவுள் ஏதேனும் வழி காட்டுவார்! பாவிகள் போகட்டும்...

ஆனால் அவர்களை உயிருடன் போகவிட்டது சரியா? அவர்கள் எங்கே போய்க் கரை ஏறுவார்களோ? இன்னும் என்னென்ன சூழ்ச்சிகளையும்

கோர கிருத்யங்களையும் செய்வார்களோ? கடவுள் இருக்கிறார், நாம் என்ன செய்ய முடியும்? எப்படியாவது இளவரசருடன் மறுமுறை சேர்ந்து விட்டால் போதும்! இருந்தாலும் அவர் இப்படி என்னைக் கைவிட்டிருக்கக்கூடாது! பூங்குழலியுடன் என்னையும் யானை மீது ஏற்றி அழைத்துப் போயிருக்கலாம். மறுபடியும் அவரைச் சந்திக்க நேர்ந்தால், கட்டாயம் பலமாகச் சண்டை பிடிக்க வேண்டும். 'உங்கள் பழமையான சோழ குலத்தின் சிநேகதர்மம் இதுதானா?' என்று கேட்க வேண்டும். ஆனால் அப்படிக் கேட்கும் சந்தர்ப்பம் வரப்போகிறதா?.. இளவரசரை மீண்டும் பார்க்கப் போகிறோமா?... ஏன் பார்க்க முடியாது? நான் இந்தச் சங்கடத்தில் அகப்பட்டுக் கொண்டதைச் சேநாதிபதியும் ஆழ்வார்க்கடியானும் பார்த்திருக்கிறார்கள். அவர்கள் ஏதாவது செய்யாமலா இருப்பார்கள்? இளவரசரை அவர்கள் சந்தித்திருந்தால் கட்டாயம் சொல்லியிருப்பார்கள் அல்லவா?'

இப்படி வந்தியத்தேவன் யோசித்துக் கொண்டு நின்ற நேரத்தில் படகு கடலில் வெகுதூரம் போய்விட்டது என்பதைக் கவனித்தான். படகு அவ்வளவு வேகமாகச் சென்றது எப்படி? படகு மட்டும் போக வில்லை; தான் ஏறியிருந்த கப்பலும் இலேசாக அசைந்து நகர்ந்து கொண்டிருக்கிறது. அதனாலேதான் கப்பலுக்கும் படகுக்கும் அவ்வளவு சீக்கிரத்தில் அவ்வளவு தூரம் ஏற்பட்டுவிட்டது! கடலில் அலைகள் பெரிதாகிக் கொண்டு வருவதையும் வந்தியத்தேவன் பார்த்தான். அது மட்டுந்தானா? இது என்ன? பட்டப்பகலில் திடீரென்று ஒரு பக்கம் இருண்டு வருகிறதே!

தென்மேற்குத் திசையை வந்தியத்தேவன் நோக்கினான். சற்று முன்னால் முழ உயரம் தெரிந்த மேகம் அதற்குள் பிரம்மாண்டமாக வளர்ந்து படர்ந்து மேற்கு வானத்தைப் பெரும்பாலும் மறைத்து விட்டதைக் கண்டான். இன்னும் அம்மேகங்கள் திட்டுத்திட்டாகத் திரண்டு புரண்டு வானத்தில் வெகு வேகமாக மேலேறி வந்தன. அவன் பார்த்துக் கொண்டிருக்கும்போதே மேற்கு வானத்தில் பாதி தூரம் இறங்கியிருந்த சூரியனை மறைத்து விட்டன. பிறகு மேற்குத் திசையும் தெற்குத் திசையும் மேலும் இருண்டு வந்தன. வானத்தின் கரிய மேகங்கள் கடலிலும் பிரதிபலித்துக் கடல்நீரையும் கரிய மை நிறமாகச் செய்தன. கடல் எங்கே முடிகிறது. வானம் எங்கே தொடங்குகிறது என்று கண்டு பிடிக்க முடியாமல் கடலும் வானமும் ஒரே கன்னங்கரிய இருள்நிறம் பெற்றிருந்தன.

மேகத்திரள்கள் மேலும் புரண்டு உருண்டு வந்தியத்தேவனுடைய தலைக்கு மேலே வந்தன. பிறகு கீழ்த் திசையிலும் இறங்கத் தொடங்கின.

படகு சென்ற திசையை வந்தியத்தேவன் நோக்கினான். படகு இருந்த இடமே தெரியவில்லை. அவனுடைய பார்வையின் எல்லைக்கு அப்பால் போய்விட்டது போலும்! காற்றின் மெல்லிய ரீங்காரம் 'ஹோ' என்ற பெரும் இரைச்சலாக மாறிவிட்டது.

அத்துடன், நிமிஷத்துக்கு நிமிஷம் பெரிதாகி வந்த அலைகளின் இரைச்சலும் சேர்ந்தது. கப்பலில் விரித்திருந்த பாய்கள் சடபட வென்று அடித்துக் கொண்டன. மரங்களும் கட்டைகளும் ஒன்றோ டொன்று உராய்ந்து ஆயிரம் குடுமிக் கதவுகளைக் திறந்து மூடும் சத்தத்தை உண்டாக்கின.

பாய்மரங்களை வந்தியத்தேவன் அண்ணாந்து பார்த்தான். அவற்றின் நிலையிலிருந்து கப்பல் ஒரு திசையாகப் போகாமல் சுழன்று சுழன்று வருகிறது என்று தெரிந்து கொண்டான்.

'சுழிக்காற்று' என்று அடிக்கடி சொன்னார்களே! அந்தச் சுழிக்காற்று தான் அடிக்கப்போகிறது போலும்!

சுழிக்காற்று அடிக்கும் போது பாய் மரங்களிலிருந்து பாய்களைச் சுழற்றிச் சுற்றி வைக்க வேண்டும் என்று வந்தியத்தேவனுடைய அறிவுக்குப் புலப்பட்டது. ஆனால் அவன் ஒருவனால் அது எப்படி முடியும்? பத்துப் பேர் சேர்ந்து செய்ய வேண்டிய காரியம் அல்லவா? பத்துப்பேர் இல்லாவிட்டாலும் நாலு பேராவது வேண்டும். ஒருவன் தனியாக என்ன செய்வது? கடவுள் விட்டவழி விடுகிறார். கப்பல் அடைந்த கதியை அடைகிறது என்று சும்மா இருக்க வேண்டியதுதான்!

கப்பல் அடையப்போகிற கதி என்னவென்று அவனுக்குச் சீக்கிரத்தி லேயே தெரிந்து போயிற்று. அப்படியும் இப்படியும் சிறிது நேரம் அலைப்புண்டிருந்து பிறகு கடலில் முழுகிப்போக வேண்டியதுதான்! முழுகுவதற்கு முன்னால் சுக்குச் சுக்காக உடைந்து போனாலும் போகும்! கப்பலின் கதி எப்படியானாலும், தன்னுடைய கதியைப் பற்றிச் சந்தேகமில்லை!

நடுக்கடலில் மரணம்!

அந்தக் கும்பகோணத்துச் சோதிடன் இதைப்பற்றி ஒரு வார்த்தையும் சொல்லவில்லை. பார்! சோதிடனாம் சோதிடன்! அவனை மறுபடி பார்க்க நேர்ந்தால்... பைத்தியக்காரத்தனம்! அவனை மறுபடி பார்ப்பது ஏது?

திடீரென்று வந்தியத்தேவன் தோளில் கெட்டியான பொருள் ஏதோ விழுந்தது. சடபடவென்று கப்பல் முழுவதும் சிறிய சிறிய கூழாங்

கற்கள் விழுந்தன. அந்தக் கூழாங் கற்கள் எப்படிப் பளிங்குபோல் பிரகாசிக்கின்றன! வானத்திலிருந்து இவை எப்படி விழுகின்றன!

இன்னும் இரண்டு மூன்று கற்கள் அவன் தலையிலும் முதுகிலும் தோள்களிலும் விழுந்தன. அவை விழுந்த இடத்தில் முதலில் வலி; பிறகு ஒரு குளிர்ச்சி. கப்பலில் விழுந்த கற்களைப் பார்த்தால், ஆ! அவை உருகிக் கரைந்து போய் கொண்டிருக்கின்றனவே? ஆ! அவை உருகிக் கரைந்து போய் கொண்டிருக் கின்றனவே? ஆம்; இது பனிக்கட்டி மழை; அதுவரை வந்தியத்தேவன் அத்தகைய மழையைப் பார்த்ததுமில்லை; அநுபவித்ததுமில்லை. மடிவதற்கு முன்னால் இந்த அற்புதத்தைப் பார்க்க முடிந்ததே என்ற குதூகலம் அவன் உள்ளத்தில் தோன்றியது.

கப்பல் தளத்தில் உட்கார்ந்து, கரைந்து கொண்டிருந்த பனிக்கட்டிக் கற்களைத் தொட்டுப் பார்த்து மகிழ்ந்தான். அப்பா என்ன சிலிர்ப்பு! தொடும்போது தீயைத் தொடுவதுபோல் அல்லவா இருக்கிறது? ஆனால் தீ தோலைச் சுட்டுத் தீய்ப்பது போல் அது செய்யவில்லை. விரைவில் சூடு குளிர்ச்சியாகி விடுகிறது. கல் மழை எதிர்பாராமல் வந்தது போலவே சட்டென்று நின்றது. பெய்த நேரம் அரைக்கால் நாழிகை கூட இராது.

பிறகு சாதாரண மழை பெய்யத் தொடங்கியது. மழை ஜலம் கப்பலில் விழுந்து சிதறி ஓடிக் கடலில் விழுந்துவிடுவதை வந்தியத்தேவன் கவனித்தான். சோழ நாட்டு மரக்கலத் தச்சர்களின் கெட்டிக்காரத் தனத்தை வியந்தான். எத்தனை மழை பெய்தாலும் எத்தனை பெரிய அலைகள் மோதிக் கடல் ஜலம் கப்பலில் வந்தாலும், மீண்டும் கடலிலேயே தண்ணீர் போய் விழும்படியாக அக்கப்பல் அமைக்கப் பட்டிருந்தது. கப்பலின் கீழ்ப்பகுதி உடைந்து கடல்நீர் உள்ளே புகுந்தாலன்றி அதை மூழ்கடிக்க முடியாது!

இதைப் பார்த்ததும் அவனுக்குச் சிறிது தைரியம் உண்டாயிற்று. உடனே ஒரு நினைவு வந்தது. தன்னைக் கட்டிப் போட்டிருந்த அறைக்கதவு திறந்திருந்தால் அதன் வழியாகத் தண்ணீர் உள்ளே புகுந்துவிடலாம். ஓடிப் போய்ப் பார்த்தான். அவன் நினைத்தபடி கதவு திறந்து காற்றில் அடித்துக் கொண்டிருந்தது. கதவை இறுக்கிச் சாத்தித் தாளிட்டான்.

மேலே காற்றும் மழையும் பொறுக்க முடியாமற் போனால் அந்த அறைக்குள்ளே புகுந்துகூடத் தான் கதவைத் தாளிட்டுக் கொள்ளலாம். பிறகு கடவுள் விட்ட வழி விடுகிறார் என்று நிம்மதியாக இருக்கலாம். இவ்வளவு பத்திரமான கப்பலை விட்டு அந்த முட்டாள்கள் இருவரும்

படகில் ஏறிப்போய் விட்டதை நினைத்து வந்தியத்தேவன் அநுதாபப் பட்டான். ஆனால் அந்தப் படகின் அமைப்பும் விசித்திரமானதுதான். எவ்வளவு காற்று அடித்தாலும் மழை பெய்தாலும் அதை மூழ்க அடிக்க முடியாது. அப்படிப் படகு உடைந்து முழுகினாலும் பக்கத்தில் அதனோடு சேர்த்துக் கட்டியுள்ள கட்டை ஒன்று இருக்கிறது. அதைப் பிடித்துக்கொண்டு அந்தக் கொலை பாதகர்கள் தப்பிக் கரைசேர்ந்து விடுவார்கள்! அநேகமாகக் கோடிக் கரைக்குச் சமீபமாகப் போய்க் கரை ஏறுவார்கள்.

கோடிக்கரையிலிருந்து வந்தியத்தேவனுடைய உள்ளம் பழை யாறைக்குத் தாவியது. சக்கரவர்த்தி திருக்குமாரிக்குத் தனக்கு நேர்ந்த கதி எப்படித் தெரியப்போகிறது? அவள் இட்ட பணியை நிறைவேற்றும் முயற்சியிலே தான் நடுக்கடலில் முழுகியதை யார் அவளுக்குத் தெரிவிக்கப் போகிறார்கள்? கடல் தெரிவிக்குமா? காற்று சென்று சொல்லுமா? - கடவுளே! அந்த மாதரசியைச் சந்திப்பதற்கு முன்னாலேயே நான் இறந்து போயிருக்கக்கூடாதா? போர்க்களத்தில் வீரமரணம் எய்தியிருக்கக் கூடாதா? சொர்க்க பூமியைக் கண்ணால் பார்க்கச் செய்துவிட்டு உடனே அதல பாதாளத்தில் தள்ளுவது போல் அல்லவா இருக்கிறது!

காற்றின் வேகம் அதிகமாகிக் கொண்டிருந்தது. கடலின் கொந்தளிப்பு மிகுதியாகக் கொண்டிருந்தது. கப்பலின் பாய் மரங்கள் பேய் பிசாசுகளைப் போல் பயங்கரமான சப்தமிட்டுக் கொண்டு ஆடின.

இருள் மேலும் மேலும் கரியதாகிக் கொண்டு வந்தது. இருட்டை விடக் கரியதான இருட்டு எப்படி இருக்க முடியும்? அப்படியும் இருக்க முடியும் என்று தோன்றுகிறது.

திடீரென்று வானத்தில் ஒரு மின்னல் தோன்றி ஒரு மூலையிலிருந்து ஒரு மூலைவரை பாய்ந்தது. அதற்குப்பிறகு தோன்றிய இருட்டு இருளைவிடக் கரியதாயிருந்தது. மின்னலைத் தொடர்ந்து இடிமுழக்கம் கேட்டது; கப்பல் அதிர்ந்தது; கடல் அதிர்ந்தது; திசைகள் அதிர்ந்தன.

இன்னொரு மின்னல் அடிவானத்தில் இருளைக் கிழித்துக் கொண்டு புறப்பட்டது. அது மேலும் மேலும் நீண்டு, கப்பும் கிளையும் விட்டுப் படர்ந்து, பற்பல ஒளிக்கோலங்கள் ஆகாசமெங்கும் போட்டு வானையும் கடலையும் ஜோதி மயமாகச் செய்துவிட்டு, அடுத்த கணத்தில் அடியோடு மறைந்தது.

இடிமுழக்கம் தொடர்ந்தது. அம்மம்மா! அண்டகடாகங்கள் வெடித்து விழுகின்றன என்பதில் சந்தேகமில்லை. மேலும் மின்னல்கள்; இடி

முழக்கங்கள். 'இன்னும் வானம் பிளக்கவில்லையே; இது என்ன அதிசயம்!' என்று வந்தியத்தேவன் எண்ணமிட்டானோ, இல்லையோ, அந்தக் கணமே ஆகாசம் வெடித்துப் பிளந்தது. வெடித்த பிளப்பின் வழியாகப் பிரளய வெள்ளம் பொழிந்தது.

ஆம்; அதை மழை என்றே சொல்வதற்கில்லை. வான வெளியில் ஒரு கடல் குமுறிக் கொண்டிருந்தது. அது திடீரென்று தோன்றிய பிளவின் வழியாகக் கொட்டுவது போலவே இருந்தது.

கடல் அலைகள் ஆவேச தாண்டவமாடின. மின்னல் வெளிச்சத்தில் கண்ணுக்கெட்டிய தூரம் ஆடும் மலைச் சிகரங்கள் காட்சி அளித்தன. காற்றின் கும்மாளம் உச்சத்தை அடைந்தது. ஆடும் மலைச் சிகரங்களை அப்படியே பெயர்த்து எடுத்து வாயு பகவான் வான வெளியில் விசிறி எறிந்து விளையாடினார். வந்தியத்தேவனுடைய கப்பல்மீதும் அந்த நீர் மலைகளில் சில வந்து மோதின.

மேலேயிருந்து மழை வெள்ளம் தொபு தொபுவென்று கொட்டியது; நாலா பக்கமிருந்தும் அலைமலைகள் வந்து மோதித் தாக்கின. விரித்த பாய்மரங்கள் மீது சுழற்காற்று தாக்கிப் படுத்திய பாட்டைச் சொல்லி முடியாது. இவ்வளவையும் பொறுத்துக்கொண்டு அந்தச் சோழ நாட்டுத் தச்சர்கள் கட்டிய அதிசய மரக்கலம் சுழன்று சுழன்று வந்து கொண்டிருந்தது.

ஆனால் எவ்வளவு நேரந்தான் சுழன்று கொண்டிருக்க முடியும்? எவ்வளவு நேரம் அந்த மாபெரும் பூதங்களின் தாக்குதலைக் கப்பலினால் சமாளிக்க முடியும்? - முடியாது, இந்த வினாடியோ, அடுத்த வினாடியோ, கப்பல் முழுக வேண்டியதுதான். அத்துடன் வந்தியத்தேவனும் முழுக வேண்டியதுதான்!

எனினும், அந்த எண்ணம் அவனுக்கு இப்போது சோர்வை அளிக்க வில்லை. அப்படித் தனக்கு நேரப்போகும் மரணம் ஓர் அற்புதமான மரணம் என்று கருதினான். எழும்பிக் குதித்த அலைகளைப்போல் அவன் உள்ளமும் குதூகலத் தாண்டவம் ஆடத் தொடங்கியது.

காற்றின் பேரிரைச்சல், அலைகளின் பேரொலி, இடிகளின் பெரு முழக்கம் இவற்றுடனே, வந்தியத்தேவனுடைய குரலும் சேர்ந்தது. 'ஹா! ஹா ஹா!' என்று வாய்விட்டுச் சிரித்தான். அந்தக் காட்சியை யெல்லாம் நன்றாய்ப் பார்க்க வேண்டும் என்பதற்காகவே அவன் முன் ஜாக்கிரதையுடன் பாய் மரத்தின் அடித்தண்டுடன் சேர்த்துத் தன்னைக் கட்டிக் கொண்டிருந்தான்.

கப்பல் சுழன்றபோது பாய்மரமும் சுழன்றது; வந்தியத்தேவனும் சுழன்றான். இப்படி எத்தனை நேரம் கப்பலும் பாய்மரமும்

வந்தியத்தேவனும் சுழன்று கொண்டிருந்தார்கள் என்று தெரியாது. பல யுகங்களாகவும் இருக்கலாம், சில வினாடிகளாகவும் இருக்கலாம். காலதேச வர்த்தமான உணர்ச்சிகளையெல்லாம் கடந்த அமரநிலையை வந்தியத்தேவன் அப்போது அடைந்திருந்தான்.

காற்றின் வேகம் சிறிது குறைவதுபோலத் தோன்றியது. பிரளயமாகக் கொட்டிய மழை நின்று விட்டது. சிறு தூறல்கள் போட்டுக் கொண்டிருந்தன. மின்னலும் இடியும் நின்றுவிட்டது போலத் தோன்றியது. கடல் கன்னங்கரிய இருள் பிழம்பாகத் தோன்றியது.

வந்தியத்தேவன் சிறிது நேரத்துக்கு முன்னால் மின்னல்களின் ஒளி வீச்சைத் தாங்க முடியாமல் கண்களை மூடிக்கொண்டிருந் தான். இடிகளின் பெரு முழக்கத்தைக் கேட்க முடியாமல் காதுகளைத் தன் கைகளினால் இறுக்கிப் பொத்திக் கொண்டிருந்தான். இப்போது கண்ணைத் திறந்து பார்த்தான்; கைகளை அகற்றிக் காதுகளையும் திறந்துவிட்டான்.

'ஆகா! இவ்வளவு பெரிய சுழிக்காற்று விபத்திலிருந்து நான் தப்பித்துக் கொண்டேனா! கடவுள் காப்பாற்றி விட்டாரா? மீண்டும் பழையாறை அரசிளங்குமரியை இந்த ஜன்மத்தில் காணப்போகிறேனா? இளவரசரைச் சந்தித்து அளவளாவப் போகிறேனா?...

'அதற்குள் அவசரப்படக்கூடாது. இந்தக் கப்பல் இப்போது எங்கே இருக்கிறதோ, யார் கண்டது? இது பத்திரமாய்க் கரைசேரும் என்று எப்படிச் சொல்ல முடியும்? கப்பல் தப்பினாலும், நான் உயிரோடு தப்பிக் கரையேறுவேன் என்பது என்ன நிச்சயம்? இன்னும் எத்தனை எத்தனை அபாயங்களை இருக்கின்றனவோ...?'

வந்தியத்தேவனுடைய மனத்தில் இந்தக் கேள்வி எழுந்ததும் அதற்குப் பதில் சொல்வதுபோல் வானத்தைக் கீறிக்கொண்டு ஒரு மின்னல் மின்னியது. அதன் பிரகாசம் அவன் கண்ணெதிரே நூறு சூரியனைக் கொண்டுவந்து நிறுத்தியது போலிருந்தது. இருட்டிலாவது கொஞ்சம் பார்க்கலாம்; அந்தப் பயங்கரப் பிரகாசத்தில் ஒன்றுமே பார்க்க முடியவில்லை. தன் கண்களையே அம்மின்னல் பறித்துவிட்டதோ என்று வந்தியத்தேவன் அஞ்சினான். எரிச்சல் எடுத்த கணத்திலேயே அவன் செவிகளுக்கும் ஆபத்து வந்துவிட்டது. எத்தனையோ இடி முழக்கங்களை வந்தியத்தேவன் முன்னம் கேட்டிருக்கிறான்; இன்றைக்கும் எத்தனையோ கேட்டான். ஆனால் இப்போது இடித்த இடியைப் போல் - சே! அது இடியா? இந்திரனுடைய வஜ்ராயுதம் அவனுடைய காதின் வழியாகப் பிரவேசித்து மண்டைக்குள்ளேயே நுழைந்து தாக்கியது போலிருந்தது.

சற்று நேரம் வந்தியத்தேவன் கண்களையும் திறக்க முடியவில்லை; காதிலோ 'ஒய்' என்ற சப்தம் கேட்டுக் கொண்டிருந்தது. மூடியிருந்த கண்கள் ஏதோ சமீபத்தில் தலைக்கு மேலே புதிய வெளிச்சம் பரவியிருப்பதை உணர்ந்தான். காதிலும் 'ஒய்' சத்தத்துக்கு மத்தியில் வேறொரு விநோதச் சப்தம் கேட்டது. காட்டில் தீப்பற்றி எரியும் போது, மரங்களில் தீப்பிடிக்கும்போது, உண்டாகும் சப்தத்தைப் போல் தொனித்தது.

வந்தியத்தேவன் கண்ணைத் திறந்து பார்த்தான். அவன் இருந்த கப்பலின் பாய்மரம் உச்சியில் தீப்பற்றி எரிவதைக் கண்டான். ஆகா! இப்போது புரிகிறது! அந்த மின்னல் ஏன் அவ்வளவு பிரகாசமாயிருந்தது. அந்த இடி ஏன் அவ்வளவு சத்தமாக ஒலித்தது என்று இப்போது விளங்குகிறது.

அந்தக் கப்பல் மேலேயோ அல்லது, வெகு சமீபத்திலோ இடி விழுந்திருக்கிறது! அதனால் பாய்மரத்தில் தீப்பிடித்திருக்கிறது! பஞ்ச பூதங்களில் இரண்டு பூதங்கள் அந்தச் சோழ நாட்டு மரக்கலத்தைத் தாக்கி அழிக்கப் பார்த்தன. நீரும், காற்றும் தோல்வியுற்றன. வருணனும், வாயுவும் சாதிக்க முடியாத காரியத்தைச் சாதிக்க இப்போது அக்கினி பகவான் தோன்றியிருக்கிறார்!

உடைந்த படகு

இடி விழுந்ததினால் பாய்மரத்தின் உச்சியில் தீப்பிடித்து எரிவதைப் பார்த்ததும் இனி அம்மரக்கலம் தப்பிக்க முடியாது என்று வந்தியத் தேவன் நிச்சயமடைந்தான். எனவே, தானும் உயிரோடு தப்பிக்க முடியாது.

வந்தியத்தேவனுக்கு அப்போதும் சிறிதும் மனக்கிலேசம் உண்டாக வில்லை. உற்சாகந்தான் மிகுந்தது. கலகலவென்று சிரித்தான். பாய்மரத்தோடு தன்னைக் கட்டியிருந்த கயிற்றை அவிழ்த்து விட்டான். நடுக்கடலில் தீயில் வெந்து சாகவேண்டியதில்லையல்லவா? அதைக் காட்டிலும் குளிர்ந்த நீரில் முழுகிக் கடலின் அடியில் சென்று அமைதியாக உயிர் விடுவது மேல் அல்லவா?

ஆயுளில் மிச்சமுள்ள சிறிது நேரத்தை வீணாக்க வந்தியத்தேவன் விரும்பவில்லை. தீப்பற்றி கப்பலின் வெளிச்சத்தில் சுற்றுமுற்றும் நன்றாகப் பார்த்துக் கொந்தளித்த கடலின் சௌந்தரியத்தை அநுபவிக்க விரும்பினான். தன் உடல் சமாதி அடையப்போகும் இடத்தை நன்றாகப் பார்த்துக் கொள்வது நல்லதல்லவா? இம்மாதிரி அகால மரணமடைந்தவர்கள், ஆவி உருவத்தில் இறந்த இடத்தைச் சுற்றிவந்து கொண்டிருப்பார்கள் என்று சொல்வார்களே? அம்மாதிரி தன் ஆவியும் இந்தக் கடலின் மேலேயே வட்டமிட்டுக் கொண்டிருக்குமோ! காற்றில் மிதக்குமோ? அலைகளின் மேலே உலாவுமோ? சுழற்காற்று அடிக்கும்போது தன் ஆவியும் சுற்றிச் சுற்றி வருமோ?

‘ஆகா! எப்போதாவது ஒருநாள் இந்தக் கடலில் அரசிளங்குமரி, கப்பல் ஏறிப் போனாலும் போவாள். கப்பலை ஓட்டும் மாலுமிகள் ‘வந்தியத் தேவன் கப்பலோடு முழுகிய இடம் இதுதான்!’ என்று காட்டுவார்கள். அவளுடைய வேல் விழிகளில் கண்ணீர் துளிர்த்து அவளது முழுமதி முகத்தில் முத்து முத்தாகச் சிந்தும். ஆவி வடிவத்திலே அதை

அருகிலிருந்து தான் பார்க்கும்படி நேர்ந்தால், அவளுடைய கண்ணீரைத் தன்னால் துடைக்க முடியுமா?...'

கப்பல் ஒரு பேரலையின் சிகரத்தின் மேலே ஏறியது. பாய்மரத் தீவர்த்தி போட்ட வெளிச்சத்தில் சுற்றிலும் வெகுதூரம் தெரிந்தது. கரும் பளிங்கு நிறம் பெற்றுத் திகழ்ந்த கடல்நீரில் பாய்மரத் தீயின் ஒளி விழுந்த இடம் மட்டும் பொன் வெள்ளமாகத் திகழ்ந்தது. இந்த அழகின் அற்புதத்தை வந்தியத்தேவன் பார்த்து மகிழ்ந்து முடிவதற்குள் அவனுடைய கண்ணையும் கவனத்தையும் வேறொன்று கவர்ந்தது.

சற்றுத்தூரத்தில் அவன் ஒரு மரக்கலத்தைப் பார்த்தான். அதில் புலிக்கொடி பறக்கக் கண்டான்.

'கடவுளே! உன் விந்தைகளுக்கு எல்லையே இல்லை போலும்! அந்த மரக்கலத்திலே வருகிறவர் இளவரசர் அருள்மொழி வர்மராகத் தான் இருக்கவேண்டும். தன்னைத் தேடிக் கொண்டு தான் அவர் வருகிறார்' - என்று அவனுடைய உள்ளுணர்ச்சி கூறியது!

வந்தியத்தேவன் ஏறியிருந்த கப்பல் சிக்கிக்கொண்டு தத்தளித்த அதே சுழிக் காற்றில் பார்த்திபேந்திரனுடைய கப்பலும் அகப்பட்டுக் கொண்டது. ஆனால் இந்தக் கப்பலில் அச்சுழிக் காற்றின் தன்மையை அறிந்தவர்களும் கப்பலோட்டும் கலையில் வல்லவர்களுமான மாலுமிகள் இருந்தார்கள். பாய் மரங்களில் விரித்திருந்த பாய்களை அவர்கள் இறக்கிச் சுற்றி வைத்தார்கள். காற்றின் வேகம் முழு வதையும் கப்பல் எதிர்த்து நிற்பது அவசியமில்லாத வண்ணமாகக் கப்பலின் சுக்கானைப் பிடித்து இயக்கி வந்தார்கள். ஒரு நிமிஷம் கப்பல் அடியோடு சாய்ந்து, 'இதோ கவிழ்ந்து விட்டது' என்று தோன்றும்; மறு நிமிஷம் சமாளித்துக்கொண்டு நிமிர்ந்து நிற்கும். மலை போன்ற அலைகள் அந்தக் கப்பலை எத்தனைதான் தாக்கியும் அதில் இணைக்கப் பட்டிருந்த மரங்களும் பலகைகளும் சிறிதேனும் பிளந்து கொடுக்க வேண்டுமே! கிடையவே கிடையாது! சமுத்திர ராஜன் அந்தக் கப்பலைப் பந்து ஆடுவதுபோல் தூக்கி எறிந்து விளை யாடினான். சுழிக்காற்று அக்கப்பலைப் பம்பரம் சுற்றுவதுபோலச் சுழற்றிச் சுழற்றி அலைத்தது. வானத்திலிருந்து வெள்ளம் பொழிந்து அந்தக் கப்பலைக் கடலில் அமுக்கி அழித்துவிடப் பார்த்தது. சோழ நாட்டுத் தச்சுவேலை நிபுணர்கள் கட்டிய அக்கப்பலை, - தமிழகத்தின் புகழ்பெற்ற மாலுமிகள் செலுத்திய அக்கப்பலை - கடலும் மழையும் காற்றும் சேர்ந்து தாக்கியும் ஒன்றும் செய்யமுடியவில்லை.

'இதைக் காட்டிலும் கொடிய சுழிக்காற்றுகளையும் சண்டமாருதங் களையும் நான் பார்த்திருக்கிறேன்; சமாளித்திருக்கிறேன். ஆகையால்

கவலைப்படத் தேவையில்லை!' என்று கலபதி கூறினான். ஆனால் அவன் பார்த்திபேந்திரனிடம் இளவரசரிடமும் வேறோர் அபாயத்தைப் பற்றித் தன் பயத்தை வெளியிட்டான்.

'கரிய மேகங்கள் திரண்டு வந்து வானை மூடி நாலாபுறமும் இருள் சூழச் செய்துவிட்டன. போதாதற்குச் சோனாமாரியாக மழையும் பெய்தது. கடலில் எழுந்த அலைகளோ வரிசை வரிசையான மலைத் தொடர்களைப்போல் கப்பலைச் சுற்றித் திரையிட்டு மறைத்தன. இந்த நிலையில் அவர்கள் எந்தக் கப்பலைத் தேடிச் சென்றார்களோ அது வெகு சமீபத்தில் வந்தாலும் பார்க்க முடியாது. அந்தக் கப்பலும் இதைப் போலத்தான் சுற்றிச் சுழன்று தத்தளித்துக் கொண்டிருக்கும். கப்பல்கள் ஒன்றோடொன்று மோதினால் இரண்டும் சுக்கல் சுக்கலாகிப் போய்விடும். கப்பலில் உள்ளவர்களின் கதி அதோகதி தான்! ஆகவே சுழிக்காற்றின் அபாயத்தைக் காட்டிலும் சுற்றிலும் ஒன்றும் பார்க்க முடியாமலிருப்பதுதான் அதிக அபாயம்' என்று அம்மரக்கலத் தலைவன் கூறினான்.

இது இளவரசருக்குத் தெரிந்த விஷயந்தான். ஆகவே அவர் அத்தனைக் காற்றிலும் மழையிலும் கப்பலின் ஓரமாக நின்று கொண்டு தன் கூரிய கண்களின் பார்வையை நாலாபுறமும் செலுத்திக் கொண்டிருந்தார். மின்னல் மின்னிய போதெல்லாம் அவருடைய கண்கள் அதிவேக மாகச் சுழன்று சுற்றுப்புறமெங்கும் உற்றுப் பார்த்தன. அவருடைய உள்ளம் எப்படித் தத்தளித்துக் கொண்டிருந்தது என்பதைச் சொல்லி முடியாது. தன் அருமைத் தமக்கை அனுப்பிய தூதன் முரட்டு அராபியர் களிடமும், கொலைகார மந்திரவாதிகளிடமும் அகப்பட்டுக் கொண்டிருக்கிறான். அது போதாது என்று இந்தச் சுழிக்காற்று வேறு வந்து சேர்ந்தது. ஒருவேளை அவ்வீர வாலிபன் ஏறியுள்ள கப்பலைக் கண்டுபிடிக்க முடியாமலே போய்விடுமோ? கண்டுபிடித்தாலும், அவனை உயிரோடு காண்பது சாத்தியமா? கலபதி அஞ்சுவதுபோல் அவன் ஏறியிருக்கும் கப்பல் மேல் நம் கப்பல் மோதி இரண்டும் கடலில் மூழ்கினால் வேடிக்கையாகத்தானிருக்கும்! ஆனால் தந்தையிடம் சொல்லவேண்டிய செய்தியைச் சொல்லுவது யார்? பார்த்திபேந்திரனிடம் அந்தக் குடும்ப இரகசியத்தைக் கூறுவது இயலாத காரியம். கூறினால் அந்தப் பல்லவனுக்கு அது கேலியா யிருக்கும்; அதன் முக்கியத்துவத்தை அவன் உணரமாட்டான்.

இதுகாறும் இளவரசர் செய்ய எண்ணிய காரியம் எதிலும் தோல்வி யடைந்ததில்லை. இப்போது தோல்வி ஏற்பட்டுவிடுமோ? - இல்லை, ஒருநாளும் இல்லை. பொன்னியின் செல்வனுக்குத் தீங்கு நேருவதையோ, தோல்வி ஏற்படுவதையோ சமுத்திர ராஜன் பார்த்துக் கொண்டிருக்கமாட்டான்!

இருளையும் மழையையும் கிழித்துக்கொண்டு எல்லாத் திசைகளையும் பார்த்துக் கொண்டிருந்த இளவரசரும் அந்தப் பேரிடி முழக்கத்தைக் கேட்டார். அப்போது மின்னிய மின்னலுக்கு அவரும் கண்களைச் சிறிது மூடிக்கொள்ள வேண்டியதாயிற்று. கண்ணைத் திறந்து பார்த்தபோது மின்னல் வெளிச்சமில்லாத வேறொரு வெளிச்சத்தைக் கண்டார். சற்றுத் தூரத்தில் ஒரு கப்பல் விரித்த பாய்மரங்களுடன் பேயாடுவது போல் ஆடிக்கொண்டிருந்தது! அதன் பாய்மரத்தின் உச்சியில் தீப்பற்றி எரிந்தது! அந்தத் தீயின் வெளிச்சத்தில் இளவரசர் அதில் ஒரு மனிதன் பாய்மரத்தோடு சேர்ந்து நிற்பதைக் கண்டார்! கடவுளே! இத்தகைய அற்புதமும் நடக்கக் கூடுமா? அவன் அந்த வீர இளைஞனாகிய வந்தியத்தேவன்தான்! அவன் மட்டும் ஏன் தனியாக நிற்கிறான்? மற்றவர்கள் என்ன ஆனார்கள்? அதைப் பற்றியெல்லாம் யோசிப்பதற்கு இப்போது நேரமில்லை. செய்யவேண்டியது இன்னதென்பதை ஒரு நொடிப் பொழுதில் இளவரசர் தீர்மானித்துக் கொண்டார்.

அவர் பார்த்த காட்சியைக் கப்பலில் இருந்த மற்றவர்கள் பலரும் பார்த்தார்கள். 'அதோ!' என்று அவர்கள் ஏககாலத்தில் எழுப்பிய பெரிய கூச்சல் காற்றின் பயங்கரச் சப்தத்தையும் மீறிக்கொண்டு எழுந்தது.

கப்பலோடு சேர்த்துக் கட்டியிருந்த படகண்டை போய் இளவரசர் நின்று கொண்டு, அருகில் நின்ற மாலுமிகளைப் பார்த்து, 'உங்களில் யார் என்னுடன் வருவீர்கள்?' என்று உரத்த குரலில் கேட்டார். அவர் செய்ய உத்தேசித்த காரியம் இன்னதென்று ஊகித்தறிந்து மாலுமிகள் திகைத்தார்கள். ஆயினும் பலர் போட்டியிட்டு முன்வந்தார்கள். பார்த்திபேந்திரனும், கலபதியும் வந்து தடுக்கப் பார்த்தார்கள்.

'இளவரசே! இது என்ன காரியம்! இந்தக் கொந்தளிக்கும் கடலில் படகு எப்படிச் செலுத்த முடியும்? எரிகின்ற கப்பலில் உள்ளவனை எப்படிக் காப்பாற்ற முடியும்? ஆனாலும் முயற்சி செய்து பார்க்கலாம். தாங்கள் போகவேண்டாம். போவதற்கு எங்களில் எத்தனையோ பேர் இருக்கிறார்கள்' என்றான் பார்த்திபேந்திரன்.

'ஜாக்கிரதை! இச்சமயம் என்னைத் தடுக்கப் பார்க்கிறவர்களை நான் ஒரு நாளும் மன்னிக்க முடியாது.' என்று இராஜகம்பீரமான அதிகாரத் தோரணையில் கூறினார் இளவரசர். அதே சமயத்தில் படகை அவிழ்த்து விட்டார். 'உங்களில் இரண்டு பேர் போதும்; வாருங்கள்!' என்றார்.

படகு கடலில் இறங்கியது. இளவரசரும், அவர் குறிப்பிட்ட இருவரும் அதில் குதித்தார்கள். மறு கணமே படகு கப்பலை விட்டு அகன்று சென்றது. அலைகளின்மேல் ஆவேசக்கூத்து ஆடியது. இளவரசரும் மற்ற இருவரும் துடுப்புகளைப் பலங்கொண்ட மட்டும்

வலித்தார்கள். சிறிது சிறிதாகப் படகு எரிகின்ற கப்பலை அணுகியது. இதற்குள் தீ உச்சியிலிருந்து பாதி பாய்மரம் வரையில் இறங்கி விட்டிருந்தது. ஆனால் வந்தியத்தேவனோ அங்கே நின்று கொண்டிருந்தான். அவன் தீயின் வெளிச்சத்தில் கப்பலைப் பார்த்தான்; கப்பலிலிருந்து இறக்கப்பட்டு வந்த படகையும் பார்த்தான். அந்த அதிசயத்தில் தன்னை மறந்திருந்தான். தான் ஏதேனும் செய்ய வேண்டும் என்றே அவனுக்குத் தோன்றவில்லை.

'குதி கடலில் குதி!' என்று கத்தினார் இளவரசர். அவன் காதில் அது விழவில்லை. செயலற்ற பதுமையைப்போல் நின்று கொண்டிருந்தான்.

ஆயிற்று; இன்னும் சிறிது நேரம் தாமதித்தால் கப்பல் அடித்தளத்திற்கு நெருப்பு வந்துவிடும்; கப்பல் முழுகிவிடும். அப்புறம் அவனைக் காப்பாற்றுவது இயலாத காரியமாகி விடும்.

என்ன செய்யவேண்டும் என்பதை மறுபடியும் இளவரசர் ஒரு நொடியில் முடிவு செய்தார். இத்தகைய சந்தர்ப்பங்களுக்கென்று அந்த அபாயப் படகில் சேர்த்துக் கட்டியிருந்த நீளக்கயிற்றின் இன்னொரு நுனியைத் தமது இடுப்பில் சுற்றி இறுக்கிக் கட்டிக் கொண்டார். மாலுமிகள் இருவருக்கும் எச்சரிக்கை செய்துவிட்டுக் கடலில் குதித்தார்.

இத்தனை நேரம் படகுடன் விளையாடிய அலைகள் இப்போது இளவரசருடன் விளையாடின. ஒரு கணம் அவரை வானத்துக்கு உயர்த்தின; மறுகணம் பாதாளத்தில் தள்ளின. எனினும் இளவரசர் திசையும் குறியும் தவறாமல் எரிகின்ற கப்பலை நோக்கி வேகமாகப் போய்க் கொண்டிருந்தார்.

ஒரு பெரிய, மிகப் பெரிய அலை வந்தது! இளவரசர் மேலே அது விழுந்திருந்தால் அவரை அமுக்கிக் கடலின் அடியில் கொண்டு போயிருக்கக் கூடும்! ஆனால் அது நல்ல அலை; இளவரசருக்கு ஏவல் செய்ய வந்தது. அவரைத் தன் உச்சியில் வைத்துத் தூக்கிக்கொண்டு போய் எரிகின்ற கப்பலின் மேல் தளத்தில் எறிந்தது.

ஏற்கெனவே கட்டு அவிழ்த்துக் கொண்டிருந்த வந்தியத்தேவன் இளவர சரைப் பார்த்ததும், 'ஆ' என்று அலறி அவரை எடுப்பதற்காகத் தாவிக் குனிந்தான். இளவரசர் அவனுடைய கழுத்தை அப்படியே இறுக்கிக் கட்டிக்கொண்டார். அவன் காதுக்குள் 'என்னைப் பிடித்துக்கொண்டு வா! விட்டு விடாதே!' என்றார். சொல்லி முடிந்த தட்சணமே இருவரும் மறுபடியும் கடலில் மிதந்து அலைகளினால் மொத்துண்டார்கள்.

மாலுமிகள் துடுப்புத் தள்ளுவதை நிறுத்திக் கயிற்றைப் பிடித்து இழுக் கலானார்கள். இளவரசரும் அவரை உடும்புப் பிடியாகப் பிடித்துக் கொண்டிருந்த வந்தியத்தேவனும் படகை அணுகினார்கள்.

படகைப்பிடித்து அதில் ஏறுவது எளிய காரியமில்லை. அலைகளுடன் போராடிக்கொண்டு வந்தியத்தேவனையும் தாங்கிக்கொண்டு படகில் ஏறுவதற்கு முயன்ற ஒவ்வொரு கணமும் ஒரு யுகமாக இருந்தது.

இதோ படகு கைக்கு அகப்படுவது போலிருக்கும்; அடுத்த கணம் எட்டாத தூரத்தில் போய்விடும். கடைசியாக, அதற்கும் ஒரு பெரிய அலை உதவி செய்தது. படகின் அருகில் உயரமாக எழுந்த அந்தப் பேரலையோடு அவர்களும் எழுந்தார்கள். மாலுமிகளின் உதவியுடன் படகில் குதித்தார்கள்.

'துடுப்பை வலியுங்கள்! வேகமாய் வலியுங்கள்!' என்றார் இளவரசர். ஏனெனில், எரிகின்ற கப்பல் கடலில் முழுகும் நேரம் நெருங்கிக் கொண்டிருந்தது. அப்படி முழுகும்போது ஏற்படும் கொந்தளிப்பில் படகு கவிழ்ந்தாலும் கவிழ்ந்துவிடும். அது மட்டுமன்று; கப்பல் முழுகித் தீ அணைந்து விட்டால் பிறகு மற்றொரு கப்பலை அவர்கள் பிடிப்பது அசாத்தியமாகி விடலாம்.

ஆகா! அதோ கப்பல் முழுகத் தொடங்கிவிட்டது. கொழுந்துவிட்டு எரிந்த பாய்மரங்களுடனே அது கடலில் முழுகிய காட்சிதான் என்ன பயங்கர சௌந்தர்யமாயிருந்தது! அதை அவர்களால் அதிகநேரம் அநுபவிக்க முடியவில்லை. இளவரசர் எதிர்பார்த்தது போலவே கடலில் ஒரு பெரிய கொந்தளிப்பு. வானளாவி மேலெழுந்த அலைகள்.

படகு என்னமோ அலைகளைச் சமாளித்துக் கொண்டது. ஆனால் எரிந்த கப்பல் மூழ்கியதும் சுற்றிலும் சூழ்ந்த இருளில் மற்றொரு கப்பல் இருந்த இடமே தெரியாமல் போயிற்று. திக்குத்திசை ஒன்றுமே தெரியவில்லை. படகும், கப்பலும் ஒன்றையொன்று நெருங்கிக்கொண்டிருக்கின்றனவோ, அகன்று போய் கொண்டிருக்கின்றனவோ, - அதைத் தெரிந்து கொள்ளவும் வழியில்லை. இரண்டிலும் அபாயம் உண்டு.

இருட்டில் கப்பல் இருக்குமிடம் தெரியாமல் அதை நெருங்கிச்சென்று முட்டிக்கொண்டால், படகு துகள் துகளாகும். விலகிப் போய் விட்டால், கேட்பானேன்? நடுக்கடலில், காரிருளில் அந்தச் சின்னஞ் சிறு படகினால் என்ன செய்ய முடியும்? சமுத்திர ராஜனே! உன் காதலி பொன்னி நதி தந்த அருமைச் செல்வனை நீதான் காப்பாற்றவேண்டும்!

வாயு பகவானுடைய லீலைகள் வெகுவெகு அதிசயமானவை. அந்தப் பெரும் சுழிக்காற்று எவ்வளவு அவசரமாக வந்ததோ அவ்வளவு அவசரமாகவே போய்விட்டது. போகும் வழியிலெல்லாம் கடலைப் படாதபாடு படுத்திவிட்டுப் போய் விட்டது.

சுழிக்காற்று போய்விட்டது சரிதான்; ஆனால் அதனால் கடலில் ஏற்பட்ட கொந்தளிப்பு இலேசில் அடங்கிவிடாது. ஒரு இரவும், ஒரு

பகலும் நீடித்திருந்தாலும் இருக்கும். அந்தக் கொந்தளிப்பின் வேகம் நெடுந்தூரம் பிரயாணம் செய்யும். கோடிக்கரையில் விஸ்தாரமான மணற் பிரதேசத்தையெல்லாம் கடல் ஏறிமூடிவிடும். நாகைப் பட்டினத்தின் கடற்கரைமீது பேரலைகள் மோதி இடித்துத் தகர்க்கப் பார்க்கும். இன்னும் அக்கொந்தளிப்பு காங்கேசன்துறை - திரிகோண மலை வரையில் பரவும். மாதோட்டத்தையும், இராமேசுரத்தையும் கூட ஒரு கை பார்த்துவிடும்.

இளவரசர் முதலியோர் ஏறியிருந்த படகு அலைகளால் மொத்துண்டு மிதந்து கொண்டேயிருந்தது. சிறிது நேரத்துக்கெல்லாம் துடுப்பு வலிப்பதையும் நிறுத்தி விட்டார்கள். திக்கும் திசையும் தெரியாத போது, கப்பல் எங்கே இருக்கிறதென்றும் தெரியாத போது, துடுப்பு வலித்து ஆவது என்ன?

காற்று ஓய்ந்துவிட்டது; மழை ஓய்ந்துவிட்டது; இடியும் மின்னலும் நின்று விட்டன.

ஆனால் அலைகளின் ஆங்காரம் மட்டும் சிறிதளவும் குன்றவில்லை.

படகு அந்த அலைகளில் தத்தளித்துக் கொண்டேயிருந்தது.

சற்றும் எதிர்பாராத ஓர் அபாயம் அதை நெருங்கி நெருங்கி வந்து கொண்டிருந்தது. இதோ வந்துவிட்டது!

எரிந்த கப்பல் முழுகிற்றல்லவா! அப்போது முழுதும் எரியாத ஒரு பாய்மரம் அதிலிருந்து பிரிந்தது. கடலில் அது மிதந்து மிதந்து படகுக்கு அருகில் வந்தது. இருட்டின் காரணமாக வெகு சமீபத்தில் வரும் வரையில் அதை ஒருவரும் பார்க்கவில்லை.

பார்த்தவுடனே, 'துடுப்பு வலியுங்கள்! துடுப்பு வலியுங்கள்!' என்று இளவரசர் கூவினார்.

அவர் கூவி வாய் மூடுவதற்குள் அந்தப் பாய்மரம் படகின் அடிப் பகுதியில் இடித்தது.

இடித்த வேகத்தில் படகு 'படார்' என்று பிளந்தது. முதலில் இரண்டு பகுதிகளாகப் பிரிந்தது. பிறகு சிறிய சிறிய பலகைத் துண்டுகளாகப் பிளந்து சிதறியது.

'நண்பா! பயப்படாதே! இந்தப் படகைக் காட்டிலும் அந்தப் பாய்மரம் பத்திரமானது. தாவி அதைப் பற்றிக்கொள்!' என்றார் இளவரசர்.

ஐம்பத்து ஒன்றாம் அத்தியாயம்

அபய கீதம்

இளவரசர் அருள்மொழிவர்மர் பார்த்திபேந்திரனுடைய கப்பலுக்குப் போய்ச்சேரும் வரையில், தொண்டைமான் நதியின் முகத்துவாரத்தில் நின்றவர்கள் பார்த்துக் கொண்டிருந்தார்கள்.

கப்பலில் இளவரசர் ஏறிக்கொண்ட உடனே அவரை ஏற்றிச் சென்ற படகு திரும்பியது. சேநாதிபதி பூதி விக்கிரமகேசரி குதூகலம் அடைந் திருந்தார் என்று அவருடைய முகக்குறி காட்டியது.

'ஆண்டவன் நம் கட்சியில் இருக்கிறார்; சந்தேகமில்லை. இளவரசரின் திருமேனியில் உள்ள சங்குசக்கரச் சின்னங்கள் பழுதாகப் போய் விடுமா? பார்த்திபேந்திரன் அவரைப் பத்திரமாகக் காஞ்சி கொண்டு போய்ச் சேர்த்துவிடுவான். நாமும் நம் படைகளுடன் தஞ்சையை நோக்கிப் புறப்பட வேண்டியதுதான்!' என்று தமக்குத்தாமே சொல்லுகிறவர் போல் கொடும்பாளூர் வேளார் உரத்துச் சொல்லிக் கொண்டார்.

உடனே பக்கத்திலிருந்த ஆழ்வார்க்கடியானைப் பார்த்தார்.

'வைஷ்ணவனே! நீ இங்கு நிற்கிறாயா? அதனால் பாதகம் இல்லை. முதன் மந்திரியின் அந்தரங்க ஒற்றனுக்குத் தெரியாதது என்ன இருக்கிறது? சரி, நீ என்ன செய்யப் போகிறாய்? மாதோட்டத்துக்கு என்னுடன் வரப் போகிறாயா?' என்று கேட்டார்.

'இல்லை, ஐயா! முதன் மந்திரி எனக்கு இட்ட இன்னும் ஒரு வேலை நான் செய்யவேண்டியிருக்கிறது...'

'அது என்ன, அப்பா?'

ஆழ்வார்க்கடியான் சற்றுத் தூரத்தில் ஊமைராணியும் பூங்குழலியும் நின்ற இடத்தை நோக்கினான்.

'அந்தப் பெண்களைப் பற்றிய விஷயமா?' என்றார் சேநாதிபதி.

'அவர்களில் ஒருவரைப் பற்றியதுதான்; இலங்கையில் இத்தகைய ஊமை ஸ்திரீ ஒருத்தியைப் பார்க்க நேர்ந்தால் அவளை எப்படியாவது தஞ்சாவூருக்கு அழைத்து வரும்படி முதன் மந்திரி கட்டளை யிட்டிருக்கிறார்.'

'நல்ல வேலை உனக்குக் கொடுத்தார். அதைக் காட்டிலும் இலங்கைக் கடல்களில் அடிக்கும் புயற் காற்றுகளில் ஒன்றைப் பிடித்துக்கொண்டு வரும்படி உனக்குச் சொல்லியிருக்கலாம். அந்த ஊமை ஸ்திரீயைப் பிடித்துக்கொண்டு போவது அவ்வளவு சுலபமாயிருக்கும். அவள் யாரோ தெரியவில்லை. நம் இளவரசரிடம் மிக்க அபிமானம் வைத்திருக்கிறாள். உனக்கு ஏதாவது அவளைப்பற்றித் தெரியுமா?'

'அவள் ஊமை என்பதும், பிறவிச்செவிடு என்பதும் தெரியும். அவளை அழைத்துச் செல்வதைக் காட்டிலும் புயற்காற்றைக் கூண்டில் அடைத்துக்கொண்டு போவது சுலபம் என்றும் தெரியும். ஆயினும் என் எஜமானர் சொல்லியிருக்கிற படியால் ஒரு பிரயத்தனம் செய்து பார்ப்பேன்.'

'இந்த ஓடக்காரப் பெண்ணுக்கும் அவளுக்கும்கூடச் சிநேகம் போலிருக்கிறது. இரண்டு பேரும் ஜாடைகளினால் பேசிக்கொள் வதைப் பார்! அந்தப் பெண்ணை இங்கே கூப்பிடு! அவளுக்கு ஓர் எச்சரிக்கை செய்ய வேண்டும்!...'

ஆழ்வார்க்கடியான் அந்தப் பெண்களின் அருகில் சென்று பூங்குழலியிடம் சேநாதிபதி அழைப்பதைக் கூறினான். பூங்குழலி ஊமை ராணியை விட்டுப் பிரிந்து சேநாதிபதியை அணுகினாள்.

'இதோ பார், பெண்ணே! நீ வெகு புத்திசாலி! நல்ல சமயத்தில் வந்து, முக்கியமான செய்தி சொன்னாய். சோழகுலத்துக்குப் பெரிய உதவி செய்தாய். இதை நான் என்றும் மறக்க மாட்டேன். தக்க சமயத்தில் தகுந்த பரிசில் கொடுப்பேன்' என்றார்.

பூங்குழலி, 'வந்தனம், ஐயா! எனக்குப் பரிசில் எதுவும் தேவையில்லை' என்று பணிவுடன் சொன்னாள்.

'தேவையில்லை என்றால் யார் விடுகிறார்கள்? இந்தக் குழப்ப மெல்லாம் கொஞ்சம் அடங்கட்டும். பிறகு... பிறகு சோழ நாட்டுச் சைன்யத்தில் வீராதி வீரனாகப் பார்த்து உனக்குத் திருமணம் செய்து வைக்கிறேன். உனக்கு வாய்க்கின்ற கணவன் அற்ப சொற்பமான வனாய் இருந்தால் போதாது. பீமசேனனாக இருக்கவேண்டும். இல்லாவிட்டால் அவனைக் கண்ணிலே விரலைக் கொடுத்து ஆட்டி

வைத்துவிட மாட்டாயா?' என்று சேநாதிபதி கூறிப் புன்னகை புரிந்தார்.

பூங்குழலி தரையைப் பார்த்தபடி நின்றாள். அவள் உள்ளத்தில் கோபம் பொங்கியது. ஆனால் அதை அச்சமயம் காட்டிக்கொள்ள விரும்ப வில்லை. இந்த முரட்டுக் கிழவரிடம் சண்டை பிடிப்பதில் பயன் என்ன? கோபத்தை அடக்கிக் கொள்ள முயன்றாள்.

'ஆனால் ஒரு விஷயத்தை மட்டும் ஞாபகம் வைத்துக் கொள், இளவரசருக்கு ஏதோ உதவி செய்துவிட்டபடியால், அவர் பேரில் பாத்தியதை கொண்டாடலாம் என்று எண்ணாதே! கடலில் வலை போட்டு மீன் பிடிப்பதோடு நிறுத்திக்கொள்! இளவரசரை வலை போட்டுப் பிடிக்கலாம் என்று ஆசைப்படாதே! ஜாக்கிரதை, பெண்ணே! இனி அவர் அருகில் நெருங்கினாலும் உனக்கு ஆபத்து வரும்!' என்றார் சேநாதிபதி.

அவருடைய குரல் அப்போது மிகக் கடுமையாக இருந்தது. அவருடைய ஒவ்வொரு வார்த்தையும் காய்ச்சிய ஈயத்துளியை விடுவது போல் பூங்குழலியின் காதில் விழுந்தது. அந்தக் கிழவனா ருக்குப் பதிலுக்குப் பதில் காரசாரமான வார்த்தைகளைச் சொல்ல வேண்டும் என்று பூங்குழலி விரும்பினாள். ஆனால் பேச இயல வில்லை. தொண்டையை அடைத்தது. காதில் விழுந்த காய்ச்சிய ஈயத் துளிகள் கண் வழியாக வெளிவந்தனபோல் வெப்பமான கண்ணீர்த் துளிகள் தோன்றிக் கண்களை எரியச்செய்தன.

குனிந்த தலை நிமிராமல் பூங்குழலி திரும்பினாள். கடற்கரைக்கு எதிர்ப்பக்கம் நோக்கி நடந்தாள். நடை மெதுவாக ஆரம்பமாயிற்று. வரவர வேகம் அதிகரித்தது. ஊமை ராணி இருந்த திசையை ஒரு கணம் கடைக்கண்ணால் பார்த்தாள். அவள் அருகில் ஆழ்வார்க்கடியான் நின்று ஏதோ அவளிடம் தெரிவிக்க முயன்று கொண்டிருப்பதைக் கண்டாள். மனிதர்கள் உள்ள இடத்திலேயே தான் இருக்கக்கூடாது என்ற எண்ணம் அவளுக்குத் தோன்றியது. மனிதக் குரலையே கேட்கப் பிடிக்கவில்லை. ஆ! மனிதர்கள் எத்தனை கொடூரமானவர்கள்? எதற்காக இவ்வளவு குரூரமான சொற்களைப் பேசுகிறார்கள்! எல்லாரும் ஊமைகளாகவே இருந்துவிட்டால் எவ்வளவு நன்றாயிருக்கும்?

சிறிது தூரம் காட்டில் புகுந்து சென்ற பிறகு, தொண்டைமான் ஆற்றின் கரையை அடைந்தாள். அந்தக் கரையோடு உள்நாட்டை நோக்கி நடந்தாள். அவளுடைய படகை விட்டிருந்த இடத்தைக் குறி வைத்து நடந்தாள். ஆம். சீக்கிரம் அந்தப் படகைப் போய்ச் சேரவேண்டும். படகில் ஏறிக்கொள்ளவேண்டும். தன்னந்தனியாகக் கடலில் செல்ல

வேண்டும். மனிதர்களுடைய குரல் காதில் விழ முடியாத நடுக்கடலுக்கே போய்விட வேண்டும். துடுப்பைச் சும்மா வைத்துவிடவேண்டும். அலைகளில் மொத்துண்டு படகு மிதந்து மிதந்து போகவேண்டும். தானும் அதில் போய்க்கொண்டிருக்க வேண்டும். எல்லையில்லாத கடலில் முடிவில்லாமல் போய்க் கொண்டிருக்க வேண்டும். அப்போதுதான் அலைபட்ட தன் உள்ளம் அமைதி பெறும். சேநாதிபதியின் வார்த்தைகளினால் நொந்த உள்ளத்தின் வேதனை தீரும். ஆத்திரம் தணிந்து ஆறுதல் உண்டாகும்.

அந்தப் பொல்லாத கிழவன் என்ன சொன்னான்! 'வலை போட்டுக் கடலில் மீன் பிடிப்பதோடு நிறுத்திக் கொள்! இளவரசருக்கு வலை போடாதே!' என்றான்.

நானா இளவரசருக்கு வலை போடுகிறேன்! சீச்சீ! அந்தக் கிழவனின் புத்தி போன போக்கைப் பார்!... ஆம்; தரையில் வாழும் மனிதர்களைக் காட்டிலும் கடலில் வாழும் மீன்கள் எவ்வளவோ நல்ல ஜந்துக்கள். அவை இப்படியெல்லாம் கொடூரமாகப் பேசுவதில்லை. ஆழ்கடலில் நீந்தியும் மிதந்தும் எவ்வளவு ஆனந்தமாகக் காலங்கழிக்கின்றன! அவற்றுக்குக் கவலை ஏது? துயரம் ஏது? ஆகா! நான் கடலில் வாழும் மீனாகப் பிறந்திருக்கக்கூடாதா? அப்படிப் பிறந்திருந்தால், இந்த உலகத்தின் துயரங்கள், துவேஷங்கள், ஆசாபாசங்கள், கோபதாபங்கள், இவற்றில் அகப்பட்டுக் கொள்ளாமல் சதா சர்வ காலமும் ஆழ்கடலில் நீந்தி நீந்திப் போய்க் கொண்டிருக்கலாம் அல்லவா? அப்போது தன்னையும் இளவரசரையும் பிரிப்பதற்கோ வஞ்சகம் செய்வதற்கோ விஷமமாகப் பேசுவதற்கோ யாரும் இருக்க மாட்டார்கள் அல்லவா?... இல்லை, இல்லை! அதுவும் நிச்சயமில்லை. அங்கேயும் இந்தப் பொல்லாத மனிதர்கள் வந்து வலை போட்டுப் பிடித்துக்கொண்டு போகப் பார்ப்பார்கள்! இரண்டு மீன்களில் ஒன்றை மட்டும் கொண்டு போனாலும் போவார்கள்! பாதகர்கள்!...'

பூங்குழலியின் மனத்தில் பொங்கிய ஆத்திரம் அவளுடைய கால்களுக்கு அளவில்லாத விரைவைக் கொடுத்தது. சூரியன் உச்சிவானுக்கு வந்த சமயம் அவள் படகை விட்டிருந்த இடத்தை அடைந்துவிட்டாள். நல்ல வேளை; படகு விட்டிருந்த இடத்தில் கட்டிப் போட்டபடியே இருந்தது. அவளுடைய ஆருயிர்த்தோழி அந்தப் படகுதான். அவளுடைய அடைக்கல ஸ்தானம் அந்தப் படகுதான். துன்பமும், துரோகமும் சூழ்ந்த இந்தப் பொல்லாத உலகத்தில் தனக்கு அமைதியும் ஆனந்தமும் அளிப்பது அந்தச் சாண் அகலத்துப் படகுதான். அதை யாரும் அடித்துக்கொண்டு போகாமல் விட்டு வைத்தது பெரிய காரியம்.

'இனி எது எப்படியாவது போகட்டும். இளவரசரை அந்தக் கிழச் சேநாதிபதி காவல் புரியட்டும். கொடும்பாளூர் வீட்டுப் பெண்ணையே அவர் கழுத்தில் கட்டிவிடட்டும். அதனால் எனக்கு என்ன? என் படகு இருக்கிறது; துடுப்பு இருக்கிறது; கையில் வலிவு இருக்கிறது; விசாலமான கடலும் இருக்கிறது. சமுத்திர ராஜனே! உன் அருமைப் புதல்வியை வேறு யார் கைவிட்டாலும் நீ கைவிட மாட்டாய் அல்லவா? 'சமுத்திர குமாரி' என்று இளவரசர் திருவாயினால் கூறியதைப் பொய்யாக்க மாட்டாய் அல்லவா?'

பூங்குழலி படகில் ஏறிக்கொண்டாள். கடலை நோக்கிப் படகைச் செலுத்தினாள். நதியின் ஓட்டத்தோடு சென்றபடியால் சீக்கிரத்தி லேயே தொண்டைமான் ஆற்றின் முகத்துவாரத்தை அடைந்து விட்டாள். பின்னர் கடலில் படகைச் செலுத்தினாள். சிறிது நேரத்துக் கெல்லாம் சுழிக்காற்று அடிக்கப் போகிறது என்று அவளுக்குத் தெரிந்து போயிற்று. சுழிக்காற்றின் முன் அறிகுறிகளை அவள் நன்கு அறிந்திருந்தாள். முதல்நாள் இரவு சந்திரனைச் சுற்றிச் சாம்பல் நிற வட்டம் காணப்பட்டது. இன்றைக்குப் பகலெல்லாம் ஒரே புழுக்க மாயிருந்தது. மரங்களில் இலை அசையவில்லை. அதோ தென்மேற்கு மூலையில் கரிய மேகத்திட்டுக்கள் கிளம்பிவிட்டன. சீக்கிரத்தில் சுழிக் காற்று அடிக்கப்போவது நிச்சயம். கடலின் கொந்தளிப்பு அற்புதக் காட்சியாயிருக்கும். ஆனால் சுழிக்காற்று அடிக்கும்போது கடலில் அகப்பட்டுக் கொள்ளக்கூடாது. பூதத் தீவுக்குப் போய்த் தங்கியிருப்பது நல்லது. அங்கே தங்கியிருந்தால் சுழிக்காற்றினால் கடலிலே உண்டாகும் அல்லோலகல்லோலத்தை நன்றாகப் பார்த்துக் களிக்கலாம். காற்று அடித்துவிட்டுப் போன பிறகு, கடலிலும் கொந்தளிப்புச் சிறிது அடங்கிய பிறகு, படகைக் கடலில் செலுத்திக்கொண்டு கோடிக் கரைக்குப் போகலாம். இப்போது என்ன அவசரம்? கோடிக்கரைக்கு இப்போது அந்த மரக்கலம் அநேகமாகப் போயிருக்கும். நல்லவேளை சுழிக்காற்றில் அது அகப்பட்டுக் கொண்டிராது. இளவரசர் இத்தனை நேரம் பத்திரமாகப் போய் அங்கே இறங்கியிருப்பார். அல்லது ஒருவேளை மாமல்லபுரத் துக்கே போயிருந்தாலும் போயிருப்பார். எங்கே போயிருந்தால் நமக்கு என்ன? சுழிக்காற்றில் அகப்பட்டுக் கொண்டிருக்க மாட்டார்; அந்த வரைக்கும் திருப்தி அடையலாம்.

சுழிக்காற்றுத் தொடங்குவதற்கு முன்னால் அடியோடு காற்று நின்று போயிருந்தபடியால் மரக்கலங்கள் பாய் விரித்திருந்தும் கடலில் போக முடியவில்லை என்பது பூங்குழலிக்குத் தெரியாது. ஆகையால் இத்தனை நேரம் அக்கரை போய்ச் சேர்ந்திருக்கும் என்றே நினைத்தாள்.

சேநாதிபதி, 'இளவரசருக்கு வலை போடாதே!' என்று சொன்னது அடிக்கடி அவளுடைய மனத்தில் தோன்றி துன்புறுத்திக்

கொண்டிருந்தது. ஆகையால், கோடிக்கரைக்குத் தானும் உடனே போகவேண்டாம் என்று எண்ணினாள். பூதத் தீவிலே தங்கியிருந்து, சுழிக்காற்றின் அட்டகாசங்களை வேடிக்கைப் பார்த்துக் கொண்டிருந்து விட்டுப் பிறகு சாவகாசமாகப் புறப்படத் தீர்மானித்தாள்.

தொண்டைமான் ஆற்றின் முகத்துவாரத்திலிருந்து பூதத்தீவு அதிக தூரத்தில் இல்லை. ஆகையால் புறப்பட்ட ஒரு நாழிகை நேரத்துக்குள் அங்கே போய்ச் சேர்ந்துவிட்டாள்.

பூங்குழலி பூதத்தீவைச் சேர்ந்ததற்கும் சுழிக்காற்று அடிக்கத் தொடங்கியதற்கும் சரியாயிருந்தது.

படகைக் கரையில் ஏற்றிக் குப்புறக் கவிழ்த்துப் பத்திரமாய்க் கட்டிப் போட்டுவிட்டு, பூங்குழலி அத்தீவில் இருந்த ஒரு சிறிய புத்த ஸ்தூபத்தை அடைந்தாள். முதலில் சற்று நேரம் அதன் அடிவாரத்துக் குகை அறையில் காற்றிலும் மழையிலும் அடிபடாதிருந்து பார்த்தாள். அதிக நேரம் அவளால் அப்படி இருக்க முடியவில்லை. வாயு பகவானின் கோலாகலத் திருவிளையாடல்களைப் பார்க்கும் ஆசை உண்டாயிற்று. குகையிலிருந்து வெளிவந்து படிக்கட்டில் ஏறி ஸ்தூபத்தின் உச்சியை அடைந்தாள். அப்போது சுற்றுப்புறத்துச் சூழ்நிலை அவள் உள்ளத்தின் நிலைக்கு ஒத்ததாக இருந்தது.

பூதத்தீவில் ஓங்கி வளர்ந்திருந்த நூற்றுக்கணக்கான தென்னை மரங்கள் தலைவிரி கோலமாக ஊழிக் காலத்தில் சம்ஹார மூர்த்தியைச் சுற்றி நின்று பூதகணங்கள் ஆடுவது போல் ஆடின. கடல் அலைகள் அத்தென்னை மரங்களின் உயரம் சில சமயம் எழும்பி இமயமலையின் பனிச் சிகரங்களைப்போல் ஒரு வினாடி காட்சி அளித்து, மறு வினாடி நூறு கோடி நுரைத் துளிகளாகச் சிதறி விழுந்தன. சுழன்று சுழன்று அடித்த காற்றின் சப்தமும் அலைகளின் பேரொலியும் இடையிடையே கேட்ட இடிமுழக்கமும் சேர்ந்து திக்குத் திகாந்தங்கள் எல்லாம் இடிந்து தகர்ந்து விழுகின்றன என்று எண்ணச் செய்தன. வானத்தை வெட்டிப் பிளப்பதுபோல் அவ்வப்போது தோன்றிக் கப்பும் கிளையும் விட்டுப் படர்ந்து ஓடி மறைந்த மின்னல்கள் ஒரு வினாடி நேரம் கொந்தளித்த அலை கடலையும், பேயாட்டம் ஆடிய மரங்களையும், வெளிச்சம் போட்டுக் காட்டிவிட்டு மறுவினாடி கன்னங்கரிய காரிருளில் ஆழச் செய்தன.

இவ்வளவு அல்லோலகல்லோலங்களையும் பார்த்துக்கொண்டு பூங்குழலி வெகுநேரம் நின்றாள். அவள் உடம்பு காற்றில் ஆடிய மரங்களைப் போல் ஆடியது. அவள் கூந்தல் அவிழ்ந்து காற்றில் பறந்தது. மழை அவள் உடலை நனைத்தது. இடிமுழக்கம் அவள்

செவிகளைப் பிளந்தது. மின்வெட்டு அவள் கண்களைப் பறித்தது. இதையெல்லாம் அவள் பொருட்படுத்தவேயில்லை. வெகு நேரம் அக்காற்றிலும் மழையிலும் அவள் நின்றாள். அவள் உள்ளம் வெறிகொண்டு கொந்தளித்தது. தன்னைச் சுற்றிலும் நடைபெறும் அற்புதக் கோலாகலமெல்லாம் தான் பார்த்துக் களிப்பதற்காகவே நடப்பதாக எண்ணிப் பெருமிதத்துடன் அநுபவித்துக் கொண்டிருந்தாள்.

இடையிடையே அவளுக்கு இளவரசர் அருள்மொழிவர்மரின் நினைவு வந்துகொண்டிருந்தது. அச்சமயம் அவர் கோடிக்கரை சேர்ந்து பத்திரமான இடத்தில் தங்கியிருப்பார் என்று எண்ணினாள். ஒருவேளை தன் பெற்றோர் வீட்டிலே கூடத் தங்கியிருக்கலாம்; அல்லது நாகைப்பட்டினம் சென்று அங்கே இராஜ மாளிகையில் தங்கியிருக்கலாம். ஒரு வேளை கடலில் கப்பலிலேயே இருந்திருப் பாரோ? இருந்தால் என்ன? அவர் ஏறிச் சென்ற பெரிய மரக்கலத்தை எந்தச் சுழிக்காற்றுதான் என்ன செய்துவிடும்? அவரைப் பாதுகாக்க எத்தனையோ பேர் சுற்றிலும் சூழ்ந்திருப்பார்கள். தன்னைப் பற்றி அவர் ஞாபகப்படுத்திக் கொள்ளுவாரா? 'அந்தப் பேதை பூங்குழலி இச்சமயம் எங்கிருக்கிறாளோ?' என்று எண்ணிக் கொள்வாரா? ஒரு நாளும் மாட்டார். அவளுடைய சகோதரி அனுப்பிய வந்தியத் தேவனைப் பற்றி நினைத்துக் கொள்வார். கொடும்பாளூர்க் கோமக ளைப்பற்றியும் நினைத்துக் கொள்ளலாம். இந்த ஏழைக் கரையர் குலப் பெண்ணை அவருக்கு எங்கே நினைவிருக்கப்போகிறது?

இரவு வெகு நேரம் சுழிக்காற்றின் கோலாகலத்தை அநுபவித்து விட்டுப் பூங்குழலி ஸ்தூபத்தின் அடிவாரக் குகைக்குச் சென்று கண்ணயர்ந்தாள். தூக்கத்தில் அவள் அமைதியடையவில்லை. ஏதேதோ கனவுகள் கண்டுகொண்டிருந்தாள். கடலில் படகில் சென்று வலை வீசுவது போலவும், அதில் இளவரசர் அகப்படுவது போலவும் ஒரு தடவை கனவு கண்டாள். மற்றொரு சமயம் அவளும் இளவரசரும் மீன்களாக மாறிக் கடலில் அருகருகே நீந்திப் போவதாகக் கனவு கண்டாள். ஒவ்வொரு கனவின் போதும் நடுவில் விழித்தெழுந்து, 'இது என்ன பைத்தியக்காரத்தனம்?' என்று எண்ணி மனத்தைத் தெளிவாக்கிக் கொள்ள முயன்று மறுபடியும் உறங்கினாள்.

பொழுது விடிந்து அவள் நன்றாய் விழித்தெழுந்தபோது சுழிக்காற்றின் கோலாகலம் ஒருவாறு அடங்கிவிட்டிருந்தது. இடியில்லை; மின்னல் இல்லை; மழையும் நின்று போயிருந்தது. எழுந்து கடற்கரைக்குச் சென்றாள். நேற்றிரவு போல் அவ்வளவு பெரிய அலைகள் இப்போது கடலில் அடிக்கவில்லை. ஆயினும் கடல் இன்னும் கொந்தளிப்பாகவே இருந்தது. முன்னாள் இரவு சுழிக்காற்று

அத்தீவை என்ன பாடுபடுத்திவிட்டது என்பதற்கு அறிகுறியான காட்சிகள் நாலாபக்கமும் காணப்பட்டன. வேருடன் பெயர்ந்து தரையில் விழுந்து கிடந்த மரங்களும், முடிகள் வளைந்து தாழ்ந்திருந்த நெடிய பெரிய மரங்களும் காட்சி அளித்துக் கொண்டிருந்தன.

பூங்குழலி அக்காட்சிகளையெல்லாம் பார்த்துக் கொண்டிருந்த போது கடலில் சற்றுத் தூரத்தில் ஒரு கட்டுமரம் மிதப்பது போல் தெரிந்தது. அது கடற்கரையோரத்து அலைகளினால் பல தடவை அப்படியும் இப்படியும் அலைப்புண்ட பிறகு கடைசியாகக் கரையில் வந்து ஒதுங்கியது. அப்போதுதான் அதிலே ஒரு மனிதன் இருப்பதைப் பூங்குழலி கவனித்தாள். ஓடிப் போய்ப் பார்த்தாள். கட்டுமரத்தில் கட்டப்பட்டிருந்த அந்த மனிதன் குற்றுயிராயிருந்தான். அவனைக் கட்டு அவிழ்த்து விட்டு ஆசுவாசப்படுத்தினாள். அவன் ஈழத்துக் கடற்கரைக் கிராமம் ஒன்றைச் சேர்ந்த வலைஞன். மீன் பிடிக்கப் போன இடத்தில் சுழிக்காற்றில் அகப்பட்டுக் கொண்டதாகக் கூறினான். தன்னுடன் இருந்த தோழனைக் கடல் இரையாக்கிக் கொண்டதாகவும் தான் பிழைத்தது புனர்ஜன்மம் என்றும் தெரிவித்தான். இன்னும் முக்கியமான ஒரு செய்தியையும் அவன் கூறினான்.

'முன்னிரவு நேரத்தில், கடுமையான சுழிக்காற்று அடித்துக் கொஞ்சம் நின்றது போலிருந்தது. எங்களைச் சுற்றிலும் காரிருள் சூழ்ந்திருந்தது. திடீரென்று ஒரு பேரிடி இடித்தது. அப்போது தோன்றிய மின்னல் வெளிச்சத்தில் இரண்டு மரக்கலங்கள் தெரிந்தன. ஒரு மரக்கலம் தீப்பிடித்து எரியத் தொடங்கியது. அந்தப் பயங்கரமான காட்சியைச் சிறிதுநேரம் பார்த்துக் கொண்டிருந்தோம். அதில் மனிதர்கள் அவசர நடமாட்டமும் தெரிந்தது. பிறகு தீப்பிடித்த கப்பல் கடலில் முழுகிவிட்டது. மற்றொரு மரக்கலம் இருட்டில் மறைந்து விட்டது!' என்று அம்மனிதன் தட்டுத் தடுமாறிக் கூறினான்.

இதைக் கேட்டவுடனே பூங்குழலிக்கு இளவரசரை ஏற்றிச் சென்ற கப்பல் அவற்றில் ஒன்றாயிருக்குமோ என்ற ஐயம் உதித்தது. அப்படி இருக்க முடியாது என்று நிச்சயம் அடைந்தாள். கடலில் எத்தனையோ கப்பல்கள் வந்துகொண்டும் போய்க்கொண்டும் இருக்கும். அதைப் பற்றி நமக்கு என்ன கவலை? ஆனாலும் தீப்பிடித்த கப்பலில் இருந்தவர்களில் சிலர் கடலில் விழுந்திருக்கக் கூடும். இந்தக் கட்டுமரத்து வலைஞனைப் போல் அவர்களில் யாராவது கையில் அகப்பட்டதைப் பிடித்துக்கொண்டு தத்தளிக்கக்கூடும். அவர்களுக்கு ஏன் நாம் உதவி செய்யக்கூடாது? படகில் ஏறிச் சென்று அப்படித் தத்தளிக்கிறவர்களை ஏற்றிக்கொண்டு வந்து ஏன் கரை சேர்க்கக் கூடாது? பின்னே, இந்த ஜன்மம் எதற்காகத்தான் இருக்கிறது?...

அவ்வளவுதான்; இந்த எண்ணம் தோன்றியதோ இல்லையோ, பூங்குழலி படகைக் கட்டவிழ்த்து நிமிர்த்திக் கடலில் தள்ளி விட்டாள். தானும் ஏறிக்கொண்டாள். அவளுடைய இரும்புக் கரங்களின் பலம் முழுவதையும் உபயோகித்துத் துடுப்பை வலித்தாள். கரையில் வந்து மோதிய அலைகளைத் தாண்டி அப்பால் போகும் வரையில் மிகக் கடினமான வேலையாயிருந்தது. அப்புறம் அவ்வளவு கஷ்டமாக இல்லை. வழக்கம்போல் சர்வசாதாரணமாக அவளுடைய கரங்கள் துடுப்பை வலித்தன. படகு உல்லாசமாக ஆடிக்கொண்டு மெள்ள மெள்ள நகர்ந்து சென்றது.

பூங்குழலியின் உள்ளத்தில் குதூகலமும் பொங்கியது. அவள் படகிலே வழக்கமாகப் பாடும் பழைய கீதம் தானாகவே புதிய உருவம் கொண்டது. அலைகளின் இரைச்சலை அடக்கிக் கொண்டு அந்தக் கீதம் அவளுடைய கம்பீரமான இனிய குரல் வழியாக வெளிவந்து நாற்றிசையும் பரவியது:-

'அலைகடல் கொந்தளிக்கையிலே
அகக்கடல்தான் களிப்பதுமேன்?
நிலமகளும் துடிக்கையிலே
நெஞ்சகந்தான் துள்ளுவதேன்?
இடி இடித்து எண்திசையும்
வெடிபடும் அவ்வேளையிலே
நடனக் கலைவல்லவர்போல்
நாட்டியந்தான் ஆடுவதேன்?'

பாய்மரக் கட்டையைப் பிடித்துக்கொண்ட இளவரசரும், வந்தியத் தேவனும் அலைகடலில் மொத்துண்டு மொத்துண்டு மிதந்து கொண்டிருந்தார்கள். அன்று ஓர் இரவுதான் அவர்கள் அவ்வாறு கடலில் மிதந்தார்கள். ஆனால் வந்தியத்தேவனுக்கு அது எத்தனையோ யுகங்கள் எனத் தோன்றியது. அவன் சீக்கிரத்திலேயே நிராசை அடைந்து விட்டான்; பிழைத்துக் கரையேறுவோம் என்ற நம்பிக்கையை அடியோடு இழந்து விட்டான்.

ஒவ்வொரு தடவை அலை உச்சிக்கு அவன் போய்க் கீழே வந்த போதும், 'இத்துடன் செத்தேன்' என்று எண்ணிக் கொண்டான். மறுபடியும் உயிரும் உணர்வும் இருப்பதைக் கண்டு வியந்தான். அடிக்கடி இளவரசரைப் பார்த்து, 'என்னுடைய அவசரப் புத்தியினால் தங்களையும் இந்த ஆபத்துக்கு உள்ளாக்கினேனே' என்று புலம்பினான்.

இளவரசர் அவனுக்கு ஆறுதல் கூறித் தைரியம் ஊட்டி வந்தார். 'மூன்று நாள், நாலு நாள் வரையில் கடலில் இம்மாதிரி மிதந்து பிழைத்து வந்தவர்கள் உண்டு' என்று அடிக்கடி சொல்லி வந்தார்.

'நாம் கடலில் விழுந்து எத்தனை நாள் ஆயின?' என்று வந்தியத்தேவன் கேட்டான்.

'இன்னும் ஒரு ராத்திரிகூட ஆகவில்லையே?' என்றார் இளவரசர்.

'பொய்! பொய்! பல நாட்கள் ஆகியிருக்க வேண்டும்' என்றான் வந்தியத்தேவன்.

கொஞ்ச நேரத்துக்கெல்லாம் அவனுக்கு இன்னொரு கஷ்டம் ஏற்பட்டது. தொண்டை வறண்டுபோய்த் தாகம் எடுத்தது. தண்ணீரிலேயே மிதந்து கொண்டிருந்தான்; ஆனால் தாகத்துக்குக் குடிக்கத் தண்ணீர் இல்லை. இது பெரிய சித்திரவதையாயிருந்தது. இளவரசரிடம் கூறினான்.

'கொஞ்சம் பொறுமையாயிரு! சீக்கிரம் பொழுது விடியும்! எங்கேயாவது கரையிலே போய் ஒதுங்குவோம்' என்றார் இளவரசர்.

சிறிது நேரம் பொறுத்துப் பார்த்தான்; முடியவில்லை.

'ஐயா! என்னால் இந்தச் சித்திரவதையைப் பொறுக்க முடியாது. கட்டை அவிழ்த்து விடுங்கள்! கடலில் முழுகிச் சாகிறேன்!' என்றான்.

இளவரசர் மீண்டும் தைரியம் கூற முயன்றார். ஆனால் பலிக்கவில்லை. வந்தியத்தேவனுக்கு வெறி மூண்டது. தன்னுடைய கட்டுக்களைத் தானே அவிழ்த்துக்கொள்ள முயன்றான். இளவரசர் அதைப் பார்த்தார். அருகில் நெருங்கிச் சென்று அவனுடைய தலையில் ஓங்கி இரண்டு அறை அறைந்தார். வந்தியத்தேவன் உணர்வை இழந்தான்!

அவன் மறுபடி உணர்வு பெற்றபோது பொழுது விடிந்து வெளிச்சமாயிருப்பதைக் கண்டான். அலைகளின் ஆரவாரமும் சிறிது அடங்கியிருந்தது. சூரியன் எங்கேயோ உதயமாகியிருக்க வேண்டும். ஆனால் எங்கே உதயமாகியிருக்கிறது என்று பார்க்க முடியவில்லை. இளவரசர் அவனை அன்புடன் நோக்கி, 'தோழா! சமீபத்தில் எங்கேயோ கரை இருக்கவேண்டும். தென்னை மரம் ஒன்றின் உச்சியைச் சற்று முன் பார்த்தேன். இன்னும் கொஞ்சம் பொறுமையாயிரு!' என்று சொன்னார்.

'இளவரசே! என்னைக் கைவிட்டுவிடுங்கள்! தாங்கள் எப்படியாவது தப்பிப் பிழையுங்கள்!' என்றான் வந்தியத்தேவன்.

'வேண்டாம்! அதைரியப்படாதே! உன்னை அப்படி நான் விட்டுவிட மாட்டேன்! ஆகா! அது என்ன! யாரோ பாடுகிற குரல்போல் தொனிக்கிறதே!' என்றார் இளவரசர்.

ஆம்; அப்போது அவர்களுடைய காதில் பூங்குழலி படகிலிருந்து பாடிய பாட்டுத்தான் கேட்டது.

'அலைகடல் கொந்தளிக்கையிலே
அகக்கடல்தான் களிப்பதுமேன்?'

என்ற கீதம் அவர்களுடைய காதில் அபய கீதமாகத் தொனித்தது. உடற்சோர்வும் மனச்சோர்வும் உற்று, முக்கால் பிராணனை இழந்திருந்த வந்தியத்தேவனுக்குக்கூட அந்தக் கீதம் புத்துயிர் அளித்து உற்சாகம் ஊட்டியது.

'இளவரசே! பூங்குழலியின் குரல்தான் அது! படகு ஓட்டிக்கொண்டு வருகிறாள். நாம் பிழைத்துப் போனோம்!' என்று சொன்னான்.

சிறிது நேரத்துக்கெல்லாம் படகு அவர்கள் கண்ணுக்குத் தென் பட்டது. நெருங்கி நெருங்கி அருகில் வந்தது.

பூங்குழலி, 'இது உண்மையில் நடப்பதுதானா?' என்று சந்தேகித்துச் செயலிழந்து நின்றாள். இளவரசர், வந்தியத் தேவனைக் கட்டு அவிழ்த்து விட்டார். முதலில் தாம் படகிலே தாவி ஏறிக்கொண்டார். பின்னர் வந்தியத்தேவனையும் ஏற்றி விட்டார். பூங்குழலி கையில் பிடித்த துடுப்புடனே சித்திரபாவை யைப் போல் செயலற்று நின்றாள்.

(பொன்னியின் செல்வன் இரண்டாம் பாகம் முற்றிற்று)

www.ingramcontent.com/pod-product-compliance
Lightning Source LLC
LaVergne TN
LVHW092345231026
850936LV00014B/731